தீப்பற்றிய பாதங்கள்

தலித் இயக்கம் ◻ பண்பாட்டு நினைவு ◻ அரசியல் வன்முறை

பழுப்புத்
சுவடுகள்

தீப்பற்றிய பாதங்கள்

தலித் இயக்கம் ▫ பண்பாட்டு நினைவு ▫ அரசியல் வன்முறை

டி.ஆர்.நாகராஜ்

ஆங்கிலத் தொகுப்பு:
பிருத்வி தத்தா சந்தர ஷோபி

தமிழில்:
சீனிவாச ராமாநுஜம்

தீப்பற்றிய பாதங்கள்
தலித் இயக்கம் o பண்பாட்டு நினைவு o அரசியல் வன்முறை
டி.ஆர்.நாகராஜ்

இந்தத் தமிழ் மொழிபெயர்ப்பு டி.ஆர்.நாகராஜின் 'The Flaming Feet and Other Essays' மற்றும் 'Listening to the Loom' ஆகிய புத்தகங்களை அடிப்படையாகக் கொண்டது. டி.ஆர்.நாகராஜின் கட்டுரைகளுக்கான உரிமை © கிரிஜா நாகராஜ் மற்றும் அமுல்யா நாகராஜ்.

தமிழில்: சீனிவாச ராமாநுஜம்
இரண்டாம் பதிப்பு: ஜூன் 2025
முழுமையாகத் திருத்தப்பட்ட முதல் பதிப்பு: ஜூலை 2021 (எதிர்)
முதல் பதிப்பு: மார்ச் 2014 (புலம்)

எதிர் வெளியீடு,
96, நியூ ஸ்கீம் ரோடு, பொள்ளாச்சி – 642002.
தொலைபேசி: 04259 – 226012, 99425 11302.

அட்டை ஓவியம்: பாலாஜி ஸ்ரீனிவாசன்
வடிவமைப்பு: ஜீவமணி

விலை: ரூ. 550

TheeppatRiya paathangal
Author: D.R.Nagaraj

This Tamil translation is based on 'The Flaming Feet and Other Essays' and ' Listening to the Loom' Copyright © Girija Nagaraj and Amulya Nagaraj for all the material herein by D.R.Nagaraj.

Translated by: Srinivasa Ramanujam
Second Edition: June 2025
Completely Revised First Edition: July 2021 (Ethir)
First Edition: March 2014 (Pulam)

Published by
Ethir Veliyeedu, 96, New Scheme Road. Pollachi – 2.
email: ethirveliyedu@gmail.com
www.ethirveliyedu.in

Cover Painting: Balaji Srinivasan
Layout: Jeevamani

Price: ₹ 550

ISBN: 978-93-90811-37-3

Printed at: Jothy Enterprises, Chennai.

All rights reserved. No part of this book may be reprinted or reproduced or utilised in any form or by any electronic, mechanical or other means, now known or hereafter invented, including Photocopying and recording, or in any information storage or retrieval system, without permission in writing from the Publisher.

உள்ளடக்கம்

☐	மொழிபெயர்ப்பாளர் குறிப்பு	vii
☐	சீற்ற அரசியலைக் கடந்து - அஷிஸ் நந்தி	xxi
☐	தீப்பற்றிய பாதங்கள்	1
☐	ஒரு நாட்டார் கதை	4

■ அம்பேத்கரும் காந்தியும்

1. சுயதூய்மையாக்கம் எதிர் சுயமரியாதை: 9
   தலித் இயக்கத்தின் வேர்கள் குறித்து

2. ஓர் இளைஞனின் பொய்யும்
   ஒரு மானுடவியலாளரின் உண்மையும்: 49
   உணர்வுபூர்வமான அக்கறையைப் பரவலாக்குவது தொடர்பான இரண்டு கதைகள்

3. காந்தியும் தலித் பிரச்சினையும்: 65
   மார்க்ஸ் மற்றும் அம்பேத்கருடன் ஓர் ஒப்பீடு

4. இரண்டு கற்பனையான தனிமொழிகள்: அம்பேத்கர் மற்றும் காந்தி 72

■ அரசியலும் பண்பாட்டு நினைவுகளும்

5. தலித் இயக்கத்தின் பண்பாட்டு அரசியல்: 85
   குறிப்புகளும் பிரதிபலிப்புகளும்

6. மும்மடியான இறுக்கங்கள்: 102
   காலனியத்துக்கு முந்தைய வரலாறு, காலனிய யதார்த்தம்,
   பின்–காலனிய அரசியல் – தலித் அடையாள உருவாக்கம் குறித்து

7. தலித்துகள் மீதான வன்முறையும் காணாமல்போகும் கிராமங்களும் 116

8	பண்பாட்டு நினைவின் பிரச்சினை	137
9	திசைதவறிய கோபமும் சுருங்கிப்போன எதிர்பார்ப்புகளும்	155
10	அறிவாளை விழுங்கும் நோய்க்கூறு	165

■ அரசியலும் வன்முறையும்

11	சாராம்சவாத, கட்டமைப்புவாதச் சட்டகங்களைக் கடந்து: இந்தியாவின் பன்முகத்தன்மை குறித்து	175
12	வன்முறையின் அறமும் அழகியலும்	194
13	ஒரு திபெத்திய நாய், அமைதியான சாதுக்கள், சம்பாரன் விவசாயிகள்: காந்தியின் வன்முறை, அ-வன்முறை, எதிர் வன்முறை குறித்து	209
14	கவலைகொள்ளும் இந்துவும் கோபம்கொள்ளும் விவசாயியும்: இந்தியாவில் உலகமயமாக்கலுக்கு எதிரான இரண்டு எதிர்வினைகளின் பண்பாடு, அரசியல் குறித்து	222
15	புலியும் மாய வேய்ங்குழலும்: சிறுபான்மையினர் குறித்து	245
16	ஆன்மீகமும் சமூகச் செயல்பாடும்	253
17	அஷிஸ் நந்தி: ஓர் அறிமுகம்	262

■ பின்னிணைப்பு

□	கதாயுதமாகட்டும் கவிதை பிருத்வி தத்தா சந்த்ர ஷோபி	283
□	அமிழ்த்தைத் தேடிய கருடன் நாகராஜின் கதையாடல்ரீதியான கற்பனைகள் குறித்து பிருத்வி தத்தா சந்த்ர ஷோபி	299
■	துணைநூற்பட்டியல்	326

மொழிபெயர்ப்பாளர் குறிப்பு

'**தீ**ப்பற்றிய பாதங்கள்' மொழியாக்கத்தின் முதல் பதிப்பு 2016–ல் வெளிவந்தது. இந்த இரண்டாவது பதிப்பு முழுமையாகத் திருத்திய பதிப்பாகிறது. நான் திருத்தத் தொடங்கியபோது என்னுள் எழுந்த கேள்வி இதுதான்: ஏற்கெனவே வெளிவந்திருக்கும் மொழியாக்கத்தை ஏன் முழுமையாகத் திருத்தி வெளியிட வேண்டியிருக்கிறது? தேவைப்படும் இடங்களில் திருத்தம் செய்வது வழக்கமான நடைமுறையே. ஆனால், ஏன் முழுமையாகத் திருத்த வேண்டும்? சில மொழிபெயர்ப்பாளர்கள் ஒவ்வொரு பதிப்புக்கும் திருத்துகிறார்கள். ஏன்? முந்தைய பதிப்பில் ஏற்பட்ட பிழைகள், கவனக்குறைவுகள், மயக்கங்கள் போன்றவற்றைச் சரிசெய்வது ஒரு பகுதியாக இருந்தாலும், இப்படியாகத் திருத்துவது 'மூலப் பிரதி'க்கு இன்னும் நெருக்கமாகப் போக வேண்டும் என்ற உந்துதலைத்தான் பிரதானமாகக் கொண்டிருக்க வேண்டும். ஒரு மொழியாக்கம் எந்த அளவு 'மூலப் பிரதி'க்கு நெருக்கமாகப் போக முடியும்? மூலம் எங்கே இருக்கிறது? மூலம் என்பது நாம் மொழியாக்கம் செய்யும் பனுவலாக இருக்க முடியுமா? மூலத்துக்கும் மொழியாக்கத்துக்கும் இடையே எத்தகைய இடைவெளியும் இல்லாமல், மூலப் பிரதியின் மறுவுருவமாக ஒரு மொழியாக்கம் வெளிப்பட முடியுமா? அப்படியாக ஒரு இடைவெளி இருக்குமென்றால் அந்த இடைவெளியை நாம் எவ்வாறு உள்வாங்கிக்கொள்ளப்போகிறோம்? பலமுறை திருத்தியும் ஏன் இந்த இடைவெளி காணப்படுகிறது? மூலப் பிரதியோடு ஒப்பிடும்போது மொழியாக்கம் கூடுதலாகவோ குறைவாகவோ எதையோ கொண்டிருப்பதுதான் இந்த இடைவெளியைத் தோற்றுவிக்கிறதா? அதுதான், மூலப் பிரதிக்கும் மொழியாக்கத்துக்கும் இடையே காணப்படும் இடைவெளியை எக்காலத்துக்கும் கடக்க முடியாததாக்குகிறதா? ஆக, இந்த இடைவெளியை எக்காலத்துக்கும் கடக்க முடியாது என்றால் மொழியாக்கத்தின் 'நோக்கம்' என்ன? ஒரு மொழியாக்கம் எப்போது 'உயிருள்ள பிரதி'யாக மாறுகிறது? பொதுவான புரிதலில் மூலப் பிரதியின் 'தொனி'யை வெளிப்படுத்தும் மொழியாக்கமே சிறந்த மொழியாக்கம் என்று சொல்லப்படுகிறது. அப்படியென்றால், மூலப் பிரதியின் 'தொனி'யைத்தான் நாம் மொழியாக்கம் செய்கிறோமா? இந்தத் தொனியானது மூலப் பிரதியில் உள்ள வார்த்தைகளுக்கு, வாக்கியங்களுக்கு உட்பட்டதாக இருக்கிறதா அல்லது

அப்பாற்பட்டதாக இருக்கிறதா? மூலப் பிரதியில் உள்ள வார்த்தைகள் ஊடாக, வாக்கியங்கள் ஊடாக, பத்திகள் ஊடாக, பக்கங்கள் ஊடாக, இயல்கள் ஊடாக, முழுப் பனுவல் ஊடாக, அதைச் சமூகத்தோடும் மனிதர்களோடும் இயற்கையோடும் தொடர்புபடுத்துவதன் ஊடாகவே நாம் மூலப் பிரதியின் 'தொனி'யை உள்வாங்கிக்கொள்கிறோம் என்று வைத்துக்கொள்வோம். ஆனால், மொழியாக்கச் செயலில் ஈடுபடும்போது நாம் எதை அடிப்படையாக எடுத்துக்கொள்ளப்போகிறோம்? வார்த்தைகளையா? வாக்கியங்களையா? பத்திகளையா? அல்லது முழுப் புத்தகத்தையுமா? அல்லது தொனியையா? இதுகுறித்துச் சிந்திப்பதற்கு நான் வார்த்தைகளுக்கும் வாக்கியத்துக்கும் இடையேயான உறவை முதலில் எடுத்துக்கொள்கிறேன்.

பொதுவான புரிதலின் அடிப்படையில், வார்த்தைகளை வாக்கியமும், வாக்கியங்களைப் பத்தியும், பத்திகளை இயலும், இயல்களைப் புத்தகமும், புத்தகம் சமூகத்தையும் சார்ந்திருக்கின்றன என்பதாக வைத்துக்கொள்வோம் என்றால், நாம் மொழியாக்கத்தில் பின்நோக்கிய பயணத்தை எப்படியாக வடிவமைத்துக்கொள்கிறோம்? ஏனெனில், நாம் வார்த்தைகளைக் கொண்டுதான் நம்முடைய மொழியாக்கத்தை உருவாக்க வேண்டியுள்ளது. ஒரு மொழியில் உள்ள வார்த்தைகளுக்கும் மற்றொரு மொழியில் உள்ள வார்த்தைகளுக்கும் இடையேயான உறவு என்ன? ஒரு மொழியிலேயே ஒரு வார்த்தை பல வார்த்தைகளாக 'மொழியாக்கம்' காணும்போது, இந்த வார்த்தையை நாம் வேறொரு மொழியில் உள்ள ஒரு வார்த்தையோடு மட்டும் எப்படி இணைத்துப்பார்க்க முடியும்? இந்தக் கேள்விகளுக்கு விடைகாண நான் சம்ஸ்கிருத இலக்கணவியலாளரான பர்த்ருஹரியையும் (Bhartrhari), குமரில பத்தா (Kumarila Bhatta), பிரபாகரா (Prabhakara) போன்ற மீமாம்சவாதிகளையும் எடுத்துக்கொள்கிறேன். இவர்களின் நிலைப்பாடு குறித்து பிமல் கிருஷ்ண மதிலால், ஏ.கே.சென், சுந்தர் சருக்கை போன்ற தத்துவவியலாளர்கள் முன்வைக்கும் வாசிப்பின் அடிப்படையில் இந்தக் குறிப்பை எழுத முயல்கிறேன்.[1] இங்கு நான் பகிர்ந்துகொள்வதை வெறுமனே

1 *Bimal Krishna Matilal, 'The Word and the World: India's Contribution to the study of Language', 2014, OUP, New Delhi; Bimal Krishna Matilal, 'Mind, Language and World: Philosophy, Culture and Religion' (The Collected Essays of Bimal Krishna Matilal, Vol-2), 2015, OUP, New Delhi; B.K.Matilal and P.K.Sen, 'The Context Principle and Some Indian Controversies over Meaning', 1988, 'Mind', Vol.97, No.385; Sundar Sarukkai, 'Indian Philosophy and Philosophy of Science', (History of Science, Philosophy and Culture in Indian Civilization, Vol-15, General Editior: D.P.Chattopadhyaya), 2008, Project of History of Indian Science, Philosophy and Culture, Centre for Studies in Civilizations, New Delhi. Sundar Sarukkai, 'Translating the World: Science and Language', 2002, Lanham: Uninversity of America. மேலும், Thinking-Counter Thinking: Indian Philosophy, The relationship between Learning and Language ஆகிய இரண்டு தலைப்புகளிலும் சுந்தர் சருக்கை ஆற்றிய உரைகள். இவ்விரண்டு உரைகளும் யூட்யூபில் கிடைக்கின்றன. எல்லாவற்றுக்கும் மேலாக, சம்ஸ்கிருத இலக்கணவியலாளர்களின் சிந்தனைகள் குறித்து ஒரு மணிநேரத்துக்கும் மேல் எனக்கு விளக்கிய சுந்தர் சருக்கைக்கு எனது மனமார்ந்த நன்றியைத் தெரிவித்துக்கொள்கிறேன்.*

தொடக்கமாக மட்டுமே எடுத்துக்கொள்ள வேண்டுகிறேன். இதுகுறித்தெல்லாம் நாம் மேலும் விரிவாகவும் ஆழமாகவும் பேச வேண்டியிருக்கிறது.

• • •

ஒரு பிரதியில் உள்ள வாக்கியத்தை அல்லது பொதுவாகவே ஒரு வாக்கியத்தை நாம் எவ்வாறு அணுகுகிறோம்? ஒரு வாக்கியத்தில் இருக்கும் வார்த்தைகளின் அர்த்தத் தொகுப்புதான் வாக்கியத்தின் அர்த்தமா அல்லது ஒரு வாக்கியம் அதற்கான அர்த்தத்தை வார்த்தைகளுக்கு அப்பால் கொண்டிருக்கிறதா? வார்த்தைகளுக்கு அப்பால் ஒரு வாக்கியம் அதற்கான அர்த்தத்தைக் கொண்டிருக்கும் என்றால் நாம் எதை மொழியாக்கம் செய்கிறோம்? வார்த்தைகளின் அர்த்தத்தையா அல்லது வாக்கியத்தின் அர்த்தத்தையா? வார்த்தைகளின் அர்த்தத் தொகுப்புதான் வாக்கியத்தின் அர்த்தம் என்றால், நாம் இந்த அர்த்தத்தை எவ்வாறு மொழியாக்கத்தில் கொண்டுவருகிறோம்? ஒரு வாக்கியத்தில் உள்ள ஒரு வார்த்தைக்கு நமக்கு அர்த்தம் தெரியாவிட்டாலும், நாம் எப்படி ஒரு வாக்கியத்தின் அர்த்தத்தைப் பெற்றுக்கொள்கிறோம்? நாம் பெற்றுக்கொள்ளும் அர்த்தம் சரியாக இருக்கலாம் அல்லது தவறாக இருக்கலாம். ஆனால், முக்கியமான கேள்வி, நாம் எப்படி வாக்கியத்தின் அர்த்தத்தை வார்த்தையைக் கடந்து அறிந்துகொள்கிறோம்? மதிலாலும் சென்னும் எழுதிய ஒரு கட்டுரையில் இந்தக் கேள்வியைக் கேட்கிறார்கள்: 'ஒரு வாக்கியத்தில் உள்ள வார்த்தைகளுக்கான அர்த்தத்தை நாம் அறிந்திருக்கிறோம் என்று வைத்துக்கொண்டாலும், ஒன்றிணைக்கப்பட்ட முழுமையான வாக்கியத்தின் அர்த்தத்தை நாம் எவ்வாறு அறிந்துகொள்கிறோம்?' இந்தக் கேள்வி மிக முக்கியமானது.

முதலில், வார்த்தைகளுக்கும் வாக்கியத்துக்கும் இடையேயான உறவைப் பார்ப்போம். மரபார்ந்த தத்துவவியலாளர்கள் (குறிப்பாக, இலக்கணவியலாளர்கள்) இரண்டு விதமாகவும் வாதிடுகிறார்கள். வாக்கிய-அர்த்தத்தை ஒரு பள்ளி முதன்மைப்படுத்துகிறது என்றால், வார்த்தை-அர்த்தத்தை மற்றொரு பள்ளி முதன்மைப்படுத்துகிறது. இவ்விரு பள்ளிகளுக்கும் இடையே அடிப்படையான பிரச்சினை என்னவென்றால், மொழியின் அடிப்படை வார்த்தையா இல்லையா என்பதாகவே இருக்கிறது. வாக்கியமானாலும் வார்த்தையானாலும் அவை ஓசையைச் சார்ந்திருக்கின்றன. இரண்டுமே ஓசைகள்தான். அப்படியிருக்க, நாம் எவ்வாறு வார்த்தைகளையும் வாக்கியத்தையும் பிரித்துக் கேட்கிறோம்? வார்த்தைகள் ஒன்றன் பின் ஒன்று என்று கோக்கப்பட்டு வாக்கியமானாலும், ஒரு வாக்கியத்தில் பல வார்த்தைகள் இருந்தாலும், வாக்கியம் தன்னை முழுமையாக வெளிப்படுத்திக்கொள்ள வேண்டியுள்ளது. இல்லையென்றால், நம்மால் வாக்கியத்தைக் கேட்க முடியாது. அதே சமயத்தில், ஒரு வாக்கியத்தில் உள்ள வார்த்தைகள் முழுமையானவையாக இருக்கின்றன என்று வைத்துக்கொள்வோம். ஒரு வாக்கியமும் முழுமையானதாக இருக்கிறது என்று வைத்துக்கொள்வோம். இப்படியாக இருக்க, நாம் எதிலிருந்து அர்த்தத்தைப் பெற்றுக்கொள்கிறோம்?

நமக்கு அர்த்தத்தைக் கடத்துவது வார்த்தையின் முழுமையா அல்லது வாக்கியத்தின் முழுமையா? வார்த்தைகளின் முழுமையை எடுத்துக்கொள்வோம். ஒரு வார்த்தையில் பல எழுத்துகள் இருக்கின்றன. நாம் ஒவ்வொரு எழுத்தாக உள்வாங்கிக்கொண்டுதான் ஒரு வார்த்தையை உள்வாங்கிக்கொள்கிறோமா? அல்லது ஒரு வார்த்தையை முழுமையாக உள்வாங்கிக்கொள்கிறோமா? ஒரு வார்த்தையை எழுத்துகளின் தொகுப்பாக நாம் உள்வாங்கிக்கொள்வதில்லை; அதை முழுமையாகவே உள்வாங்கிக்கொள்கிறோம். இதுபோலவே, வார்த்தைகளின் இடையீடு இல்லாமல் ஒரு வாக்கியத்தின் முழுமையை நேரடியாக உள்வாங்கிக்கொள்கிறோமா? இப்படியாகத்தான் என்றால், வார்த்தைகளின் தனித்த அர்த்தம் என்னவாகிறது? வேறு விதமாகக் கேட்பதென்றால், ஒரு வார்த்தையின் தனித்த அர்த்தம் ஒரு வாக்கியத்தில் அப்படியே வெளிப்படுகிறதா அல்லது ஒரு வாக்கியத்தோடு இணையும்போது ஒரு வார்த்தை அதனுள் மறைத்துக்கொண்டிருக்கும் சிலவற்றை வெளிப்படுத்தும் சாத்தியத்தைக் கூடுதலாகப் பெறுகிறதா? இது நம்மை மற்றொரு கேள்விக்குக் கொண்டுவிடுகிறது: ஒரு வார்த்தைக்கும் அது கொண்டிருக்கும் அர்த்தத்துக்கும் இடையேயான உறவு என்ன? உலகில் உள்ள ஒரு பொருளுக்கும் அதுகுறித்த வார்த்தைக்கும் இடையேயான உறவு என்ன? ‘பசு’ என்ற வார்த்தையை எடுத்துக்கொள்வோம். யதார்த்தத்தில் உள்ள பசுவை இந்தச் சொல் குறிக்கிறதா? யதார்த்த உலகில் உள்ள பசுவானது ‘பசு’ என்ற வார்த்தையை அதனுள் கொண்டிருக்கிறதா? அல்லது நாம்தான் பொருள்–வடிவத்தின் மீது வார்த்தை–வடிவத்தைச் சுமத்துகிறோமா? இதற்குப் பல விதமான பதில்கள் சாத்தியப்படுகின்றன. ‘பசு’ என்ற சொல் நேர்மறையான அர்த்தத்தைவிட எதிர்மறையான அர்த்தத்தையே கொண்டிருக்கிறது என்கிறார்கள் பௌத்தர்கள். ‘பசு’ என்ற சொல் குதிரையல்லாதது இல்லை, நாயல்லாதது இல்லை, மனிதரல்லாதது இல்லை என்ற அர்த்தத்தையே கொண்டிருக்கிறது என்கிறார்கள். (இரண்டு எதிர்மறை இங்கு ஏன் அவசியமாகிறது என்பது முக்கியம். இந்தப் பிரபஞ்சம் தோன்றுவதற்கு முன் என்ன இருந்தது என்ற கேள்விக்கு ரிக் வேதம் இப்படிப் பதில் சொல்கிறது: ஏதுமில்லாமல் இல்லை (Not Nothing Was). வெறுமனே ஏதுமில்லை என்று சொல்லியிருந்தால், ஏதுமில்லாததிலிருந்து ஏதோ ஒன்று தோன்ற முடியும் என்றாகிறது. இதன் நீட்சியாய் ஏதுமில்லாததே ஏதோ ஒன்றாக மாறுகிறது. ஏதோ ஒன்றிலிருந்துதான் ஏதோ ஒன்று தோன்ற முடியும் என்பதால், ஏதுமில்லாததும் ஏதோ ஒன்றாக ஆகும் அபாயம் உள்ளது. அதனாலேயே ‘ஏதுமில்லாமல் இல்லை’ என்று சொல்ல வேண்டியிருக்கிறது. இரண்டு எதிர்மறை ஒரு நேர்மறையைக் கொடுக்கும் என்ற சூத்திரத்தின் அடிப்படையில் இதற்கு அர்த்தம் ஏதோ இருந்தது என்பதல்ல; இதற்கு அர்த்தம், ஏதுமில்லாமல் இல்லை என்பது மட்டுமே. பௌத்தர்களின் நிலைப்பாட்டையும் நாம் இப்படியாகப் புரிந்துகொள்ள வேண்டியுள்ளது. வெறுமனே குதிரையல்லாதது என்று சொல்லியிருந்தால், மொழியியல்ரீதியாக நாய் பசுவாகும் ஆபத்து இருக்கிறது. இதைத் தவிர்க்கும் விதமாகவே இரண்டு எதிர்மறையை முன்வைக்கிறார்கள்.) வேறுசில பார்வைகளோ யதார்த்த உலகில் உள்ள பசுவைத்தான் ‘பசு’ என்ற சொல் குறிக்கிறது என்கின்றன.

‘பசு’ என்ற சொல், ‘தனிப்பட்ட பசுவைக் குறிக்கலாம், பசுவின் வடிவத்தைக் குறிக்கலாம், உலகளாவிய ‘பசுத்தன்மை’யைக் குறிக்கலாம், அல்லது பசுவின் வடிவத்தையும் உலகளாவிய பசுத்தன்மையையுமுடைய ஒரு குறிப்பிட்ட பசுவைக் குறிக்கலாம்’ என்றும் சொல்கிறார்கள். மீமாம்சவாதிகளைப் பொறுத்தமட்டில் வார்த்தைகள் உலகளாவிய தன்மையைக் குறிக்கின்றனவே தவிர குறிப்பிட்ட ஒன்றை அல்ல. இந்தப் பார்வையில் ‘பசு’ என்ற சொல் உலகளாவிய தன்மையிலான பசுவைக் குறிக்கிறதே தவிர தனிப்பட்ட பசுவை அல்ல. நியாயதிகளைப் பொறுத்தமட்டில் இந்தச் சொல் உலகளாவிய பசுத்தன்மையுடைய ஒரு குறிப்பிட்ட பசுவைக் குறிப்பதாகிறது. நியாயதிகளின் இந்தப் பார்வையைப் பௌத்தர்கள் ஏற்றுக்கொள்ள மறுக்கிறார்கள். இத்தகைய மாறுபட்ட பார்வைகள் வார்த்தை–அர்த்தம், வாக்கிய–அர்த்தம் ஆகியவற்றிலும் நேரடியாகவும் மறைமுகமாகவும் பங்காற்றுகின்றன.

வாக்கிய–அர்த்தத்தை முதன்மைப்படுத்தியவர்களில் மிக முக்கியமானவர் பர்த்ருஹரி. இலக்கணவியலாளரான இவர் ‘முழுமைக் கோட்பாட்’டை *(sphota theory)* முன்வைக்கிறார். ‘ஒரு வார்த்தையையோ அல்லது வாக்கியத்தையோ பல்வேறு ஒலிகளை [எழுத்துகளை] குறிப்பிட்ட ஒழுங்குக்குள் கொண்டுவரப்பட்டதாக நாம் பார்க்கக் கூடாது’ என்கிறார் பர்த்ருஹரி. ஒரு வார்த்தையை அல்லது வாக்கியத்தை அதன் முழுமை சார்ந்து அணுகுவதே முழுமைக் கோட்பாடு. இவரது பார்வையில் எழுத்துகள் ஒன்றுசேர்ந்து எப்படி ஒரு முழுமையான வார்த்தையை உருவாக்குகின்றனவோ (சில சமயங்களில் ஒரு எழுத்து மட்டுமே), அதுபோலவே பல வார்த்தைகள் சேர்ந்து (சில சமயங்களில் ஒரு வார்த்தை மட்டுமே) ஒரு முழுமையான வாக்கியத்தை உருவாக்குகின்றன என்கிறார். இதை வேறு விதமாகச் சொல்வதென்றால், ஒரு வார்த்தையில் காணப்படும் எழுத்துகள் ஒவ்வொன்றும், தனித்து இருக்கும்போது அவை கொண்டிருக்கும் பண்புக்கு அப்பால் எதையோ கூடுதலாக வார்த்தையில் சேர்க்கின்றன. அதுபோலவே, ஒரு வார்த்தை அது கொண்டிருக்கும் தனித்த அர்த்தத்துக்கு அப்பால் கூடுதலாக எதையோ வாக்கியத்தில் சேர்க்கிறது. வேறு விதமாகச் சொல்வதென்றால், ஒரு வார்த்தை அதனுள் மறைத்துக்கொண்டிருக்கும் கூடுதலான ஏதோ ஒன்றை ஒரு வாக்கியமே வெளிக்கொணர்கிறது. இதனாலேயே வாக்கியத்தை வார்த்தைகளின் தொகுப்பாக அல்லாமல், ஒரு முழுமையாகப் பார்க்க வேண்டும் என்கிறார் பர்த்ருஹரி. ஒரு வாக்கியத்துக்கான அர்த்தத்தை அதன் முழுமை சார்ந்துதான் நாம் பெறுகிறோமே தவிர வார்த்தைகளின் தனித்த அர்த்தங்களைச் சார்ந்தில்லை என்கிறார். இதை ‘வகுபடாக் கோட்பாடு’ *(indivisibility thesis)* என்றழைக்கிறார்கள். ஒரு வார்த்தை அதனுள் மறைத்துக்கொண்டிருக்கும் ஒன்றை ஒரு வாக்கியமே வெளிப்படுத்துவதால், வார்த்தைகளின் புலப்படக்கூடிய அர்த்தத் தொகுப்பாக ஒரு வாக்கியம் ஆக முடியாது என்கிறது இந்த வாதம்.

இதற்கு மாறாக, வார்த்தை–அர்த்தப் பள்ளியானது ‘வகுபடும் கோட்பாடு’ *(divisibility thesis)* என்றழைக்கப்படுகிறது. இங்கு மீமாம்சவாதிகளின்

பார்வையை எடுத்துக்கொள்வோம். இரண்டு விதமான பார்வைகள் இதில் உள்ளன. தனித்த வார்த்தைகளின் தொகுப்பே வாக்கியம் என்கிறது ஒரு பார்வை. ஒரு வாக்கியத்தில் உள்ள வார்த்தைகள் பிற வார்த்தைகளோடு தொடர்புகொண்டே ஒரு வாக்கியத்தில் அவற்றுக்கான அர்த்தத்தைப் பெறுகின்றன என்கிறது மற்றொரு பார்வை. வாக்கியத்தின் பகுதியாக ஒரு வார்த்தை மாறும்போது கூடுதலாக எதையும் வெளிப்படுத்துவதில்லை என்கிறது முதல் பார்வை. மேலும், ஒரு வார்த்தையின் உள்ளார்ந்த அர்த்தத்தை மட்டுமே அது வாக்கியத்தில் வெளிப்படுத்துகிறது என்கிறது. இந்தப் பார்வையானது வார்த்தைகளை அடிப்படையாகக் கொண்டே வாக்கியத்தை எதிர்கொள்கிறது. இந்தப் பள்ளியானது மீமாம்சத்தில் 'குமரிலா பத்தா பள்ளி' என்றழைக்கப்படுகிறது. சுருக்கமாகச் சொல்வதென்றால், வாக்கியத்தில் வார்த்தைகள் ஒன்றோடொன்று தொடர்புகொள்வதற்கு முன்னரே அவற்றுக்கான அர்த்தத்தைக் கொண்டிருக்கின்றன (designation-before-connection) என்கிறது. பத்தாவைப் பொறுத்தமட்டில் தனித்த வார்த்தைகள் உள்ளார்ந்த அர்த்தத்தைக் கொண்டிருக்கின்றன. இதனால், எந்த ஒரு வாக்கியமும் தனித்த வார்த்தைகளின் உள்ளார்ந்த அர்த்தத்தைச் சார்ந்தே அதற்கான அர்த்தத்தைப் பெறுகிறது. அப்படியென்றால், ஒரு வாக்கியத்தில் உள்ள தனித்த வார்த்தைகளை நாம் எவ்வாறு தொடர்புபடுத்துகிறோம்? ஒரு வாக்கியத்தில் உள்ள வார்த்தைகளுக்கு இடையேயான உறவை நாம் உத்தேசமான முடிவின் ஊடாகப் பெற்றுக்கொள்கிறோம் என்கிறார் பத்தா. இவரது பார்வையில் வார்த்தைகளுக்கு இடையேயான உறவானது வாக்கியத்துக்கு அப்பால், கேட்பவரின் உளவியலைச் சார்ந்திருக்கிறது.

இரண்டாவது பார்வை, 'பிரபாகரா பள்ளி' என்றழைக்கப்படுகிறது. இந்தப் பள்ளி முன்வைக்கும் முக்கியமான வாதம் என்னவென்றால், ஒரு வாக்கியத்தில் உள்ள ஒவ்வொரு வார்த்தையும் மொத்த வாக்கியத்தின் பகுதியாகிறது. அதாவது, வார்த்தைகள் ஒன்றோடொன்று தொடர்புகொள்வதன் ஊடாகவே ஒரு வாக்கியத்தில் அவற்றுக்கான அர்த்தத்தைப் பெறுகின்றன (connected-designation). ஒரு வாக்கியத்தில், வார்த்தைகள் அவற்றுக்கான அர்த்தத்தை அதே வாக்கியத்தில் உள்ள பிற வார்த்தைகளோடு இணைவதன் ஊடாகவே பெறுகின்றன. இந்தப் பார்வையில், வார்த்தைகள் ஒன்றன் பின் ஒன்றாக வரிசையாகத் தோன்றுகின்றன என்பதால், ஒரு வாக்கியத்தின் அர்த்தம் இந்த வரிசை சார்ந்து இருக்கிறது. இந்தப் பார்வையில் ஒவ்வொரு வார்த்தையும் வேறுசில வார்த்தைகளோடு சேர்வதற்கான சாத்தியப்பாட்டை ஒரு வாக்கியம் அதற்குள்ளாகக் கொண்டிருக்கிறது. ஒவ்வொரு வார்த்தையும் ஒரு பொருளையோ செயலையோ குணத்தையோ உறவையோ குறிக்கும் ஆற்றலை மட்டுமே கொண்டிருக்கவில்லை. பிற வார்த்தைகளோடு சேர்வதற்கான சாத்தியப்பாட்டையும் கொண்டிருக்கிறது. அதனால், தனித்த வார்த்தைகளின் அர்த்தத் தொகுப்பு ஒரு வாக்கியத்தின் அர்த்தமாவதில்லை (இதுதான் பத்தாவின் பார்வை). மாறாக, ஒவ்வொரு வார்த்தையும் பிற வார்த்தைகளோடு தொடர்புபடுத்தப்படும் முறை சார்ந்தே நாம் வாக்கியத்தின் அர்த்தத்தைப் பெறுகிறோம் என்கிறார் பிரபாகரா. ஆனால் மதிலால்

சொல்வதுபோல், வரிசையானது காலத்துக்கு உட்பட்டது என்பதால் நாம் மொழிரீதியான அலகின் மீது காலத்தைச் சுமத்த வேண்டியிருக்கிறது. பத்தா பார்வையில் வார்த்தைகளுக்கு இடையேயான உறவை உத்தேசமான முடிவின் அடிப்படையில் தொடர்புபடுத்துவதை பிரபாகரா பள்ளி ஏற்றுக்கொள்ளவில்லை. வார்த்தைகளுக்கு இடையேயான தொடர்பை வார்த்தைகளே கொண்டிருக்கின்றன என்கிறது. எடுத்துக்காட்டாக, மாடு என்று ஒருவர் சொல்கிறார் என்று வைத்துக்கொள்வோம், அது அதனளவில் முழுமையடையாத ஓசையாக இருக்கிறது. (தனித்த வார்த்தைகள் எப்படியான அர்த்தத்தைக் கொண்டிருக்க முடியும் என்று பசு எடுத்துக்காட்டின் ஊடாகப் பல்வேறு சிந்தனை மரபுகள் எப்படியாகப் பார்த்தன என்று மேலே பார்த்தோம்.) மாடு என்ற சொல் ‘கட்டு’, ‘அழைத்துவா’ போன்ற சொற்களோடு சேர்ந்தே முழுமையடைகிறது. ஆனால், இந்தப் பார்வையில் நாம் காலத்தைக் கொண்டுவர வேண்டியுள்ளது. அதை மொழியின் மீது சுமத்த வேண்டியுள்ளது.

வாக்கிய–அர்த்தம், வார்த்தை–அர்த்தம் ஆகிய இரண்டு பார்வைகளுக்கும் இடையேயான வேறுபாட்டை நாம் பகுதி–மொத்தம் (part–whole) என்ற தளத்திலிருந்து அணுக முடியும். ஒரு வாக்கியம் மொத்தமாகப் பல வார்த்தைப் பகுதிகளைக் கொண்டிருந்தாலும், ஒரு வாக்கியத்தின் அர்த்தமானது வார்த்தைப் பகுதிகளின் அர்த்தத்தின் கூட்டுத்தொகையல்ல. அப்படியாக இருக்கவும் முடியாது. பகுதிகளின் கூட்டுத்தொகைதான் மொத்தம் என்றால், மொத்தம் என்று ஒன்று உண்மையிலேயே சாத்தியம்தானா? மொத்தம் சாத்தியப்படுவதற்கு அது உள்ளடக்கியிருக்கும் பகுதிகளுக்கு அப்பால் எதையோ கூடுதலாகக் கொண்டிருக்க வேண்டியுள்ளது (அல்லது குறைவாகக் கொண்டிருக்க வேண்டியிருக்கிறது). ஆக, சருக்கை முன்வைப்பதுபோல் நாம் முழுமையான வாக்கியம் என்ற தளத்திலிருந்து அணுகும்போது ஒரு வாக்கியத்தின் பகுதியான ஒரு வார்த்தை என்ன அர்த்தத்தைக் கொண்டிருக்கிறது என்று பார்ப்பதற்குப் பதிலாக ஒரு வார்த்தை எப்படியான அர்த்தங்களைக் கொண்டிருக்க முடியும் என்று பார்க்கும் சாத்தியப்பாட்டை வாக்கியமே உருவாக்கிக்கொடுக்கிறது. சருக்கையின் இந்தக் கூற்று மிக முக்கியமானது. இப்படியாகப் பார்ப்போம் என்றால் நாம் எதை மொழியாக்கம் செய்கிறோம்? வார்த்தைகளை மொழியாக்கம் செய்து வாக்கியத்தை உருவாக்குகிறோமா அல்லது நேரடியாக வாக்கியத்தை மொழியாக்கம் செய்கிறோமா? இரண்டாவது என்றால், ஒரு வாக்கியத்தை மொத்தமாக நாம் எப்படி உள்வாங்கிக்கொள்கிறோம்? இங்குதான் பர்த்ருஹரியின் முழுமைக் கோட்பாடு நமக்குக் கைகொடுக்கிறது. பர்த்ருஹரி வாக்கிய முழுமை, வார்த்தை முழுமை என்று விவரிக்கிறார். (வார்த்தை முழுமை என்று பர்த்ருஹரி முன்வைப்பதானது நவீன அறிவியலின் கணித மொழியில் உள்ளவற்றுக்கும் யதார்த்த உலகுக்கும் இடையேயான உறவை எப்படியாக அர்த்தப்படுத்துகிறதோ அதற்கு நிகரானதாக இருக்கிறது என்கிறார் சருக்கை.) அதாவது, ஒரு வாக்கியத்தை நாம் முழுமையாகப் பெற்றுக்கொண்டு, அந்த வாக்கியத்தில் உள்ள ஒவ்வொரு வார்த்தையையும் வாக்கியத்தோடு தொடர்புபடுத்திதான் வார்த்தையின் அர்த்தத்தைப்

பெற்றுக்கொள்கிறோமே தவிர, ஒவ்வொரு வார்த்தையின் முழுமை சார்ந்து ஒரு மொத்த வாக்கியத்தின் அர்த்தத்தை நாம் பெற்றுக்கொள்வதில்லை என்கிறார் பர்த்ருஹரி. ஆனால், பர்த்ருஹரி முன்வைக்கும் முழுமைக் கோட்பாடுத் தளத்திலிருந்து பார்த்தால் மொழியாக்கம் என்பது சாத்தியமே இல்லை என்கிறார் மதிலால். ஆக, எது மொழியாக்கத்தை சாத்தியப்படுத்துகிறது? மொழியாக்கத்தில் நாம் இரண்டு தளங்களில் செயல்பட வேண்டியுள்ளது. இவ்விரண்டும் தனித்துச் செயல்படுவதில்லை என்றாலும், சில சமயங்களில் இவை இணைந்தும், சில சமயங்களில் பிரிந்தும் செயல்படுகின்றன. முதலில் மூல மொழி வாக்கியத்தை முழுமையாக உள்வாங்கிக்கொள்ள வேண்டியுள்ளது. இதற்கு நாம் வாக்கியங்களைக் கடந்து பத்தி, பக்கம், இயல், மொத்த புத்தகம், சமூகம் என்று விரிந்த தளத்தில் ஒரு வாக்கியத்தை விரித்துப்பார்க்க வேண்டியுள்ளது. ஒரு வாக்கியத்தின் அர்த்தத்தை நாம் பிறவற்றிலிருந்து பிரித்தெடுத்துத் தனியே புரிந்துகொள்ள முடியாது. அதுபோலவே நாம் ஒரு வாக்கியத்தில் உள்ள வார்த்தைகளையும் தனித்துப் புரிந்துகொள்ள முடியாது. இவ்வாறு ஒன்றோடொன்று தொடர்புபடுத்தியே வார்த்தைகளையும் வாக்கியங்களையும் உள்வாங்கிக்கொள்கிறோம். மூலப் பிரதியில் உள்ள வாக்கியங்களோடும், வார்த்தைகளோடும் அவை கொண்டிருக்கும் முழுமையைக் கடந்தே உறவுகொள்கிறோம். இதுவே மொழியாக்கத்தை சாத்தியப்படுத்துகிறது. வார்த்தைகளின் முழுமையோ, வாக்கியங்களின் முழுமையோ மொழியாக்கத்தை சாத்தியப்படுத்தவில்லை.

அப்படியென்றால், நாம் எதை மொழியாக்கம் செய்கிறோம்? வார்த்தையை, வாக்கியத்தை அதன் முழுமை சார்ந்து மொழியாக்கம் செய்ய முடியாது என்றால் நாம் எதை மொழியாக்கம் செய்கிறோம்? நாம் வார்த்தைகளோடு, வாக்கியங்களோடு அவற்றைக் கடந்து உறவுகொள்ளும் போது 'தொனி'யைக் கண்டடைகிறோம். அப்படியென்றால், நாம் தொனியைத்தான் மொழியாக்கம் செய்கிறோமா? இந்தத் தொனி மூலப் பிரதியில் இருக்கிறதா அல்லது மூலப் பிரதிக்கு அப்பால் உள்ளதா? அனந்தவர்த்தனாவின் (*Anandhavardhana*) வாசிப்பை அடிப்படையாகக் கொண்டு மாதவ சிப்பலி இந்தக் கேள்வியை விவாதிக்கிறார்.

> நம்மால் தொனியை மொழியாக்கம் செய்ய முடியுமா? இது தவறான கேள்வி. ஏனெனில், தொனியை நம்மால் மொழியாக்கம் செய்ய முடியாது. என்னுடைய யோசனை என்னவென்றால், தொனியைக் குறிக்கோளாகக் கொண்டு ஒரு பனுவலை அதன் நேரடி அர்த்தம் சார்ந்தும், உருவகரீதியான அர்த்தம் சார்ந்தும் மட்டுமே மொழியாக்கம் செய்ய முடியும். தொனியை மொழியாக்கம் செய்ய முடியும் என்ற விவாதம் எப்படியானதாக இருந்தாலும், அது மூலப் பிரதியில் தொனி இருக்கிறது என்றும், அதை மொழியாக்கப் பிரதிக்கு மாற்ற முடியும் என்றும் அனுமானத்தைக் கொண்டிருக்க வேண்டியுள்ளது... மூலப் பிரதி மொழியிலிருந்து மொழியாக்கம் செய்யப்படும் மொழிக்கு நம்மால் தொனியை 'கடத்த' முடியும் என்றால், தொனியானது மூலப்

பிரதியில் இருக்க வேண்டியுள்ளது. ஆனால், மூலப் பிரதியில் தொனி குடிகொண்டிருக்கவில்லை.[2]

மேலும், தொனி மீது மூலப் பிரதி ஆசிரியருக்கோ, அந்தப் பிரதியை மொழியாக்கம் செய்பவருக்கோ எத்தகைய கட்டுப்பாடும் முழுமையாக இல்லை என்கிறார் சிப்பலி. அப்படியென்றால், தொனி என்பது என்ன? மூலப் பிரதியில் காணக்கிடைக்கவில்லை என்றால், அது எங்கு இருக்கிறது? தொனி என்பது ஒரு ஆசிரியரும் வாசகரும் (அல்லது மொழிபெயர்ப்பாளர்) இணைந்து உருவாக்கும் ஒன்றே தவிர அது மூலப் பிரதியிலோ அல்லது மொழியாக்கப் பிரதியிலோ காணக்கிடைக்கக்கூடிய ஒன்றல்ல. அது முழுமையாக ஆசிரியருக்கு மட்டும் கட்டுப்பட்டதாகவோ, வாசகருக்கு மட்டும் (மொழிபெயர்ப்பாளருக்கு மட்டும்) கட்டுப்பட்டதாகவோ இல்லை. ஆக, நாம் வார்த்தைகளைக் கடந்து, வாக்கியத்தைக் கடந்து தொனியை முதன்மைப்படுத்துவோம் என்றால், மொழியாக்கம் குறித்த நமது பார்வை வேறு விதமான சாத்தியப்பாடுகளைக் கண்டடைய முடியும். இதில் மொழிபெயர்ப்பாளரின் பங்களிப்பு வேறு விதமான அர்த்தத்தைப் பெறுகிறது.

இப்படியான புரிதலை அடிப்படையாகக் கொண்டு நாம் கோட்பாட்டுரீதியான சொற்களை எப்படி அணுகலாம் என்று பார்ப்போம். புனைவல்லாத எழுத்துகளில், அதுவும் கோட்பாட்டுரீதியான சொற்களையும் கருத்தாக்கரீதியான சொற்களையும் கொண்டிருக்கும் சமூக அறிவியல் கட்டுரைகள், தத்துவார்த்தக் கட்டுரைகளை மொழியாக்கம் செய்யும்போது நாம் ஒரு வலைக்குள் சிக்கிக்கொள்கிறோம். அதாவது, புனைவு எழுத்துகளை மொழியாக்கம் செய்யும்போது ஒரு வாக்கியத்தின் 'தொனி'யை 'உணர்வுபூர்வ'மாகப்

2 *Madhava Chippali, 2016, 'Translation of Metaphors: Insights from Indian Thought', unpublished PhD thesis. இந்த ஆய்வை எனக்குப் படிக்கக் கொடுத்த மாதவ சிப்பலிக்கும் சுந்தர் சருக்கைக்கும் என்னுடைய நன்றியைத் தெரிவித்துக்கொள்கிறேன். சிப்பலி கன்னடத்தில் மொழிபெயர்ப்பாளராகவும் செயல்படுகிறார். சிப்பலியின் ஆய்வுக் கட்டுரையைப் படித்தவுடன் என்னுள் ஒரு கேள்வி எழுந்தது: அறிவியலின் மொழியான கணிதத்தில் தொனியைக் கண்டெடுக்க முடியுமா? இதுகுறித்து சிப்பலி மற்றும் சருக்கையுடன் விவாதித்துக்கொண்டிருந்தபோது சிப்பலி அற்புதமான கருத்தை முன்வைத்தார். "கணிதத்தின் மொழியைக் காவியமாக (கதையாடலாக) வாசிப்போம் என்றால் அதில் தொனியைக் கண்டெடுக்க முடியும்" என்கிறார். இதையே சருக்கை, "கணித மொழியில் உள்ளதை அதன் நேரடித்தன்மையிலிருந்து உருவகரீதியான, குறிப்பீட்டுரீதியான வாசிப்பாக அணுகுவோம் என்றால் தொனியைக் கண்டெடுக்க முடியும்" என்றார். இது நமக்கு ஒரு விஷயத்தைப் புலப்படுத்துகிறது. கணித மொழியை நேரடியாக அணுகுவதுபோல நாம் அல்புனைவு எழுத்துகளை அணுகுகிறோம். அல்புனைவு எழுத்துகளை ஒரு கதையாடலாக அணுகுவோம் என்றால், மூலப் பிரதியை அதன் நேரடித்தன்மையிலும் உருவகரீதியாகவும் குறிப்பீட்டுரீதியாகவும் அணுகுவோம் என்றால் நம்மால் தொனியைக் கண்டெடுக்க முடியும். அல்புனைவு எழுத்துகளை அதன் நேரடித்தன்மையில் மட்டுமே அணுகுவோம் என்றால் நாம் அவற்றைக் கணிதரீதியாக அணுகுகிறோம் என்றாகிறது. டி.ஆர்.நாகராஜ் குறித்த அவரது முன்னுரையில் (இந்தத் தொகுப்பில் பின்னிணைப்பு) 'நாகராஜ் புள்ளிவிவரங்களைக்கூடக் கதையாடலாகப் பார்த்தார்' என்று பிருத்வி தத்தா சந்தர ஷோபி சொல்வதோடு இணைத்துப்பார்க்கலாம்.*

பிடித்துவிடுகிறோம். அது நமக்கான மொழியை உருவாக்கிக்கொடுக்கிறது. ஆனால், புனைவல்லாத எழுத்துகளில் ஒரு வாக்கியத்தின் முழு பரிமாணத்தை உள்வாங்கிக்கொள்வதற்குக் கோட்பாட்டுரீதியான சொற்கள் தடையாக இருக்கின்றன. கோட்பாட்டாக்கச் சொற்கள் ஒற்றை அர்த்தத்தை உள்ளார்ந்து கொண்டிருக்கின்றன என்று நம்புகிறோம். கோட்பாட்டாக்கச் சொற்கள் உள்ளார்ந்த அர்த்தத்தைக் கொண்டிருப்பதாக நம்புவதால், இதன் அடிப்படையில், அதாவது கோட்பாட்டுரீதியான சொற்களின் அடிப்படையில் வாக்கியத்தைக் கட்டமைக்க முயல்கிறோம். (இது சில சமயங்களில் மொழிச் சிக்கலை உருவாக்குகிறது. பிரபாகரா முன்வைக்கும் வார்த்தைகளுக்கு இடையேயான இணைவை — பல சமயங்களில் — தவறவிடுகிறோம்.)

ஒரு வாக்கியத்தில் உள்ள கோட்பாட்டுரீதியான வார்த்தையை மொழியாக்கத்தில் எப்படியாக அணுக முடியும்? ஒரு மொழியில் உள்ள கருத்தாக்கரீதியான வார்த்தைக்கு நிகரான வார்த்தைக்கு நாம் எப்படியாக வந்தடைகிறோம்? அப்படியே வந்தடைந்தாலும், நாம் மூல மொழியில் உள்ள வார்த்தை கொண்டிருக்கும் அர்த்தத்தை அப்படியே தக்கவைத்துக்கொள்ள முடியுமா? சருக்கை முன்வைப்பதுபோல், நாம் மூல மொழியில் உள்ள ஒரு கருத்தாக்கச் சொல்லை மொழியாக்கம் செய்ய முயல்கிறோம் என்றாலும், இந்த மொழியாக்கச் செயல்பாட்டின் ஊடாக நாம் புது அர்த்தங்களை மூல மொழியில் உள்ள வார்த்தைக்குச் சேர்க்கிறோம். அதாவது, மூல மொழியில் ஒரு கருத்தாக்கச் சொல் கொண்டிருக்கும் அர்த்தத்தோடு நாம் மொழியாக்கத்தின் ஊடாக எதையோ சேர்க்கிறோம் அல்லது கழிக்கிறோம் என்றாகிறது. மூல மொழியில் உள்ள ஒரு வார்த்தை கொண்டிருக்கும் அர்த்தத்தை நாம் அப்படியே மொழியாக்கம் செய்து வேறொரு மொழிக்குள் கொண்டுவர முடியாது என்கிறார் சருக்கை.[3] ஏனெனில், ஒரு பண்பாட்டில் கருத்துகளும் கோட்பாடுகளும் வேறு விதமான மீபௌதிக முற்கோள்களாலும் நம்பிக்கை சார்ந்த கட்டமைப்புகளாலும் ஆனது என்கிறார் சருக்கை. மேலும், சருக்கை முன்வைப்பதுபோல் ஒரு கருத்தாக்கச் சொல்லை மொழியாக்கம் செய்வது என்பது அந்தச் சொல் எப்படியான அர்த்தங்களை அதற்குள்ளாக அடக்க இடம் கொடுக்கிறது என்பதைக் கண்டெடுக்கும் செயலாகவே இருக்கிறது. எடுத்துக்காட்டாக நாம் செக்குலரிஸம் என்ற சொல்லைச் சொல்ல முடியும். மேற்கத்திய சமூகத்தில் இந்தச் சொல் குறிப்பிட்ட அர்த்தத்தைக் கொண்டிருக்கிறது. இந்திய அனுபவம் இந்த வார்த்தைக்குள் கூடுதலான அர்த்தத்தைச் சேர்க்கிறது. தொகுத்துச் சொல்வதென்றால், மொழியாக்கம் என்பது, ஒரு வார்த்தை எப்படியான அர்த்தங்களைக் கொண்டிருக்க முடியும் என்று துருவியகழும் செயலாகவே இருக்கிறது.

3 *பார்க்கவும்: Sundar Sarukkai, 2013, 'Translation as method: Implications for History of Science' in 'The Circulation of Knowledge between Britain, India and China: The Early-Modern World to the Twentieth Century', eds. Bernard Lightman et.al. Boston: Brill, quoted in Madhava Chippali thesis.*

சுருக்கமாகச் சொல்வதென்றால், ஒரு வார்த்தையின், ஒரு வாக்கியத்தின், 'தொனி'யைப் பிடிப்பதற்கு நாம் வார்த்தையை, வாக்கியத்தைக் கடந்துசெல்ல வேண்டியுள்ளது. இங்கு 'தொனி' என்பது அழகியல்ரீதியானதாக மட்டுமல்லாமல், மொழியியல்ரீதியானதாக மட்டுமல்லாமல் அறிவறிதல்ரீதியானதாகவும் ஆகிறது. அதாவது, மூலப் பிரதி அதன் மொழியின் தனித்த பண்புகளால் ஆனது. ஒரு குறிப்பிட்ட வழியில் மூல மொழி அதை வெளிப்படுத்திக்கொள்கிறது. நாம் அதற்கு நிகரான சொற்களையோ மொழியையோ உருவாக்க முடியாது. இதனாலேயே மொழியாக்கம் படைப்பூக்கமிக்க விளையாட்டாகிறது. மொழியாக்கத்தின் ஊடாக நாம் எதையோ சேர்க்கிறோம் அல்லது கழிக்கிறோம். நாம் இதைப் பிரக்ஞைபூர்வமாகவும் செய்யலாம், பிரக்ஞையற்றும் செய்யலாம். மொழியாக்கத்தில் இப்படிக் கூட்டுவதன், கழிப்பதன் ஊடாகவே ஒரு மூலப் பிரதி பல 'தொனி'களில் வெளிப்படுகிறது; வாக்கியங்களும் வார்த்தைகளும் பல அர்த்தங்களைக் கொண்டிருப்பதாகின்றன. (அறிவியல் மொழியான கணிதவியல் இப்படிக் கூட்டவோ குறைக்கவோ முடியாத காரணியத்தால்தான் கணித மொழியானது மொழியாக்கம் செய்ய முடியாததாகிறது.) பல தொனிகள் ஊடாகவே ஒரு பிரதியானது மூலம் என்ற தகுதியை அடைகிறது. (கணித மொழியில் 'இயற்கை'யே மூலமாக்கப்படுகிறது.) அதனால்தான், மதிலால் சொல்வதுபோல் ஒரு தத்துவவியலாளர் வேறொரு தத்துவவியலாளரின் எழுத்துகளை — அவர் பண்டைய சமூகத்தைச் சேர்ந்தவராக இருந்தாலும் நவீனச் சமூகத்தைச் சேர்ந்தவராக இருந்தாலும் — வாசிக்கும்போது அவர் மொழியாக்கத்தில்தான் ஈடுபடுகிறார். மேலும், ஒரு பிரதியைப் பலவிதமாக வாசிப்பதும் அர்த்தப்படுத்துவதும் மொழியாக்கத்தின் அடிப்படைப் பண்பாகிறது. இப்படியாக நாம் மொழியாக்கத்தைப் புரிந்துகொள்வோம் என்றால் ஒவ்வொரு மொழியாக்கமும் தனித்த வாசிப்பாகிறது.

● ● ●

நாம் இதுவரை பார்த்ததன் அடிப்படையில், ஏன் இந்த மொழியாக்கத்தை முழுமையாகத் திருத்த வேண்டியிருந்தது என்று பார்க்கலாம். முதல் பதிப்பில் நான் வார்த்தைகளுக்குள் சிக்கிக்கொண்டேன். (என்னுடைய மொழியாக்கத்தில் உள்ள கவனக்குறைவு, தவறான புரிதல், அற்பமான பிழை எதையும் நான் கணக்கில் எடுத்துக்கொள்ளவில்லை. சுலபமாக இவற்றைச் சரிசெய்துவிடலாம்.) கோட்பாட்டுரீதியான சொற்களை, கருத்தாக்கரீதியான சொற்களை அதன் நேரடித்தன்மையில் எடுத்துக்கொண்டதுதான் இதற்குக் காரணம். (அதாவது, கணித மொழியை அணுகுவதுபோல்.) இந்தக் குழப்பத்தோடு, எங்கு மூலத்திலிருந்து விலகிவிடுவோமோ என்ற அச்சமும் சேர்ந்துகொள்கிறது. அதாவது ஒரு வார்த்தை, அது கோட்பாட்டுரீதியான வார்த்தையாக இருந்தாலும், அதன் உள்ளார்ந்த பண்பில் ஒற்றை அர்த்தமுடையது என்ற பார்வையானது அடிப்படையில் தவறானது. இதனால், வாக்கியத்தின் பகுதியாக இருக்கும் ஒரு வார்த்தை எப்படியான அர்த்தங்களைக் கொண்டிருக்க முடியும் என்று சிந்திக்க முடியாமல்போகிறது. இந்தச் சங்கடத்தை முதல் பதிப்பை வாசிக்கும்போது என்னால் உணர முடிகிறது. இந்தச் சிக்கலை வேறு பலரின்

மொழியாக்கங்களிலும் நம்மால் பார்க்க முடியும். குறிப்பாக, அல்புனைவு எழுத்துகளில் நிச்சயமாகப் பார்க்க முடியும். சிலர், மூலப் பிரதியில் உள்ள வார்த்தைகளையும், மொழியாக்கப் பிரதியில் உள்ள வார்த்தைகளையும் தராசில் வைத்து எடைபோடுகிறார்கள். (மொழியாக்கங்களில் உள்ள பிழைகளோடு இதைப் போட்டுக் குழப்பிக்கொள்ள வேண்டாம். நடைமுறை சார்ந்த பிழைகளை நாம் நடைமுறை சார்ந்தே சரிசெய்துவிட முடியும். இது பெரிய பிரச்சினையல்ல.) மூலப் பிரதியின் அச்சுஅசலாக மொழியாக்கம் இருக்க வேண்டும் என்ற எண்ணம் கருத்தாக்கரீதியாக ஒரு புனைவு. இது சாத்தியமே இல்லாதது. ஏனெனில், மொழியைப் பயன்படுத்துவது ஒரு மானுடச் செயல்பாடு. பானை செய்வதுபோல், அறிவியல் செய்வதுபோல் மொழியை பயன்படுத்துவதும் ஒரு மானுடச் செயல்பாடு. (இதனால்தான், 'என்னுடைய மொழியில்...' என்று சொல்கிறோம்). ஒருவருடைய செயல்பாட்டை அச்சுஅசலாக நம்மால் ஒருபோதும் நகலெடுக்க முடியாது. அப்படியென்றால், ஒரு மொழியாக்கத்தை எவ்வாறு எடைபோடுவது? மூலப் பிரதியும் மொழிபெயர்ப்பாளரும் இணைந்து ஒரு தொனியை உருவாக்குவதுபோல், ஒரு மொழியாக்கமும் அதன் வாசகரும் இணைந்து ஒரு தொனியை உருவாக்க வேண்டும். இப்படியாக இணைந்து ஒரு தொனியை உருவாக்குவதன் ஊடாகவே ஒரு மொழியாக்கம் அதனளவில் தனித்து நிற்கக்கூடிய ஒன்றாக மாறுகிறது. இங்கு மூலப் பிரதியின் நோக்கம், மொழியாக்கத்தின் நோக்கம், வாசகரின் நோக்கம் எல்லாம் ஒன்றிணைந்து பலவிதமான தொனிகளை உருவாக்குகின்றன. இப்படியாக இருக்க, மூலப் பிரதி ஆசிரியரின் 'நோக்க'த்துக்கு உண்மையாக இருக்கிறேன், மூலப் பிரதிக்கு 'உண்மை'யாக இருக்கிறேன், மூலப் பிரதிக்கும் மொழியாக்கத்துக்கும் இடையேயான இடைவெளியை அகற்ற முயல்கிறேன் போன்ற பாவனைகளை நாம் விட்டொழிக்க வேண்டியுள்ளது. மேலும், மொழியாக்கங்களை வாசிக்கும் அரசியல் குறித்தும் நாம் பேச வேண்டியுள்ளது. மொழியாக்கங்களை நாம் எப்படியாக வாசிக்கிறோம் என்பது நாம் மொழியாக்கச் செயல்பாட்டை எப்படியாகப் பார்க்கிறோம் என்பதோடு தொடர்புடையது. இதுகுறித்து வேறொரு சந்தர்ப்பத்தில் பார்ப்போம்.

● ● ●

இதுவரை, டி.ஆர்.நாகராஜின் தேர்ந்தெடுத்த எழுத்துகள் ஆங்கிலத்தில் இரண்டு தொகுப்புகளாக வெளிவந்திருக்கின்றன. ஒன்று, 'தி ஃபிளேமிங் ஃபீட்' (*The Flamming Feet and Other Essays: The Dalit Movement in India*), மற்றொன்று, 'லிஸனிங் டு தி லூம்' (*Listening to the Loom: Essays on Literature, Politics and Voilence*). முதல் பதிப்பில் உள்ளதுபோலவே, இவ்விரண்டு தொகுப்புகளிலுள்ள 'அரசியல்' கட்டுரைகளை மட்டுமே இந்தத் தமிழாக்கத்தில் சேர்த்துள்ளேன். இலக்கியக் கட்டுரைகள் சேர்க்கப்படவில்லை. முதல் பதிப்பில் இருந்த 'சமூக விஞ்ஞான சட்டகங்களுக்கு அப்பால் சில கதையாடல்கள்' என்ற என்னுடைய கட்டுரையை இந்தப் பதிப்பில் சேர்க்கவில்லை. இதைப் பின்னர் என்னுடைய கட்டுரைத் தொகுப்பில்

சேர்த்துக்கொள்ளலாம் என்று நினைக்கிறேன். மேலும், இரண்டு ஆங்கிலத் தொகுப்புகளிலும் பிருத்வி தத்தா சந்தர ஷோபி எழுதிய முன்னுரைகள் இந்தத் தொகுப்பில் பின்னிணைப்பாகச் சேர்க்கப்பட்டுள்ளன.

இந்த இரண்டாவது பதிப்பு வெளிவருவதற்கு நண்பர் த.ராஜன் முக்கியக் காரணியாகிறார். இவரது தூண்டுதலும் அர்ப்பணிப்பும் இல்லை என்றால் இது சாத்தியப்பட்டிருக்காது. தவறுகளைக் கண்டுபிடிக்க இவர் இருக்கிறார் என்ற நம்பிக்கையே என்னை சுதந்திரமாகச் செயல்படவைத்தது. மொழியாக்கத்துக்கு இது மிகவும் முக்கியம் என்று நினைக்கிறேன். இவர் இல்லை என்றால் இந்த அளவுக்கு இந்தப் பதிப்பு வந்திருக்காது. மிக்க நன்றி ராஜன். வழக்கம்போல இந்தப் புத்தகத்தை மிகச் சிறப்பாக வடிவமைத்துக்கொடுத்திருக்கும் ஜீவமணிக்கும் (முதல் பதிப்பை வடிவமைத்தவரும் இவர்தான்), பலரும் பாராட்டிய ‘விரிசல் கண்ணாடி’ புத்தகம்போலவே இதையும் மிகச் சிறப்பாகக் கொண்டுவந்திருக்கும் பதிப்பாளர் அனுஷுக்கும் எனது நன்றியைத் தெரிவித்துக்கொள்கிறேன். இந்தப் புத்தகத்துக்கென்று முதல் பதிப்பின்போது ஓவியம் வரைந்துகொடுத்த பாலாஜி ஸ்ரீனிவாசனுக்கு எனது நன்றி. இந்தத் தமிழாக்கத்துக்கு அனுமதி கொடுத்த நாகராஜின் துணைவியார் கிரிஜா நாகராஜுக்கும், மகள் அமுல்யா நாகராஜுக்கும் எனது நன்றியைத் தெரிவித்துக்கொள்கிறேன்.

முதல் பதிப்புக்கு உதவிய ராஜன் குறை, மோனிகா, வசுமித்ர, கவிதா ஆகியோருக்கும், முதல் பதிப்பை வெளியிட்ட ‘புலம்’ லோகநாதனுக்கும், முதல் பதிப்பு குறித்துத் தங்களுடைய விமர்சனங்களைப் பகிர்ந்துகொண்டவர்களுக்கும் எனது நன்றியைத் தெரிவித்துக்கொள்கிறேன்.

எப்போதும்போல், என்னுடைய எல்லாச் செயல்பாடுகளுக்கும் உறுதுணையாக இருக்கும் பத்மினி, பாலாஜி, ராமசாமி மூவருக்கும் எனது மனமார்ந்த நன்றி.

– ***சீனிவாச ராமாநுஜம்***

டி.ஆர்.நாகராஜ்
(1954 - 1998)

சீற்ற அரசியலைக் கடந்து

அஷிஸ் நந்தி

டோடபல்லபுரா ராமையா நாகராஜ் (*Doddaballapur Ramaiah Nagaraj*), 1998-ல் அவரது 44-வது வயதில் மரணித்தபோது, இந்தியா ஓர் இலக்கியக் கோட்பாட்டாளரை, ஒரு சமூக விமர்சகரை இழந்தது. அதாவது, இந்தத் துறைகளுக்குப் பரிச்சயமான அறிவுப்புலம் சார்ந்த, கல்விப்புலம் சார்ந்த உலகுக்குள் திடீரென்று நுழைந்து, நாட்டில் உள்ள அரசியல் கோட்பாட்டாளர்களும் சமூகக் கோட்பாட்டாளர்களும் அவ்வளவு சுலபத்தில் ஒதுக்கித்தள்ள முடியாத சவாலை அவர்கள் முன்பாக வைத்த நாகராஜை இழந்துவிட்டது. இந்தச் சவால் கோட்பாட்டுரீதியான சட்டகத்தை உருவாக்கிக்கொடுக்கவில்லை என்றாலும், குறைந்தபட்சம் பண்பாட்டுரீதியாக வேர்கொண்டிருக்கும், நம் காலத்தின் ஜனநாயகரீதியான தீவிரையை நிலைநிறுத்தும் கோட்டுருவத்தையாவது உத்தரவாதம் செய்கிறது. பெருநகரப் பல்கலைக்கழகங்களின் கல்விப்புல இருக்கைகளுக்குப் பின்னால் அமர்ந்துகொண்டு 'ஏழைகள் மற்றும் ஒடுக்கப்பட்டவர்கள்' சார்பாகக் கீழிறங்கிவந்து பேசுகிறேன் என்று பெருமிதம்கொள்ளாததாக இருக்கிறது நாகராஜின் குரல். இது ஒதுக்கப்பட்டவரின் சுயவெளிப்பாட்டு முறையாகவும், தன்னாட்சி கொண்ட குரலாகவும் இருக்கிறது. இது அவர்களுக்கான உலகத்துக்குள் இருந்து பேசி நமக்கான, நம் உலகத்துக்கான ஒரு கோட்பாட்டை உருவாக்கிக்கொடுக்க முயல்கிறது. நாகராஜின் உலகத்தில் உடமையிழந்தவர்களும் அதிகாரமற்றவர்களும் நம்முடைய இரக்கத்துக்குக் கொஞ்சமும் இடம்கொடுப்பதில்லை; நம்முடைய பரிதாபங்களுக்காகப் பொறுமையாகக் காத்திருப்பதுமில்லை. அவர்களிடம் திடமான, ஏறக்குறைய உக்கிரமான, தன்னம்பிக்கை காணப்படுகிறது. இந்தத் தன்னம்பிக்கை நவீனத் தனிமனிதவாதத்திலிருந்தும் தோன்றவில்லை, மரபுகளை மருளியல்-நீக்கம் செய்வதிலிருந்தும் — இதுவே நம் உலகத்தில் சமூக மாற்றத்துக்கான உந்துசக்தியாக இருந்திருக்க வேண்டியது — தோன்றவில்லை. இந்தத் தன்னம்பிக்கையானது பண்பாட்டு மரபுகளின் அர்த்தத்தை மீள்கண்டுபிடிப்பதிலிருந்தும், கூட்டமைவு என்ற கருத்துகளை மாற்றியமைப்பதிலிருந்தும் வருவதாகும்.

நாகராஜ் பிரதிநிதித்துவப்படுத்தும் இந்தியா மக்களுக்குச் சொந்தமானது; இது முற்போக்காக, பண்பாட்டுரீதியாக விடுதலை அடைந்திருப்பவர்களின் தயவாலோ, தாராளப் பண்பாலோ கிடைத்ததில்லை. இந்தியாவை வரையறுக்கும் பிரத்யேக உரிமை எங்களுக்கானது என்று கோரியவர்களின் மரபுரிமையை அவர்களிடமிருந்து பறித்துக்கொண்டதாலேயே இந்தியா இவர்களுக்குச் சொந்தமாகிறது. நாகராஜ் கல்விப்புலம் சார்ந்த சரித்தன்மையை எதிர்த்துநின்றார். இது, அரசியல் சரித்தன்மையைக் காட்டிலும் மேலும் ஆபாசமானது என்பதை அவர் அறிந்தும் இருந்தார்.

கன்னடத்தில் ஒரு வார்த்தைகூட என்னால் படிக்க முடியாது. நாகராஜின் ஆங்கில எழுத்துகளையும் அவருடன் பல வருடங்களாக நான் நடத்திய மிக நீண்ட உரையாடல்களையும் மட்டுமே சார்ந்திருந்து இந்தக் குறிப்பை எழுத வேண்டியிருப்பது பரிதாபத்துக்குரியதே. இந்த முன்னுரையை எழுதுவதற்கு மிகப் பொருத்தமான நபர் யு.ஆர்.அனந்தமூர்த்தியாகத்தான் இருக்க முடியும். ஆனால், அதுவும் பரிதாபத்துக்குரியதாகத்தான் இருந்திருக்கும். ஏனெனில், நாகராஜின் வாழ்க்கையிலும் படைப்புகளிலும் அவருடைய இருப்பின் முக்கியத்துவம் குறித்து அனந்தமூர்த்தியால் எழுத முடியாமல்போயிருக்கும். நாகராஜ் என்னோடு பேசிக்கொண்டிருந்தாலும், நிச்சயமாக அவர் எழுதிக் கொண்டிருக்கும்போதும்கூட, மௌனமாக அனந்தமூர்த்தியோடுதான் விவாதம் நடத்திக்கொண்டிருந்தார். இந்த உரையாடலின் பண்பைப் புரிந்துகொள்வதற்கு, முதலில் நாம் நாகராஜைத் தற்கால இந்திய அரசியலின் பண்பாட்டுச் சூழலில் பொருத்திப்பார்க்க வேண்டியுள்ளது.

• • •

அவசரநிலைக்குப் பிந்தைய இந்தியாவை நாகராஜ் பிரதிநிதித்துவப்படுத்தினார். இன்றைய இந்தியாவுக்கு நேருவின் இந்தியா தற்கால இருப்பைக் கொண்டிருக்கும் ஒன்றாக இருப்பதைக் காட்டிலும், ஓரளவுக்கு சங்கடமான பாரம்பரியமாக மாறிவிட்டது. இருப்பினும், புதிரான தன்மையில்தான் என்றாலும், நேரு அவருக்கே உரிய பாணியில் பெற்றிருப்பதற்கு ஏற்ற பொறுப்புணர்வு (noblesse oblige) என்பதன் அடிப்படையில் தலைமையேற்று நடைமுறைப்படுத்திய ஜனநாயகத்தின், பார்ப்பனியத்தின், புரவலர்தன்மையிலான சோஷலிஸத்தின் விளைவுதான் நாகராஜ். குறைபாடுகள் என்னவாக இருந்தாலும், அநீதியான சமூக அமைப்பும் நிறுவனரீதியான உறுதியுரை நடவடிக்கைகளால் புரையூட்டப்பட்ட வெளிப்படையான அரசியலும் பிரத்யேகமான முறையில் ஒன்றிணைந்த இந்த ஆட்சிமுறையானது இந்தியாவின் அடிமட்டத்திலிருந்தும் விளிம்புகளிலிருந்தும் அசாதாரணமான படைப்பூக்க சக்தியை வெளிக்கொணர்ந்திருக்கிறது. இப்படியான சக்தியிலிருந்தே நாகராஜ் வெளிப்படுகிறார். அவருடைய எழுத்துகளில் காணப்படும் அரசியல் முனைப்பானது இந்த முறைமையின் உள்முரண்பாடுகளிலிருந்து வெளிப்படுகிறது. இன்று, உலக யுத்தங்களுக்கு முந்தைய வளர்ச்சி குறித்த கோட்பாடுகள் மீதும், கடன்வாங்கப்பட்ட உலகுணர்வுவாதத்தின் மீதும் — இவையே சுதந்திர இந்தியாவின் முதல்

தலைமுறைத் தலைவர்களைக் குறிப்பதாக இருக்கின்றன — நம்மில் பலர் இன்று பெரும் சலிப்புற்ற பார்வையைக் கொண்டிருக்கலாம். நாம் எதன் மீது சலிப்புற்று இருக்கிறோமோ அதுவே இந்திய அரசின் அதிகாரபூர்வமான பண்பாட்டை இன்றும் களங்கப்படுத்திக்கொண்டிருக்கிறது. இருந்தும், நாம் வடிவம் பெற்ற காலகட்டத்தில், அதாவது 1950 முதல் 1960–களின் நடுப்பகுதி வரையிலாக, நேருவின் மேட்டுக்குடிப் பண்பாடானது அடுத்த தலைமுறை இந்தியர்களின் தேர்வுக்கான சுதந்திரத்தைத் தக்கவைக்கவே செய்தது. இப்படி, தெளிவற்ற பண்பாட்டு அரசியலின் விளைவுதான் நாகராஜ் என்பதால் இவரும் இயற்கையாகவே அதன் உறுதியாக்கங்களுக்கு எதிராகக் கலகம்புரிய வேண்டியிருந்தது. ஆனால், அதோடு அவர் ஓர் உரையாடலையும் தொடங்க வேண்டியிருந்தது. நாகராஜின் அறிவார்த்த வாழ்க்கையில் அனந்தமூர்த்தியின் பங்கு என்பது வெறும் நண்பராகவும் பரிவன்புகொண்ட விமர்சகராகவும் மட்டுமே அல்லாமல், நாகராஜ் உதறித்தள்ளிய சுயத்தின் சார்பாக அவ்வப்போது பேசக்கூடியவராகவும் இருந்தார்.

1970–ல் நகரங்களைச் சேர்ந்தவர்களும் உலகுணர்வுவாத இந்தியர்களும் அவர்களுடைய சமூக மனசாட்சியை மட்டுமல்லாமல், தலித்துகளின் நிலை கண்டு தலித்துகளைக் காட்டிலும் அதிகக் கண்ணீர் சிந்தும் அவர்களது ஆற்றலையும் கொண்டாடிக்கொண்டிருந்த திருவிழாக்களில், தடைகளையெல்லாம் உடைத்துக்கொண்டு உள்ளே நுழைந்த இந்திய மொழிகளில் எழுதுகிற தலித் கவிஞர்களில் ஒருவர் நாகராஜ் என்பதாக நினைப்பது சுலபமானது. இந்தப் புதிய தலைமுறை எழுத்தாளர்கள், அதாவது தலித் எழுத்தாளர்களும் சூத்திர எழுத்தாளர்களும் இரக்கத்தையோ கூட்டொருமையையோ (solidarity) எதிர்பார்த்து நிற்கவில்லை. இவர்கள் வேண்டியதெல்லாம் முகமை. நாகராஜ், இவர்களுக்குப் பிந்தி வந்தவர் என்பதால் கூடுதலாக வேண்டினார்: தலித்துகளும் சூத்திரர்களும் சுமப்பதற்குப் பண்பாட்டுச் சுமையைக் கொண்டிருக்கிறார்கள் என்பதை ஏற்றுக்கொள்ள மறுப்பதற்கான உரிமை. தலித் கவிஞர்-செயல்பாட்டாளர் சித்தலிங்கையா குறித்த கட்டுரையில் (இந்தத் தொகுப்பில் சேர்க்கப்படவில்லை – மொ.ர்) மிகத் தெளிவாக வேறுபாடுகளையும் தலித்துகள், சூத்திரர்கள் பண்பாட்டையும் கொண்டாடுவதாக முன்வைக்கிறார். இதோடு மட்டுமல்லாமல், உயர்சாதிகள் சுமக்க வேண்டிய மூச்சுத்திணறவைக்கும் பண்பாட்டுரீதியான, உளவியல்ரீதியான சுமையை அடையாளம் காண்பதற்கு முதல் அடியை எடுத்துவைக்கவும் விரும்புகிறார். இது இந்தியாவில் கல்விப்புலம் சார்ந்த தீவிரையை அவர் வெளிப்படுத்தும் முறையாகவும் ஒருவேளை இருக்கலாம். அதாவது, அவ்வப்போதைய பாணியிலிருந்தும் உலகளாவிய சொல்லணியிலிருந்தும் விடுவித்துக்கொள்ள முடியாத பார்வையாளராகவும், பிராந்திய அனுபவங்களிலிருந்து எந்தளவுக்குத் துண்டிக்கப்பட்டிருக்கிறார்களோ — அவரும் பிறரும் — அதே அளவுக்கு இந்தியச் சமூகத்தில் நிலைத்திருக்கும் தீவிரை எதிர்ப்பு வடிவங்களிலிருந்தும் துண்டிக்கப்பட்ட பார்வையாளராகவும் இருப்பவர்களின் அரசியல்ரீதியான, அறிவார்த்தரீதியான நிலைப்பாடாகவும் இருக்கலாம்.

நாகராஜின் எழுத்துகளில் தலித்துகள் தட்டையான மனிதர்களாகவோ குழுமங்களாகவோ இருப்பதில்லை. அவர்கள் வெறும் 'ஏழை'களாக மட்டுமோ, 'ஒடுக்கப்படுகிற'வர்களாக மட்டுமோ இருப்பதில்லை; அதாவது, முனைப்பேதும் கொண்டிராத பலியானவர்களாக இருப்பதில்லை; தனிநபர்களோ கருணைகொண்ட ஆட்சியோ தங்களை விடுவிக்க வரும் என்று காத்திருப்பவர்களும் இல்லை; பக்குவப்படாத பொருள்சார் முந்தைய வடிவத்தையும் (*Proto–Materialist*), அரைகுறை வரலாற்றுவாதத்தையும், வளர்ச்சியடையாத அறவியல், தொழில்நுட்ப நுண்ணுணர்வுகளையும் தவிர வேறு எதையும் கொண்டிராதவர்களாகவும் இல்லை. மாறாக, அவர்களுடைய கதைகள், அவர்களுடைய இசை, அறிவு முறைமைகள், தொழில்நுட்பத் திறன்கள், அவர்களுடைய கடவுள்கள், அவர்களுடைய ஆவிகள், மாந்திரிகங்கள் என்று பலவிதமான பண்பாட்டு வெளிப்பாடுகள், நினைவுகள் என்று செழிப்பான களஞ்சியத்தைக் கொண்டிருப்பவர்களாக இருக்கிறார்கள். தடைசெய்யப்பட்ட உலகப் பார்வைகளை நாகராஜ் நினைவில் இருத்திக்கொள்ள முயல்வது அதனளவில் எதிர்ப்புக்கான அறிக்கையாக இருப்பதோடு, அதனளவில் அங்கீகரிக்கப்பட்டதாகவும் இருக்கிறது. இவை வேறு விதமான ஆய்வு வகைமைகளையும், அறிவாற்றலையும், படைப்பூக்கத்தையும், அவர்களுடைய துயரங்களையும் ஒதுக்கப்படும் நினைவுகளையும் உள்ளடக்கியிருக்கும் திடமான கற்பனைகளையும், கடந்த காலம் குறித்த கட்டமைப்புகளையும் கொண்டிருப்பதாகின்றன. நாம் இவற்றை அவர்களது எதிர்ப்பின் 'படிமுறை' (algorithms) என்றுகூட அழைக்க முடியும். நாகராஜைப் பொறுத்தமட்டில், இப்படியான கற்பனைகளே அவர்களுடைய சுயத்தின் தொழில்நுட்பமாகவும் அரசியல்ரீதியான குறுக்கீடுகளுக்கான அடிப்படையாகவும் இருக்கின்றன. இதிலிருந்துதான் தயக்கங்கள் ஏதுமில்லாமல் தொடர்ந்து இலக்கியத்தையும் அரசியலையும் பிரித்துப்பார்க்க மறுக்கும் அவரது பார்வை பெருக்கெடுக்கிறது. ஒரு நெசவாளரின் மகன், இலக்கியத்துக்கும் வாழ்க்கைக்கும் இடையேயான எல்லைக்கோடுகள் கரைந்துபோகுமளவுக்கு ஒரு கோலத்தை நெய்துகொடுக்கிறார்.

பிருத்வி தத்தா சந்தர ஷோபி இந்தப் புத்தகத்தின் முன்னுரையில் (இந்தத் தொகுப்பில் 'கதாயுதமாகட்டும் கவிதை' – மொ.ர்) சொல்லியிருப்பதுபோல், இத்தகைய புரிதல் கர்நாடக தலித், சூத்திர எழுத்தாளர்கள் நாகராஜுக்குக் கொடுத்த கொடையாகிறது. இருந்தாலும், பிரக்ஞைபூர்வமாக அவர் முழுமையாக உணர்ந்திராத அளவுக்கு, அவ்வளவு வெளிப்படையாகத் தெரியாத வேறு பல தாக்கங்களும் இருக்கத்தான் செய்கின்றன. இப்படியாக, ரேய்மான் பணிக்கரின் (*Raimon Panikker*) பண்பாடுகளுக்கு இடையேயான உரையாடல்கள் குறித்த எழுத்துகளை அவர் அறிந்திருந்தார். நாகராஜின் பல அக்கறைகள் பணிக்கரின் அக்கறைகளுக்கு இணையாகப் பயணித்திருக்கின்றன என்பதையோ அல்லது அவரை அறியாமலேயே இந்தியாவுக்குள்ளாகக் காணப்படும் பண்பாடுகளுக்கு இடையே ஓர் உரையாடலுக்கான சாத்தியப்பாட்டைத் துருவியகழ்கிறோம் என்பதையோ அவர் உணர்ந்திருந்தாரா என்பது எனக்குச் சந்தேகமாகத்தான் இருக்கிறது. தனிநபரின் பண்பை, குழுமகத்தை, பண்பாட்டை

அமைப்பாக்கம் செய்வதில் மருளியலானதற்கு பணிக்கர் கொடுத்த முக்கியத்துவம், நாகராஜிடம் வேறு வடிவில், அதாவது இலக்கியத்துக்கும் வாழ்க்கைக்கும் இடையே ஒரு பாலமாகவும், ஒருவேளை இவ்விரண்டுக்கும் இடையே உரையாடல்களுக்கான வடிவமாகவும் மீளுருவாக்கம் பெறுகிறது. இன்னமும் கடந்த காலத்தோடு தொடர்ச்சியைக் கொண்டிருக்கும் மூன்றாம் உலக நாடுகளின் காவியத்தன்மையிலான பண்பாடுகளில் காணக்கூடிய உறவுமுறைகள் மட்டுமே அன்னியோன்னியத்தன்மை கொண்டிருக்கின்றன என்று சுட்டிக்காட்டுகிறார். இதை, ஒவ்வொரு பிராந்திய மொழியிலும் உள்ள வாய்மொழி அல்லது இலக்கிய மரபுகளெல்லாம் வாழ்க்கை குறித்தான மாற்று தத்துவார்த்தப் பார்வையைக் கொண்டிருப்பதாகவும், சுயவரையறையில் பிரத்யேகப் பரிசோதனைகளைக் கொண்டிருப்பதாகவும் நம்மால் வாசிக்க முடியும். கதை சொல்பவர், கதை கேட்பவர் இருவருமே கதைக்குள்ளாகப் பொறிக்கப்பட்டு, மானுடர்களுக்கு இடையேயான உறவுப்பின்னல் வடிவத்தில் பிணைக்கப்பட்டிருக்கும் கதைகளைத்தான் கேட்கவும் சொல்லவும் நாகராஜ் விரும்புகிறார்.

இத்தகைய சூழ்நிலையில், அரசியல்ரீதியான அல்லது சமூகரீதியான விலக்கிவைத்தல் என்பது பண்பாட்டுரீதியான நோய்க்கூறாகிறது. இது வெறுமனே, பாதிக்கப்பட்டவர்களை மட்டுமே இழிவுபடுத்துவதாக இல்லை; நீண்ட கால அடிப்படையில், அதிகாரம் கொண்டவர்களின், மேலாதிக்க சக்திகளின் சுயமட்டுப்படுத்தலுக்கும் சுயஅழிவுக்கும் கொண்டுவிடுவதாகவும் இருக்கிறது. இது சுயத்தின் எல்லைகளைச் சுருக்குவதோடு, அதன் படைப்பாற்றல் சக்தியை மட்டுப்படுத்தவும் செய்கிறது. இந்த அங்கீகரிப்பு நாகராஜின் தன்னம்பிக்கைக்கான மற்றொரு துப்பாகிறது. இதுவே செவ்வியலுக்கும் வெகுஜனத்துக்கும், பிராந்தியத்துக்கும் உலகளாவியதற்கும், மரபுக்கும் நவீனத்துக்கும் இடையே ஓர் உரையாடலைத் தொடங்குவதற்கு அவரைக் கொண்டுவிடுகிறது. ஒருசமயத்தில், நம் காலத்துக்குப் பொருந்தக்கூடிய அரசியல்ரீதியான, கோட்பாட்டுரீதியான புலங்களுக்கான தேடலாக இருந்தது, பின்பு பரந்த தளத்தில் மீளிணக்கத்துக்கான தத்துவார்த்த தேடலாகக் கொஞ்சங்கொஞ்சமாக மாற்றம்கொள்கிறது. இதுவே, ஏகாதிபத்தியத்துக்கு எதிரான போராட்டத்தின் மையமாக தலித்துகளுக்கான அதிகாரப்பகிர்வையும் உயர்சாதிகளைத் தீண்டாமை என்ற சாபத்திலிருந்து விடுவிப்பதையும் தன் வாழ்க்கைத் திட்டமாகக் கொண்டிருந்த காந்திக்கு நெருக்கமாக நாகராஜைக் கொண்டுவருகிறது.

நாகராஜ், தன்னை ஓர் இடதுசாரி காந்தியர் என்றே அழைத்துக்கொண்டார். மேலும், இந்த வகைமையில் அவர் யு.ஆர்.அனந்தமூர்த்தி போன்ற எழுத்தாளர்-சிந்தனையாளர்களையும், மேத்தா பட்கர் போன்ற செயல்பாட்டாளர்களையும், வந்தனா சிவா போன்ற செயல்பாட்டாளர்-அறிஞர்களையும் சேர்த்துக்கொள்கிறார். அவர் இப்படியாகத்தான் என்னையும் வரையறுத்தார் என்றாலும், நான் இதை சுயவரையறையாக ஏற்றுக்கொள்கிறேனா என்று எனக்குச் சந்தேகமாகத்தான் இருக்கிறது. நான்

இதை ஏற்றுக்கொண்டிருக்கலாம், ஆனால் கடந்த பல நூற்றாண்டுகளாக மானுட வாழ்க்கையில் மிகப் பெரிய இழப்புகளை ஏற்படுத்தியிருக்கும் கோட்பாடுகள் மீது — தேசியவாதம் முதல் பல்வேறு சாயல்களைக் கொண்ட தீவிரையாக்கம் வரையிலும் வளர்ச்சிமையவாதம் முதல் அறிவியல்வாதம் வரையிலும் — என்னுள் வளர்ந்துகொண்டிருக்கும் அவநம்பிக்கையும் அச்சமும்தான் என்னைத் தடுக்கிறது. முந்தைய நூற்றாண்டுகளில் ரத்த ஆறு ஓடியது எவ்வளவு பிரமிக்கத்தக்கதாக இருந்திருந்தாலும், போன நூற்றாண்டில் மிகப் பிரம்மாண்டமான அளவில் சமூகப் பொறியமைப்புக்காக மானுடத் துயரங்களை அலட்சியப்படுத்துவதிலும், தாக்கி இன்பம் பெற வன்முறையைப் பயன்படுத்துவதிலும் பாசிஸத்தோடும் தேசியவாதத்தோடும் கம்யூனிஸத்தோடும் எப்படிப்பட்ட மத அடிப்படைவாதமும் போட்டிபோட முடியவில்லை. நான் இந்த வகைப்பாட்டியலுக்குள் (taxonomy), இரண்டாம் உலக யுத்தத்துக்குப் பிந்தைய காலகட்டத்தில் தெற்கு அமெரிக்கா, கிழக்கு மற்றும் தென்கிழக்கு ஆசியாவின் மொத்த ராஜ்ஜியங்களிலும் பலருக்கும் ஒரு கெட்ட வார்த்தையாக மாறியுள்ள வளர்ச்சிமையவாதத்தை இதில் சேர்ப்பதற்குக் கொஞ்சமும் முயலவில்லை. இப்படியான வளர்ச்சிமையவாதத்துக்கு மற்றொரு பெயர்தான் வளர்ச்சிமைய எதேச்சாதிகாரம். நாம் இதை 1970 மற்றும் 1980–களில்தான் புரிந்துகொள்ளத் தொடங்கினோம். நான் நாகராஜிடம், மூன்றாம் உலக அறிவுஜீவிகளின் கோட்பாடுகள் குறித்தே ஒரு விமர்சனத்தை வளர்த்தெடுக்க வேண்டிய அவசியமுள்ளது என்றும், குறிப்பாக இந்தப் பகுதிகளில் இன்னும் நம்பிக்கை செத்துவிடவில்லை என்பதாலும் கோட்பாடுகள் மிக ஆழமாக இன்னும் ஊடுருவவில்லை என்பதாலும் இது சாத்தியம் என்றும் சொல்வதுண்டு. எப்படியிருந்தாலும், இந்தியாவில் அடிமட்டத்திலிருந்தும் விளிம்பிலிருந்தும் இந்திய அரசியல் என்ற பெரிய கூட்டமைப்பின் கதவுகளை உடைத்துக்கொண்டு நுழைந்தவர்களின் அரசியல் செயல்பாடுகளை வழிநடத்தும் அவர்களுடைய பல்வேறான அக்கறைகளையும் வடிவாக்கங்களையும் மௌனமாகவேனும் ஏற்றுக்கொள்ளும் ஒரு கோட்பாட்டை உருவாக்குவதற்குத் தெற்காசியாவில் ஒருவர்கூட இல்லை என்று நாகராஜிடம் சொன்னேன். இதை அவர் அனுசரணையாகக் கேட்டுக்கொண்டார் என்றாலும் ஏற்றுக்கொள்ளவில்லை.

உண்மையாகவே, எங்களை நெருக்கமாகக் கொண்டுவந்தது காந்தியுமில்லை, அம்பேத்கருமில்லை அல்லது எங்கள் இருவர் மீதும் சுமத்தப்படும் ‘பிறப்பிடவாத’மும் இல்லை. ஆனால், தலித்துகளின் சுயமதிப்பீட்டையும் சுயமரியாதையையும் மீள்கண்டுபிடிப்புக்கான — கண்டுபிடிப்புக்கான இல்லை — உணர்வுபூர்வ முயற்சியே எங்களை நெருக்கமாக்கியது. இதுதான் அவருடைய ஒப்புகையின் அரசியலாகிறது (politics of acknowledgement). நாகராஜ், தலித்துகளுக்கான சுயமதிப்பீட்டைக் கட்டவும் முயலவில்லை, அவர்களுக்கு சுயமரியாதையை நல்கவும் முயலவில்லை. தெற்காசியா முழுவதும் உள்ள தலித் குமுகங்கள் அவர்களுடைய பலவகைப்பட்ட, செழிப்பான பண்பாடுகளில் சுயமதிப்பீட்டுக்கான, சுயமரியாதைக்கான உள்ளீட்டுப் பொருட்களை மட்டும் கொண்டிராமல், பண்பாட்டு வடிவங்களையும் கொண்டிருக்கிறார்கள் என்பதே

நாகராஜின் நம்பிக்கையாகிறது. நூற்றாண்டுகளாக நடைமுறைப்படுத்தப்படும் கட்டமைப்புரீதியான வன்முறையும் ஒதுக்குதலும், அவர்களிடம் திடமாகவும் எப்போதும் ஒருங்கிணைந்தும் காணப்படும் சுயம் குறித்த உணர்வையோ, அவர்களது மானுட ஆற்றல்களையோ முற்றிலுமாக அழித்துவிடவில்லை. தலித்துகள் அவர்களுடைய பண்பாட்டை ஒதுக்கிவைக்க வேண்டியதில்லை என்றும், நவீனத்தின் பல்வேறு பதிப்புகளில் காணப்படும் புது பாணியிலான கோட்பாடுகள் அவற்றின் உள்ளீட்டுப் பொருளாகக் கொண்டிருப்பவை அவற்றின் உள்ளார்ந்த தன்மையில் எப்படி தலித்துகளுக்கு எதிராக இருக்கின்றன என்பதைப் புரிந்துகொள்ள வேண்டியுள்ளது என்றுமே அவர் பார்த்தார். தலித்துகள் ஏழைகளாகவும் ஒதுக்கப்படுகிறவர்களாகவும் தட்டையான, உள்ளீடற்ற நபர்களின் தொகுப்பாகவும் வறுமையில் இருக்கும் ஒதுக்கப்பட்ட குமுகங்களின் தொகுப்பாகவும் ஆக வேண்டியதில்லை. அல்லது அவர்களுடைய கடவுள்களை, பேய்களை, பிசாசுகளை, பெற்றோர்களை, தாத்தா பாட்டிகளை, மூதாதையர் நிலங்களை, பழக்கவழக்கங்களை, அறிவு முறைமைகளை, அவர்களது தொன்மங்களை மறுத்துத் தங்கள் குமுகத்துக்கான பண்பாட்டை அவர்கள் கட்டியமைக்க வேண்டியதில்லை. இவையே சகலவிதமான வன்முறைகளிலிருந்தும் சுரண்டப்படுவதிலிருந்தும் ஒதுக்கப்படுவதிலிருந்தும் அவர்களைத் தாங்கிநிற்கின்றன. தலித்துகளைத் தங்களுடைய குழந்தைகளாக உரிமைகோரும் நலம்விரும்பிகளோடும், விடுதலைசெய்ய அவதாரம் எடுத்துவந்தவராகத் தங்களை பாவித்துக்கொள்கிறவர்களிடமும் தலித்துகள் எத்தகைய சமரசத்தையும் தேடிப்போக வேண்டியதில்லை. அவர்களுடைய பண்பாடுகள் தற்கால அரசியல் தேவைகளைப் பூர்த்திசெய்வதற்கான மூலாதாரங்களை ஏற்கெனவே உள்ளிணைத்துக்கொண்டிருக்கின்றன. இத்தகைய உலகப் பார்வையே நாகராஜின் ஒரே புத்தகமான ‘தி ஃபிளேமிங் ஃபீட்’டில் *(The Flaming Feet)*, முன்வைக்கப்படுகிறது. இந்தப் புத்தகத்தில் மிக அற்புதமாக இதுவரை இல்லாத வகையில் அவர் காந்திக்கும் அம்பேத்கருக்கும் இடையே மீளிணக்கத்துக்கு முயல்கிறார்.

இந்தப் புத்தகத்தின் முன்னுரையில் ஷோபி தெளிவாக்கியுள்ளதுபோல், தலித்துகளின் சுயவரையறையில் ஏற்படும் மாற்றங்களைப் பொறுத்தமட்டில் பார்வையாளராகவோ அல்லது வெறுமனே பதிவுசெய்பவராகவோ மட்டும் நாகராஜ் இருக்கவில்லை. அந்த மாற்றத்தில் பங்கேற்பாளராகவும் இருந்தார். தலித் இயக்கம் சீற்ற அரசியலைக் கடந்துசெல்ல வேண்டும் என்பதில் அவர் திடமாக நம்பிக்கை கொண்டிருந்தார். கலைகளை, இலக்கியங்களைப் படைப்பதற்கு தலித் அரசியல் வழிவகுத்துள்ளது என்றாலும், அதுவே சுயஇரக்கத்துக்கும் சுயநிராகரிப்புக்கும் கொண்டுவிட்டுள்ளது. மேலும், இது சொந்தப் பண்பாட்டுப் பாரம்பரியத்தை ஒதுக்கித்தள்ளும் நிலைக்கும் கொண்டுவிட்டுள்ளது. சொல்லப்போனால் நாகராஜின் அலசலில், தலித்துகளில் மேலெழுந்துவந்தவர்கள் முன்வைக்கும் அரசியலில், அவர்களுடைய கடந்த காலமும் பண்பாடும் அவர்களுக்குப் பெரும் சுமையாக மாறியிருக்கின்றன. இவர்கள் ஸ்லேட்டைச் சுத்தமாக அழிக்க விரும்புகிறார்கள். ஆனால், குமுகத்தன்மையிலான சமூகத்தில், சிறிய நகர்ப்புறத் திட்டுகளில் மட்டுமே

குமுகங்கள் தனிநபராகச் சிதறுண்டுகிடப்பதால் முகமற்றுப்போவது அவ்வளவு சுலபமல்ல என்று வாதிடுகிறார். காந்தியை நோக்கி நாகராஜை நகர்த்தியதற்கு, காந்தியும் அம்பேத்கரும் இறந்த பின் இவர்களுக்கு இடையே மீளிணக்கம் காணும் அவரது அற்புதமான முயற்சிக்கு (குறிப்பாக, இந்தத் தொகுப்பில் உள்ள 'இரண்டு கற்பனையான தனிமொழிகள்' கட்டுரை), இதுவே மற்றுமொரு காரணியமாக இருந்திருக்கலாம் என்று சந்தேகிக்கிறேன்.

தலித் அரசியலின் முன்னோடித் தலைவர், நவீன இந்தியாவை வடிவமைத்தவர்களில் ஒருவர் என்பதாக மட்டுமல்லாமல், அரசியல் சாசனத்தின் வழக்குரைஞர், சுதந்திரவாத ஜனநாயகவாதி, கொலம்பியா பல்கலைக்கழகத்தில் படித்தவர் ஆகிய வடிவங்களில் மிகவும் பாதுகாப்பாகக் கையாளக்கூடிய வகையிலும் இந்தியாவின் நவீன அறிவுஜீவிகளால் தலித் பெருமையின் திருவுருவாக முன்வைக்கப்படும் பாபாசாஹேப் அம்பேத்கரால் இது அங்கீகரிக்கப்பட்டிருக்குமா? யாராலும் சொல்ல முடியாது என்றாலும், ஹரியாணாவின் முன்னாள் அமைச்சரும் தலித்துமான ஷியாம் சந்த் (Shyam Chand), 2009 ஆகஸ்ட் 15 அன்று 'மெயின்ஸ்ட்ரீம்' (Mainstream) பத்திரிகையில் இவ்வாறு எழுதியிருக்கிறார்:

> பார்ப்பனப் பெண்ணான டாக்டர் சவிதா கபீரை டாக்டர் அம்பேத்கர் திருமணம் செய்துகொண்டார். இது மகாத்மாவின் படுகொலைக்குப் பிறகாக நடந்தது. டாக்டர் அம்பேத்கர் இப்போதைய கன்னாட் பகுதியில் உள்ள காதி பந்தர் முன்பாக பியாரிலால் (Pyarelal: சுதந்திரப் போராட்ட வீரர், காந்தியின் காரியதரிசி மற்றும் அவரது வாழ்க்கை வரலாற்றைத் தொகுத்தவர்) நின்றுகொண்டிருப்பதைப் பார்த்து, காரிலிருந்து இறங்கி அவரிடம் சென்று இவ்வாறு சொல்லியிருக்கிறார்: 'பாபு மட்டும் உயிரோடு இருந்திருந்தால், எங்கள் திருமணத்தை ஆசிர்வதித்திருப்பார். நாங்கள்தான் அவரைப் புரிந்துகொள்ளவில்லை.' காந்திஜி மட்டும் உயிரோடு இருந்திருந்தால், டாக்டர் அம்பேத்கர் 1952-ல் குடியரசுக் கட்சியைத் தொடங்கியிருக்க மாட்டார். காந்திஜியின் படுகொலைக்குப் பிறகு, சமூகச் சீர்திருத்தங்களுக்காகப் பிரச்சாரம் செய்வதற்கும் தலித் உரிமைகளுக்காகப் போராடுவதற்கும் ஒருவர்கூட இல்லை. தேர்தலில் அவருடைய (அம்பேத்கர்) தோல்வியானது தலித்துகளுக்குப் பெரும் அதிர்ச்சியாய் இருந்தது.

இந்தக் கதையின் மற்றொரு பதிப்பில், அதாவது நாராயண் தேசாயின் 'காந்தி கதா'வில் அம்பேத்கர் திருமண அழைப்பிதழை பியாரிலாலிடம் கொடுக்கும் அந்தத் தருணத்தில், அவர் கண்கள் கண்ணீரால் நிறைந்திருந்தன.

• • •

நாகராஜ் பெருமையாக ஆதிசூத்திரர் என்றே தன்னை அழைத்துக்கொண்டார். அவருடைய வாழ்க்கை முறை, பலவிதமான உணவு ரசனைகள், குடிப்பழக்கம் என்று வரும்போதெல்லாம் அவருடைய சாதி அந்தஸ்தை

ஆடம்பரமாக வெளிப்படுத்திக்கொண்டார். அவர் பல ஜென்மங்களுக்கான மோசமான சாராயத்தை இந்த ஜென்மத்திலேயே குடித்திருந்தார் என்றாலும், அவருடைய சமூகப் பின்னணி இந்தியத் தயாரிப்புகளைத் தவிர்த்து ஸ்காட்ச் விஸ்கிக்குத் தன்னைத் தகுதியாக்குகிறது என்றே கோரினார். அவருடைய படைப்புகள் மிகப் பரந்த தளத்தில் பிராந்தியப் பனுவல்களோடான பரிச்சயத்தைச் சார்ந்திருந்தன என்றாலும், பல சமயங்களில் அறிவார்த்த பரிமாற்றங்களிலும்கூட முரட்டுத்தனமான பார்ப்பனராக இருப்பார். இது அவரை அகங்காரம் கொண்டவராக இருக்க அனுமதித்ததோடு, அகங்காரம் கொண்டவர்களையும் வறட்டுத்தனமான சித்தாந்தவாதிகளையும் தள்ளிவைக்கவும் அவருக்கு உதவியது. மேலும், எப்போதாவது அவர் அவராக இல்லாமல் இருப்பதற்கான சாத்தியங்களை உருவாக்கியும் கொடுத்தது. பல வருடங்களுக்கு முன்னர், ஜோஹன் கால்டங் (Johan Galtung), அவருடைய ஒப்பாய்வின் ஒரு பகுதியாக, பார்ப்பனியம் வளர்த்துக்கொண்டிருக்கும் வித்தியாசமான அறிவார்த்தரீதியான கதையாடல் பாணியை அடையாளம் காண்கிறார். கால்டங் முன்வைக்கும் அர்த்தத்தில் சொல்வதென்றால், நாகராஜ் விளையாட்டுத்தனமாகப் பார்ப்பனராக, அதாவது மனமுவந்து முட்டாள்களை ஏற்றுக்கொள்ள வேண்டியதில்லை என்ற அர்த்தத்தில், அவரால் இருக்க முடிந்தது. எப்படியிருந்தாலும், அவர் என்னவாக இருக்க விரும்பினாரோ அந்த உரிமையைப் பெரும்பாலும் யாரும் எதிர்த்ததில்லை. ஏனெனில், வழக்கமாகப் பார்ப்பனியத்தையும் மநுவாதிகளையும் எதிர்த்துப் பேசுகிறவர்கள்கூட இவ்விரண்டையும் குறித்து ஏதும் அறியாதவர்களாகவே இருக்கிறார்கள்.

நாகராஜின் வாசிப்பைக் கண்டு, அதுவும் குறிப்பாக அவருடைய மருத்துவரின் ஆலோசனைகளை மதிக்காமல் உணவிலும் குடிப்பழக்கத்திலும் ஒழுங்கு எதையும் கடைப்பிடிக்காமல், பேரளவிலான பேராவலுடன் அரசியல் கோட்பாடுகளையும் சமூகக் கோட்பாடுகளையும் முன்வைப்பதற்காக அவர் கன்னட இலக்கியங்களையும் சம்ஸ்கிருதச் செவ்வியல் இலக்கியங்களையும் மத்திய காலச் சமணப் பனுவல்களையும் பயன்படுத்திய விதத்தைக் கண்டு நான் எப்போதும் பிரமித்துப்போவதுண்டு. அந்தோ! மனித உடலானது மினுமினுப்புகளுக்கோ திறமையான வாதங்களுக்கோ ஈடுகொடுக்கும் அளவுக்கு அவ்வளவு உணர்ச்சிகள் கொண்டிருப்பதல்ல. நாகராஜைப் பொறுத்தமட்டில், அவருடைய நலம்விரும்பிகள்தான் அதிர்ஷ்டமில்லாதவர்கள். அவரது உடல் அதற்கான ஏரணத்தில் இயங்குவது என்று தீர்மானித்திருந்தது.

இறப்பதற்குச் சில வாரங்களுக்கு முன், நாகராஜ் அவர் எழுதிக்கொண்டிருந்த புத்தகத்தின் கையெழுத்துப் படியை முடித்துவிட்டதாக என்னிடம் சொன்னார்; அவர் இரண்டு வருடங்களாக அதற்காக உழைத்துக்கொண்டிருந்தார் என்று நாங்கள் எல்லோரும் அறிந்திருந்தோம். அது பண்பாட்டு அரசியல் குறித்த துருவியகழ்வாகும். எங்களால் அந்தக் கையெழுத்துப் படியைக் கண்டுபிடிக்கவே முடியவில்லை. அவருடைய குறிப்புப் புத்தகங்களிலும் இல்லை, அவர் பயன்படுத்திய கணினியிலும் இல்லை. நான் மனமுடைந்துபோனேன். புத்தகமாகும் அளவுக்குக் கையெழுத்துப் படியை முடித்துவிட்டதாகவும்,

இன்னும் சில வாரங்களில் என்னிடம் அதைக் கொடுக்கப்போவதாகவும் சொல்லியிருந்தார். நாங்கள் அதைத் தொலைத்துவிட்டோம் என்பதை என்னால் நம்பவே முடியவில்லை. இறுதியாக, நாகராஜுடன் வேலைபார்த்தவர் என்பதோடு அவருக்கு மிக நெருக்கமாகவும் இருந்த டி.எல்.ஷேத் *(D.L.Sheth)* — தனக்கு அறிமுகமானவர்களில் மிக அற்புதமான அறிவு கொண்டவராக நாகராஜால் மதிக்கப்பட்டவர் — தன்னிடம் நாகராஜ் சொன்னது ஒரு மருளியலாளரின் யதார்த்தம் என்ற கருத்துக்கு அவர் அதன் நேரடித்தன்மையில் உண்மையாக இருந்திருக்கலாம் என்று சுட்டிக்காட்டி என்னைத் தேற்றினார். நாகராஜ் புத்தகத்தை முடித்துவிட்டேன் என்று சொன்னபோது, ஒருவேளை அவருடைய மூளையில் அது முடிந்துவிட்டது என்பதாக அர்த்தப்படுத்தியிருக்கலாம். செய்ய வேண்டியதெல்லாம் அதை எழுத்து வடிவுக்கு மாற்றுவது மட்டுமே. இன்னமும் நான் அந்தப் படி எங்கள் அலுவலகத்தில் இருக்கும் பழைய கணினியிலிருந்து மாயமாக வெளிவருவதுபோல் சில சமயங்களில் கனவுகாண்கிறேன் — நிச்சயமாக அது வராது என்று தெரிந்திருந்தாலும்.

● ● ●

நான்கு வருடங்களுக்கும் மேலாக அசாதாரணமான உழைப்பைக் கொடுத்து இந்தப் புத்தகத்தைப் பொதுப் பார்வைக்குக் கொண்டுவந்திருக்கும் பிருத்வி தத்தா சந்தர ஷோபிக்கு இந்தியாவில் உள்ள எல்லாக் கோட்பாட்டாளர்களும் தத்துவவியலாளர்களும் நன்றிக்கடன்பட்டிருக்கிறார்கள். நாகராஜின் ஆங்கிலமானது கன்னட அச்சில் உருவானதுபோல் இருக்கும். இந்தப் புத்தகத்தின் ஆங்கில மொழிபெயர்ப்பும் மூலத்தில் உள்ளது போன்று வழக்கத்துக்கு மாறான ஏற்றயிறக்கங்களைத் தக்கவைத்துக்கொண்டுள்ளது. இதற்கு ஷோபிக்கும், பெர்மனென்ட் பிளாக் *(Permanent Black)* பதிப்பகத்தின் ருகுன் அத்வானிக்கும் *(Rukun Advani)* நன்றி சொல்ல வேண்டும். ஷோபி இந்தப் புத்தகத்தில் வேலைபார்த்த சில காலங்களுக்கு, டெல்லியில் உள்ள கமிட்டி ஃபார் கல்ச்சுரல் சாய்ஸ் (Committee for Cultural Choice) மற்றும் சென்டர் ஃபார் தி ஸ்டடி ஆஃப் டெவலப்பிங் சொஸைட்டீஸ் (Centre for the Study of Developing Societies) ஆகிய இரண்டு நிறுவனங்களும் உதவியுள்ளன. இதற்கான அறிவார்த்த உதவிகள் பல இடங்களிலிருந்தும் கிடைத்தன. அவற்றில் மிக முக்கியமானது யு.ஆர்.அனந்தமூர்த்தியினுடையது. இந்தத் திட்டத்துக்கு கிரிஜா நாகராஜ் செய்துகொடுத்த உதவிகள் மிக முக்கியமானவை.

⊙

தீப்பற்றிய பாதங்கள்

பூப்பல்லக்கு ஒன்றைத் தயாரிக்க
அரசன் சரவணன் கட்டளையிட்டபோது
கடவுள்கள், அவனுடைய அடிமைகள்
பூப்பல்லக்கு ஒன்றைச் செய்துகொடுத்தார்கள்.
'அமருங்கள், பங்காபுரி அரசனே' என்றனர்.
பல்லக்கில் அரசன் அமர்ந்தவுடன்
அவர்கள் அதைத் தோளில் சுமந்தார்கள்.
'மாதாரி' எங்கே... எங்கே என் காலணிகள்' என்றான் அரசன்.
'அவை உங்களுக்குக் கிடைக்கும்' என்றார் எங்கள் தந்தை.
கடவுள்களை விலகிநிற்கச் சொன்னார்.
எங்கள் எஜமானர் அவரோடு
மாரி, மாஸ்னி, தூர்கி, சோதி எல்லோரையும் அழைத்துக்கொண்டார்.
அவர்களைத் தள்ளிநிற்கும்படி கண்சாடைகாட்டி,
மறைப்புத் துணியை அகற்றி,
பாறை மீது வைத்திருந்த காலணியை அரசனுக்குக் காட்டினார்.

பல்லக்கிலிருந்து அரசன் சரவணன் இறங்கினான்
காலணியின் மேலுறையைச் சடாரென்று அகற்றினான்.
மாதேவன் சமிக்ஞைகாட்டியபோது
காலணியை மறைத்திருந்த மேலுறையோடு வாசுதேவன்
மறைந்துபோனான்.
காலணியை ஒரு பார்வை பார்த்து
'அற்புதம்!' என்றான் பங்காபுரி அரசன்.
'மிக அற்புதமாகச் செய்திருக்கிறாய்.
மும்மூர்த்திகளின் வடிவத்தை இதற்குக் கொடுத்திருக்கிறாய்' என்றான்.

1 *கீழ்ச்சாதியினரை அவமதிக்கும் விதமாகவே 'மாதாரி' (தீண்டப்படாதவர்) என்று அரசன் அழைக்கிறான்.*

'இதை அணிந்துகொள்ளுங்கள், மேன்மைதங்கியவரே' மாதேவன் சொன்னார்.
'மூன்று அடிகள் முன்னே,
மூன்று அடிகள் பின்னே எடுத்துவையுங்கள்.
போட்டுப்பாருங்கள், அரசே...
இறுக்கமாக இருந்தால் தளர்த்திக்கொடுக்கிறேன்.
தளர்வாக இருந்தால், இறுக்கமாக்கிக்கொடுக்கிறேன்.'

கடவுள்கள் சூழ்ந்துநிற்க அரசன் சொன்னான்,
'மாதாரி, நீ மிக அற்புதமாகக் காலணியைச் செய்திருக்கிறாய்.
உண்மையில் அற்புதமானதுதான்!
எங்களுக்குப் பெருத்த சந்தோஷம்.
உனக்கு வேண்டியதைக் கேள். அது உனக்குக் கிடைக்கும்.
'அதற்கு அவசரமில்லை, மேன்மைதங்கியவரே.'
மாதேவன் சொன்னார், 'இதை அணிந்துகொள்ளுங்கள்.'
முதலில் ஒரு பாதத்தை உயர்த்தி
பின் மறுபாதத்தை உயர்த்தி
அரசன் காலணியை அணிந்துகொண்டான்.
பிறகு, குறைபட்டுக்கொண்டான்.
'இடது பாதக் கட்டைவிரலில் கொஞ்சம்
அழுத்துவதுபோல் இருக்கிறது.'
'சரியாகிவிடும் அரசே.
மூன்று அடிகள் முன்னே,
மூன்று அடிகள் பின்னே எடுத்துவையுங்கள்'
என்றார் எங்கள் தந்தை.

அரசன் முன்னே பின்னே அடியெடுத்துவைத்தபோது,
எங்கள் எஜமானர் மாதேவன், மந்திரிக்கப்பட்ட தானியத்தைத்
தன் பையிலிருந்து எடுத்து நிலத்தில் தூவினார்.
அரசன் பாதங்களைத் திடமாக வைத்தபோது,
தீச்சுவாலைகள் தோன்றின.
அரசனுடைய பாதங்களின் அடியில் பற்றிய தீ மேலெழுந்துவந்தது.
அரசனின் அலறலை நீங்கள் கேட்டிருக்க வேண்டும்,
எங்கள் எஜமானரை நீங்கள் பார்த்திருக்க வேண்டும்!

'ஏய்... மாதாரி, நீ என்னைக் கொல்வதற்குத் திட்டம் போட்டிருக்கிறாய், இல்லையா?
உன்னை எப்படி ஒழித்துக்கட்டுகிறேன் பார்'
வானம் பிளப்பதுபோன்று அரசன் கர்ஜித்தான்.
கணக்கிலடங்காக் கடவுள்களும் மனிதர்களும்
தலைதெறிக்க ஓடினார்கள்.
ரங்கசாமி தன்னைப் புதர்களுக்குள் மறைத்துக்கொண்டான்.
எங்கள் எஜமானரின் கோபம் எங்களுக்கு நடுக்கம் கொடுத்தது.
உண்மையிலேயே நடுக்கம் கொடுக்கும் அளவுக்கு
அவர் வளர்ந்தார், வளர்ந்துகொண்டே இருந்தார்,

பூமியையும் சொர்க்கத்தையும்
எவரோ கட்டவிழ்த்துவிட்டதுபோல்.
ஒரு பெரிய மரத்தை வேரோடு பிடுங்கியெடுத்தார்
அதை ஊன்றுகோலாகப் பிடித்துக்கொண்டார்.
அவர் நடந்தார்
எங்கள் தந்தை, அரசன் நின்ற இடத்துக்குச் சென்றார்,
அரசன் சரவணனின் பிடரியில்
அவருடைய சிறு பாதங்களை வைத்தார்.
அரசனைக் காலில் போட்டு மிதித்தார்.

நீங்கள் எங்கள் எஜமானரைப் பார்த்திருக்க வேண்டும்.
நீங்கள் நிச்சயமாக அவரைப் பார்த்திருக்க வேண்டும்!

'மலைகளின் மாதேஸ்வரன்' என்ற மத்திய கால கன்னட நாட்டார் காவியத்திலிருந்து ஒரு பகுதி. தொகுத்தவர்: பி.கே.ராஜசேகர். ஆங்கில மொழியாக்கம்: ராமச்சந்திர ஷர்மா.

◉

ஒரு நாட்டார் கதை

நான் ஒரு கதையிலிருந்து தொடங்குகிறேன்.¹

சந்திரகீர்த்தி, ரவிகீர்த்தி என்று இரண்டு அரசர்கள் இருந்தார்கள். இருவரும் பரம விரோதிகளாக இருந்தார்கள் என்றாலும் அதற்கான காரணியத்தை எவரும் அறிந்திருக்கவில்லை. இறுதியாக, ஒரு போரில் சந்திரகீர்த்தியை ரவிகீர்த்தி தோற்கடிக்கிறான். இந்த வெற்றியின் கதைகூட மிகவும் சுவாரஸ்யமானதுதான். சந்திரகீர்த்தியின் சகோதரி ஓர் ஓவியத்தில் ரவிகீர்த்தியின் முகத்தைப் பார்த்திருக்கிறாள். அவன் மீது காதல்கொண்டு, கோட்டைக் கதவுகளைத் திறந்துவிட்டு, ரவிகீர்த்தி வெற்றிபெறுவதற்கு உதவியிருக்கிறாள். தோற்றுப்போன அரசனான சந்திரகீர்த்தியை ரவிகீர்த்தி சிறையிலடைத்தான். ஆனால், அதிலும் போதுமான அளவுக்குத் திருப்தி ஏற்படாததால், சந்திரகீர்த்தியைத் தன் அந்தரங்க அடிமையாக ஆக்கிக்கொண்டான். தோற்கடிக்கப்பட்ட அரசனின் சுயமரியாதையை முற்றிலுமாக அழிப்பதுதான் ரவிகீர்த்தியின் நோக்கமாக இருந்தது.

ஆக, ரவிகீர்த்தி அவனுடைய அந்தரங்க அடிமையைப் பல வழிகளில் அவமானப்படுத்தத் தொடங்கினான். சந்திரகீர்த்திக்கு நண்பர்கள் என்று யாரும் கிடையாது. அவனுக்குத் துணையாக ஒரு குரங்கு மட்டும் இருந்தது. கொடுமைப்படுத்தப்பட்டதை, அவமானப்படுத்தப்பட்டதைத் தாங்கிக்கொள்ள முடியாமல் சந்திரகீர்த்தி பைத்தியமானான். ஒருவேளை, அவன் ரவிகீர்த்தியைப் பார்க்கும்போது மட்டும் பைத்தியம் பிடித்தது போல் நடித்திருக்கலாம். ஆனால், வெற்றியாளனான அகங்காரம் பிடித்த அரசன் ரவிகீர்த்தி சந்தேகித்தான். மேலும், எந்த மனிதனாலும் இப்படியான கொடுமைகளைத் தாங்கிக்கொண்டிருக்க முடியாது என்பதால், என்ன நடக்கிறது என்று அறிந்துகொள்ள ஆவலாக

---

1 இந்த நாட்டார் கதையானது காலனியம் குறித்த நாகராஜின் கட்டுரை ஒன்றின் தொடக்கத்தில் பயன்படுத்தப்பட்டது. பார்க்கவும்: 'Beyond Dominance and Hegemony: On the Source of Despondency of Colonial Theoristis', in *Sahitya Kathana*.

இருந்தான். அப்படியென்றால், சந்திரகீர்த்தி கொண்டிருக்கும் பலத்தின் மூலம் எது? இதைத் தெரிந்துகொள்வதற்காக சந்திரகீர்த்தியின் அன்றாட வாழ்க்கையையும் செயல்பாடுகளையும் மிக உன்னிப்பாகக் கவனிக்கத் தொடங்கினான். உடல்ரீதியான, மனரீதியான கொடுமைகளையெல்லாம் மீறி, ஒருவித முரண்நகையான புன்னகை ஒன்று சந்திரகீர்த்தியின் முகத்தில் அவ்வப்போது தோன்றிமறையும். எல்லாவற்றையும் கவனித்துக்கொண்டிருந்த குரங்கின் பக்கம் திரும்பி அவன் புன்னகைப்பான். அந்தக் குரங்கும் அந்தப் புன்னகையை ஏற்றுக்கொள்வதுபோல் தோன்றும். தன் அடிமையின் பலம் இன்னமும் அப்படியே இருப்பதை ரவிகீர்த்தி உணர்ந்துகொண்டான். ரவிகீர்த்தி அன்று இரவு மாறுவேடத்தில் சந்திரகீர்த்தி அடைக்கப்பட்டிருந்த சிறைக்கூடத்துக்குச் சென்றான். அவன் எதைப் பார்த்தானோ அது அவனை ஒரே சமயத்தில் கோபத்தில் பைத்தியம் பிடிக்கும் நிலைக்குத் தள்ளிவிட்டது; இனம்புரியாத அச்சத்தில் நடுங்கவைத்தது.

ரவிகீர்த்தி பார்த்த காட்சி இதுதான்: சிறைக்கூடத்துக்குத் திரும்பியவுடன் சந்திரகீர்த்தி அவன் அணிந்திருக்கும் அடிமைக்கான ஆடைகளையெல்லாம் அவிழ்த்துவிட்டு, உள்ளாடைகளில் மட்டும் காட்சி தந்தான். பிறகு, கிழிந்த துணிகளைக் கொண்டுதான் என்றாலும், அந்தக் குரங்கை அரசன்போல் அவன் அலங்கரித்தான். அந்தக் குரங்கு ரவிகீர்த்தியை ஒத்திருப்பதுபோல் இருந்தது. அந்தக் குரங்கால் பேச முடியும் என்பதால், தன்னுடைய எதிரி-அடிமையான சந்திரகீர்த்தி மீது நாள் முழுக்க ரவிகீர்த்தி பொழிந்த எல்லா வசவுகளையும் அது திரும்பச்சொன்னது. இந்த வடிவிலான கேலிக்கூத்தில், அன்றைய தினத்தின் பகட்டான வசவுகளெல்லாம் வேடிக்கையாக வெளிப்பட்டன. அரச சபைக் காட்சிகளை அந்தக் குரங்கு நடித்துக்காட்டியபோது அரசனின் சீற்றமெல்லாம் அபத்தங்களாகத் தெரிந்தன. இந்தக் கேலிக்கூத்து அதன் உச்சத்தில் இருந்தது. சந்திரகீர்த்தி கைக்கொட்டி ஆர்ப்பரித்தான். கொடுமைகளால் துன்பப்பட்டாலும் அதை வெற்றிகொள்ளும் சந்திரகீர்த்தியின் பலம் எங்கிருந்து வருகிறது என்பதை அரசன் இப்போது உணர்ந்துகொண்டான்.

அடுத்த நாள், அரசன் அந்தக் குரங்கைக் கொலைசெய்ய உத்தரவிட்டான்.

அடுத்த சில தினங்களுக்கு சந்திரகீர்த்தி மிகவும் சோர்வாக இருந்தான். ஆனாலும், கொஞ்சங்கொஞ்சமாக அவனுடைய பலம் திரும்பியதுபோல் தெரிந்தது. மீண்டும் ரவிகீர்த்தி குழம்பிப்போனான். சந்திரகீர்த்திக்குத் துணை யாரும் இல்லை என்பதில் அரசன் உறுதியாக இருந்தான். அவன் உண்மையைக் கண்டுபிடிப்பது என்று தீர்மானித்தான். அவன் கண்டது அவனை நிலைகுலையச்செய்தது. சிறைக்கூடத்துக்குத் திரும்பிய பின், நேரம் அவ்வளவு ஒன்றும் ஆகவில்லை என்றாலும், சந்திரகீர்த்தி உடனடியாகத் தூங்கத் தொடங்கினான். அரசன் அங்கிருந்து கிளம்பியபோது, சந்திரகீர்த்தி தூக்கத்தில் பேசத் தொடங்கினான். அவன் என்ன சொல்கிறான் என்று அரசன் கவனமாகக் கேட்டான். அவனுடைய கனவு-விளையாட்டில் அந்தக் குரங்கு இன்னும் உயிரோடு இருந்தது. அந்தப் பழைய கேலிக்கூத்துகள் மீண்டும்

தொடங்கியிருந்தன. தான் ஏளனப்படுத்தப்படுவதாக அரசன் உணர்ந்தான். அடிமையின் கனவில் கொல்லப்பட்ட குரங்கு உயிரோடு இருந்தது. அரசன் செய்வதறியாமல் தவித்தான். ஏனெனில், அவனுடைய அதிகாரத்துக்கு வெளியே இருந்தது இந்த யதார்த்தம்.

சந்திரகீர்த்தியை ரவிகீர்த்தி தோற்கடித்துத் தன்னுடைய அடிமையாக ஆக்கிக்கொண்டான். ஆனாலும், சந்திரகீர்த்தியின் கனவில் குரங்கு உயிரோடு இருப்பது குறித்து அவனால் எதுவும் செய்ய முடியவில்லை. இவையெல்லாம் நாட்டார் கதைகளில் மட்டுமே நடக்கின்றன. அரசன் சந்திரகீர்த்தியை விடுதலைசெய்தான். சந்திரகீர்த்தி மீண்டும் அரசனான பிறகு, அந்தக் குரங்குக்கு ஒரு கோயில் கட்டினான். அந்தக் கோயில் ஒருவேளை கனவில் மட்டுமே வழிபடப்பட்டிருக்கலாம்.

ஒருவேளை இந்தக் கதையின் அர்த்தம் இனிவரும் பக்கங்களில் தெளிவாகலாம். கனவில் வரும் குரங்கு ஒரு உருவகம் மட்டுமே. இது உருவகரீதியான அறிவாகவே இருக்க வேண்டும் — இது யதார்த்தத்தைக் கடக்கக்கூடியதாக இருக்கிறது. இது வெறும் கவிதை அல்லது கலை அடிப்படையிலான உருவகம் மட்டுமல்ல. இது அர்த்தத்தை உருவாக்கும் செயல்பாடுகளின் மையமாக இருக்கிறது. கனவில் வரும் குரங்கைக் கொல்ல முடியாது என்று மட்டும் காலனியக் கோட்பாட்டாளர்கள் நம்பியிருப்பார்களாயின், அவர்களுடைய கோட்பாட்டு ரீதியான கதையாடலின் போக்கு வேறு விதமாகவே இருந்திருக்கும்.

⊙

அம்பேத்கரும் காந்தியும்

1

சுயதூய்மையாக்கம் எதிர் சுயமரியாதை:
தலித் இயக்கத்தின் வேர்கள் குறித்து

> மீளிணக்கம் காண முடியாத இரண்டு விதமான கொள்கைளைக் கொண்டிருப்பவர்கள் உண்மையிலேயே ஒருவரையொருவர் சந்திக்க நேர்ந்தால், ஒவ்வொருவரும் மற்றவரை முட்டாள் என்றும், இறை மறுப்பாளர் என்றுமே பிரகடனப்படுத்துகிறார்கள்.
>
> – Wittgenstein, 'On Certainty'.

டாக்டர் பாபாசாஹேப் அம்பேத்கருக்கு விமர்சனத்தோடுகூடிய மரியாதையைத் தெரிவித்துக்கொண்டு இந்தப் புத்தகத்தைத் தொடங்குவதுதான் சாலச்சிறந்தது. எப்படியிருந்தாலும், ததாகத (Tathagatha) கற்றுக்கொடுத்த பௌத்தச் சிந்தனை முறை தன் ஆசானையே விமர்சிப்பதில் ஈடுயிணையற்றது. தலித் இயக்கம் அதன் இருப்புக்கு பலவழிகளில் பாபாசாஹேபுக்குக் கடன்பட்டிருக்கிறது என்றாலும் அவரது வாரிசாக இருப்பதாலேயே பல சிக்கல்களை அது சந்திக்கவும் வேண்டியிருக்கிறது. அவருடைய தத்துவார்த்த, அரசியல் வாழ்க்கையை விமர்சனபூர்வமாக அணுகுவது, தலித் இயக்கத்தைச் சரியான தளத்தில் பொருத்திப்பார்ப்பதற்கும், அதுகுறித்துப் புரிதலுக்கு வருவதற்கும் ஏதுவாக இருக்கும்.

விந்தைகளில் எல்லாம் விந்தை: பாபாசாஹேபின் அரசியல் வாழ்க்கையைப் புரிந்துகொள்ள, காந்திஜியுடன் அவரைப் பொருத்திப்பார்க்க வேண்டியுள்ளது. ஏனெனில், இவ்விருவருக்கும் இடையேயான வெளிப்படையான விலகியதன்மையைப் புரிந்துகொள்வது, அம்பேத்கரின் பிரத்யேகப் பிரச்சினைகளைப் புரிந்துகொள்வதற்கு உதவக்கூடியதாக இருக்கும். இவ்விருவருக்கும் இடையே மீளிணக்கம் காணவே முடியாது என்பது உண்மைதானா, அடிப்படையானதுதானா? இந்தக் கேள்விக்கான உண்மையான பதிலைத் துருவி ஆராய முயல்கிறேன். இதற்கான பதிலானது தலித் இயக்கத்துக்குப் பாரதூர விளைவுகளை ஏற்படுத்தக்கூடியது என்பதால் கவனத்தோடும் எச்சரிக்கையோடும் அணுக வேண்டியிருக்கிறது. மேலும்,

ஆழமாகப் பதிந்திருக்கும் முன்தீர்மானங்களை மட்டுமல்லாமல், சுயவிருப்பங்களையும் சேர்த்து எதிர்க்க வேண்டியுள்ளது. நான் என்ன முன்வைக்க விரும்புறேன் என்றால், தீண்டாமைப் பிரச்சினையைக் கைக்கொண்ட காந்திய வழிமுறையை நிராகரிப்பது என்ற தீர்மானமான மனநிலையிலிருந்து உருவானதுதான் தலித் இயக்கம். இதுவே அதன் உள்ளடக்கங்களையும் வடிவங்களையும் தீர்மானித்திருக்கிறது. ஆனால், இன்று வரலாற்றுச் சூழல் மாறியுள்ள நிலையில், இத்தகைய நிலைப்பாடு ஏற்படுத்தியிருக்கும் விளைவுகளே இந்த இயக்கத்தைக் கட்டுப்படுத்தும் சக்திகளின் தோற்றத்தையும் வடிவத்தையும் மறுபரிசீலிக்க நம்மைக் கட்டாயப்படுத்துகின்றன. இத்தகைய மறுபரிசீலனை நமக்கு மிக மோசமான அதிர்ச்சிகளைத் தரலாம் என்றாலும், இதுவரை கண்டுபிடிக்கப்படாத சில ஒத்திசைவுகளைக் கொண்டிருக்கலாம் என்பதால், நாம் இந்த அதிர்ச்சிகளைத் தாங்கிக்கொள்ளத்தான் வேண்டும்.

தொடங்கும் விதமாக, காந்திக்கும் அம்பேத்கருக்கும் இடையேயான உறவு குறித்து ஏற்கெனவே ஏற்றுக்கொள்ளப்பட்டிருக்கும் கருத்தமைவுகளைப் புரிந்துகொள்ள முயல்வோம். நமக்குக் கொடுக்கப்பட்டிருக்கும் சட்டகத்துக்குள் நாம் சிறைப்பட்டுள்ளதால், இந்த வாசிப்பு முயற்சியில் நாம் மிகவும் கவனமாக இருக்க வேண்டியுள்ளது. 1947 வரை சித்தாந்தரீதியாகவும் பண்பாட்டுரீதியாகவும் தேசத்தை ஆக்கிரமித்திருந்த காந்திய அரசியலிலிருந்து அம்பேத்கரிய அரசியல் அடிப்படையில் வேறானதாக இருந்தது. தேச அரசியலின் மையமாக காந்தி இருந்தார். அவரோடு முரண்பட்டவர்கள் — பலர் அப்படியாக இருந்தார்கள் என்றாலும், அவர்கள் எல்லோரும் கிறுக்கர்களாகவே பார்க்கப்பட்டார்கள். குறிப்பாக, ஹரிஜன் பிரச்சினையைக் கையாண்ட காந்திய முறையின் தாக்கத்தைத் தீவிர ஆய்வுக்கு உட்படுத்த வேண்டியுள்ளது. 1960-களிலும் அதற்குப் பிந்தியும் தலித்துகளில் கோபம் கொண்ட இளம் தலைமுறையினர் காங்கிரஸ்-ஹரிஜன் தலைமைக்கு எதிராகச் செய்த கிளர்ச்சிகள்தான் நம் மீது இந்தக் கேள்வியைத் திணிக்கிறது. காந்திஜி உருவாக்கிய ஹரிஜன் தலைமை நிச்சயமாக அவரைப் போன்று இல்லை. இந்தத் தலைவர்களை வடிவமைத்த அரசியல்-உளவியல் காரணிகள், புது வகையான தேசியவாத அரசியல் முன்வைப்புகளுக்குக் காரணியமாயின என்றாலும் சமூக-பண்பாட்டுக் கேள்விகளைப் பொறுத்தமட்டில் இவர்களிடம் பெருத்த அமைதியே நிலவியது. அதாவது, தெளிவான முன்வைப்பு, பெருத்த அமைதி — இவ்விரண்டும் புதிரான தன்மையில் ஒன்றிணைந்திருந்தன. சுதந்திரத்துக்குப் பிந்தைய பத்தாண்டுகளில் புதிய தலைமுறை தலித்துகள், மூத்த ஹரிஜன் தலைவர்களின் தேசியவாதச் சொல்லணிகளைக் கட்டமைப்புரீதியான ஏற்றத்தாழ்வுகளை மூடிமறைக்கும் தேசியவாத உளறல்கள் என்றே அர்த்தப்படுத்தினார்கள். மேலும், இத்தகைய தலைவர்களின் பண்பாட்டுத் தளத்திலான அமைதியை, அடிபணிந்துபோகும் பண்பாகவும் கோழைத்தனமாகவும் அர்த்தப்படுத்தினார்கள். ஒரு மாறுதலுக்காகச் சொல்வதென்றால், சமூக-பண்பாட்டு இயக்கங்களின் வரலாற்றில் தந்தையர் மரபை உணர்வுபூர்வமாகத் தவறாக வாசிப்பதற்கு இது சரியான எடுத்துக்காட்டாகிறது. தந்தையைக் கொல்வது தவிர்க்க

முடியாததாகவும் அவசியமானதாகவும் தோன்றுகிறது. மூத்த ஹரிஜன் தலைவர்கள் மீது முன்வைக்கப்பட்ட தீர்ப்புரைகள் எந்த அளவுக்குக் கடுமையாக இருந்தனவோ அதே அளவுக்கு, அவர்களை உருவாக்கிய வரலாற்று சக்திகள் குறித்த புரிதல்கள் போதாமைகளைக் கொண்டிருக்கின்றன என்று இவர்கள் மீது நாமும் குற்றம் சுமத்த முடியும்தானே? நல்லது, இதுதான் வரலாற்றின் வசீகரப் பண்பு. அரைகுறைப் பார்வையை முழுப் பார்வையாக ஒருவரை ஏற்றுக்கொள்ளவைப்பதோடு, உணர்வுபூர்வமாகச் செயல்படவும் தூண்டிவிடுகிறது. மிகச் சரியாக இதில்தான் விடுதலைக்கான சாத்தியத்தை வரலாறு கொண்டிருக்கிறது. முழுப் பார்வைக்கும் காத்திருக்கும் ஒருவர் எப்போதும் செயல்படவும் மாட்டார்; வரலாற்றுக்குள் குதிக்கவும் மாட்டார்.

பாபாசாஹேபும் பாபுஜியும் பொறுமையிழந்து படைப்பூக்கத்தோடு வரலாற்றுக்குள் குதித்து ஒருவரோடு ஒருவர் மோதிக்கொண்டார்கள். வரலாற்றுரீதியான செயல் என்பது படைப்பூக்கத்தோடு பொறுமையிழந்தவரின் மஹாசமாதிஸ்திதியாகிறது (*mahasamadhisthiti*). ஆனால், செயலில் குதித்தவுடன் ஒவ்வொருவரும் மற்றவரின் குறையைப் போக்கிக்கொண்டார்கள். மிகத் தீவிர மோதலுக்குப் பிறகு இருவரும் உருமாற்றமடைந்தவர்களாக வெளியேறினார்கள். 1930-ல் காந்திஜிக்கும் அம்பேத்கருக்கும் இடையே நடந்த சிக்கலான, ஆனால் சுவாரஸ்யமான மோதலைத்தான் நான் இங்கு குறிப்பிடுகிறேன். உண்மைதான், இருவரும் அவரவர்களுடைய வாழ்க்கையின் இறுதிவரை மற்றவரை 'முட்டாள்', 'இறை மறுப்பாளர்' என்றே (சரியாக இதே வார்த்தைகளைத்தான் பயன்படுத்தினார்கள் என்றில்லை) குறிப்பிட்டுக்கொண்டார்கள். குறிப்பாக, பாபாசாஹேபிடம் இந்த மூர்க்கம் அதிகமாக இருந்தது என்பதும் உண்மைதான். ஆனால், இது வடிவரீதியானதற்கும் வடிவத்தின் தொடர்ச்சிக்கும் அதிக அழுத்தம் கொடுத்தவர்களைத் திருப்திப்படுத்துவதற்கானது என்றுமே நான் நம்புகிறேன். அம்பேத்கருக்கும் காந்திஜிக்கும் இடையே 1930-களின் மத்தியில் நடந்த மிகத் தீவிரமான மோதலுக்குப் பிறகு, இருவருமே தொடக்கத்தில் இருந்த மனிதர்களாக அதன் முடிவில் இல்லை. இருவருமே பெரும் பாதிப்புகளுக்கு உள்ளானதோடு, ஒருவர் மற்றவரால் உருமாற்றம் அடைந்தார்கள். நாம் இந்தக் கதையைச் சற்று கவனமாகப் படிப்போம். நான் கதையை விளக்குவதற்கு முயலப்போவதில்லை என்றாலும் முக்கியமான சில நிகழ்வுகளை மட்டும் விவரிக்க முயல்கிறேன். காந்திஜி ஆசிரியராக இருந்த 'ஹரிஜன்' வார இதழ்களை நான் இதற்கான மூலமாக எடுத்துக்கொள்கிறேன். என்னைப் பொறுத்தமட்டில், குறிப்பாக 1933–1935 காலகட்டத்திலான இதழ்கள் உண்மையிலேயே காவியத்தன்மையிலானதாக இருக்கின்றன. பிரமித்துப்போகவைக்கும் அளவுக்குப் பல வகையிலானதாக இருப்பதோடு மட்டுமல்லாமல் வாழ்க்கை அனுபவங்கள் அவற்றின் போதாமையைக் கடந்து, ஓர் இலக்கிய வகையாகவே உருப்பெறுகின்றன எனலாம்.[1]

1 'ஹரிஜன்' இதழ்த் தொகுப்புக்கு (பத்தொன்பது தொகுதிகள்) பார்க்கவும்: Joan Bondurant (1973). இந்தத் தொகுப்புகளிலிருந்து மேற்கோள் கொடுக்கப்பட்டிருக்கும் இடத்திலெல்லாம் தனித்தனியாகக் குறிப்புகள் கொடுக்கப்பட்டிருக்கின்றன.

காந்திஜியின் முக்கிய அக்கறைகளில் ஒன்றாகத் தீண்டாமை இருந்தது. வரலாற்றுக்கு நியாயம் செய்வதென்றால், இந்திய அரசியலில் தீண்டாமைப் பிரச்சினையை முக்கியமானதாக மாற்றியவர் பாபுதான் என்று நாம் ஏற்றுக்கொள்ளவே வேண்டும். அவருக்கு முன்னால் பதினெட்டு, பத்தொன்பதாம் நூற்றாண்டுகளில் பல யோகிகள் இருந்தார்கள் என்றாலும், இயக்கங்கள் இருந்தன என்றாலும் இவற்றின் பங்களிப்புகள் குறித்து நமக்கு ஆழமான புரிதல்களும் ஆய்வுகளும் தேவைப்படுகின்றன. மொத்தத்தில், பத்தொன்பதாம் நூற்றாண்டில் இந்தியச் சமூகம் பெரும் நொதி (ferment) நிலையில் இருந்ததுபோலவே தோன்றுகிறது. இது சாதிய முறைமையின் அடிப்படைகளைக் கேள்விக்குட்படுத்துவதற்கு மதரீதியான குறியீடுகளையும் சமூக இயக்கங்களையும் உருவாக்கியது. இத்தகைய இயக்கங்களையும் இவற்றின் நடவடிக்கைகளையும் நாம் மேற்கத்தியத்தோடு இந்தியாவுக்கு இருந்த பிரச்சினையான உறவோடு இணைத்துப்பார்க்க வேண்டிய அவசியம் ஏதுமில்லை — இத்தகைய இயக்கங்களில் சில இப்படியான தொடர்பாலும் மோதல்களாலும் விளைந்தவையே என்றபோதும்.[2]

வரலாற்றுரீதியாகச் சொல்வதென்றால், பல்வேறு வகைப்பட்ட இயவிடஞ்சார்ந்த (indigenous) யோகிகளுக்கும் சாதுக்களுக்கும் காலனியம் ஒரு பொருட்டே இல்லை. இவர்கள் காலனியத்தைத் தற்காலிகமானதாகவோ, எதிர்க்கப்பட வேண்டிய சக்தியாகவோ பார்க்கவில்லை. மேலும், அவர்களுடைய திட்டத்தில் சாதியப் படிநிலை மையமானது என்று ஏற்றுக்கொள்ள மறுத்தார்கள்; சொல்லப்போனால், தீவிரமாக மறுத்தார்கள். கர்நாடகத்தைச் சேர்ந்த இரண்டு யோகிகளான ஷிஷுநாலா ஷெரீஃப் (Shishunala Sheriff), கைவரா நாராயணப்பா (Kaivara Narayanappa) இருவரும், வட இந்தியாவைச் சேர்ந்த சத்னமீஸ் (Satnamis), மஹிமா (Mahima) போன்ற இயக்கங்களும் இதோடு தொடர்புடையவையாக என் நினைவில் உடனடியாக வருகின்றன. வரலாற்று நிகழ்வுகளில் இவர்களால் எத்தகைய தீர்க்கமான பாதிப்புகளையும் ஏற்படுத்த முடியாததற்கான காரணியம் என்னவென்றால், மொத்த இந்தியச் சமூகத்தையும் மீளுருவாக்குவதற்கு மிக அவசியமான அரசியல் அடிப்படையில் பிரச்சினைகளை (இவ்விடத்தில் தீண்டாமை) இவர்கள் பார்க்கவும் இல்லை, அப்படியாக முன்வைக்கவும் இல்லை என்பதுதான். இன்னும் தெளிவாகச்

2 ஒடுக்கப்பட்ட சாதிகளின் சீர்திருத்த இயக்கங்கள், எதிர்ப்பு இயக்கங்கள் குறித்த புரிதலுக்கு இந்தப் புத்தகங்களைப் பார்க்கவும். தேவைப்படும் இடங்களில் புத்தகம் குறித்த குறிப்புகள் கொடுக்கப்பட்டுள்ளன. மேலும், புத்தகம் குறித்த விரிவான விவரங்கள் துணைநூல் பட்டியலில் கொடுக்கப்பட்டுள்ளன. சமூக இயக்கங்கள் குறித்தான விமர்சனபூர்வ வாசிப்புகளுக்குப் பார்க்கவும்: T.K.Oommen (1991); M.S.A.Rao (1979a; 1979b); G.A.Oddie (1979); Rosalind O'Hanlon (1985); John C.B.Webster (1992); Abdul Malik Mujahid (1989); Mark Juergensmeyer (1982); Sumit Sarkar (1983); Robert L.Hardgrave Jr. (1969); V.Ramakrishna (1983); Susan Bayly (1989); Gail Omvedt (1976); Eugene Irschick (1969). மேலும், பார்க்கவும்: Saurabh Dube (1992), பிரசுரமாகாத அவரது ஆய்வைப் படிக்கக் கொடுத்த ஆசிரியருக்கு நன்றியைத் தெரிவித்துக்கொள்கிறேன். மஹிமா இயக்கம் குறித்த விரிவான வாசிப்புக்குப் பார்க்கவும்: Faninandham Dev (1993).

சொல்வதென்றால், இவர்கள் தங்களுடைய சமூகத்தைத் தேசிய–அரசு என்பதன் பகுதியாகப் பார்க்கவில்லை. இப்படியான இயவிடஞ்சார்ந்த தீவிரையாளர்களைப் பொறுத்தமட்டில், சாதிய முறைமையை எதிர்த்துப் போராடுவது என்பது அவர்களுடைய மரபின் ஆன்மீகத் தேவையின் பகுதியாகவே இருந்தது. இவர்களின் சமூகம் குறித்தான கருத்தமைவு பண்பாட்டுரீதியாக மிகச் சிறிய குமுகங்களைக் கொண்டிருக்கும் ஒன்றாக இருந்தது. இத்தகைய குமுகங்கள் புவியியல்ரீதியாகவும் சமூகரீதியாகவும் மிக நெருக்கமான இருப்பைக் கொண்டிருந்தன. இவர்களில் பெரும்பாலானோரின் வாழ்வும் பயணங்களும் புவியியல்ரீதியாக 100–200 மைல் எல்லைக்குள்ளாகவே அமைந்திருந்தன. இவர்கள் சிறிய சமூகக் குமுகங்களின் மனசாட்சியாக இருந்தார்கள். காலனியக் குறுக்கீடுகள், அதாவது ஒரு நூற்றாண்டுக்கும் மேலாக இந்தியச் சிந்தனைகளில் மேலாதிக்கம் செலுத்திய காலனிய வரலாற்று அனுபவம், இவர்களைக் கலக்கங்கொள்ளவைக்கவில்லை. இந்த இடையூறைக் கண்டு ஒருசிலர் திகைத்துப்போனார்கள் என்றால், வேறுசிலர் அக்கறையற்று அமைதியாக இருந்தார்கள்.

யோகிகளின் இத்தகைய வெளிப்பாட்டுக்கான முக்கியமான காரணியம், இவர்கள் லௌகீக அதிகாரத்தை அந்நியமாகப் பார்த்ததோடு மட்டுமல்லாமல் அதில் மிகச் சிறிய அளவிலோ, போற்றத்தக்க அளவிலோ எத்தகைய மாற்றத்தையும் கொண்டுவர முடியாது என்று நம்பும் மரபின் ஒரு பகுதியாகவும் இருந்தார்கள். இவர்களைப் பொறுத்தமட்டில், அரசு அதிகாரமும் வரலாற்று முகமைகளும் இயற்கையைப் போன்று ஆயின: ஒருசமயத்தில், தீர்மானிக்க முடியாததாகவும் மிருகத்தனமானதாகவும் ஆயின என்றால், மற்றொரு சமயத்தில் நட்பாகவும் தாராளப் பண்பு கொண்டதாகவும் அன்பு கொண்டதாகவும் ஆயின. காலனியக் குறுக்கீட்டுக்கு எதிர்வினையாகப் பலரும் இயற்கையை உருவகமாக முன்வைத்துள்ளார்கள். ஷிஷுநாலா ஷெரீஃப் என்ற முசல்மான் — அத்வைதப் பார்ப்பனரைக் குருவாகக் கொண்ட வீரசைவ யோகி — மழைக்காலம் தொடங்கும்போது வயல்களில் வந்திறங்கும் பூச்சிகளின் பிறப்போடு ஒப்பிட்டு மிக அழகான கவிதை ஒன்றை எழுதியுள்ளார். முதலீட்டியத் தொழில்மயமாக்குதலின் தொடக்கமாக ஹூப்லியில் பருத்தித் தொழிற்சாலை ஒன்று நிறுவப்பட்டபோது அதற்கும் எதிர்வினையாற்றியுள்ளார். அவருடைய எதிர்வினை இந்த வரிகளில் தொடங்கும் கவிதை ஒன்றை எழுதவைத்தது: 'மிகப் பிரம்மாண்டமான இந்தத் தொழிற்சாலையைப் பாருங்கள். அதற்கு மரியாதை செலுத்துங்கள்' என்று தொடங்கும் அந்தக் கவிதை, அந்த அனுபவத்தை முற்றிலும் ஆன்மீகரீதியானதாகவே மாற்றுகிறது. சிக்கலான உறுப்புகளை உடலாகக் கொண்டிருக்கும் இயந்திரம்கூட, அவருடைய சிக்கலான யோக அனுபவத்தைப் பகிர்ந்துகொள்வதற்குத் துல்லியமான ஓர் உருவகமாக அமைகிறது. இப்படியாக, அவர் ஒரு தொழிற்சாலையை எல்லாவற்றுக்கும் அப்பாலானதோடு ஒப்பிடுகிறார்.

வேறு விதமாகச் சொல்வதென்றால், காலனியத்தின் மையப் பண்பாக நவீனக் கோட்பாட்டாளர்களால் முன்வைக்கப்படும் தவிப்பு, பதற்றம் ஆகிய இரண்டு

அனுபவங்களும், இத்தகைய யோகிகளின் மன அமைப்பில் எத்தகைய ஆதிக்கமும் செலுத்தவில்லை. இவர்களைப் பொறுத்தமட்டில், புலன் சார்ந்திருக்கும் இந்த உலகிலிருந்து விடுதலையடைவதே இவர்களுடைய ஆன்மீகத்தின் குறிக்கோளாக இருந்தது; மோட்சம் அல்லது நிர்வாணத்தை அடைவதற்குச் சாதிய முறைமையின் அகங்காரமும் ஒதுக்கப்படுதலுமே பெரும் தடைகளாக இருந்தன. இந்தியத் தத்துவ மரபின் ஏரணவியல் பள்ளிகளை இவர்கள் பயன்படுத்திக்கொள்ளாததில் ஆச்சரியப்பட ஏதுமில்லை. இவர்களுடைய சாதிய எதிர்ப்பு மனப்பான்மையானது அ-பார்ப்பனியச் சிந்தனை மரபிலிருந்து விளைந்ததாக இருந்தது — இத்தகைய மரபின் பெருமைக்கும் உயிர்மவுள்ளூரத்துக்கும் (vitality) எதிர்ப்புணர்வு கொண்ட பார்ப்பனர்கள் பலர் பங்காற்றியுள்ளார்கள் என்றபோதும். இத்தகைய யோகிகளின் பார்வையில், ‘இருத்த’லின் ஆன்மீகரீதியான மாற்றமானது சமூகரீதியான சீரமைப்பை உள்ளடக்கியதாக இருந்தது. இது திட்டமிட்ட நிலைப்பாடோ அல்லது வறட்டுத்தனமானதோ அல்ல. இது வெறும் மீபௌதிகத் தேவையைச் சார்ந்திருப்பதாகவே இருந்தது.

இத்தகைய யோகிகளிடமிருந்து பல விதங்களில் காந்திஜி வேறுபட்டிருந்தாலும், தீண்டாமைப் பிரச்சினையை வரையறுத்த விதத்தில், இந்த யோகிகளோடு ஒத்துப்போவது காந்திஜிதானே தவிர, அம்பேத்கர் அல்ல. ஏனெனில், உள்ளூர் ஆன்மீக மரபுகளெல்லாம் பக்திச் சிந்தனைகளான சைவத்திலும் வைணவத்திலும் சிறுசிறு மாற்றங்கள் கொண்ட மரபுகள் என்பதால், காந்திஜியால் படைப்பூக்கத்தோடு இயங்க முடிந்தது. அவர் வைணவ மரபிலிருந்து உந்துதல் பெற்றார். எடுத்துக்காட்டாக, கோயில் என்ற குறியீட்டுவாதத்தின் மையப் பண்பு — இது அவருக்குப் பல்வேறு தருணங்களில் உள்நோக்கிய கேள்விகளையும் வதைகளையும் கொடுத்தது என்றபோதும். நாம் இந்த உள்ளடக்கத்தைப் பின்னர் விரிவாகப் பார்ப்போம். யோகிகளிடம் இல்லாத தவிப்பு காந்திஜியிடம் மிக ஆழமாக ஊடுருவியிருந்தது. காலனியத்தைப் பாரபட்சமற்றது என்றோ, அது இந்திய மனங்களில் தீராத காயத்தை உருவாக்காமல் அமைதியாக வெளியேறிவிடும் என்றோ நம்பிக்கைகள் கொண்டிருக்க முடியாத அளவுக்கு, அதன் தீங்கு சக்தியை காந்தி மிக ஆழமாக உணர்ந்திருந்தார். சில யோகிகள்போல் காலனிய அனுபவ யதார்த்தத்தைக் கடந்துபோவதில்லை என்பதிலும் உறுதியாக இருந்தார். வேறு பல மரபுகளும் காந்தியின் நுண்ணுணர்வை வடிவமைத்துள்ளன என்றாலும், அவை நிச்சயமாக மேற்கத்தியத்தைச் சார்ந்தவை அல்ல. காந்திஜிக்குக் காலனிய அனுபவத்தின் விளைவாக உருவான தவிப்பு தாங்கிக்கொள்ள முடியாத நிலைக்குச் சென்றபோது, அதுவும் அவருடைய இருப்பின் ஒருமுகப்பட்ட தன்மையைச் சிதைத்துவிடுவதுபோல் மிரட்டியபோது, இந்திய ஆன்மீக மரபுதான் காந்திஜியை ஆற்றுப்படுத்தியது. இருப்பினும், தேசியப் போராட்டம் என்னும் பெரும் காரியத்தைத் தலைகீழாகப் பின்னுக்குத்தள்ளும் அளவுக்கு அவர் சாதிய அகங்காரத்தை ஒழிக்க ஆன்மீகரீதியான வைராக்கியத்தை முன்வைத்தது கிடையாது. அதுபோலவே, அந்நிய ஆட்சிக்கு எதிரான தேசியப் போராட்டம் எவ்விதத்திலும் சாதிய முறைமைக்கு எதிரான

போராட்டத்தின் முக்கியத்துவத்தை மட்டுப்படுத்தவும் இல்லை. இருப்பினும், 1930-களில் அம்பேத்கரை எதிர்கொள்ளும் வரை, தீண்டாமையை மதரீதியான, ஆன்மீகரீதியான பிரச்சினையாகத்தான் காந்திஜி பார்த்துவந்தார். அவர் தன் ஊடாய்வில் இந்திய மருளியல் (mystic) பள்ளிகளில் காணப்பட்ட மாதிரியைத்தான் பின்பற்றினார்.

சாதிய முறைமைப் பிரச்சினைக்கு வேறு வகையான ஒரு எதிர்வினையும் சாத்தியப்பட்டது. இது அதன் பண்பிலும் அழுத்தத்திலும் முற்றிலும் மதச்சார்பற்றதாக இருந்தது. இது தென்னிந்தியப் பகுதியோடு மட்டுமே சுருங்கிவிடவில்லை என்றாலும், தென்னிந்தியப் பார்ப்பனரல்லாதார் இயக்கம் என்றே பரவலாகக் குறிப்பிடப்படுகிறது.[3] இந்தப் போக்கானது பல்வேறு சிக்கலான காரணிகளால் பெருமளவு தீர்மானிக்கப்பட்டது என்றாலும், காலனியக் குறுக்கீட்டு அரசியல் அதில் மிக முக்கியப் பங்காற்றியுள்ளது. இது கீழ்ச்சாதிகளின், சமூகக் குழுமங்களின் திட்டமிட்ட, ஒழுங்குபடுத்தப்பட்ட, பிரக்ஞைபூர்வமான முயற்சியாகிறது.[4] மேலான சாதிகளின் ஆதிக்கத்துக்கு எதிராகப் போராடுவதற்கு, இவர்கள் வெள்ளை எஜமானர்களிடமிருந்து கற்றுக்கொண்ட சட்டபூர்வமான, படிப்படியான முன்னேற்றம் போன்ற முறைகளைத் தேர்ந்தெடுத்துக்கொண்டார்கள். சூத்திரர்களின் கோரிக்கைகளெல்லாம் பொருளியல்வயப்பட்டதாக இருந்தன. தங்களோடு ஒத்துழைக்கும் மேட்டுக்குடிகளை வளர்த்துவிடுவது என்ற காலனியக் கொள்கையும் சூத்திரர்கள் இயக்கத்தைப் பெருமளவு வடிவமைத்தது.[5] பிரிட்டிஷ் அரசின் சமூகக் கொள்கைகளோடு, சமூக அடுக்கில் மேல் நோக்கிய பயணத்துக்கான கீழ்ச்சாதிகளின் தீவிர விருப்புறுதியும் சேர்ந்துகொண்டு, சூத்திரர்களிடையே பெரும் நம்பிக்கையைத் தோற்றுவித்தன. ஆனால், துரதிர்ஷ்டவசமாகப் பார்ப்பனரல்லாதார் கட்சிகளோ இயக்கங்களோ இத்தகைய லட்சியங்களை அடைவதற்குப் போதுமான இடையகமாக இல்லை.

3 *David Washbrook (1977). இரண்டு இயல்கள் – 'The Vocabulary of Communal Politics', 'Home Rule League, Justice Party and Congress' ஆகிய இரண்டு இயல்கள் நாம் விவாதித்துக்கொண்டிருக்கும் விஷயத்தோடு தொடர்புகொண்டவையாகும். [துணைநூல் பட்டியல் எதையும் ஆசிரியர் கொடுக்கவில்லை. டேவிட் வாஷ்ப்ரூக்கின் இரண்டு படைப்புகள் நாம் விவாதித்துக்கொண்டிருக்கும் விஷயத்தோடு தொடர்புடையதாக இருக்கின்றன: 'The Development of Caste Organisation in South India' in D.A. Washbrook and C.J. Baker, eds. South India: Political Institutions and Political Change (Delhi Macmillan, 1975); and David Washbrook, The Emergence of Provincial Politics: The Madras Presidency 1870–1920 (Cambridge University Press, 1976) – தொ.ர்].*

4 *தென்னிந்தியாவில் பார்ப்பனரல்லாதார் இயக்கம் குறித்த விரிவான உரையாடலுக்குப் பார்க்கவும் S. Chandrasekhar (n.d.) மேலும், பார்க்கவும்: S. Chandrasekhar (1995).*

5 *மைசூர் சமஸ்தானத்தின் அரசியலை ஆராய்வதற்கு Bjorne Hettne இந்தக் கருத்தாக்கத்தைப் பயன்படுத்துகிறார். பார்க்கவும்: Bjorn Hettne (1978: 43). மேலும், மைசூர் சமஸ்தானத்தில் பார்ப்பனரல்லாதார் அரசியல் குறித்த உரையாடலுக்குப் பார்க்கவும்: James Manor (1977: 58–73).*

கடந்த காலங்களில், பல்வேறு விதமான அறிஞர்கள் செய்திருப்பதுபோல் இந்த இயக்கத்தின் முக்கியத்துவத்தைக் கொச்சைப்படுத்திப் பேசுவது மிகவும் சுலபமானது. பார்ப்பனரல்லாதார் இயக்கம், குறிப்பாக சென்னை மாகாணத்தில் நீதிக் கட்சியாகவும் மைசூர் சமஸ்தானத்தில் பிரஜமித்திர மண்டலியாகவும் அவதாரம் எடுத்தது, பெரிய கருத்துகள் ஏதுமற்றதாக இருந்ததோடு, சந்தர்ப்பவாதத்துக்கும் தேச விரோத அரசியல் சதுராட்டத்துக்கும் அதை ஒப்புக்கொடுத்ததாகவும் இருந்தது. இந்த இயக்கத்தை மிகக் கடுமையாக எதிர்கொள்வதென்றால், அரசாங்க உத்தியோகத்தில் குமாஸ்தாக்களாகச் சேர்வதற்கான எலிப் பந்தயம்தான் என்று சொல்ல முடியும். சூத்திர இடைநிலைச் சாதியைச் சேர்ந்தவர்களையும் நிலச்சுவான்தார்களையும் இந்த இயக்கத்தின் தலைமை கொண்டிருந்தது. இவர்கள், அரசாங்கத்தில் மிக முக்கியமான, முக்கியமில்லாத நிலைகளில்கூட பார்ப்பனர்கள் எல்லாவற்றையும் வளைத்துக்கொண்டு ஆதிக்கம் செலுத்தியதில் எரிச்சலடைந்தார்கள். இந்த இயக்கத்துக்குள் காணப்பட்ட உள்முரண்பாடுகள் அடிக்கடி பொதுவில் தலைகாட்டின. குறிப்பாக, மத்தியதர வர்க்கத்தின் அருள்பாவிக்கும் மனப்பான்மையானது சாதி இந்துக்களாகக் கொண்டிருந்த முன்தீர்மானங்களை மறைப்பதற்குப் போதுமானதாக இல்லை. இந்தச் சாதிகள், பார்ப்பனிய விழுமியங்களை முழுவதுமாகத் தன்வயப்படுத்திக்கொண்டிருந்தன. சொல்லப்போனால், இன்றைய தலித் இயக்கம் எதிர்கொள்ளும் முக்கியமான பிரச்சினையாக இருப்பது இதுவே. பிற சாதிகளோடு சேர்ந்து, தன் தொகுதியை விரிவுபடுத்துவதற்கு தலித் இயக்கங்கள் முயன்றால், உடனடியாக முரண்பாடுகள் மேலெழுந்துவருகின்றன. குறிப்பாக, விழுமியங்கள் குறித்த கேள்விகள் மேலெழுந்துவரும்போது, இந்த முரண்பாடுகள் மேலும் தீவிரமடைகின்றன. சமூகத்தில் பலம் வாய்ந்த மற்ற குழுமங்களின் மேலாதிக்கத்தை எதிர்த்துப் போராடுவது என்று வரும்போது, தலித்துகளின் ஆதரவைப் பெற்றுக்கொள்வதற்குப் பிற பார்ப்பனரல்லாத சாதிகள் தயங்குவதில்லை. இன்னும் சொல்லப்போனால், இத்தகைய கூட்டணியைக் கட்டுவதற்குத் தீவிரம் காட்டவும் செய்கின்றன. ஆனால், அடிப்படையான சமூக, பண்பாட்டுப் பிரச்சினைகள் என்று வரும்போது அவை ஒதுங்கிக்கொள்கின்றன. வேறு வார்த்தைகளில் சொல்வதென்றால், இத்தகைய சாதிகள் கூட்டாக இணைந்து செயல்படுவதில் கொண்டிருக்கும் இரட்டை முகப் போக்கானது சமூகத் தட்டில் மேல்நோக்கி நகர்தலுக்கான முனைப்பின் ஒன்றிணைந்த பகுதியாகவே காணப்படுகிறது. மேலும், இவர்கள் சமூக, பண்பாட்டுப் பழமைவாதிகளின் துடிப்புள்ள கூட்டாளிகளாகவும் இருந்தார்கள். பார்ப்பனரல்லாதார் இயக்கத்தின் தொடக்க காலங்களில் இத்தகைய போக்கை மிகத் தெளிவாகப் பார்க்க முடியும்.

இத்தகைய நியாயமான விமர்சனங்களெல்லாம், இந்த இயக்கத்துக்கு வடிவம் கொடுத்த சிக்கலான சக்திகளையும் இவ்வியக்கம் ஓரளவுக்குப் பெற்றுள்ள அங்கீகாரத்தையும் பார்க்கத் தடையாக இருக்கக் கூடாது. கல்வியில், வேலைவாய்ப்புகளில் விகிதாச்சாரப் பிரதிநிதித்துவம் பெறுவது என்ற நியாயமான கோரிக்கைக்குள் தலித் இயக்கம் அதைச் சுருக்கிக்கொண்டுள்ளது.

நாம் இங்கு சற்று நிதானித்து, இந்த இயக்கங்களின் உன்னதமான, இழிவான முகங்களுக்கு இடையேயான உறவு குறித்துச் சிந்திக்க வேண்டியுள்ளது. பொதுவாக, சாதியத்துக்கு எதிரான உயர்ந்த தத்துவார்த்தரீதியான உரைகளில் ஒருவர் நெகிழ்ந்துபோகலாம். அதே சமயத்தில், அதன் கீழ்த்தரமான, இழிவான முகங்களைக் கண்டு அதே அளவுக்கு அதிர்ச்சியும் அடையலாம். இதில் பிந்தையதை, அதாவது வேலைவாய்ப்புகளுக்கும் பொருளியல்ரீதியான ஆதாயங்களுக்கும் வகுப்புவாரி அடிப்படையிலான நீதியையும் நேர்மறையான பாகுபாட்டையும் முன்வைக்கும்போது — பல சமயங்களில் முதிராத்தன்மையில்தான் என்றாலும் — கீழ்த்தரமானதாகப் பார்க்கப்படுகிறது. ஆனால், இதன் அழகும் கோரமும் சாதிய முறைமையை மறுதலிப்பதிலிருந்துதான் தோன்றுகின்றன. இந்தியாவில் சாதிய முறைமையானது பண்பாட்டு விழுமியங்களின் அமைப்பாக்கமாக மட்டுமே இல்லை. அது பல்வேறு விதமாக அதிகாரத்தையும் செல்வத்தையும் சாதியப் படிநிலை சார்ந்து சமனற்ற முறையில் பகிர்ந்துகொள்வதன் வடிவமாகவும் இருக்கிறது. அதனால், சாதிய முறைமைக்கு எதிரான கிளர்ச்சியில் அதன் ஆன்மீக அழகைப் போற்றக்கூடிய ஒருவர், பொருளியல்ரீதியான கோரிக்கைகள் முன்வைக்கப்படும்போது அதன் கோர முகத்தையும் ஏற்றுக்கொள்ளத்தான் வேண்டும். இத்தகைய கிளர்ச்சியில் உள்ள ஆன்மீகரீதியான அழகோடு காந்திஜி மிக ஆழமான உறவுகொண்டிருந்தார் என்றாலும் அதன் பொருளியல்ரீதியான வடிவத்தை எதிர்கொள்வதில் மிகவும் சங்கடப்பட்டுத் தன்னைச் சுருக்கிக்கொண்டார். ஏன் இன்றளவிலும், சாதிய முறைமையின் அநீதிகளுக்கு எதிரான நிலைப்பாட்டில், தலித் இயக்கத்தை ஆதரிக்கும் தாராளவாதச் சிந்தனையாளர்களிடம் இத்தகைய பிளவுபட்ட எதிர்வினை தொடர்ந்து தாக்கம் செலுத்துகிறது. குறியீட்டுரீதியான அரசியல் முன்வைக்கப்படும்போது இவர்கள் நியாயமாகவே நெகிழ்ந்துபோகிறார்கள் என்றாலும், விசித்திரமாக மண்டல் கமிஷன் போன்ற ஸ்தூலமான விஷயங்களோடு இந்த இயக்கங்கள் தங்களை இணைத்துக்கொள்ளும்போது எரிச்சல் அடைகிறார்கள்.

இவ்விரண்டு சக்திகளின் சங்கமிப்பில்தான் தலித் இயக்கத்தின் தோற்றம் உள்ளது: சாதிய அகங்காரத்துக்கு எதிராகப் போராடுவதில் காணப்படும் எல்லாவற்றையும் கடந்த தன்மை; கல்வியிலும் வேலைவாய்ப்புகளிலும் உண்மையான வாய்ப்புகளுக்காகப் போராடும் அன்றாட யதார்த்தம். மக்களுடைய விழைவுகள், யதார்த்தமாகவும் புலப்படக்கூடியதாகவும் மொழியாக்கம் பெறவில்லை என்றால், இயக்கங்கள் அவற்றுக்கான சமூக அடித்தளத்தை இழந்துவிடும் அபாயத்தை எப்போதும் கொண்டிருக்கின்றன. அதே சமயத்தில், ஒரே சமூகக் குழுமத்தில் செல்வாக்கு கொண்டவர்களின், அவர்களுடைய குரலை வெளிப்படுத்த முடிந்தவர்களின் பொருளியல் தேவைகளையும் உடனடித் தேவைகளையும் மட்டுமே பூர்த்திசெய்துகொள்வதில் சிறைப்பட்டுப்போகும் அபாயத்தையும் இது கொண்டிருக்கிறது. அச்சம் தரக்கூடிய அளவுக்கான இவ்வியக்கத்தின் பொதுப்புத்தி சார்ந்த அணுகுமுறை அதன் தீவிரச் சக்தியையும் திறனையும் மழுங்கடிக்கச் செய்யும் சாத்தியங்களைக் கொண்டிருக்கிறது. இத்தகைய பின்னணியில்தான், பார்ப்பனரல்லாதார்

இயக்கம் குறித்து பாபாசாஹேப் எந்த அளவுக்கு நடைமுறை சார்ந்த போக்கை வளர்த்துக்கொண்டாரோ அதே அளவுக்கு அதன் தீவிரைக் குறிக்கோள்கள் குறித்தும் புரிதல் கொண்டிருந்தார். சமூகத்தில் மேல் நோக்கிய நகர்வுக்கான அதன் உந்துதலைக் கரிசனத்தோடு பார்த்த அதே சமயத்தில், இந்த நிலைப்பாட்டில் இருக்கும் நிலையைத் தக்கவைத்துக்கொள்ளும் விளைவுகளைச் சந்தேகக்கண் கொண்டும் பார்த்தார். 1944-ல் நடந்த விருந்து ஒன்றில் ஆற்றிய உரையில், சென்னை மாகாணத்தில் நடந்த பொதுத் தேர்தலில் நீதிக் கட்சி படுதோல்வி அடைந்ததை முன்வைத்து, கட்சியின் சரிவுக்கான, வீழ்ச்சிக்கான காரணியை அம்பேத்கர் மிக ஆழமாகப் பரிசீலிக்கிறார்:

> நீண்ட காலம் ஆட்சியில் இருந்ததையும் மீறி, சீட்டுக்கட்டுகள் கலைந்து விழுவதுபோல் கட்சி சரிந்து விழும் அளவுக்கு அதில் உள்ள குறைபாடுகள்தான் என்ன? பெரும் பெரும்பான்மை கொண்டிருக்கும் பார்ப்பனரல்லாதார்களாலேயே கட்சியின் மீதான நம்பிக்கையை எது இழக்கச்செய்தது? என்னைப் பொறுத்தமட்டில், இரண்டு விஷயங்கள் இதற்குக் காரணியமாகின்றன.
>
> முதலாவதாக, பார்ப்பனப் பிரிவினரிடமிருந்து இவர்கள் எங்கு வேறுபடுகிறார்கள் என்று இவர்களால் தெளிவாக உணர முடியவில்லை. பார்ப்பனர்களுக்கு எதிராகக் கடுமையான விமர்சனங்களை முன்வைத்துத் தங்களைச் சந்தோஷப்படுத்திக்கொண்டார்கள் என்றபோதும், இந்த வேறுபாடுகள் கொள்கைரீதியானவை என்று இவர்களில் யாராவது ஒருவரால் சொல்ல முடியுமா? இவர்களிடம் எந்த அளவுக்குப் பார்ப்பனியத்தன்மைகள் காணப்படுகின்றன? இவர்கள் நாமம் போட்டுக்கொண்டு தங்களை இரண்டாம்தரப் பார்ப்பனர்களாக பாவித்துக்கொள்கிறார்கள். பார்ப்பனியத்தை விட்டொழிப்பதற்குப் பதிலாக, பார்ப்பனியத்தின் ஆன்மாவைக் கருத்தாக்கரீதியாகப் பிடித்துக்கொண்டிருக்கிறார்கள். பார்ப்பனியத்துக்கு எதிரான இவர்களுடைய கோபமெல்லாம், அவர்கள் (பார்ப்பனர்கள்) இவர்களுக்கு இரண்டாம்தர நிலையைக் கொடுக்கிறார்கள் என்பதால்தான்.
>
> கட்சி சரிந்து விழுந்ததற்கான இரண்டாவது காரணியம், அதன் மிகக் குறுகிய அரசியல் திட்டமாகும். பார்ப்பனரல்லாதார் கட்சியின் அரசியல் திட்டத்தில் உள்ள ஒரு பெரும் குறை என்னவென்றால், இது அவர்களுடைய இளைஞர்களுக்குக் குறிப்பிட்ட எண்ணிக்கையில் வேலைவாய்ப்புகளைப் பெற்றுத்தருவதைத்தான் முக்கியக் குறிக்கோளாகக் கொண்டுள்ளது. இது முற்றிலும் நியாயமானதே. ஆனால், பார்ப்பனரல்லாத இளைஞர்கள், பொதுத் துறைகளில் வேலைவாய்ப்புக்காக இருபது ஆண்டுகளுக்கு மேலாக உழைத்த கட்சியை, அவர்களுக்கான ஊதியத்தைப் பெற்ற பிறகு நினைத்துப் பார்த்திருக்கிறார்களா? ஆட்சியில் கட்சி இருந்த இருபது ஆண்டுகளிலும் தொண்ணூறு சதவீதத்துக்கும் மேலானவர்கள், அதாவது பொருளாதார

ஆதரவு ஏதுமற்ற நிலையில் கந்துவட்டிக்காரர்களிடம் சிக்கிக்கொண்டு தவிக்கும் பார்ப்பனரல்லாதாரெல்லாம் கிராமங்களில்தான் வாழ்கிறார்கள் என்பதைக் கட்சி மறந்துபோனது.[6]

இந்த உரை, இன்றைய தலித் இயக்கம் பல்வேறு திசைகளிலிருந்து இழுக்கப்பட்டுத் தீர்மானமாகப் பங்காற்றக்கூடிய, ஒன்றோடொன்று தொடர்புள்ள இரண்டு உள்ளடக்கங்களை முன்வைக்கிறது. முதலாவது, தலித்துகளில் குறிப்பிட்ட பிரிவினர் சமூகத்தில் மேலெழுந்து தங்களை மத்தியதர வர்க்கத்தின் நெறிமுறைகளோடு இணைத்துக்கொள்ளும் போக்கு. இத்தகைய செயல்பாங்கானது தலித் மக்களிடம் பெருத்த நம்பிக்கைகளை உருவாக்குவதோடு, இந்த நம்பிக்கையானது தலித் சமூகம் முழுவதையும் ஆக்கிரமித்துக்கொள்வதாகவும் இருக்கிறது. இத்தகைய நம்பிக்கைக்கான அடிப்படைகள் ஒரே சமயத்தில் ஸ்தூலமானதாகவும் திரிபாகவும் இருக்கின்றன: இந்தச் சமூகத்திலிருந்து கணிசமானவர்கள் பொதுத் துறைகளில் நுழைவதால், இத்தகையவர்கள் பின்பற்றத் தகுந்த முன்மாதிரியாகிறார்கள். ஆனால், வேறு வழியில்லாமல் இது மாயையாகவும் ஆகிறது. எந்த அர்த்தத்தில் என்றால், தலித்துகளில் சிறு எண்ணிக்கையிலானவர்கள் எத்தகைய அந்தஸ்தை அடைகிறார்களோ அத்தகைய அந்தஸ்தை அடைவதற்கு மொத்த சமூகத்திலும் கட்டமைப்புரீதியான மாற்றத்தைக் கொண்டுவராமல் ஒருபோதும் அவர்களால் அதைச் சாதிக்க முடியாது. தேர்ந்தெடுத்த சிலர் மட்டுமே சமூகத்தில் மேலேழுந்து நகர்வது என்பதன் உண்மையான பிரச்சினை வேறெங்கோ உள்ளது. நான் இத்தகைய நிகழ்வை மனதார மறதி என்று அழைக்கவே விரும்புகிறேன். இன்னும் தெளிவாக, ஒருவர் தன்னுடைய கடந்த காலம் குறித்துக் கொண்டிருக்கும் மறதி என்பேன். நீதிக் கட்சிக்கு முன்வைத்த கேள்வியில் பாபாசாஹேப் இந்தப் பிரச்சினையைத்தான் குறிப்பிடுகிறார்: பார்ப்பனரல்லாதார் இளைஞர்கள் ஊதியம் கிடைத்த பிறகு, கட்சியை நினைவில் வைத்திருந்தார்களா? நவீனத்துவப் பின்னணியில் சாதிய முறைமையானது கீழ்ச்சாதி தனிநபர்களிடம் மனதளவில் எப்போதும் சுயசந்தேகத்தையும் சுயமறுத்தலையும் சுயவெறுப்பையும் உருவாக்கக்கூடியதாகிறது. மேலும், இத்தகைய பண்புகள் கூட்டுத்தன்மையிலானதாகவும் இருக்கின்றன. ஒதுக்கப்பட்ட சமூகத்திலிருந்து பிறப்புகொள்ளும் ஒரு நவீனத் தனிமனிதர், அவருடைய சமூகத்திலிருந்து மிகுந்த வலியோடு தன்னைத் துண்டித்துக்கொள்வதோடு மட்டுமல்லாமல், அவருடன் ஒன்றெனக் கலந்துகிடக்கும் அவருடைய கடந்த காலத்தைப் பிரக்ஞைபூர்வமாக மாற்றவும் முயல வேண்டியுள்ளது.

பிரபல கன்னட தலித் எழுத்தாளர் டாக்டர் சித்தலிங்கையா, அவருக்கே உரிய பாணியில், முழுக்கமுழுக்க துயர நகைச்சுவையோடும் கூரிய அறிவோடும் முரண்நகையோடும் அவருடைய 'பஞ்சமர்' நாடகத்தில் இந்த நோய்க்கூற்றின் முழுத் தன்மையையும் வெளிக்கொணர்கிறார். ஒரு ஐஏஎஸ் அதிகாரி நேர்முகத்

---

6 *Bhagvan Das (1963: 88–9).*

தேர்வு நடத்துவதுதான் நாடகக் களமாகிறது. ஹயவதன் ராவ் என்ற சாதிய அகங்காரம் கொண்ட பார்ப்பனர், அவரிடம் நேர்முகத் தேர்வுக்கு வரும் எல்லாத் தீண்டப்படாதவர்களையும் சிறுமைப்படுத்திச் சிதைத்துவிடுகிறார். நேர்முகத் தேர்வுக்கு வரும் முதல் நான்கு பேர், இதில் ஆண்களும் உண்டு பெண்களும் உண்டு, சகல விதத்திலும் நவீன தலித் அடையாள உருவாக்கத்தில் உள்ள போலி முகங்களை எல்லா வடிவங்களிலும் வெளிப்படுத்துகிறார்கள். முதலில் வரும் நால்வரும் அவர்கள் மீதே அவர்களுக்கு நம்பிக்கை ஏதுமில்லாதவர்களாக வெளிப்படுகிறார்கள்; சகிக்க முடியாதவர்களாகவும் குழம்பிப்போனவர்களாகவும் வெளிப்படுகிறார்கள். பொய் சொல்லி, அகப்பட்டுக்கொள்கிறார்கள். இந்த நால்வரிடமும் காணப்படும் பொதுப் பண்பு என்பது கடந்த காலம் குறித்த மனதார மறதி என்ற மனோபாவமாக இருக்கிறது. ஐந்தாமவர் (பஞ்சமர்) தோன்றுகிறார். பிறகு, எல்லாம் தலைகீழாகிப்போகிறது. அற்புதமான அழகு அங்கு பிறக்கிறது. ஹயவதன் ராவ் இதற்கு முன்பு அவருடைய வாழ்க்கையில் இப்படியான பஞ்சமர் ஒருவரைச் சந்தித்ததே இல்லை. பஞ்சமர் தன்னுடைய கடந்த காலத்தை மறந்துபோக விரும்பாதது மட்டுமின்றி, அதை வேண்டுமென்றே நினைவில் வைத்திருக்கவும் செய்கிறார். உன்னதமான கோபத்தின் ஒளி அவரைச் சுற்றிப் பரவுகிறது. அவருடைய சமூகத்தார் சுயமரியாதையோடான புதிய வாழ்க்கை ஒன்றைத் தொடங்க வேண்டும் என்ற உணர்வுபூர்வமான வேண்டுகோளோடு நாடகம் முடிகிறது. இதை உருவகரீதியாகச் சொல்வதென்றால், நாடகத்தில் தோன்றும் முதல் நால்வரும் தலித் இயக்கத்தின் தவிர்க்க முடியாத சுமையாக இருக்கிறார்கள் என்றால், பஞ்சமர் அதன் சக்தியும் பெருமையாகவும் இருக்கிறார்.

தலித் இயக்கம் அதன் தொடக்கத்திலிருந்தே நாடகத்தில் வரும் முதல் நான்கு பாத்திரங்களைச் சுமந்துகொண்டுதான் இருக்கிறது. இதுவே கிராமப்புற இந்தியாவில் மார்க்ஸிய-லெனினிய இயக்கங்கள் நடத்தும் நிலமற்றவர்களுக்கான போராட்டங்களிலிருந்து தலித் இயக்கத்தை வேறுபடுத்துவதாக இருக்கிறது. ஆனால், முதலில் வரும் நால்வரை மீட்டெடுக்கவே முடியாது என்ற முடிவுக்கு வருவது பண்பாட்டுரீதியான குருட்டுப் பார்வை. இத்தகைய நிலைப்பாடு, சாதிய முறைமையின் உளவியலையும், இது மனிதர்களை எப்படியெல்லாம் ஊனமாக்குகிறது என்பதையும் பார்க்கத் தவறுவதாகிறது. முதல் நால்வருக்கு உதவி தேவைப்படுகிறது. இதற்கு தலித் அடையாளத்தை ஏற்றுக்கொண்டு மதிப்பளிக்கக்கூடிய தீவிரைச் சூழல் தேவைப்படுகிறது. பலமான இயக்கம் மட்டுமே இதை வழங்க முடியும். ஒரு தளத்தில், முதல் நால்வரும் நிச்சயமாகப் பஞ்சமராக உருமாறுவார்கள் என்ற அனுமானத்திலிருந்துதான் மொத்த தலித் இயக்கமும் தொடங்குகிறது. நாடகத்தின் புரிதலும் இதுவாகத்தான் இருக்கிறது. போதாமை கொண்டிருக்கும் அதன் உறுப்பினர்களை உருமாற்றுவதுதான் இவ்வியக்கத்தின் மையமாக இருக்கிறது; இது அதோடு உள்ளிணைந்திருக்கும் அதன் லட்சியத்தைக் குறிப்பதாகிறது.

இந்த விவாதத்தை மேலும் வளர்த்தெடுக்கும் விதமாக, தலித்துகளில் செல்வாக்குள்ள பிரிவினர் கடந்த காலம் குறித்துக் கொண்டிருக்கும் மனதார மறதி என்பது தலித் இயக்கத்தை ஆணியடித்தது போன்று நிகழ்காலத்தில் பிடித்து நிறுத்துகிறது. தலித் இயக்கம் முன்வைக்கும் கோரிக்கைகளின் அடிப்படையில் சொல்வதென்றால், செல்வாக்குள்ள பிரிவினரின் நலன்களை முன்நிறுத்துவதற்கும், அவற்றைப் பாதுகாப்பதற்கும் அழுத்தம் கொடுக்கும் கருவியாகச் செயல்பட வேண்டிய கட்டாயம் உருவாகிறது. அதனால்தான், தலித் இயக்கம் ஒரு குறிப்பிட்ட நடைமுறைக்குள் கட்டுண்டு, நகர்ப்புறப் பகுதியினர் நலன் சார்ந்து இயங்க வேண்டிய நிர்ப்பந்தத்துக்கு உள்ளாகிறது. தலித் இயக்கத்தின் தொடக்கத்திலேயே இத்தகைய அபாயத்தை இனங்காண முடிந்ததற்கான பெருமையை நாம் பாபாசாஹேபுக்குத்தான் கொடுக்க வேண்டும்.

பாபாசாஹேப் கொண்டுவரும் இரண்டாவது உள்ளடக்கமானது மாற்றுப் பண்பாட்டு விழுமியங்களை ஒரு தனிநபருக்கானதாக மட்டுமல்லாமல் மொத்த இயக்கத்துக்குமானதாக வரையறுக்கும் பிரச்சினையோடு தொடர்புகொண்டதாக இருக்கிறது. மறதி நிலை என்பது உணர்வற்ற நிலையைத் தூண்டிவிடுவதோடு, பழையதை நிராகரிக்கும் அதே சமயத்தில் ஒரு புதிய பண்பாட்டைக் கட்டியமைக்கும் வலிகளோடான முயற்சிகளை ஊனப்படுத்துவதாகவும் இருக்கிறது. பண்பாட்டுரீதியான செயலற்றதன்மையை டாக்டர் அம்பேத்கரால் எப்போதும் பொறுத்துக்கொள்ள முடிந்ததே இல்லை. அவருடைய மொத்த வாழ்க்கையும் இத்தகைய மனநிலைக்கு எதிரான ஓய்வற்ற போராட்டமாகவே இருந்தது என்று சொல்ல முடியும். இருந்தாலும், இயக்கத்துக்கும் அதன் நினைவுகளின் கட்டமைப்புக்கும் இடையேயான உறவை வரையறுப்பது என்று வரும்போது, அது அவரைப் பல பிரச்சினைகளுக்குக் கொண்டுவிட்டது.[7] காந்திஜியோடு டாக்டர் அம்பேத்கர் மிகத் தீவிரமாக மோதிய தளங்களில் இதுவும் ஒன்றாக இருந்தது. காந்திஜி பயன்படுத்திய இந்துக் குறியீடுகள் பெருமளவு மைய நீரோட்ட இந்து மதத்தைச் சார்ந்திருந்ததோடு, சமூக மாற்றத்துக்கான தீவிரச் சக்தியை அதனுள் முதலீடும் செய்தது என்பது அவற்றின் பகுதியாக இல்லாதவர்களை உற்சாகப்படுத்தக்கூடியதாக இருக்க முடியாது. இந்து மதத்துக்கான எதிர்ப்பைப் படைப்பூக்கதோடு வெளிப்படுத்துவதற்கு காந்திய முறையைப் பயன்படுத்துவது என்பது அற்புதமான உள்நோக்கிய தன்மையைக் கொண்டிருக்க வேண்டியுள்ளது. இந்துக் குறியீடுகளை இருமுனைக் கத்தியாகப் பயன்படுத்தியதை, பாபு பின்னால் திரண்ட ஹரிஜன்களால் மட்டுமல்லாமல், சாதி இந்துக்களால்கூட — லோகியாவையும் ராஜாஜியையும் தவிர — புரிந்துகொள்ள முடியவில்லை. பெரும்பாலானோர் அதனுள் மறைந்துகிடந்த நிலைகுலையச்செய்யும் பண்பைக் காணத் தவறியதோடு, அதைக் கொண்டாட்டமாகப் புரிந்துகொண்டு நடைமுறைப்படுத்தினார்கள்.

7 *இவ்விஷயம் குறித்த விவாதத்துக்கு இந்த நூலில் உள்ள மூன்றாவது கட்டுரையைப் பார்க்கவும் (காந்தியும் தலித் பிரச்சினையும்: மார்க்ஸ் மற்றும் அம்பேத்கருடன் ஓர் ஒப்பீடு).*

கோயில் நுழைவுப் போராட்டத்தின்போதுதான் இவர்கள் எதிர்த்து நிற்க வேண்டிய சூழல் உருவானது. ஆனால், பாபுவின் விரோதிகள் அவருடைய உத்திகள் எற்படுத்தும் விளைவுகளைத் தெள்ளத்தெளிவாக உணர்ந்திருந்ததால், [காந்தியை எதிர்த்து நின்றவர்களை எதிர்க்காமல்] அவர்களை அனுமதித்தார்கள். அவருடைய சீடர்கள் தோற்றுப்போன இடத்தில் அவரை எதிர்த்தவர்கள் வென்றார்கள்.

அம்பேத்கரைப் பொறுத்தமட்டில், காந்தி கைக்கொண்ட இயங்கியல் முறை மிகவும் சிக்கலாக இருந்ததோடு, இந்து மதத்தின் கொடுமைகளை ஒழிப்பதற்குப் பயனற்றதாகவும் இருந்தது. இந்து மதத்தைப் பொறுத்தமட்டில் இத்தகைய உள்நோக்கிய பார்வையை வளர்த்துக்கொள்வது சாதியப் படிநிலைக்கு எதிரானது என்ற நிலைப்பாடு அறம் சார்ந்த வெறும் முணுமுணுப்புகளாக மிகச் சுலபமாகச் சீரழிந்துவிடும் என்றே அம்பேத்கர் நினைத்தார். மிகச் சரியாக, காந்திஜியைப் பின்பற்றிய பெரும்பாலானோரிடம் இப்படியாகத்தான் நடந்தது. பாபாசாஹேப் ஒரு புதிய தேவாலயத்தைக் கட்டுவதற்கு (எலியட்டைச் சற்று மாற்றி) திடமான அஸ்திவாரத்தைப் போட நினைத்தார் என்றால், இந்து மதத்தின் வாதாபி கர்பா *(Vatapi Garbha)* அவ்வப்போதான எதிர்ப்புகளை மட்டுமே அனுமதிக்கிறது — அதுவும், பழமைவாதத்தின் செயலற்றதன்மைக்குள் உள்ளிழுத்துக்கொள்ளும் விதமாக. ஆனால், இப்போதைக்குப் பொருத்தமான விஷயம் இதுதான்: அக்கறையோடும் கவலையோடும் இந்திய கிராமங்கள் குறித்து பாபாசாஹேப் சொன்னது ஏறக்குறைய காந்தியம்போல் ஒலிக்கிறது. மாற்றி வாசிப்பதும் அதே அளவுக்கு உண்மைதான். இதுவே என் கதையாடலின் உள்ளடக்கமாகிறது. 1930-களில் காந்திஜிக்கும் அம்பேத்கருக்கும் இடையேயான மோதலுக்குப் பிறகு, இருவருமே மற்றவரைத் தன்வயப்படுத்திக்கொண்டார்கள். கடும் வெறுப்போடான பல மோதல்களின் ஊடாகத்தான் இது சாத்தியப்பட்டது. அதன் குறியீட்டுத் தளத்திலான அழகுக்காகவே முழுக் கதையையும் இங்கு சொல்வது அவசியமாக இருக்கிறது.

II

தீண்டாமைப் பிரச்சினையை காந்திஜி அவரது சுயத்திலிருந்து தொடங்குகிறார். இவ்விஷயத்தில் சுயம் என்பது கூட்டு இந்து சுயத்தைக் குறிப்பதாகிறது. சாதியத் தன்னமைவு என்னும் சிலந்தி வலையை அகற்றுவதற்குத் தனிமனித சுயம் என்ற கருத்தமைவைப் பரந்த தளத்திலான கூட்டு சுயம் என்ற கருத்தமைவாக உருமாற்றினார். ஆனாலும், இத்தகைய விழுமியங்களைத் தனிநபர் தளத்திலும் தன்வயப்படுத்திக்கொள்ள வேண்டிய முக்கியத்துவத்தை எப்போதும் பிடிவாதமாக வலியுறுத்திவந்தார். தீண்டப்படாதவர் சுயத்தின் பகுதியாகிறார். தீண்டாமை ஒழிப்பு இயக்கத்தைச் சுயதூய்மையாக்கம்

என்னும் புனிதச் சடங்காகப் பார்த்தார்: ‘தீண்டாமை ஒழிப்பு இயக்கம் என்பது சுயதூய்மையாக்கத்தையே கொண்டிருக்கிறது’.[8]

சுயம் குறித்து இத்தகைய மதரீதியான அழுத்தத்தை நாம், 1932–ல் செப்டம்பர் மாதம் பூனே ஒப்பந்தம் என்று நடுநிலையாக அழைக்கப்படுவதன் பின்னணியில் வைத்துப் பார்க்க வேண்டியுள்ளது. இந்த ஒப்பந்தம், பாபுவுக்கும் பாபாசாஹேபுக்கும் இடையே மீளிணக்கம் சாத்தியமில்லாத நிலைப்பாடுகளைப் பிரதிநிதித்துவப்படுத்தும் யுத்தத்தில் தீர்மானமாகப் பங்காற்றியதாகப் பார்க்கப்படுகிறது. பாபாசாஹேப் சமூக, பொருளாதார, அரசியல் கட்டமைப்புகளில் அதிகாரம் பெறுவதற்கு தலித்துகளுக்குகென்று ஒரு தனித்த அரசியல் அடையாளத்தைக் கட்டியெழுப்பும் தளத்திலிருந்து பிரச்சினையை வரையறுத்தார் என்றால், காந்திஜியைப் பொறுத்தமட்டில் அது முழுக்க மதரீதியான பிரச்சினையாக இருந்தது. மேலும், அது இந்து மதத்துக்குள்ளான கேள்வியாகவும் இருந்தது. டாக்டர் அம்பேத்கரால் மிகத் தீவிரமாகப் பிரதிநிதித்துவப்படுத்தபட்ட இந்தப் புதிய நிலைப்பாட்டின் சவாலை காந்தி சாதாரணமாக எடுத்துக்கொள்ளவில்லை. வரலாற்றுச் சான்றை அடிப்படையாகக் கொண்டு சொல்வதென்றால், இந்த யுத்தத்தில் வென்றது காந்திஜிதான். மேலும், இன்றுவரை அம்பேத்கரியர்களிடம் இந்த வடு மிக ஆழமாக நிலைத்திருக்கும் ஒன்றாக இருக்கிறது. ரவீந்திர குமார் சரியாக ஊகித்துள்ளதுபோல், ஒருவேளை காந்திஜி இறந்துவிட்டால் தலித்துகள் மிக மோசமாகப் பழிவாங்கப்படுவார்கள் என்ற அச்சமே இந்த ஒப்பந்தத்தை ஏற்றுக்கொள்ள அம்பேத்கரை நிர்ப்பந்தித்திருக்க வேண்டும்.[9] எப்படியிருந்தாலும், சகலமும் தேசத் தந்தைக்குச் சாதகமாக இருந்தன. அதிர்ஷ்டவசமாக, வரலாற்றுப் பார்வையிலிருந்து சொல்வதென்றால் அற்ப சந்தோஷங்களைக் கொண்டாடும் வகையான மனிதர் அல்ல காந்திஜி. அவருக்கு உண்மைதான் மிக முக்கியமானதாக இருந்தது. தன்னுடைய வெற்றியானது திடமான அஸ்திவாரத்தில் நிற்கவில்லை என்பதை காந்தி இதயபூர்வமாக உணர்ந்திருந்தார். செருக்கற்ற கர்ணனுக்கு வரலாற்றின் கிருஷ்ணன் உதவ முன்வந்தான். காந்திஜிக்கு உண்மை தெரிந்தாக வேண்டும். காந்திஜியின் சிந்தனைகளை மிக அற்புதமாகக் கையாண்டிருக்கும் ராகவன் ஐயர், காந்திஜியின் வாழ்க்கையில் மகாபாரதத்தின் சிக்கலான முக்கியத்துவத்தைக் கண்டெடுக்கிறார். ‘தர்மம் என்பது உண்மையை, அகிம்சையைக் குறிக்கிறதே தவிர, புறத்தளத்திலான சடங்குகளை அல்ல’ என்று தன்னுடைய கருத்துக்கு ஆதரவாக காந்திஜி மகாபாரதத்தைப் பயன்படுத்திக்கொண்டார். இந்தப் புனித நூலானது சாகாவரம் பெற்ற இரண்டு ஒழுக்க விதிகளை நமக்குக் கொடுத்திருப்பதாக முன்வைக்கிறார்: 1) தர்மத்தின் சட்டத்தில் அகிம்சையே ஒப்பற்றது. 2) சத்தியம் அல்லது உண்மையைத் தவிர தர்மத்தின் சட்டங்கள் என்று வேறேதும் கிடையாது.[10]

8 *Harijan I (1933): 8.*

9 *Ravinder Kumar (1985: 21).*

10 *Raghavan Iyer (1973: 226).*

அரூப வடிவிலும் ஸ்தூல வடிவிலும் தர்மத்தோடு காந்திஜிக்கு இருந்த அசைக்க முடியாத அர்ப்பணிப்பிலிருந்து விளைந்ததுதான் அவர் மேற்கொண்ட எரவாடா உண்ணாவிரதம். சத்தியத்துக்கும் தர்மத்துக்கும் இடையேயான துயரமான இடைவெளியை இம்முறை காந்திஜி மிக ஆழமாக உணர்ந்திருந்தார் என்பதாகவே நான் நினைக்கிறேன். மேலும், அம்பேத்கர் தீண்டாமையைப் பார்க்கும் முறையிலும் உண்மை இருக்கலாம் என்பதால் அதையும் பரிசோதித்துப்பார்க்க வேண்டியதாகிறது. இப்படியாகத்தான் இந்திய வரலாற்றிலேயே மிக அற்புதமான மோதல் ஒன்று தொடங்கியது. 'ஹரிஜன்' பக்கங்கள்தான் இதற்கான நெகிழவைக்கக்கூடிய சாட்சியாகின்றன. 'ஹரிஜன்' முதல் இதழிலேயே (11, பிப்ரவரி 1933) அம்பேத்கர், காந்தி இருவருமே இந்தப் பிரச்சினை தொடர்பாக அவரவர்களுடைய பார்வைகளை நேர்மையாக முன்வைத்தார்கள். காந்திஜி சில விஷயங்கள் குறித்து மிக ஆழமாகச் சிந்தித்து அவருக்கே உரிய பாணியில், சொல்லணிகள் இல்லாமல் நேரடித்தன்மையில் எழுதினார். அம்பேத்கரின் கேள்வி: 'நீங்கள் ஏன், உங்கள் இயக்கத்தைத் தீண்டாமை ஒழிப்புக்கு மட்டுமானதாகக் குறுக்கிக்கொள்கிறீர்கள்? மொத்தமாக, சாதிய முறைமையை ஏன் ஒழித்துக்கட்டக் கூடாது? சாதிக்கும் சாதிக்கும் இடையே, சாதிக்கும் தீண்டாமைக்கும் இடையே வேறுபாடுகள் இருக்கிறதென்றால் அது அளவு சம்பந்தப்பட்டதுதானா?' காந்திஜியின் பதில்:

> இன்று இந்து மதத்தில் நடைமுறைப்படுத்தப்படும் தீண்டாமை என்பது என்னைப் பொறுத்தமட்டில் கடவுளுக்கும் மனிதனுக்கும் எதிராகச் செய்யப்படும் பாவச்செயலாக இருக்கிறது. அதனால்தான், இந்து மதத்துக்குள் இந்த விஷம் கொஞ்சம்கொஞ்சமாகப் பரவி அதன் உயிர்நாடிகளை அழித்துக்கொண்டிருக்கிறது. இந்தியாவில் கணக்கிலடங்காத சாதிகள் காணப்படுகின்றன. அவை சமூக நிறுவனங்களே. ஒருசமயத்தில், அவை பயனுள்ள வழியில் பங்காற்றியுள்ளதுபோல், ஒருவேளை இன்றுகூட ஓரளவுக்குச் செய்துகொண்டிருக்கலாம்... இவற்றில் பாவம் என்று ஏதுமில்லை. இதற்குள்ளாக இருப்பவர்களின் பொருளாதார வளர்ச்சியை இவை தடைசெய்யலாம். ஆனால், ஆன்மீக வளர்ச்சிக்கு இவை தடையாக இருப்பதில்லை. ஆக, சாதிய முறைமைக்கும் தீண்டாமைக்கும் இடையேயான வேறுபாடானது அளவு சார்ந்தது மட்டும் கிடையாது, பண்பு சார்ந்ததாகவும் இருக்கிறது.[11]

காந்திஜியின் இத்தகைய பார்வைகளும் வர்ணாஸ்ரம தர்மம் மீதான அவரது நம்பிக்கையும், அவருடைய பழமைவாதச் சமூகத் தத்துவத்தின் மையமாக அர்த்தப்படுத்தப்பட்டு, தீவிரைச் செயல்பாட்டாளர்களால் மிகக் கடுமையாகத் தாக்கப்பட்டார். ஒருவிதத்தில், இதைச் சாதிய சமத்துவம் குறித்தான அறிக்கையாகக்கூட வாசிக்க முடியும். இப்படியாக வாசிக்கப்படுவதில் பெரும்பாலான இந்துச் சுதந்திரவாதிகளுக்குப்

11 Harijan I (1993): 2.

பிரச்சினை ஏதும் இருக்கப்போவதில்லை. குறிப்பாக மேல்சாதி, இடைச்சாதி அறிவுஜீவிகளெல்லாம் சாதிய முறைமை அதன் உறுப்பினர்களுக்கு ஒருவிதமான அடையாள உணர்வைக் கொடுக்கும் ஆற்றலைக் கொண்டிருப்பதால் அதைச் சாதகமாக வரையறுக்கவும் செய்யலாம். சர்வதேசிய மூலதனத்தின் ஒற்றைப்படுத்துதல் போக்கின் அடிப்படையில் இத்தகைய குணங்கள் வரவேற்கப்படவும் செய்யலாம். ஆனால், தலித்துகள் பார்வையிலிருந்து பார்க்கும்போது, இது முற்றிலுமாக வேறாக இருக்கிறது. சாதிய முறைமையானது தலித்துகளுக்கு அடையாளத்தையும் பாதுகாப்பையும் வழங்குவதற்குப் பதிலாகத் தொடர்ந்து அவமதிப்பையும் ஒதுக்குதலையும் கொண்டு தொடர்ந்து மிரட்டிக்கொண்டிருக்கிறது. அதுபோலவே தலித்துகளுடைய அடையாளம் என்பது அவர்களைப் பொறுத்தமட்டில் அவ்வளவு சுலபத்தில் அழிக்க முடியாத இழிவை அதனுள் கொண்டிருப்பதாகிறது. இத்தகைய பின்னணியில், சாதிய முறைமையை ஆதரித்தாலோ, அதைச் சாதகமான முறையில் வைக்க முயன்றாலோ அது தலித் இயக்கத்தால் சந்தேகக்கண் கொண்டே பார்க்கப்படுகிறது. மிகத் துல்லியமாக, 'ஹரிஜன்' முதல் இதழில் இத்தகைய நிலைப்பாட்டைத்தான் பாபாசாஹேப் முன்வைக்கிறார்:

> 'ஒதுக்கப்பட்டவர்கள் என்பது சாதிய முறைமையின் விளைவுதான். சாதிகள் இருப்பதுபோலவே ஒதுக்கப்பட்டவர்கள் இருப்பார்கள். சாதிய முறைமையை ஒழிக்காமல் ஒதுக்கப்பட்டவர்களின் விடுதலையை எதாலும் சாதிக்க முடியாது. வெறுக்கத்தக்க இரக்கமற்ற இந்த வறட்டுத்தனங்களை ஒழித்துக்கட்டாமல், வரக்கூடிய போராட்டங்களில் இந்துக்களை எதாலும் காப்பாற்றவும் முடியாது, அவர்களுடைய இருப்பை உத்தரவாதப்படுத்தவும் முடியாது...'[12]

இந்தச் சிறிய அறிக்கையானது காந்திஜியுடன் முரண்பட்ட பின்னணியில் சுவாரஸ்யமாகச் சொல்லப்பட்டதுதான் என்றாலும், இதுவே கடந்த இரு பத்தாண்டுகளாக தலித் இயக்கத்தின் அறிக்கையாக இருந்துவருகிறது. இந்த அறிக்கையின் தொனியானது தலித் இயக்கத்துக்கென்று ஒரு தனித்த அடையாளத்தை வழங்கியிருப்பதோடு, மற்ற வடிவங்களிலான சூத்திரர்களின் எதிர்ப்பிலிருந்து வேறுபட்டதாகவும் இருக்கிறது. சாதிய முறைமையை காந்திஜி ஆதரித்தது என்பது 1930-களிலேயே தீவிர விமர்சனத்துக்கு உள்ளானது. இந்த விமர்சனங்களை அவரால் முழுமையாக ஏற்றுக்கொள்ள முடியவில்லை என்றாலும், 1930-களின் மத்தியில் இத்தகைய தாக்குதல்களில் சில நியாயங்கள் இருக்கின்றன என்று ஒப்புக்கொண்டார். இடதுசாரி-காந்தியவாதிகளில் மிகவும் படைப்பூக்கம் கொண்டவரான ராம் மனோகர் லோகியா, சாதிய முறைமையின் தாக்கங்களை ஒருசில வகைகளில் ஆராய்ந்து, அம்பேத்கரிய நிலைப்பாட்டுக்கு மிக நெருக்கமாக வருகிறார்.[13] நவீன நாகரிகத்தின் மனிதத்தன்மையற்ற

12 *Ibid.: 3.*

13 *லோகியாவுக்கும் அம்பேத்கருக்கும் இடையேயான கோட்பாட்டுரீதியான நெருக்கத்துக்குப் பார்க்கவும்: Rammanohar Lohia (1964).*

போக்குகள் மீதான அவநம்பிக்கையில், அதே அளவுக்கு அபாயகரமான அமைப்பைக் கொண்டுள்ள சாதியச் சமூகத்தைச் சற்று மென்மையாகப் பார்த்தார் காந்திஜி.[14] லோகியாவுக்குச் சாதிய முறைமையின் மேல் இத்தகைய மாயை ஏதும் கிடையாது. அதனால்தான், மரபான இந்தியாவின் அநீதிப் பண்புகள் குறித்தும், சுயமாக நீடித்திருக்கும் சாதியத்தின் தொழில்நுட்பம் குறித்தும் பல நுட்பமான கோட்பாடுகளை லோகியாவால் வளர்த்தெடுக்க முடிந்தது.

காந்திஜிக்கும் தீவிரையாளர்களுக்கும் இடையேயான வேறுபாடுகளை வேறு விதமான வகைப்பாடுகளைக் கொண்டும் விவாதிக்க முடியும். காந்திஜி, 'அமைப்பாக்க விதிகளின்படி' (*constitutive rules*) சாதிய முறைமையில் தவறேதும் இல்லை என்றும், ஆனால் 'ஒழுங்கமைப்பு விதிகளில்'தான் (*regulative rules*) ஏதோ தவறாகிப்போனது என்றும் திடமான நம்பிக்கை கொண்டிருந்தார்.[15] மிகவும் பலமான ஓர் இயக்கம்தான் இதைச் சரிசெய்து அதன் நோக்கத்துக்கு அதைக் கொண்டுசெல்லும் சக்தியைக் கொண்டிருக்க முடியும் என்றும் நம்பினார். ஆனால், தீவிரையாளர்கள் இதை ஏற்றுக்கொள்ள மறுத்தார்கள்: இவர்களைப் பொறுத்தமட்டில் அமைப்பாக்க விதிகள், ஒழுங்கமைப்பு விதிகள் என்று வேறுபடுத்திப்பார்ப்பது தார்மீகரீதியாகவும் தத்துவார்த்தரீதியாகவும் ஏற்றுக்கொள்ள முடியாததாக இருந்தது. சாத்தியப்படக்கூடிய ஒரே மாற்று என்னவென்றால், முந்தைய தொகுதிகளை எல்லா நிலைகளிலும் முற்றிலும் நிராகரிக்கக்கூடிய வேறான விதிமுறைகளின் தொகுதிகளை வரையறுப்பது, தெளிவாக முன்வைப்பது என்பதாகவும் இருந்தது. சுவாரஸ்யமாக, காந்திய வரையறையான சாதிய முறைமையின் அமைப்பாக்க விதிகளை அம்பேத்கர் நிராகரித்தாலும், வேறு வழியில்லாமல் பாபு முன்வைத்த விதிமுறைகளுக்கு உட்பட்டுதான் அவர் செயல்பட்டார்.[16] பாபாசாஹேபும் அவருடைய ஆதரவாளர்களும் வழிநடத்திய கோயில் நுழைவுப் போராட்டத்தை எடுத்துக்கொண்டால் இது தெளிவாகிறது. இரண்டு கோயில் நுழைவு சத்தியாகிரகப் போராட்டங்கள்: முதலாவது, பூனேவில் உள்ள பார்வதி கோயில் நுழைவுப் போராட்டம் (1929); இரண்டாவது, நாசிக்கில் உள்ள காலாராம் கோயில் நுழைவுப் போராட்டம் (1930–1935). இவ்விரண்டும் கூடுதல் முக்கியத்துவம் கொண்டவையாக இருக்கின்றன. பார்வதி கோயில் போராட்டத்தில் அம்பேத்கர் நேரடியாகக் கலந்துகொள்ளவில்லை என்றாலும், அவர்தான் இந்தப் போராட்டத்துக்கு ஊக்குசக்தியாக இருந்தார். எலினார்

14 நவீன நாகரிகத்தின் மீதான காந்திஜியின் விமர்சனங்களுக்குப் பார்க்கவும்: Bhikhu Parekh (1982: 11–36).

15 இந்தச் சூழ்நிலைகளை வாசிப்பதற்கு விட்கென்ஸ்டைனின் வகைமைகளைப் பயன்படுத்தும் சாத்தியப்பாடு குறித்து நண்பர் முனைவர் சத்தியா கௌத்தனுடான விவாதத்தில் தோன்றியது.

16 மகாராஷ்டிரா, குஜராத்தில் நடந்த கோயில் நுழைவுப் போராட்டம் குறித்த வாசிப்புக்குப் பார்க்கவும்: Makarand Mehta (1993).

ஸெல்லியட் (Eleanor Zelliot) இந்தச் சத்தியாகிரகப் போராட்டத்தின் முக்கியத்துவத்தை இவ்வாறு தொகுத்தளிக்கிறார்:

> காந்திஜியோ காங்கிரஸோ அங்கீகரிக்கவில்லை என்றாலும், இந்தப் போராட்டமானது காந்திய பாணியில்தான் நடத்தப்பட்டது. காந்திஜியின் பெயர் பயன்படுத்தப்படவில்லை என்றாலும், இந்தச் சத்தியாகிரகப் போராட்டத்துக்கான உத்தியும் உந்துதலும் சந்தேகத்துக்கு இடமில்லாமல் காந்திஜியின் போதனைகளிலிருந்து பெறப்பட்டதாகவே இருந்தன. அம்பேத்கர் மற்றும் உள்ளூர் மகர் தலைவர்களால் ஏற்பாடுசெய்யப்பட்ட காலாராம் கோயில் சத்தியாகிரகப் போராட்டமானது கோயிலுக்குள் நுழையும் உரிமைக்காகவும் வருடாந்திரத் திருவிழாக்களில் கலந்துகொள்ளும் உரிமைக்காகவும் ஆயிரக்கணக்கான தீண்டப்படாதவர்களால் இடைவெளி விட்டுவிட்டுத் தொடர்ந்து நடத்தப்பட்டது. பூனேவில் உள்ள பார்வதி கோயில் சத்தியாகிரகப் போராட்டத்தில் நடந்ததுபோலவே இந்த முயற்சியும் வெற்றிபெறவில்லை. இருந்தாலும், காலாராம் சத்தியாகிரகப் போராட்டத்தின் விளைவு என்னவென்றால், சத்தியாகிரகப் போராட்ட முறை மீதும், காங்கிரஸ் நிலைப்பாட்டின் மீதும் எழுந்த ஏமாற்றங்களை மேலும் வளர்த்தெடுத்ததோடு மட்டுமல்லாமல், இந்து மதத்தை நிராகரிப்பதற்கும் அப்போது தீண்டப்படாதவர்கள் மத்தியில் காணப்பட்ட அரசியல் நிலைப்பாட்டைத் தனியான ஒன்றாகப் பலப்படுத்துவதற்கும் வழிவகுத்துக் கொடுத்தது.[17]

கோயில் நுழைவுப் போராட்டம் என்ற குறியீட்டுரீதியான அரசியலில் உள்ளிணைந்திருக்கும் முரண்பாட்டைக் கவனத்துக்குக் கொண்டுவருவதில் அம்பேத்கர் வெற்றிபெற்றார். வெகுஜன இந்து மதத்தின் மையமாகக் கோயில் இருப்பதால், இந்தப் போராட்டத்தில் உள்ள முரண்பாடுகளைப் புரிந்துகொள்வதென்பது இன்றைய தலித் இயக்கங்களுக்கும் உதவக்கூடியதாக இருக்கும்.

நாம் இங்கு சற்று நிறுத்தி, கோயிலின் குறியீட்டுரீதியான பண்புக்கும், அதோடு காந்திஜி கொண்டிருந்த உறவு குறித்தும் சிந்தித்துப்பார்ப்போம். இந்துப் பண்பாட்டில் கோயில்கள் எப்போதுமே ஆன்மீக சந்தோஷத்துக்கானதாகவும் பொருளியல் அதிகாரத்துக்கான குறியீடாகவும்தான் இருக்கின்றன. கர்நாடகாவில், பன்னிரண்டாம் நூற்றாண்டு வீரசைவ இயக்கத்தின் மாபெரும் துறவி–தலைவரான பசவண்ணர், கோயில் என்பது அதிகாரத்தின் கருவியாக மாறிவிட்டதால் அதை முற்றிலுமாக நிராகரித்தார். அவர் மானுட உடலையே கோயிலாகப் பார்த்தார். ஆனால், வைணவர்கள் இவ்விஷயத்தை வேறு விதமாக அணுகுகிறார்கள். வைணவர்களின் குறியீட்டுவாதத்தில் கோயில் மேலான பாத்திரத்தைக் கொண்டிருக்கிறது. கோயில் குறித்து காந்திஜி மிகக் குழப்பமான பார்வையே கொண்டிருந்தார். அதாவது, வைணவ

17 *Eleanor Zelliot (1972: 82–3).*

அடிப்படையில் கோயில் மீதான பற்றுதலுக்கும், ஒருவிதமான அத்வைதம் சார்ந்த நிராகரிப்புக்கும் இடையேயான ஆழமான மோதலை இந்தக் குழப்பம் வெளிப்படுத்துவதாக இருந்தது.[18] 'ஹரிஜன்' இதழ் ஒன்றில், 'கடவுள் எப்போதும் உருவமற்றவர் என்று நம்புகிறவன் நான்' என்றே காந்திஜி எழுதியிருக்கிறார்.[19] இந்த நிலைப்பாட்டுக்கு ஏற்றாற்போல், கோயில் நுழைவுப் போராட்டக் காலங்களில் அவர் எப்போதும் கோயிலுக்குச் சென்றதில்லை என்பதையும் நாம் இணைத்துப்பார்க்க வேண்டியுள்ளது. காந்திஜியிடம் இரண்டு தனித்தன்மைகள் காணப்பட்டன: அதில் ஒன்று, மானுட உடல்தான் கோயில் என்று பசவண்ணர்போல் நம்பிக்கை கொண்டிருக்கும் மரபார்ந்த தீவிரை ஆன்மீகப் பார்வை என்றால் இரண்டாவது, வரலாற்று நிகழ்வுகளின் போக்கைத் தீர்மானிக்க விரும்பும் நவீனக் குறுக்கீட்டாளராக இருப்பது. இவ்விரண்டையும் ஒன்றிணைக்க முயன்றார் என்றாலும் அதில் எப்போதும் அவர் வெற்றிபெற்றார் என்று சொல்ல முடியாது. இதில் அவருக்கு ஏற்பட்ட நுட்பமான தோல்விகள், அவரை மிகக் கடுமையாக நையாண்டிசெய்யும் அளவுக்குக் கொண்டுவிட்டன. தனக்கு ஒன்றும் மற்றவர்களுக்கு ஒன்றுமான நிலைப்பாட்டை பசவண்ணர் எடுத்திருக்க மாட்டார். கோயிலை எதிர்த்த தீவிரை ஆன்மீகவாதிகளின் நிலைப்பாடும், கோயிலைப் போற்றும் வைணவத்தின் நிலைப்பாடும் மீளிணக்கம் காண முடியாதவையாக இருந்தன. ஒருவேளை காந்திஜியும் இந்த முரண்பாட்டை உணர்ந்திருக்கலாம். அதனால்தான், இவ்விரு நிலைப்பாடுகளையும் ஒன்றிணைப்பதற்கு, இவற்றுக்கு இடையே காணப்படும் முரண்பாடுகளை அமைப்பாக்க விதிகளுக்கும் ஒழுங்கமைப்பு விதிகளுக்கும் இடையேயான முரண்பாடுகளாகப் பார்க்க அவர் முயன்றார். இத்தகைய அணுகுமுறையானது கோயில் அழுகிப்போகக்கூடிய தன்மையைக் கொண்டது என்று விளக்கம் கொடுக்கும் அதே சமயத்தில், கோயில்களின் ஆன்மீக முக்கியத்துவத்தைப் பாதுகாப்பதற்கான முயற்சியாகவும் இருந்தது. இங்கு மிகக் கடினமான ஒன்றைச் செய்ய காந்திஜி முயல்கிறார்: 'கற்களாலும் கலவைகளாலும் ஆன கோயில்கள் என்பவை வேறேதும் இல்லை, அவை மனித உடல் என்னும் கோயிலின் நேரடியான நீட்சிதான். அதன் கருத்துருவாக்க அடிப்படையில் அவை சந்தேகத்துக்கு இடமில்லாமல் கடவுளின் இருப்பிடங்கள்தான் என்றாலும், மனித உடல் என்ற கோயில் எத்தகைய சட்டங்களுக்கு உட்பட்டதாக இருக்கிறதோ அதே அழுகிப்போகும் சட்டங்களுக்கு உட்பட்டவைதான் கோயில்களும்'.[20]

காந்திஜியின் இத்தகைய முயற்சிகூட அவருடைய விமர்சகர்களைத் திருப்திப்படுத்தவில்லை. ஆச்சரியமாக, கோயில் மீதான காந்திஜியின் இத்தகைய நம்பத்தகாத பிடிமானத்தோடு முரண்பட்டவர் ரபீந்திரநாத் தாகூர்தான். அவர் எழுதிய மறுப்பு, ஏப்ரல் 1, 1933 'ஹரிஜன்' இதழில்

18 காந்திஜியை அத்வைதியாக வாசிப்பதற்குப் பார்க்கவும்: Ramachandra Gandhi (1986: 31–43).

19 Harijan, 8 July 1944.

20 Harijan I (1933): 5.

பிரசுரிக்கப்பட்டது: ‘அன்புள்ள மகாத்மாஜி, மக்களில் குறிப்பிட்ட ஒருசிலர் சுரண்டுவதற்கென்றே பிரத்யேகமாகக் கற்களாலும் கலவைகளாலும் கட்டப்பட்டுள்ள கோயில்களுக்குள் புனிதத்தன்மை உள்ளது என்று நீங்கள் சொல்வதை என்னால் கொஞ்சமும் ஏற்றுக்கொள்ள முடியவில்லை. எளிமையான மனதைக் கொண்ட மக்கள், எவ்விதச் செயற்கையான இடையூறுகளும் இல்லாமல் வெட்டவெளிகளில் கடவுளின் இருப்பை உணரும் சாத்தியங்கள் இருக்கின்றன என்று நான் திடமாக நம்புகிறேன்.’[21]

உண்மைதான், கோயில்கள் குறித்தான தன்னுடைய நிலைப்பாட்டை விளக்குவதற்கு காந்திஜி இதற்கு மேல் எதையும் முன்வைக்கவில்லை.

காந்திஜி இந்துக் குறியீடுகளையும் கோயில் நுழைவையும் கையாண்ட விதத்திலும் நாம் இரண்டு விதமான நிலைப்பாடுகளை இணைப்பதற்கான முயற்சியை இனங்காண முடியும்: ஒரு பௌராணிகராக விளக்கங்கூற முயல்பவர்; அதோடு மக்களின் உடனடித் தேவைகள் மீது ஒரு கண் வைத்திருக்கும் நுட்பமான அரசியல் குறுக்கீட்டாளர். பௌராணிகர் எப்போதும் பனுவல்களையும் குறியீடுகளையும் மறுவாசிப்பு செய்வதில் அலாதியான மோகம் கொண்டவராகிறார். இத்தகைய மறுவாசிப்பில், அமைப்பாக்க விதிகளையும் ஒழுங்கமைப்பு விதிகளையும் பயனுள்ள வகையில் பிரித்துப்பார்க்கும் ஆற்றலில்தான் தொன்மரீதியானதைக் கறார்த்தன்மையோடு அணுகுவது அடங்கியுள்ளது. தொடக்கத்தில் இதற்கு வேறு அர்த்தத்தைக் கொண்டிருந்தது என்று காந்திஜி அடிக்கடி சொல்லக்கூடியதாக இருந்தது: ஒரு பௌராணிகரின் உணர்வுபூர்வமான கற்பனையால், ஒரு பனுவலுக்கு அல்லது ஒரு குறியீட்டுக்கு விருப்பப்படும் அர்த்தத்தைக் கொடுக்க முடியும். சந்தேகத்துக்கு இடமில்லாமல், இந்துக் குறியீட்டியலோடு காந்திய வழிமுறை கொண்ட உறவு இத்தகைய தன்மை கொண்டதாகவே இருந்தது. ஓர் அரசியல் குறுக்கீட்டாளரான, யதார்த்தவாதியான காந்திஜியால் ஹரிஜன்களுக்கு வேறு மாற்றுகள் சாத்தியப்படாததால், கோயில் மீதான அவர்களுடைய ஆழமான ஏக்கத்தைப் புரிந்துகொள்ள முடிந்தது. முன்னரே சொன்னதுபோல் கோயில்கள் எப்போதும் ஆன்மீக சந்தோஷத்துக்கானதாகவும், பொருளியல் பெருமையின் குறியீடாகவுமே இருந்திருக்கின்றன. பொதுவாக, கோயில்களுக்குள் நுழையும் உரிமையையும் மதரீதியானவற்றில் சம உரிமையையும் கோருவதன் மூலமே தலித்துகள் அவர்களுடைய புதிய அடையாளத்தை முன்னிறுத்தினார்கள். தலித்துகளைப் பொறுத்தமட்டில் இவ்விரண்டு தளங்களும், அதாவது ஆன்மீக சந்தோஷமும் பொருளியல் பெருமையும் மிகத் தீவிர யதார்த்தங்களாக இருந்தன.

இருந்தும், குறிப்பிட்ட மதரீதியான மரபு தங்களுக்கான சுயமரியாதையை மறுதலிக்கும்போது, கோயில்களில் அவர்களுடைய மரபான கடமைகளைச் செய்ய மறுப்பதன் மூலமும் தலித்துகள் அவர்களுக்கான சுயமரியாதையை முன்நிறுத்தினார்கள். இத்தகைய சந்தர்ப்பங்களில், அதாவது அவர்களுக்கான

21 Ibid.: 36.

சுயமரியாதை மறுதலிக்கப்படும்போது, தலித் இயக்கம் எடுக்க வேண்டிய நிலைப்பாடு எளிமையான ஒன்றாகிறது. இத்தகைய நிலைப்பாடுகளுக்கு அதன் ஆதரவையும் கொடுத்தது. ஆனால், கோயில் நுழைவுப் போராட்டத்தைப் பொறுத்தமட்டில் தலித் இயக்கம் பல முரண்பாடுகளைச் சந்திக்க வேண்டியிருந்தது. கோயில் நுழைவுப் போராட்டத்தை ஆதரிப்பதன் மூலம், அது எத்தகைய குறியீடுகள் சார்ந்த கட்டுமானத்தை எதிர்த்துப் போராடுவது என்று தீர்மானித்திருக்கிறதோ அதே கட்டுமானத்தைக் காப்பாற்றும் குற்றவுணர்வுக்கு உள்ளாக வேண்டியிருந்தது. மறுபுறத்தில், கோயில் நுழைவுப் போராட்டத்தைத் தீர்மானமாக நிராகரிப்பது என்பது கோயிலென்பது பொருளியல் அதிகாரமும் அந்தஸ்தும் கொண்டிருக்கும் கட்டுமானம் என்பதை முற்றாக நிராகரிப்பதாகிறது. மேலும், தலித்துகளிடமிருந்து இயக்கம் அந்நியப்பட்டுப்போகும் அபாயத்தையும் உட்கொண்டுள்ளது.

இந்தப் பிரச்சினைக்கு மற்றொரு முக்கியமான பரிமாணம் ஒன்று உள்ளது. ஒரே கடவுளைப் பல்வேறு வடிவங்களிலும் முறைகளிலும் வழிபடுவதற்கான உரிமையானது மத்திய கால பக்தி இயக்கத்தின் முக்கியக் கூறாக இருந்தது. மத்திய காலத் தமிழ், கன்னட பக்தி இலக்கியங்களில் காணப்படும் வேடவரான கண்ணப்பரின் கதையானது இதற்கான மிகச் சிறந்த எடுத்துக்காட்டாகிறது. சிவனை கண்ணப்பர் ‘மாமிச உணவு’ கொண்டு வழிபட்டதானது சைவ உணவைப் போற்றும் உயர்சாதிப் பூசாரிகளைத் திகிலடையச்செய்தது.

‘இறை நம்பிக்கை’ கொண்ட காந்தியவாதிகள் மட்டும்தான் கோயில் நுழைவுப் போராட்டத்தைத் தொடங்கவும் முடியும், தொடரவும் முடியும். மற்றவர்களைப் பொறுத்தமட்டில், அது போலியான செயல்பாடாகத்தான் இருக்க முடியும். காந்தியின் விதிமுறைகளுக்கு ஒத்துச் செயல்பட்ட பாபாசாஹேப், போலி நம்பிக்கை சார்ந்த செயல்பாட்டின் பரிமாணத்தையும் இயக்கத்துக்குள் அது உருவாக்கிய முரண்பாடுகளையும் மிகச் சீக்கிரத்தில் உணர்ந்துகொண்டார். ஏனெனில், இந்து மதச் சட்டகத்துக்குள்ளிருந்து தீண்டப்படாதவர்களின் பிரச்சினைக்குத் தீர்வுகாண்பதில் உள்ள சாத்தியங்கள் மீதான சந்தேகத்தால் ஏற்கெனவே பெரும் வேதனையை அவர் அனுபவித்துக்கொண்டிருந்தார். மேலும், பௌராணிகராக இருப்பதற்கான எதையும் அம்பேத்கர் கொண்டிருக்கவில்லை. இத்தகைய அர்த்தத்தில், பௌத்தத்துக்குப் போவதற்கு முன்பே, முதல் தலைமுறை பௌத்தருக்கான எல்லாப் பண்புகளையும் அவர் கொண்டிருந்தார். கடினமான பாதையில் பொருள்கோளியல் எதுவும் இல்லை. எளிமையான, நேரடியான வாசிப்பு முறைதான் அம்பேத்கரின் பலமாக இருந்தது. பக்குவப்படாத மனிதர்களிடம், அர்த்தப்பாடுகளை உருவாக்குவது, விளக்கவுரைகள் கொடுப்பது எல்லாம் மிகச் சுலபமாகப் போலியாகச் சீரழிந்துபோகும். ஆனால், அம்பேத்கர் மிக வேகமாகச் செயல்பட்டு, 1935-ல் இந்து மதத்திலிருந்து விடைபெற்றுக்கொண்டார்.

அம்பேத்கரின் நிலைப்பாட்டைப் பெரும்பாலான தீண்டப்படாதவர்கள் ஆதரித்தார்கள் என்பதால் மட்டுமே அது முக்கியமானதாகிவிடவில்லை. மாறாக,

பலர் அவருக்கு எதிராக நின்றார்கள் என்பதற்குப் போதுமான ஆதாரங்களைக் காட்ட முடியும். எம்.சி.ராஜா போன்ற செல்வாக்குபெற்ற தலைவர்கள், காந்திஜிக்குதான் சாதகமாகவே இருந்தார்கள். ஆனால், அம்பேத்கரைப் பொறுத்தமட்டில் பௌராணிகரின் திறமையால் பயனேதுமில்லை. இந்து மதம் என்பதே அறிவற்றது (அவித்யா) அல்லது அறியாமையைக் கொண்டது என்றும், அதைப் புத்தாக்கம் செய்ய முடியாது என்றுமே நம்பினார்.

காந்திய விதிமுறைகளுக்கு உட்பட்டுக் கோயில் நுழைவுப் போராட்டங்களை நடத்திக்கொண்டிருக்கும்போதே அம்பேத்கர் மாற்று வழிமுறைகள் குறித்துச் சிந்தித்து, அதற்கான வேலைகளையும் தொடங்கியிருந்தார். இது தொடர்பாக, தீண்டப்படாதவர்கள் பொதுத் தண்ணீரைப் பயன்படுத்தும் உரிமைக்காக அவர் 1927–ல் நடத்திய மஹத் குளப் போராட்டம், சற்றுத் தீவிரமான வாசிப்பை வேண்டுகிறது. கோயிலுக்கும் குளத்துக்கும் இடையே உலகளவு வேறுபாடுகள் காணப்படுகின்றன. அம்பேத்கர் இந்தப் போராட்டத்தைத் தலைமைதாங்கி நடத்திய விதத்தைப் புரிந்துகொள்வது, காந்திஜிக்கும் அவருக்கும் உள்ள வேறுபாட்டைப் புரிந்துகொள்வதற்குப் பயனுள்ளதாக இருக்கும். மஹத் போராட்ட மாதிரியில் அம்பேத்கர் தீண்டப்படாதவர்களின் பிரச்சினையைக் குடிமை உரிமைப் பிரச்சினையாக முன்வைப்பதற்கு அழுத்தம் கொடுத்தார். இப்படியாக முன்வைக்கப்படும்போது எல்லோரும் — அதாவது கிறிஸ்தவர்கள், இஸ்லாமியர்கள், மதச்சார்பற்றவர்கள் — மதத்தின் தனிப்பட்ட வெளிக்குள் அத்துமீறி நுழைகிறோம் என்று நினைக்காமல் இந்தப் போராட்டத்துக்கு ஆதரவு தெரிவிக்க முடியும். கேரளத்தில் வைக்கம் கோயில் நுழைவுப் போராட்டம் இத்தகைய பண்பைப் பெறவிருந்தபோது, அதாவது மதச்சார்பின்மைப் பிரிச்சினையாக மாற்றும் முயற்சிகளை காந்திஜி எதிர்த்தார். அவர் வைக்கம் கோயில் நுழைவுப் போராட்டத்தை முழுக்க இந்து மதத்துக்குள்ளான மதரீதியான பிரச்சினையாகவே பார்த்தார். நவீன ஜனநாயகரீதியான முறைகளுக்குக்கூட இதில் எத்தகைய பங்கும் இல்லாமல்போனது. தீண்டாமைப் பிரச்சினையைக் குடிமை உரிமைப் பிரச்சினையாக அணுகுவோம் என்றால், இயற்கையாகவே அது பிற சமூக, பொருளாதார, அரசியல் சக்திகளை ஒன்றுதிரட்டி, மதரீதியான வலதுசாரி அணுகுமுறைகளுக்கு எதிராகப் பலமான கூட்டமைப்பைச் சாத்தியப்படுத்தக்கூடியதாக இருந்திருக்கும். சொல்லப்போனால், ‘ஹரிஜன்’ இதழிலேயே தலித் சமூகத்தை முழுமையான அல்லது பொருளாதாரரீதியான முன்னேற்றத்துக்குப் பெரிய அழுத்தம் கொடுக்கும் இத்தகைய எதிர்ப்புகள் மேலோங்கி வரத் தொடங்கின. ஆக்ராவில் நடந்த ஹரிஜன் மாநாட்டில் நிறைவேற்றப்பட்ட தீர்மானத்தை காந்திஜியே இவ்வாறு பதிவுசெய்திருக்கிறார்:

> ஹரிஜன் இயக்கம் பொருளாதார மற்றும் கல்வி சார்ந்த பிரச்சினைகளுக்கு முக்கியத்துவம் கொடுப்பதைக் காட்டிலும் கோயில் நுழைவுப் போராட்டத்துக்கு அதிக முக்கியத்துவம் கொடுக்கிறது. கோயில் நுழைவுப் போராட்டம் என்ற செயல்திட்டம் ஹரிஜன்களுக்கு உகந்ததல்ல. ஏனெனில், இது அடிமை மனோபாவத்தையும் கண்மூடித்தனமான பக்தியையும் வேறு பல தீங்குகளையும் வளர்த்து

ஹரிஜன்களின் திறமைகளை மட்டுப்படுத்தும். பூசாரிகளின் ராஜ்ஜியம் ஹரிஜன்கள் மேல் ஆதிக்கம் செலுத்த அவர்கள் பூசாரிகளின் அடிமைகளாகிவிடுவார்கள். அதனால்தான், கல்வி மற்றும் பொருளாதார முன்னேற்றத்துக்கு அதிக முக்கியத்துவம் கொடுப்பது அவசியமாக இருக்கிறது. சாதிகளுக்கு இடையேயான திருமணங்களும் சமபந்திகளும் இயக்கத்தின் செயல்திட்டங்களாக இருக்க வேண்டும்.[22]

மேலே குறிப்பிட்டுள்ள தீர்மானத்தில் முதல் வாக்கியத்தை ஏற்றுக்கொள்ளும் அதே வேளையில், ஹரிஜன்களின் முன்னேற்றம் என்பது கோயில்களை அவர்களுக்குத் திறந்துவிடாமல் முழுமை அடையாது என்றும், இதுவே ஹரிஜன்களின் மதரீதியான சம உரிமையை ஏற்றுக்கொள்ளும் முறையாக இருக்க முடியும் என்றும் காந்திஜி வாதிட்டார். சாதிகளுக்கு இடையேயான திருமணங்கள் மற்றும் சமபந்திகளுக்கு, காந்திஜி நிபந்தனையற்ற ஆதரவு தெரிவித்தவரில்லை. இத்தகைய விஷயங்களில் சனாதனிகளின் எரிச்சலைச் சம்பாதிக்க அவர் விரும்பவில்லை. அவருடைய சொந்த மகனின் சாதி கடந்த திருமணத்தை அவர் ஏற்றுக்கொண்டபோதும், இந்த நிகழ்வின் தீவிரை விளைவுகளை மட்டுப்படுத்தவே முயன்றார். காந்திஜியின் இத்தகைய ஊசலாட்டங்களால் தீவிரையாளர்களின் பார்வையில் அவர் சந்தேகத்துக்குரியவரானார்.

இவற்றையெல்லாம் மீறி, காந்திய வழிமுறையோடு சில அடிப்படையான வேறுபாடுகளை பாபாசாஹேப் கொண்டிருந்தார். நாம் அதை இவ்வாறு தொகுத்துக்கொள்ளலாம். தீண்டாமையை ஒழிப்பதற்கான இயக்கத்தைச் சுயதூய்மையாக்கப் புனிதச் சடங்காக காந்திஜி பார்த்ததால், அது தார்மீகரீதியான பொறுப்பை சாதி இந்து சுயத்திடம் பெருமளவு கொடுத்தது. சாதி இந்துக்களைச் சுற்றிப் படர்ந்த இந்தத் தார்மீக ஒளிவட்டமானது பார்ப்பதற்கு ஏறக்குறைய ஆன்மீகரீதியானதுபோல் ஜொலித்தது. இது எப்படிப்பட்ட விளைவை ஏற்படுத்தியது என்றால், காந்திஜி மற்றும் காங்கிரஸ் நோக்கி ஈர்க்கப்பட்ட ஹரிஜன்களுடைய மனங்களில் இது பயபக்தியைத் தோற்றுவித்தது. சுதந்திரத்துக்கு முந்தைய காலகட்டங்களில் மிகச் சரியாக இப்படியாகத்தான் நடந்தது.

இந்து சுயத்தின் ஆன்மீகரீதியான தூய்மையாக்கம் என்ற பெரும் வேதனை, சுயதூய்மையாக்கத்துக்குக் கொண்டுவிடும்போது பொதுத்தளத்தில் அது பிரம்மாண்ட தன்மையைப் பெற்றதோடு மிக நுட்பமான வழிகளில் தனிநபர் சுயத்தைத் தலையில் வைத்துக் கொண்டாடும் நிலைக்கும் கொண்டுவிட்டது. தேசியவாதப் போராட்டம் பிரபலமாக இருந்த பகுதிகளிலெல்லாம் இந்துப் பழமைவாதிகளுக்கு எதிராக காந்தியவாதிகள் எதிர்கொண்ட தியாகங்கள், வீரம்செறிந்த போராட்டங்கள் குறித்த கதைகள் ஏறக்குறைய ஒவ்வொரு குடும்பத்துக்குள்ளும் புழங்கிவந்தன. மற்ற இடங்களில் இத்தகைய கதைகள் மரபுவழிக் கதைளுக்கான தன்மையைப் பெற்றன — இவை

22 *Ibid.*: 5.

போற்றப்பட்டதுபோலவே ஏளனத்துக்கும் உட்பட்டன. காந்தியவாதப் பிடிவாதமும் துணிச்சலும் ஹரிஜன்களுடைய மனதில் நன்றியுணர்வைத் தோற்றுவித்தன. ஏன், சனாதனிகளைக்கூடப் பெருமளவு பாதித்தன. ஹரிஜன் நலன்களுக்காக காந்தி மேற்கொண்ட வரலாற்று முக்கியம் வாய்ந்த உண்ணாவிரதத்தால் உந்தப்பட்டு உத்தர பிரதேசத்தைச் சேர்ந்த ஒரு சனாதனிப் பார்ப்பனர், தில்குவா (Dilkhuva) என்ற இடத்தில் 1933 மே 18 அன்று மிகப் பெரிய கூட்டத்துக்கு முன் ஓர் அரசாங்கத் தொடக்கப் பள்ளிக் கழிப்பறையைச் சுத்தப்படுத்தினார்.

குற்றம் சுமந்த இந்து சுயம் அதன் குற்றவுணர்விலிருந்து தன்னை விடுவித்துக்கொள்வதற்குத் தீண்டப்படாதவர்கள் மிக அவசியமானார்கள். ஆனால், ஓர் இந்துச் சீர்திருத்தவாதியின் வீரமானது ஒரு ஹரிஜன் தனித்துவத்தைச் சித்திரக்குள்ளன் நிலைக்குத் தள்ளிவிட்டது. நம்முடைய மொழிகளில் உள்ள இலக்கியங்களெல்லாம் இத்தகைய சிக்கலான, அதே சமயம் நெகிழவைக்கக்கூடிய சம்பவங்களால் நிறைந்திருக்கின்றன. தேசியவாதக் காலகட்டத்தில் இந்திய இலக்கியங்களின் மையமான உள்ளடக்கங்களாக இவையே இருந்தன என்று துணிந்து சொல்ல முடியும்.[23]

பிரம்மாண்டமும் துயரமும் நெகிழவைக்கக்கூடிய கற்பனாவாதமும் நிறைந்த சுயதூய்மையாக்கம் என்ற காந்தியவாதத் திட்டம் அதன் தன்மையில் பலவீனமானதாகப் பார்க்கப்பட்டது என்றாலும், நன்றியுணர்வு கொண்ட ஹரிஜன்களுக்கு மத்தியில் ஒரு தலைமையை உருவாக்குவதில் அது வெற்றியடைந்தது. சுவாரஸ்யமாக, காந்தியவாதத் திட்டத்தில் எல்லாத் தீண்டப்படாதவர்களும் தங்களை இழந்துவிடவில்லை. இத்தகைய திட்டத்தைச் சந்தேகித்தவர்களும் விமர்சித்தவர்களும் போதுமான அளவுக்கு இருந்ததோடு, இத்தகைய திட்டம் குறித்த யதார்த்தமான மதிப்பீட்டைத் தயக்கமில்லாமல் முன்வைத்தவர்களும் இருந்தார்கள். ஆச்சரியப்பட ஏதுமில்லை என்றாலும், காந்திய லட்சியவாதத்துக்கு எதிராக முன்வைக்கப்பட்ட மாற்றுப் பார்வையானது 'ஹரிஜன்' இதழிலேயே பிரசுரமானது. சாதி இந்துச் சீர்திருத்தவாதிகளுக்கும் ஹரிஜன்களுக்கும் இடையேயான உறவைத் தீண்டப்படாத செய்தியாளர் ஒருவர் இவ்வாறு குறிப்பிடுகிறார்: 'எல்லோரும் எங்களை நோக்கிக் காப்பாளர்களாக வருகிறார்கள். வேலைக்காரர்களாக இல்லை என்றாலும் சமமானவர்களாகவோ நண்பர்களாகவோகூட எவரும் வருவதில்லை. உங்களுடைய மாகாண அமைப்பும் இதற்கு விதிவிலக்கல்ல. மாகாண அமைப்பின் தலைவரை அச்சமும் நடுக்கமும் இல்லாமல் ஒரு ஹரிஜனால் அவரை அணுகக்கூட முடிவதில்லை'.[24] செய்தியாளரின் கசப்பான

23 இந்த உள்ளடக்கம் குறித்த விவாதத்துக்குப் பார்க்கவும்: D.R.Nagaraj, 'Between Social Rage and Spiritual Quest: Notes on Dalit Writings in Kannada'; 'Cosmologies of Caste, Realism, Dalit Sensibility and the Kannda Novel'; Social Change in Kannda Fiction: A Comparative Study of a Dalit and Non-Dalit Classic' in 'The Flaming Feet and Other Essays'. [இம்மூன்று கட்டுரைகளும் இந்தத் தொகுப்பில் சேர்க்கப்படவில்லை – மொ.ர்].

24 Harijan, 4 March 1933.

தொனியோடு காந்திஜி உடன்பட்டதோடு மட்டுமல்லாமல் தற்புகழ்ச்சிப் போக்கும் காணப்படுகிறது என்று ஏற்றும் கொள்கிறார். இருந்தாலும், முடிவில் அவர் முன்வைத்த பாதை சரியானதுதான் என்று உறுதிப்படுத்துகிறார்.

சுயதூய்மையாக்கம் என்னும் நெகிழவைக்கும் புனைவியரீதியான துன்பியல் காவியம், ஒரேயொரு நாயகனைக் கொண்டிருக்கும் சாத்தியத்தைத்தான் கொண்டிருக்கிறது: அந்த நாயகன் காந்திஜியேதான். இந்த உருவகத்தை மேலும் வளர்த்தெடுங்கள். இது ஆன்மீகரீதியாகத் தனிமையின் துயரத்தைத் தாங்கிக்கொள்ளும் ஒரு நாயகனின் சக்தியைக் கொண்டாடுவதில்தான் கொண்டுவிடுகிறது. ஆனால், துரதிர்ஷ்டவசமாக இந்த நாடகப் பிரதியை காந்திஜியாக அவதாரம் எடுக்கும் சாதி இந்துக்களால் மட்டுமே மேடையேற்ற முடியும். இதை ஏற்றுக்கொள்ளும் விதமாக காந்திஜியே இவ்வாறு எழுதியுள்ளார்: ‘ஹரிஜன்களைக் கோயில்களுக்குள்ளே அனுமதிப்பதைக் காட்டிலும் ஹரிஜன்கள் கோயில்களுக்குள்ளே நுழைவதைத் தடுப்பது தவறு என்று ஒரு பழமைவாதி மாற்றங்கொள்வதுதான் முக்கியமானதாகிறது’.[25] இதுதான் அந்தப் பிரபலமான அல்லது இகழப்பட்ட ‘மனம் திருந்துதல்’ கோட்பாடாகும். ஒரு சாதி இந்துவின் மனம் எல்லாவற்றின் மீதும், அதாவது நிலத்தின் மீதும், செல்வத்தின் மீதும், சொத்துகள் மீதும், சமூக–அரசியல் அதிகாரத்தின் மீதும் விரவிக்கிடக்கிறது என்று தீவிரையாளர்கள் அவரைக் குற்றஞ்சாட்டினார்கள். இவற்றையெல்லாம் உருமாற்றாமல் ஒரு சாதி இந்து மனதில் எத்தகைய மாற்றத்தையும் கொண்டுவர முடியாது என்றார்கள். 1933–ன் தொடக்கத்தில், இத்தகைய நிலைப்பாட்டை காந்திஜியால் ஏற்றுக்கொள்ள முடியவில்லை. ஆனாலும், இதைப் பற்றி மிகத் தீவிரமாகச் சிந்திக்கத் தொடங்கினார்.

ஏன் தத்துவார்த்தரீதியாகக்கூட, காந்திய மாதிரியானது சாதி இந்து சுயத்துக்குத் தேவைப்பட்ட உள்ளமைப்பை நெய்துகொடுத்ததோடு மட்டுமல்லாமல், பழமைவாதிகளுக்கு எதிராக சுயபிரக்ஞைகூடிய ஓர் இந்துச் சீர்திருத்தவாதி மோதுவதை ஒரு புனிதச் சடங்காக்கிய முறைதான் உண்மையிலேயே இறுக்கத்தை உருவாக்கியது. காங்கிரஸ்–ஹரிஜன் தலைவர்களுக்கு சுவாரஸ்யமான, பயனுள்ள நடைமுறைகளை அதற்குள்ளிருந்து எடுத்துக்கொள்வதற்கு அற்பமான சாத்தியங்களே இருந்தன. காந்திய மாதிரியின் அடிப்படையான போதாமை இதுதான்: சுக்ரீவனும் அனுமனும் குகனும் ராமாயணத்தின் நாயகனை அப்புறப்படுத்திவிட்டு அவர்களுக்கான பிரதானப் பாத்திரத்துக்கு எப்போதும் ஏக்கங்கொள்ள முடியாது. ராமன் மட்டும்தான் கதாநாயகனாக இருக்க முடியும். அனுமன் அல்லது சுக்ரீவன் பாத்திரத்தோடு அம்பேத்கரால் எப்போதும் திருப்திப்பட்டுக்கொள்ள முடியவில்லை.

சுயதூய்மையாக்க நடைமுறையின் பின்விளைவுகளை காந்தி கற்பனைசெய்து பார்த்தாரா இல்லையா என்று சொல்வது கடினமாக இருக்கிறது. காங்கிரஸ்–ஹரிஜன் தலைமையானது மென்மையானதாகவும் சுலபத்தில்

25 *Ibid.*

வளைந்துகொடுக்கக்கூடியதாகவும் இருந்தது. மரபார்ந்த இந்தியக் கிராமச் சமூகத்தின் ஆதிக்கச் சக்திகளை சந்தோஷப்படுத்தக்கூடியது இவ்விரண்டு பண்புகள்தான். இந்து மதத்தை எதிர்த்து அதன் அஸ்திவாரத்தை ஆட்டங்காணச்செய்ய காந்திஜி முயன்றார் என்றாலும் காங்கிரஸ்–ஹரிஜன்கள் சமூக, பண்பாட்டு நிறுவனங்களுக்கு உண்மையான ஆபத்து எதையும் உருவாக்கவில்லை என்பதுதான் இதில் உள்ள முரணாகிறது. மிரட்சியோடு இருந்த இத்தகைய தலைவர்கள் பெரும்பாலும் அடங்கிப்போகும் பண்புகொண்ட இந்துக்களாகத்தான் இருந்தார்கள். இதனாலேயே காங்கிரஸ்–ஹரிஜன்களிடம் காணக்கூடிய — அறம்பிறழாத்தன்மை, கரைபடுத்தப்பட முடியாத பண்பு, சொந்தச் சமூகத்தில் வேர்கொண்ட தன்மை, திடமான பொதுப்புத்தி போன்ற எத்தனையோ போற்றப்படக்கூடிய பண்புகள் துரதிர்ஷ்டவசமாக ஒதுக்கித்தள்ளப்பட்டன. அவ்வளவு ஏன், புதிய தலைமுறை தலித்துகள் இத்தகைய பண்புகளை நையாண்டிசெய்தார்கள்.

துயரம் என்னவென்றால், காந்தியத் திட்டமான பிராயச்சித்தமானது பலவிதமானவர்களுக்குப் பலவிதமான அர்த்தத்தைக் கொடுத்தது. ஒரு லட்சியவாத சாதி இந்துவைப் பொறுத்தமட்டில் இத்தகைய சிலுவையைச் சுமப்பது தவிர்க்க முடியாததாக இருந்தது; கோபம் கொண்ட தலித்துக்கு, ஒதுக்கப்பட்ட சமூகத்தின் தீவிரரையை, நுட்பமான முறையில் அடக்கிவைப்பதற்கானதாகப் பார்க்கப்பட்டது; பழமைவாத இந்துச் சக்திகளைப் பொறுத்தமட்டில், வேறு வழியில்லாமல் பலமான எதிர்ப்புகளுக்குப் பின்னர்தான் என்றாலும், மட்டுப்படுத்தப்பட்ட வன்முறைக்கான கடினமான பயிற்சியாகப் பார்க்கப்பட்டது.

காந்திய மாதிரியை நிராகரிப்பதைத் தவிர, பாபாசாஹேபுக்கு வேறு வழியில்லை. இந்த மாதிரியானது மிகவும் வெற்றிகரமாக, சுயதூய்மையாக்கச் சடங்குக்கான பயனிலையாக ஹரிஜன்களை மாற்றிவிட்டது என்பதையும், இத்தகைய சடங்கில் ஈடுபட்டவர்கள் அவர்களுடைய சுயமதிப்பீட்டில் காவிய நாயகனைவிடப் பெரியதாகத் தங்களை பாவித்துக்கொள்கிறார்கள் என்பதையும் அம்பேத்கர் உணர்ந்துகொண்டார். வரலாறு எனும் நாடகம் இத்தகைய நாடகப்பிரதியைக் கொண்டிருக்கும்போது தீண்டப்படாதவர்கள் அவர்களுடைய சொந்த வழியில் நாயகர்கள் ஆக முடியவே முடியாது. நாயகர்கள் அவர்களுடைய சொந்த இருத்தலியல் சார்ந்த மனவுளைச்சல்களையும் மனக்கசப்புகளையும், அவ்வளவு ஏன், அவர்களுடைய பெருமையையும் பிரதிபலிக்கும் வெறும் கண்ணாடியாகத்தான் தீண்டப்படாதவர்களால் எப்போதும் இருக்க முடியும்.

தீண்டாமைப் பிரச்சினைக்காக, அதுவும் அதை ஒரு குறிப்பிட்ட முறையில் எதிர்கொள்வதற்காகத் தன் வாழ்க்கை முழுவதையும் காந்திஜி பணயமாக வைத்தார். அவரைப் பொறுத்தமட்டில் இது அடிப்படையில் மதரீதியான உரிமை தொடர்பானது. நாம் முன்னர் விவாதித்ததுபோல், அம்பேத்கர் தொடக்கத்திலிருந்தே இத்தகைய நிலைப்பாட்டை எதிர்த்துவந்தார்.

சொல்லப்போனால், காந்தியின் முந்தைய [பூனே ஒப்பந்தம்] உண்ணாவிரதமானது தீண்டாமைப் பிரச்சினையை வேறு வழிமுறைகளில் எதிர்கொள்வதைத் தடுக்கும் விதமாக மேற்கொள்ளப்பட்டதுதான். 1933-ல் அவர் மேற்கொண்ட வரலாற்று முக்கியத்துவம் வாய்ந்த இரண்டாவது உண்ணாவிரதத்தை நாம் இந்தப் பின்னணியில் வைத்துப் புரிந்துகொள்ள வேண்டியுள்ளது. முதல் உண்ணாவிரதம் மேற்கொள்ளப்பட்டபோது அதன் குறிக்கோளும் லட்சியமும் மிகத் தெளிவாக இருந்தன: காலனியப் பின்புலத்தில், தீண்டப்படாதவர்களின் பிரச்சினையை நவீன-கால ஜனநாயக மொழியின் ஒரு பகுதியாக மாற்றும் முயற்சிகளுக்கு எதிரானதாக இருந்தன. இத்தகைய மொழியாக்கமானது இறுதியில் ஒடுக்கப்படும் வர்க்கங்களின் 'இயற்கையான வளர்ச்சி'க்குத் தடையாக இருப்பதோடு, ஒடுக்குகிறவர்களோடு கண்ணியமான முறையில் சமரசத்துக்கு வரும் சாத்தியத்தையும் அகற்றிவிடும் என்று காந்திஜி உண்மையிலேயே நம்பினார். இத்தகைய நிலைப்பாடானது அங்ககமான குமுகம் என்பதன் மீது கொண்டிருக்கும் திடமான நம்பிக்கையின் விளைவாகிறது. இது நவீன ஜனநாயகச் சமூகத்திலிருந்து அடிப்படையில் வேறுபட்டதாக இருக்கிறது. அறிவொளிக் காலத்துக்குப் பிந்தைய ஐரோப்பாவில் மிகவும் போற்றப்பட்ட சிந்தனையான அங்ககமான சமூகம் என்ற கருத்தமைவின் மேல் காந்திஜிக்குப் பெரிய ஈர்ப்பு இருந்ததோடு, இந்தச் சமூகத்தில் காணப்படும் முரண்பாடுகளெல்லாம் மீளிணக்கத்துக்கு அப்பாற்பட்டவை அல்ல என்றும் அவர் கருதினார். அங்ககமான குமுகம் என்ற சட்டகம், எதிர்ப்புக்கான சாத்தியங்களை இயற்கையாகக் கொண்டிருப்பதால், பிரச்சினைகளையும் அது இயற்கையாகவே தீர்த்துக்கொள்ளும் என்றாகிறது. இத்தகைய சீரமைப்பு ஒரு சமூகத்தில் எத்தகைய கேடும் விளைவிக்காது. 1932-ல் அம்பேத்கர் இத்தகைய நிலைப்பாட்டையும் இதன் அடிப்படையான பார்வைகளையும் நாம் இப்போது விவாதித்துக்கொண்டிருக்கும் தீண்டாமைப் பிரச்சினையின் பின்னணியில் முற்றிலுமாக மறுத்தார்: 'குடிமை உரிமை, பொருளாதாரம் மற்றும் சமூக உறவுகளின் சமவாய்ப்பு'. காந்திஜின் முதல் உண்ணாவிரதம் மிகத் தெளிவாக இதற்கு எதிராகவே இருந்தது.

அவரது இரண்டாவது உண்ணாவிரதம் குறித்து காந்திஜி வெளியிட்ட முதல் அறிக்கையில் (மே 1933), இந்த உண்ணாவிரதம் தனக்கே எதிரானது என்று மிகத் தெளிவாகக் குறிப்பிட்டிருந்தார். அவருக்குள் சுழன்றுகொண்டிருக்கும் சூறாவளியின் பின்னணியை விளக்கினார். இதில், நிபந்தனையற்ற, மாற்றவியலாத இருபத்தியோரு நாட்கள் உண்ணாவிரதம் என்பது தீர்மானமாக இருந்தது.

> சென்ற செப்டம்பர் மாதம் முதல் இத்தனை மாதங்களும், நான் கடிதங்களையும் பிற எழுத்துகளையும் படித்துக்கொண்டிருந்தோடு ஆண்கள், பெண்கள், படித்தவர், பாமரர், ஹரிஜன், ஹரிஜனல்லாதார் எனப் பலரோடு மிக நீண்ட உரையாடல்கள் நடத்தினேன். நான் நினைத்துப்பார்த்ததைக் காட்டிலும் இந்தப் பாவம் [தீண்டாமை] மிக மோசமானதாக இருக்கிறது. பணத்தாலும் புறத்தளத்திலான

அமைப்புகளாலும் ஏன் ஹரிஜன்களுக்கான அரசியல் அதிகாரத்தாலும்கூட — இந்த மூன்றும் அவசியம்தான் என்றாலும் — இந்தத் தீங்கை அழித்துவிட முடியாது. ஆனால், ஒரு பயனுறுதியைக் கொண்டிருப்பதற்கு அகரீதியான ஆரோக்கியம், அகரீதியான அமைப்பு, அகரீதியான சக்தி ஆகியவற்றைக் கடைப்பிடிக்க வேண்டும் அல்லது குறைந்தபட்சம் இவற்றினூடாகப் பயணிக்க வேண்டும். வேறு வார்த்தைகளில் சொல்வதென்றால், சுயதூய்மையாக்கம் அவசியமாகிறது. இது உண்ணாவிரதங்களாலும் பிரார்த்தனைகளாலும் மட்டுமே சாத்தியப்படும். அகங்காரத்தின் பலம் கொண்டு நாம் உண்மையின் கடவுளைத் தரிசிக்க முடியாது. ஆதரவற்றவர்களாகவும் பலவீனமானவர்களாகவும் இருந்தால் மட்டுமே இது சாத்தியப்படும்.

வெறும் உடலளவிலான உண்ணாவிரதம், அதற்குப் பின்னால் ஒரு விருப்புறுதியைக் கொண்டிருக்கவில்லை என்றால் அது ஒன்றுமே இல்லை. இது உண்மையாகப் பாவமன்னிப்பு கேட்கும் அகரீதியான உண்ணாவிரதமாகவும், உண்மையைத் தவிர வேறு எதையும் வெளிப்படுத்துவதற்கு அடக்க முடியாத ஏக்கம் கொண்டிருப்பதாகவும் இருக்க வேண்டும். அதனால், உண்மைக்காக உழைத்தவர்களும், எதிராளிகள் மீதுகூட அன்புகொள்ள முடிந்தவர்களும், மிருக உணர்வுகளிலிருந்து விடுதலை அடைந்தவர்களும், லௌகீக ஆசைகளையும் ஏக்கங்களையும் விட்டொழித்தவர்களும்தான் உண்மைக்காக உண்ணாவிரதம் இருக்கத் தகுதியானவராகிறார்கள்.[26]

இந்த அறிக்கையானது அது அடிநாதமாகக் கொண்டிருப்பவற்றாலும், அதனுடைய சிக்கலான அர்த்தங்களாலும் மிக அற்புதமானதாகிறது. தீண்டாமையைப் பணம் போன்றவற்றால் ஒழித்துவிட முடியாது என்று காந்திஜி சொல்லும்போது, பொருளியல் முன்னேற்றத்துக்கான முயற்சிகள் அர்த்தமற்றவை என்பதாகப் பார்க்கும் ஆன்மீகவாதிகளின் மொழியைக் கைக்கொண்டு டாக்டர் அம்பேத்கரை விமர்சிக்கிறார். இந்தச் சட்டகத்துக்குள்ளாக, பொருளாதாரரீதியான சந்தர்ப்பங்கள் குறித்த கருத்துகள் பணமாகவும், குடிவுரிமை மற்றும் சமூக உறவுகள் குறித்த கருத்துகள் அரசியல் அதிகாரமாகவும் மொழியாக்கம் ஆகின்றன. ஆனால், தீண்டப்படாதவர்களுக்கு இம்மூன்றையுமே பிரதானத் தேவைகளாக அம்பேத்கர் வரையறுக்கிறார். பொதுவாக, மாற்றுக் கருத்துகளோடு விவாதித்துக்கொண்டே, அதை மொழியாக்கம் செய்வது மிகவும் ஆபத்தானது. இப்படித்தான் மரபான இந்திய எதிர்ப்பாளர்கள் அடையாளம் காண முடியாத அளவுக்குச் சிதைக்கப்பட்டார்கள். ஆனால், எத்தகைய நுட்பமான ஏரணரீதியானவற்றுக்கும் முயலாமலேயே தரைமட்டமாக்குவதில் காந்திஜி கைதேர்ந்த நிபுணர்போல மிகச் சிறப்பாக வெளிப்படுகிறார். அவர், மாற்றுக் கருத்துகளை வெறுமனே அதன் அடிப்படைகளுக்குள் சுருக்குவதன் மூலமாக இதைச் சாதிக்கிறார். ஆனால்,

26 *Harijan*, 6 May 1933: 1.

இந்த விஷயத்தில், ஒன்றைச் சொல்லி அதை முட்டாள்தனமாக்கும் (reductico ad absurdum) முறையை அவர் கையாளவில்லை. ஏனெனில், தன்னுடைய வாதங்களை முன்னெடுப்பதற்கு காந்திஜி எப்போதும் விதண்டாவாத முறையைப் பயன்படுத்தியதே இல்லை.[27]

எப்படியிருப்பினும், நாகார்ஜுனரின் லட்சியத்தை, வேறொரு பாதையின் மூலமாகத்தான் என்றாலும் காந்தி வந்தடைகிறார்: மாற்றுக் கருத்துகளை அதன் அடிப்படைகளுக்குள் சுருக்கி அதை முக்கியமற்றதாக்குவது. ஆனால், இங்கு முக்கியமற்றதாக்குவது, மரண அடியாக உள்ளது. ஏனெனில், அம்பேத்கர் அவருடைய எதிர்ப்பை வலுப்படுத்த எத்தகைய ஆன்மீகக் காரணிகளை முன்வைக்கிறாரோ அவற்றின் நியாயப்பாடு முற்றிலுமாக மறுக்கப்படுகிறது. அதாவது, அம்பேத்கர் ஆளுமையின் ஆன்மீகப் பரிமாணத்தை காந்திஜி முற்றிலுமாக நிராகரிக்க முடிவெடுக்கிறார் என்பதுதான் இங்கு முக்கியமாகிறது. காந்திஜியைப் பொறுத்தமட்டில், அவரை எதிர்ப்பவரின் (அம்பேத்கர்) பலவீனம் அவருடைய பொருளியல்ரீதியான அணுகுமுறையில் இருக்கிறது என்றால் அம்பேத்கரைப் பொறுத்தமட்டில் அவரை எதிர்ப்பவரின் (காந்திஜி) பலவீனம் அவருடைய ஆன்மீகரீதியான அணுகுமுறையில் இருக்கிறது. வெளிப்படையாகத் தெரியும் இவ்விரண்டு எதிரெதிர் நிலைப்பாடுகள், இருவரிடமும் ஒரே சமயத்தில் காணப்பட்ட பொருளியல்ரீதியான, ஆன்மீகரீதியான அணுகுமுறைகளை முற்றிலுமாக மறைத்துவிட்டன. இது மோதலின் அடிப்படைப் பண்புகளை வரையறுத்ததில் தீர்மானகரமாகப் பங்காற்றியுள்ளன. பின்வரும் மேற்கோளானது திடமான மனவுறுதியையும் மோதலிலிருந்து கற்றுக்கொள்வதற்கான விருப்பத்தையும் வெளிப்படுத்துகிறது. இந்த மேற்கோளில், சமீபத்தில் முடிந்த யுத்தத்தில் வெற்றியாளராக வெளிப்பட்டிருக்கும் காந்தி வெளிப்படையாகவே இவ்வாறு ஒப்புக்கொள்கிறார்: ‘அகங்காரத்தின் பலம் கொண்டு நாம் உண்மையின் கடவுளைத் தரிசிக்க முடியாது’. அதனால்தான், பலரிடம் மிக நீண்ட உரையாடல்கள். ஆனால், எதிராளி நிச்சயமாக அங்குதான் இருக்கிறார் — அவரும் நேசிக்கப்பட வேண்டியவர்தான்.

இரண்டு வரலாற்று முக்கியத்துவம் வாய்ந்த உண்ணாவிரதங்களுக்கும் இடையேயான வேறுபாடு இதுதான் என்று நினைக்கிறேன்: முதலாவதில் காந்திஜி வெற்றிபெற வேண்டும் என்று நினைத்தார். இரண்டாவதில் அவர் உண்மையைத் தேடினார். அகங்காரத்தின் பலம் அவருள் மறைந்துவிட்டது அல்லது உண்ணாவிரதத்தின் நோக்கம் அதோடு யுத்தம் நடத்துவதாக

27 பேராசிரியர் மதிலால், இருபதாம் நூற்றாண்டில் விதண்டாவாதத்தைப் பயன்படுத்தியவர்களில் முதன்மையானவர் என்ற பட்டத்தை பாபுவுக்குக் கொடுத்திருக்க மாட்டார். எப்படியிருந்தாலும் லெனின்தான் முதல் இடத்தில் இருந்திருப்பார். அவருடைய ஆசானான மார்க்ஸிடமிருந்து இயங்கியல் சிந்தனை முறைக்கான திறமையை அவர் கற்றுள்ளார். இந்தியத் தத்துவம் குறித்து எழுதியிருக்கும் பல சிந்தனையாளர்கள், பேராசிரியர் மதிலால் உட்பட இயங்கியல் முறை என்பதை விதண்டாவாத முறை என்பதாகத்தான் மொழியாக்கம் செய்கிறார்கள்.

அம்பேத்கரும் காந்தியும் 39

இருந்தது. புறத்தளத்திலான மோதல் அகத்தளத்திலானதாக உருமாற்றம் பெற்று முழுமையடைகிறது. இது அக உலகுக்கும் புற உலகுக்கும் இடையேயான வேறுபாடுகளை முற்றிலுமாக மறைந்துபோகவைத்து, பெரும் வெளிச்சத்தைக் கொடுக்கும் தருணமாகிறது.

ஞானேஸ்வரியின் (Jnaneshwari) மராத்தியக் காவியத்தில், கிருஷ்ணனின் விஸ்வரூப தரிசனத்தை அர்ஜுனன் காணும் நிலையை விவரிக்கும் அற்புதமான கவித்துவ வரிகளோடு, காந்திஜியின் இந்த அனுபவத்தை ஒருவரால் ஒப்பிட்டுப்பார்க்க முடியும். அனுபவத்தின் சிக்கலை உணர்த்தவே, நான் மிகைப்படுத்தப்பட்ட இந்த ஒப்பீட்டை உத்பிரக்ஷாலங்காராவாக (utprekshalankara) முன்வைக்கிறேன்.

வேறொரு பார்வையில், ரென்ஃபோர்ட் பாம்ப்ரோ (Renford Bambrough), அவருடைய விட்கென்ஸ்டைன் (Wittgenstein) குறித்த கட்டுரைகள் ஒன்றில், இத்தகைய சூழ்நிலைகள் கொடுக்கும் அர்த்தத்தைக் கணக்கில் கொண்டு, இவை முன்வைக்கும் சில முக்கியமான உள்ளடக்கங்கள் குறித்து இவ்வாறு வெளிப்படுத்துகிறார்: 'ஓர் அறையில் தனித்துத் தியானித்துக்கொண்டும் பாவமன்னிப்பு கேட்டுக்கொண்டும் விமர்சனம் மற்றும் சுயவிமர்சனம் செய்துகொண்டும் இருக்கும் தத்துவவியலாளர் ஒருவர், அதே சமயத்தில் ஒரு கல்விப்புல நிறுவனத்திலும் அகோராவிலும் [பண்டைய கிரேக்கத்தில், ஏதன்ஸ் நகரில் உள்ள சந்தை. இங்கு கூட்டங்கள் நடத்தப்படும்] கோயிலிலும் இருப்பவர்களோடு தொடர்புகொண்டும் முரண்பட்டுக்கொண்டும் இருக்க முடியும்'.[28]

இத்தகைய முரண்பாடுகள் — அகத்தளத்திலானவையா, புறத்தளத்திலானவையா? — எவ்வாறு தீர்க்கப்படுகின்றன என்றால், ஒருபுறத்திலிருந்து முரண்பாட்டின் பொருளாகவும் பின்னணியாகவும் இருக்கும் மற்றொரு நபராக மாறுவதன் மூலமாகத் தீர்க்கப்படுகின்றன. இங்கு என்னுடைய நோக்கம், காந்திஜியிடம் மிகச் சரியாக இதுதான் நடந்தது என்று சுட்டிக்காட்டுவதுதான். இவ்விடத்தில், என்னுடைய ஆராய்ச்சி முறைமையியலின் ரகசியத்தை உங்களோடு பகிர்ந்துகொள்கிறேன். நான் படிமங்களும் கற்பனைகளும் செயல்படும் விதத்தை எடுத்துக்கொள்கிறேன். இது இதுவரை புலப்படாத இணைவுகளைப் புலப்படுத்துகிறது.[29] ஆதாரங்களை ஆராய்ந்து அறிவியல்ரீதியான தீர்மானங்களுக்குக் கொண்டுவிடும், இயற்கை அறிவியல் மற்றும்

---

28 Renford Bambrough (1991: 244–5).
29 முறையியல்ரீதியாக உருவகங்களை உபயோகிப்பது குறித்துப் பல வாசிப்புகள் சமீப காலங்களில் வெளிவந்திருக்கின்றன. எடுத்துக்காட்டாக, பார்க்கவும்: Bipin Indurkhya (1992: 21–6). அ-மொழிரீதியான புலங்களில் காணப்படும் உருவகங்கள் குறித்து சுவாரஸ்யமான வாசிப்பு ஒன்று காணப்படுகிறது — அரசியல்ரீதியான கதையாடல்களில் உருவகங்களைத் துருவி ஆய்வுசெய்யவில்லை என்றாலும்கூட. இவ்விஷயத்தில் பால் ரிக்கோரின் எழுத்துகள் மிக முக்கியமானவையாக இருக்கின்றன. மேலும், பார்க்கவும்: Donald Miller (1992).

சமூக அறிவியல் முறையை ஒருவர் வலுக்கட்டாயமாக ஒதுக்கித்தள்ள வேண்டியுள்ளது. ஆனால், படிமங்களும் படிமரீதியான வாசிப்புகளும் வேறு விதமாக வேலைபார்க்கின்றன: இது, முறைமை-உருவாக்கும் முறையில் தரவுகளை ஒழுங்குபடுத்துவதில்லை. அது பெரும் பாய்ச்சல் எடுத்து, ஏரணரீதியான உலகின் அனைத்தையும் நிராகரித்து உண்மையைப் பிரகாசிக்கவைக்கிறது. இத்தகைய அர்த்தப்பாடுகளை வழமையான சமூக அறிவியல் வழியில் அடையவே முடியாது. மாபெரும் கன்னடக் கவிஞர் பெண்ட்ரே (Bendre) படிமத்தின் பிறப்பு குறித்துக் கீழ்காணும் வரிகளில் விவரிக்கிறார்:

> தேனீயின் முதுகில் பயணித்தது கற்பனை
> கூர்மையாக வீசிய காற்றின் தாளத்தைச் சிறகுகள் பெற்றன
> மின்னல்போல் புன்னகை தோன்றி மறைந்தது.

சமூக அறிவியல் முறையானது பூமியை உழுவது போன்றது; ஒரு விவசாயி மிகவும் சிரமப்பட்டு பூமியைத் தயார்படுத்துவதற்கு ஒப்பானது. நல்லது, ஒரு தேனீ முற்றிலும் வேறான இனத்தைச் சேர்ந்தது.

III

நாம் 1933, மே மாத உண்ணாவிரதத்தை ஒரு கதைப் பாடலின் மைய உருவகமாக வைத்துப் பார்த்தோம் என்றால், பிறகு மொத்தப் படிமங்களும் அதைச் சுற்றித் தானாக இயக்கம்கொள்ளத் தொடங்குகின்றன. குறிப்பாக, மே 8 அன்று (பல மணி நேரங்கள் காத்திருந்த பிறகு) மாலை ஆறு மணிக்கு காந்திஜியைச் சந்திக்கச் சென்ற ஒரு ஹரிஜன் இளைஞனின் படிமம் நம் மனதைத் தொடர்ந்து தொந்தரவுபடுத்துகிறது. இது தலித் இயக்கத்தின் பிறப்பை முற்றிலுமாக வேறொரு தளத்துக்குக் கொண்டுசெல்கிறது. மகாதேவ் தேசாய் இந்த முழுக் கதையையும் நெகிழவைக்கக்கூடிய நேர்மையோடு சொல்கிறார்.[30] அந்த இளைஞன் கல்வி ஊக்கத்தொகை தொடர்பாக காந்திஜியின் உதவி வேண்டி அவரைப் பார்க்கவந்திருக்கிறான். அவனுக்கு எப்படியேனும் அவரிடமிருந்து உத்தரவாதம் பெற்றுவிட வேண்டும், அவ்வளவுதான். காந்திஜியை அந்த இளைஞன் பார்க்கவருவதற்காக மிகவும் சிரமப்பட்டு ஒரு ஜோடி காலணி வாங்குவதற்குப் பணத்தைப் புரட்ட வேண்டிய அளவுக்கு வறுமையில் இருந்தான். இதுவரை மகாதேவ் தேசாய் எழுதியிருப்பதை நான் என்னுடைய வார்த்தைகளில் சொல்லியிருக்கிறேன். இனி மிச்சத்தை தேசாய் விவரிப்பதற்கு விட்டுவிடுகிறேன்:

30 தீண்டப்படாத இளைஞன் குறித்து மகாதேவ் தேசாய் எழுதியிருப்பதை நாம் தொகுத்துப் படிப்போம் என்றால், அது பல அர்த்ததளங்களைக் கொண்டிருக்கும் சிறுகதைபோல் வெளிப்படுகிறது. இந்த இயலில் நான் விவரித்திருப்பதன் முழுக் கதைக்கும் பார்க்கவும்: *Harijan I*, the issues from 13 May to June 1933.

'நல்லது, உனக்குத் திருப்திதானே? நான் உனக்கு உத்தரவாதம் கொடுக்கிறேன்' என்று அவர் (காந்திஜி) அந்த இளைஞனிடம் சொன்னார். 'இல்லை' என்று சொல்லி, அவன் கொண்டுவந்திருந்த மலர்களை காந்திஜியின் பாதங்களில் வைத்தபடியே, 'நான் ஏன் மற்றவர்களிடம் கேட்க வேண்டும்? ஏன் எனக்கு அவர்கள் மீதெல்லாம் நம்பிக்கை இல்லை. நான் உங்களை மட்டும்தான் நம்புகிறேன். மற்றவர்கள் எல்லோரும் மோசமானவர்களாக இருக்கிறார்கள்' என்றான் அந்த இளைஞன்.

'ஆனால், என்னுடைய சகாக்களெல்லாம் மோசமானவர்களாக இருக்கிறார்கள் என்றால் அதில் நான்தான் மிகமிக மோசமானவனாக இருக்க வேண்டும். நீ என்னையும் நம்பாமல் இருப்பதுதான் உனக்கு நல்லது' என்றார் காந்திஜி.

இதுவரை துணிச்சலானவன்போல் உணர்வுகளைக் கட்டுப்பாட்டுக்குள் வைத்திருந்த அந்த இளைஞன், இப்போது வெடித்து அழத் தொடங்கினான்.

'ஏன் எங்களையெல்லாம் விட்டு நீங்கள் போகிறீர்கள்? உங்களுடைய சகாக்கள் தூய்மையானவர்கள் இல்லை என்று நீங்களேதான் சொல்கிறீர்கள். உங்களைச் சுற்றித் தூய்மையில்லை. அதனால்தான், நீங்கள் சாவதற்காக உண்ணாவிரதம் இருக்கிறீர்கள்.'

இந்த வார்த்தைகளை அவன் தேம்பித்தேம்பி அழுதுகொண்டே சொன்னான்.

'ஆனால், நான் உன்னைவிட்டுப் போகிறேன் என்று ஏன் சொல்கிறாய்? நான் எங்கும் போக மாட்டேன்.'

'நாங்கள் எப்படி உங்களை நம்புவது?'

அந்த இளைஞன் மீண்டும் வெடித்து அழுதபடி கேட்டான்.

'நான் உத்தரவாதம் கொடுக்கிறேன். நான் சாகப்போவதில்லை. வா, நாம் ஓர் ஒப்பந்தம் போட்டுக்கொள்வோம். மே 29, திங்கட்கிழமை மதியம் நீ ஆரஞ்சுப் பழத்தோடு வா. நான் அதன் சாறைக் குடித்து என் உண்ணாவிரதத்தை முடிக்கிறேன். பிறகு, நாம் உன் கல்வி ஊக்கத்தொகை குறித்துப் பேசுவோம். உனக்குத் திருப்திதானே?'

கண்ணீர் மறைய சந்தோஷத்தில் பிரகாசித்த அவன், 'சரி' என்றான். 'அப்படியென்றால் நம் ஒப்பந்தத்தை நீ நிறைவேற்றுவாய் இல்லையா?' என்று காந்திஜி கேட்க அங்கிருந்த எல்லோரும், அந்த இளைஞன் உட்பட சிரித்தது அந்தச் சிறையறையை நிரப்பியது.

இப்படியாக, கதையின் முதல் பகுதி முற்றுபெறுகிறது. தீண்டப்படாதவர்களை முன்வைத்து மேற்கொள்ளப்பட்ட இந்த வரலாற்று முக்கியத்துவம் வாய்ந்த உண்ணாவிரதத்தை, ஒரு ஹரிஜன் இளைஞன் ஆரஞ்சுப் பழச்சாறைக் கொடுத்து முடித்துவைப்பது கவித்துவமான முடிவைக் காட்டிலும் மேலானதாகிறது. நூற்றுக்கணக்கானோர், ஆயிரக்கணக்கானோர் எதற்காகப் பிரார்த்தித்தார்களோ அந்த நாளும் வந்தது. ஆரஞ்சுப் பழச்சாறைக் கொடுப்பதாக காந்திஜியோடு ஒப்பந்தம் போட்டுக்கொண்ட அந்த ஹரிஜன் இளைஞனுக்காக மகாதேவ் தேசாய் காத்திருந்தார். இல்லை, அந்த இளைஞன் வரவில்லை. தேசாய்க்கு அந்த இளைஞனின் விலாசமும் தெரிந்திருக்கவில்லை. அன்று ஆரஞ்சுப் பழச்சாறைக் கொடுத்தது அந்த இளைஞன் இல்லை, கொடுத்தது அன்பான லேடி தக்கர்சே. ஒருவேளை அன்றைய தினம் மிகவும் அதிர்ஷ்டசாலியான பெண்மணியாக அவர் தன்னை நினைத்துக்கொண்டிருக்கலாம். அந்த முக்கியமான நிகழ்வின்போது, பேராசிரியர் வாடியா, டாக்டர் அன்சாரி, காகா சாகிப், தக்கர் போன்றோர் அங்கு இருந்தவர்கள். இந்தக் கதை கொஞ்சம்கொஞ்சமாக அதன் யதார்த்தத்தன்மையை இழந்து, குறியீட்டுத் தொனியைப் பெறத் தொடங்குகிறது. இது ஒரு படிமமாக உருப்பெருகிறது. நாம் வரலாற்றுத் தகவலுக்கு நியாயமாக இருப்பதென்றால், காவல்காரர் அன்று எல்லா ஹரிஜன்களுக்கும் கதவைத் திறந்துதான் வைத்திருந்தார். உண்ணாவிரதத்தை முடிப்பதற்கு முன் முதல் மாலையைப் போட்டது – அன்று அந்த மாலை மட்டும்தான் போடப்பட்டது – ஒரு ஹரிஜன் சிறுமி.

நல்லது, அந்த இளைஞன் ஏன் காந்தியோடு போட்டுக்கொண்ட ஒப்பந்தத்தை மீறினான்? என்ன நடந்தது? மிச்சக் கதையை நேர்மையான கதைசொல்லியான தேசாயே சொல்லட்டும்:

> மே 29 மதியம், ஆரஞ்சுப் பழத்தோடு காந்திஜியைச் சந்திப்பதற்கு ஒதுக்கப்பட்டிருந்த நேரத்தில் அந்த ஹரிஜன் இளைஞன் வரத் தவறிவிட்டான் என்று வாசகர்களுக்கு முன்னரே தெரிவித்திருந்தேன். இந்த இடத்தில் அவன் வரத் தவறியிருக்கக் கூடாது என்று நான் நினைத்த காரணியத்தால் அதைப் பற்றி என்னால் வருத்தப்படாமல் இருக்க முடியவில்லை. செய்தித்தாள்களில் அந்த இளைஞன் வந்திருந்ததாக வெளிவந்திருக்கும் செய்தியோ பொய் என்று வேதனையோடுதான் நான் எல்லோரிடமும் சொல்ல வேண்டியிருந்தது. ஆனால், ஜூன் முதல் தேதியன்று எனக்குக் கடிதம் ஒன்று வந்தது (தபால்தலை ஒட்டப்படாமல்). அதில் அந்த இளைஞன் வந்திருந்ததாகவும், ஆனால் அனுமதி மறுக்கப்பட்டதாகவும் தெரிவித்திருந்தான். காலதாமதம் ஆகியிருந்தாலும் பரவாயில்லை, உடனடியாக ஆரஞ்சுப் பழத்தோடு வா என்று நான் அவனுக்குத் தெரிவித்தேன். அவனும் வந்தான். கல்லூரி விடுமுறை என்பதால் ஓரிடத்தில் வேலைபார்த்துக் கொண்டிருந்ததாகவும், அதனால்தான் மே 29 மதியம் வர முடியாமல்போய்விட்டது என்றும், அதனால் தாமதமாக மாலையில் வந்திருந்ததாகவும், அப்போது அவன் அனுமதிக்கப்படவில்லை என்றும்

தெரிவித்தான். அடுத்த நாள்தான் அவன் உண்மையான காரணியத்தை என்னிடம் சொன்னான். அது தீண்டாமை என்னும் புற்றுநோய் எந்த அளவுக்கு நெறிமுறைகளைச் சீரழித்திருக்கிறது என்பது குறித்து நாம் எல்லோரும் சிந்திக்க வேண்டிய அவசியத்தை நமக்கு உணர்த்தக்கூடியதாக இருந்தது. அந்த இளைஞன், உண்ணாவிரதத்தின்போது ஓரிரு முறை வந்திருந்ததாகவும் அதன் போக்கை ஆவலுடன் கவனித்துவந்ததாகவும் தெரிவித்தான். ஆனால், கடைசி தினத்தன்று அவன் கொண்டிருந்த தைரியத்தை அவன் இழந்தான். அத்தகைய முக்கியமான தினத்தன்று, அவனைப் போன்ற மிகச் சாதாரணமானவனை அனுமதிப்பார்களா என்று தயங்கியிருக்கிறான். மேலும், அவனுடைய அதிர்ஷ்டம் (அதாவது, அவன் வந்திருந்து, அது செய்தித்தாள்களில் வந்திருக்கும் பட்சத்தில்) அவனுடன் இருப்பவர்களைப் பொறாமைப்படவைத்து, அவனிடம் இருப்பதையும் பறிகொடுக்க வேண்டியிருக்கலாம் என்றும் அவனுக்கு அச்சம் ஏற்பட்டிருக்கிறது. விசித்திரமான பல சிந்தனைகள் ஒன்றோடொன்று சேர்ந்து அவனை ஆட்கொண்டிருக்கின்றன. ஆனால், இவை எல்லாவற்றையுமே அவன் சுமந்துகொண்டிருக்கும் தீண்டாமையோடு நாம் இணைத்துப்பார்க்க முடியும். அவன் தயக்கம் ஏதுமில்லாமல் இரண்டு முறை சிறைக்கு வந்திருக்கிறான். தீண்டப்படாத பார்வையாளர் என்று அனுமதிக்காக அவன் பெயரை உள்ளே கொடுத்தனுப்பியிருக்கிறான். ஆனால், இது போன்ற ஒரு சந்தர்ப்பத்தில் மட்டும் அவன் முன் தோன்றிய அதிர்ஷ்டத்தைப் பிடித்துக்கொள்ளும் தைரியத்தை இழந்துவிட்டான். அந்த இளஞன் இந்த அளவுக்குத் தன்னை அவசியமில்லாமல் தரந்தாழ்த்திக்கொண்டதற்குக் காரணியமானவர்கள் நாம்தான்.[31]

இந்தக் கதையை மகாதேவ் தேசாய் வாசிக்கும் முறையானது ஒருவகையான உணர்வுபூர்வமான காந்தியத்தால், படித்த தலித்துகளின் சிக்கலான மனநிலையைப் புரிந்துகொள்ள முடியாத இயலாமையை வெளிப்படுத்துவதாகவே இருக்கிறது. தைரியமற்றதன்மை என்று எதை தேசாய் குறிப்பிடுகிறாரோ, அதை மொத்த காந்திய நிறுவனத்தோடான சகஜமற்றதன்மையின் வெளிப்பாடாகவும் எடுத்துக்கொள்ள முடியும். அந்த ஹரிஜன் இளைஞனை உருவாக்கிய அரூபமான வரலாற்றுச் "சக்திகள் குறித்து தேசாய் பேசுகிறார். ஆனால், அந்த இளைஞனோ அவனை முறைத்து நின்றுகொண்டிருக்கும் ஸ்தூலமான நிகழ்கால யதார்த்தம் குறித்துப் பேசுகிறான். தேசாய் உணர்ச்சிவசப்பட்டு இந்த நிகழ்வின் பல நுட்பமான, கோரமான முரண்நகைகளைப் பார்க்கும் சக்தியை இழந்துவிடுகிறார். அவருடைய ஆசானுக்கும் அந்த ஆசானின் சீடர்களுக்கும் இடையே காணப்படும் துயரமான இடைவெளியைக்கூட அவரால் உணர்ந்துகொள்ள முடியவில்லை. தொடக்கத்திலிருந்தே அந்த இளைஞன், இந்த முரண்நகையையும் பாகுபடுத்தப்படுவதையும் அவனுள் தக்கவைத்துக்கொண்டிருக்கிறான். மேலும், ஆசானிடம் எது

31 *Harijan*, 10 June 1933.

துயரமானதாக இருக்கிறதோ அதுவே அவருடைய சீடர்களிடம் கேலிக்கூத்தாகச் சிதைந்துபோகிறது என்பதையும் அவன் உணர்ந்திருந்தான். புனித இரக்கத்துக்கான ஒரு பயனிலையாக மாற்றப்படுவதிலிருந்து தன்னைக் காப்பாற்றிக்கொள்ளும் விதமாகவே அவன் பொய் சொல்லியிருக்கிறான். கடந்த காலத்தின் குற்றவுணர்வு நிகழ்காலத்தில் அதன் மூலத்தையே கீழ்மைப்படுத்த முடியும். உருவகரீதியாகச் சொல்வதென்றால், குறிப்பிட்ட நேரத்தில் காந்திஜியைச் சந்திப்பதாக ஒப்புக்கொண்டு வராமல் இருந்தது என்பது அந்த ஹரிஜன் இளைஞன் ஒரு தலித்தாக மறுபிறவி எடுக்கிறான் என்பதாகிறது. வேறொரு அர்த்தத்தில் சொல்வதென்றால், முக்கியத்துவம் வாய்ந்த அந்த மதியப் பொழுதில், தேசாய்போலவே அந்த இளைஞனும் காந்திஜிக்கும் அவருடைய சீடர்களுக்கும் எத்தகைய வேறுபாடுகளும் இல்லை என்ற முடிவுக்கு வருகிறான். கோயில் நுழைவுப் போராட்டம் குறித்து காந்திஜியிடம் காணப்பட்ட உற்சாகம், 1930–களிலேயே குறையத் தொடங்கிவிட்டது என்று அம்பேத்கர் முன்வைக்கிறார். ‘காந்தியும் காங்கிரஸும் தீண்டப்படாதவர்களுக்குச் செய்தது என்ன?’ என்ற புத்தகத்தில் இது தொடர்பாகக் கோபமாகவும் முரண்நகையோடும் ஓரிரு பத்திகள் எழுதியுள்ளார். ஸ்தூலமான வரலாற்றுரீதியான ஆதாரத்தின் அடிப்படையில் வைத்துப் பார்த்தால் அம்பேத்கர் சொல்வது உண்மைதான். காந்தியவாதிகளின் செயல்திட்டத்தில் நிச்சயமான ஒரு மாற்றத்தை நம்மால் காண முடிகிறது. ‘ஹரிஜன்’ இதழ் ஒன்றில், சி.ராஜகோபாலாச்சாரியார் இவ்வாறு பிரகடனப்படுத்தவும் செய்கிறார்: ‘தீண்டாமை இன்னும் ஒழிக்கப்படவில்லை என்றாலும் நிச்சயமாகப் புரட்சி முடிந்துவிட்டது. இனி மிச்சமிருப்பதெல்லாம் குப்பைகளை அகற்ற வேண்டியது மட்டுமே. அந்த ராட்சஸன் கொல்லப்பட்டுவிட்டான்’.[32] இந்த நிலைப்பாட்டில் உள்ள பத்தாம்பசலித்தனம் பெரும் வியப்பைக் கொடுக்கிறது. அதுவும் ராஜகோபாலாச்சாரியார் போன்ற நுண்ணறிவுகொண்ட அரசியல்வாதியிடமிருந்து இத்தகைய நிலைப்பாடு வெளிப்படுவது அதை மேலும் மர்மமானதாக ஆக்குகிறது.

அம்பேத்கரும் காந்திஜியும் ஒருவரையொருவர் மாற்றங்கொள்ளவைத்தார்கள் என்பதற்குப் போதுமான ஆதாரங்கள் இருக்கின்றன. ஹரிஜன்களின் நலன் என்பதற்கான வரையறையையும் அதன் எல்லையையும் காந்திஜி விரிவுபடுத்தினார். அது வெறுமனே தீண்டாமை குறித்த பிரச்சினையாக மட்டும் சுருங்கியிருக்கவில்லை, அது தீண்டப்படாதவர்கள் குறித்து ஒரு முழுமையான புரிதல் தொடர்பான பிரச்சினையாக விரிவடைந்தது. காந்திஜி, அம்பேத்கர் இடையிலான மோதலின் விளைவால், இருவருமே அவர்கள் அழுத்தம் கொடுத்த புள்ளியை மாற்றிக்கொண்டார்கள்: பூசிமெழுகாமல் சொல்வதென்றால், காந்திஜி பொருளாதாரத்தை பாபாசாஹேபிடமிருந்து கைக்கொண்டார் என்றால், அம்பேத்கர் மதத்தின் முக்கியத்துவத்தைத் தன்வயப்படுத்திக்கொண்டார். காந்தியவாதி அல்லாத தலித்துகள், புத்திசாலித்தனமாக வாதாடி முதன்மைப்படுத்திய தலித்துகளின் பொருளாதார

32 *Harijan*, 28 December 1935.

மேம்பாட்டைக் கையகப்படுத்திக்கொண்ட காந்திஜி, அதை ஒட்டுமொத்தமான இந்தியக் கிராமங்களின் புத்தாக்கம் தொடர்பான பிரச்சினையாக மாற்றினார். வேறு வார்த்தைகளில் சொல்வதென்றால், காந்திஜி ஹரிஜன் கேள்வியை ஆதாரப் புள்ளியாகக் கொண்டு, வாழ்க்கை குறித்தான ஒரு முழுமையான தத்துவார்த்தப் பார்வையை உருவாக்க முயன்றார். ஆனால், [காந்திஜியின்] இத்தகைய நகர்வு [காந்தியவாதிகளால்] வெற்றிகரமான புரட்சியின் முடிவாகக் கட்டமைக்கப்பட்டது. ஹரிஜன் நலன் சார்ந்த விரிவாக்கம் குறித்து காந்திஜியே இத்தகைய விளக்கத்தை முன்வைக்கிறார்:

> 'ஹரிஜன்' பத்திகளில் கிராமப்புறத் தொழில் மேம்பாடுகள் குறித்து நிறைய காணப்படுவதை எதிர்த்து சில வாசகர்கள் கருத்து தெரிவித்திருக்கிறார்கள். வேறு சிலர், ஒரே மாதிரியாகத் தொடர்ந்து முன்வைக்கப்படும் முறையில் சலிப்புற்று இந்த மாற்றத்தை வரவேற்றிருக்கிறார்கள். இரண்டு கருத்துகளுமே அவசரத்தில் முன்வைக்கப்பட்டவை அல்ல. இந்தியக் கிராமங்களின் நல்வாழ்வோடு தொடர்புகொண்டிருக்கும் எத்தகைய பிரச்சினையாக இருந்தாலும், அது இந்திய மக்கள்தொகையில் ஆறில் ஒரு பகுதிக்கும் மேலாக உள்ள ஹரிஜன்களின் நலன்களோடு முழுமையாக இணைந்ததாகவே இருக்க முடியும். கிராமத்தில் நல்ல அரிசியும் மாவும் கிடைக்குமென்றால், இந்த மாற்றத்தில் மற்ற மக்கள்தொகையினர் எந்த அளவுக்குப் பயனடைவார்களோ, அந்த அளவுக்கு ஹரிஜன்களும் பயனடைவார்கள். ஆனால், ஹரிஜன்கள் பயனடைவார்கள் என்பது பிரத்யேக அர்த்தத்தில் மேலும் முக்கியத்துவம் வாய்ந்ததாகிறது. தோல் பதனிடுதல் மற்றும் அது தொடர்பான எல்லாமும் ஹரிஜன்களின் தனித்த உரிமைகளாக உள்ளன. பொருளாதாரரீதியான புதிய திட்டத்தில் இவை மிக முக்கிய இடத்தில் இருக்கும்.[33]

காந்தி–அம்பேத்கர் மோதல் என்பது அடிப்படையில் இப்படியானவற்றைக் கொண்டிருந்ததாகிறது. ஆனால், இன்றைய தேவையின் அடிப்படையில், இவ்விருவருக்கும் இடையே ஒன்றிணைவைச் சாத்தியப்படுத்துவது அவசியமாகிறது. இருவரும் பெரும்பாலான விஷயங்களில் மோதிக்கொண்டார்கள்; அதுவும் மிகவும் கசப்பாக மோதிக்கொண்டார்கள் என்றாலும் அடிப்படையான தளத்தில் ஒருவருக்கொருவர் உவப்பாகவே இருந்தார்கள். இவ்விரு ஆசான்களுக்கு இடையேயான முரண்பாடுகளைக் களைந்தெறிவது அவ்வளவு சுலபமான காரியம் அல்ல. ஆனாலும், இன்றைய தேவையானது இவர்களுக்கு இடையேயான உள் ஒற்றுமைகளில் கவனம் செலுத்த நம்மைக் கட்டாயப்படுத்துகிறது. ஒவ்வொன்றும் தனித்து அதை நிலைநிறுத்திக்கொள்கிறது என்பதாலும், ஒன்றை மற்றொன்று அச்சுறுத்தி இல்லாமல் செய்துவிடும் என்பதாலும், இத்தகைய அதீத நிலைப்பாடுகளை மறுதலிக்க, அவற்றைப் பொருள்கோளியல்ரீதியாக அணுக வேண்டியிருக்கிறது.

---

33 *Harijan II, 21 December 1934: 354.*

நாகார்ஜுனரின் பௌத்த இயங்கியல் முறையில் சூழ்நிலையை விளக்குவதென்றால் காந்தி, அம்பேத்கர் இருவரின் நிலைப்பாடுகளும் இறுகியதன்மையை அடைந்துவிட்டன என்பதால் இருவராலும் யதார்த்தத்தின் உண்மையான பண்பைப் பார்க்க முடியாமல்போனது என்று சொல்லலாம்.

இறுதியாக, இன்றைய தலித் இயக்கத்துக்குப் பொருந்தக்கூடியது என்று காந்திஜியிடமிருந்து எதைக் கற்றுக்கொள்ளப்போகிறோம்? தீண்டப்படாதவர்களின் விடுதலை என்பது இந்தியக் கிராமங்களின் விடுதலையோடு அங்ககமாக இணைந்திருக்கிறது. மாற்றிச் சொல்வதும் அதே அளவுக்கு உண்மைதான். இத்தகைய அர்த்தத்தில், ஹரிஜன் நலன்களோடு மொத்தக் கிராமத்தின் புத்தாக்கத்தையும் இணைத்துப்பார்க்கும் காந்திய முறை மிகவும் அர்த்தமுள்ளதாக இருக்கிறது. இருந்தாலும், தீண்டப்படாதவர்கள் இந்தியக் கிராமங்களை நரகக் குழிகளாகப் பார்ப்பதால், தலித் பார்வையிலிருந்து இந்த உற்சாகத்தை சற்றே மாற்றியமைக்க வேண்டியுள்ளது. ஆனால், வேறு மாற்று வழிகள் ஏதுமில்லை. நாம் இந்தியக் கிராமங்களை வாழத் தகுந்தவையாகவும் மனிதத்தன்மை நிறைந்தவையாகவும் முழுமையாக மாற்றியமைக்க வேண்டியுள்ளது. வேறு வார்த்தைகளில் சொல்வதென்றால், இந்தியக் கிராமங்களை அங்கீகரிக்கும் காந்தியத்தை அம்பேத்கரியத்தின் அவநம்பிக்கை கொண்டு சரிசெய்ய வேண்டும். குறிப்பாக, ஹரிஜன்களின் பொருளாதார அதிகாரத்துக்கென காந்திஜி முன்வைக்கும் சில நடைமுறைகளைப் பொறுத்தமட்டில் இது மிகவும் அவசியமாகிறது. கதர் திட்டத்தை மிகப் பெரிய அளவுக்கு காந்தி எடுத்துச்சென்றார். ஏனெனில், சாதாரண துணியை நெய்வது என்பது ஹரிஜன்களின் தனித்த உரிமையாக இருந்தது.[34] நாம் இத்தகைய கருத்துகளை அதன் நேரடி அர்த்தத்தில் எடுத்துக்கொள்ள வேண்டியதில்லை. இத்தகைய கருத்துகளை நாம் மொத்த கிராமப் பொருளாதாரத்தைப் புத்தாக்கம் செய்வதைக் குறிப்பதாகவும், குறிப்பாகக் கீழ்ச்சாதிகள் மற்றும் தீண்டப்படாதவர்கள் நலன்களுக்குக் கூடுதல் அழுத்தம் கொடுப்பதாகவும் எடுத்துக்கொள்வதுதான் சிறந்த வழியாக இருக்கும். கிராம மறுகட்டமைப்புத் திட்டத்தில் காந்திஜி முன்வைக்கும் சில யோசனைகள், கிராமச் சமூகத்தை உன்னதப்படுத்துவதால், அங்கே சாதிய நெறிமுறைகள் செயல்படுவதைப் பார்க்கத் தவறுகிறார்: அப்படிப்பட்டதுதான் கிராமப்புறத் தோல் பதனிடுதல் திட்டம். காந்திஜி இந்த 'மிகவும் உபயோகமான மற்றும் அத்தியாவசியத் தொழி'லுக்கு மிகவும் அழுத்தம் கொடுக்கிறார்.[35] இத்தகைய யோசனைகளை நாம் ஏற்றுக்கொள்ளவே முடியாது. ஒரு சாதி இந்துவின் மனதில் தோல் தொழில் என்பது அழிக்க முடியாதபடி தீண்டப்படாதவர்களோடு இணைத்துப்பார்க்கப்படுவதோடு, அதுவே அவர்களைப் பண்பாட்டுரீதியாக ஒதுக்குவதற்குப் பிரதானக் காரணியாகவும் இருக்கிறது. வரலாற்றுக் காரணியத்தை முன்வைத்து இத்தகைய தொழில்களை

34 *Ibid., 27 October 1933, vol. 1, p.4.*

35 *Ibid., 7 September 1934, vol. 2, p.236.*

தலித்துகள் விட்டுவிட வேண்டும் என்பதற்கு அம்பேத்கரியர்கள் அழுத்தம் கொடுப்பதுதான் மிக யதார்த்தமானதாகவும் தீவிரையானதாகவும் இருக்கிறது.

ஹரிஜன்கள் கிராமங்களிலிருந்து துண்டிக்கப்பட வேண்டியதில்லை. சொல்லப்போனால், அவர்களுக்கு அதிகாரத்தைக் கொடுப்பதற்கான தீர்மானமான வழிகளில் ஒன்று, அவர்களின் வாழ்வாதாரத்துக்கான சுதந்திரத்தை அவர்களுக்கு வழங்குவதுதான். ஆனால், இதைக் கறைபடிந்த தொழில்கள் மூலம் சாத்தியப்படுத்த முயல்வது தலித்துகள் பார்வையிலிருந்து எதிர்மறையான விளைவுகளைத்தான் ஏற்படுத்தும். முன்னரே சொன்னதுபோல், நாம் காந்திஜியின் கிராம–மையப் பார்வையை எடுத்துக்கொண்டு, அதில் காணப்படும் புனைவியரீதியான மிகைகளைக் கிராமச் சமூகம் குறித்தான அம்பேத்கரிய அவநம்பிக்கை கொண்டு சரிசெய்ய வேண்டியுள்ளது. இந்தியாவில் உள்ள கீழ்ச்சாதிகள் வேறு எங்கும் போக முடியாது என்பதால், இன்றுள்ள கிராமச் சமூகங்களை மாற்றுவதற்கான அவர்களுடைய விருப்புறுதியை வலுப்படுத்த வேண்டியுள்ளது. ஹரிஜன்களை மையமாக வைத்து அரசியல், பொருளாதாரம், சமூகம் மற்றும் ஆன்மீகச் சிந்தனைகள் என்று முழுமையான, சிக்கலான கட்டமைப்பை காந்திஜி நெய்திருக்கிறார். இன்றைய தலித் இயக்கம் இதற்கு நிகரான காரியத்தைச் செய்ய வேண்டியுள்ளது. இந்தியக் கிராமங்களை அழித்தொழிக்கவே சர்வதேச மூதலீட்டியம் முயலும். இதோடு சேர்ந்து கீழ்ச்சாதியைச் சேர்ந்தவர்கள் பொருளாதாரரீதியாகவும் பண்பாட்டுரீதியாகவும் சமூகரீதியாகவும் ஊனமாக்கப்படுகிறார்கள்.

முடிக்கும் விதமாக, காந்திஜியால் அம்பேத்கர் எத்தகைய உருமாற்றத்தை அடைந்தார் என்று கேட்டுக்கொள்வோம். தீண்டாமைப் பிரச்சினையை மதரீதியாகப் பார்ப்பதை பாபாசாஹேப் எப்போதும் எதிர்த்தே வந்தார். இருந்தாலும், காந்திஜியோடு அவர் உரையாடிய பிறகு, தலித் பிரச்சினையில் மதத்தின் முக்கியத்துவத்தை ஏற்றுக்கொண்டார். ஆனால், பொருளாதார மேம்பாடு என்ற கருத்தை காந்திஜி என்னவாகக் கையாண்டரோ அதற்கு நிகரானதையே பாபாசாஹேப் மதத்துக்குச் செய்தார். இது ஒன்றை ஏற்றுக்கொண்டு, அதையே மாற்றியமைக்கும் பாங்குக்கு நிகரானதாக இருக்கிறது. மதம் முக்கியமானதுதான், சந்தேகமில்லை. இந்து மதத்திலிருந்து வெளியேறுவது என்பதே அம்பேத்கரிய மாற்றமாகும். 1935–ல் அம்பேத்கரின் இயலோ (*Yeola*) பிரகடனம் — அதாவது, நான் ஓர் இந்துவாகச் சாக மாட்டேன் என்பது — காந்திய வழிமுறையில் உள்ள நியாயத்தை அங்கீகரிப்பதோடு, அதில் தீர்வாக முன்வைக்கப்படுவதன் தேர்வை நிராகரிப்பதாகவும் இருக்கிறது. பொருளாதார மேம்பாடு என்பது சரியான தீர்வுதான், சந்தேகமில்லை. நாம் கிராமச் சமூகத்தில் உள்ள ஒரு பகுதியினரை மட்டுமல்லாமல், மொத்தக் கிராமத்தையும் புத்தாக்கம் செய்வோம். அம்பேத்கரியக் கருத்தை இப்படியாகத்தான் காந்தியம் உருமாற்றியது. ஏன் சாதிய முறைமை மீதான அவருடைய மென்மையான அங்கீகரிப்பைக்கூட காந்திஜி மாற்றிக்கொள்ள வேண்டியிருந்தது: 1935 நவம்பர் 16 'ஹரிஜன்' இதழில் அவருடைய ஆதரவாளர்களான பழமைவாதிகள் கலக்கம்கொள்ளும் விதமாக, சாதிகள்

ஒழிய வேண்டும் என்று எழுதினார். சாதிகளுக்கு இடையேயான திருமணங்கள், சமபந்திகள் போன்றவற்றுக்கு எதிரான கொடூரத் தடைகளையும் அவர் விமர்சித்தார். இந்தப் பிரச்சினைகள் தொடர்பான அவருடைய முந்தைய ஊசலாட்டங்களோடு ஒப்பிடும்போது இத்தகைய மாற்றங்கள் வரவேற்கத் தகுந்தவையாகவே இருக்கின்றன.

காந்திஜி, அம்பேத்கர் இருவரையும் ஒருவரையொருவர் முழுமை செய்பவர்களாக மாற்ற முடியும்; மாற்ற வேண்டும் என்று இந்த இடத்தில் தனியாகச் சொல்ல வேண்டிய அவசியமில்லை. இத்தகைய முயற்சிகள் நிச்சயமாக இறுகிப்போன சித்தாந்தவாதிகளின், ஆராய்ச்சியாளர்களின் கொஞ்சமும் வளைந்துகொடுக்காத எதிர்ப்பைச் சந்திக்க வேண்டிவரும். மேலும், இவ்விருவருக்கும் இடையேயான முரண்பாட்டை மேலும் பற்றவைக்க இவர்கள் பல புதிய தகவல்களைத் தோண்டியெடுக்கவும் செய்வார்கள். இத்தகைய போக்குகளை எதிர்த்துநிற்பதற்கு ஒரு வழி என்னவென்றால், பொருள்கோளியல்ரீதியாக அர்த்தப்படுத்தலை மட்டுமே அரசியல்ரீதியான தேவையாக முன்வைக்காமல், எதிர்பாராமல் கிடைக்கக்கூடிய வரலாற்றுரீதியான தரவுகளையும் ஆழமான வரலாற்றுரீதியான அக்கறைகளையும் வேறுப்படுத்திப்பார்ப்பதற்குத் தோற்றவெளிரீதியான வேறுபாடுகள் என்ற கருத்தமைவை முதன்மைப்படுத்தித் தத்துவார்த்தரீதியான பிளவை உருவாக்கவும் வேண்டியுள்ளது.[36] இது, வரலாற்றுரீதியான உண்மை என்ற ஆழத்தில் தரவுகளுக்கு இடையேயான முரண்கள் மறைந்துபோய் அவற்றுள் மறைந்துகிடக்கும் இணைவை வெளிப்படுத்துகிறது. தோற்றவெளிரீதியான வேறுபாடுகள் என்ற கருத்தமைவைக் கொண்டுதான், இந்தப் புத்தகம் அதற்கான கோட்பாட்டுரீதியான இருப்பைக் கொண்டிருக்கிறது. இவ்விஷயத்தைப் பொறுத்தமட்டில், வேறுபாடுகளை ஏற்றுக்கொள்வதும் அவற்றைப் பரிசீலிப்பதும் இவ்வேறுபாடுகளுக்கு இடையேயான உயிர்ப்புள்ள இணைவை அடைவதற்கு உதவுகின்றன.

⊙

36 பல சிந்தனையாளர்கள் நடத்திய தாக்குதலிலிருந்து ஹைடகரைக் காப்பாற்றுவதற்கு Lacocue–Labarthe தோற்றவெளிரீதியான வேறுபாடுகள் என்ற இந்தக் கருத்தாக்கத்தைப் பயன்படுத்துகிறார். ஹைடகரைத் தாக்கியவர்களில் Adorno முக்கியமானவர். மிகவும் போற்றப்பட்ட ஜெர்மானியத் தத்துவவியலாளராக ஹைடகரின் 'உள்ளார்ந்த கூறுகள் பலவும் பாசிஸத்தன்மையைக் கொண்டிருப்பவை' என்று Adorno விமர்சித்தார். பார்க்கவும்: Philippe Lacocue–Labarthe (1990). இங்கு ஒரு விஷயத்தைத் தெளிவுபடுத்துவது முறையாகும்: நான் இங்கு ஹைடகரை நியாயப்படுத்தும் Lacocue–Labarthe–வின் நிலைப்பாட்டை ஏற்றுக்கொள்வதைக் காட்டிலும் 'தோற்றவெளிரீதியான வேறுபாடுகள்' என்ற குறிப்பிட்ட கருத்தமைவைப் பயன்படுத்துவதில்தான் விருப்பம் காட்டுகிறேன். அதே சமயத்தில், அரசியலுக்கும் அழகியல் வகைமைகளுக்கும் தத்துவத்துக்கும் இடையேயான சிக்கலான உறவு குறித்த Lacocue–Labarthe–வின் கருத்துகள் என்னைக் கவர்ந்திழுக்கின்றன. பார்க்கவும்: Philippe Lacocue–Labarthe (1989).

2

ஓர் இளைஞனின் பொய்யும் ஒரு மானுடவியலாளரின் உண்மையும்:

உணர்வுபூர்வமான அக்கறையைப் பரவலாக்குவது தொடர்பான இரண்டு கதைகள்

இந்தக் கட்டுரையின் அணுகுமுறை குறித்து

இங்கு என்னுடைய நோக்கமானது நெருங்கிய விரோதம்[1] என்ற பண்பாட்டுரீதியான பின்னணியில் அடையாள ஆக்கம், அடையாள நீக்கம் ஆகிய வகைமைகள் குறித்து விவாதிப்பதே.[2] நெருங்கிய விரோதம் என்ற கருத்தாக்கம் — உணர்வுபூர்வமாக, அறிவார்த்தரீதியாக, பொருளியல்ரீதியாக என்று பல தளங்களில் சமூகக் குழுமங்களும் (groups) குமுகங்களும் (communities) ஒன்றையொன்று சார்ந்திருக்க வேண்டிய நிலையைக் குறிக்கிறது. இங்கு என்னுடைய முன்மொழிவு என்னவென்றால், இருத்தலியல் சார்ந்து பிணைந்திருக்க வேண்டிய சமூகக் குழுமங்களும் குமுகங்களும் ஒன்றையொன்று ஆழமாக வெறுக்கும் உணர்வே, உணர்வுபூர்வமான அக்கறையைப் பரவலாக்குவது குறித்தான கேள்வியை முன்னுக்குக் கொண்டுவருகிறது. அதுவே கோட்பாட்டுரீதியான அறிவார்த்தரீதியான நிலைப்பாடுகளாய் மொழியாக்கம் செய்யப்படுகின்றன. சமூகக் குழுமங்களும் குமுகங்களும் எக்காலத்துக்குமான விரோதம் கொண்டதாகப் பிறக்கவும் இல்லை, அப்படியாக இந்த உலகில் தோன்றவும் இல்லை. ஆனால், ஒரு குறிப்பிட்ட

1 *நெருங்கிய விரோதம் (Intimate Enmity) என்ற கருத்தாக்கம் குறித்து மேலும் விவரங்களுக்கு இந்தத் தொகுப்பில் உள்ள 'அஷிஸ் நந்தி: ஓர் அறிமுகம்' என்ற கட்டுரையைப் பார்க்கவும் – [மொ.ர்].*

2 *அடையாளம் சார்ந்த இயக்கங்கள், போராட்டங்கள், தனிநபர் தேர்வுகள் ஆகியவற்றைப் புரிந்துகொள்வதற்கு இத்தகைய வகைப்பாடுகளின் பயன்தன்மையைப் பரிசோதித்துப்பார்ப்பதுதான் இங்கு என்னுடைய நோக்கமாக இருக்கிறது. உளவியல்ரீதியான வகைப்பாடுகளில் காணப்படும் சாராம்சப் போக்குகளை ஒருவர் இதிலிருந்து அப்புறப்படுத்துவார் என்றால், பல சமயங்களில் வகைப்பாடுகள் வெறுமனே அதன் மூலப் பெயர்களையும் ஒருவேளை ஒருசில உருவகங்களையும் மட்டுமே தக்கவைத்துக்கொள்கின்றன. (இந்தக் கட்டுரையின் சட்டகத்தை வடிவமைப்பதற்கு உதவிய அஷிஸ் நந்திக்கு என்னுடைய நன்றி.)*

வரலாற்றுத் தருணத்தில் மோதிக்கொள்ளும் இரண்டு அடையாளங்களாகத் தங்களைத் தாங்களே வரையறுத்துக்கொள்கின்றன. நெருங்கிய விரோதம் என்பதன் ஒரு புலம், அதாவது காலனிய அனுபவங்கள் குறித்து அஷிஸ் நந்தி போன்ற சிந்தனையாளர்களால் முன்னரே ஆராயப்பட்டிருக்கிறது.[3] சாதிய முறைமைக்குள்ளாகக் காணப்படும் பல்வேறு குமுகங்களுக்கு இடையேயான உறவுமுறைகளும், மோதல்களால் நிறைந்த புவிசார்-அரசியலில் கூடி வாழும் பல்வேறு மதரீதியான இனங்களுக்கு இடையேயான உறவுமுறைகளும் இன்ன பிற புலங்களாகின்றன.

பௌதிகரீதியாக நெருக்கமாக இருப்பதை மீறி குமுகங்கள் பிறவற்றோடு தொடர்பற்று, தனித்த உலகங்களாக வாழ்வது நெருங்கிய விரோதத்தின் இரண்டாவது அம்சமாகிறது. அக்கறையின் தார்மீகத்துக்கும் பௌதிக நெருக்கத்துக்கும் இடையே ஒரு இறுக்கம் இருக்கத்தான் செய்கிறது.[4] எதிர்த்துநிற்பவர்களின் அன்றாட வாழ்க்கை வடிவங்கள் அங்ககமாக ஒன்றிணைக்கப்பட்டிருக்கின்றன என்றாலும் — ஃபிராய்டின் வகைமையைச் சற்றே மாற்றியமைத்துச் சொல்வதென்றால் — அவர்களுடைய பேரகத்தின் (superego) வெளிப்பாடுகள், பிரிவுணர்வை உருவாக்குகின்றன. இது நியாயமானது என்றும், சரியானது என்றும் முன்நிறுத்தப்படுகிறது. அன்றாட வாழ்க்கையின் அறிவுசார் வடிவங்களிலிருந்து அடையாளம் குறித்தான பெரும் கதையாடல்களைப் பிரித்தெடுப்பது என்பது இறுக்கங்கள் தோன்றுவதையே குறிக்கிறது. இந்த இறுக்கங்கள் பொதுவாக வன்முறையைத் தோற்றுவிக்கின்றன.[5] மனங்களுக்கு இடையேயான தொலைவுகள்தான் குமுகங்களின் அடையாளங்களையும், குமுகங்களை ஒன்றிலிருந்து ஒன்றைப் பிரித்தும் வைக்கின்றன. இத்தகைய நெருங்கிய விரோதச் சூழலில், உணர்வுபூர்வமான அக்கறையைப் பரவலாக்குவது என்ற உள்ளடக்கம், தொடக்கத்திலிருந்தே அந்நியத்தன்மையைக் கேள்விகளற்று ஏற்றுக்கொள்ளும் புலங்களிலிருந்து முற்றிலும் வேறான அர்த்தத்தைக் கொண்டிருக்கின்றன.

3 *பார்க்க: Ashis Nandy (1983)*

4 *நவீன உலகத்தில் அந்நியர் என்பதன் விளைவுகள் குறித்து மிக ஆழமான பார்வையைக் கொண்டிருக்கும் சிக்மன்ட் பாவ்மனுக்கு (Zygmunt Bauman) நான் கடன்பட்டிருக்கிறேன். பௌதிக நெருக்கம் ஆன்மீக நெருக்கத்துக்கு உத்தரவாதம் கொடுப்பதில்லை என்பதே இவர் முன்வைக்கும் மிக முக்கியமான பார்வையாக இருக்கிறது. நவீன மேற்கில் யூதர்களின் அடையாள ஆக்கம், அடையாள நீக்கம் என்ற இரட்டைத்தன்மையிலான நடைமுறையையே வெளிப்படுத்துகின்றன. பார்க்க: Zygmunt Bauman (1991; 1993; 1995).*

5 *இந்தத் தளத்தில் அடையாள உருவாக்கத்தில் குறியீடுகளின் உருவாக்கமும் அவற்றின் பங்கும் மிக முக்கியமான உள்ளடக்கமாகின்றன. இந்திய அனுபவத்தில், அன்றாட வாழ்க்கைப் பொருட்களைக் குறியீடுகள் தளத்துக்குக் கொண்டுசெல்பவர்கள் வன்முறைப் பயன்பாட்டை மிகத் தீவிரமாக எதிர்ப்பவர்களாக இருக்கிறார்கள். எடுத்துக்காட்டாக, அரசியல்ரீதியாக அணிதிரட்டுவதற்கு உப்பு, ராட்டை என்ற இரண்டு அன்றாடத்தன்மையிலான பொருட்களைத்தான் காந்தி பயன்படுத்தினார். இதற்கு மாறாக, இந்து அடிப்படைவாதிகள் பெரும்பாலும் கடவுள்களைத்தான் குறியீடாகப் பயன்படுத்துகிறார்கள். இந்தக் கடவுள்கள் வன்முறையை வெறுப்பவர்கள் அல்ல.*

அந்நியத்தன்மைக்கு ஹோமரின் ஒடிஸி மிகச் சிறந்த எடுத்துக்காட்டாகிறது. இதில் அன்றாடப் பொருட்கள் தளத்தில் அந்நியத்தன்மை வலியுறுத்தப்படுகிறது. குமுகங்கள் சுகவாசிகள் (lotus-eaters)[6] என்றெல்லாம் அடையாளம் காணப்படுகிறார்கள்.[7] பிறகு நிச்சயமாக, பேரகம் போன்ற உள்ளடக்கங்களும் மேலெழுந்துவருகின்றன.

ஒரு நீண்ட கதையைச் சுருக்குவதென்றால், உணர்வுபூர்வமான அக்கறையைப் பரவலாக்குவது என்ற பிரச்சினையில் மையமாக இருப்பது அந்நியர் என்ற கருத்தமைவே. அந்நியர் என்பதைக் கோட்பாட்டுரீதியாக விவரிப்பதிலிருந்தே இந்தப் பிரச்சினையின் மீதான எத்தகைய வாசிப்பும் தொடங்க வேண்டியுள்ளது.

இந்த இடத்தில், அந்நியர் என்ற வகைமை அதன் உள்ளியல்பாக விரோதத்தைக் குறிக்கும் ஒன்றாக எவ்வாறு உருமாற்றம் அடைந்தது என்று தோராயமாகவேனும் வரலாற்றுரீதியாக அணுக முயல்கிறேன். கிரேக்க மொழியில் 'ஸெனோஸ்' (xenos) என்ற சொல் அந்நியர், விருந்தாளி ஆகிய இரண்டையும் குறிப்பதாகச் சுட்டிக்காட்டப்படுகிறது. பென்வெனிஸ்டே சுட்டிக்காட்டியிருப்பதுபோல் விரோதி, அந்நியர், விருந்தாளி போன்ற தனித்த அடையாளம் கொண்ட கருத்தமைவுகள் ஒன்றோடொன்று சட்டபூர்வமாகவும் மொழியியல்ரீதியாகவும் மிக நெருக்கமான தொடர்புகளைக் கொண்டிருக்கின்றன.[8] நவீனத்தில்தான் அந்நியர் என்னும் கருத்தமைவு அரூபமான ஒன்றாவதோடு, பொதுவாகப் பிரச்சினைக்குரிய வகைமையாகவும் மாறுகிறது என்கிறார் ஷிவ் விஸ்வநாதன்.[9] அந்நியர்களை 'இன்று வந்து நாளை தங்குபவர்கள்' என்றே நவீனத்துவத்துக்கு முந்தைய பண்பாடுகள் வரையறுக்கின்றன. எப்படி இருந்தாலும், நவீனத்துவத்துக்கு முந்தைய சூழ்நிலையில் அந்நியர் என்ற கருத்தமைவு ஒரு பொறுப்புணர்வை வேண்டிநின்றது. இப்போதும்கூட அப்படியாகத்தான் இருக்கிறது. என்றாலும், இவ்விரண்டுக்கும் இடையே கடலளவு வேறுபாடுகள் காணப்படுகின்றன: அறிவொளிக் காலத்துக்குப் பிந்தைய உலகம் ஓர் அந்நியரைக் குடிமைச் சமூகத்தின் அங்கத்தினராக ஒப்புக்கொள்ளவைத்து இந்தப் பிரச்சினையைத் தீர்த்துக்கொள்கிறது. அந்நியர் குடிநபராக வேண்டும்; அரசின் அக்கறைகளுக்குத் தகுதியுடையவராவதற்குப் பாதுகாப்பு எண்களைக் கொண்டவராக இருக்க வேண்டியுள்ளது. உரிமைகள் என்ற மொத்த கருத்தமைவும் அந்நியர் என்ற பிரச்சினையை எதிர்கொள்வதற்கான நவீனத்தின் உத்தியாகவே இருக்கிறது; அந்நியர்கள் என்ற பிரச்சினையைக் கையாள்வதற்குத் தேசிய-அரசு உருவாக்கியுள்ள வேறுபல உத்திகளோடு

6 *கிரேக்கத் தொன்மத்தில் வடஆப்பிரிக்க மக்களைக் குறிக்கிறது. எப்போதும் அரை மயக்கத்தில் அக்கறையற்று இருக்கும் பண்பைக் கொண்டவர்களாக அர்த்தப்படுத்தப்படுகிறார்கள் – [மொ.ர்].*

7 *இந்தப் பின்னணியில் ஹோமரின் ஒடிஸி பல சுவாரஸ்யமான தகவல்களைக் கொண்டுள்ளது.*

8 *Emile Benveniste (1972: 286–96).*

9 *Shiv Visvanathan (n.d.).*

இது ஒத்துப்போகக்கூடியதாகவும் இருக்கிறது. இது மேற்கத்தியத்திலும் உலகின் பிற பகுதிகளிலும் காணப்படும் தேசிய–அரசு என்ற தற்கால வடிவங்களிலிருந்து அந்நியர் குறித்தான ஹோமரின் கருத்தமைவு எவ்வளவு வேறுபட்டதாக இருக்கிறது என்பதையே வெளிப்படுத்துகிறது. வேறு வார்த்தைகளில் சொல்வதென்றால், மேற்கத்தியத்தின் நாகரிகத்தளத்தில் கடந்த பல நூற்றாண்டுகளாக இருந்துவந்த நடைமுறைகள் இப்போது மூன்றாம் உலக நாடுகளின் தேசிய–அரசாக உள்வாங்கப்பட்டுத் தாறுமாறாக நடைமுறைப்படுத்தப்படுகின்றன. இவை உணர்வுபூர்வமான அக்கறையைப் பரவலாக்கும் செயலை நிறுவனப்படுத்துவதற்கான சில பிரத்யேக வடிவங்களாகவே இருக்கின்றன. இத்தகைய பிரத்யேக வடிவங்களில் இரண்டுதான் தேசிய–அரசு மற்றும் மனித உரிமைகள் குறித்தான மொத்த கதையாடல்களும். இவ்விரண்டும் ஏற்படுத்தியிருக்கும் தாக்கமானது ஏறக்குறைய உலகளாவியதன்மையைப் பெற்றுவிட்டன. ஆனால், இவை உண்மையிலேயே மற்றமைகள் மீதும், விலகியதன்மை கொண்டவர்கள் மீதும், மாற்றப்பட முடியாதவர்கள் மீதும், விளிம்பில் உள்ளவர்கள் மீதும் அக்கறைகள் எதையும் கொண்டிருக்கவில்லை என்பது வேறு விஷயம். இந்தியாவில் பொருந்திப்போகக்கூடிய நெருங்கிய விரோதமானது மேற்கத்தியத்தின் பிரச்சினைகளை முற்றிலும் வேறு விதமாக வெளிச்சத்துக்குக் கொண்டுவரலாம்.

ஒரு நாயகர், நெருங்கிய விரோதம் கொண்டிருக்கும் சூழலில், ஒரு கருத்தாகவோ அல்லது உண்மையான மனிதராகவோ மற்றமையுடன் தன்னை அடையாளப்படுத்திக்கொள்ள விரும்பும்போது, ஓர் உண்மையான அந்நியருக்காக அவர் காட்டும் உணர்வுகளைக் காட்டிலும், கூடுதலான சிரமங்களும் வலிகளும் கொண்ட ஒரு பயணத்தை அவர் மேற்கொள்ள வேண்டியிருக்கிறது. இத்தகைய பின்னணியிலிருந்துதான் மனிதத்தன்மையிலான, ஆன்மீகரீதியான மனித இனத்தின் ஓர்மை என்னும் கருத்தமைவைக் கொண்டு நெருங்கிய விரோதப் பிரதிநிதித்துவங்கள் மீதும், உணர்வுபூர்வமான அக்கறையைப் பரவலாக்குவது என்ற மாதிரிகள் மீதும் என்னுடைய கவனத்தைச் செலுத்த விரும்புகிறேன். இந்தியாவில் சாதி, மத அடையாளங்கள் சார்ந்த வன்முறைகளே அதுகுறித்து ஆராய்வதற்கும் எழுதுவதற்கும் என்னைத் தூண்டிவிடுகின்றன.

இறுதியாக, சமூக அறிவியலைக் காட்டிலும் நவீனத்துவத்துக்கு முந்தைய மதரீதியான கற்பனாவாத வடிவங்கள் நமக்குக் கொடுப்பதற்கு அதிகம் கொண்டுள்ளன என்று நான் இங்கு சொல்ல விரும்புகிறேன். ‘ப்ரதித்ய சமுட்பன்னா’ (*Pratitya Samutpanna*) அல்லது எல்லாவற்றின் தோற்றமும் ஒன்றையொன்று சார்ந்திருக்கின்றன என்ற பௌத்தக் கருத்தமைவை, ஆசான் நாகார்ஜுனர் விளக்கியுள்ளதுபோல் நான் பயன்படுத்துகிறேன். இது சமூக அறிவியலை ஆட்டிப்படைக்கும் மானுடமையவாதத்தைக் கடந்துபோக உதவுகிறது. சமூக அறிவியல் நுழைவதற்கு எங்கெல்லாம் அச்சத்தை வெளிப்படுத்துகிறதோ அங்கெல்லாம் மதரீதியான கதையாடல்கள் முதன்மை பெறுகின்றன.

இப்படியாக, நான் சமூக அறிவியலுக்கானவற்றைக் கதைகளாக முன்வைக்கிறேன்.

வாக்குறுதி தவறிய இளைஞன் அல்லது இருமைவாத அடையாள முறை

ஒரு சாதாரண தீண்டப்படாத இளைஞனின் கதையிலிருந்து நான் தொடங்குகிறேன். 1933 மே மாதம், எரவாடா சிறையில் உண்ணாவிரதம் இருந்த காந்தியைச் சந்திக்க அந்த இளைஞன் வந்திருக்கிறான். காந்தி பல உண்ணாவிரதங்களுக்குப் பேர்போனவர்தான் என்றாலும், இந்த உண்ணாவிரதம் ஒரு குழுமகத்தைப் பிரதிநிதித்துவப்படுத்துவது, சுய–பிரதிநிதித்துவப்படுத்துவது என்ற முறைகளுக்கு இடையேயான முதன்மையான யுத்தம் என்பதால் முக்கியத்துவம் வாய்ந்ததாகிறது.[10] காந்தி மேற்கொண்ட இந்த உண்ணாவிரதம் டாக்டர் அம்பேத்கரையும் தலித்துகளையும் அவமானப்படுத்தியதன் குறியீடாகத் தொடர்ந்துகொண்டிருப்பதோடு சமூகம், அரசு இரண்டுக்கும் பெரும் நெருக்கடியைக் கொடுக்கக்கூடியதாகவும் ஆகிறது. இந்த உண்ணாவிரதத்துக்குத் தூண்டுதலாக இருந்தது மிகவும் பிரச்சினைக்குரிய ஒரு விஷயமாகும்: தீண்டப்படாதவர்களுக்கான தனித்தொகுதி என்ற கோரிக்கை. பல நூற்றாண்டுகளில் தீண்டப்படாதவர்களிடமிருந்து உருவான முதல் மாபெரும் தலைவரான அம்பேத்கர், இந்தக் கோரிக்கைக்குத் தலைமையேற்றிருந்தார். அவரை எதிர்த்தவர், தீண்டப்படாதவர்கள் பிரச்சினையை இந்திய அரசியலின் மையத்துக்குக் கொண்டுவந்தவரான காந்தி.

பல்வேறு வழிகளில், அம்பேத்கரின் உருவாக்கம் எந்த அளவுக்கு முக்கியமானதோ அதே அளவுக்குத் தீண்டப்படாதவர்களோடு காந்தி தன்னை அடையாளப்படுத்திக்கொள்வதற்குத் தேர்ந்தெடுத்த முறையும் முக்கியத்துவம் வாய்ந்ததாக இருக்கிறது. உணர்வுபூர்வமான அக்கறையைப் பரவலாக்குவதற்கு மிகவும் பயன்தரக்கூடிய ஒரு வழிமுறையை காந்தி உருவாக்கிக்கொடுத்திருக்கிறார். இதுவே, இந்திய வாழ்க்கையின் பிரதான குணாம்சங்களில் ஒன்றான அக்கறையற்றதன்மையைப் புரிந்துகொள்வதற்கான வழிமுறையாக அவருக்கு இருந்திருக்கிறது. இந்த அக்கறையற்றதன்மை, மொத்த இந்தியச் சமூகத்தையும் பிரக்ஞையற்ற நிலைக்குத் தள்ளிவிட்டிருக்கிறது. நாடு முழுவதும் காந்தி மேற்கொண்ட பயணத்தில், மற்றவர்கள் மீதான அக்கறையற்ற வெளிப்பாட்டையும் மற்றவர்களை அலட்சியப்படுத்தும் பண்பையும் அவர் பார்த்திருக்கிறார். கல்கத்தாவின் எல்லையில் உள்ள காளி கோயிலில் மிருகங்கள் பலிகொடுக்கப்படுவதைப் பார்த்துக்கொண்டு ஊமைச் சாட்சிகளாக யோகிகள் இருந்ததைக் கண்டு அருவருப்பும் வருத்தமும் கொண்டார். மிருக பலி கொடுப்பதை யோகிகள் அங்கீகரிக்கவில்லை என்றாலும், அவர்கள் அமைதியாகப் பார்த்துக்கொண்டிருந்தார்கள். செயலற்று இருப்பது அல்லது

10 வரலாற்று முக்கியத்துவம் வாய்ந்த உண்ணாவிரதம் குறித்த வாசிப்புக்குப் பார்க்கவும் பகுதி–1.

அமைதியாக இருப்பது என்ற தத்துவம் அவரை எரிச்சல்கொள்ள வைத்தது. இந்தப் பின்னணியிலிருந்துதான் அவர் உணர்வுபூர்வமாக அக்கறையைப் பரவலாக்குவது என்ற மாதிரியைக் கட்டமைக்கிறார். முரண்பட்டுக்கொள்ளும் இருசாராரோடும் அடையாளப்படுத்திக்கொள்ளும் இத்தகைய முறையை நான் இருமைவாத அடையாள மாதிரி என்று அழைக்க விரும்புகிறேன். இந்த இடத்தில் மிக முக்கியமான கேள்வி ஒன்று எழுகிறது: தீண்டப்படாதவர்களோடு காந்தி தன்னை அடையாளப்படுத்திக்கொண்டதைத் தொலைவில் இருப்பவர்களின் துயரத்தோடு ஒருவர் தன்னை அடையாளப்படுத்திக்கொள்வதாகப் பார்ப்பது எந்த அளவுக்கு நியாயமானது?

இதற்கான எதிர்வினையானது சாதிய முறைமை குறித்தான ஒருவரின் புரிதலைச் சார்ந்திருக்கிறது. சாதிய முறைமையை, தனித்த உலகங்களைக் கொண்டிருக்கும் முறைமையாகப் பார்க்கும் பார்வையே பிரதானப் பார்வையாக இருக்கிறது. விசித்திரமாக, முற்றிலுமாக வேறு தளத்திலிருந்துதான் என்றாலும், இத்தகைய பார்வையை காந்தியும் பகிர்ந்துகொண்டார்.[11] நான் மேலே குறிப்பிட்டுள்ள உண்ணாவிரதத்தின் பின்னணியில், காந்தியே இதுகுறித்து விவரித்துள்ளார். ‘நான் நினைத்துப்பார்த்ததைக் காட்டிலும் இந்தத் தீங்கு (தீண்டாமை) மிக மோசமானதாக இருக்கிறது. பணத்தாலோ, ஏன் ஹரிஜன்களுக்கான அரசியல் அதிகாரத்தாலோ — இவை அவசியம்தான் என்றாலும் — இந்தத் தீங்கை ஒழித்துவிட முடியாது. ஆனால், ஒரு பயனுறுதியைக் கொண்டிருக்க வேண்டுமென்றால், அவர்கள் [தலித்துகள்] அகத்தளத்திலான நலன், அகத்தளத்திலான ஒழுங்கமைப்பு, அகத்தளத்திலான சக்தி ஆகியவற்றைப் பின்பற்ற வேண்டும் அல்லது குறைந்தபட்சம் அதனூடாகப் பயணிக்க வேண்டும். வேறு வார்த்தைகளில் சொல்வதென்றால், சுயதூய்மையாக்கம் அவசியமாகிறது. இது உண்ணாவிரதங்களாலும் பிரார்த்தனைகளாலும்தான் சாத்தியப்படும். அகங்காரத்தின் பலம் கொண்டு நாம் உண்மையின் கடவுளைத் தரிசிக்க முடியாது. ஆதரவற்றவர்களாகவும் பலவீனமானவர்களாகவும் இருந்தால் மட்டுமே இது சாத்தியப்படும்’.[12] இந்தப் பத்தி, வெளிப்படையாகப் பொருள்மயக்கத்தின் ஊடாக மிகச் சிக்கலான இறுக்கங்களை மறைத்துக்கொள்ள முயல்கிறது. அதாவது, காந்தி குறிப்பிடும் சுயதூய்மையாக்க நடைமுறையானது உணர்வுபூர்வமான அக்கறையைப் பரவலாக்குவது என்பதன் குறியீடாக உள்ள ஒன்றுக்கு, அதாவது தீண்டப்படாதவர்களுக்கானதாக இருக்க வேண்டிய அவசியமேதுமில்லை. அவர் விவரிக்க முயலும் உளவியல்ரீதியான செயல்பாடு அவருக்குள்ளாக நடக்கும் நாடகத்தின் அறிக்கையே தவிர வேறொன்றுமில்லை. நம்முடைய கதையில் வரும் அந்த இளைஞன் மிக முக்கியமானவனாக இருக்கிறான். ஏனெனில், இருமைவாத அடையாள மாதிரியின் விளைவுகளை

11 பத்தொன்பதாம் நூற்றாண்டிலிருந்து எல்லாத் தீவிரைத் தத்துவவியலாளர்களும் சீர்திருத்தவியலாளர்களும், அதாவது பூலே, அம்பேத்கர், லோகியா போன்ற பலரும், சாதிய முறைமையானது தனித்த உலகங்களைக் கொண்டிருக்கிறது என்ற கோட்பாட்டை ஏற்றுக்கொள்கிறார்கள்.

12 *Harijan*, May 1933.

அந்த இளைஞன் உணர்வுபூர்வமாக அனுபவிக்க வேண்டியிருக்கிறது. படிமரீதியாகச் சொல்வதென்றால், காந்தி எத்தகைய குழுமகத்தோடு தன்னை அடையாளப்படுத்திக்கொள்ள விரும்பினாரோ, அத்தகைய குழுமகத்தை அந்த இளைஞன் பிரதிநிதித்துவப்படுத்துகிறான். நாம் இங்கு மற்றுமொரு முக்கியமான செயல்பாட்டைக் கவனத்தில்கொள்ள வேண்டியுள்ளது: இருமைவாத அடிப்படையில் அடையாளப்படுத்திக்கொள்ளும் முறையானது உளத்தோற்றவியல்ரீதியான (psychogenetic) சுயதூய்மையாக்கம் என்ற சடங்கை உருவாக்கக்கூடியதாக இருக்கிறது.

அந்த உண்ணாவிரதமும் அந்த இளைஞன் அவ்விடத்தில் தோன்றியதும் உருவாக்கிய நாடகத்தன்மையை நம்மால் மிக எளிதாகப் பார்க்க முடிகிறது. காந்தியைச் சந்திப்பதற்காக அந்த இளைஞன் புதுக் காலணியை வாங்கியிருக்கிறான். மகாதேவ் தேசாய், சூதுவாதற்றவர் என்றாலும் நிச்சயமாக உணர்ச்சிவசப்படக்கூடிய கதைசொல்லி அல்ல என்பதால் அந்த இளைஞனின் நடவடிக்கைகளை நமக்குப் படம்பிடித்துக்காட்ட முயல்கிறார். காந்தியும் அந்த இளைஞனும் ஓர் ஒப்பந்தம் போட்டுக்கொள்கிறார்கள்: வரலாற்று முக்கியத்துவம் வாய்ந்த அந்த உண்ணாவிரதத்தை முடித்துவைக்கும் விதமாக அந்த இளைஞன் காந்திக்கு ஆரஞ்சுப் பழச்சாற்றைக் கொடுக்க வேண்டும் என்பது அந்த ஒப்பந்தத்தின் ஒரு பகுதி. இந்தச் சூழல் உள்ளடக்கியிருந்த முரண்நகையை நம்மால் சுலபமாகப் பார்க்க முடியும். காந்தி உண்ணாவிரதத்தை முடிப்பது என்பது, அவருடைய எதிராளியின், அதாவது தீண்டப்படாதவர்களின் பிரதிநிதிகள் மீதான வெற்றியைக் குறிப்பதாகிறது. ஹரிஜன்கள் மீதாக காந்தி கோரும் உரிமையை அங்கீகரிக்கும் குறியீடாக அந்தத் தீண்டப்படாத இளைஞன் மாறுகிறான். ஆனால், அந்த முக்கியத்துவம் வாய்ந்த தினத்தன்று, அந்த இளைஞன் காந்தியைப் பார்க்க வரத் தவறுகிறான். அந்த இளைஞன் எங்கு தங்குகிறான் போன்ற தகவல்கள் தேசாய்க்குத் தெரிந்திருக்கவில்லை. இறுதியாக, லேடி தக்கர்சே (Thackersey) ஆரஞ்சுப் பழச்சாற்றை காந்திக்குக் கொடுக்கிறார். விஷயங்களை அதோடு விட்டுவிடும் மனிதரல்ல தேசாய். இதற்கிடையில் அந்த இளைஞன், அவன் சிறைக்கு வந்திருந்ததாகவும், ஆனால் உள்ளே அனுமதிக்கப்படவில்லை என்றும் பத்திரிகைகளில் சொல்லியிருந்தான். மிகவும் சங்கடப்பட்டுப்போன தேசாய், 'மே 29, மதியப் பொழுதில் ஆரஞ்சுப் பழங்களோடு காந்தியைப் பார்க்கவருவதற்கு ஒதுக்கப்பட்டிருந்த நேரத்தில் அந்த ஹரிஜன் இளைஞன்தான் தவறிவிட்டான்' என்று தெளிவுபடுத்தினார்.[13]

அந்த இளைஞன் வந்திருந்ததாகப் பத்திரிகைகளில் வந்திருக்கும் செய்தி உண்மையல்ல என்று தேசாய் வருத்தத்தோடு எழுதுகிறார். அடுத்த நாள் அந்த இளைஞன் உண்மையைச் சொன்னதாக தேசாய் தொடர்கிறார். அந்த இளைஞன் ரொம்பவும் ஆவலோடு உண்ணாவிரதத்தின் போக்கைக் கவனித்துவந்திருக்கிறான். ஆனால், கடைசி தினத்தன்று அவனுடைய தைரியம் அவனைக் கைவிட்டதால் அவன் பொய் சொல்லியிருக்கிறான்.

13 Harijan, 10 June 1933.

இந்தக் கதையாடலை, பக்தின் (Bakhtin) முன்வைத்த க்ரோனோடோப் (chronotope)[14] வகைமையாகப் பார்த்து இருமைவாத அடிப்படையில் அடையாளப்படுத்திக்கொள்ளும் முறை வெளிக்கொணரும் இறுக்கங்களை, அதாவது ஒருவருடைய செயல் எந்தக் குமுகத்துக்காக சுயதூய்மையாக்கத்தை முன்வைக்கிறதோ, அந்தக் குமுகமே அதை சுயதூய்மையாக்கிக்கொள்ள வேண்டிய ஒரு உட்பிரதியை எப்படி உருவாக்குகிறது என்று புரிந்துகொள்ள முயலலாம்.[15] பொதுத் தளத்தில் இத்தகைய சுயதூய்மையாக்கச் சடங்கு எந்தக் குமுகத்தை இலக்காகக் கொண்டிருக்கிறதோ அந்தக் குமுகத்தைச் செயல்பட முடியாத பார்வையாளராகச் சுருக்கிவிடுகிறது. இந்தச் சடங்கை நடத்தும் முகவரோ யதார்த்தத்தை மீறி மிகப் பிரம்மாண்டமான நாயகராக மாறுகிறார். தீண்டாமை என்ற உண்மையை காந்தி காட்சிப்பொருளாக்கிய விதம்தான், அந்த இளைஞனைத் தற்காத்துக்கொள்ளும் நிலைக்குத் தள்ளிவிட்டது. நாயகர் கொள்ளும் பெரும் அவமான உணர்வானது நுட்பமான முறைகளிலும், அவ்வளவு நுட்பமல்லாத முறைகளிலும் இலக்காகக் கொண்ட குமுகத்தை அசிங்கப்படுத்துவதாக இருக்கிறது. இது, இருமைவாத அடிப்படையில் அடையாளப்படுத்தும் முறையால் ஏற்றுக்கொள்ள முடியாத முறைகளுக்கு, அதாவது தனிமாந்தராகும் பிற முறைகளுக்கு அச்சுறுத்தலாகிறது.

நான் இந்த விவாதத்தை வேறொரு தளத்துக்கு எடுத்துச்செல்ல விரும்புகிறேன். இதை நான் மாற்றீடுசெய்தலின் பிரச்சினை என்று அழைக்க விரும்புகிறேன்.

புறத்தன்மையிலான அடையாளத்தின் செய்முறையானது எந்தக் குமுகத்தோடு அடையாளப்படுத்திக்கொள்ள முயல்கிறதோ அந்தக் குமுகத்தின் அடையாளத்தை அது மொழியாக்கம் செய்ய வேண்டியிருந்தது. இந்த மொழியாக்கமானது அந்தக் குமுகத்தின் உள் அமைப்பிலிருந்து உருவாகும் சுயபிரதிநிதித்துவ முறைகளாலும் புதிதாக வெளிப்படும் சக்திகளாலும் ஏற்றுக்கொள்ள முடியாத வழிகளில் அமைய வேண்டியிருக்கிறது. இதற்கு உண்மையிலேயே தேவைப்படுவது என்னவென்றால், இரக்கத்தின் விவரிப்புகளுக்குப் பொருந்தக்கூடிய ஒரு மக்கள் கூட்டமே. இது குமுகத்தைப் பிரதிநிதித்துவப்படுத்தும் பிற எல்லா வடிவங்களையும் எடுத்துக்கொண்டு, அங்கீகரிக்கப்பட்ட செயல்பாட்டின் ஒரே மூலமாக அதை நிறுவிக்கொள்கிறது. காந்தியோடு ஒப்புக்கொண்ட சந்திப்பைத் தவறவிட்ட அந்த இளைஞன், குறியீட்டுத்தளத்தில்தான் என்றாலும், தலித் இயக்கச் செயல்பாட்டாளராக வெளிப்படுகிறான். இருமைவாத அடையாள முறை நிச்சயமாக அதீத எதிர்வினைகளை உருவாக்கக்கூடியதாகத்தான்

---

14 ஒரு கதையாடலில் உள்ளார்ந்து காணப்படும் கால-வெளி ஒற்றுமையைக் குறிப்பதற்கு இலக்கியரீதியான க்ரோனோடோப் என்ற கோட்பாட்டை பக்தின் முன்வைக்கிறார். ஒவ்வொரு கதையாடலிலும் காலமும் வெளியும் 'உள்ளார்ந்து' இணைக்கப்பட்டிருக்கின்றன. எடுத்துக்காட்டாக, வரலாற்றின் குறிப்பிட்ட காலத்தின் குறிப்பிட்ட வெளியாக முன்வைக்கப்படுவது, மெய்யான வாழ்க்கையில் உள்ள காலத்தையோ, ஸ்தூலமான வெளியையோ பிரதிநிதித்துவப்படுத்துவதில்லை – [மொ.ர்].

15 பார்க்க: Gary Saul Morson and Carly Emerson (1990: 366–443).

இருக்கிறது; அதாவது, அடையாள நீக்கம் என்னும் முறை பிறப்புகொள்வதாக இருக்கிறது. இந்தியாவில் காணப்படும் தற்கால தலித் இயக்க அரசியல் இதற்கான மிகச் சரியான எடுத்துக்காட்டாகிறது.

காந்திய முறையில் உள்ள மிகப் பெரிய போதாமை என்னவென்றால், அது பிறருடன் இருமைவாதத்தன்மையிலான உறவுமுறையைத் தக்கவைத்துக்கொள்கிறது. அதனால்தான், அகங்காரம் மற்றும் அருள்பாவிக்கும் பண்புகளால் — இதைத்தான் ஆன்மீகத் தற்பெருமை என்று புனித ஃபிரான்சிஸ் அழைக்கிறார் — ஏற்படும் இறுக்கங்கள் மேடையின் மையத்தை ஆக்கிரமித்துக்கொள்கின்றன. ஆனால், இருமைவாத அடையாளம் இங்கு யதார்த்தமான நிலைப்பாடாகவும் உள்ளது. அது இறுகிப்போன உணர்வுகளையும் பிடிவாதமான அறிவார்ந்த நிலைப்பாடுகளையும் அடையாளம் காண்பதற்கு உதவக்கூடியதாக இருக்கிறது. அரசியல்ரீதியாக இந்த மாதிரியின் பயன்பாட்டுத்தன்மையை நம்மால் குறைத்து மதிப்பிட முடியாது. இருமைவாத உத்திக்குப் பின்னால், திடமான ஒருமைவாதத்தை எப்போதும் கொண்டிருக்கிறது. ஆனால், இங்கு இருமைவாதியின் வெளிப்பாடுகள் மோதிக்கொள்ளும் குழுமங்களுக்கு இடையே இறுக்கங்களை உருவாக்குகின்றன.

இருமைவாதியின் பிரச்சினை (தொடர்ச்சி)

நவீன இந்திய வரலாற்றில், இத்தகைய இருமைவாத அடையாளம் அதீத எதிர்வினைகளைத் தோற்றுவித்துள்ளது. வேறு வழியில்லாமல், இது புதிய தலித்துகளிடம் மிகக் கடுமையான அதிருப்தியை உருவாக்கியுள்ளது. அம்பேத்கரும் இதற்கு விதிவிலக்கல்ல. யதார்த்தத்தை எதிர்கொள்ள இருமைவாதத்தை நிராகரிக்கும் பௌத்த முறையை அவர் தேர்ந்தெடுத்ததில் வியப்பேதுமில்லை. இந்து சமூகத்தோடும் காந்திய மாதிரியின் காரணியத்தோடும் உணர்வுகளோடும் அடையாள நீக்கம் செய்துகொள்ளுதல் என்னும் பண்பாட்டு அரசியலைக் கட்டுவதற்கான முயற்சிதான் தலித் இயக்கத்தின் மொத்த அளவுருவுகள் என்றும் நாம் சொல்ல முடியும். இது, இந்து சமூகத்தின் பண்புகளிலிருந்து, அதாவது அதன் ஒடுக்குமுறை, விடுதலைக்கான மாதிரிகள் இரண்டிலிருந்தும் விலகியிருப்பதற்கான முயற்சி ஆகிறது. அதனால்தான், காந்தி பிந்தையதைப் பிரதிநிதித்துவப்படுத்துகிறார் என்றபோதும், தலித் இயக்கம் அவரையும் சேர்த்து நிராகரிக்க வேண்டியிருக்கிறது. ஒரே புவிசார்–வரலாற்றுரீதியான சமூகம் என்ற பின்னணியில், மேடையேற்றப்படும் அடையாள நீக்கம் என்னும் திட்டம் வேறு விதமான இறுக்கங்களை அனுபவிக்க வேண்டியுள்ளது: அதைப் பிரதிநிதித்துவப்படுத்திய முந்தைய வடிவங்களை நிராகரிக்காமல், அதற்கென்று ஒரு சொந்த அடையாளத்தை அதனால் செதுக்கிக்கொள்ள முடியாது. தலித் இயக்கத்தின் புதுமையும் அதன்

பயனுறுதியும் பெரும்பாலும் இத்தகைய பிரத்யேகக் குணாம்சங்களால் உருவாக்கப்பட்டவையாகவே இருக்கின்றன.

காந்தி பிரதிநிதித்துவப்படுத்திய யதார்த்தம், அதாவது அவசியமான இருமைவாத எதிரொலிகளோடான யதார்த்தம் அதற்கென்ற அரசியல் சக்தியைக் கொண்டிருக்கத்தான் செய்தது. முதலாவதாக, அது உயர்சாதி இதயங்களில் விடுவித்த குற்றவுணர்வுகளைத் தொகுத்துக்கொள்ள முயன்றது. தேசிய இயக்கம் என்ற பின்னணியில் இது பயனுள்ளதாகவும் இருந்தது. தீண்டாமைப் பிரச்சினையில் பழமைவாதிகளின் கோபத்தைச் சம்பாதித்துக்கொண்டாலும், பெரும் துணிச்சலோடு காந்தியவாத லட்சியத்தால் உந்துதல் பெற்ற உயர்சாதி லட்சியவாதிகளுக்கு நாம் எத்தனை எடுத்துக்காட்டுகள் வேண்டுமென்றாலும் கொடுக்க முடியும். அவருடைய தொண்டர்கள்போலவே, இந்த முறையின் நாயகரும் தன்னைப் பாதிக்கப்பட்டவராக முன்நிறுத்திக்கொண்டார். தன்னை ஒருமவியலாளர் நாயகனாக பாவித்துக்கொண்டு, யதார்த்தத்தில் உள்ள எல்லா வேறுபாடுகளையும் அழிப்பதன் மூலம், அவருக்கு எதிராக முன்வைக்கப்பட்ட எல்லாக் குற்றச்சாட்டுகளிலிருந்தும் அவர் தன்னைக் காப்பாற்றிக்கொண்டிருக்கலாம். ஆனால், இது ரமணர் போன்ற தத்துவவியலாளர்கள் முன்வைக்கக்கூடிய தீர்வாகத்தான் இருந்திருக்கும். காந்திக்கும் ரமணருக்கும் இடையேயான முக்கியமான வேறுபாடுகளை நாம் பார்க்கத் தவறக் கூடாது. இருமைவாத அடையாள வகைமைக்குள்ளாகப் பல வேறுபாடுகள் காணப்படுகின்றன என்பதை நான் உணர்ந்துதான் இருக்கிறேன். காந்திய வழியில் புனிதத் தியாகியாகும் களத்தை வாசிப்பது என்பது மேலாதிக்கக் குமுகத்தின் குற்றவுணர்வு சார்ந்த சுயஅழிப்பில்தான் உள்ளது. மறுபுறத்தில், இதைத் தீவிரமாக நிராகரிப்பதன் மூலமாகவே — இதைத்தான் தலித் இயக்கம் பிரதிநிதித்துவப்படுத்துகிறது — புதிதாக விழிப்புணர்வு அடைந்த உறுப்பினர்களின் சுயமரியாதையும் ஒற்றுமையும் சாத்தியப்படுகிறது.

இந்த இடத்தில், இந்து சமூகத்தோடு அடையாள நீக்கம் என்ற பிரத்யேக வடிவமாக உருப்பெற்றதாக, அதாவது இந்து சமூகத்தோடான காந்திய ஊடாட்ட வடிவத்திலிருந்து அடையாள நீக்கம் என்பதாக தலித் இயக்கத்தை வாசிப்பது பயனுள்ளதாக இருக்கும். இருமைவாத முறையின் பலம் அல்லது மிக சுவாரஸ்யமான பண்பு என்னவென்றால், அது சாதிய இந்து சமூகத்தோடும் தீண்டப்படாத சமூகத்தோடும் ஒரே சமயத்தில் தன்னை அடையாளப்படுத்திக்கொள்ள முயல்வதுதான். அதாவது ஒடுக்கப்பட்டவர்கள், ஒடுக்குபவர்கள் ஆகிய இரண்டு குமுகங்களிலும் சுயமாற்றத்தைக் கொண்டுவருவது என்ற திட்டத்துக்கு அதை அர்ப்பணித்துக்கொள்கிறது. தலித் இயக்கம், குறைந்தபட்சம் அதன் தொடக்க காலங்களில், இத்தகைய இருமைவாதத்தால் காந்தியை மிகத் தீவிரமாக எதிர்த்தது. இந்து மதத்தை மீளுருவாக்குவதற்குப் போதுமான வெளிகளை இந்து மதம் கொண்டிருக்கிறது என்று உண்மையாகவே காந்தி நம்பினார். மேலும், இத்தகைய வெளிகளால் உருவாக்கப்பட்ட சக்தியாகத் தன்னை முன்னிறுத்தியும் கொண்டார். காந்திக்கு உயர்சாதிகளின் எதிர்வினையும்கூட அவரால் நடைமுறைப்படுத்தப்பட்ட

இருமைவாத அடையாள முறையால் வடிவமைக்கப்பட்டதாகவே இருந்தது. மேலும் நிச்சயமாக, காந்தி எதிர்கொண்ட விரோத வெளிப்பாடுகளும், தாராளவாத வெளிப்பாடுகளும்கூட அவர் அங்கீகரித்த இருமைவாதத்தால் உருவானவையே. இந்து–முஸ்லிம் மோதல் பிரச்சினைகளிலும்கூட காந்தியின் அணுகுமுறை இத்தகைய இருமைவாதத்தையே கொண்டிருந்தது என்று சொல்லத்தான் வேண்டும். இருமைவாத அடையாளமே அவருடைய அரசியல் உளவியலின் மையப் பண்பாக இருந்தது.

இப்படியாக, காந்தியின் உத்தியில் அடையாள நீக்கம் என்ற கருத்து இரண்டாம்பட்சமானதால், அவர் தலித் இயக்கத்தின் பார்வையில் சந்தேகத்துக்குரியவராக மாறுகிறார். அதாவது, அடையாள ஆக்கமும் உறுதியாக்கமும் நிராகரிப்பதைக் காட்டிலும் விமர்சிப்பதைக் காட்டிலும் அதிக முக்கியத்துவம் பெற்றன. மேலும், தலித் இயக்கம் அதைச் சாதிய இந்துக்களுக்கு எதிராக நிறுத்தும் வேறுபாடுகளுக்கு அழுத்தம் கொடுக்க வேண்டியிருந்தது. அமைப்புரீதியாகவும்கூட அது சுயசார்பும் சுயநிறைவும் கொண்டதாக அதைக் கட்டமைத்துக்கொள்ளும் நடைமுறைகள் மீது கவனம்கொள்ள வேண்டியிருக்கிறது. தலித் இயக்கத்துக்குச் சாதி இந்து சமூகத்தின் ஆதரவோ இரக்கமோ தேவைப்படவில்லை; இந்த உத்தியானது காந்தியிடமிருந்து தீவிரையாக வேறுபட்டதாக இருக்கிறது. காந்தி இதில் சம்பந்தப்பட்ட இருசாராரும் சுயதூய்மைப்படுத்திக்கொள்ள வேண்டும் என்பதற்கு அழுத்தம் கொடுத்தார். அவரைப் பொறுத்தமட்டில், இந்திய நாகரிகம் என்ற பின்னணியில் ஒரு உலகளாவிய சமூகத்தை உருவாக்குவதற்கே முயன்றார். வேறு வழியில்லாமல், நெருங்கிய விரோதச் சூழ்நிலையில் ஆக்கபூர்வமான குறியீடுகளைக் காட்டிலும் இருசாராரின் மேலாதிக்கத்தைக் குறிப்பதாகப் பார்க்கப்படும் ஒடுக்கப்படுதலின் குறிகள், ஒடுக்கப்பட்ட சமூகங்களிடையே தீவிரை சக்தியையும் உணர்வுபூர்வமான ஒற்றுமையையும் உருவாக்கக்கூடியவையாக இருக்கின்றன. குறியீடுகளைப் பொருள்கோளியல்ரீதியாகக் கைக்கொண்டே ஓர் இருமைவாதி இத்தகைய எதிர்ப்புகளை எதிர்கொள்ள வேண்டியிருக்கிறது. அதாவது, குறிகளின் நேரடியான மற்றும் குறியீட்டுரீதியான அர்த்தங்களுக்கு இடையே ஒரு பிளவை உருவாக்க வேண்டியுள்ளது. பொதுவாக, இத்தகைய முறையானது அடையாள நீக்கம் என்ற திட்டத்தை முன்னெடுப்பதில் தீர்மானமாக இருக்கும் பிற அடையாளக் கதையாடல்களை ஏற்றுக்கொள்ளக்கூடியதாக இருப்பதில்லை. அம்பேத்கரும் காந்தியும் குறியீடுகளைப் பொருள்கோளியல்ரீதியாக முன்வைப்பதில் மோதிக்கொண்டார்கள். இந்து மதத்தைப் பிரதிநிதித்துவப்படுத்தும் குறியீட்டியல்ரீதியானது, குறியீடுகள்ரீதியானது என்று வரும்போது, அம்பேத்கர் அதன் நேரடித்தன்மைக்கும் குறியீட்டுத்தன்மைக்கும் இடையேயாக எத்தகைய பிளவையும் காண மறுத்தார். இருமைவாத அடையாள முறை அதன் நோக்கத்துக்கும் அதன் செயல் வடிவத்துக்கும் இடையே கொண்டிருக்கும் இடைவெளியே அதை இம்சித்துக்கொண்டிருக்கும் பிரதானப் பிரச்சினையாகிறது. கதையின் பிரதானக் களமானது மேலாதிக்கக் குழுமத்துக்குச்

சொந்தமாகிறது என்றால் அதன் உட்பிரதிகள் தீண்டப்படாதவர்களுக்குச் சொந்தமாகின்றன.

இப்போது, ஒரு மானுடவியலாளரின் உண்மை அல்லது ஒருமவியலாலர்–புனிதத் தியாகி முறை: இரண்டாவது கதை

வரலாற்றில் சாத்தியப்பட்ட இரண்டாவது வழிமுறை ஒன்றும் உள்ளது. நான் அதை ஒருமவியலாளர்–புனிதத் தியாகி முறை என்று அழைக்க விரும்புகிறேன். இது மேலாதிக்கக் குழுகங்களோடான எத்தகைய ஆக்கபூர்வ ஈடுபாட்டையும் அடையாள உருவாக்கத்தையும் அப்புறப்படுத்துகிறது. இந்த முறையை ஆராய்வதற்கு நான் இந்தியாவையும் சமூக அறிவியலையும் ஒரே பாய்ச்சலில் கடந்துபோக விரும்புகிறேன். நான் இதற்கு மரியோ வர்காஸ் லோசாவின் *(Mario Vargas Llosa)* ‘தி ஸ்டோரிடெல்லர்’ *(1990)* என்ற லத்தீன் அமெரிக்க நாவலின் மானுடவியலாளர்–நாயகனை முன்வைக்க விரும்புகிறேன்.[16] மிகவும் சிக்கலான நாவலை ஒற்றை வரியில் சொல்வதென்றால், மானுடவியலாளரான சால் ஸுராடாஸ் *(Saul Zuratas)* இயவிடஞ்சார்ந்த மனிதராக மாற்றம்கொள்வதே கதையாகிறது. அதனால்தான், சால் ஸுராடாஸின் நிலைப்பாடானது மலினோவ்ஸ்கியின் டைரிக்கு *(Malinowski, A Diary in the Strict Sense of the Term)* நேரெதிரானதாக இருக்கிறது. ஏனெனில், மலினோவ்ஸ்கியால் அவரது மற்றமைத்தன்மையை முற்றிலுமாகப் புதைக்க முடியவில்லை. மலினோவ்ஸ்கியின் அறிவியல் அதன் உள்ளமைப்பில் சுயத்தின் மாந்திரீகத்தை மறைத்துவைத்திருப்பதால் அது மறைந்துபோக மறுக்கிறது. அது டைரி வடிவத்தில் தோற்றம்கொள்ள வேண்டியிருக்கிறது. ஆனால், இந்த வடிவமானது எந்தக் குழுகத்துக்காக அவர் பணியாற்றினாரோ அந்தக் குழுகத்திடமோ அல்லது அவர் யாருக்காக எழுதினாரோ, அதாவது கல்விப்புல இனத்திடமோ குறைந்தபட்ச மதிப்பைக்கூடப் பெற்றிருக்கவில்லை. மலினோவ்ஸ்கியை டைரி எழுதவைத்த நியாயமான சந்தேகங்கள் அனைத்தையும் சால் ஸுராடாஸ் நிராகரிக்கிறார். சொல்லப்போனால், மலினோவ்ஸ்கி அவருடைய டைரிக் குறிப்புகளில்தான் உண்மையான மானுடவியலாளராக வெளிப்படுகிறார். அதாவது, மானுடவியல் முறைக்கு அல்லாமல், மற்றமையைப் புறவயமாகவும் உண்மையாகவும் படித்த அவருடைய சுயத்துக்கு உண்மையாக இருந்தார்.

சில குறிப்பிட்ட வடிவங்களின் ‘சமூகங்களைக் கட்டியமைப்பது’ என்ற பெரும் வலைப்பின்னலின் தவிர்க்க முடியாத பகுதியாக, அவர் சார்ந்திருக்கும் கல்விப்புல இனக்குழுவின் பார்வைகள் இருப்பதை சால் ஸுராடாஸ்

16 *அரசியல் தலைவராகவும் நாடகாசிரியராகவும் இலக்கியம், கலை, திரைப்பட விமர்சகராகவும் கட்டுரையாளராகவும் இருக்கும் மரியோ வர்காஸ் லோசா (Mario Vargas Llosa) பெரு நாட்டைச் சேர்ந்தவர். லத்தீன் அமெரிக்க இலக்கியத்தை உலகளவில் பிரபலப்படுத்திய ஒருசில நாவலாசிரியர்களில் முக்கியமானவர் என்று இவரைச் சொல்ல முடியும்.*

உணர்ந்துகொள்கிறார். இந்தப் பார்வைகள் அவற்றின் ஆய்வுப்பொருளாக இருக்கும் வாழ்க்கை வடிவங்களை அழித்துவிடுகின்றன என்பதையும் சால் ஸுராடாஸ் உணர்ந்துகொள்கிறார். பின்னால், இவ்வாறு அழிக்கப்படும் வாழ்க்கை வடிவங்களே அவருடைய அடையாளமாகவும் ஆகின்றன. இயவிடஞ்சார்ந்த மக்களோடு தன்னைக் கரைத்துக்கொள்வது என்ற சால் ஸுராடாஸின் தீர்மானமானது வரலாற்றில் குறுக்கிடுவதற்கு இருமைவாத அடிப்படையில் அடையாளப்படுத்திக்கொள்ளும் உத்தி கொடுத்திருக்கக்கூடிய சாதகமான வாய்ப்புகளைப் பல வழிகளில் துண்டித்துவிடுகிறது. இருமைவாத முறையின் உண்மையான அரசியல் சக்தியானது வரலாற்றில் குறுக்கிடுவதற்கான சாத்தியத்தில்தான் அடங்கியிருக்கிறது. அதாவது, இருமைவாத அடிப்படையில் அடையாளப்படுத்திக்கொள்ளும் முறையானது எந்தக் குமுகத்தைப் பிரதிநிதித்துவப்படுத்த முயல்கிறதோ அதன் சார்பாகக் குறுக்கிடுவதற்கான சந்தர்ப்பங்களையெல்லாம் தேர்வுகளையெல்லாம் எப்போதும் தக்கவைத்துக்கொண்டிருக்கிறது. எடுத்துக்காட்டாக, இந்தியாவின் இரண்டு முக்கியத் தொழில் நிறுவனங்களான பிர்லாவோடும் பஜாஜோடும் காந்தி கொண்டிருந்த உறவு இத்தகைய தன்மையிலானதுதான். ஸுராடாஸ் ஒருமவியல் முறையில் பழங்குடிகளோடு கரைந்துபோவதை நாவல் ஒருகட்டத்தில் இவ்வாறு பதிவுசெய்கிறது:

> இவ்வளவு தூரமே, அதுவும் மிகவும் சிரமப்பட்டுதான், என்னால் அவரை [ஸுராடாஸ்] பின்தொடர்ந்து செல்ல முடிந்தது. சொற்ப எண்ணிக்கையிலான, விளிம்பில் உள்ள இந்த நாடோடிக் குமுகத்தோடு அவர் தன்னை அடையாளப்படுத்திக்கொண்டது – அவருடைய தந்தை அனுமானித்ததுபோல் – அவர் யூதர் என்ற உண்மையோடு எங்கோ தொடர்புகொண்டிருக்க வேண்டும். அதாவது, பெருவில் உள்ள மாசிகுனாஸ் *(Machiguenies)* போன்று அலைந்துகொண்டே இருந்த, வரலாறு முழுக்க விளிம்பில் கிடந்த, உலகச் சமூகங்களுக்கு மத்தியில் ஒரு பறையராக இருந்த, அவர்களோடு ஒட்டவைக்கப்பட்டிருந்தாலும் இன்னும் உட்கிரகித்துக்கொள்ளப்படாமல் எப்போதும் முழுமையாக ஏற்றுக்கொள்ளப்படாமல் இருந்த மற்றொரு குமுகத்தின் [யூதர்] அங்கத்தினராக இருந்தார் என்ற உண்மையோடு எங்கோ தொடர்புகொண்டதாக இருக்க வேண்டும்.
>
> மிக நுட்பமான முறையிலும் தனிப்பட்ட முறையிலும் மீண்டும் பிறப்பதற்காக ஆல்டோ உருபாம்பாவுக்கு *(Alto Urubamba)* போவதன் மூலமாக, சால் ஸுராடாஸ் அவருக்கான ஆல்யாவை *(Alyah)* உருவாக்கிக்கொண்டார்.[17]

கடைசி வரி, ஒருமவியலாளர்–புனிதத் தியாகி அடையாள முறை குறித்து மிக முக்கியமான உண்மை ஒன்றை வெளிப்படுத்துகிறது: இது அரசியல்ரீதியாகப் பயன்படக்கூடிய குறுக்கீடாக இருப்பதைக் காட்டிலும் நாயகனின்

17 Mario Vargas Llosa (1990: 243).

ஆன்மீகரீதியான பயிற்சியாகிறது. சால் ஸுராடாஸின் செயல்பாடுகள் வரலாற்றுரீதியான தருணத்தை அல்லது காலத்தின் பிரத்யேகத்தன்மையை மறுதலிப்பதாக இருக்கின்றன. இந்த மறுதலிப்பு இருத்தலியல்ரீதியான, ஆன்மீகரீதியான உருவகங்களில் வெளிப்படுத்தப்படுகிறது என்றாலும், அடிப்படையில் பலமான சாரம்சவாதத் தொனியையே கொண்டிருக்கிறது. அவர் எந்த மக்கள் குழுகத்தைச் சேர்ந்தவராக இருந்தாரோ, எந்தக் குழுகத்திலிருந்து வந்தாரோ அந்தக் குழுகம் எடுக்கும் விரோத நிலைப்பாட்டைக் கண்டு அவர் அசதியுற்றுப்போகிறார். ஆக, அவர் பூர்வக்குடிகளோடு ஐக்கியப்படுவதை நியாயப்படுத்தக்கூடிய விதத்தில் அழகியல்ரீதியான மதரீதியான பயணத்தைத் தொடங்குகிறார். ஆக, ஒருமவாத அடையாளமானது தனிநபர்களைப் பொறுத்தமட்டில் மிகவும் கவர்ச்சிகரமானதாக இருக்கிறது. சால் ஸுராடாஸ் அவருடைய வாழ்க்கையில் மிக முக்கியமான கேள்வி ஒன்றை எதிர்கொள்ள வேண்டியிருந்தது என்றாலும், அதற்கு அவரால் அரசியல்ரீதியான விடையைக் கண்டுபிடிக்க முடியவில்லை. அவர் ஏற்றுக்கொண்ட பூர்வக்குடிகளைக் காப்பாற்ற வேண்டுமென்றால், காட்டில் உள்ள பிற உயிரிகளையும் காப்பாற்ற வேண்டும் என்ற புரிதலுக்கு வந்துசேர்கிறார்.

பொருட்களும் பயனிலைகளும் பரஸ்பரம் இணைக்கப்பட்டிருக்கும் பிரச்சினையை வெளிப்படையாக நாவல் எடுத்துக்கொள்ளவில்லை. நாவல் ஒரு புனைவாக எதைக் கையாள்கிறது என்றால், அறிவொளிக் காலத்துக்குப் பிந்தைய சகாப்தத்தில் சமூகக் கட்டமைப்பு என்ற இயங்குநுட்பத்தின் மொத்த எல்லையையும் கையாள முயல்கிறது. வேறு வார்த்தைகளில் சொல்வதென்றால், உணர்வுபூர்வமான அக்கறையைப் பரவலாக்குவது என்ற கருத்தமைவு, மானுடர் அல்லாத பிற வாழ்க்கை வடிவங்களையும் உள்ளடக்கியதாக இருக்க வேண்டியுள்ளது. ஒருவர் அன்றாட வாழ்க்கையில் உயிருள்ளவற்றுக்கும் உயிரற்றவற்றுக்கும், அதாவது ஜடா (*jada*) மற்றும் சைதன்ய (*chatitanya*) இரண்டுக்கும் இடையேயான உறவுமுறைகள் குறித்து வேறு விதமான புரிதல்களுக்கு வர வேண்டியுள்ளது.

தொகுத்துச் சொல்வதென்றால், உணர்வுபூர்வமான அக்கறையைப் பரவலாக்குவது என்ற நடைமுறை மிக முக்கியமான பிரச்சினை ஒன்றின் நிபந்தனைக்கு உட்பட்டதாக இருக்கிறது: மற்றமையின் உள்ளியல்பான குணத்துக்கு எப்படி அனுதாபத்தோடு எதிர்வினையாற்றுவது? நாகார்ஜுனரைப் பொறுத்தமட்டில் உள்ளியல்பான தன்மை என்ற கருத்தாக்கமே ஒரு கட்டமைப்புதான். அவர் இதை விகல்பம் அல்லது மனக்கட்டமைப்பு என்று அழைக்கிறார். சால் ஸுராடாஸ், எந்தக் குழுகத்தில் மறுபிறவி எடுப்பது என்று தேர்ந்தெடுத்திருந்தாரோ அந்தக் குழுகத்துக்கு மத்தியில் பணியாற்றிக்கொண்டிருந்தபோது வரலாறு, விரும்பத்தக்க மாற்றம் ஆகிய பலம்வாய்ந்த கருத்தமைவுகள் பெரும் அகங்காரம் கொண்டிருக்கும் குழுகங்களிடம் இருப்பதால் அவை மற்றமை மீது வன்முறையை ஏவிவிடுகின்றன என்பதைக் கொஞ்சம்கொஞ்சமாகப் புரிந்துகொள்கிறார்.

ஸுராடாஸ் இப்படியாக விளக்கிச் சொல்லவில்லை என்றாலும், எல்லாம் ஒன்றோடொன்று இணைக்கப்பட்டிருக்கின்றன என்பதைத் தவிர வேறெதுவுமில்லை என்று உணர்ந்துகொள்கிறார்; மைத்ரியும் கருணையும் படைக்கப்பட்டுள்ள எல்லாவற்றின் மீதும் தங்களை அடையாளம்காண வைக்கின்றன. அரசியல்ரீதியாக முந்தைய சகாக்களோடு — இவர்கள் பூர்வக்குடிகள் சார்பாகக் குறுக்கீடுசெய்வதற்கு உதவியிருக்கக்கூடியவர்கள் — அவருக்கு இருந்த எல்லாத் தொடர்புகளையும் அவர் துண்டித்துக்கொண்டார் என்பது நாம் சிந்தித்துப்பார்ப்பதற்கான மற்றுமொரு உள்ளடக்கமாகிறது. ஆனால், இன்றைய இந்தியாவிலும் பிற பகுதிகளிலும் சுய வேலியிட்டுக்கொண்ட, ஆனால் தீவிரமான இயக்கங்கள் வேண்டுவது — இதில் தலித் இயக்கங்களும் ஆதிவாசி இயக்கங்களும் அடங்குகின்றன — சால் ஸுராடாஸின் பெரும் துயரம் நிரம்பிய மறுபிறவியைத்தான். இதுவே அவருடைய மீபௌதிக ஆனந்தத்தின் மூலமாகிறது என்றாலும், இதைத்தான் அவர்கள் விரும்பியிருப்பார்கள். அரசியல்ரீதியான அவருடைய செயல்பாடுகள் நாம் அவரிடமிருந்து எதிர்பார்த்த அளவுக்கு இல்லை என்றால் அதற்குக் காரணம் அவருடைய நோக்கம் அதுவாக இல்லை என்பதால்தான்.

ஸுராடாஸ் ஒரு கதைசொல்லியாகிவிட்டார்; அவர் இப்போதெல்லாம் தரவுகளை மானுடவியல் பார்வையிலிருந்து ஆராய்வதில்லை. அவர் மாசிகுனாஸ் மக்களின் பிரச்சினைகளைத் தீர்க்கவில்லை என்றாலும், அவர் தன்னுடைய பிரச்சினையைத் தீர்த்துக்கொண்டார். அவருடைய அந்நியத்தன்மையை இழந்து, அந்தக் குமுகத்தோடு ஒரு கதைசொல்லியாகக் கரைந்துபோகும் அளவுக்கு அவருடைய உணர்வுபூர்வமான அக்கறையைப் பரவலாக்கியுள்ளார். நாவலாசிரியர் இவ்வாறு கருத்துரைக்கிறார்: 'சால் [ஸுராடாஸ்], எவருக்கு மத்தியில் வாழ்ந்துகொண்டிருந்தாரோ அவர்களிடம், அதாவது பெருவைச் சேர்ந்த யூதர்கள், கிறிஸ்தவர்கள், மார்க்ஸியர்கள் போன்ற இனக்குழுக்களிடம் அவரால் காண முடியாத ஆன்மீகரீதியான இருப்பையும் அவருடைய வாழ்வுக்கான நியாயத்தையும் அர்ப்பணிப்பையும் அவர் கண்டுகொண்டார்.'

இங்குதான் மிகப் பெரிய முரண்நகை உள்ளது: முந்தைய மானுடவியலாளரின் மரணத்தின் மூலம், அவர் எத்தகைய முறைமையை வெறுத்தாரோ, அந்த முறைமை நிம்மதியடைவதற்கு சகலவிதமான காரணிகளும் இருந்தன. எந்தக் குமுகத்தோடு தன்னை அடையாளப்படுத்திக்கொண்டாரோ அவர்கள் குறித்துப் போதுமான தகவல்களையும் புரிதலையும் அவர் கொண்டிருந்தார். இது நிச்சயமாக மிகப் பெரிய பலத்துக்கான மூலாதாரம்தான். சால் ஸுராடாஸ் ஒரு கதைசொல்லியாக அவர்களுக்கு மத்தியில் மறுபிறவி எடுத்தது என்பது மாசிகுனாஸ் துக்கமாகக் கொண்டாடுவதற்கு சகலவிதமான காரணிகளும் இருந்தன. ஏனெனில், வளர்ச்சி மற்றும் முன்னேற்றம் என்று அழைக்கப்படும் வன்முறையில், மறைந்துபோகக்கூடியவர்களில் இன்னுமொருவராக ஸுராடாஸும் சேர்ந்துகொள்கிறார். வெளிப்படுத்த முடியாத சிந்தனைகளைக் கொண்டிருக்கிறது என்று நாவலாசிரியரே

ஒப்புக்கொள்கிறார்: 'எப்படியிருந்தாலும் கதையின் மிச்சப் பகுதி, இருள் சூழ்ந்ததாகவே இருக்கிறது. நான் இந்த இருளைக் கடப்பதற்கு எவ்வளவு தீவிரமாக முயல்கிறேனோ அந்த அளவுக்கு அது ஊடுருவ முடியாததாக இருக்கிறது.'

அரசியல் நமக்கு வாழ்வதற்குக் கற்றுக்கொடுக்கிறதே தவிர சாவதற்கு அல்ல.

⊙

3

காந்தியும் தலித் பிரச்சினையும்:
மார்க்ஸ் மற்றும் அம்பேத்கருடன் ஓர் ஒப்பீடு

எனக்கு முன்னால் இரண்டு கதாநாயகர்கள் இருக்கிறார்கள்: சிவராம காரந்தின் சோமா'வும் முல்க்ராஜ் ஆனந்தின் பாக்கா'வும்.[1] என்னைப் பொறுத்தமட்டில், தலித் பிரச்சினையை அணுகுவதில் காணப்படும் இரண்டு வேறுபட்ட அணுகுமுறைகளை இவ்விரண்டு கதாநாயகர்களும் பிரதிநிதித்துவப் படுத்துகிறார்கள். மேலும், தற்செயலாகத்தான் என்றாலும், படைப்பாக்கம் என்ற புதிரான செயல்பாடு குறித்துப் பல்வேறு விஷயங்களை இவ்விரண்டு நாவல்களும் வெளிப்படுத்துகின்றன. *1940*-களில் இந்த நாவலை எழுதிய காலகட்டத்தில் தீவிர காந்தியவாதியாக இருந்த காரந்த் ஒரு மார்க்ஸியவாத நாவலைப் படைத்துள்ளார். மறுபுறத்தில், இடதுசாரியான ஆனந்த் மிக அடர்த்தியான காந்தியவாத நாவலை எழுதியுள்ளார். வேறு விதமாகச் சொல்வதென்றால், தலித்துகள் பிரச்சினையை நிலம் தொடர்பான பிரச்சினையாக காரந்த் அணுகுகிறார். ஆனந்தைப் பொறுத்தமட்டில், அது விழுமியங்கள் தொடர்பான பிரச்சினையாக இருக்கிறது.

மிகவும் எளிமைப்படுத்தப்படுகிறது என்ற விமர்சனத்தை எதிர்கொள்ள வேண்டியிருக்கும் அபாயத்தையும் மீறி, காந்தியவாதமும் இந்திய மார்க்ஸியவாதமும் தலித்துகளின் பிரச்சினைகளை விழுமியம், நிலம் எனும் இரண்டு வகைமைகளைக் கொண்டுதான் அணுகியுள்ளன என்றே நான் வாதிட விரும்புகிறேன். இந்த வகைமைகள் தனித்து இயங்குபவை இல்லை என்றாலும் ஒவ்வொரு பள்ளியும் கொண்டிருக்கும் அழுத்தங்கள் வெவ்வேறானவையாக இருகின்றன.

தலித்துகள் பிரச்சினையை நிலம், விவசாய உறவுகள் சார்ந்ததாகவே இந்திய மார்க்ஸியம் எப்போதும் பார்த்துவந்துள்ளது. இது அடிப்படையில், தலித்துகளை

1 சிவராம கரந்தின் 'சோமன துடி' (1931) என்ற கன்னட நாவலின் நாயகன் சோமா. முல்க்ராஜ் ஆனந்தின் ஆங்கில நாவலான 'அன்டச்சபிள்', தீண்டப்படாத இளைஞனான பாக்காவின் ஒரு நாள் வாழ்க்கையைப் படம்பிடித்துக் காட்டுகிறது.

சோமா'வாகத்தான், அதாவது நிலமற்ற கூலித் தொழிலாளிகளாகத்தான் வரையறுக்கிறது.[2] கிராமப்புற இந்திய யதார்த்தத்தின் அடிப்படையிலிருந்து தீர்மானத்துக்கு வருவோம் என்றால், தலித் பிரச்சினைகளை இத்தகைய முறையில் புரிந்துகொள்வது உண்மையிலேயே அர்த்தமுள்ளதாகவும் அவசியமானதாகவும் இருக்கிறது. அதனால்தான், கம்யூனிஸ்ட் கட்சியின் விவசாயச் சங்கங்களெல்லாம் தலித் பிரச்சினையை விவசாய உறவுகளை மாற்றியமைப்பது என்னும் பரந்த செயல்பாட்டோடு ஒன்றிணைக்க முயல்கின்றன. இந்தப் பின்னணியிலிருந்துதான், இந்த அமைப்புகள் தீண்டாமைக்கு எதிராகப் பிரத்யேக இயக்கங்கள் நடத்துவதற்குக் காட்டும் தயக்கத்தை நாம் புரிந்துகொள்ள வேண்டியிருக்கிறது. இப்படியான அணுகுமுறையானது ஸ்தூலமான உள்ளூர் சூழ்நிலைகளுக்கு இயந்திரத்தனமாக ஒரு கோட்பாட்டை நடைமுறைப்படுத்துவது, பிரக்ஞையில் வரலாற்றுரீதியான மாற்றம் என்பது ஒருவிதமான படிநிலையைக் கொண்டிருப்பதாகப் புரிந்துகொள்வது போன்றவற்றுக்குள் சிக்கிக்கொள்கிறது. திட்டவட்டமான செயல்திட்டத்தை முன்வைக்க முடிந்த இத்தகைய அணுகுமுறை அதனுள் கொண்டிருக்கும் பலத்தையும் மீறி, இன்னமும் போதாமை கொண்டதாகவே இருக்கிறது. தலித் பிரச்சினையை முழுமையாகப் புரிந்துகொள்வதற்கு நிலமும் பொருளாதாரக் காரணிகளும் மட்டுமே போதுமானவையாக இல்லை.

இரண்டாவது அணுகுமுறை, தலித் பிரச்சினையை விழுமியங்கள் சார்ந்த பிரச்சினையாகப் பார்க்கிறது. இருபதாம் நூற்றாண்டில், இத்தகைய அணுகுமுறையின் முக்கியப் பிரதிநிதியாக காந்தி இருக்கிறார் என்றாலும், பல நூற்றாண்டுகளாகப் பக்தி இயக்கத்தில் தொடங்கி போர்க்குணம் மிக்க வரலாற்றை இது கொண்டிருக்கிறது. இன்றளவும் தலித் பிரச்சினையையும் தீண்டாமையையும் புரிந்துகொள்வதற்கு இந்த அணுகுமுறையானது சக்திவாய்ந்ததாகவும் அர்த்தமுள்ளதாகவும் இருக்கிறது. விழுமியப் பள்ளியானது தீண்டாமையை தலித், சாதி இந்துக்கள் ஆகிய இருசாராரோடும் சம்பந்தப்பட்ட பிரச்சினையாகப் பார்ப்பதோடு, இவ்விரு சமூகத்தாரின் விழுமியங்களும் தீவிரமாற்றத்துக்கு உள்ளாக வேண்டிய அவசியத்தைச் சம அளவில் வைத்துப் பார்க்கிறது.

விழுமிய மாதிரியை வளர்த்தெடுத்துச் செழுமைப்படுத்தி மொத்த இந்து சமூகத்தையும் புரட்சிகரமாக மாற்றியமைக்க காந்தி முயன்றார். தலித்துகளும் சாதி இந்துக்களும் அங்ககமான முறையில் இணைக்கப்பட்டுள்ளதால், ஒருவர் மற்றொருவரைச் சார்ந்திருக்க வேண்டிய அவசியத்தை காந்தி முக்கியமாகக் கருதினார். இதை அவர் இருமுனைக் கத்திபோல் பயன்படுத்தினார். தத்துவார்த்தரீதியாக சுயத்திலிருந்து மற்றமையைப் பிரித்தெடுக்க முடியாது

2 நிலமற்ற கூலியான சோமாவின் வாழ்க்கை லட்சியம் தனக்கென்று துண்டு நிலைத்தைச் சொந்தமாகக் கொண்டிருக்க வேண்டும் என்பதே. சோமாவின் எஜமானரான பார்ப்பன நிலச்சுவான்தாரோ சோமாவின் லட்சியத்தை நிறவேற்ற மறுக்கிறார். இந்து மதத்தை விட்டு வெளியேறிக் கிறிஸ்தவ மதத்தைத் தழுவிக்கொள்ளவும் சோமா தயாராக இருக்கிறார்.

என்ற பக்தி இயக்கத்தின் பிரதானப் பார்வைக்கு அழுத்தம் கொடுத்து, அதைப் புது விதமான தீவிரைத்தன்மை கொண்ட போர்க்குணமாக மாற்றியமைத்தார். 'மற்றமை'யை விலக்கிவைத்து 'சுய'த்தை மாற்றிக்கொள்வதில் எத்தகைய அர்த்தமும் இல்லை. மற்றமையும்கூட இந்த மாற்றத்தை அனுபவிக்க வேண்டும். இத்தகைய அர்த்தத்தில், தீவிரைத் துறவிகளான பசவண்ணர், அல்லம போன்றோரின் நேரடித் தோன்றலாகிறார் காந்தி. இவர்களுடைய உருவகங்கள், படிமங்கள், நுண்ணுணர்வுகள் எல்லாம் ஆச்சரியப்படுமளவுக்கு ஒன்றுபோல் இருக்கின்றன. இவர்கள் ஏழைகளையும் தீண்டப்படாதவர்களையும் புனைவியமாக்கும் குழம்பிப்போன மண்டையைக் கொண்ட உயர்சாதி சுதந்திரவாதிகள் அல்ல. இவர்களைப் பொறுத்தமட்டில், குற்றவுணர்வு மட்டும்தான் தீண்டாமை குறித்தான உண்மையான உணர்வாகிறது. இப்படியாக, வரலாற்றுரீதியான குற்றவுணர்வு என்ற கருத்தமைவை, உடனடித் தேவைகளுக்கான ஸ்தூலமான செயல் வடிவமாக காந்தி மாற்றினார்.

சுவாரஸ்யமான விஷயம் என்னவென்றால், 'விழுமிய'ப் பள்ளிதான் தேசியப் போராட்டக் காலகட்டத்தில் தலித் பிரச்சினையைக் கவனத்துக்குக் கொண்டுவந்தது. இந்த விதத்தில், கோட்பாட்டுரீதியாகக்கூட காந்தியும் அவரது இடதுசாரித் தொண்டர்களான லோகியா போன்றோரும் தலித் பிரச்சினையை இன்னும் மேலாகப் புரிந்துகொண்டிருந்தார்கள். சமூகப் படியாக்கத்தை மிகத் தீவிரையாகவும் கறார்த்தன்மையோடும் ஆராயும் முறைமையாக இருந்திருக்க வேண்டிய மார்க்ஸியமானது மார்க்ஸியர்களால் கைவிடப்பட்டதாக இருக்கிறது. எப்படிப்பட்ட முரண்நகை இது!

பின்னர், தலித் பிரச்சினைகளை மார்க்ஸியவாதிகள் கையிலெடுத்தபோது, அதை நிலப் பிரச்சினையாகவும் விவசாயக் கட்டுமானப் பிரச்சினையாகவுமே விவரித்தார்கள். தீண்டாமை என்பது புதிய விழுமியங்கள் மற்றும் நுண்ணுணர்வுகள் சார்ந்தது என்று காந்தியர்கள் இதற்கு எதிர்வினையாற்றினார்கள். தீண்டாமை நடைமுறையை அதன் அதீத எல்லைக்கு எடுத்துச்சென்று, தீண்டாமைதான் சாதிய இந்துச் சமூகத்தின் மிகப் பெரிய பாவம் என்று முன்வைத்தார்கள். இதனால்தான், பெரும் துயரத்தைத் தரக்கூடிய சுயதூய்மையாக்கம் என்ற நடைமுறை மட்டுமே இந்துச் சமூகத்துக்கான விமோசனமாக இருக்க முடியும் என்று முன்வைத்தார்கள்.

நிலம் சார்ந்த பள்ளியும், விழுமியம் சார்ந்த பள்ளியும் தனித்தே இருந்தன. இப்படி இரண்டாகப் பிளவுபட்டிருப்பதன் துயரமான விளைவுகளை இருசாராரும் உணர்ந்திருக்கவில்லை. ஸ்தூலமாகவும் அரூபமாகவும் செயற்கையாகவும் தனித்தனியாக இருக்கின்றன. மார்க்ஸியவாதிகள்தான் இவ்விரண்டையும் ஒன்றிணைத்திருக்க வேண்டும். ஆனால், அவர்கள் அதைச் செய்யத் தவறினார்கள்.

ஏறக்குறைய இதே வரலாற்றுக் காலகட்டத்தில், மற்றுமொரு வரலாற்று முரண்நகை மேலெழுந்து வந்தது. காந்தியும் அம்பேத்கரும் தலித்துகள் பிரச்சினை தொடர்பாக மிக மோசமாக மோதிக்கொண்டார்கள். தலித் பிரச்சினையில்

காந்தியின், அம்பேத்கரின் புரிதல்கள் வெவ்வேறானவையாகத்தான் இருந்தனவா? இல்லை என்றே நான் நினைக்கிறேன். இதுதான் வரலாற்றுரீதியான முரண்நகையாகிறது: அடிப்படையில், இந்தப் பிரச்சினையை இருவருமே விழுமியம் சார்ந்ததாகத்தான் பார்த்தார்கள்.

சுயமரியாதை மற்றும் புதிய நுண்ணுணர்வுகளை உருவாக்க வேண்டிய தேவைக்கு அம்பேத்கர் அழுத்தம் கொடுத்தார். அவரைப் பொறுத்தமட்டில், தலித் என்பவர் அடிப்படையில் ஒதுக்கப்பட்ட மனிதராகிறார். தலித்துகளின் தனித்துவத்தில் காணப்படும் பிற பரிமாணங்கள் எல்லாம் இரண்டாம்பட்சமாகின்றன. அதனால்தான், கல்விக்கும் புதிய தனித்துவத்துக்கும் திரும்பத்திரும்ப அவர் அழுத்தம் கொடுக்க வேண்டியிருந்தது. மேலும், அம்பேத்கரைப் பொறுத்தமட்டில், மொத்த சாதி இந்துச் சமூகமும் வெறுக்கத்தக்கதாக இருந்தது. சாதி இந்துச் சமூகத்தோடு தொடர்புடைய எத்தகைய குறியீடுகளோடும் நெறிமுறைகளோடும் அவரால் தன்னை அடையாளப்படுத்திக்கொள்ள முடியவில்லை: அவை தீயதே தவிர வேறெதுவுமில்லை. இதைத் தவிர, காந்திக்கும் அம்பேத்கருக்கும் இடையேயான மோதலின் ஆணிவேர் எங்கு இருக்கிறது? என்னைப் பொறுத்தமட்டில், தீண்டாமைப் பிரச்சினையை மரபான இந்திய முறையில் எதிர்கொள்வதை காந்தி பிரதிநிதித்துவப்படுத்துகிறார். நான் முன்னரே சொன்னதுபோல், இத்தகைய முறையிலான புரிதலில், சுயமும் மற்றமையும் பிரிக்க முடியாதவையாக இருக்கின்றன. தலித், சாதி இந்துக்கள் இருசாராரும் அங்ககமான முறையில் ஒருவர் மற்றவரோடு பின்னிப்பிணைந்துள்ளதால், தீண்டாமை என்ற கருத்தமைவானது சாதி இந்துச் சமூகத்தின் இதயத்திலிருந்தும் மூளையிலிருந்தும் மறைய வேண்டியதாக இருக்கிறது. மற்றமையும் மாற வேண்டியுள்ளது. மற்றமையோடு தொடர்ந்து, ஆழமான உறவாடல்கள் இல்லை என்றால் தீண்டாமையை ஒழிப்பதற்கான எத்தகைய முயற்சிகளும் பயன்தராது. ஓருணர்வோடு ஒருவர் மற்றமையை இறுகப் பற்றிக்கொள்வதன் மூலமாகவும், மற்றவரோடு போராடுவதன் மூலமாகவும்தான் மாற்றத்தைக் கொண்டுவர முடியும்.

அம்பேத்கர் நவீன மேற்கத்திய முறையைப் பிரதிநிதித்துவப்படுத்துகிறார். மேலும், அவர் மேற்கத்திய வழியிலான போர்க்குணம் மிக்க சோஷலிஸ முறைகளுக்கு நெருக்கமாக இருந்தார். இதில் முக்கியமானது என்னவென்றால் சாதி, வர்க்கம் கொண்டிருக்கும் அதன் உள்ளார்ந்த பலம், அதாவது சாதி, வர்க்கம் என்ற படியாக்கம் ‘அதற்காக’வே அதை அணிதிரட்டிக்கொள்ள வேண்டும் என்றாகிறது. போர்க்குணம் மிக்க பண்பு எவ்வளவு தீவிரமானதாக இருக்கிறதோ அந்த அளவுக்கு லட்சியத்தை அடைவதற்கான சாத்தியத்தையும் அது கொண்டிருப்பதாகிறது. அதனால், மற்றமையோடான உறவாடல்களை, அதாவது தவிர்க்க முடியாமல் மற்றமையை இறுகப் பற்றிக்கொள்ளும் வழியை அம்பேத்கர் சாத்தியமில்லாததாகப் பார்த்தார். தலித் சமூகம் போர்க்குணம் மிக்கதாகவும் தீவிரத்தன்மை கொண்டதாகவும் மாறினால், இந்துச் சமூகம் அதன் சுயநினைவுக்கு வர வேண்டிய கட்டாயத்துக்கு உள்ளாகும். இதுவே அம்பேத்கரிய முறையின் ஏரணமாக இருந்தது. அடிப்படையான அர்த்தத்தில்,

அம்பேத்கரும் காந்தியும் 69

இத்தகைய முறையிலான செயல் வடிவம் மற்றமை மீதான காந்தியவாதப் பீடிப்பை மொத்தமாக நிராகரிக்கிறது.

நானும்கூட இப்படி 'சாதி/வர்க்கம் - அதற்கான மாதிரி' என்று பார்ப்பதில் சௌகரியமாகவே உணர்கிறேன். இந்த வழியின் உள்ளார்ந்த போர்க்குணமானது நாடு முழுவதிலும் காணப்படும் கோபக்கார தலித் இளைஞர்களை இயற்கையாகவே கவர்ந்திழுத்துள்ளது. ஆகவேதான், இன்று கீழ்ச்சாதிகளின் திரட்சியில் அம்பேத்கர் மையப் புள்ளியாக மாறியுள்ளார். அதே சமயத்தில், காந்தி இறைபக்தி கொண்ட, அரசியல்ரீதியாகப் பயனற்ற சாதுவாகவோ புனித ஆன்மாவாகவோ பார்க்கப்படுகிறார். இன்று போர்க்குணம் மிக்க காந்திய மரபு எதுவும் காணப்படாத சூழ்நிலையில் இத்தகைய நிராகரிக்கும் போக்கு நியாயமானதே.

இருந்தும், நாம் இங்கு சற்று நிதானித்து அம்பேத்கரிய மாதிரியில் உள்ள போதாமைகளைப் புரிந்துகொள்வதற்கு அதைச் சற்று விமர்சனபூர்வமாக அணுகுவோம்.

சமீபத்தில், கர்நாடகக் கிராமம் ஒன்றில் தீண்டப்படாதவர்கள் மத்தியில் வேலைபார்த்துக்கொண்டிருக்கும் தீவிரைக் குழுமத்தோடு உரையாடிக்கொண்டிருந்தேன். இவர்கள் அம்பேத்கரிய மாதிரிக்குத் தங்களை முழுமையாக அர்ப்பணித்துக்கொண்டவர்கள். அவர்களுடைய கிராமத்தில் தலித்துகளின் வாழ்க்கைத் தரத்தில் ஏற்பட்டுள்ள மேம்பாடுகள் குறித்து நேரடியாகச் சிலவற்றை நான் அறிந்தும் இருந்தேன். அந்தப் பகுதியில் தலித்துகளுக்கு எதிரான மரபான வன்முறைகள் ஏறக்குறைய முழுவதுமாக மறைந்துவிட்டன என்றே சொல்லலாம். பொது இடங்களில் நுழைவதற்கான உரிமைகள் உத்தரவாதப்படுத்தப்பட்டிருந்தன. வண்ணார், நாவிதர் போன்ற சேவைகளைப் பயன்படுத்திக்கொள்ளும் உரிமைகள் உறுதிப்படுத்தப்பட்டிருந்தன. நிச்சயமாக, சமூக ஒதுக்குதல் குறித்த பேச்சுக்கு அங்கு இடமே இல்லை. இத்தகைய சாதனைகள் எல்லாவற்றையும் கணக்கில்கொண்டு, நான் செயல்பாட்டாளர்களிடம் இந்தக் கேள்வியைக் கேட்டேன்: சாதி இந்துக்கள் மத்தியில் சாதிய முறைமை குறித்த கருத்தமைவுகளில் ஏதேனும் மாற்றங்களை உங்களால் உணர முடிகிறதா? அவர்கள் சிறிது நேரம் இதுகுறித்துச் சிந்தித்து, 'இல்லை' என்றார்கள். சாதி இந்துக்கள் தலித்துகளின் போர்க்குணத்தைக் கண்டுதான் அச்சப்படுகிறார்கள் என்றார்கள். வேறு வார்த்தைகளில் சொல்வதென்றால், இந்தக் கிராமங்களில் மேலோட்டமாகச் சாதிய சமத்துவம் சாத்தியப்பட்டுள்ளது என்று சொல்லலாம். ஆனால், அதோடு நின்றுபோனது. இந்தச் சாதனைகளையெல்லாம் குறைத்து மதிப்பிடுவதற்கு நான் இங்கு முயலவில்லை; அதில் உள்ள போதாமையைச் சுட்டிக்காட்டவே முயல்கிறேன்.

சாதியச் சமத்துவம் என்பது சாதிய ஒழிப்பிலிருந்து பண்புரீதியாக வேறுபட்டதாகும். சாதி இந்துச் சமூகம் (மற்றமை) அதைத் தனித்து நிறுத்திக்கொள்வதோடு, தன்னை மாற்றிக்கொள்ளவும் மறுக்கும். அவர்கள்

மாற்றம்கொள்ளாத வரையில் தீண்டாமை தொடர்பான குற்றங்கள் பல நுட்பமான வழிகளில் தொடர்ந்துகொண்டேதான் இருக்கும். சாதி இந்துச் சமூகம் மனதளவில் அதன் பழைய விழுமியங்களை அப்படியே தக்கவைத்துக்கொண்டிருக்கும். அம்பேத்கரியச் சட்டகத்துக்குள்ளாக இருந்து, இந்தப் பிரச்சினைக்கு நிரந்தரத் தீர்வையோ அல்லது செயல்பாட்டுக்கான வழிமுறையையோ கண்டுபிடிப்பது அவ்வளவு சுலபமானதல்ல. இந்தப் பின்னணியில்தான், காந்தி அவசியமானவராகவும் அர்த்தமுள்ளவராகவும் ஆகிறார். ஏறக்குறைய மீபௌதிகரீதியாக மற்றமையை இறுகப் பற்றிக்கொண்டு அவர்களை மாற்றுவது என்ற காந்தியின் பிடிவாதம் அரசியல்ரீதியாக அவசியமானதாகிறது.

சில வருடங்களுக்கு முன், கர்நாடக தலித் சங்கர்ஷ சமிதி (டிஎஸ்எஸ்) சுதந்திர தின விழாவைக் கொண்டாடும் விதமாகப் பல்வேறு நிகழ்ச்சிகளை ஏற்பாடு செய்திருந்தது. அதில் ஒன்றுதான் ‘எங்கள் கையால் கொஞ்சம் தண்ணீர் குடியுங்கள்’ என்ற நிகழ்ச்சியாகும். கிராமங்களிலும் சிறு நகரங்களிலும் இவ்வியக்கத்தின் செயல்பாட்டாளர்கள் சாதி இந்துக்களுக்குக் கொடுப்பதற்காகத் தண்ணீர்ப் பானைகளோடு நின்றார்கள். என்னுடைய தீவிரை நண்பர்களில் பலர், இதில் உள்ள உணர்ச்சிவசப்பட்ட உள்ளடக்கத்தைக் கேலிசெய்தார்கள். ஆனாலும், இந்தச் செயல் ஏனோ என்னுள் மிக ஆழமான பாதிப்பை ஏற்படுத்தியது. இது முற்றிலும் வேறு விதமான கருத்தியல் ஈர்ப்பைக் கொண்டிருப்பதாக இருந்தது: அம்பேத்கரிய முறையைப் பின்பற்றும் போர்க்குணம் மிக்க இயக்கமான கர்நாடக தலித் சங்கர்ஷ சமிதி, கிராமத்தின் நடுவே தண்ணீர்ப் பானையைப் பிடித்துக்கொண்டு காந்திய வழியில் காட்சிதருவதா? காந்தியையும் அம்பேத்கரையும் இணைப்பதற்கான படைப்பூக்கம் கொண்ட செயலாகத்தான் இன்றளவும் நான் இதைப் பார்க்கிறேன். இன்றைய வரலாற்றுக் காலகட்டத்தில், விழுமியப் பள்ளியைச் சார்ந்தவர்கள்தான் இத்தகைய இணைவை உருவாக்கக்கூடிய நிலையில் இருக்கிறார்கள். துரதிர்ஷ்டவசமாக, ‘நிலம் பள்ளி’ இத்தகைய முயற்சிகள் மேல் பரிதாபப்படக்கூடிய அளவுக்கு அக்கறையற்ற தன்மையையே வெளிப்படுத்துகிறது.

தொகுத்துச் சொல்வதென்றால், தலித் பிரச்சினையானது நிலம், விழுமியம் ஆகிய இரண்டையும் கொண்டிருப்பதாகிறது. கர்நாடகத்தில் தலித் இயக்கம் இந்தப் பிரச்சினையில் உள்ள இரட்டைத்தன்மையைப் புரிந்துகொண்டிருப்பதோடு, அவர்களுடைய செயல்திட்டங்கள் இந்தப் புரிதலை மிகச் சிறப்பான முறையில் வெளிப்படுத்தவும் செய்கின்றன. நிலம் பள்ளியின் அரசியலானது வேறு வழியில்லாமல் தலித் இயக்க அனுபவங்களிலிருந்து சில பாடங்களைக் கற்றுக்கொள்ள வேண்டியிருக்கிறது. இத்தகைய பின்னணியில், மார்க்ஸ், அம்பேத்கருடன் காந்தியும் சமதளத்தில் முக்கியத்துவம் கொண்டவராகிறார் என்றே நான் முன்வைக்க விரும்புகிறேன்.

இறுதியாக, சோமாவும் பாக்காவும் ஒன்றிணைவதுபோல் தெரிகிறார்கள். நல்லது, அவர்கள் எப்போதாவது பிரிந்திருந்தார்களா?

◉

4

இரண்டு கற்பனையான தனிமொழிகள்: அம்பேத்கர் மற்றும் காந்தி

I. பாபாசாஹேப் அம்பேத்கர்

1997 ஆகஸ்ட் 15 மதியப் பொழுது. சொல்லப்போனால், பிற நாட்களைப் போல் இல்லாமல், அது ஷ்ரவண [ஆவணி] மாதத்தில் ஒரு நாள். சுட்டெரிக்கும் சூரியன், சுழன்றடிக்கும் காற்று. இது எனக்குப் பரிச்சயமில்லாத ஏதோ ஒரு சொர்க்கமாகவோ அல்லது ஏதோ ஒரு லோகமாகவோ இருக்க வேண்டும். எனக்குப் பௌத்த தீட்சை கொடுத்த பிட்சு சங்க ரக்ஷிதா (Sangha Rakshita), இத்தகைய உலகங்கள் குறித்து ஏதும் என்னிடம் சொன்னதில்லை. அவர் ஐரோப்பாவிலிருந்து வந்த முழுமையான பகுத்தறிவுவாதி. ஜம்பு தீபகற்பத்தில் உள்ள இந்தப் பாரதத் துணைக்கண்டம் இத்தகைய அச்சமூட்டுகிற, மயக்குகிற உலகங்களைப் பல்லாயிரக்கணக்கில் படைக்கவல்லது என்று அந்த பிட்சுக்கு எப்படித் தெரிந்திருக்கும்? இப்போது லண்டன் அருகில் அவர் கட்டியிருக்கும் புத்த விகாரில் நிம்மதியாக இருக்கிறார். அவர் யுலிஸஸ் (Ulysses), சர்ஸீ (Circe) பிடியிலிருந்து, அதாவது இந்தக் கபடமான பூமியிலிருந்து தப்பித்துக்கொண்டவர். அவர் கொடுத்துவைத்தவர்தான்! எப்போதும் அவரைப் போல் நான் கொடுத்துவைத்தவனாக இருக்கப்போவதில்லை. நான் எப்போதும் என் நினைவுகளிலிருந்து விடுதலை அடையப்போவதில்லை. நினைவுகள்தான் என்னுடைய யதார்த்தம். இதுதான் தலித்துகளின் தலைவிதியாகவும் இருக்கிறது.

இறப்புக்குப் பிந்தைய உலகங்கள் பற்றி திபெத்திய பௌத்தம் எப்படியெல்லாம் பேசுகிறது என்பதைக் கண்டு அதிர்ந்துபோனேன். பௌத்தம் குறித்த என்னுடைய புரிதலெல்லாம் பாலி டெக்ஸ்ட் சொசைட்டி வெளியீடுகளை அடிப்படையாகக் கொண்டது. அப்போது, எல்லாமும் அவ்வளவு தூய்மையாகவும் எளிமையாகவும் உணர்ச்சிமிக்கதாகவும் இருந்தன! அவை சூன்யம் குறித்த பனுவல்கள். வாழும் வாழ்க்கைக்குத் தொடர்பற்றவையாக இருந்தாலும் உண்மையிலேயே அவை அவ்வளவு அழகாக இருக்கின்றன. நான் இப்போது இலங்கை, பர்மா, திபெத்திய பௌத்தங்கள் குறித்துப்

படித்துக்கொண்டிருக்கிறேன். மூல பௌத்தத்தின் மாசற்ற பண்பானது புதுப் புத்தகத்தின் நறுமணத்தைக் கொண்டிருக்கிறது. அன்றாட வாழ்க்கையின் அடர்த்தியான தூசுகளோ மனதைச் சங்கடப்படுத்துகின்றன. அந்தப் பௌத்தப் பனுவல்களிலிருந்தும் என்னைக் கவர்ந்திழுத்த அதன் பிடியிலிருந்தும் நான் வெளியே வந்திருக்கவே கூடாது. ராவ், பம்பாயில் இருக்கும் புத்தகக் கடை ஒன்றில் நான் எப்போதும் பார்க்கும் அந்தப் பார்ப்பனர், புத்தகங்கள் மீதான என்னுடைய காதல் குறித்து அவ்வளவு வாஞ்சையோடு எழுதியிருக்கிறார். அவ்வப்போது பார்ப்பனர்களும் நம்பிக்கைக்குரியவர்களாக இருக்கிறார்கள். நான் எப்போதும் தர்மத்தைத்தான் தேடிக்கொண்டிருந்தேன் என்றாலும், ஏனோ தெரியவில்லை இப்போது ஏமாற்றத்தைத்தான் உணர்கிறேன். என்னுடைய பகுத்தறிவுவாத மூளையானது சிராமணர்களின் பலவீனத்தைக் கண்டு அசதியுறுகிறது. இத்தகைய துயரமான சமயங்களில் என்னுடைய ஆசான்களான ஜான் டெவியும் *(John Dewey)* எட்வின் செலிக்மனும் *(Edwin Seligman)* நினைவுக்கு வருகிறார்கள். ஞானி-பேச்சுகளால் பொதிந்திருக்கும் மராத்திய மொழியினுடைய நுண்ணுணர்வுகளின் தாக்கத்திலிருந்து ஏன் என்னால் விடுபட முடியவில்லை?

இன்றைய பௌத்தத்துக்கு, ஜான் டெவியின் நடைமுறைவாதத் தெளிவு மட்டும் சாத்தியப்பட்டிருந்தால் எவ்வளவு சிறப்பாக இருந்திருக்கும்!

இந்த மூடநம்பிக்கைகளும் கதைகளும் தொன்மங்களும் மருளியலானவையும் ஒரு மதரீதியான வாழ்க்கைக்கு அவசியமானவையா? கொலம்பியா பல்கலைக்கழக வகுப்பறைகளில் டெவியால் இவையெல்லாம் கற்றுக்கொடுக்கப்படவில்லை.

இத்தகைய விஷயங்கள் மீது ஒவ்வாமை கொண்டவன் நான் மட்டும்தான் என்று நினைத்துக்கொண்டிருந்தேன். அடுத்த அறையில் இருக்கும் அந்த மனிதர், என் நெருங்கிய விரோதி, அதாவது குஜராத்தி பனியாவான மிஸ்டர் காந்தியும் இத்தகைய விஷயங்களை விரும்புவதில்லை. இந்த மனிதர் தத்துவார்த்த விசாரணைகள் நடத்த மாலைப் பொழுதில் அவருடைய அறைக்கு வரும் வினோபாவே போன்ற மராத்தியப் பார்ப்பனர்களோடு சண்டைபோட்டுக்கொண்டும் சிரித்துக்கொண்டும் இருப்பதாக என்னிடம் சொன்னார்கள். எனக்கும் அவருக்கும் உள்ள வேறுபாடு என்னவென்றால், நான் எதை உணர்ச்சிவசப்பட்டும் சீற்றத்தோடும் சொல்ல முயல்கிறேனோ அதையே அந்த பனியா மிகச் சுலபமாக ஓரிரு வாக்கியங்களில் சொல்லிவிடுகிறார் அல்லது அதை நகைச்சுவையில் கரைத்துவிடுகிறார்.

தர்மம் குறித்தான கேள்விகள் என் சிந்தனையை ஆட்டிப்படைக்கின்றன. மனம் பதற்றத்தோடு தறிகெட்டுப்போகிறது; மழையில் நனைந்த கந்தல் துணியாகிறது. நான் இறந்த அன்று இப்படியாகத்தான் இருந்தேன் என்று என் காரியதரிசி அவருடைய தன்வரலாற்றில் எழுதியிருக்கிறார். பலத்த மழையும் காற்றும். அலிப்பூர் வீதியில் உள்ள என் வீட்டுக்கு மயில்கள் வந்துபோவது வழக்கம். அருகில் உள்ள வரப்புகளில் நரிகளும் ஓநாய்களும் வந்துபோவது வழக்கம். மரணம் என்னை நெருங்கிக்கொண்டிருந்ததை என்

சீடர் எவ்வளவு உணர்ச்சிவசப்பட்டு வர்ணித்திருக்கிறார்! அந்த நாட்களில் மிக ஆழ்ந்த கவலைகள் என்னை விழுங்கியிருந்தன என்பதென்னவோ நிச்சயமாக உண்மைதான்.

உச்சந்தலையிலிருந்து உள்ளங்கால் வரை ஏன் இப்படி சோகம் நிரம்பி இருக்கிறேன்? இதற்கான காரணியத்தை ஓரளவுக்குத்தான் என்னால் புரிந்துகொள்ள முடிகிறது. அது எனக்கு முன்னால் பெருமையோடு நிற்கிறது. நான் கட்டியெழுப்பிய நிறுவனங்களுக்கு நேர்ந்ததை விதி என்றுதான் சொல்ல வேண்டும். என்னுடைய தொண்டர்களின் செயல்பாடுகள், அவர்களிடம் ஏற்பட்டுள்ள மாற்றங்கள் எல்லாம் என்னுள் அச்சத்தை உண்டாக்கியிருந்தன. நான் கட்டியெழுப்பிய நிறுவனத்தின் உறுப்பினர்களால் நடத்தப்பட்ட மாநாட்டில், நான் வெறுத்துப்போய்க் கதறினேன். என்னுடைய முழுமுற்றான எதிரிகள், அதாவது ஆங்கிலப் பத்திரிகைகள்கூட அதை வெளியிட்டன.

புத்தச் சங்கங்கள் துண்டுகளாக உடைந்துபோவதற்கு 250 ஆண்டுகள் எடுத்துக்கொண்டதாக வரலாற்றியலாளர்கள் சொல்கிறார்கள். ஆனால், என்னுடைய கடைசி நாட்களிலேயே, என் முகத்துக்கு நேராகவே... நம்முடைய கவியான நாம்தேவ் தசால் (Namdev Dhasal), என் சீடர்கள் குறித்துக் கோபம் வெடிக்கக் கவிதை ஒன்று எழுதியுள்ளார். ஆனால், என்னால் அந்தக் கவிதை வரிகளை உச்சரிக்கக்கூட முடியாது. அவ்வளவு வசைபாடுகள்! அத்தகைய வார்த்தைகளைக் கண்டு என் நாக்கு புரண்டுபோகிறது.

அடுத்தாற்போல் இருக்கும் அறையில், நேற்றிரவு பனியாவின் சேவகர்கள் அவருடைய கடைசி நாட்கள் குறித்து விவாதித்துக்கொண்டிருந்தார்கள். அப்போது நடுநிசியைக் கடந்துவிட்டது; வெப்பமாகவும் இருந்தது. எனக்குத் தூக்கம் வராததால் அதையெல்லாம் கேட்டுக்கொண்டிருந்தேன். தொடர்ந்து அவர்களுடைய வார்த்தைகள் மிதந்துவந்தன. மிஸ்டர் காந்தி வாழ்வதற்கான விருப்பத்தை இழந்துவிட்டதுபோல் தெரிகிறது. கரையும் பனித்துளி போன்றது விருப்பமில்லாத வாழ்க்கையை வாழ்வது. மிஸ்டர் காந்தியே அவருடைய மரணத்தை வரவழைத்துக்கொண்டார். நானும்கூட அவர் செய்தது சரிதான் என்று நினைக்கிறேன். அப்படியென்றால், மரணம்கொள்ளும் தருணத்தில் நானும் அந்த பனியாவும் உளவியல்ரீதியாக ஒன்றுபோல்தான் இருந்தோமா? அபத்தம்!

இந்த இந்தியா, எல்லாவற்றுக்கும் இடையே ஓர் இணைவை உருவாக்குகிறது; பிறகு, அதைத் தொன்மங்களாகப் படைக்கிறது. வேறுபாடுகளைக் கரைத்துவிடுகிறது; வழிபாடுகளில் கிருஷ்ணனோடு புத்தரைச் சேர்த்துக் கொள்கிறது.

இந்தப் பண்பாடானது பிரம்மச்சாரியான சங்கரரை 'சௌந்தர்ய லகரி' என்ற பாலியல் கவிதையை எழுதவைக்கிறது. பெண் கடவுளின் கீழ்ப் பகுதிகளில் ஒரு வகையான தீ! அந்தரங்கப் பகுதியில் புகைபடர்ந்த முக்கோணம்... கேவலம்! கேவலம்!! இந்து மதத்தில் காணப்படும் மோசமான ஆபாசங்கள்

குறித்து நிறையவே எழுதியிருக்கிறேன். இப்படி, கலக்கப்பட முடியாததைக் கலப்பதும், இணைக்கப்பட முடியாததை இணைப்பதும்தான் உச்சகட்ட அறிவார்த்த ஆபாசமாகும். என்னையும் அந்த பனியாவையும் ஒன்றுசேர்ப்பதும், எங்களுக்கு இடையே இணைவுகளைக் கண்டெடுப்பதும்கூட இத்தகைய தத்துவார்த்தரீதியான ஆபாசமாகத்தான் இருக்கின்றன.

ஆனால், இது மட்டும் உண்மை. 1947–ல் சுதந்திரம் கிடைத்தபோது, மிஸ்டர் காந்தி அதுகுறித்து அவ்வளவு உற்சாகம் கொள்ளவில்லை. பிரிவினையைத் தொடர்ந்த படுகொலைகள் அவரை நடுங்கவைத்தன. என்னுடையது வேறு வகையான பதற்றமாக இருந்தது. எனக்கு பிரிட்டிஷ்காரர்கள் மீது எத்தகைய மோகமும் கிடையாது. உண்மையைச் சொல்வதென்றால், வட்டமேசை மாநாட்டின்போது காந்தியோடும் மற்றவர்களோடும் எனக்குக் கருத்து மோதல்கள் இருந்தன. அந்த நாட்களைப் பொறுத்தமட்டில் நான் தீவிரமாக ஆன்மப் பரிசோதனையில் இருந்தேன்... மிக மோசமாகத் தனித்து இருந்த நாட்கள். தனிமையில், பிரிட்டிஷாருக்கும் தீண்டப்படாதவர்களுக்கும் இடையே இருந்த உறவு குறித்துச் சிந்தித்துப்பார்த்தேன். எனக்கு நானே தெளிவுபடுத்திக்கொள்ளும் முயற்சியாகவே இது இருந்தது, அந்தச் சமயத்தில்தான் பேராவலுடன் 125 பக்கங்களைக் கொண்ட ‘பிரிட்டிஷாரும் தீண்டப்படாதவர்களும்’ என்ற புத்தகத்தை எழுதினேன். அது அப்போது பிரசுரிக்கப்படவில்லை. நான் இறந்த பிறகுதான் அதற்கு விமோசனம் கிடைத்தது. நான் பிரிட்டிஷாருக்கும் பரம விரோதி என்பதை இந்தப் புத்தகம் தெளிவுபடுத்தும். பிரிட்டிஷார் எப்படிப்பட்டவர்கள் என்று எனக்குத் தெரியும். ஆனால், இந்த காங்கிரஸ்காரர்கள் — நேருவும் பட்டேலும் வேறு பலரும் — என்னைச் சந்தேகக்கண் கொண்டே பார்த்தார்கள். மிஸ்டர் காந்தியை நான் அவமானப்படுத்தியதாக இவர்கள் நினைத்தார்கள். 1947–ல் தேசத்தின் லட்சியமாக காந்தி இருந்தார்; நான் அதன் தர்மசங்கடமாக இருந்தேன். காந்தி மையமாக இருந்தார்; நான் அதன் விளிம்பாக இருந்தேன்.

காங்கிரஸுக்கும் எனக்கும் எப்போதும் ஒத்துப்போனதே கிடையாது. அதெல்லாம் இப்போது வரலாறு. நான் அது குறித்துப் போதுமான அளவுக்கு எழுதியுள்ளேன். தலித்துகள் ஒற்றுமையை உடைப்பதற்கு காங்கிரஸ் எப்படியெல்லாம் திட்டங்கள் தீட்டியது! தலித்துகளுக்கிடையே காணப்படும் பிரிவுகள் குறித்துத் தொடர்ந்து என்னவெல்லாம் பேசிக்கொண்டிருந்தார்கள்! இதையெல்லாம் புரிந்துகொள்ள ஒருவர் கடந்த எழுபது வருட கால வடஇந்திய வரலாற்றைப் படித்தாக வேண்டும். பங்கிகளும் சம்மார்களும் பெரிய அளவில் காங்கிரஸோடு போனார்கள். காங்கிரஸ்காரர்கள் இத்தகைய உத்தியை மகாராஷ்டிரத்திலும் கைக்கொண்டார்கள். இப்போது சிவசேனா இதையேதான் செய்துகொண்டிருக்கிறது. அவர்கள் பிளவுகளை உருவாக்கி சம்மார்கள் என்னோடு இணைவதைத் தடுத்தார்கள். அவர்கள் பன்னிரண்டாம் நூற்றாண்டைச் சேர்ந்த வீரசைவ வசனக் கவியான தோஹாரா காக்கைய்யா (*Dohara Kakkaiah*) பெயரில் ஒரு குழுமத்தை உருவாக்கினார்கள். ஆனாலும், அதில் சிந்திக்கக்கூடியவர்களும் அறிவுள்ளவர்களும் என்னோடு இருப்பது

என்று முடிவெடுத்தார்கள். பிறகு காங்கிரஸ், மகர் அல்லாத தீண்டப்படாதவர் ஒருவரை எனக்கு எதிராக நிறுத்தி, பம்பாயில் என்னைத் தோல்வியடைய வைத்தார்கள்.

1947–ல் காந்தியைத் தேசம் உன்னதமாகப் பார்த்து, என்னை இளக்காரப்படுத்தியது. அவர்கள், நான் ஒரு குழுகத்துக்கு மட்டுமான தலைவன் என்றார்கள். ஆனாலும், இந்தியாவை நவீனத்துவப்படுத்துவதன் மீதான என்னுடைய நம்பிக்கை அசைக்க முடியாததாக இருந்தது. இந்தத் தேசம் வளர்ச்சிப் பாதையில் முன்னேற வேண்டும் என்பதற்கு நான் அழுத்தம் கொடுத்தேன். நான் மத்தியில் அமைச்சராக இருந்தபோது நடந்த விவாதம் ஒன்று நினைவுக்கு வருகிறது. நாங்கள் வங்கத்தில் மிகவும் பிரம்மாண்டமான நீர் மின் நிலையம் ஒன்றைத் தொடங்கியிருந்தோம் — பிரபலமான ‘தாமோதர் பள்ளத்தாக்குத் திட்டம்’. ஆசியாவிலேயே இதுதான் மிகப் பெரிய திட்டம் என்று விளம்பரப்படுத்தப்பட்டது. பல பூர்வக்குடிகள் அப்புறப்படுத்தப்படுவார்கள் என்பதை நாங்கள் அறிந்திருந்தோம் என்றாலும், வளர்ச்சி என்ற பலிபீடத்தில் கொடுக்கப்பட வேண்டிய தவிர்க்கவியலாத விலை என்றே நான் நம்பினேன். அந்தத் திட்டத்தை நியாயப்படுத்துவதில் நான் காட்டிய உற்சாகத்தை நீங்கள் பார்த்திருக்க வேண்டும்! ஒவ்வொரு வரியும், வளர்ச்சிக்கான அறிக்கையாக இருந்தது.

இப்போது அந்தத் திட்டத்தின் நிலை குறித்து என்னிடம் ஏதும் கேட்காதீர்கள். மொத்த திட்டமும் மோசடி. பூர்வக்குடிகள் அனாதையானார்கள். இதனால், தலித்துகளுக்கு எந்தப் பயனுமில்லை. இதெல்லாம் போகட்டும், வங்கம்கூட எந்தப் பயனும் அடையவில்லை. இது மிகவும் பிரம்மாண்டமான, அச்சமூட்டக்கூடிய, கொடுமையான நாடகமாகும். அரசாங்கங்களுக்கு இத்தகைய திட்டங்கள் தேவைப்படுகின்றன. அதனால்தான், விண்ணைத் தொடுமளவுக்கு லஞ்சம் வளர்ந்துள்ளது.

நேற்றைய இரவு, மிஸ்டர் காந்தியின் சீடர்கள் இத்தகைய திட்டங்கள் குறித்து விவாதித்துக்கொண்டிருந்தார்கள். என்னுடைய ஆசானான செலிக்மனின் மற்றொரு மாணவரான குமரப்பா, இவையெல்லாம் தவறானவை என்று காந்தியிடம் வாதிட்டுக்கொண்டிருந்தார். மிஸ்டர் காந்தி அவரோடு முழுமையாக ஒத்துப்போனதில் ஆச்சரியம் ஏதுமில்லை. நான் செலிக்மனிடமிருந்துதான் பொருளாதாரம் கற்றேன்; குமரப்பாவும் அப்படித்தான். ஆனாலும், நாங்கள் இருவரும் எவ்வளவு வித்தியாசமானவர்களாக இருக்கிறோம்! மிஸ்டர் காந்தியும் அவரது சீடருமான குமரப்பாவும் சேர்ந்து இந்தியாவைப் பின்நோக்கி மத்திய காலக் கிராமச் சமூகத்துக்குக் கொண்டுசெல்வார்கள் என்பது மட்டும் நிச்சயம். இந்தக் கிராமச் சமூகம் ஒரு நரகமாக இருக்கிறது. இதுகுறித்த என் சிந்தனைகளைத் தெரிந்துகொள்ள என்னுடைய பம்பாய் சட்டமன்ற உரைகளைப் படியுங்கள்.

இவையெல்லாம் எப்படியோ இருந்துவிட்டுப் போகட்டும். காங்கிரஸ் என்னைக் கடத்திக்கொண்டுபோகும் முறைதான் என்னைப் பெரும்

சங்கடத்துக்கு உள்ளாக்குகிறது. சொல்லப்போனால், எல்லாக் கட்சிகளுமே என்னைக் கடத்திக்கொண்டுபோகின்றன. அது தாமோதர் பள்ளத்தாக்காக இருக்கட்டும், நர்மதா பள்ளத்தாக்காக இருக்கட்டும், தங்களுக்கு வேண்டிய ஆதரவைப் பெறுவதற்காக எல்லோரும் என்னையும் தலித்துகளையும் முன்னிலைப்படுத்துகிறார்கள். இதற்கெல்லாம் என்ன அர்த்தம்?

எப்படியிருந்தாலும், சமீப காலங்களில் ஏற்பட்டிருக்கும் மாற்றங்கள் நான் எதிர்பார்க்காதவை. தூய்மையான கிராமம் என்ற காந்தியக் கருத்தமைவு முட்டாள்தனமானது என்று இப்போது காங்கிரஸ், பாஜக, கம்யூனிஸ்ட்டுகள் எல்லோருமே ஏற்றுக்கொள்கிறார்கள். அவர்களுடைய பொருளாதாரத் திட்டங்களை நடைமுறைப்படுத்துவதன் மூலமாக, இதை அவர்கள் வெளிப்படுத்திவிட்டார்கள். ஆனால், உயர்சாதி இந்துக்கள்தான் போலித்தனத்தின் மொத்த உருவமாக இருக்கிறார்கள். மிஸ்டர் காந்தியைப் புதைத்துவிட்டோம் என்று வெளிப்படையாகச் சொல்வதற்கான துணிச்சல் அவர்களிடம் இல்லை. மிஸ்டர் காந்தியை அவர்கள் எப்படிப் பலிகொடுத்திருக்கிறார்கள்! மகாராஷ்டிரத்தில், ஒரு துறவியைக் கொன்று நதியில் விட்டெறிந்துவிட்டு ‘ஜலசமாதி’யைக் கொண்டாடும் விதமாகப் புரோகிதர்கள் பஜனை பாடிக்கொண்டிருந்தார்கள். இந்தியாவை இருட்டிலிருந்து வெளிக்கொணர்வதற்காக ஆளும் வர்க்கம் காந்தியைப் பலிகொடுத்திருக்குமானால் அது ஏற்றுக்கொள்ளக்கூடியதாக இருந்திருக்கும். வரலாறுக்கு இத்தகைய தியாகங்கள் வேண்டியிருக்கிறது. ஆனால், கடந்த ஐம்பது ஆண்டு காலப் புள்ளிவிவரங்கள் இதை நியாயப்படுத்துவதாகத் தெரியவில்லை. புள்ளிவிவரங்கள்தான் முற்றும்முழுதுமாக உண்மையை வெளிப்படுத்துகின்றன என்று நம்பும் சமூக அறிவியல் மேல் விசுவாசம்கொண்ட மாணவன் நான். இந்த உயர்சாதிக்காரர்கள் என்னையும் சேர்த்து ஏமாற்றிவிட்டார்கள் என்பதில் ஆச்சரியப்பட ஏதுமில்லை.

வெளியே பெரும் கூச்சலும் குழப்பமாகவும் இருக்கின்றன. ஐம்பதாவது சுதந்திர தினக் கொண்டாட்டங்களா? அப்படித்தான் தெரிகிறது. இது என்ன திருவிழாவா? கொண்டாட்டமா? துக்கமா? போராட்டமா? கடலளவான மக்களும் குழப்பத்தில்தான் இருக்கிறார்கள். வட்டமேசை மாநாட்டின்போது செய்ததுபோல் நான் சுயபரிசோதனைக்குத் திரும்ப வேண்டும். பிறகு வெளியே வந்து, நான் கண்ட உண்மையைப் பிரகடனப்படுத்த வேண்டும்.

(அம்பேத்கர் அவருடைய கூண்டுக்குள் தன்னை இழுத்துக்கொள்கிறார்.)

II. மோகன்தாஸ் கரம்சந்த் காந்தி

1997 ஆகஸ்ட் 15 மாலைப் பொழுது. ஆஷடா மற்றும் ஷ்ரவண [ஆடி, ஆவணி] மாதங்களுக்கென்று நிர்ணயிக்கப்பட்டிருக்கும் உணவுப் பழக்கங்களை மக்கள் மறந்துவிட்டார்கள். சரியில்லாத வயிறானது முறையற்ற, பலவீனமான ராஜ்ஜியத்தையே குறிக்கிறது! இச்சைகளால் ஆன உடலே அழுகிப்போகும் அரசின் அஸ்திவாரமாகிறது என்று என்னுடைய குழந்தைப் பருவத்தில் சமணத் துறவிகளிடமிருந்து கற்றுக்கொண்டேன். நவீன நாகரிகத்திலும்கூட இதுவே முற்றும்முழுதுமான உண்மையாக இருக்கிறது. 'இந்து ஸ்வரா'ஜில் நான் சொல்லியிருப்பதும் இதுதான். சொல்லப்போனால், நூறாவது முறையாக நான் அதில் நவீன நாகரிகம் என்பது வேட்கைகளாலும் இயந்திரங்களாலும் ஆனது எனச் சொல்லியிருக்கிறேன்.

இப்போது, நான் இங்கு உட்கார்ந்து சற்று முன் தபாலில் வந்த அந்தோணி பரேலின் (Anthony Parel) 'இந்து ஸ்வராஜ்' புதிய மொழிபெயர்ப்பைப் படித்துக்கொண்டிருக்கிறேன். என்ன இருந்தாலும் குஜராத்தி மூலம்தான் எனக்கு மிகவும் நெருக்கமானதாக இருக்கிறது. குஜராத்தி உரைநடையில் இந்தப் புத்தகம் ஒரு புதிய அத்தியாயத்தைத் தொடங்கிவைத்ததாகச் சொல்லப்படுகிறது. என்னுடைய பாணி எளிமையானது. சாதாரண மக்களின் உரையாடல்போல் நேரடித்தன்மை கொண்டது. எப்போதும் ஒப்பனைகள் கிடையாது. இன்று காலை பிரார்த்தனைக் கூட்டத்தில், அடுத்த அறையில் இருக்கும், படித்த பாபாசாஹேப் 'இந்து ஸ்வரா'ஜை எழுதியிருந்தால் எப்படி இருந்திருக்கும் என்று கேட்டேன். அமைதியாக ஒரு மூலையில் இருந்த குமரப்பா இந்தக் கேள்வியே பொருத்தமில்லாதது என்றார். பிறகு, மெல்ல இதையும் சேர்த்துக்கொண்டார்: அவர் ஒவ்வொரு வரிக்கும் பத்துப் புள்ளிவிவரங்களைக் கொடுத்திருப்பார்.

எப்போதும் கிறிஸ்தவர்களிடம் காணப்படும் இறைப்பற்றை குமரப்பாவும் கொண்டிருந்தார். இன்று காலை பிரார்த்தனைக் கூட்டத்தில் அவர் மறுபடியும் என்னிடம் இவ்வாறு கேட்டார்: 'பாபு, நீங்கள் ஏன் ஜவாஹர்லாலுக்கு முடிசூட்டினீர்கள்?' பொதுவாக என் சீடர்களும் மக்களும் இந்தக் கேள்வியைத் திரும்பத்திரும்ப என்னிடம் கேட்கிறார்கள். நான் உயிரோடு இருந்தபோது எவரும் என்னிடம் இந்தக் கேள்வியைக் கேட்டதில்லை. மக்கள் என் மீது கொண்டிருந்த ஈர்ப்பைக் காட்டிலும் ஜவாஹர் மீது பெரும் ஈர்ப்பு கொண்டிருந்தார்கள். ஆக, இப்போது இந்தக் கேள்விக்கான பதில் என்ன? டெல்லியில் ஒரு தத்துவவியலாளர் இந்தக் கேள்விக்குப் பதில் சொல்லியிருப்பதுபோல் தெரிகிறது. நேரு மதச்சார்பற்றவர்; சோஷலிஸ்ட்டும்கூட. சோஷலிஸம்தான் இந்த நாகரிகத்தின் மிகப் பெரிய உந்துதலாக இருக்கிறது. நேருவைத் தேர்ந்தெடுத்ததன் மூலமாக நான் இந்த உந்துதலுக்கு ஒரு சாத்தியப்பாட்டை ஏற்படுத்திக் கொடுத்திருக்கிறேன். இப்படியாகத்தான் சொல்லப்பட்டுள்ளது. டெல்லியில் இருக்கும் புத்திசாலிகளுக்கும் படித்தவர்களுக்கும்கூட உண்மை விளங்குகிறது.

கடந்த ஐம்பது வருடங்களாக நடந்த எல்லாவற்றுக்கும் நான் நேருவைப் பொறுப்பாக்க முடியாது. மாறாக, நானே என்னைப் பொறுப்பாக்கிக்கொள்கிறேன். நான் எப்போதும் இப்படித்தான் என்கிறார்கள், என்னைக் குறித்து எழுதும் அறிஞர்கள். இந்த உலகத்திலிருந்து தனித்திருப்பவனாக ஒருபோதும் என்னை நான் நினைத்துக்கொண்டது கிடையாது. என்னுள் காணப்படும் ஆழமான சங்கடங்களும் சமூகத்தின் சங்கடங்களும் மிக இறுக்கமான உறவைக் கொண்டிருக்கின்றன. என் குடிகார மகன் ஹரிலால் குறித்து நான் எழுதிய கடிதத்தை அறிஞர்கள் மறக்காமல் எனக்கு நினைவூட்டிக்கொண்டே இருக்கிறார்கள். அதன் முதல் வரி இதுபோல் இருக்கும்: 'ஹரிலாலின் கோப்பை எப்போதும் சிவப்பாக இருக்கும்...' இது புனைவியக் கவிதைபோல் இருக்கிறது. பிறகு, என் மகனின் சீரழிந்த நெறிமுறைகள் குறித்து ஓரிரு வார்த்தைகள். அவன் ஏன் சீரழிந்துபோனான்? அவன் பிறந்த அந்தத் தினத்தை நான் இன்னமும் நினைவில் வைத்திருக்கிறேன். அப்போது காம மிருகம் என்னுள் அலைந்துகொண்டிருந்தது. ஹரிலால் என்னுடைய இந்தப் பாவத் தடத்தின் விளைவுதான். அவனுடைய மோசமான சீரழிவின் மூலமாக, குடிகார முட்டாள்தனத்தின் மூலமாக என்னை நானே தண்டித்துக்கொள்கிறேன். அவனுடைய சிவப்புக் கோப்பையும் என்னுடைய ஆன்மாவும் உறவுகொண்டவையே.

என்னைப் பொறுத்தமட்டில், ஜவாஹர்லால் ஆட்சிக்கு வந்த நாட்கள் நிச்சயமின்மையாலும் பதற்றங்களாலும் நிறைந்தவையாக இருந்தன.

ஒரு விஷயம்தான் என்னை முழுமையாக ஆக்கிரமித்திருந்தது: இந்துக்களும் முஸ்லிம்களும் ரத்தம் சிந்தியது. ஏன், மிருகங்களும் பறவைகளும்கூட என்னிடம் இதையே சொல்வதுபோல்தான் இருந்தது. ஒருநாள் கலவரப் பகுதிகள் ஊடாக நான் நடந்துகொண்டிருந்தபோது, ஒரு திபெத்திய நாய் பின்வாங்காமல் என்னைப் பின்தொடர்ந்துகொண்டே இருந்தது. அந்த வாயில்லா ஜீவன் என்னிடம் ஏதோ சொல்ல முயல்வதுபோல் இருந்தது. அடக்கத்தோடு, நான் அந்த நாயைப் பின்தொடர்ந்து சென்றேன். அது அதனுடைய முஸ்லிம் எஜமானரின் வீட்டுக்கு என்னை அழைத்துச்சென்றது: அவர்கள் மிகக் கோரமான முறையில் படுகொலை செய்யப்பட்டிருந்தார்கள். இது பறவைகளும் மிருகங்களும்கூட காந்தியோடு உரையாடுகின்றன என்ற கட்டுக்கதைக்கு இறக்கைகள் முளைக்கவைத்தது.

அந்தப் பயங்கரமான நாட்களில், இந்தியாவை ஒரு தேசிய–அரசு என்பதாகக் கட்டமைக்கும் சிந்தனை எனக்கு அவ்வளவு முக்கியமானதாகத் தெரியவில்லை. நேரு சோஷலிஸ்ட்டா அல்லது அரைகுறை கேப்பிடலிஸ்ட்டா என்பது குறித்தெல்லாம் நான் சிந்திக்கவில்லை. அந்தச் சமயத்தில் எனக்கு ஒரே ஒரு விஷயம்தான் முக்கியமானதாகப் பட்டது: முஸ்லிம்களும் ஹரிஜன்களும் அச்சமில்லாமல் வாழ வேண்டும். ஒரே ஒருவர்தான் இந்தப் பொறுப்பை ஏற்றுக்கொள்வதற்குப் பொருத்தமானவராக இருந்தார். அது ஜவாஹர்லால்தான். அவருடைய கோப்பையும் அவ்வப்போது சிவப்பாக மாறும் என்பதை நான்

பார்க்காததுபோல் இருந்துவிட்டேன். மற்றவர்களைப் பொறுத்தமட்டில், முஸ்லிம்கள் மீதான அவர்களுடைய பார்வை என்னை நடுங்கவைத்தது. அவர்கள் கையிலா இந்தத் தேசம்? அத்தகைய ஆட்சியில் முஸ்லிம்களும் ஹரிஜன்களும் நிம்மதியாக வாழ முடியுமா?

வளர்ச்சி என்ற சிந்தனையே நவீனக் கனவுதான். அதற்காகத் தலைவர்கள் எதை வேண்டுமென்றாலும் பலிகொடுக்கத் தயாராக இருக்கிறார்கள் என்பதையும் நான் அறிந்திருந்தேன். நான் பலிகொடுக்கப்படும் பொருளாக்கப்படுவேன் என்று என் ஆன்மா உணர்ந்திருந்தது. இந்த நவீன தேசத்தில் முஸ்லிம்கள், ஹரிஜன்கள், பழங்குடிகள், கிராம இந்தியாவில் உள்ள ஏழைகள் எல்லோரும் அழித்தொழிக்கப்படுவார்கள். அவர்கள் வேட்கை மற்றும் இயந்திரம் என்ற சக்கரங்களில் நசுக்கப்பட்டுக் கூழாக்கப்படுவார்கள்.

வெளியே பெரும் குழப்பமாக இருக்கிறது. முஸ்லிம்களும் ஹரிஜன்களும் பழங்குடிகளும் கிராம மக்களும் வெளியே ஒன்றாகக் கூடியிருக்கிறார்கள். இந்த மக்களும் பெரும் குழப்பத்தில்தான் இருக்கிறார்கள். ஐம்பதாவது சுதந்திர தினக் கொண்டாட்டங்களா? அல்லது துக்கமா? கொண்டாட்டமா? கோபமா? 1947–ல் நான் அந்தக் கொண்டாட்டங்களில் பங்கெடுத்துக்கொள்ளவில்லை. இப்போதும்கூட என்னுடைய நிலைப்பாட்டில் நான் தெளிவாக இருக்கிறேன். 1947 காலகட்டத்தில், என் சீடர்கள் என் மரணத்துக்காகக் காத்திருந்தார்கள். வெளித்தோற்றத்துக்கு நான் தேசத்தின் மையமாக இருந்தேன். யதார்த்தத்தில் நான் அவர்களுக்குத் தர்மசங்கடமாக இருந்தேன். தேசிய நெடுஞ்சாலையில் ஆதிகாலத்தின் எச்சமான தள்ளாடிக்கொண்டிருக்கும் ஒரு மாட்டு வண்டி. நான் கூடியிருக்கும் இந்த மக்களிடம், இந்த நாள் துக்கத்துக்கான நாள் என்றும் கோபத்தை வெளிப்படுத்துவதற்கான நாள் என்றும் சொல்லிவிட வேண்டும்.

(காந்தி வெளியே வருகிறார்.)

* * *

பிறகு, என்ன நடந்தது என்பது குறித்து பாபாசாஹேபாலோ காந்தியாலோ சொல்ல முடியாது. இது உணர்ச்சிவசப்படாத வரலாற்றியலாளர்களால் சொல்லப்பட வேண்டிய ஒன்று. சொர்க்கத்தின் பெருமான் ஒன்றுகூடியிருக்கும் மக்கள் கூட்டத்தைக் கண்டு அதிர்ந்துபோகிறார். மக்களைக் கண்டு கடவுள் அச்சப்படுகிறார். கடவுள்களை மக்கள் எரிச்சலடையவைக்கிறார்கள். முஸ்லிம்களும் தலித்துகளும் அழுக்கானவர்கள், காடுகளிலிருந்தும் மலைகளிலிருந்தும் வந்துள்ள அசுத்தமான மனிதர்கள். பக்தனுக்கு மட்டும்தான் கடவுள் எக்காலத்துக்குமான கிறுக்கன் என்று தெரியும். ஸ்ரீவைணவர்கள் இதை எம்பெருமானின் லீலை என்று அழைக்கிறார்கள். சொர்க்கத்தின் பெருமானால், அந்த இரண்டு அறைகளுக்கு வெளியே மக்கள் கூடியிருப்பதற்கான காரணத்தை அறிந்துகொள்ள முடியவில்லை. அவர்கள் என்ன கேட்கிறார்கள், அங்கு

ஏன் இவ்வளவு குழப்பங்கள்? பெருமானால், காந்திக்கும் அம்பேத்கருக்கும் இடையேயான வேறுபாட்டைக்கூடப் புரிந்துகொள்ள முடியவில்லை. சந்தைப் பொருளாதாரம் என்ற சொர்க்கத்தைக் கட்டற்று விரிவாக்க வேண்டிய பொறுப்பு கையில் இருக்கும்போது, இந்த மக்கள் கூட்டமும் அவர்களுடைய குழப்பங்களும் தேவையில்லாத தொந்தரவாக இருக்கின்றன. சொர்க்கத்தின் பெருமான், அவருடைய காக்கி மனிதர்களிடம் இவர்களை அப்புறப்படுத்துமாறும், இவர்கள் புத்திசாலிகள்போல் நடந்துகொள்ள முயன்றால், இவர்களுக்குப் பின்னால் இரண்டு ஜாமூன்கள் கொடுக்கும்படியும் சொல்லியனுப்பினார். இந்தக் கட்டளையானது நக்ஸலைட்டுகளை வேட்டையாடும் காவல் துறையினர் பயன்படுத்தும் மரபுத்தொடரைக் குறிக்கிறது என்று ஆய்வாளர்கள் சொல்கிறார்கள். அதாவது, நக்ஸலைட்டுகளை ஓடச்சொல்லி, அவர்களைப் பின்னாலிருந்து சுட்டுத்தள்ளுவதுதான் 'ஜாமூன் பரிசு' என்று சொல்லப்படுகிறது. சொர்க்கத்தின் பெருமானுக்கு இவர்கள் இருவரும் வரலாற்றுரீதியான விரோதிகள் என்பது தெரிந்திருக்கவில்லை.

(இருவரையும் ஜீப்பில் ஏற்றி அங்கிருந்து அப்புறப்படுத்துகிறார்கள்.)

⊙

அரசியலும் பண்பாட்டு நினைவுகளும்

5

தலித் இயக்கத்தின் பண்பாட்டு அரசியல்:
குறிப்புகளும் பிரதிபலிப்புகளும்

பொய்யானதல்ல உன்னுடைய புகழ்
நீ ஆலமரத்தை வேரோடு பிடுங்கி எடுத்தாய்
ஆயுதங்கள்
நீ அதை வெளியே எடுத்தது
உன் வயிற்றை நிரப்பிக்கொள்ள அல்ல
நீ அதை அநீதிகளுக்கு எதிராகக் கட்டவிழ்த்தாய்
நீ கடவுள்களுக்குச் சவப்பரிசோதனை செய்தாய்
சாத்வி, தலையெழுத்துகளைத் தீர்மானிக்கும் தெய்வம்,
நீ அவளுடைய மூக்கை அறுத்தாய், இழிவுபடுத்தினாய்
நீ சொர்க்க, நரகம் குறித்த மலட்டுக் கதைகளை
சாக்கடைக் குழியில் விட்டெறிந்தாய்
நீ 33 கோடி பூல் ஊம்பிகளைப் புணர்ந்தாய்,
கொஞ்சமும் கவலைப்படாமல்.
நீ தண்ணீருக்குத் தீ மூட்டினாய்
வானம் வெள்ளமாய் இறங்கிவந்தது
உன் கட்டளைக்குப் பணிந்து.[1]

தலித் இயக்கத்தின் தொடக்கம்:
வரலாற்றுரீதியாகவும் உருவகரீதியாகவும்

ஓர் இயக்கம் அல்லது ஒரு போக்கின் மூலமுதலைக் கண்டடைய இரண்டு வழிகள் உள்ளன: ஒன்று, ஒரு தருணம் அல்லது அதுபோன்ற பல தருணங்கள் பிறப்புகொண்ட புள்ளியை வரலாற்றுரீதியான வழியில் கண்டெடுப்பது. இரண்டாவது, அந்தத் தருணத்தின் பிறப்பு மீது

1 *Nandeo Dhasal, 'Ode to Dr Ambedkar: 1978 – Equality for All or Death for India'.*

உருவகரீதியாகக் கவனம் செலுத்துவது. இதில் இப்படியான தருணத்தைச் சாத்தியப்படுத்திய உட்கருத்துகளும் பிம்பங்களும் நாடகத்தன்மையில் வெளிப்படுகின்றன. சொல்லத் தேவையில்லை என்றாலும், இவ்விரண்டு அணுகுமுறைகளும் எப்போதும் ஒன்றிணைந்துபோவதில்லை. 'மூலமுதல்' என்ற சிக்கலான கருத்தமைவின் அடிப்படையையே சந்தேகிக்கும் இந்தக் காலகட்டத்தில், அதன் மேல் ஒருவருக்கு நம்பிக்கை இருக்குமானால், பிறகு வரலாற்றியலாளர்கள் சமூக இயக்கங்களின் தொடக்கம் குறித்து மெய்யான தகவல்கள் அடிப்படையில் தேட வேண்டியிருக்கும். இந்தியாவின் வழக்கமான மரபுத்தொடரில் சொல்வதென்றால், நதியின் தோற்றம் அதனுடைய பிந்தைய பிரம்மாண்டங்களோடு ஒப்பிடும்போது, சுவாரஸ்யமற்றதாகத்தான் இருக்கும். ஆக, படிமரீதியான கணங்கள், 'மூலமுத'லைக் காட்டிலும் சுவாரஸ்யமானவையாக இருக்கின்றன. இந்தக் கட்டுரையில் இவ்விரண்டு முறைகளையும் ஒன்றிணைப்பதற்கு முயல்கிறேன். ஏனெனில், தலித் இயக்கத்தின் பிறப்பு குறித்து ஸ்தூலமான வரலாற்றுரீதியான தகவல்களை வாசகர்களுக்குப் பரிச்சயமாக்குவதும் என்னுடைய பொறுப்பாகிறது. நான் இயக்கத்தின் வெவ்வேறு கட்டங்களை வரிசைப்படுத்திக்கொடுக்க முயல்கிறேன்.

தலித் என்ற சொல்லை விளக்குவதிலிருந்து தொடங்குகிறேன். இந்தச் சொல்லானது சுதந்திரத்துக்குப் பிந்தைய இந்தியாவில் தீண்டப்படாதவர்களின் சுயவரையறை வகைமையாகிறது. இந்தச் சொல்லானது தீவிரப் பிரக்ஞையையும் குறிக்கிறது. மேலும், இது தீண்டப்படாதவர்கள் குறித்தும், ஏறக்குறைய தீண்டப்படாதவர்களாக இருக்கும் பிற சாதியினர், குமுகங்கள் குறித்தும் சாதி இந்துச் சமூகம் உருவாக்கிவைத்திருக்கும் முந்தைய மீள்வகையை விசாரணைசெய்கிறது, எதிர்க்கிறது. தீண்டப்படாதவர்களைக் குறிப்பதற்குப் பயன்படுத்தப்பட்ட முந்தைய சொற்கள் எல்லாம் பண்பாட்டுரீதியாக, நிர்வாகரீதியாக அருள்பாவிக்கும் நிலையிலிருந்து விளைந்தவையாக இருக்கின்றன. இந்தச் சொற்கள் இரக்கத்தால் ஆதரவு நல்குவதை முகத்தில் அறைவதுபோல் வெளிப்படுத்தின – தலித்துகள் இவை தோற்றுவிக்கும் உணர்வுகளை வெறுத்தார்கள். காந்திய வகைமையான 'ஹரிஜன்' அல்லது 'கடவுளின் குழந்தை' என்பதை நான் இங்கு குறிப்பிட்டுச் சொல்ல விரும்புகிறேன். தலித் என்ற சொல்லைப் பயன்பாட்டுக்குக் கொண்டுவருவதன் மூலம், 'ஹரிஜன்' என்ற சொல் விசாரணைக்கு உட்படுத்தப்பட்டு நிராகரிக்கப்படுகிறது. தலித் இயக்கம் என்பது புதிதாகச் சுயமாக ஒழுங்கமைத்துக்கொண்ட குமுகங்களின் அரசியல்ரீதியான, பண்பாட்டுரீதியான வெளிப்பாடாகிறது. இது அரசோடும் உயர்சாதிக் குடிமைச் சமூகத்தோடும் தீவிர உரையாடல் நடத்துவதற்கான, அவற்றை எதிர்ப்பதற்கான உத்திகளைக் குறிப்பதாக இருக்கிறது.

இந்த நூற்றாண்டில் தலித் இயக்கத்தில் மூன்று குறிப்பிடத்தக்க காலகட்டங்களை அடையாளம் காண முடியும்: முதலாவது, தலித் இயக்கத்துக்கு முந்தைய வடிவத்தின் வெளிப்பாடு (1900–1930); இரண்டாவது, அம்பேத்கரியச்

சட்டகத்தின் தோற்றமும் ஒருங்கிணைப்பும் (1930-1972); மூன்றாவது, தலித் இயக்கத்தின் பிறப்பு — 1972-ல் மகாராஷ்டிரத்தில் தோன்றிய தலித் பேந்தர்ஸ் இயக்கத்தின் பிறப்பிலிருந்து தொடங்குகிறது. இந்த இயக்கம் இதே பத்தாண்டுகளில் இந்தியாவின் பிற பகுதிகளுக்கும் பரவியது.[2]

முக்கியத்துவம் வாய்ந்த செயல்பாடுகளும் நிகழ்வுகளும் கொண்ட ஒரு சமூக இயக்கத்தைக் காலவரிசைப்படுத்தும் எல்லா முயற்சிகளைப் போலவே என்னுடைய முயற்சியும் முறையியல்ரீதியாகப் பல இடர்களைக் கொண்டிருக்கிறது. முன்னெச்சரிக்கையாக 'சமூக இயக்கம்' என்ற வகைமைக்குத் தோராயமான வரையறையைக் கொடுத்து இந்த இடர்களிலிருந்து என்னைத் தற்காத்துக்கொள்ள விரும்புகிறேன். சமூக இயக்கம் என்பது ஒரு குமுகத்தின் அரசியல் விருப்புறுதியை வெளிப்படுத்துகிறது. குறிப்பிட்ட குமுகம், வரலாற்றின் வடிவத்தையும் போக்கையும் மாற்றுவதற்கு ஓரளவுக்குப் புதியதாகக் கண்டுபிடிக்கப்பட்டதாக, அணிதிரட்டப்பட்டதாக இருக்கிறது என்று முன்வைக்க விரும்புகிறேன். இத்தகைய அர்த்தப்பாட்டில், இந்த நூற்றாண்டின் தொடக்கத்திலிருந்தே தீண்டப்படாதவர்கள், ஒரு உலகளாவிய சமூகமாக அவர்களாகவே அவர்களை அணிதிரட்டிக்கொள்ளத் தொடங்கினார்கள் என்று சொல்லலாம். சுவாரஸ்யமாக, தீண்டப்படாதவர்களின், ஏறக்குறைய தீண்டப்படாதவர்களாக இருக்கும் பிற சாதியினரின் நடைமுறை என்பது பெயரை மாற்றுவது என்ற பண்பாட்டுரீதியான அரசியலை உள்ளடக்கியதாக இருக்கிறது. அதாவது, இவர்கள் தங்களுடைய வாழ்க்கை சார்ந்து, இருத்தலியல் சார்ந்து பொதுவான அனுபவங்களிலிருந்து அவர்களாகவே அணிதிரட்டிக்கொள்வதாக இருக்கிறது. பண்பாட்டுரீதியான படியாக்கத்தைக் கடந்து, சாதிய சபைகளைக் கொண்டு ஒரு பெரும் கூட்டமைவை உருவாக்குவதற்குக் கீழ்ச்சாதிகளின் பிரத்யேக வட்டாரப் பண்புகள் சார்ந்தும், பல்வேறுபட்ட பண்பாட்டு நினைவுகள் சார்ந்தும் இருந்த சிக்கலான வடிவங்களிலான கட்டமைப்பு இங்கு எளிமையாக்கப்படுகிறது. சாதிய அடையாளங்களை உருவாக்குவதில், காலனிய நடைமுறையான மக்கள்தொகைக் கணக்கெடுப்புகளும் எண்கள் மீதான அதன் மோகமும் இதில் பெருமளவு பங்காற்றியுள்ளன.[3] இந்தக் காலகட்டத்துக்குப் பிறகாக உருப்பெற்ற தலித் அரசியல் வடிவங்களிலிருந்து வேறுபடுத்திக்காட்டுவதற்கு, நான் இந்தக் காலகட்டத்தைத் தீண்டப்படாதவர்களின் செயல்பாட்டுத்தன்மை என்று அழைக்க விரும்புகிறேன். ஆனால், இவையெல்லாமுமே பெரும் தலித் அரசியல் மரபின் தொடக்கத்தைத்தான் குறிக்கின்றன. தலித் இயக்கத்தின் முந்தைய காலச் செயல்பாட்டுத்தன்மையில், அடுத்த இரண்டு கட்டங்களில் முக்கியப் பண்புகளாகக் காணப்படும் மோதுவது, போராடுவது போன்ற போக்குகள் அவ்வளவு முக்கியத்துவம் கொண்டவையாக இருக்கவில்லை. இந்தக் காலச் செயல்பாட்டுத்தன்மையானது அடிப்படையில் படிப்படியான–அரசமைப்புரீதியான முறையில் உள்வாங்கப்பட்டதாக

2 *Gail Omvedt (1993: 337).*

3 *Arjun Appadurai (1993: 314–39).*

இருந்தது. மேலும், மனு கொடுப்பது, அரசதிகாரத்தில் உள்ளவர்களின் நல்லெண்ணத்தை, பெருந்தன்மையைச் சார்ந்திருப்பது போன்றவையே இந்தச் செயல்பாட்டுத்தன்மையின் பிரதான வடிவங்களாக இருந்தன. சமூகத்தளத்தில் மேல்நோக்கிய நகர்வுக்கான பாதைகளைக் கட்டியமைப்பதே இதன் பிரதான நோக்கமாக இருந்தது. உயர்சாதிக் குடிமைச் சமூகத்தின் விழுமியக் கட்டுமானங்களைப் பரந்த தளத்தில் கேள்விக்குட்படுத்துவதும் நிராகரிப்பதும் இரண்டாம்பட்சமாகவே இருந்தன.

இந்தக் கட்டத்திலான தலித் சுயபிரதிநிதித்துவத்தில் பண்பாட்டுரீதியான சீற்றங்களைக் காண முடியவில்லை. ஆனாலும், இந்துச் சமூகத்தின் மீதான ஏமாற்றத்தின், வருத்தத்தின் தொனியை நிச்சயமாகக் காண முடிகிறது. தலித் இயக்கத்துக்கு முந்தைய இத்தகைய வடிவத்தின் பிறப்பைக்கூடப் பத்தொன்பதாம் நூற்றாண்டின் பின் பகுதியில், உள்ளிருப்பவரின் கலகம், படிப்படியான முன்னேற்றம் ஆகிய வழிமுறைகளில் வெளிப்பட்ட சூத்திரர்களின் பண்பாட்டுரீதியான கலகங்களின் பின்னணியில் வைத்துப் பார்க்க வேண்டியுள்ளது. தீண்டப்படாத குழுமங்களினுடைய செயல்பாட்டுத்தன்மையின் உருவாக்கத்தை நாம் சூத்திரர்களின் புது வகையான அடையாளப் பலப்படுத்தலின், அதாவது தென்னிந்தியாவிலும் மகாராஷ்டிரத்திலும் பார்ப்பனரல்லாதார் அல்லது பார்ப்பன எதிர்ப்பு இயக்கம் என்று அழைக்கப்பட்ட இயக்கங்களின் பின்னணியில் வைத்து விவாதிக்க வேண்டியுள்ளது. பல வகைகளில் இப்படியான இயக்கங்கள்தான் இந்துச் சமூக அமைப்பில் அடிமட்டத்தில் உள்ள குழுமங்களுக்கு ஒரு மாதிரியை வடிவமைத்துக்கொடுத்தன. சூத்திரர்கள், தீண்டப்படாதவர்கள் அடையாளங்களுக்கு இடையே காணப்படும் இறுக்கங்களும் இங்கிருந்துதான் தொடங்குகின்றன. சூத்திரர்களின் முன்வைப்புகளில் தீண்டப்படாதவர்களை இணைத்துக்கொள்வது என்பது பெரும் பிரச்சினையாக இருக்கிறது. இன்றளவும் இந்திய அரசியலின் பிரதான உள்ளடக்கமாக இருப்பது இந்தப் பிரச்சினையே. இறுதியாக, மகாராஷ்டிர மகர் சாதியைச் சேர்ந்த அம்பேத்கரின் வருகையை ஒட்டித்தான், தீண்டப்படாதவர்களின் முன்வைப்புகள் வெளிப்படத் தொடங்கின. இருப்பினும், நவீன இந்திய வரலாற்றில் தலித் இயக்கத்துக்கு முந்தைய வடிவ காலகட்டம் இன்னும் போதுமான அளவுக்கு வாசிக்கப்படவில்லை. இந்தக் கட்டத்துக்குப் பிந்தியும்கூட வேறு பல மாதிரிகளில் கீழ்ச்சாதிக் கலகங்கள் காணப்பட்டன என்றாலும், அம்பேத்கரியத்தின் தீர்க்கமான வெற்றிக்குப் பிறகு, தலித் அரசியல் அடையாளத்தை வரையறுப்பதிலும் வடிவமைப்பதிலும் ஒன்றோடொன்று போட்டிபோட்ட பிற உரையாடல்களெல்லாம் காணாமல்போயின. எடுத்துக்காட்டாக, பொதுவாக சூத்திரர்களின், குறிப்பாக தலித்துகளின் அடையாள உருவாக்கம், திடமாக்கம் குறித்துச் சரியான, முழுமையான பார்வையைப் பெறுவதற்கு நாம் உள்ளிருப்பவரின் கலக மாதிரிகளை, அதாவது கேரளத்தில் நாராயணகுரு போன்ற மதச்சீர்திருத்தவாதிகளையும், பஞ்சாபில் மங்குராம் போன்றவர்களின் மாதிரிகளையும், தென்னிந்தியப் படிப்படியான முன்னேற்ற மாதிரியையும் வாசிக்க வேண்டியுள்ளது. இதற்குப் பிறகுதான்,

அம்பேத்கரியச் சட்டகத்தின் பிரத்யேகப் பலத்தை நாம் அறிந்துகொள்ள முடியும்.

தீண்டப்படாதவர்களினுடைய செயல்பாட்டுத்தன்மையின் பிரதானப் போக்கு குறித்து, அதாவது சூத்திரர்களின் பெரும் அடையாள அரசியலிலிருந்து தங்களை வேறுபடுத்திக்கொள்வதற்கான முயற்சி குறித்து நாம் விவாதித்துக்கொண்டிருந்தாலும் இவ்விடத்தில், சூத்திரர்களுக்கும் தலித்துகளுக்கும் இடையே காணப்படும் பொதுப் பண்புகள் குறித்து விவாதிக்கவிருக்கிறேன். பெரும்பாலும், இந்த இயக்கங்கள் சமூகநீதி, சமூகரீதியான நகர்வு, பண்பாட்டு எதிர்ப்பு போன்ற கருத்தமைவுகளை நவீன மற்றும் மேற்கத்தியத்தில் உந்துதல் பெற்ற வகைமைகளின் அடிப்படையிலும் மொழியின் அடிப்படையிலும் மேலாதிக்கத்துக்கு எதிரான விமர்சனக் கட்டுமானத்தை உருவாக்கிக்கொண்டன. குடிநபர் என்னும் சுதந்திரவாதப் புரிதல்தான் இவ்விரண்டு இயக்கங்களையும் வழிநடத்தியது. மேலும், இவர்கள் தனிநபர் சார்ந்த மேல்நோக்கிய நகர்வையும் குமுகங்களின் மேல்நோக்கிய நகர்வையும் வரையறுக்கும்போது, திடமாக அரசைச் சார்ந்தே தங்களுடைய நம்பிக்கைகளை வெளிப்படுத்தினார்கள். நவீனத்துவத்தோடான இவர்களுடைய உறவானது எதிர்பார்ப்புகளும் நம்பிக்கைகளும் நிறைந்ததாக இருந்தது. வேறு வார்த்தைகளில் சொல்வதென்றால், வரலாற்றுரீதியாகப் புதிய வாழ்க்கை வடிவங்களையும் சமூகத்தை மறுகட்டமைப்பதையும் கீழ்ச்சாதிகள் தங்களுக்குச் சாதகமானவையாகப் பார்த்தார்கள். இவ்விரண்டு இயக்கங்களும் மேலாதிக்கம் செலுத்தும் புதிய வடிவங்கள், குறிப்பாக நவீனத்துவ–முதலீட்டிய நிறுவனங்கள் கீழ்ச்சாதிகளைக் கையாள்வதில், ஒருவிதமான இரட்டைத்தன்மையை வளர்த்துக்கொண்டிருப்பதைக் கொஞ்சம்கொஞ்சமாகப் புரிந்துகொள்ளத் தொடங்கின – சிலர் இன்னும் பிடிவாதமாக நம்ப மறுக்கிறார்கள் என்றபோதும். முதலாவதாக, இந்த முறையில், விளிம்புநிலைச் சாதிகளுக்குப் புதிய வெளிகள் உருவாக்கப்பட்டன. மரபான சாதிய அதிகாரத்தில் இவர்களுக்கு இத்தகைய வெளிகள் மறுக்கப்பட்டிருந்தன. சமூகத்தில் மேல்நோக்கிய நகர்வும் வளர்ச்சியும் விரும்பத்தக்கவையாக மட்டுமல்லாமல், நிச்சயமாகக் கைக்கொள்ளக்கூடிய லட்சியங்களாகவும் முன்வைக்கப்பட்டன. ஆனால், மிகவும் சிக்கலான வழிகளில், முந்தைய ஊனங்களின், வளர்ச்சிகுன்றிய வடிவங்கள் – குறிப்பாக, அதிகாரம் மற்றும் மூலாதாரங்களைக் கைக்கொள்வது என்று வரும்போது – தொடர்ந்துகொண்டிருக்கின்றன. ஏன், சில சமயங்களில் இன்னும் மோசமாகியும் உள்ளன. சொல்லப்போனால், தலித் இயக்கங்களின், சூத்திரர் இயக்கங்களின் மொத்த உரையாடல்களும் உத்திகளும் காலனிய, பின்காலனிய யதார்த்தங்களின் இரட்டைத்தன்மையோடு ஒரு புரிதலுக்கு வருவதற்கான முயற்சியாகவே வெளிப்படுகின்றன.

அம்பேத்கரியச் சட்டகத்தின் உருவாக்கமும் திடமாக்கமும்

முறைமையியல்ரீதியாக, இந்திய அரசியலில் அம்பேத்கரியத்தின் பிறப்பு குறித்து நான் துணிந்து ஒரு முன்மொழிவை முன்வைக்கிறேன்: 1933-ஆம் வருடம் முக்கியமானதாகிறது. ஏனெனில், காந்திக்கும் அம்பேத்கருக்கும் இடையேயான வரலாற்று முக்கியத்துவம் வாய்ந்த மோதல் இந்த வருடத்தில்தான் நடந்தது. 1920-களிலிருந்து தீண்டப்படாதவர்களை அணிதிரட்டுவது என்றும், அவர்களது கோரிக்கைகளை முன்வைப்பது என்றும் அம்பேத்கர் செயல்பட்டுக்கொண்டிருந்தாலும், தலித்துகளுக்கான தனித்தொகுதி என்ற சிக்கலான பிரச்சினையில் காந்தியோடு ஏற்பட்ட வரலாற்று முக்கியத்துவம் வாய்ந்த மோதலில்தான், அவர் தன்னைத் தீர்க்கமாக வரையறுத்துக்கொள்கிறார். மகாத்மா காந்தியின் நாகரிகத் தளத்திலான தலைமைக்கு எதிராக முன்வைக்கப்பட்ட மிகக் காத்திரமான இந்தச் சவாலை மொத்த நாடும் கவனிக்கத் தொடங்கியது. காந்தி தன்னை ஹரிஜன்களின் — தீண்டப்படாதவர்களுக்கு இவர் கொடுத்த பெயர் — தத்துப்பிள்ளை என்று வரையறுத்துக்கொண்டார். இப்படியாக இது பிள்ளைக்கும், அதாவது அம்பேத்கருக்கும் தத்துப்பிள்ளைக்கும் இடையேயான யுத்தமாக மாறியது.

எரவாடா சிறையில், தீண்டப்படாதவர்களுக்கான தனித்தொகுதிக் கோரிக்கைக்கு எதிராக, காந்தி சாகும் வரை உண்ணாவிரதம் மேற்கொண்டார். இதன் மூலம், இத்தகைய கோரிக்கைக்காக அயராது உழைத்த அம்பேத்கரை நேரடியாக எதிர்த்துநின்றார். தனித்தொகுதி என்பது தீண்டப்படாதவர்களை இந்துச் சமூகத்திலிருந்து நிரந்தரமாக அந்நியப்படுத்திவிடும் என்று காந்தி நினைத்தார். மிகச் சரியாக அம்பேத்கர் எதிர்பார்த்ததும் இதையேதான். தீண்டாமைப் பிரச்சினையை, தீண்டப்படாதவர்கள் பிரச்சினையை எதிர்கொள்வதில் இவ்விரண்டு அணுகுமுறைகளுக்கு இடையேயான யுத்தம் இங்கிருந்துதான் தொடங்குகிறது. [இத்தொகுப்பில் உள்ள] முதல் கட்டுரையில் அம்பேத்கரையும் காந்தியையும் பிரதிநிதிகளாகக் கொண்டு, இந்த மோதலை சுயமரியாதை, சுயதூய்மையாக்கம் எனும் மாதிரிகளுக்கு இடையேயானதாக விவரித்துள்ளேன். எரவாடா உண்ணாவிரதமும் அம்பேத்கரின் எதிர்வினையும் சேர்ந்துதான் இன்றைய தலித் அரசியலின் தோற்றத்தைக் குறிக்கின்றன என்பதால், இது நீண்ட விவாதங்களை வேண்டுகிறது. இறுதியாக, உண்ணாவிரதம் இருக்கும் காந்தி இறந்துவிடுவார் என்று நாடு முழுவதும் — இங்கு பொதுக்கருத்தை உற்பத்திசெய்யும் ஊடகங்கள் என்ற அர்த்தத்தில் — அச்சப்பட்டதால், அம்பேத்கர் விட்டுக்கொடுக்க வேண்டியதாயிற்று. இத்தகைய துயரமான மரணமானது தலித்துகள் வாழ்க்கையில் ஏற்படுத்தியிருக்கும் பின்விளைவுகளைக் கற்பனைசெய்து பார்ப்பது அவ்வளவு ஒன்றும் கடினமானதல்ல. ஆக, காந்தியைக் காப்பாற்றுவதற்காக அம்பேத்கர் பின்வாங்க வேண்டியிருந்தது. ஆனால், இந்த மோதலிலிருந்துதான் அம்பேத்கர் பிறப்புகொண்டார் என்று சொல்ல முடியும் அல்லது பின்வாங்கியதன் மூலமாகத்தான் இந்திய அரசியலில் அம்பேத்கரியச் சட்டகம் அதன் பிரத்யேகப் பண்புகளோடும் அதிகாரத்தோடும் தோற்றம்கொண்டது என்று சொல்ல முடியும்.

தலித் இயக்கத்தின் பிறப்பைச் சாத்தியப்படுத்திய காந்திக்கும் அம்பேத்கருக்கும் இடையேயான மோதல் குறித்து மதிப்பாய்வுரீதியான விவரிப்பை முன்வைக்க நான் முயலவில்லை. ஒன்றோடொன்று மோதிக்கொண்ட இரண்டு முன்மொழிவுகளைக் கவனித்தால், ஆழமான முரண்நகை வெளிப்படுகிறது. அம்பேத்கர் நவீன சுதந்திரவாத, ஜனநாயக மொழியில்தான் பேசுகிறார் என்பதால், விசித்திரமாக அவருடைய தனித்தொகுதிக் கோரிக்கையை காந்தி நிராகரிப்பதற்கு எத்தகைய காரணிகளும் இல்லை. குமுகப் பிரதிநிதித்துவத்தை நடைமுறைப்படுத்திய கிராம ஜனநாயகத்தின் மீது, அதாவது மற்றவர்கள் தலையீடு இல்லாமல் குமுகத்தின் பிரத்யேக உரிமைகளைப் பாதுகாப்பது என்பதன் மீது மிக ஆழமான நம்பிக்கை கொண்டிருந்த காந்தியால் ஏன் அம்பேத்கரின் கோரிக்கையில் உள்ள மரபான தன்மையைப் புரிந்துகொள்ள முடியாமல்போனது? எளிமையாகச் சொல்வதென்றால், நவீனத்துக்கு முந்தி, கிராமப் பஞ்சாயத்துகளில் எல்லாச் சாதியினரும் எல்லாக் குமுகங்களும் அவரவருடைய பிரதிநிதிகளைக் கிராம நிர்வாகத்துக்கு அனுப்பிவைத்தார்கள். காந்தி சுதந்திரவாதக் குடிநபர் மொழியில் பேசுகிறார் என்றால் அம்பேத்கர் கிராமப் பஞ்சாயத்து அடிப்படையில் பேசுகிறார். இருவருமே மற்றொருவரது நிலைப்பாட்டின் உண்மையான பண்பைப் புரிந்துகொள்ளவில்லையா? நவீன இந்திய வரலாற்றில் பெரும் புதிராக இது இன்னும் தொடர்ந்துகொண்டிருக்கிறது. இந்தப் புதிர்தான் தலித் இயக்க அரசியலின் கோட்பாட்டையும் நடைமுறையையும் கட்டுப்படுத்துகிறது. இன்று பின்நோக்கிப்பார்த்துச் சொல்வதென்றால், தலித் இயக்கத்தின் தோற்றத்துக்கான காரணியமானது சம்பந்தப்பட்டவர்களின் சரியான அல்லது சரியில்லாத நிலைப்பாடுகளைச் சார்ந்திருக்கவில்லை என்று நிச்சயமாகச் சொல்ல முடியும். ஆனால், இந்த மோதலில் பீறிட்டு வெளிப்பட்ட அரசியல்–உளவியல்–ஏரணரீதியான இறுக்கங்களே தலித்துகளின் புதிய அரசியலைத் தவிர்க்க முடியாததாக்கின.

காந்தி முன்மொழிந்த சுயதூய்மையாக்க மாதிரியில் தீண்டப்படாதவர்களுக்கு எத்தகைய பொறுப்பும் இல்லாமல்போனது அல்லது ஒருவேளை இரண்டாம்பட்சமான பொறுப்பை வழங்கியிருக்கலாம். சுயதூய்மையாக்க மாதிரியை உருவாக்கிய ஒற்றை நாயகன் உயர்சாதியைச் சேர்ந்த சீர்திருத்தவாதியாகத்தான் இருக்க முடியும். எத்தனையோ சீர்திருத்தவாதிகள், மோசமான பின்விளைவுகளை எதிர்கொண்டு பழமைவாதிகளுக்கு எதிராக வீரஞ்செறிந்த போராட்டங்களை நடத்தியிருக்கிறார்கள் என்றாலும், சுயதூய்மையாக்கம் எனும் இத்தகு புனிதச் சடங்கில் தீண்டப்படாதவர்களெல்லாம் பயனிலைத் தளத்துக்குத் தள்ளப்படுகிறார்கள். நிச்சயமாக, சுயதூய்மையாக்கத்தைத் தீண்டப்படாதவர்களுக்கும் விரிவுபடுத்தியிருக்கலாம். ஆனால், இது காலங்காலமாக மிகவும் பழக்கப்பட்ட அவர்களுடைய அன்றாட வாழ்க்கையின் உருமாற்றப்பட்ட, திருத்தப்பட்ட பதிப்பாகவே இருந்திருக்கும். இத்தகைய உருமாற்றத்தின் பகுதியாக, அவர்களுடைய உணவுப் பழக்கங்கள், மதரீதியான நடைமுறைகள் போன்றவற்றை விட்டுவிலகுவது என்பதாகத்தான் இருந்திருக்கும்.

இயற்கையாகவே புதிய தலித்துகளுக்கு இவை எதுவுமே ஏற்புடையதாக இல்லை. ஒரு தலித் அவருடைய சொந்த வாழ்க்கை நாடகத்தில் அவரே கதாநாயகராக இருக்க விரும்புகிறார். உயர்சாதி நாயகரைச் சுற்றி உருவான புனிதத் தியாகி என்ற ஒளிவட்டமானது தலித்துகளிடம் சங்கடமான உணர்வுகளையே ஏற்படுத்தியது. ஏனெனில், இது மிகச் சுலபமாகப் பல்வேறு வடிவங்களில் தன்னைவிடத் தாழ்ந்தவர் என இறங்கி தயவுகாட்டுவதாகச் சீரழிந்துபோகிறது. காந்திய ஹரிஜன்களிலிருந்து மாறுபடும் புதிய தலித்துகள், அவர்களுடைய சுயமரியாதையை மறுக்கும் இத்தகைய நுட்பமான வடிவங்களை ஏற்றுக்கொள்ள மறுத்தார்கள். இந்தப் புதிய தலித்துகளைப் பொறுத்தமட்டில், பரிதாபத்தை வேண்டிநிற்கும் பயனிலையாக இருப்பதைக் காட்டிலும், சீற்றத்தோடு கலகம்செய்வது, உச்சஸ்தாயியில் குரல் எழுப்புவது போன்றவை மேலானதாக இருந்தன. ஆக, தலித் செயல்முனைப்பு, ஒருவகை உளவியல்ரீதியான வெறுப்பை வெளிப்படுத்தும் அறிக்கையாகத் தொடங்கியது என்று சொல்லலாம். பொருளியல்ரீதியான கேள்விகள் நிச்சயமாக அதில் இருந்தன என்றாலும், அவை அரசியல்–உளவியல் அடிப்படைகள் ஊடாக வேறு வகையாக மொழியாக்கம் செய்யப்பட்டன. புதிய தலித் பிறப்பில் காணப்படும் இத்தகைய போக்கை டாக்டர் சித்தலிங்கையா அவருடைய ‘பஞ்சமர்’ எனும் கன்னட நாடகத்தில் மிகுந்த வலிகளோடு படம்பிடித்துக் காட்டியிருக்கிறார்.[4] தற்செயலாகத்தான் என்றாலும், தீண்டப்படாதவர்கள் பஞ்சமர்களாக, அதாவது நான்கு வருணங்களுக்கு வெளியே உள்ள மக்களாகவே காட்டப்படுகிறார்கள். இந்தச் சிறிய நாடகம், நேர்முகத் தேர்வு ஒன்று நடத்தப்படுவதைக் களமாகக் கொண்டிருக்கிறது. உயர்சாதியைச் சேர்ந்த ஒரு ஆடம்பரமான அதிகாரி நேர்முகத் தேர்வு நடத்துவதும், தேர்வுக்கு வந்தவர்களுடனான அவருடைய அபத்த–நையாண்டி உறவும் தீண்டப்படாதவர்களைக் குறித்து ஒரு பொதுப் பண்பை நம் முன் வைக்கிறது. சிலர் அடங்கிப்போகிறவர்களாக இருக்கிறார்கள்; சிலர் சுயஇரக்கம் நிரம்பியவர்களாக இருக்கிறார்கள்; சிலர் அதிகாரத்துக்கு முன் மண்டியிடக்கூடியவர்களாக இருக்கிறார்கள். மறைமுகமாகவும் நேரடியாகவும் காந்திய ஹரிஜன்கள் குறித்து நையாண்டிக் குறிப்புகள் அந்த நாடகத்துக்கு நகைச்சுவை தொனியைக் கொடுக்கின்றன. உயர்சாதி அதிகாரி மேலும்மேலும் பலம் பெற்றவராக மாறுகிறார். ஆனால், ஐந்தாமவன் – ஓர் இளைஞன், தேர்வுக்கு வரும் கடைசி நபர் இவன்தான். தொடக்கத்திலிருந்தே அவனுக்கு வேலை மீது நாட்டமில்லை, அந்த அதிகாரியோடு ஓர் உரையாடலை நடத்துவதுதான் அவனுடைய நோக்கமாக இருக்கிறது. ஐந்தாமவன் மற்றவர்களிடமிருந்து சகலவிதத்திலும் வேறுபட்டவனாக இருக்கிறான்; ஈவிரக்கமில்லாமல் வெளிப்படையாக அந்த அதிகாரியைப் பகடிசெய்கிறான். அந்த உறவில் நாடகத்தனமான மாற்றங்கள் வெளிப்படுகின்றன. அகங்காரம் கொண்ட அந்த அதிகாரி, தேர்வுக்கு வந்திருப்பவனின் சீற்றம் அதிகரிப்பதைக் கண்டு அச்சம்கொள்ளத் தொடங்குகிறார். இறுதியாக அந்த இளைஞன், அந்த

4 *இந்த நாடகம் குறித்த வாசிப்புக்குப் பார்க்கவும்: Political Rage to Cultural Affirmation: Notes on the Kannada Dalit Poet-Activist Siddalingaiah. இந்தக் கட்டுரை ‘Flamming Feet’ தொகுப்பில் உள்ளது. [இந்தத் தொகுப்பில் சேர்க்கப்படவில்லை – மொ.ர்].*

அதிகாரியை உதைத்துவிட்டுக் கிளம்பிப்போகிறான். இப்படியாக, அவன் ஒரு புதிய தலைமுறை தலித்தாகத் தன்னை வரையறுத்துக்கொள்கிறான். இரக்கத்துக்கு ஏங்குவதைக் காட்டிலும் சீற்றம்தான் அவனுக்கு உண்மையாக இருக்கிறது.

நான் இந்தக் கதையாடலை அம்பேத்கரிடமிருந்து ஒரு சாதாரணமான தீண்டப்படாத இளைஞனின் பக்கம் திருப்ப விரும்புகிறேன். எதேச்சையாக அந்த இளைஞன் எரவாடா உண்ணாவிரதத்தில் ஒரு வேடமேற்கிறான். இதன் சிக்கல் [இந்தத் தொகுப்பில் உள்ள] முதல் இரண்டு கட்டுரைகளில் விவாதிக்கப்படுகிறது.[5] நான் என்ன முன்வைக்க விரும்புகிறேன் என்றால், அந்த இளைஞனே தலித் இயக்கத்தின் தோற்றத்தை உருவகரீதியாகக் குறிக்கிறான். இந்தக் கதையாடலின் முக்கியமான பகுதிகளை மீளாக்கம்செய்கிறேன்; இந்த மொத்த நிகழ்வின் நேரடி அனுபவத்தை ஒருவர் பெறுவதற்கு, காந்திக்கும் அந்த தலித் இளைஞனுக்கும் இடையே இடையாளராக இருந்த மகாதேவ் தேசாய் இதுகுறித்து எழுதியுள்ளதைப் படிக்க வேண்டும். தேசாய் அவருடைய அனுபவத்தையும் கருத்துகளையும் பதிவுசெய்திருக்கும் முறையில்தான், இந்தக் கதையின் படிமரீதியான முக்கியத்துவம் அடங்கியிருக்கிறது. காந்திக்கு எதிரான அதீத வெளிப்பாட்டிலிருந்துதான் தலித் இயக்கம் தோன்றியது என்றால், நான் முன்வைக்கும் இந்த நிஜமான நிகழ்வு அத்தகைய வாசிப்பை உறுதிப்படுத்துவதாக இருக்கிறது.

1933 மே 8-ஆம் தேதி அந்த ஹரிஜன் இளைஞன் பல மணிநேரம் காத்திருந்த பின் காந்தியைச் சந்திக்கிறான். அவன் தேசத் தந்தையை கல்வி ஊக்கத் தொகை பெறுவதற்கு உதவி வேண்டி பார்க்கவந்திருக்கிறான். காந்திக்கும் அம்பேத்கருக்கும் இடையேயான யுத்தம் ஏற்கெனவே உச்சஸ்தாயியை அடைந்திருந்தது. மொத்த நாடும் அதன் முடிவுக்காக ஆவலோடு காத்திருந்தது. காந்தி அந்த இளைஞனிடம், மே 29-ஆம் தேதி வரலாற்று முக்கியத்துவம் வாய்ந்த அந்த உண்ணாவிரதத்தை முடித்துவைக்கும் விதமாக ஆரஞ்சுப் பழத்தோடு வருமாறு ஆலோசனை தருகிறார். இதில் உள்ள முரண்நகையை நாம் பார்க்கத் தவறக் கூடாது. உண்ணாவிரதம் என்னும் ஆயுதம் கொண்டு நடத்தப்பட்ட இந்தப் போரில் அம்பேத்கரைத் தோற்கடித்துவிட்டு, காந்தி வெற்றியாளராக வெளியேறப்போகிறார். ஆனால், ஒரு ஹரிஜன் இளைஞனின் கையால் ஆரஞ்சுப் பழச்சாறு என்பது யுத்தத்தின் முடிவைக் குறிப்பதாகவே இருக்கும்! அரசியல்ரீதியான உளவியல் மொழியால் வடிவமைக்கப்பட்ட குறியீட்டுரீதியான செயலின் மூலம் ஓர் செய்தியைச் சொல்ல காந்தி விரும்பினார். முரண்நகையாக, அந்த ஹரிஜன் இளைஞன் — மகாதேவ் தேசாய் அவனுடைய பெயரைக் குறிப்பிடவில்லை — குறிப்பிட்ட நேரத்தில் வரத் தவறுகிறான். வரலாற்று முக்கியத்துவம் வாய்ந்த அந்த உண்ணாவிரதத்தை லேடி தக்கர்சே

5 ஆசிரியர் இந்தக் கதையை இந்தத் தொகுப்பில் உள்ள பல கட்டுரைகளில் பயன்படுத்துகிறார். வெவ்வேறு சூழ்நிலைகளில் இந்தக் கதை விவாதிக்கப்படுவதைக் கணக்கில் எடுத்துக்கொள்வோம் என்றால், திரும்பத்திரும்பச் சொல்வது தவிர்க்க முடியாததாகிறது – [தொ.ர்].

ஆரஞ்சுப் பழச்சாற்றைக் கொடுத்து முடித்துவைக்கிறார். இதன் பின் நடந்தவை மேலும் சுவாரஸ்யமானவையாக இருக்கின்றன: அந்த இளைஞன் காந்தியைச் சந்திக்கவந்திருந்ததாகவும், ஆனால் உள்ளே அனுமதிக்கப்படவில்லை என்றும் பத்திரிகைகளுக்குச் சொல்லியிருக்கிறான். எதிர்பார்த்ததுபோல் மகாத்மா கூடாரத்தில் இது பெரும் கலக்கத்தை ஏற்படுத்தியது. பின்னால், அந்த இளைஞன் பொய் சொன்னதாக ஒப்புக்கொள்கிறான். அந்த இளைஞன், அவன் முன் தோன்றிய அதிர்ஷ்டத்தைப் பிடித்துக்கொள்ள மறுத்ததற்குக் காரணியம் அவசியமில்லாமல் அவனை அவனே தரம் தாழ்த்திக்கொண்டதுதான் என்றும், ஆனால் இத்தகைய வருத்தப்படக்கூடிய நிலைக்குச் சாதி இந்துக்கள்தான் பொறுப்பேற்க வேண்டும் என்றும் தேசாய் சொல்கிறார்.

நான் இந்தக் கதையை வேறு விதமாக வாசிக்க விரும்புகிறேன். அந்த வரலாற்று முக்கியத்துவம் வாய்ந்த தினத்தில், காந்தியோடு ஒப்புக்கொண்ட சந்திப்பை வேண்டுமென்றே தவறவிட்டதன் மூலமாக, பெயரில்லாத அந்த இளைஞன் உருவகரீதியாக தலித் இயக்கத்தைத் தொடங்கிவைக்கிறான். காந்தியத் திட்டத்தில் தீண்டப்படாதவர்களுக்கு எத்தகைய உண்மையான பொறுப்புகளும் கிடையாது. அது புதிய தலைமுறை தலித்துகளை மோசமான சங்கடத்துக்கும் அவமானத்துக்கும் உள்ளாக்கும் விதமாக அவ்வளவு மிகைப்பட்டதாக இருக்கிறது. இது குற்றவுணர்வு கொண்ட இந்துச் சமூகத்தின் ஒரு பகுதினர் தங்களைச் சுயதூய்மைப்படுத்திக்கொள்ளும் செயலாக இருக்கிறது. தீண்டப்படாதவர்களுக்கான தனித்தொகுதி என்ற கோரிக்கைக்கு எதிராக மேற்கொள்ளப்பட்ட இந்த உண்ணாவிரதமும், அதைச் சுற்றி நடந்த மிகை நாடகத்தனமும் புதிய தலைமுறைத் தீண்டப்படாதவர்களுக்கு எரிச்சலூட்டக்கூடியதாக அமைந்தது. அந்த இளைஞனின் பொய், அவனுடைய சுயமரியாதையைக் காப்பாற்றிக்கொள்வதற்கான உண்மையான செயலாகிறது. இப்படியாகத்தான் கடினமான, அவசியமான, படைப்பூக்கத்தோடான தலித் அடையாள அரசியலுக்கான தேடல் தொடங்கியது.

நாம் இப்போது, தற்கால தலித் இயக்கம் அல்லது அதன் மூன்றாவது கட்டத்துக்கு வருகிறோம். இது முந்தைய இரண்டு கட்ட உத்திகளையும் உள்ளடக்கங்களையும் இணைத்துக்கொண்டிருப்பதாகிறது.

இயக்கத்தின் பிரதான உள்ளடக்கங்களும் உத்திகளும்

யார் பட்டினியால் சாகிறார்கள்
யார் மயங்கி விழும் வரை எட்டி உதைக்கப்படுகிறார்கள்
யார் மற்றவர்களிடம் கூனிக்குறுகுகிறார்கள்
கையைப் பிடித்துக் காலைப் பிடித்து
யார் கைகட்டி நிற்கிறார்கள்
அவர்களுக்கு மேலே இருப்பவர்களின் பக்தனாய்
இவர்கள், இவர்கள்தான் எம் மக்கள்.

யார் , ஆவேசமான பேச்சுகளைக் கேட்டதற்காகத்
தீயிட்டுச் சாம்பலாக்கப்படுகிறார்கள்
யார் கடவுளின் பெயரை உதட்டில் கொண்டு
இனிப்புகளை விருந்தாக உண்கிறார்கள்
காலணிகள் தைத்துக்கொடுக்கிறார்கள்
கந்துவட்டிக்காரர்களால் ஏமாற்றப்படுகிறார்கள்
இவர்கள், இவர்கள்தான் எம் மக்கள்.[6]

இன்றைய தலித் இயக்கத்தில் காணக்கூடிய பல்வேறு போக்குகளில் சில வடிவங்களை முன்வைக்கிறேன். இவை எப்போதும் சமாதானமான முறையில் இல்லையென்றாலும் சில சமயங்களில் ஒன்றுக்கொன்று இணக்கமாக இருக்கின்றன. மூன்று விதமான போக்குகள் காணப்படுகின்றன: அம்பேத்கரிய–நவீனவாதிகள், அம்பேத்கரிய–மார்க்ஸியவாதிகள், கடைசியாக அம்பேத்கரிய–இயவிடஞ்சார்ந்தவர்கள். இந்த வகைமைகளில் காணப்படும் வேறுபாடுகள் வெளிப்படையாகத் தெரிகின்றன என்றாலும், இவை அரசியல்ரீதியாக, கோட்பாட்டுரீதியாக எதிர்கொள்ளும் சிக்கல்களுக்கு இந்தக் கட்டுரையில் இட நெருக்கடியால் போதுமான அளவுக்கு என்னால் நியாயம் செய்ய முடியாது. தலித் இயக்கம் என்று மொத்தமாக எடுத்துக்கொள்வோம் என்றால், இதற்குள்ளாகக் காணப்படும் வேறுபாடுகள் படைப்பூக்கத்தாலும், பெரியளவு பிளவுகளாலும், அற்ப சர்ச்சைகளாலும் ஆனவை என்பதை நாம் குறித்துக்கொள்ள வேண்டியுள்ளது. இந்தப் பின்னணியிலிருந்துதான், இந்தக் கட்டுரை தலித் இயக்கத்தில் காணப்படும் பல்வேறு விதமான போக்குகளின் கருத்தியல்ரீதியான புரிதல்களிலும் நடைமுறைரீதியான உத்திகளிலும் உள்ள ஒற்றுமைகளின் மேல் கவனம்கொள்ள முயல்கிறது. வேறு வார்த்தைகளில் சொல்வதென்றால், தலித் பண்பாட்டு அரசியலை ஒன்றிணைக்கும் சக்தியான அம்பேத்கரியம் எப்படியாக உருவாக்கப்பட்டிருக்கிறதோ அதை விமர்சனரீதியாக அணுகுவதே இங்கு என்னுடைய வேலையாகிறது. நான் இதையும் சேர்த்துச் சொல்ல வேண்டியுள்ளது: 1970–களுக்குப் பிறகான போக்குகள் குறித்து விவரிப்பதற்கே இங்கு முயல்கிறேன். மேலும், இந்த வகைமைகளெல்லாம் அம்பேத்கரினுடைய ஆதரவாளர்களின், அவருடைய சமகால இளையவர்களின் பண்பாட்டுரீதியான அரசியலுக்கான எதிர்வினையாகின்றன.

அம்பேத்கரின் அரசியல் மரபின் உடனடி வாரிசாக இருந்தது இந்தியக் குடியரசுக் கட்சியாகும் (ஆர்பிஐ). இதன் தாக்கம் மகாராஷ்டிர மாநிலத்திலும், ஆங்காங்கே தென்னிந்தியாவிலும் சிதறலாக இருந்தது. அரசியல்ரீதியாக காங்கிரஸுடன் அது கொஞ்சிக்குலாவியதால், 1970–களின் புதிய தலைமுறை தலித் இளைஞர்கள் மத்தியில் அது பெருமளவு செல்வாக்கை இழந்தது. அப்போதிலிருந்து தொடர்ந்து, தலித் செயல்பாட்டாளர்களும் கோட்பாட்டாளர்களும் தலித் இயக்கத்துக்குள்ளாகக் காணப்படும் சீரழிவை ஆராய்ந்துவந்திருக்கிறார்கள். இந்தச் சீரழிவானது தலித் இயக்கத்தில்

6 *Siddalingaiah, 'My People', English Trans. Sumatindra Nadig.*

திரும்பத்திரும்ப ஏற்பட்ட பிளவுகளால் தலைசுற்றவைக்கும் உயரத்துக்குச் சென்றது. வேறு வார்த்தைகளில் சொல்வதென்றால், சமகால தலித் அரசியல், அதன் தொடக்கத்தில் இரண்டு எதிராளிகளோடு மோத வேண்டியிருந்தது: ஹரிஜன் பிரச்சினையை எதிர்கொள்ளும் காந்திய வழிமுறை மற்றும் ஆர்பிஐ வகையான தீண்டப்படாதவர்களின் செயல்பாட்டுத்தன்மை — இதில் பிந்தையது குடும்பச் சண்டையாகப் பார்க்கப்பட்டது என்றபோதும். நாம்தேவ் தசால் (Namdeo Dhasal), 'அம்பேத்கருக்கு வந்தனம்' (1978) என்ற அவருடைய கவிதையில், அம்பேத்கரைப் பின்பற்றுகிறவர்களைப் புதிய தலைமுறையினர் எவ்வாறு எடைபோடுகிறார்கள் என்று மிகத் துல்லியமாக முன்வைக்கிறார்.

உங்களைப் பின்பற்றுகிறவர்கள்
போலி குருமார்கள்போல் நடந்துகொள்கிறார்கள்.
அவர்கள் கோவணத்தை
டை'யாகக் கட்டிக்கொண்டு உளறிக்கொண்டிருக்கிறார்கள்.
அவர்களுடைய பாரம்பரியம் தாயைப் புணர்வதுதான்.
யாமினியை எமன் புணர்ந்ததுபோன்று,
அவர்கள் அவர்களுடைய சகோதரிகளைப் புணர்கிறார்கள்.
கணக்கில் அடங்காத தலைமுறைகளான
இத்தகைய ஆண்மையற்ற அர்ஜுனன்கள் –
இவர்களால் செய்ய முடிந்ததெல்லாம்
சில கன்னிகளின் யோனியைப் பிளப்பதுதான்...

தலித் இயக்கத்தின் ஆன்மாவாக இருக்கும் அம்பேத்கரிய அரசியலின் மையமானது பல்வேறு சக்திகளின் அதீத அழுத்தங்களால் தீர்மானிக்கப்பட்டதாக இருக்கிறது என்றாலும் அதில் மகாராஷ்டிரத் தீண்டப்படாத சாதியான மகர்களின் சமூக அனுபவங்களும், ஜோதிபா பூலே தொடங்கிய அறிவார்ந்த பார்ப்பன எதிர்ப்பு மரபும் மிக முக்கியப் பங்காற்றியுள்ளன. வேறு வார்த்தைகளில் சொல்வதென்றால், அம்பேத்கரியத்தில் மகாராஷ்டிரத்தின் பிரத்யேகப் பண்பாட்டு உள்ளடக்கங்களும் அரசியல் உத்திகளும் பெருமளவு காணப்படுகின்றன. ஆனால், அம்பேத்கர் படைப்பூக்கத்தோடு அதைப் பொதுமைப்படுத்திய முறையில்தான் அது ஓர் உலகளாவிய மாதிரியின் அந்தஸ்தைப் பெற்றது. அவர், தீண்டப்படாதவர்களையும், வேறுபல கீழ்ச்சாதியினரையும் கொண்ட ஒரு புதிய அரசியல் குழுமத்தைக் கட்டியமைக்க, சமூகரீதியாக ஒதுக்கப்படுவதையும் நெறிகளற்ற இந்து மத சாஸ்திரங்களையும் உள்ளடக்கங்களாகத் தேர்ந்தெடுத்துக்கொண்டார். பிற மாதிரிகள், குறிப்பாக நாராயணகுரு போன்றவர்களால் அவர்களுடைய குறிப்பிட்ட சமூகத்தளத்தைக் கடந்து, வெளியே மற்றவர்களுக்கும் பயன்படும் விதமாக ஒரு பொதுத்தன்மையை அடைய முடியவில்லை.

அவநம்பிக்கை அடிப்படையிலான பண்பாட்டுக் கோட்பாட்டையும், நம்பிக்கை அடிப்படையிலான அரசியலையும் ஒன்றிணைப்பதே தலித் இயக்கத்தின் முக்கிய உத்தியாகிறது. இது இந்து மதச் சட்டகத்துக்குள்ளாக உயிர்த்துடிப்புள்ள

எதிர்ப்பு மரபுகள் இருக்கின்றன என்பதை அங்கீகரிக்க மறுக்கிறது. மேலும், இது தலித்துகளின் மொத்த வரலாறும் உடல்ரீதியாகவும் உளவியல்ரீதியாகவும் ஒடுக்கப்படும் கதைகளால், வன்முறைக் கதைகளால் மட்டுமே ஆனது என்பதாக அர்த்தப்படுத்தியது. இதனால், அச்சம் தரக்கூடிய தனிமையில் ஒரு நவீன தலித் மறுபிறப்பு எடுக்க வேண்டியுள்ளது. அவரைச் சுற்றியுள்ள இந்துச் சூழலைச் சார்ந்து இருப்பதற்கு தலித் ஏதுமற்றவராக இருக்கிறார். இப்படியாக, பண்பாட்டுரீதியாகவும் சமூகரீதியாகவும் பொருளாதாரரீதியாகவும் பெரும் துயரங்களை அனுபவித்த சாதிகளில் தனித்த வழிபாட்டுக் குழுமங்களில் மேல்மட்டத்தில் இருப்பவர்களால் உருவாக்கப்பட்டதே தலித் இயக்கம். இப்படியான அவநம்பிக்கை குறித்த பண்பாட்டுக் கோட்பாட்டுக்கான அடிப்படையை உருவாக்கிக்கொடுத்தது அம்பேத்கர்தான். அறிவாழமிக்க அறிஞரான அம்பேத்கர், இந்து மத சாஸ்திரங்களின் அடிஆழத்துக்குப் பாய்ந்துசென்றார். அதில் ஆழப் பதிந்திருக்கும் அக்கறையற்ற தன்மையையும், வாழ்க்கை குறித்து மனிதத்தன்மையற்ற வெளிப்பாடுகளையும், பலவிதமான படிநிலைகளை அங்கீகரிக்கும் போக்குகளையும் அவர் எதிர்கொள்ள வேண்டியிருந்தது; இவையெல்லாம் அவருடைய முகத்தில் அறைவதுபோல் வெளிப்பட்டன. இந்து மதத்தைப் பனுவல்ரீதியான குமுகமாக அவர் உணர்வுபூர்வமாக வாசித்தது என்பது தலித்துகளை அரசியல்ரீதியான குமுகமாகக் கட்டியமைப்பதற்குப் பெரிதும் உதவியது. இது அவருடைய மறைவுக்குப் பின், தேசம் தழுவிய இயக்கமாக அதுவாகவே அணிதிரண்டது. இந்தத் தளத்தில், அம்பேத்கரின் அறிவார்ந்த வாழ்க்கை வரலாறும் தலித் இயக்கத்தின் கோட்பாட்டுரீதியான நிலவியலும் ஒன்றிணைந்து, இந்திய வரலாறு குறித்தும் பண்பாடு குறித்தும் சீற்றம் நிறைந்த வாசிப்பை உருவாக்கிக்கொடுத்தன. ஆக, நாம் இவ்விஷயத்தைச் சுற்றியே மேலும் தொடர்வது, அதாவது இந்து மதத்தின் மீதான விமர்சனங்களை அம்பேத்கர் எத்தகைய முறையில் வந்தடைந்தார் என்பது குறித்தும், தலித் இயக்கங்களில் அது எவ்வாறு இன்னும் தொடர்ந்துகொண்டிருக்கிறது என்றும் பார்ப்பது பயனுள்ளதாக இருக்கும்.

அம்பேத்கர் அவருடைய தத்துவார்த்த வாழ்க்கையின் தொடக்கத்திலிருந்தே இந்து மதத்தின் மீதான எல்லா மரியாதைகளையும் நிரந்தரமாக இழந்துவிட்டார். அவர் இந்து மதத்தை வெறுத்தார். அவர் எத்தகைய அடிப்படையிலிருந்து இந்து மதம் குறித்துத் தீர்மானத்துக்கு வந்தாரோ அவை இரண்டு முக்கியமான அளவுகோல்களைக் கொண்டிருந்தன: ஒன்று, மேற்கத்திய மரபான சோஷலிஸம், சுதந்திரவாத ஜனநாயகம், நீதி போன்றவற்றால் வடிவமைக்கப்பட்ட வரலாறு மற்றும் சமூகம் குறித்த உலகப் பார்வை. சொல்லப்போனால், அமெரிக்கத் தத்துவவியலாளரான ஜான் டேவியின் (*John Dewey*) சிந்தனைகள் அம்பேத்கரை உருவாக்கியதில் பெரும் பங்காற்றியுள்ளன. இத்தகைய பின்னணியிலிருந்து, அம்பேத்கர் நீதி, நடைமுறை, சுதந்திரம், சமத்துவம் ஆகியவற்றைக் கொண்டு, பழமைவாத இந்து மதத்தின் அன்றாட வாழ்க்கையையும் அதன் பனுவல் வடிவங்களையும் பரிசோதித்துப்பார்த்தார். எதிர்பார்த்ததுபோல் இவை எதுவுமே அதில் இல்லாதது வெளிப்படையாகத்

தெரிந்தது. இந்து மதப் பனுவல்களை மிகவும் கவனத்தோடும் ஆழ்ந்தும் ஆராய்ந்த பிறகு, அம்பேத்கர் இப்படியான முடிவுக்கு வருகிறார்:

> *சமத்துவமின்மைதான் இந்து மதத்தின் ஆன்மா. இந்து மத நெறிமுறைகள் சமூகரீதியானவை மட்டும்தான். வெளிப்படையாகச் சொல்வதென்றால் அது (அநெறிமுறை கொண்டதாகவும்) அமனிதத்தன்மை கொண்டதாகவுமே இருக்கிறது. எது அநெறிமுறை கொண்டதாகவும் அமனிதத்தன்மை கொண்டதாகவும் இருக்கிறதோ அதுவே மிகச் சுலபமாக நெறிமுறைகள் அற்றதாகவும் மனிதத்தன்மையற்றதாகவும் வெறுக்கத்தக்கதாகவும் மாறிவிடுகிறது. இந்து மதம் இப்படியாகத்தான் ஆகியுள்ளது. இந்த முன்மொழிவைச் சந்தேகிப்பவர்கள் அல்லது மறுப்பவர்கள் இந்து சமூகத் தொகுப்பைப் பரிசோதித்துப்பார்த்து, அதில் உள்ள சில கூறுகளின் நிலை குறித்து சற்றே சிந்தித்துப்பார்க்க வேண்டும்.*[7]

அவருடைய தனிப்பட்ட அனுபவங்கள், தீண்டப்படாதவர்களின், ஏறக்குறைய தீண்டப்படாதவர்களாக இருப்பவர்களின் கூட்டான இருத்தலியல்ரீதியான அனுபவங்கள் குறித்த அவருடைய புரிதல் இரண்டாவது அளவுகோலாகிறது — இன்றளவும் இது தலித்துகள் மத்தியில் மிகப் பெரிய அளவில் ஒத்ததிர்வைக் கொண்டிருக்கிறது. அம்பேத்கருக்கு ஒன்பது வயது இருக்கும்போது அவருக்கு ஏற்பட்ட அனுபவத்தை நான் இங்கு மீண்டும் பதிவுசெய்கிறேன். 1901–ல் அம்பேத்கர் அவருடைய சகோதரர்களுடன், ராணுவத்தில் இருந்த அவர்களுடைய தந்தையைச் சந்திக்க ரயில் பயணம் மேற்கொள்கிறார். அந்தச் சிறுவர்கள் மசூர் நிறுத்தத்தை அடைந்தபோது மாலை ஐந்து ஆகியிருந்தது. அங்கு அவர்களை வரவேற்க எவரும் இல்லை. தொடக்கத்தில் நிலைய அதிகாரி அவர்களைப் பார்ப்பனப் பிள்ளைகள் என்று நினைத்துக்கொண்டு அவர்கள் மேல் அக்கறை காட்டினார். ஆனால், அவர்கள் தீண்டப்படாதவர்கள் என்று தெரிந்தவுடன் சட்டென்று வெறுப்பைக் காட்டத் தொடங்கியிருக்கிறார். இறுதியாக, அந்தச் சிறுவர்கள் ஒரு மாட்டுவண்டியை வாடகைக்குப் பிடிக்கிறார்கள் – அவர்களே ஓட்ட வேண்டும் என்ற முன்நிபந்தனையோடு! வாடகையும் இருமடங்கு. பயணத்தின்போது வண்டிக்காரன் வண்டியோடு நடந்தே வந்தான்; அவனுக்கான வாடகையையும் பெற்றுக்கொண்டான், தீட்டிலிருந்தும் அவனைக் காப்பாற்றிக்கொண்டான். அவர்களுடைய தந்தை வீட்டை அடைய அந்த வண்டிக்காரன் சொன்ன நேரத்தைவிட அதிகமாக எடுத்துக்கொண்டது. இரவு பத்து மணிக்கு மேல் ஆகிவிட்டதால் சிறுவர்கள் அழத் தொடங்கினார்கள். அவர்கள் பசியோடு வேறு இருந்தார்கள். கையில் கொண்டுவந்திருந்த உணவு கொஞ்சம் இருந்தது என்றாலும், குடிப்பதற்குத் தண்ணீர் இல்லை. சுங்கச்சாவடியில் உள்ள ஓர் அதிகாரியை அணுகி அவர்களுக்கு அதிர்ஷ்டம் இருக்கிறதா என்று முயன்றுபார்க்கும் விதமாகத் தங்களை முஸ்லிம்கள் என்று சொல்லிக்கொண்டார்கள். அவர்

7 *Ambedkar (1979, vol. 3 (1987): 87).*

தயவுதாட்சண்யமில்லாமல் இந்தச் சிறுவர்களை ஒதுக்கித்தள்ளியுள்ளார். அம்பேத்கரே இந்தக் கதையைச் சொல்ல நாம் கேட்போம்:

> மாடுகள் கட்டவிழ்க்கப்பட்டு நிலத்தில் சாய்ந்தபடி வண்டி நிறுத்தப்பட்டது. கீழாக இருந்த பலகையில் நாங்கள் படுக்கை விரிப்புகளை விரித்துப்போட்டு எங்கள் கட்டையைச் சாய்த்தோம். இப்போது நாங்கள் பாதுகாப்பான ஓர் இடத்துக்கு வந்துவிட்டதால், என்ன நடந்தது என்பது பற்றி நாங்கள் கவலைப்படவில்லை. இருந்தாலும், கடைசியாக நடந்ததை எங்களால் நினைத்துப்பார்க்காமல் இருக்க முடியவில்லை. எங்களிடம் போதுமான அளவுக்கு உணவு இருந்தது. பசி வயிற்றைப் பிடுங்கியெடுத்தது. இருந்தும், நாங்கள் பட்டினியோடு படுக்க வேண்டியிருந்தது. ஏனெனில், நாங்கள் தீண்டப்படாதவர்கள் என்பதால் எங்களுக்குத் தண்ணீர் கிடைக்கவில்லை. கடைசியாக, இந்தச் சிந்தனை என் மண்டைக்குள் இப்படியாகத்தான் தோன்றியது. நாம் பாதுகாப்பான இடத்துக்கு வந்துவிட்டோம் என்றேன். இருந்தாலும், என்னுடைய அண்ணன் இதை ஏற்றுக்கொள்ளத் தயங்கினார். அவர், நாங்கள் நால்வரும் ஒரே சமயத்தில் தூங்கப்போவது புத்திசாலித்தனமான செயல் அல்ல என்றார். எது வேண்டுமென்றாலும் நடக்கலாம் என்றும், ஒரு சமயத்தில் இருவர் தூங்க வேண்டும் என்றும், இருவர் காவல்காக்க வேண்டும் என்றும் யோசனை சொன்னார். இப்படியாக, நாங்கள் அந்த மலையடிவாரத்தில் அந்த இரவைக் கழித்தோம்.[8]

தற்கால தலித் இலக்கியங்களில் இதுபோன்ற அனுபவங்களைக் காண முடியும். நாட்டின் தீண்டப்படாதவர்களுக்கு அம்பேத்கர் ஏன் அவசியமாகிறார் என்பதை இந்த அனுபவங்கள் விளக்குவதாக இருக்கின்றன. இவ்விஷயம், தலித் இயக்கத்தின் பிறப்பைச் சாத்தியப்படுத்தியதில் சமூக அனுபவங்களின் பண்பு துல்லியமாக என்ன என்ற முக்கியக் கேள்விக்கு நம்மை இட்டுச்செல்கிறது. நான் இதைச் சாதிய முறைமையின் வன்முறை என்று அழைக்க விரும்புகிறேன். இப்படியாக, வன்முறைகளுக்குப் பலவிதத்தில் எதிர்வினையாற்றும் விதமாகவே இயக்கம் வடிவமைக்கப்பட்டிருக்கிறது. வன்முறைகளை அனுபவிப்பதோடு அவற்றைத் தோற்றுவிக்கும் பொறியமைப்பை தலித் இயக்கம் புரிந்துகொண்டும் இருக்கிறது. அதன் பிரதான உத்தி, இத்தகைய பொறியமைப்பை எதிர்த்துநிற்பதற்கான தயாரிப்பாகவே இருக்கிறது. தொடக்கத்தில், தலித்துகளின் பண்பாட்டு அரசியலானது நிலப்பிரபுத்துவம் மற்றும் கிராமச் சமூகத்தில் அதன் தோற்றுவாயைக் கொண்டிருக்கும் வன்முறையின் சில வடிவங்களுக்கு எதிர்வினையாற்றுவதாக இருந்தது. ஆனால், சாதிய முறைமையின் வன்முறை அதையும் கடந்து நகர்மயமாக்கத்திலும் நவீனத்துவக் கட்டமைப்புகளின் நடைமுறைகளிலும் நிறுவனங்களிலும் ஆழப்பதிந்திருக்கும் ஒன்றாகிறது. இது வரலாற்றின் மிகப் பெரிய புதிராக

8 *Nanak Chand Rattu (1995: 7–8).*

உள்ளது. தலித் இயக்கம் இதை எவ்வாறு எதிர்கொள்வது என்று தீர்மானிக்க வேண்டியுள்ளது.

தலித்துகளின் அன்றாட வாழ்க்கையும் இயக்கமும் சாதிய இந்துக்களின் இரண்டு விதமான வன்முறை வடிவத்தை எதிர்கொள்ள வேண்டியிருக்கிறது: மாற்றத்தை எதிர்த்துநிற்பது மற்றும் எதிர்த் தாக்குதல். முதல் வகை, மரபான சமூகம் கொடுக்க மறுக்கும் புதிய உரிமைகளைப் பெறுவதற்கு தலித்துகள் முயல்வதன் விளைவாகிறது. இத்தகைய புதிய உரிமைகள் நிலம், தண்ணீர் போன்ற மூலாதாரங்கள் மீதான உரிமையைப் பெறுவது என்ற தலித்துகளின் முன்தீர்மானிக்கப்பட்ட முயற்சிகளால் வரையறுக்கப்பட்டவையாக இருக்கின்றன. பொதுவாக, மேலாதிக்க கிராம மேட்டுக்குடிகளின் கட்டுப்பாட்டில் இந்த மூலாதாரங்கள் இருப்பதால், புதிய உரிமைகளுக்காக தலித்துகள் போராடுவதை இவர்களால் பொறுத்துக்கொள்ள முடியவில்லை. வன்முறையின் மூலமாக இருக்கும் மற்றொரு முக்கியமான காரணியம் — இதுவே தலித் இயக்கம் தோன்றுவதற்கான மூலகாரணியமாகிறது — வெளிகளுக்கான சமவுரிமை. அதாவது, முன்னர் அனுமதி மறுக்கப்பட்ட கோயில்கள், உணவகங்கள், பொதுவெளிகள் போன்றவற்றுக்குள் நுழைவதற்கான, அவற்றைப் பயன்படுத்துவதற்கான உரிமை. ஆனால் பல சமயங்களில், தலித்துகளைப் பொறுத்தவரை நகரம் சார்ந்த அனுபவங்கள்கூட எவ்விதத்திலும் மேலானதாக இல்லை. தலித் கவிஞர் தாயா பவார் (Daya Pawar) அவருடைய 'நகரம்' என்ற கவிதையில் யதார்த்தத்தின் முரண்நகையைப் படம்பிடித்துக்காட்டுகிறார்:

> இங்கு சுவாரஸ்யமான அறிவிப்பு ஒன்று உள்ளது:
>
> 'இந்தத் தண்ணீர்க் குழாய் எல்லாச் சாதிகளுக்கும்
> மதங்களுக்கும் பொதுவானது'
> இதற்கு என்னதான் அர்த்தம்?
> இந்தச் சமூகம் பிளவுபட்டிருக்கிறது என்றா?
> சிலர் மேலானவர்கள் சிலர் கீழானவர்கள் என்றா?
> நல்லது. சரி, அப்படியென்றால் இந்த நகரம்
> புதைக்கப்படுவதற்குத்தான் தகுதியானது.
> இதை ஏன் அவர்கள் இயந்திரக் காலம் என்று அழைக்கிறார்கள்?
> கற்காலம்போல் தோன்றுகிறது இருபதாம் நூற்றாண்டு.[9]

அரசுடனான உறவு என்று வரும்போது, தலித் இயக்கத்தின் அரசியலானது ஒத்திசைவு மற்றும் மோதல் என்று இரட்டைத்தன்மையிலான உத்தியை அதன் குணாம்சமாகக் கொண்டிருக்க வேண்டியுள்ளது. ஒத்திசைவு என்பது ஒரு குறிப்பிட்ட முறையிலான சமூகப் பொறியமைப்பின் அவசியத்தைச் சார்ந்திருக்கிறது. இதற்குள்ளாக நீதி குறித்த கருத்தமைவுகள் காணப்படுகின்றன. காலனிய, பின்காலனிய அரசுகள் விரும்பத்தக்க ஒரு சமூக மாதிரியைக்

9 *Daya Pawar (1992: 129–30).*

கட்டுவதற்கு இப்படியான சமூகப் பொறியமைப்பை அவசியமானதாகவும், தவிர்க்க முடியாததாகவும் ஏற்றுக்கொள்ள வேண்டியுள்ளது. இன்றளவும், தலித் இயக்கத்தின் தீவிரை உத்தியானது அரசின் வழிகாட்டுக் கோட்பாடுகளை — இவை இந்திய அரசியல் சாசனத்தில் பொறிக்கப்பட்டுள்ளன — அதற்கு நினைவூட்டுவதாகவும் அரசு இயந்திரங்களின் விதிமீறல்களை அம்பலப்படுத்துவதாகவுமே இருக்கிறது. வேறு வார்த்தைகளில் சொல்வதென்றால், அம்பேத்கரிய நடைமுறையானது மாற்றத்துக்கான முகவராக அரசைப் பார்க்கிறது. அதாவது, அரசு நவீனத்திய–விடுதலைக்கான திட்டத்தை, அது எவ்வளவு போதாமைகளைக் கொண்டிருந்தாலும், செயல்படுத்த வேண்டிய கட்டாயத்தில் இருப்பதாகப் பார்க்கிறது. ஆனால், இங்கு இரட்டைத்தன்மை விளையாடத் தொடங்குகிறது. ஏனெனில், மற்றொரு தளத்தில் தலித் இயக்கம் அரசை, ஓரளவுக்கேனும் உயர்சாதி இந்துக் குடிமைச் சமூகத்தின் வெளிப்பாடாகப் பார்க்கிறது. ஆகையால், அந்த முகவர் எதிர்க்கப்பட வேண்டியதாகவும் பார்க்கப்படுகிறது.

முடிக்கும் விதமாக, இந்த நூற்றாண்டின் இறுதியில், தலித் இயக்கத்தின் எதிர்காலம் மிகவும் முக்கியமான கட்டத்தில் இருக்கிறது என்றே சொல்ல வேண்டும். அதன் வெற்றி என்பது சுயமாகக் கரைந்துபோவதைத்தான் குறிக்கிறது. மனிதத்தன்மை கொண்ட, சாதிகளற்ற, சமத்துவவாதச் சமூகத்தில் தீண்டப்படாதவர்களுக்கும் ஒதுக்கப்பட்ட சாதியினருக்கான இயக்கங்கள் என்று ஏதும் அவசியப்படப்போவதில்லை. ஆனால், சாதிய முறைமை என்பது பல தளங்களில் அதிகாரம், உரிமை, மேலாண்மை ஆகியவற்றைக் கொண்டிருக்கும் கட்டமைப்பாகும். அடிமட்டத்திலும் கீழாக இருப்பவர்களும் தங்களை அரசியல்ரீதியாக அணிதிரட்டிக்கொள்கிறார்கள் எனும்போது, மேலாதிக்கக் குழுமங்களும் வர்க்கங்களும் இப்படியாக அணிதிரண்டவர்களின் போர்க்குணம் மிக்க எதிர்ப்புகளுக்கு எதிர்வினையாற்றாமல், நிராகரிப்பார்கள் என்று எண்ணுவது அரசியல்ரீதியான பத்தாம்பசலித்தனமாகும். வரலாறு இத்தகைய லட்சியங்களை அனுமதிப்பதில்லை. குறைந்தபட்சம் அடுத்த பத்தாண்டுகளுக்கு தலித் இயக்கம் தேவைப்படுகிறது. இது அரசியல்ரீதியாக அவசியமானதாகிறது.

(தனிநபராக நுண்ணறிவும் அர்ப்பணிப்பும் கொண்ட எழுத்துகள் ஊடாக அம்பேத்கர் மீதும், தலித் இயக்கம் மீதும் மேற்குலகில் கவனத்தைத் திருப்பிய எலினார் கெல்லியட்டுக்கு இந்தக் கட்டுரையைச் சமர்ப்பிக்கிறேன்).

⊙

6

மும்மடியான இறுக்கங்கள்: காலனியத்துக்கு முந்தைய வரலாறு, காலனிய யதார்த்தம், பின்-காலனிய அரசியல் - தலித் அடையாள உருவாக்கம் குறித்து

I. இரண்டு மனுக்களின் கதை

எனக்கு முன்பாக இரண்டு மனுக்கள் உள்ளன.

முதலாவது, சைவ உட்சாதியான பேடா ஜங்கம்மா குமுகம் அச்சிட்ட கோரிக்கை. இதோடு சேர்த்து, கர்நாடக தலித் இயக்கத்தின் மிக முக்கியமான, போர்க்குணமிக்க அமைப்பான தலித் சங்கர்ஷ சமிதி (டிஎஸ்எஸ்) வெளியிட்டுள்ள மிகக் கோபமான துண்டறிக்கை.[1] இந்தப் பிரச்சினை உண்மையிலேயே சர்ச்சைக்குரியதுதான்: பட்டியலின வகுப்பினரில் பேடா ஜங்கம்மா குமுகம் சேர்க்கப்பட்டுள்ளது. இந்தக் குமுகம் கல்வியிலும் வேலைவாய்ப்புகளிலும் இடஒதுக்கீடு என்று பரவலாகச் சொல்லப்படும் உறுதியுரை நடவடிக்கைகளின் பலன்களைப் பெறும் உரிமை அரசியல் சாசனம் மூலம் உத்தரவாதப்படுத்தப்படுகிறது. பேடா ஜங்கம்மா குமுகம் இந்தப் பட்டியலிலிருந்து நீக்கப்பட வேண்டும் என்று டிஎஸ்எஸ் தீவிரமாகப் பிரச்சாரம் செய்வதோடு, கண்டன ஆர்ப்பாட்டங்களையும் நடத்தியது. எதிர்பார்த்தப்படியே, இத்தகைய நடவடிக்கையால் அச்சம் கொண்ட பேடா ஜங்கம்மா குமுகமானது பட்டியலின வகைமையில் தொடர்ந்து இருப்பதற்கும் உரிமைக்காகவும் வாதிடுகிறது. இந்த மோதலானது தலித் அடையாள அரசியல் உருவாக்கத்தில் உள்ள இறுக்கங்களைப் புரிந்துகொள்வதற்கான உருவகமாகிறது.

1 பேடா ஜங்கம்மா யார்? (1995) என்ற துண்டறிக்கையானது பேடா ஜங்கம்மா குமுகத்தின் பிற்படுத்தப்பட்ட நிலை, வரலாற்று நினைவுகள் ஆகிய இரண்டு தளங்களிலும் பிரத்யேக உரிமைகளுக்காக வாதிடுகிறது. டிஎஸ்எஸ்ஸின் துண்டறிக்கை 'கரபட்ரா' (Karapatra; 1995), பேடா ஜங்கம்மா குமுகத்தின் கோரிக்கை தலித்துகளுக்கான நலன்களை உயர்சாதிகள் அபகரிப்பதாக மட்டுமே பார்க்கிறது.

ஒருவர் காலனியத்துக்கு முந்தைய வரலாற்றை அடிப்படையாக எடுத்துக்கொள்வார் என்றால், நிச்சயமாகத் தீண்டப்படாத சாதிகளோடும், பிற தாழ்த்தப்பட்ட சாதிகளோடும் சேர்ந்திருப்பதற்கு அல்லது அவர்களுடைய உடன்பிறப்புகளாக இருப்பதற்கு பேடா ஜங்கம்மா குமுகம் முழு உரிமையும் கொண்டிருக்கிறது.[2] காலனியத்துக்கு முந்தைய வரலாறு அவர்கள் கோருவதை நியாயப்படுத்துவதாகவும் இருக்கிறது. ஆனால், பின்–காலனிய அரசியல் ஒருவிதமான போலித்தன்மையை அவர்கள் கோருவதற்குள் கொண்டுவருகிறது. ஆதிக்கச் சாதியான லிங்காயத் குமுகத்தின் புரோகிதர்களாக இருக்கும் ஜங்கம்மா பிரிவினர்கள்தான் பேடா ஜங்கம்மா குமுகத்தின் பெயரில் இத்தகைய திட்டத்தில் பயன்பெற முயல்கிறார்கள் என்று டிஎஸ்எஸ் வாதிடுகிறது. இந்தச் சூழ்நிலையில் உள்ள துயரமான முரண்நகை என்னவென்றால், இருசாரார் சொல்வதும் உண்மை. இதில்தான் அடையாள உருவாக்கத்துக்குள் சிக்கலான கதையொன்று மறைந்திருக்கிறது. டிஎஸ்எஸ் தங்களுடைய அரசியல்ரீதியான நிலைப்பாடு கொண்டிருக்கும் நியாயத்தில் உறுதியாக நின்றார்கள் என்றால், பேடா ஜங்கம்மா குமுகம் அவர்களுடைய வரலாற்றுரீதியான நினைவுகளில் அந்த உறுதிப்பாட்டைக் கொண்டிருந்தது. இருதரப்பும் பிரச்சினையை அணுகுவதற்குப் பொதுவான ஒரு அடிப்படையோ அல்லது பிரச்சினையை விவாதித்துத் தீர்ப்புரைப்பதற்கு நிறுவனப்பட்ட அதிகாரமோ இல்லை — நவீன அரசைத் தவிர. ஆனால், அரசோ சாதிய முறைமை குறித்துக் காலனியம் முன்வைத்த சாதிய வரலாறு, சமூகவியலோடு முரண்படும் எதையும் ஏற்றுக்கொள்ள மறுக்கிறது. சொல்லப்போனால், இந்தியாவில் இருபதாம் நூற்றாண்டில் மொத்த சாதிய முறைமையின் அரசியல் பிரதிநிதித்துவத்தின் தத்துவமும் நடைமுறையும் இத்தகைய ஆதாரங்கள் சார்ந்தும், சமூகவியல்ரீதியான, மானுடவியல்ரீதியான கற்பிதங்களைச் சார்ந்துமே நிற்கின்றன.[3]

அம்பேத்கரிய பாணியிலான அரசியலின் மிக முக்கியப் பிரதிநிதியாக இருக்கும் டிஎஸ்எஸ், பல நூற்றாண்டுகள் பழமைவாய்ந்த மநுவாத வைதீக முறைமைக்கு எதிராகப் போராடுகிறோம் என்பதில் உறுதியாக இருந்தார்கள். உண்மை என்னவென்றால், இதே பேடா ஜங்கம்மா குமுகத்தினரும் இதே மநுவாதிகளுக்கு எதிராக மிகவும் கசப்பான, கொண்டாட்டமான சமர் புரிந்தவர்கள்தான். அதே சமயத்தில், இவர்கள் ஓரளவுக்குக் கடந்த காலத்திலிருந்து தங்களைத் துண்டித்துக்கொண்டிருக்கிறார்கள் என்பதும் உண்மைதான். அவர்கள் வைதீகப் பார்ப்பனியத்துக்கு எதிராக நடத்திய பன்முகத்தன்மையிலான கலக வரலாறுகளில் உறைந்துபோன புதைபடிவங்களாகவே தெரிகிறார்கள்.

2 *K.L.Lal (1945: 12). மேலும் பார்க்கவும்: Gopinath Kaviraj (1987: 60). சைவ யோகிகளில் காணப்படும் யாசிக்கும்–பாணர்கள் குறித்து கவிராஜ் விவாதிக்கிறார்.*

3 *கர்நாடக தலித் இயக்கத்தின் அறிக்கைகள் இந்தியப் பண்பாடு குறித்து ஒரு குறிப்பிட்ட கோட்பாட்டை அடிப்படையாகக் கொண்டிருக்கிறது. இவற்றின் அறிவுப்புலம், காலனிய வரலாற்றியலை அடிப்படையைக் கொண்டுள்ளது. அம்பேத்கரைப் பொறுத்தமட்டிலும்கூட இதுதான் உண்மை.*

வைதீகத்துக்கு எதிராகக் கலகம்புரிந்த சைவப் பிரிவானது இந்தியச் சமூகத்தில் மிக ஆழமாக வேர்கொண்டுள்ளது. இன்றளவும், பல்வேறு சைவப் பிரிவுகளைச் சேர்ந்த யாசகர்கள் நிச்சயமாகச் சாதிய முறைமையின் சட்டகத்துக்கு வெளியே இருப்பவர்களே — அவர்கள் நாத்பாந்திஸாக இருக்கட்டும் அல்லது சித்தர்களாக இருக்கட்டும். தென்னக சைவத்தின் எல்லா அவைதீகப் பள்ளியின் நாயகனான பேடரா [வேடர்] கண்ணப்பரைக் கொடுத்த சாதிதான் பேடா ஜங்கம்மா சாதி. மத்திய காலக் கன்னட கவிஞர்களும் தெலுங்குக் கவிஞர்களும் இவரைப் போற்றிக் கொண்டாடுகிறார்கள்.[4]

தலித் அடையாள உருவாக்கத்தில் பரந்த தளத்திலான பார்வையைக் கொண்டிருக்க வேண்டிய அவசியம் குறித்து தலித் இயக்கத்தில் உள்ள என் நண்பர்களோடு விவாதித்தேன். குறிப்பாக, காலனியத்துக்கு முந்தைய வரலாற்றைச் சார்ந்து புதிய வடிவமைப்புகளை உருவாக்கிக்கொள்ள வேண்டிய அவசியம் குறித்து விவாதித்தேன். அவர்கள் இறங்கிவரவில்லை. கடந்த கால வரலாறு என்னவாக இருந்தாலும், இந்தப் பிரச்சினையைப் பொறுத்தமட்டில் தீண்டப்படாதவர்களுக்கு என்று ஒதுக்கப்பட்டிருக்கும் நலத்திட்டங்களை ஆதிக்கச் சாதியினர் அபகரித்துக்கொள்ள முயல்கிறார்கள் என்பதுதான் அவர்களுடைய வாதமாக இருந்தது. எப்படிக் கற்பனைசெய்து பார்த்தாலும், பேடா ஜங்கம்மா குமுகத்தை ஒதுக்கப்பட்ட சாதியாக வரையறுக்க முடியாது என்றார்கள். பழைய சைவ உட்பிரிவானது பழைய உலகத்துக்குச் சொந்தமான மதரீதியான குறியீடுகள் ஊடாக அதன் சுயமரியாதையை வரையறுத்திருப்பது அதற்கு எதிராகத் திரும்புகிறது. இன்றைய கலகக்காரர்களுக்கு சுயமரியாதையும் பழைய கலக வடிவங்களும் வஞ்சகத்தின் மொத்த திரளுருவாகத் தெரிகின்றன.[5]

தலித் செயல்பாட்டாளர்களை ஏற்றுக்கொள்ளவைக்கும் என் முயற்சிகளைக் கைவிட்டேன்.

□ □ □

இரண்டாவது மனுவானது 'கர்நாடகக் கைவினைஞர் குமுகக் கூட்டமைப்பு' என்னும் அமைப்பினுடையது. உயர் தொழில்நுட்பமயமாக்கல், நவீனமயமாக்கல் என்ற பின்னணியில் இந்தப் புதிய அமைப்பு அவர்களுடைய பரிதாபகரமான நிலைமையை எழுத்துபூர்வமாக விளக்கி அரசாங்கத்திடம்

4 *கன்னடத்தில் ஹரிஹராவும் (13–ஆம் நூற்றாண்டு), தெலுங்கில் தூர்ஜாடியும் (16–ஆம் நூற்றாண்டு) சைவர்களின் முக்கியக் கடவுளான சிவனை விவரிப்பதற்கு வேடர்–பக்தரான கண்ணப்பரை உட்கருத்தாகக் கொண்டிருக்கிறார்கள். ஹரிஹரா வேடர்–பக்தரின் கதையைக் கவிதையாக எழுதியுள்ளார்.*

5 *சுவாரஸ்யமாக, கர்நாடகத்திலும் பிற பகுதிகளிலும் தலித் இயக்கம் பட்டியலின வகுப்பினரில் தீண்டப்படாத கிறிஸ்தவர்களை இணைப்பதற்கு மிகக் கடுமையாக எதிர்ப்பு தெரிவிக்கின்றன. இது தீண்டாமையை எதிர்த்த முந்தைய முறைகளை அங்கீகரிப்பதில் உள்ள தயக்கத்தையும் குழப்பத்தையும் வெளிப்படுத்துவதாகவே இருக்கிறது.*

கொடுப்பதற்காக மனுவை வரைவு நிலையில் வைத்திருந்தார்கள்.[6] இந்த மனுவானது இடஒதுக்கீட்டுக் கொள்கையை முழுமையாக மறுபரிசீலிக்க வேண்டும் என்றும் மூன்று சமூகக் குமுகங்களுக்கு, அதாவது ஆதிவாசிகள் அல்லது பூர்வக்குடிகள், தீண்டப்படாதவர்கள், 'தொழில்நுட்பங்களைப் பலிகொடுத்தவர்கள்' (technocide) என்று அவர்கள் அழைக்கும் பாதிக்கப்பட்ட குமுகங்களுக்கு முன்னுரிமை கொடுக்க வேண்டும் என்று கோருகிறது. தலித் செயல்பாட்டாளர்கள் இதில் ஓரளவுக்குக் குழம்பிப்போயிருந்தார்கள். அந்த மனு பெருமளவு உண்மையைக் கொண்டிருப்பதை அவர்களால் பார்க்கவும் உணரவும் முடிந்தது. ஆனாலும், 'தொழில்நுட்பங்களைப் பலிகொடுத்த' குமுகங்களைத் தீண்டப்படாதவர்களுக்குச் சமமாக வைத்துப் பார்ப்பதை அவர்களால் ஏற்றுக்கொள்ள முடியவில்லை. ஏனெனில், பார்ப்பனியச் சமூக ஒழுங்கின் கொடுமைகளால் மிக மோசமாகப் பாதிக்கப்பட்டவர்கள் தாங்களே என்பதாகக் கருதுகிறார்கள். இந்திய வரலாறானது நிலப்பிரபுத்துவக் காலத்துக்குள் உறைந்துபோயுள்ளது என்ற நிலைப்பாட்டிலிருந்துதான் தலித் இயக்கச் சித்தாந்தம் அதற்கான தீவிரை சக்தியைப் பெற்றுக்கொள்கிறது.[7] இப்படியான வாதமானது சமூக ஒழுங்கில் உண்டாகும் எத்தகைய மாற்றமும் வரவேற்கத் தகுந்தது என்பதை அடிப்படையாகக் கொண்டிருக்கிறது. மேலும், வரலாற்றுரீதியான நகர்வு என்பது நவீனத்தின் உன்னதத்தை நோக்கிய பயணமாகத்தான் இருக்க முடியும். தொழில்நுட்பங்களைப் பலிகொடுத்த குமுகங்களைப் பிரத்யேக வகைமையாகக் கருதுவது மிகவும் வரவேற்கத் தகுந்தது என்று ஏற்றுக்கொண்டாலும் எஸ்சி, எஸ்டி ஆகியோர் எந்த வகைமைக்குள் இருக்கிறார்களோ அதே வகைமைக்குள் சேர்க்கப்படக் கூடாது என்று தலித் செயல்பாட்டாளர்கள் வாதிட்டார்கள்.

தொழில்நுட்பங்களைப் பலிகொடுத்த குமுகங்களை தலித் செயல்பாட்டாளர்கள் இணைத்துக்கொள்வார்கள் என்று நம்புகிறேன். தலித் இயக்க நிலைப்பாட்டின் மீது எனக்குக் கோபம் இல்லை என்றாலும், சற்று ஏமாற்றமாகத்தான் இருக்கிறது. பேடா ஜங்கம்மா குமுகத்தை உருவாக்கிய அதே பண்பாட்டு வெளியைப் பகிர்ந்துகொள்ள தலித் அடையாள அரசியல் விரும்பவில்லை. அதே சமயத்தில், வரலாற்றின் வீறுநடையில், அழித்தொழிக்கப்படும்

6 *'தொழில்நுட்ப வன்முறைக்குப் பலியானவர்கள்' (1995); இந்த அறிக்கையானது தொழில்நுட்பங்களை அதன் முந்தைய உரிமையாளர்களிடமே திருப்பிக்கொடுக்க வேண்டும் என்ற கோரிக்கையை வைக்கிறது. இந்தக் கோரிக்கை ஸ்தூலமான தளத்தில் நெசவாளர்களுக்கு ஆடை தயாரிப்பு மற்றும் வடிவமைப்புப் பாடங்களுக்கும், கொல்லருக்கு உலோகவியல் தொழில்நுட்பப் பாடங்களுக்கும் இடஒதுக்கீடு என்றே அர்த்தமாகிறது. அதே சமயத்தில், நவீனத்துவத்துக்கு முந்தைய தொழில்கள் அவர்களை ஒதுக்குவதாக இருப்பதால், தலித்துகள் இத்தகைய திட்டத்திலிருந்து வெளியேறலாம் என்றும் வாதிடுகிறது.*

7 *கன்ஷிராம், லாலுபிரசாத் யாதவ் போன்றோர் பழகும் சீற்ற அரசியலில் உள்ள போதாமைகளைக் கடக்கும் ஆற்றல் கொண்டிருந்த கிஷன் பட்நாயக் போன்ற மிகச் சிறந்த லோகியவாதிகள்கூட, வர்ண மாதிரியின் அநீதிகள் என்ற சட்டகத்துக்குள் இருந்துதான் இயங்கினார்கள். பார்க்கவும்: Kishan Patnaik (1995).*

கைவினைஞர்களின் தொழில்நுட்ப வெளியைப் பகிர்ந்துகொள்ளவும் அவர்கள் விரும்பவில்லை. இந்த நிலைப்பாடு பழைய உலகத்துக்குள்ளாகக் காணப்படும் இரண்டு வெளிகளை நிராகரிப்பதாக இருப்பதோடு, புதிய பண்பாட்டுப் பிராந்தியத்தை உருவாக்குவதற்கான அதன் அரசியல் விருப்புறுதியை வெளிப்படுத்தும் அறிக்கையாகவும் வெளிப்படுகிறது. தலித் அடையாள அரசியல் எத்தகைய தலித் மக்கள் குழுமகத்தைக் கொண்டதாக இருக்கிறதோ, அதே மக்கள் குழுமகம் பல நூற்றாண்டுகளாக இந்தியச் சமூகத்தில் தலித்துகளாக இருந்ததில்லை. அறிவறிதல்ரீதியாகச் சொல்வதென்றால், இது ஒரு புதிய பிரதேசத்தைக் குறிப்பதோடு, ஒரு புதிய சமூகக் குழுமகத்தையும் குறிப்பதாகிறது. அதனால்தான், பிற வடிவங்களிலான உடன்பிறப்புகளோடு இணைத்துக்கொள்வதற்குத் தீர்மானமாக மறுக்கப்படுகிறது. இது தலித் அடையாள உருவாக்கத்தில் தெளிவாக இல்லாத அனைத்துப் பிரதான பண்புகளையும் மிகத் துணிச்சலாக அகற்றுவதற்கான முயற்சியாகிறது.[8] எப்படியிருந்தாலும், இது இந்த நூற்றாண்டில் அவர்களுடைய தீவிரை சக்திக்கும் வெற்றிக்கும் மூலாதாரமாக எது உள்ளதோ அதைத்தான் குறிக்கிறது.

இந்தக் கட்டுரையின் அடுத்த பகுதிகள், அரசியல்ரீதியான வெற்றிக்கு தலித்துகள் கைக்கொண்ட உத்திகளைப் புரிந்துகொள்ள முயல்கிறது. ஆனால், அவர்களுடைய வெற்றியே அரசியல்ரீதியான சுணக்கத்துக்கு அவர்களைக் கொண்டுவிட்டுள்ளதோ என்பதே என்னுடைய அச்சமாக இருக்கிறது. இந்தக் கட்டுரை இதையும் ஆராய முயல்கிறது.

II. பெரும் சுருக்கம், சுயஅடைப்பு குறித்த கதைகள்

இந்த நூற்றாண்டில் தலித் அரசியலின் வீரியம், அதிகாரம் மற்றும் வெற்றிக்கு மூன்று பிரத்யேக உத்திகள் பங்காற்றியுள்ளன. நான் இங்கு ‘வெற்றி’ என்ற சொல்லை மிகக் கவனமாகவும் குறுகிய அர்த்தத்திலும்தான் பயன்படுத்துகிறேன். அதாவது, புதிய அரசியல்ரீதியான குழுமகமான தலித்துகள், கடந்த நான்கு பத்தாண்டுகளாக இந்திய ஜனநாயக அரசியலிலும் ஆளுகையிலும் தொடர்ந்து மையமாகவும் அர்த்தம் கொண்டதாகவும் இருக்கிறார்கள் என்ற அர்த்தத்தில்தான் ‘வெற்றி’ என்ற சொல்லைப் பயன்படுத்துகிறேன். மேலும், தலித் இயக்கம் விரும்பத்தக்கதாக இருக்கிறது என்ற அர்த்தத்திலோ, அது தவிர்க்க முடியாததாக இருக்கிறது என்ற அர்த்தத்திலோ, அவர்களுடைய அரசியலை ‘வெற்றி’ என்பதாக நான் விவரிக்கவில்லை. எது ஸ்தூலமானதாகவும் உணரக்கூடியதாகவும் இருக்கிறதோ அதற்கான விவரிப்பாக மட்டுமே அது இருக்கிறது.

8 *இந்தியா முழுவதற்குமான அளவுகோல்களை வரையறுத்துக்கொடுத்திருக்கும் மகாராஷ்டிர தலித் இயக்கம் இவ்விஷயத்தைப் பொறுத்தமட்டில் மிகப் பெரும் வெற்றியைக் கண்டுள்ளது. இது பற்றிய அனுசரணையான பார்வைக்குப் பார்க்கவும்: Eleanor Zelliot (1992).*

இன்றைய தலித் அடையாள உருவாக்கத்தில் இரண்டு உத்திகள் பங்காற்றியுள்ளன: 1) சுயசிறுபான்மையினராக்கும் முறை; 2) சுயஅடைப்பு முறை. இவ்விரண்டு முறைகளும் அங்ககமாகப் பின்னிப்பிணைந்துள்ளன என்று சொல்லத் தேவையில்லை என்றாலும், இவற்றின் விளைவுகள் மிகத் தெளிவாக வெவ்வேறானவையாக இருக்கின்றன. இவ்விரு முறைகளும் எவ்வாறு ஒன்றோடொன்று பின்னிப்பிணைந்துள்ளன என்றும் கல்விப்புலம் சார்ந்த உரையாடல்களை, ஆய்வுகளை விஞ்சிக்கொண்டே இருக்கும் சாதிய முறைமையின் பிரதிநிதித்துவம், சுயபிரதிநிதித்துவம் ஆகியவற்றின் மீது இவை ஏற்படுத்தும் பாதிப்புகளையும் அலசுவதே இந்தக் கட்டுரையின் நோக்கம் என்று முன்வைக்க விரும்புகிறேன்.

நாம் மேலே குறிப்பிட்டுள்ள மனுக்களின் பின்னணியில் வைத்துப் பார்த்தால்தான், சுயசிறுபான்மையினரான முறை என்ன என்பது தெளிவாகும். குறிப்பாக, தஸ்தகர் சமாஜின் (கைவினைஞர்கள் சங்கம்) மனுவானது பார்ப்பனியச் சமூக ஒழுங்குக்கு எதிராக தலித்துகளோடு ஒன்றுபட்டு, உடன்நின்று கலகம்புரிந்த பொதுவான ஒரு கடந்த காலத்தை முன்வைக்க முயல்கிறது. அதாவது, காலனியத்துக்கு முந்தைய வரலாற்றில் கைவினைஞர்களுக்கும் தலித்துகளுக்கும் இடையே வெளி சார்ந்தும், கோட்பாட்டுரீதியாகவும் ஒற்றுமை காணப்பட்டது என்பதே இங்கு முன்வைக்கப்படும் வாதம். இருசாராரும் விவசாயச் சமூகத்தோடு இறுக்கங்கள் நிறைந்த உறவையே கொண்டிருந்தார்கள். இவ்விரு குமுகங்களின் ஒன்றிணைந்த இருப்பை மார்க்ஸிய ஆய்வுகளும் ஏற்றுக்கொள்கின்றன. அதாவது, சாதிய முறைமையின் பொருளாதார விளைவுகள் குறித்து வரலாற்றுரீதியான வாசிப்பில் இவ்விரு குமுகங்களும் தொழில்ரீதியாகப் பரஸ்பரம் ஊடுருவியுள்ள தன்மையைக் கவனத்தில் எடுத்துக்கொள்கிறார்கள். இர்பான் ஹபீப்-ன் வாசிப்பைப் படிப்போம்:

> முதலில், சாதிய முறைமையின் பொருளாதார விளைவுகள் என்னவென்று பார்ப்போம். கீழ்ச்சாதிகளை அடக்கியாண்டதன் மூலமாக விவசாயத்துக்குத் தேவையான உழைப்பை அது மலிவாக்கியது. கிராமத் தளத்தில் பரம்பரைக் கைவினைஞர்களை, சேவையாட்களை உருவாக்கியதன் மூலமாக விவசாயிகளின் வாழ்க்கைக்கு அவசியமான கருவிகள், பொருட்கள், சேவைகள் போன்றவற்றின் செலவுகளைக் குறைத்தது. இது உபரி உற்பத்தியைப் பெருக்கியது. இதிலிருந்துதான் ஆளும் வர்க்கங்கள் அவற்றின் வருமானத்தைப் பெற்றுக்கொண்டன. அதே சமயத்தில், பரம்பரையாகத் திறனை உத்தரவாதப்படுத்தியதன் ஊடாக, சாதியம் கைவினைப் பொருட்களின் விலையை மட்டுப்படுத்தியதோடு, பொதுவாக உழைப்புக்கான கூலியையும் பெருமளவு குறைத்தது. சாதிய முறைமையின் பிரதானப் பொருளாதார விளைவு என்னவென்றால்,

அது விவசாயத்திலிருந்தும் கைவினைத் தொழிலிலிருந்தும் ஆளும் வர்க்கத்தின் வருமானத்தைப் பெருமளவு பெருக்கியதே.[9]

காலனியத்துக்கு முந்தைய சாதிய எதிர்ப்புக் கலகங்கள் பிரதானமாக உற்பத்தி மற்றும் சேவை சாதிகளைக் கொண்டிருக்கும் பல்வேறு குழுமங்களை அடக்கியாண்ட சாதிய முறைமைக் கோட்பாட்டுக்கு எதிராகத்தான் இருந்தன. வேறு வார்த்தைகளில் சொல்வதென்றால், எல்லாச் சமூக அடையாளங்களையும் முற்றும்முழுதுமாக நிராகரிக்கும் தளத்திலிருந்துதான், சாதிய-எதிர்ப்பு அடையாளத்துக்கு வடிவம் கொடுக்கப்பட்டது.[10] தலித்துகளுக்கென்று தனித்த அடையாளத்தை உருவாக்குவதற்கு அம்பேத்கரால் தொடங்கிவைக்கப்பட்ட, படைப்பூக்கமிக்க தேடல், காலனியத்துக்கு முந்தைய காலகட்டத்தில் காணப்பட்ட சாதி-எதிர்ப்பு அடையாளங்களில் ஒரு பெரும் பிளவை உண்டாக்கியது. இது மீபௌதிகத் தளத்திலிருந்து சமூகத் தளத்துக்கானதாகவும், அரூபமான தொகுப்பிலிருந்து குறிப்பிட்ட சமூகத்துக்கானதாகவும் நிலைமாற்றம் கண்டது. சமூகநீதிக்கான, சமூக சமமரியாதைக்கான தேடலில், மேற்கத்திய மாதிரியின் மிக அற்புதமான விளைவுதான் அம்பேத்கர்.[11] தீவிரமான சுயசிறுபான்மையினராக்கமே நவீன அரசியலில், மையநீரோட்ட அரசியல் நிறுவனங்களில் இடம்பிடிப்பதற்கு உத்தரவாதமான வழியாகிறது என்பதை அம்பேத்கர் வெகு சீக்கிரத்தில் புரிந்துகொண்டார். ஜனநாயக அரசியலும்கூட சுயசிறுபான்மையினராக்கம் என்ற தீவிர அரசியலிலிருந்து பிரித்தெடுக்க முடியாதபடி ஒன்றுசேர்க்கப்பட்டதாக இருக்கிறது. சுயசிறுபான்மையினராக்கம் உத்தியை தலித் இயக்கம் முழுநிறைவாக்கியது. சமூகவியல்ரீதியான விவரிப்புகளுக்குக் குழுமங்களை உட்படுத்திய முறையானது அடிப்படையில் பார்ப்பனியப் பிரதி சார்ந்த நடைமுறையாகும். பார்ப்பனிய சாஸ்திரப் பனுவல்களில் காணப்படும் சமூக அடையாளங்கள் யதார்த்தத்தன்மை

9 *Irfan Habib (1985: 20). மார்க்ஸிய அடிப்படையிலான ஆய்வு முறையை இவர் கைக்கொண்டு, கைவினைஞர்களுக்கும் அரசுக்கும் இடையேயான முரண்பாடுகள் பிரதானமானவை இல்லை என்கிறார். ஆனால், பன்னிரண்டாம் நூற்றாண்டில் மிக முக்கியக் கலக இயக்கமான வீரசைவ இயக்கம் இந்த அனுமானத்தைத் தகர்க்கிறது. ஏனெனில், இது அடிப்படையில் கைவினைஞர்களையும் சேவை சாதிகளையும் கொண்டிருந்த இயக்கமாகும். இத்தகைய ஆதாரங்கள், கைவினைஞர் குழுமத்தின் பங்கு குறித்து இந்திய வரலாற்றாசிரியர்கள் கொண்டிருக்கும் பல முக்கியமான அனுமானங்களை மறுபரிசீலிக்க வேண்டிய கட்டாயத்தை உருவாக்குகின்றன.*

10 *பக்தி இயக்கம் மட்டுமல்ல; யோகம், தாந்திரீகம் போன்ற பிற இறை மறுப்புப் போக்குகளும் சமூக அடையாளத் துறப்பை அடிப்படையாகக் கொண்டிருக்கின்றன.*

11 *'அட்லாண்டிக் பள்ளியின் அச்சில் உருவானவர் அம்பேத்கர் என்று முதன்முதலாக விவரித்தவர் ராம் மனோகர் லோகியாதான். அம்பேத்கரின் மேற்கத்திய சுதந்திரவாத அரசியலின் வேரை இது உருவகரீதியாகக் குறிப்பதாகிறது. சொல்லப்போனால், அம்பேத்கரின் அரசியல்ரீதியான, தத்துவார்த்தரீதியான உருவாக்கத்தின் தொடக்க காலத்தில் இரண்டு அமெரிக்கர்கள், அதாவது தத்துவவியலாளரான ஜான் டெவியும் பொருளாதார அறிஞரான எட்வின் செலிக்மனும் பெரும் பங்காற்றியிருக்கிறார்கள். அம்பேத்கரிடம் காணப்படும் டெவி பாணியிலான காரணிகளும் உணர்வுகளும் இவை கொண்டிருக்கும் அழகும் ஆழமும் தனித்த வாசிப்புக்குத் தகுதியாகின்றன.*

கொண்டவை என்பதற்கு அழுத்தம் கொடுப்பதாக இருந்தன. தத்துவார்த்தரீதியாக மேம்பட்ட பிரதிநிதித்துவ வடிவங்களில் செவ்வியல் பள்ளிகளைச் சேர்ந்த ஆன்மீக சமத்துவவாதிகள் கீழ்ச்சாதிகளை ஏற்றுக்கொள்கிறார்கள். ஆனால், கீழ்ச்சாதிகள் அவர்களது அடையாளத்தில் கொண்டிருக்கும் சமூகரீதியான உள்ளடக்கங்கள் அந்த அடையாளத்திலிருந்து அப்புறப்படுத்துகின்றன. இப்படியான சமத்துவவாதிகள் 'பிரபஞ்சரீதியாக' முழுமுற்றான ஆன்மீக யதார்த்தமாகப் பார்த்தார்கள். ஆனால், சாஸ்திர முறையிலான சமூக வாசிப்பைப் பயன்படுத்தியும் தலைகீழாக்கியும் ஒடுக்கப்பட்ட சாதிகளுக்கு ஒரு புதிய அடையாளத்தை அம்பேத்கர் உருவாக்கிக்கொடுத்தார். சைமன் கமிஷன் முன்பாக அவர் கொடுத்த முதல் பிரதான வாக்குமூலத்தில், தலித்துகளை சுயசிறுபான்மையினராக்குவதற்கு அவர் கொண்டிருந்த திடமான தீர்மானத்தைப் பார்க்க முடிகிறது: 'எங்களைத் தனித்த குமுகமாக, அதாவது இந்துக் குமுகத்திலிருந்து வேறாக நடத்த வேண்டும் என்ற கோரிக்கையை முன்வைக்கிறோம். இதுவரை இந்துக் குமுகத்தில் உள்ளடக்கப்பட்டிருந்ததால் எங்களுடைய சிறுபான்மைப் பண்பு மறைக்கப்பட்டதாக இருந்தது. உண்மை என்னவென்றால், ஒதுக்கப்பட்ட சமூகக் குமுகங்களுக்கும் இந்துக் குமுகங்களுக்கும் இடையே எத்தகைய தொடர்பும் கிடையாது'.[12]

நவீன தலித் அடையாள உருவாக்கத்தில் நச்சரித்துக்கொண்டிருந்த இரண்டு உடன்பிறப்புகளை ஒரே சமயத்தில் மிக அற்புதமாகவும் செய்நேர்த்தியுடனும் அம்பேத்கர் அப்புறப்படுத்தினார். இதற்கு, முந்தைய அடையாளத்தில் அமைப்பாக்கரீதியாகப் பிளவு ஒன்று இருந்தாக வேண்டியுள்ளது.[13] அதாவது, காலத்தோடு ஒவ்வாமல் உயிர்பிழைத்து இருக்கும் பேடா ஜங்கம்மா குமுகத்தோடு சேர்ந்து நடத்திய கலகங்கள் பொது நினைவிலிருந்து அழிக்கப்பட வேண்டியவையாகின்றன. இப்படியாக, கடந்த காலம் ஆக்கபூர்வமான அரசியல் வெளிப்பாடாக உருவகப்படுத்த முடியாததாகிறது. அதாவது, யதார்த்தத்தை மீண்டும் அதன் பழைய நிலைக்குக் கொண்டுசெல்ல முடியாது என்பதால், புதிய தலித் அடையாளம் என்பது கைவினைஞர்கள் சமூகத்தோடான அதன் முந்தைய உறவை வேறு விதமாக வடிவமைத்துக்கொள்ள வேண்டியுள்ளது அல்லது முற்றிலுமாகத் துறக்க வேண்டியுள்ளது. தலித் அடையாளத்தில் காணப்பட்ட காலனியத்துக்கு முந்தைய இரண்டு அங்ககமான பகுதிகளை அம்பேத்கர் துண்டித்த விதமானது பாய்ச்சலாக ஆற்றலை வெளிக்கொணர்ந்ததோடு, இன்றும் ஆற்றல் கொண்டதாகவும் செயலூக்கம் கொண்டதாகவும் தொடர்ந்துகொண்டிருக்கிறது. சுயசிறுபான்மையினராக்கம் என்பது ஆன்மீகரீதியாகவோ கருத்தியல்ரீதியாகவோ பிற எதிர்ப்பு வடிவங்களோடு இருந்த இணைப்பை அப்புறப்படுத்த வேண்டியுள்ளது. மேலும், சமூக அனுபவங்கள் என்ற தளத்தில், தலித்துகளையும் பிற விளிம்புநிலை

12 *Ambedkar (1979, Vol. 2 (1987): 465).*

13 *நான் எர்னெஸ்டோ லக்காலுவிடமிருந்து அமைப்பாக்கரீதியான பிளவு என்ற கருத்தமைவை எடுத்துக்கொண்டு, அதை வேறு விதமாகப் பயன்படுத்தியுள்ளேன். பார்க்கவும்: Ernesto Laclau (1994: 17).*

உழைப்பாளிகளையும் ஒன்றிணைக்கும் பொதுவான வரலாற்றுரீதியான தலைவிதியை நிராகரிக்க வேண்டியுள்ளது.

தலித்துகளை ஒடுக்கப்படுதலின் மொத்த திரளுருவாக ஆக்கியதன் மூலமாகவே அவர்களுக்கான புதிய அடையாளத்தை அம்பேத்கர் உருவாக்கினார்.[14] சமூகவியல் வகைப்பாட்டு அடிப்படையில், இத்தகைய குழுகங்கள் 'பாரம்பரிய அலுவலகங்கள்' (hereditary offices) கொண்டவர்களாக வரையறுக்கப்பட்டார்கள். விசித்திரமாக, 'தொழில்கள்' என்பது 'அலுவலகங்கள்' என்பதாக மொழியாக்கம் செய்யப்படுகிறது.[15] தீண்டப்படாதவர்களும் பல கைவினைத் தொழில்களைச் செய்துகொண்டிருந்தார்கள் என்றே தற்காலத் தரவுகள் முன்வைக்கின்றன. அதில் தறிநெய்தலும் ஒன்று.[16] பின்–காலனிய அரசியலானது அம்பேத்கரின் உத்தியை அப்படியே ஏற்றுக்கொண்டு சாதிய முறைமையைப் பரம்பரை அலுவலகங்களின் கட்டமைப்பு என்பதாக விவரிக்கிறது. இப்படியாகத்தான், பொருட்களை உற்பத்திசெய்யும் கைகளின் நினைவுகளுக்கும் ஆன்மாவின் நினைவுகளுக்கும் இடையே அரசியல்ரீதியாக மிகவும் பயனுள்ள வேறுபாடுகள் மேலெழுந்துவந்தன. உற்பத்திசெய்யும் மனிதன் துயரப்படும் மனிதனிடமிருந்து பிரித்தெடுக்கப்படுகிறான்.

14 *அடையாளங்களை ஆராயும்போது கட்டமைப்புவாத வழிமுறையில் உள்ள போதாமைகள் குறித்து எச்சரிக்கை ஒன்றைக் கொடுக்க விரும்புகிறேன். இதில், தேர்ந்தெடுக்கப்பட்ட நெருக்கங்கள், மரபுகளைக் கண்டெடுத்தல், சமூகங்களைக் கற்பிதம் செய்தல் போன்ற முக்கியமான வடிவாக்கங்கள், ஒரு முகமைக்குக் கட்டற்ற சுதந்திரம் மற்றும் தடைகளற்ற விருப்புறுதி போன்ற கருத்தமைவுகளை மேலும் திடப்படுத்தக்கூடியதாக இருக்கின்றன; பெருமளவிலான மரபின் இருப்பு இதில் ஒதுக்கிவைக்கப்படுகிறது. மறுபுறத்தில், மரபின் அதிகாரத்தை முற்றும்முழுவதுமாக்கும் சமூகரீதியான இறுதிமையவாதம், மேலே குறிக்கப்பட்டிருக்கும் அணுகுமுறையில் காணப்படும் போதாமைகளுக்கு ஒரு மாற்றாக உருவாகிறது என்றாலும், இதுவும் அதே அளவுக்குப் போதாமைகளைக் கொண்டதாக இருக்கிறது. அதாவது, ஒரு தனிநபரின் படைப்பாக்கமிக்க கலகத்தன்மைக்கும் மரபுக்குள்ளாகக் காணப்படும் குறிப்பிட்ட வகையான சமூக இயக்கத்துக்கும் இடையேயான உறவைப் புரிந்துகொள்வதற்குப் இது போதுமானதாக இல்லை. இந்திய வரலாற்றுப் பின்னணியில் மரபுக்கும் கலகத்துக்குமான திறமைக்கும் இடையேயான ஒரு பிரத்யேக வடிவம்தான் அம்பேத்கரிய முறை என்று நான் முன்வைக்க விரும்புகிறேன். கட்டமைப்புவாத முறையை விமர்சிக்கும்போது, சமூகரீதியான இறுதிமையவாதத்தை நோக்கிச் சரியும் ஆபத்தை எனக்குச் சுட்டிக்காட்டி எச்சரித்த, இந்தியா குறித்து ஆய்வுகள் செய்துகொண்டிருக்கும் இரண்டு பிரெஞ்சு அறிஞர்களான டெனிஸ் விடால் (Denis Vidal), கிறிஸ்டோபர் ஜாஃப்ரிலா (Christoper Jaffrelot) இருவருக்கும் என் நன்றியைத் தெரிவித்துக்கொள்கிறேன்.*

15 *மொத்த தலித் இயக்கமும் அதன் தீவிரை சக்தியை இத்தகைய மரபான அலுவலகங்களை நிராகரிப்பதன் ஊடாகவே பெற்றுக்கொள்கிறது. மேலும் விவாதங்களுக்குப் பார்க்க: அடுத்த இரண்டு கட்டுரைகள்.*

16 *கர்நாடகாவில் தீண்டப்படாத கைவினைஞர்களின் வாழ்வாதாரத்தைத் தக்கவைத்துக்கொள்வதற்குப் பிரபல தலித் தலைவரான ஜி.எஸ்.ராமகிருஷ்ணய்யா சில முயற்சிகளை மேற்கொண்டிருந்தார். இவர் 1947–ல் தீண்டப்படாதவர் கைத்தறி நெசவாளர் கூட்டுறவுச் சங்கம் ஒன்றைத் தொடங்கினார். பார்க்கவும்: R.K.Kshirsagar (1994: 315–16); and Satish Kumar Sharma (1986).*

இத்தகைய முறைகளில், அதாவது உற்பத்திசாரா முறைகளில் தலித்துகளை மறுகட்டமைத்து எதிர்பாராத விளைவுகளுக்குக் கொண்டுவிடுகிறது. இத்தகைய முறையில் வரையறுப்பதன் மூலம் படைப்பூக்கமிக்க உற்பத்தி வடிவங்கள், அதாவது எவையெல்லாம் சாதிய முறைமையின் வலிகளை மறப்பதற்கான வடிவங்களாக இருந்தனவோ அவையெல்லாம் அப்புறப்படுத்தப்பட்டன.

காலனிய நவீனத்துவ வரலாற்றின் செயல்முறைகளோடு ஒரு சமரசத்துக்கு வந்ததே அம்பேத்கரின் பெரும் படைப்பூக்கச் செயல். இது வரலாற்றோடு ஓர் ஒப்பந்தத்துக்கு வருவதற்கு ஒப்பானது. அவர் தலித்துகளுக்கும் கைவினைஞர்களுக்கும் இடையேயான அங்ககமான உறவில் பிளவை ஏற்படுத்த வேண்டியுள்ளது. ஏனெனில், நவீனமயமாக்கல்–காலனியமயமாக்கல் கூட்டமைப்பில் கைவினைஞர்களுக்கு எத்தகைய எதிர்காலமும் கிடையாது. சாஸ்திரங்களில் சொல்லப்பட்டிருக்கும் உருவகத்தைப் பயன்படுத்திச் சொல்வதென்றால், ஒருவேளை இது கையைக் காப்பாற்றிக்கொள்வதற்குக் காலைப் பலிகொடுத்ததற்கு ஒப்பானதாக இருக்கலாம். பதினெட்டாம், பத்தொன்பதாம் நூற்றாண்டுகளின் காலனிய வரலாற்றுப் பின்னணியில் வைத்துப் பார்ப்போம் என்றால், தலித்துகளை ஒரு குமுகமாக அமைப்பாக்கம் செய்யும் அம்பேத்கரின் செயலானது இனம்புரியாத துக்கம் கொண்டதாகிறது.

அந்த இருண்ட நூற்றாண்டுகளில் அப்படி என்னதான் நடந்தது?

இந்திய நகரங்களும் சிறு நகரங்களும் பெரும் சுருக்கத்துக்கு உள்ளான காலகட்டமாகிறது. மிகச் சிக்கலான செயலாக்கத்தைக் கொண்டது — இது தொழில்மயமழிதல், *(de-industrialization)* நகரமயமழிதல் *(de-urbanization)* என்பதாகக் குறிக்கப்படுகிறது. நாம் இதைச் சாதி அடிப்படையில் சொல்வதென்றால், இத்தகைய பெரும் சுருக்கம் கைவினைஞர் குமுகங்களின் சிதைவையும் அழிவையும் குறிப்பதாகிறது. இந்தியாவில் மீண்டும் தொழில்மயமான காலகட்டத்தில், தேர்ந்தெடுத்த சில குமுகங்களின் புத்துயிராக்கம் சாத்தியப்பட்டிருந்தாலும், ஒரு தொகுப்பாகக் கைவினைஞர் குமுகங்கள் சமூகரீதியாகவும் அரசியல்ரீதியாகவும் காணாமல்போனார்கள். சொல்லப்போனால், இந்தப் பெரும் சுருக்கமானது கைவினைஞர் குமுகங்களைத் தொடர்ந்து பெரும் இடப்பெயர்வுகளுக்கு உள்ளாக்கின. ஏனெனில், தொழில்நுட்பரீதியான குமுகங்களின் பொருளாதாரம் தகர்த்தப்பட்டது. பின்னர், மீண்டும் தொழில்மயமான காலத்தில்கூட தலித்துகளின் தொழில்நுட்ப வடிவங்களிலான வாழ்க்கையை மீட்டெடுக்க முடியவில்லை. இந்திய இயவிடஞ்சார்ந்த தொழில்நுட்பத்தின் அஸ்திவாரங்களைக் காலனியம் அழித்தொழித்தது என்பது பல்வேறு மதங்களை, சாதிகளைச் சார்ந்த தொழில்நுட்பரீதியான குமுகங்களை — தீண்டப்படாதவர்கள் உட்பட — அவர்களுடைய மரபார்ந்த வாழ்விடங்களிலிருந்து, அது சிறு நகரமாக அல்லது கிராமமாக இருந்தாலும், விரட்டியடித்தது. கர்நாடகத்தில், மக்கடா ஹொலேரு *(Maggda Holeru — தீண்டப்படாத நெசவாளர்கள்)* என்ற தீண்டப்படாதவர்கள் அவர்களுடைய கிராமத்திலிருந்து வெளியேறிய பின் அவர்களால்

நெசவாளர்களாக இருக்க முடியவில்லை — தீண்டப்படாதவர்களாக மட்டுமே இருக்கிறார்கள். பிற கிராமங்களுக்குச் சென்றவர்கள் வேறு வழியில்லாமல் நிலமற்ற கூலித் தொழிலாளிகள் படையோடு சேர்ந்துகொண்டார்கள். விசித்திரமாக, இத்தகைய முறையில் தலித்துகள் தொழில்நுட்பமற்றவர்களாக ஆக்கப்பட்டதற்கு அம்பேத்கர் எதிர்வினையாற்றவில்லை. அவர் தீண்டப்படாதவர்களை பிரிட்டிஷ் ஏகாதிபத்தியம் நடத்திய விதம் குறித்துக் கோபமும் ஏமாற்றமும் கொண்டிருந்தார். அவர் மிகவும் கோபமாக, இதை உள்ளடக்கமாகக் கொண்டு கட்டுரை ஒன்று எழுதியுள்ளார் என்றாலும், அவர் தொழில்நுட்பரீதியாக தலித் கைவினைஞர்களின் குடிப்பெயர்வுப் பிரச்சினையை அதில் எழுப்பவில்லை. வரலாற்றுரீதியான வலியானது அம்பேத்கரினுடைய மொழியில் பண்பாட்டுரீதியான ஒதுக்குதலாக மட்டுமே முன்வைக்கப்படுகிறது. தொழில்திறன் இழந்த கைவினைஞர் குமுகங்களுக்கு காந்தி இருந்தார் என்றாலும், அவருடைய அரசியலானது தீண்டப்படாதவர்களை அழகியல்ரீதியான துக்கத்துக்கும், கைத்தொழிலை மீட்டெடுப்பதற்குமான பயனிலையாக்கியது.

பின்-காலனிய அரசியலில், இந்திய மக்கள்தொகையில் ஏறக்குறைய கால் பங்காகும் கைவினைஞர் குமுகங்கள் அரசியல்ரீதியாக அர்த்தமுள்ள குமுகங்களாகத் தங்களை அமைப்பாக்கம் செய்துகொள்ள முடியவில்லை. இவர்கள் நவீனத் தொழில்நுட்பத்தின் கருவறைக்குள் காணாமல்போனார்கள். தொழில்நுட்பங்களை அதனதன் உரிமையாளர்களிடம் திருப்பிக்கொடுக்கும் அரசியல்ரீதியான கருத்தமைவு கொஞ்சம்கொஞ்சமாக உந்துதல் பெற்றுவருகிறது என்றாலும், தலித் இயக்கம் இதை மீண்டும் எச்சரிக்கை உணர்வுடனே பார்க்கிறது. காலனியத்துக்கு முந்தைய வரலாற்றில் காணப்பட்ட பரந்த தளத்திலான ஒற்றுமைக்குத் திரும்பிப்போவதற்குக் காலனியத்துக்கும் சாதிய முறைமைக்கும் இடையேயான உறவு குறித்து மறுபரிசீலனை செய்ய வேண்டியுள்ளது. தொழில்நுட்பரீதியான குமுகங்களின் அரசியல் முரண்நகை என்னவென்றால், அவர்கள் இனியும் அரசியல்ரீதியான வகைமையாகத் தொடர முடியாது என்பதுதான். அதிகபட்சம் அவர்கள் நாகரிகரீதியான வகைமையைச் சேர்ந்தவர்களாக இருக்க முடியும். பெரும்பாலான இத்தகைய குமுகங்கள் அவற்றின் மூலத் தொழிலைக் கைவிட வேண்டியிருக்கிறது.

பெரும் சுருக்கம் கொடுத்த அனுபவத்தைத் தொடர்ந்து, தலித்துகள் அரசியல்ரீதியாகத் தங்களை சுயஅடைப்பு செய்துகொண்டார்கள். காலனியக் காலகட்டத்தின் எண்ணிக்கைகள் அடிப்படையிலான அரசியல் விளையாட்டுப் பின்புலத்தில், அம்பேத்கரின் சுயஅடைப்பு நிலைப்பாடானது சுவாரஸ்யமான வடிவங்களைப் பெற்றது. குறிப்பிட்ட சில சமூக அனுபவங்களை அடிப்படையாகக் கொண்டு பெரிதான ஒரு சமூகக் குமுகத்தை ஒன்றிணைக்கவே அவர் விரும்பினார். பிற சமூகக் குமுகங்களை, அதாவது வரலாற்றில் வேறு விதமாக உருவாக்கப்பட்டவர்களையும் இந்துக் குமுக அமைப்புக்கு வெளியே இருப்பவர்களையும் இணைத்துக்கொள்வது என்பது தலித் குமுக உருவாக்கத்தைப் பலவீனப்படுத்தும் என்று கருதினார். பார்ப்பனியச் சமூக

ஒழுங்குக்குள்ளாக, நெருங்கிய விரோத நிலையில் நின்று ஒரு குமுகத்தை அமைப்பாக்கம் செய்வது மிகவும் பயன்தரக்கூடிய உத்தியாக இருந்தது. பிற சமூகக் குமுகங்களின் இருப்பானது இவ்வாறு அமைப்பாக்கம் பெறும் புது குமுகத்தின் போராட்ட குணத்தையும் சமச்சீர்த்தன்மையையும் பலவீனப்படுத்தியிருக்கும். எந்தச் சாதிகளும் குமுகங்களும் சுலபமாக ஒன்றிணையக்கூடியவையாக இருந்தனவோ அவற்றை மட்டுமே அவர் தேர்ந்தெடுத்தார். இதுவும்கூடச் சாதிகளுக்கு உள்ளே இருக்கும் சமயப் பிரிவுகளின் இருப்பை அழிக்கும் உத்தியானது. அதாவது, சாதிகளின் பேரில் இருப்பை வேறுபடுத்திக்காட்டும் நுண்ணிய அனுபவங்களெல்லாம் நிராகரிக்கப்பட்டன.

தேர்ந்தெடுத்த ஒப்புமை என்ற உத்தியில் மூழ்கியிருக்கும்போது, அம்பேத்கர் அவருடைய அரசியல் வாழ்க்கையில் மிக ஆழ்ந்த தர்மசங்கடங்களை எதிர்கொள்ள வேண்டியிருந்தது. 1928 அக்டோபர் மாதம் சைமன் கமிஷன் முன்பாக அவர் சாட்சியம் அளித்தபோது பெரும் தர்மசங்கடம் ஒன்று வெளிப்பட்டது. எண்ணிக்கை அடிப்படையிலான அரசியல் பின்புலத்தில், 'பூர்வக்குடிகளும் குற்றப்பரம்பரையினரும்' வாக்குரிமை பெற வேண்டும் என்று விரும்புகிறாரா என்று கர்னல் லேன் ஃபாக்ஸ் (Colonel Lane Fox) நேரடியாக அம்பேத்கரைக் கேட்டார். அம்பேத்கரின் பதில் இப்படியாக இருந்தது: 'இல்லை, அவர்களுக்கு (பூர்வக்குடிகளும் குற்றப்பரம்பரையினரும்) வாக்குரிமை கொடுப்பது சாத்தியம் என்று நான் நினைக்கவில்லை.' 'குற்றப்பரம்பரை'யினரைத் தீண்டப்படாதவர்கள் வகைமையில் சேர்ப்பது தொடர்பான பிரச்சினையில் தன்னுடைய நிலைப்பாட்டை அம்பேத்கர் இவ்வாறு முன்வைக்கிறார்: 'அவர்கள் தீண்டப்படாதவர்களா இல்லையா என்பதை உத்தரவாதப்படுத்திக்கொள்ள போதுமான தரவுகள் நம்மிடம் இல்லை. ஏனெனில், இந்து மைய அமைப்புக்கும் குற்றப்பரம்பரையினருக்கும் இடையே அவ்வளவு ஊடாட்டம் இருப்பதுபோல் தெரியவில்லை.' இறுதியாக, 'குற்றப்பரம்பரை'யினருக்கு வாக்குரிமை கொடுப்பது என்ற கருத்தை அம்பேத்கர் ஏற்றுக்கொள்கிறார். அவர் பிடிவாதமாக தலித்துகளின் சுயஅடைப்பை நடைமுறைப்படுத்தினார். முரண்நகையாக, பத்தொன்பதாம் இருபதாம் நூற்றாண்டுகளில்தான் பார்ப்பனர்களும் பெரும் சுயஅடைப்புக்கு உள்ளானர்கள். இறைமையியல்ரீதியாகவும் சமூகவியல்ரீதியாகவும் பார்ப்பனர்களால் படைக்கப்பட்ட இலக்கியங்கள் பிற வடிவங்களின் இருப்பை, அதாவது பார்ப்பனரல்லாதார் வடிவங்களோடு பண்பாட்டுரீதியாக மிக ஆழமாக உரையாடல் கொண்டிருந்த வடிவங்களின் இருப்பையெல்லாம் அப்புறப்படுத்துவதாக இருந்தன. எடுத்துக்காட்டாக, மிகத் தீவிரைப்

பிரிவான பஞ்சராத்திரிகள்கூட இவர்களுக்கு மிகவும் பழமைவாதிகள்போல் தெரிகிறார்கள்.[17]

மறுபுறத்தில், சுயஅடைப்பு முறையிலான தலித் அரசியலானது இருபிறப்பாளர்களுக்கும் தலித்துகளுக்கும் இடையே இருமை–எதிர்வு வடிவத்தைப் பெற்றது. காலனியத்துக்குப் பிந்தைய தலித்–பகுஜன் இயக்கம் இப்படியான இருமை–எதிர்வை அதனுடைய பண்பாட்டு அரசியலின் ஒரே கோட்பாடாக ஆக்கிக்கொண்டது. இவ்விரண்டு பண்பாட்டு வெளிகளையும் பெரும் உருமாற்றத்துக்கு உள்ளாக்கிய மோதல்களின் அனுபவங்கள் குறித்து அம்பேத்கர் அக்கறையற்றதன்மையைக் கொண்டிருந்தார். தலித்–சூத்திரர் கட்டுமானங்களிலும் பார்ப்பனர் கட்டுமானங்களிலும் சிலவிதமான சுருக்க முடியாத, அழிக்க முடியாத உட்கருத்துகளின், உருவகங்களின் இருப்பு தொடர்ந்துகொண்டிருப்பதையெல்லாம் மீறி, ஒன்றை மற்றொன்று மிகவும் சிக்கலான வழிகளில் தூய்மையற்றதாக்கி, சுத்தமற்றதாக்கி ஒன்றையொன்று உருமாற்றிக்கொண்டன. ஓர் உண்மையான தலித் அடையாளத்தை விரித்துரைப்பது என்ற செயல்பாடானது இந்துப் பார்ப்பனியப் பழமைவாதத்தின் சுயவரையறைகளைக் கட்டுடைப்பதை அதன் மையமாகக் கொண்டிருந்தது. இந்த உத்தியானது வாழ்வனுபவங்களையும் இத்தகைய முயற்சிகளுக்கான வெளிகளையும் ஒன்றிணைக்கக்கூடியதாகவும் இருக்கிறது. பழமைவாதப் பார்ப்பனியத்தின் மையம் அதன் சுயஅடைப்பில்தான் உள்ளது. 'முக'த்திலிருந்து பிறந்த குழுகத்தின் சிறுசிறு இடுக்குகளில்தான் பார்ப்பனரல்லாதார், பார்ப்பன எதிர்ப்பாளர்கள், சிராமணர்களின் கட்டுமானங்கள் எல்லாம், எப்போதும் தங்களைப் பொறித்துக்கொண்டன. ஆனால், இவற்றையெல்லாம் அம்பேத்கரால் ஆராய முடியவில்லை என்பதோடு அவருடைய மாதிரியின் போர்க்குணமிக்க தன்மைக்கு இவை உதவக்கூடியவையாக இருந்தன. பார்ப்பன எதிர்ப்பு இயக்கமான திராவிட இயக்கமும்கூட இப்படியாக இருமை–எதிர்வுக் கருத்தமைவைத் திடப்படுத்திதான் அரசியலில் பொதுவான நோக்கம் என்பதை உருவாக்க உதவியது. பெரியாரும் அம்பேத்கரும் வேறான தன்மையில் உருவாக்கப்பட்டவர்கள் என்றாலும் இவர்களிடையே இந்த இருமை–எதிர்வு அடிப்படைக் கருத்தமைவாக இருந்தது. இவ்விரண்டு மாதிரிகள் சங்கமித்ததே நவீனத் திட்டத்தின் விடுதலைக்கான சாத்தியத்தை தலித்–பகுஜன் அரசியல்

17 பொதுவாக, கர்நாடகத்திலும், குறிப்பாகப் பழைய மைசூர் பகுதியிலும் பஞ்சம் மற்றும் தொற்றுநோய்க்குப் பலியானவர்கள் குறித்து சாதிவாரியாகவும் குழுகம்வாரியாகவும் மிகச் சொற்பமான தகவல்கள்தான் கிடைக்கின்றன. என்னுடைய எழுத்துகளில் தலித்துகளின், பிற கைவினைஞர் குழுகங்களின் வாய்மொழிக் கதையாடல்களைப் பதிவுசெய்து அந்தக் கோரமான காலகட்டத்தை மீண்டும் கட்டியமைக்க முயன்றிருக்கிறேன். மைசூரில் 1977–ல் ஏற்பட்ட பஞ்சத்தின்போது பார்ப்பனர்களின் நடத்தை குறித்து ஒரு சிறிய, ஆனால் சுவாரஸ்யமான தகவலைத் தெரிந்துகொள்வதற்குப் பார்க்கவும்: Ira Klein (1984: 198). அரசாங்கத்தின் பஞ்ச நிவாரண நடவடிக்கையில் பார்ப்பனர்கள் கீழ்ச்சாதிகளோடு சேர்ந்து வேலைபார்ப்பதைக் காட்டிலும் பட்டினி கிடப்பதற்கும் மரணமடைவதற்கும் தயாராக இருந்தார்கள். சார்லஸ் எலியட்டின் 'மைசூரில் பஞ்சம் குறித்த அறிக்கை' சாதியின் பங்கு குறித்து மிக மேலோட்டமாகவே அறிந்துகொண்டிருக்கிறது.

முற்றும்முழுவதுமாகக் கொண்டாடும் நிலைக்குக் கொண்டுவிட்டது. சொல்லப்போனால், இந்தப் பண்புதான் தலித் இயக்கத்துக்குள்ளாகப் பிளவுகள் காணப்பட்டாலும், குழுமங்கள் பிரிந்திருந்தாலும், எல்லாவற்றையும் மீறி ஒருவிதமான கோட்பாட்டுரீதியான ஒற்றுமையைச் சாத்தியப்படுத்துகிறது. முரண்நகையாக, இதுதான் ஆதிக்கம் செலுத்தும் வளர்ச்சிச் சட்டகங்களின் அடிப்படைகளை விசாரணைக்கு உட்படுத்தும் இயக்கங்கள் குறித்து அக்கறையற்று, உணர்வற்று இருப்பதோடு சில சமயங்களில் மிகத் தெளிவாக இந்த இயக்கங்களை விரோதத்தோடும் பார்க்கவைக்கிறது. ஆதிக்கம் செலுத்தும் வளர்ச்சி மாதிரியின் விழுமியங்களைத் தன்வயப்படுத்திக்கொண்டுள்ளதால் சூழலியல், பூர்வக்குடிகள், தலித் இயக்கம் ஆகியவை ஒன்றிணைந்த முன்னணியை உருவாக்க முடியாமல்போகின்றன.

தலித் இயக்கம், குறைந்தபட்சம் அதன் பெரிய பகுதி, இந்தியாவில் அறிவியல் மற்றும் தொழில்நுட்பம் கொண்டிருக்கும் விடுதலைக்கான ஆற்றல் மீது அதீத உற்சாகங்களை வெளிப்படுத்துகிறது. இப்படியாக, கோட்பாட்டுரீதியான ஒற்றுமை என்ற தளத்தில், சமூக வண்ணப்பட்டையின் இரு முனைகளும் — அதாவது, உயர் தொழில்நுட்ப நிறுவனங்களில் எத்தகைய இருப்பும் இல்லாத தலித்துகளும் இந்திய தேசிய–அரசுத் திட்டத்தில் அறிவியல் மற்றும் தொழில்நுட்பத்தை நிர்வகிக்கும் இருபிறப்பாளர்களும் — தீர்க்கதரிசன ஒற்றுமையை அடைந்துள்ளன. காலனியத்துக்கு முந்தைய காலத்தில் காணப்பட்ட நெருக்கமான பரிமாற்றங்களை ஏற்றுக்கொள்ள மறுத்த தலித்–திராவிடத் தலைவர்களின் நிலைப்பாடுதான் காலனியத்துக்குப் பிந்தைய சமூகத்தை நவீனப்பட்டதாகக் கட்டமைப்பது எனும் திட்டத்தின் கோட்பாட்டுரீதியான யதார்த்தமாகியுள்ளது. முந்தைய நிலைப்பாடுகள் இங்கு தலைகீழாக்கப்பட்டுள்ளன என்பது மட்டுமே வரலாற்றின் மிகப் பெரிய முரண்நகையாகவில்லை. சமூக மற்றும் தொழில்நுட்பம் சார்ந்த அன்றாடத்தன்மையிலான அனுபவங்கள் என்ற தளத்தில், வளர்ச்சிக் கோட்பாட்டால் பாதிக்கப்படுகிறவர்களோடு, அதாவது பூர்வக்குடிகள், மீனவர்கள், கைவினைஞர்கள், ஏழை விவசாயிகள் மற்றும் இதுபோன்ற விளிம்புநிலைக் குழுக்களோடு தலித் இயக்கம் பொதுவான நோக்கத்தைத் தேடுகிறது. அறிவியல்பூர்வமானதாகவும் வளர்ச்சி சார்ந்ததாகவும் இருக்கும் தலித்துகளின் கோட்பாட்டுரீதியான உள்ளடக்கத்துக்கும் அதன் உடனடித்தன்மையிலான அனுபவங்களுக்கும் இடையே ஆழமான இறுக்கங்கள் வெளிப்படுகின்றன. இந்த இறுக்கங்கள் தலித்துகள் உணர்வுபூர்வமாக கொண்டிருக்கும் நிலைப்பாடுகளைச் சிதைக்க முயல்கின்றன. இப்படியான இறுக்கத்தில்தான் தலித் இயக்கத்தின் உருமாற்றம் அடங்கியுள்ளது. இங்கு நம்பிக்கையும் அவநம்பிக்கையும் ஒன்றெனக் கலந்துள்ளன.

⊙

7

தலித்துகள் மீதான வன்முறையும் காணாமல்போகும் கிராமங்களும்

தலித்துகள் மீது தொடர்ந்து நடத்தப்படும் தாக்குதல்களை ஒருவர் ஆராய்ந்தால், மிகத் தெளிவாக இரண்டு விதமான போக்குகளை இனங்காண முடியும்.[1] முதலாவது, அவை கிராமச் சமூகத்தில் நீதி என்ற கருத்தமைவோடு தொடர்புகொண்டவையாக இருக்கின்றன. இரண்டாவது, மரபான சமூகம் ஒத்துக்கொள்ள மறுக்கும் புதிய உரிமைகளைப் பெறுவதற்கு தலித்துகள் முயல்வதன் விளைவுகளாக இருக்கின்றன. வன்முறையின் இவ்விரண்டு போக்குகளின் அடிப்படைகள் வெவ்வேறானவை இல்லை என்றாலும், இவை வெவ்வேறான மூலத்தைக் கொண்டுள்ளன. வன்முறையின் முதலாவது வடிவம், தலித்துகளிடையே புதிய பிரக்ஞை பிறப்பதற்குக் காரணியமாக இருப்பதோடு, சாதிய இந்துச் சமூகத்தின் உண்மையான பண்பின் மீதான அதன் மோசமான அச்சத்தை ஊர்ஜிதப்படுத்துவதாகவும் இருக்கிறது. வன்முறையின் இரண்டாவது வடிவம், இந்தப் புதிய பிரக்ஞையானது பிறப்பின் மூலமாக தலித்துகள் அவர்களுடைய சமூக இருப்பைப் புதிய வடிவங்களில் பதிவுசெய்வதை முழு ஆற்றலோடு எதிர்க்கும் இந்துக்களின்

1 *இந்தக் கட்டுரை அடிப்படையில் 1984–7, 1992–3–களில் தலித்துகள் மீதான வன்முறைக்குப் பேர்போன கிராமங்களைக் கள ஆய்வுசெய்ததை அடிப்படையாகக் கொண்டது. பலவிதமான சிந்தனைகளைக் கொண்டிருக்கும் செயல்பாட்டாளர்களோடு நான் நடத்திய உரையாடல்கள் எனக்குப் பல தரவுகளைத் தந்தன. இரண்டாவதாக, இரண்டு மூத்த சட்டமன்ற உறுப்பினர்களான திப்பெஸ்சாமியும் ஹெக்டேவும் கர்நாடக சட்டமன்றக் கமிட்டிக்குத் தலைமைதாங்கி 1984–7–ல் சமர்ப்பித்த அறிக்கைகளையும் நான் பயன்படுத்திக்கொள்கிறேன். சுவாரஸ்யமாக, பெரும்பாலான வன்முறையாளர்கள் சட்டத்தின் பிடியிலிருந்து தப்பித்துக்கொண்டார்கள். அரசு இயந்திரமும் தொடர்ந்து நடவடிக்கைகள் எதையும் தீவிரமாக எடுக்கவில்லை. பெங்களூரில் உள்ள தேசிய சட்டக் கல்லூரியைச் சேர்ந்த குழுமம் ஒன்று தனிப்பட்ட முறையில் அக்கறை எடுத்துப் பாதிக்கப்பட்ட தலித்துகளுக்கு நீதி கிடைக்க உச்ச நீதிமன்றம் சென்றது. பெங்களூர் சட்டக் கல்லூரியில் சமூகவியல் பாடம் எடுக்கும் என் நண்பர் ஜாஃபேட் இத்தகைய மோதல்கள் குறித்தும் அவற்றின் பண்புகள் குறித்தும் புரிந்துகொள்ள எனக்கு உதவியிருக்கிறார்.*

எதிர்வினையாகிறது. வன்முறையின் முதலாவது வடிவம் போராட்டத்தையும் அதைத் தொடர்ந்து ஓர் இயக்கத்தையும் வடிவமைக்கிறது என்றால் இரண்டாவது ஓர் இயக்கத்துக்கான முந்தைய வடிவத்தின் வெளிப்பாடாக இருக்கிறது.

வன்முறையின் முதல் வடிவம் குறித்து ஆழமான வாசிப்பை முன்வைக்க விரும்புகிறேன். இந்த வடிவத்தைப் பொறுத்தமட்டில், மரபாக ஏற்றுக்கொள்ளப்பட்டிருக்கும் நெறிமுறை குறித்தான கருத்தமைவுகள், சமூக நடத்தைக்கான முறைகள், காதல், பாலியல் தொடர்பான விதிமுறைகள் போன்றவற்றிலிருந்து தலித்துகளின் நடத்தை ஒரு தனிநபராகவோ குழுமமாகவோ வேறுபட்டதாகவும், அவற்றை எதிர்த்தும் இருக்குமேயானால், சாதி இந்துச் சமூகம் அதன் அறங்கள் மிக மோசமாக மீறப்படுவதாக எடுத்துக்கொண்டு, இப்படியாகக் குற்றஞ்சுமத்தப்பட்டவர்களை மிகக் கடுமையாகத் தண்டிக்கிறது. கிராமப்புற இந்துச் சமூகத்தில் நீதி குறித்த கருத்தமைவுகளும் அதன் நடைமுறைகளும் சாதிய விழுமியங்களோடு அங்ககமாக இணைக்கப்பட்டிருக்கின்றன. இதே அளவுக்கு முக்கியமானது என்னவென்றால், நீதிக்கான கட்டமைப்பு மொத்த கிராமத்தின் கருத்தொருமிப்பைச் சார்ந்திருப்பதாகிறது. அதாவது, உயர்சாதிகள் எதிர்ப்புகளற்று ஆள்வதையே இது குறிக்கிறது. இத்தகைய பின்னணியில்தான் நீதிக்கான அடிப்படை அலகாகக் கிராமங்கள் இருக்க முடியும் என்ற கருத்தை டாக்டர் அம்பேத்கர் நிராகரித்தார்.

பம்பாய் சட்டமன்றத்தில், கிராமப் பஞ்சாயத்து மசோதா மீதான விவாதத்தில் அம்பேத்கரின் பேச்சுகளையும் குறுக்கீடுகளையும் நினைத்துப்பார்ப்போமானால், காந்தியச் சிந்தனையான கிராமப் பஞ்சாயத்திலிருந்து அவர் தீர்மானமாக எங்கு வேறுபடுகிறார் என்பதைப் புரிந்துகொள்ள முடியும்.[2] இந்தியக் கிராமங்கள் நடைமுறைப்படுத்தும் கருத்தொருமிப்பு அணுகுமுறை மூலமாகவே நீதி நடைமுறைப்படுகிறது என்பதாக காந்திஜி ஏற்றுக்கொண்டதோடு அதை உணர்வுபூர்வமாக உயர்த்திப்பிடிக்கவும் செய்தார். துரதிர்ஷ்டவசமாக, அவர் நீதியின் செயல்நுட்பத்துக்கும் சாதிய முறைமை சார்ந்த அதன் உள்ளடக்கத்துக்கும் இடையே காணப்படும் இடைவெளிக்குப் போதுமான முக்கியத்துவம் கொடுக்கவில்லை. சர்ச்சைகளைத் தீர்த்துக்கொள்வதில் மரபான வழிமுறைகள், நவீன-காலம் கொண்டிருப்பதைக் காட்டிலும் திறம்படச் செயல்படுகின்றன என்பது உண்மையே. ஆனால், அதன் நடைமுறைப் பண்புகள் எத்தகைய விமர்சனமும் இல்லாமல் சாதிய முறைமையில்தான் வேர்கொண்டிருக்கின்றன. அம்பேத்கர் இந்த முறைமையை மிகச் சரியாகப் புரிந்துகொண்டிருந்ததால்தான், நவீன ஜனநாயகத்தின் அடிப்படைகள் இந்தியக் கிராமங்களின் புரிதலுக்கு அப்பாற்பட்டதாக இருக்கின்றன என்று

2 *6 அக்டோபர் 1932 முதல் 24 மார்ச் 1933 வரை நடந்த கிராமப் பஞ்சாய்த்து மசோதா குறித்த விவாதங்களில் நான்கு முறை அம்பேத்கர் குறுக்கீடு செய்திருக்கிறார். பார்க்கவும்: Ambedkar (1979–, Vol. 2).*

வாதிட்டார். இப்படியான வாதம் பாதுகாப்பு கொடுப்பதால், தலித்துகள் அதைப் பெரும்பாலும் அப்படியே ஏற்றுக்கொண்டார்கள். இது தொடர்பாக, சமீபத்திய முக்கிய நிகழ்வு ஒன்று இந்தியக் கிராமங்களை அங்கீகரித்த காந்தியத்துக்கு எதிராக இருக்கிறது: கிராமப்புறச் சமூகங்களில் தலித்துகளின் உறுதிப்பாட்டையும் அவர்கள் பலம் பெறுவதையும் உயர்சாதிகள் தீர்மானமாக எதிர்த்துநிற்பதால் ஏற்படும் மாற்றங்களோடு தொடர்புகொண்டதாக இருக்கிறது. வேறு வார்த்தைகளில் சொல்வதென்றால், கறாரான படிநிலைச் சட்டகத்துக்குள்ளிருந்துதான் என்றாலும், உயர்சாதிகளுக்கும் கீழ்ச்சாதிகளுக்கும் இடையே முன்பு சாத்தியப்பட்ட சமூகமான பிணைப்பு வேகமாக மறைந்துகொண்டிருக்கிறது.

மரபான நெறிமுறைகளையும் நீதியின் அளவுகோல்களை தலித்துகள் தனிநபர்களாக எதிர்த்துநிற்பது குறித்தும் குறிப்பிட்டிருந்தேன். இங்கு இரண்டு விஷயங்கள் மிக முக்கியமாகின்றன: களவாடுவது, திருடுவது போன்ற நெறியற்ற செயல்கள். இவை தலித்துகளைப் பொறுத்தமட்டில், திருடுவது போன்ற மிகச் சாதாரண குற்றம்கூட மிகப் பெரிய குற்றமாக மாறுகிறது. சாதி இந்துச் சமூகம் விகிதப்படுத்திப்பார்க்கும், தரப்படுத்திப்பார்க்கும் பண்பை முற்றிலுமாக இழப்பதோடு, கிராமச் சமூகமே நீதி வழங்கும் கட்டமைப்பையும் கண்காணிக்கும் அதிகாரத்தையும் கொண்டிருக்கும் ஓர் அரசாக மாறுகிறது. நவீனச் சூழ்நிலையில், சட்டம் ஒழுங்கு நடவடிக்கைகளைத் துரிதப்படுத்துவதுதான் ஏற்றுக்கொள்ளக்கூடிய நடத்தையாக இருக்க முடியும். இத்தகைய அத்துமீறல்களைக் கவனித்துக்கொள்வதற்கு அதிகாரபூர்வமான சட்ட இயந்திரங்கள் இருக்கின்றன. அது திடமாக நிலைநிறுத்தியிருக்கும் வழிமுறைகள் கொண்டு குற்றத்தின் விகிதத்தை மதிப்பிடுகிறது. மேலும், சட்டம் அதன் போக்கில் செயல்படவும் வேண்டியுள்ளது. கிராமப்புற மேட்டுக்குடிகள் சட்டத்துக்கு உட்பட்ட ஆட்சியை எவ்வாறு அத்துமீறுகிறார்கள் என்பதைப் புரிந்துகொள்வதற்குக் கன்னடத்தில் உள்ள தலித் இலக்கியங்கள் பயனுள்ள ஆதாரங்களைக் கொடுக்கின்றன. தேவநூறு மஹாதேவாவின் ‘குசுமபாலே’ *(Kusumabale, 1988)* நாவலில், ஒரு தலித் செயல்பாட்டாளர், குற்றத்துக்கு ஏற்ற நடவடிக்கையை எடுக்கும் அதிகாரமானது காவல் துறைக்கும் நீதிமன்றங்களுக்கும்தான் இருக்கிறது என்று சரியாக வாதிடுகிறார். சாதாரண திருட்டுக் குற்றத்துக்காக ஒரு தலித் அகப்பட்டுக்கொண்ட சூழ்நிலையில், மொத்த சாதி இந்துச் சமூகமும் அவர் மேல் வெறிகொண்ட ஓநாய்கள்போல் பாய்வதற்குத் தயாராக இருக்கும்போது அந்தச் செயல்பாட்டாளர் இப்படியாகச் சொல்கிறார். எதிர்பார்த்ததுபோல், செயல்பாட்டாளர் புத்திசாலித்தனமாகவும் நிதானத்தோடும் முன்வைத்த வாதங்களைக் கேட்ட சாதி இந்துக்கள் நிதானத்தை இழக்கிறார்கள். இருந்தும், அவர்களால் அவர் முன்வைத்த வாதங்களை மறுக்க முடியவில்லை. உயர்சாதியினர் எத்தகைய நிறுவனரீதியான எதிர்ப்புகளும் இல்லாமல் பல நூற்றாண்டுகளாகக் காவல் துறை, நீதித் துறை ஆகிய இரண்டின் கடமைகளையும் செய்துவந்திருக்கிறார்கள். அதனால், இப்போது வேறு வழியில்லாமல் சீற்றம்கொள்கிறார்கள். அவர்களுடைய சீற்றமானது

சமூக, பொருளாதார அதிகாரங்களால் முட்டுக்கொடுக்கப்படுவதால், அது வன்முறையாக உருமாற்றம் பெறுகிறது.

தொடர்புபடுத்தும் விதமாகவும், நான் மேலே குறிப்பிட்ட முதல் வகையான வன்முறைக்கு எடுத்துக்காட்டாகவும் இதோடு தொடர்புடைய நீதி குறித்த கிராமக் கருத்தமைவு குறித்து கர்நாடகத்தின் பெல்காம் மாவட்டத்தில் உள்ள சிறிய கிராமமான பெண்டிகெரியில் (Bendigeri) நடந்ததை விவாதத்துக்கு எடுத்துக்கொள்ள விரும்புகிறேன். மூத்த தலித் சட்டமன்ற உறுப்பினர், மறைந்த டாக்டர் திப்பெஸ்சாமி (Dr. Tippesswamy) தலைமைதாங்கிய கர்நாடக சட்டமன்றக் கமிட்டியின் அறிக்கையானது முதல் வகையான வன்முறையின் மூலத்தையும் வடிவத்தையும் வெளிச்சத்துக்குக் கொண்டுவருகிறது. 1988 ஆகஸ்ட் மாதம் ஒரு மழை நாளில், ஒரு தலித் தனக்குப் பக்கத்திலுள்ள வயலிலிருந்து மக்காச்சோளம் திருடுவதிலிருந்து எல்லாம் தொடங்குகிறது. திருடிய தலித் அவர் செய்த குற்றத்தை ஏற்றுக்கொண்டதோடு, அதைச் சரிசெய்வதற்கும் ஒப்புக்கொள்கிறார். முறையான நடவடிக்கை என்பது உரிய அரசு இயந்திரத்திடம் அவரை ஒப்படைப்பதாகத்தான் இருக்க முடியும். ஆனால், உயர்சாதி இந்துக்கள் உண்மையிலேயே சட்டத்தைக் கையில் எடுத்துக்கொண்டு, திருடியவரையும் அவரது சகாக்களையும் மனித மலத்தைத் தின்னக் கட்டாயப்படுத்தியிருக்கிறார்கள். முன்னரே கவனப்படுத்தியதுபோல், மரபார்ந்த சமூகம் உணர்ச்சிவசப்படாமல் குற்றத்தின் தன்மையை அளவிடும் செயல்நுட்பத்தை ஒன்று தொலைத்துவிட்டது அல்லது அப்படியான ஒன்றை எப்போதும் கொண்டிருக்கவில்லை. கிராமங்கள் இதயமற்றதாக இருப்பதோடு, மனிதத்தன்மை அடிப்படையில் சட்டம் ஒழுங்கை நடைமுறைப்படுத்துவதற்குத் திறமையற்றதாகவும் இருக்கிறது. இதன் விளைவாகவே தலித்துகளுக்கு எதிரான வன்முறைகளின் எண்ணிக்கை அதிகரித்துக்கொண்டேபோகிறது.

1987–ல் பெல்காம் மாவட்டத்தில் உள்ள பிதரள்ளி (Bidaralli) கிராமத்தில் நடந்த மற்றொரு நிகழ்வு இந்தப் பிரச்சினையின் வேறொரு முகத்தை வெளிக்கொணர்கிறது. ஒரு தலித் சிறுவன், உயர்சாதிப் பெண்ணை 'கிண்டல்' செய்ததால் கிராமத்தில் பெரும் வன்முறை வெடித்தது. அவன் செய்த குற்றம் 'பெண்ணை இழுத்திருக்கிறான்' என்பதுதான். ஆனால், கிராமச் சமூகத்தின் எதிர்நடவடிக்கை என்னவாக இருந்தது என்றால், தலித்துகளை மொத்தமாக ஊரைவிட்டு விலக்கிவைப்பதாக இருந்தது. இது, தலித்துகளால் கிராமப் பொதுக் கிணற்றிலிருந்து தண்ணீரை எடுக்க முடியாத அளவுக்குத் தீவிரமாக இருந்தது. ஒருவரால் நூற்றுக்கணக்கில் இப்படியான நிகழ்வுகளை, ஏன் இதைக் காட்டிலும் கொடூரமானதையெல்லாம் எடுத்துக்காட்டுகளாகச் சொல்லிக்கொண்டேபோக முடியும்.

இங்கு முக்கியமான விஷயம் ஒன்றைக் கவனிக்க வேண்டியுள்ளது: சாவர்ணா குழுமங்கள் ஒரு தனிப்பட்ட தலித் செய்யும் குற்றத்துக்காக மொத்த தலித் சமூகத்தையும் தண்டிக்கின்றன. இந்தியாவில் மரபான சமூகம் தனிநபர் என்ற கருத்தாக்கத்தை எப்போதும் ஏற்றுக்கொண்டதில்லை என்று முன்வைப்பதன்

ஊடாகச் சாதிய விழுமியங்கள் செயல்படும் பண்பை நாம் கவனிக்கத் தவறக் கூடாது. உயர்சாதியைச் சேர்ந்த ஒரு தனிநபர் இதுபோன்ற குற்றத்தைச் செய்யும்போது, அது எப்போதும் தனிநபர் சார்ந்தே பார்க்கப்படுகிறது. குற்றம் செய்த ஒருவர், எப்போதும் அவரது குழுமகத்தோடு இணைக்கப்படுவதில்லை. வேறு வார்த்தைகளில் சொல்வதென்றால், தனிநபர் என்ற கருத்தமைவு உயர்சாதியைச் சேர்ந்தவர்களின் அத்துமீறிய நடத்தைகளுக்காகக் காப்பாற்றப்படுகிறது. உயர்சாதியைச் சேர்ந்த ஒருவர் செய்த குற்றத்துக்காக, அதுவும் அற்பமான குற்றத்துக்காக, அவரது சமூகம் அவரைக் கிராமத்திலிருந்து ஒதுக்கிவைத்தது என்ற செய்தியை நாம் இதுவரை கேள்விப்பட்டதே இல்லை. மன்னிக்க முடியாத அளவுக்குச் சமூக நெறிமுறைகளை உயர்சாதித் தனிநபர்கள் மீறியது குறித்த விவரிப்புகள் போதுமான அளவுக்கு இந்திய இலக்கியங்களில் காணப்படுகின்றன. ஆனாலும், அதற்குத் தனிநபர்களாகவே எப்போதும் பொறுப்பாக்கப்படுகிறார்கள்.

வேறு விதமாகச் சொல்வதென்றால், ஒவ்வொரு சாதிக்கும் ஒரு குறிப்பிட்ட பண்பை அழிக்க முடியாதபடி இயற்பண்பாக்குவதே சாதிய முறைமையின் முக்கியப் பண்பாகிறது. பிறகு, நெறிமுறை சார்ந்து தீர்ப்புரைப்பதற்கு இதுவே அடிப்படையாகிறது. இந்திய மொழிகளில் காணப்படும் மரபுத்தொடர்களையும் பழமொழிகளையும் நாம் கவனமாக ஆராய்வோம் என்றால் அவை சில சமயங்களில் வெளிப்படையாகவும், சில சமயங்களில் அவ்வளவு வெளிப்படையாக இல்லாமலும் முன்தீர்மானங்களையும் ஒருதலைபட்சத்தையும் கொண்டிருக்கின்றன என்பது தெளிவாகும். கீழ்ச்சாதிகளின் ஒழுக்கத்தை, தீயொழுக்கத்தைப் புரிந்துகொள்வது என்று வரும்போது, சாதிய முறைமை ஒரு கூட்டு வகைமை அடிப்படையில்தான் அவர்களை ஏற்றுக்கொள்கிறது. உயர்சாதியினரின் விலகியதன்மையிலான நடத்தைகளை எதிர்கொள்ள நேரிடும்போது, தனிநபர் என்ற வகைமை முன்வைக்கப்பட்டு, அத்தகைய நடத்தை விதிவிலக்காக விளக்கப்படுகிறது. ஆனால், கீழ்ச்சாதிகளின் விலகிய நடத்தை என்று வரும்போது, தனிநபர் என்ற வகைமை எப்போதும் அங்கீகரிக்கப்பட்ட வகைமையாக ஏற்றுக்கொள்ளப்பட்டதே இல்லை. குறைந்தபட்சம், தீண்டப்படாதவர்களுக்கு எதிரான வன்முறைகள் எத்தகைய விழுமிய முறைமையைச் சார்ந்து வெடிக்கின்றன என்பதை நமக்குத் தெரிவிக்கின்றன. இத்தகைய போக்கு குறித்துப் பெருந்தன்மையான வாசிப்பை முன்வைப்பதென்றால், வரலாற்றுரீதியாக ஏற்பட்டுள்ள மாற்றத்தால், சாதியச் சமூகத்தின் போலியான நடத்தைகள், அதாவது இப்படியான மோதலுக்கு முந்தைய சூழ்நிலையில் ஓரளவுக்குக் கட்டுப்பாட்டுக்குள் இருந்தவை மேலும் தீவிரமடைகின்றன என்று சொல்ல முடியும்.

இந்தப் பின்னணியிலிருந்துதான் 'நெறிமுறைகளற்ற, ஏற்றுக்கொள்ள முடியாத நடத்தைகள்' போன்ற கருத்தமைவுகளை நாம் விவாதிக்க முடியும். ஆண்-பெண் உறவுகளில் 'ஆபாச'மான நடத்தை என்று எது பழித்துரைக்கப்படுகிறதோ அது சாதிய முறைமை தடைசெய்திருப்பதை மீறிய காதல் வெளிப்பாடாக இருக்கலாம். விழுமியத்தில் ஏற்பட்டிருக்கும் இத்தகைய

மாற்றத்தை நாம் இளைஞர்களிடம் மிகத் தெளிவாகப் பார்க்க முடிகிறது. இவர்களால் தன்னம்பிக்கையோடு அவர்களுடைய சமூகத்தை எதிர்த்துநிற்க முடிகிறது. மிகவும் நுட்பமாகவும் பலவீனமாகவும் பாலினப் புரட்சி ஒன்று தொடங்கப்பட்டுள்ளது. இதன் வளர்ச்சியை எதிர்ப்பதில் மரபான சமூகம் தீர்மானமாக இருக்கிறது. இதைக் கையாள்வதற்குச் சாதியப் படிநிலை மிகவும் பயனுள்ளதாகிறது – அதாவது, சங்கிலித்தொடரில் பலவீனமான கண்ணியில் அடிப்பதுபோன்று. கிராமப்புற இந்தியாவில் கீழ்ச்சாதி இளைஞர்கள், உயர்சாதிப் பெண்கள் மீது காதல்கொண்டதால், அவர்கள் கொல்லப்பட்ட கதைகள் எத்தனை வேண்டுமென்றாலும் நாம் சொல்லிக்கொண்டே போகலாம். 'குசுமபாலே' நாவலில்கூட தலித் இளைஞன் ஒருவன் லிங்காயத் சாதிப் பெண் மீது காதல் கொண்டதால் கொலைசெய்யப்படுகிறான்.

இதுபோன்ற விலகிய நடத்தைகளை வன்முறை இல்லாமல் எதிர்கொள்ள முடியாததே இப்போது இந்தியக் கிராமச் சமூகத்தின் பிரதானப் பிரச்சினையாக இருக்கிறது. அதுவும் அதனிடம் காணப்படும் கொஞ்சமான கட்டுப்பாடுகூடத் தீண்டப்படாதவர்கள் என்று வரும்போது முற்றிலும் காணாமல்போகிறது. இத்தகைய வன்முறையான சூழல்களை எதிர்கொள்ள வேண்டியிருக்கும்போது, தலித் இயக்கச் செயல்பாட்டாளர்கள் சிக்கலான நிலைக்குள் தள்ளப்படுகிறார்கள்: ஒரு தளத்தில் நியாயப்படுத்த முடியாததை அவர்களால் நியாயப்படுத்த முடியாமல்போகிறது. ஆனால், மற்றொரு முக்கியமான தளத்தில், சாதி இந்துச் சமூகத்திடம் அவர்களுடைய நடத்தைகள் சட்டப்படியாகவும் தார்மீகரீதியாக்வும் தவறானவை என்று அவர்களுக்கு நினைவுபடுத்தவும் வேண்டியுள்ளது. ஆக, முரண்பட்டுக்கொள்ளும் இரண்டு சமூகங்களுக்குமே புது மாதிரியான நெறிமுறைகளை உருவாக்க வேண்டிய மிகப் பெரிய பொறுப்பு – இரண்டு தனித்துவமான வழிகளில்தான் என்றாலும் – தலித்துகள் மேல் சுமத்தப்பட்டிருக்கிறது. இதில் உள்ள முரண்நகை என்னவென்றால், அத்துமீறி நடக்கும் ஒரு தலித்தின் நடத்தையை, தலித் இயக்கத்தால் ஏற்றுக்கொள்ள முடியாதபட்சத்தில், ஒரு செயல்பாட்டாளர் மரபார்ந்த சமூகத்தின் சட்டதிட்டங்களுக்கு உட்பட்டுத்தான் ஒரு தலித்தின் நடத்தை இருக்க வேண்டும் என்று அவரை ஏற்றுக்கொள்ளவைக்க வேண்டியுள்ளது. இவ்வாறு செய்வது மரபான அளவுகோல்களை உயர்த்திப்பிடிப்பதாகிறது. அதற்கு நிகராக, சாதிய இந்துச் சமூகத்திடம் நவீன ஜனநாயகச் சட்டதிட்டங்களைப் பின்பற்றுமாறு சொல்ல வேண்டியுள்ளது. அதாவது, ஒரே சமயத்தில் இரண்டு வெவ்வேறான சமூக விழுமியங்களோடு ஒட்டிக்கொள்ள வேண்டியிருக்கிறது. இது, இயக்கம் அதன் உறுப்பினர்களின் நடத்தைகளில் உயரிய பண்புக்கு அழுத்தம் கொடுக்க வேண்டிய தேவையை விளக்குவதாக இருக்கிறது. ஆக, இயக்கம் வெற்றியடைவதற்கு மரபார்ந்த சமூகத்திடமிருந்து அங்கீகாரத்தைப் பெறுவது மிக முக்கியமாகிறது. ஒரு தளத்தில், தார்மீகரீதியான வெற்றிக்கு வேறு வழியில்லாமல் எதிராளியின் அங்கீகாரத்தைப் பெறுவது மிக அவசியமாகிறது. கடந்த காலங்களில் காணப்பட்ட கீழ்ச்சாதிகளின் எதிர்ப்புகளுக்கும் இன்றைய தலித் இயக்கங்களுக்கும் இடையேயான வேறுபாடு இதில்தான் உள்ளது: முந்தையது பழமைவாதச் சமூகத்தின் சட்டதிட்டங்களை எதிர்ப்பது

என்ற அதன் தீவிரை ஆர்வத்தில், அத்தகைய சமூகத்தோடான எல்லாத் தொடர்புகளையும் துண்டித்துக்கொண்டு சிறுசிறு தனிவழிபாட்டுக் குழுக்களாக மாறிப்போயின. இவர்களுடைய அத்துமீறல்களின் வலிமை, ஒன்று இவர்களை ரகசியச் சமூகங்களாக மாற்ற வேண்டிய கட்டாயத்துக்குத் தள்ளுகிறது அல்லது விளிம்புநிலைக்குத் தள்ளி முக்கியத்துவமற்றதாக ஆக்குகிறது. இத்தகைய தனிவழிபாட்டுக் குழுகங்களின் குறியீட்டுத்தன்மை, இவற்றின் தீவிரை அழுத்தத்தை மறைமுகமாக வெளிப்படுத்தினாலும், இவற்றின் தோல்வியைப் புரிந்துகொள்வதற்குச் சுட்டியாகவும் செயலாற்றுகிறது.

இப்படியான பின்னணியில், இரட்டைத்தன்மையிலான அணுகுமுறையை தலித் இயக்கம் உருவாக்கியுள்ளது: முதலாவதாக, விலகியதன்மையைக் கொண்டிருக்கும் உறுப்பினரை, உலகளாவிய நல்லொழுக்கம் மற்றும் கண்ணியமான நடத்தை ஆகியவற்றைக் கொண்டு சரிசெய்ய முயல்கிறது. இப்படியாக, எந்தச் சமூகத்தில் காணப்பட்டாலும் அதன் சிறந்த விழுமியங்களை அங்கீகரிக்கிறது. இரண்டாவதாக, ஆண்-பெண் உறவின் நுட்பமான பரிமாணங்களைப் புரிந்துகொள்ள முடியாத அளவுக்கு மரத்துப்போயிருக்கும் மனிதத்தன்மையற்ற, நுண்ணுணர்வற்ற சமூகமாக மாற்றியிருக்கும் சட்டதிட்டங்களுக்கு எதிரான யுத்தத்தைத் தொடங்கிவைப்பது. மூடுண்ட குழுகங்களின் வரலாற்றில், புதிய அத்தியாயத்தைத் தொடங்கும் விதமாகத்தான் தலித் செயல்பாட்டாளர்கள் சாதிகடந்த திருமணங்களுக்கு ஆதரவுகொடுக்கிறார்கள்.

II

தலித்துகள் அவர்களுடைய புதிய உரிமைகளை நிலைநாட்ட முயல்வதன் எதிர்வினையாய் வெடிக்கும் வன்முறையின் இரண்டாவது வடிவம் மேலும் சிக்கலாக இருப்பதற்கான காரணியம், தலித்துகள் மத்தியில் வளர்ந்துவரும் புது வகையான தீவிரைப் பிரக்ஞைதான் என்பது மிகத் தெளிவாக இருக்கிறது. நாம் முன்னரே குறிப்பிட்டுள்ளதுபோல், அவர்களுடைய மூதாதையர்கள் அனுபவித்திராத உரிமைகளைப் பெறுவதற்கு இன்றைய தலித்துகள் மேற்கொள்ளும் சில தீர்மானமான முயற்சிகளின் விளைவாகவே இருக்கிறது. இத்தகைய உரிமைகளை முந்தைய சமூகம் நியாயமானது என்று ஏற்றுக்கொள்ள மறுத்தது. இலக்கியத்திலிருந்து ஒரு உருவகத்தைப் பயன்படுத்திச் சொல்வதென்றால், இவை நம்முடைய ‘சோமா’க்கள் மீதான தாக்குதலாக இருக்கின்றன. சிவராம கரந்தின் ‘சோமன துடி’ (*Chomana Dudi*, *1931*) என்ற கன்னட நாவலின் கதாநாயகன் சோமா. தீண்டப்படாதவரான சோமா, ஒரு சிறு நிலத்தைத் தனக்குச் சொந்தமாக்கிக்கொள்ள வேண்டும் என்று மிகத் தீவிரமாக முயன்றார். ஆனால், இந்த உரிமை அந்த வட்டார மரபில் தடைசெய்யப்பட்டதாக இருக்கிறது. தோல்வியுற்ற நம்பிக்கையிழந்த மனிதராக அவர் இறந்துபோகிறார். நிலச்சுவான்தாரிடம்

சிறு நிலத்தைத் தனக்குத் தானமாக வேண்டி அவர் பிச்சையெடுப்பது எப்போதும் நம் இதயத்தைக் கனக்கச்செய்யும். அதே சமயத்தில், மரபுக்குக் கட்டுப்பட்ட எஜமானரும் ஏதும் செய்ய முடியாதவராக இருக்கிறார். ஆனால், கெஞ்சுவது, பிச்சையெடுப்பதெல்லாம் தலித் இயக்கத்தால் முடிவுக்குவந்தன; உரிமைகளுக்கான, போராட்டங்களுக்கான சகாப்தம் உதயமானது. நிலத்துக்கான சோமாவின் உள்ளக்கிடக்கை இன்று அதன் உள்ளடக்கத்தில் விரிந்து, ஒட்டுமொத்தமான உரிமைகளைப் பெறுவதற்குத் தீர்க்கமான வடிவத்தை எடுத்துள்ளது. இதில் சில குடிமை உரிமைகள் கொண்டவையாக இருக்கின்றன என்றால், சில அதைக் கடந்தவையாகவும் இருக்கின்றன. இது, சமூகம் குறித்துப் புதிய கருத்தாக்கங்களும், இந்தக் கருத்தாக்கங்களோடு ஒரு தனிநபராகக் கொள்ளும் உறவும் தலித்துகளில் கற்பனைகளை ஆக்கிரமித்துள்ளதையே குறிக்கிறது. இருந்தும், சமூகத்தில் அதிகாரத்துவம் கொண்டிருக்கும் ஒரு பகுதியினர், இன்னமும் முந்தைய முறைமையைப் பிடித்துத் தொங்கிக்கொண்டிருக்கிறார்கள். பழைய கட்டமைப்பில் இவர்களுடைய நலன்கள் பாதுகாக்கப்படுவதால் அதில் மாற்றங்கள் வரும் எத்தகைய முயற்சிகளையும் இவர்களால் ஏற்றுக்கொள்ள முடியவில்லை. ஒடுக்கப்பட்ட சமூகங்களுக்குப் புதிய அதிகாரங்களையும் வழங்க இந்தப் பழைய எஜமானர்கள் தயாராக இல்லை; கோபம் கொண்ட புதிய தலித் இளைஞர்கள் காலவரம்பில்லாமல் காத்திருக்கவும் தயாராக இல்லை. நாகரிகப்பட்ட சமூகத்தில் இவ்வாறு முரண்பாடுகள் வெளிப்படும் சூழ்நிலைகளில் விவாதங்கள், சமரசங்கள், பேச்சுவார்த்தைகள் போன்றவற்றை — இத்தகைய வழிமுறைகள் தானாகப் பின்பற்றப்படும் என்பதற்கு எத்தகைய உத்தரவாதங்களையும் கொடுக்க முடியாது என்றபோதும் — லட்சியமாகக் கொண்டிருக்க வேண்டும் என்றே எதிர்பார்ப்போம். ஆனால், நிலப்பிரபுத்துவக் கிராமங்களில் வெளிப்படையான மோதல்களும் வன்முறைகளும் தவிர்க்கப்பட முடியாதவையாகின்றன. இப்படிச் சொல்வதால், நிலப்பிரபுத்துவக் கிராமங்கள் இத்தகைய முரண்களை எதிர்கொள்வதற்கான செயல்நுட்பங்கள் எதையும் கொண்டிருக்கவில்லை என்று அர்த்தமாகாது. ஆனால், அமைப்பாக்கரீதியாகச் சிக்கல் தோன்றும்போது, அதனால் அதை எதிர்கொள்ள முடியவில்லை. தலித்துகள் தங்களுக்கான புதிய உரிமைகள் கோருவதை நான் அமைப்பாக்கரீதியான சிக்கல் என்று வரையறுக்கிறேன். ஏனெனில், படிநிலையான சட்டதிட்டத்தின் பகுதியாக எல்லாக் குழுகங்களும் ஒத்திசைந்ததன் அடிப்படையிலேயே மரபான கிராமம் ஒழுங்கமைக்கப்பட்டிருக்கிறது. கீழ்ச்சாதிகள் பழைய சட்டதிட்டங்களை ஏற்றுக்கொள்ள மறுக்கும்போது அமைப்பாக்கரீதியான சிக்கல் தவிர்க்க முடியாததாகிறது.

இவ்விடத்தில், புதிய உரிமைகள் குறித்து விவாதிப்பது பொருத்தமாக இருக்கும் என்று நினைக்கிறேன். தெளிவுக்காக, நான் உரிமைகளை மூன்று வகையாகப் பிரித்துக்கொள்கிறேன்: முதலாவதாக நிலம், தண்ணீர், காடு போன்றவற்றை உடமையாக்கிக்கொள்வதற்கான கட்டுமானரீதியான உரிமைகள். குறைந்தபட்சம் கர்நாடகத்தில், தங்களுடைய வாழ்வாதாரத்துக்கு அரசிடம் உள்ள

நிலங்களைத் தங்களுக்கானவையாக மாற்றிக்கொள்வது அல்லது அவற்றின் மீதாக உரிமைகோருவது என்பதாகத்தான் போராட்டங்கள் நடக்கின்றன. கர்நாடகத்தில் பெரும்பாலான அரசு நிலங்களைக் கிராம மேட்டுக்குடிகள் தங்கள் வசம் கொண்டிருப்பதால் புதிதாக உரிமைகோருபவர்கள் கடும் எதிர்ப்பைச் சந்திக்க வேண்டியுள்ளது. ஆனால், ஒரு குறிப்பிட்ட நிலத்தை, அதாவது பொது நிலமாக இருப்பதன் மீது உரிமை கோருவது, சற்று கூடுதலான சிக்கலாகிறது. ஏனெனில், இதுபோன்ற நிலங்கள் மீது மொத்த கிராமமும் உரிமை கொண்டிருக்கிறது. இந்தப் பிரச்சினைக்கு நாம் பிறகு வருவோம்.

இரண்டாவது வகையைச் சமூக வெளிகள் மீதான சமஉரிமை என்று அழைக்கலாம். இது பொது இடங்களில் நுழைவதற்கான, பயன்படுத்துவதற்கான உரிமைகளை அடிப்படையாகக் கொண்டிருக்கிறது. இது ஒரு குறிப்பிட்ட பகுதியின் சமூகக் கட்டமைப்பைச் சார்ந்து அவ்வப்போது மாறுபடக்கூடியதாகவும் இருக்கிறது. சில சமயங்களில், விளையாட்டுகளிலும் விளையாட்டுப் போட்டிகளிலும் பங்கேற்பதற்கான உரிமைகூட மோதலுக்குக் காரணியமாகிறது. நாம் இதை உறுதிப்படுத்துவதற்குப் போதுமான எடுத்துக்காட்டுகள் இருக்கின்றன. வேறு வார்த்தைகளில் சொல்வதென்றால், கேளிக்கைகளுக்கான உரிமைகூட மோத வேண்டிய சூழலை உருவாக்குகிறது. கிராம வாழ்க்கையில் சாதி மையமாக உள்ளதால், அதிலிருந்து எதுவும் தப்பிக்க முடிவதில்லை. அதுவும் ஏற்கெனவே நிலைத்திருக்கும் இறுக்கங்களை நாம் கணக்கில் எடுத்துக்கொள்வோம் என்றால், இது இப்படியாகத்தான் இருக்கிறது.

மூன்றாவது வகை, இன்னும் சவாலானது. இது எத்தகைய விவாதங்களுக்குள்ளும் எளிமையாக அடங்க மறுப்பதோடு, தலித் இயக்கங்களுக்கும் எரிச்சலூட்டக்கூடியதாக இருக்கிறது. நான் இதைப் பண்பாட்டுரீதியான வெளிகளுக்கான உரிமை என்று அழைக்க விரும்புகிறேன். பண்பாடு என்ற கருத்தமைவு ஒன்றுக்கு மேற்பட்ட தளங்களில் மதரீதியான விஷயங்களை உள்ளடக்கியதாக இருக்கிறது. நிலைத்திருக்கும் மதரீதியான சடங்குகளில் சமஉரிமையோடு பங்கேற்பதற்கான முயற்சிகள்கூட, ரத்த ஆறு ஓடுவதற்கும் மிக மோசமான வன்முறைகளுக்கும் காரணியமாகின்றன. இதுபோலவே மதரீதியான, பண்பாடுரீதியான நிகழ்வுகளில் தங்களுக்கு வழங்கப்படும் கீழான பாத்திரத்தை தலித்துகள் ஏற்க மறுப்பதுகூட வன்முறையைத் தூண்டிவிடுவதாக இருக்கிறது. கடந்த இரு பத்தாண்டுகளுக்கு மேலாக, தலித்துகள் மிகப் பெரிய அளவில் கிராமத் திருவிழாக்களில் அவர்களுக்குக் கண்ணியமான பாத்திரம் ஏதுமில்லை என்பதால் பங்கேற்க மறுத்துவருகிறார்கள். இப்படி மறுப்பது இவர்களைச் சாதி இந்துக்களோடு மிக மோசமான பிரச்சினைகளுக்குக் கொண்டுவிடுகிறது.

உரிமைகள் தொடர்பான வன்முறையை நாம் ஆழமாகப் புரிந்துகொள்ள, ஒரு குறிப்பிட்ட நிகழ்வை முன்வைத்து ஆராய விரும்புகிறேன்: ஜெனிகரா (*Genigara*), மேடக்கிநாளா (*Medakinala*) ஆகிய இரண்டு கிராமங்களில் சாதி இந்துக்களுக்கும் தலித்துகளுக்கும் இடையே கொடூரமான மோதல்கள்

நடந்தன. இந்த மோதலுக்கு அடிப்படைக் காரணியம், 1987–ல் மேடக்கிநாளா குளத்துக்கு அருகில் உள்ள, தோராயமாக அறுபத்தி ஏழு ஏக்கர் நிலத்தைப் பதினேழு நிலமற்ற தலித்துகள் கைப்பற்ற முயன்றதுதான். எதிர்பார்த்ததுபோல், இது தலித் சங்கார்ஷ் சமிதியை (*Dalit Sangharsh Samiti*, டிஎஸ்எஸ்) இந்தப் பிரச்சினைக்குள் கொண்டுவந்தது. சுவாரஸ்யமாக, சாதி இந்துக்கள் இதற்கு எதிர்வினையாக அவர்களுக்கென்று ‘குடிநபர்களின் அமைப்பு’ ஒன்றைத் தொடங்குகிறார்கள். மேடக்கிநாளா நிகழ்வு நான் முன்வைக்கும் ஆய்வு முடிவுகளை மிகக் கச்சிதமாக நிரூபிக்கிறது: குடிமைச் சமூகத்துக்கும் தலித் சமூகத்துக்கும் இடையே மோதல்கள் உருவாகத் தொடங்குகின்றன. முந்தையது, கருத்தியல்ரீதியாகவும் அமைப்பாக்கரீதியாகவும் தங்களை ஒரு சக்தியாகத் தகவமைத்துக்கொள்ளும் சாதி இந்துக்களால் உருவாக்கப்பட்டது. தலித் சமூகம்கூடப் புதிய உரிமைகளுக்கான தாக்கத்தாலும், சாவர்ணாக்களின் வன்முறையான எதிர்ப்புகளாலும் மறுபிறவி எடுத்துப் பண்புரீதியாக மாற்றத்துக்கு உள்ளானதுதான்.

உரிமைகளுக்கான தலித்துகளின் அமைப்பாக்கரீதியான போராட்டங்கள், சூழலியல் இயக்கங்களோடு அசௌகரியமான உறவைக் கொண்டிருப்பதோடு, சில சமயங்களில் அந்த இயக்கங்களை எதிரிகளாகவும் பாவிக்கின்றன. கர்நாடகத்தில் ‘பொது நிலங்களைக் காப்போம்’ இயக்கம் இதையே சுட்டிக்காட்டுகிறது. சூழலியல் போராட்டம், மேய்ச்சல் நிலங்களையும் பிற மூலாதாரங்களையும் மொத்த கிராமப் பயன்பாட்டுக்காகக் காப்பாற்ற முயல்கிறது. ஆனால், ஒடுக்கப்பட்ட சாதிகள் நிலங்களைக் கைக்கொண்டு அதிகாரம் பெறுவதே தலித் இயக்கத்துக்கு முதன்மையாக இருக்கிறது. நடைமுறைரீதியாக மொத்த கிராமம் என்ற கருத்தமைவை இன்றியமையாத நேர்மறை வகைமையாக ஏற்றுக்கொள்வது எப்படியான விளைவுகளை ஏற்படுத்தும் என்பது குறித்து தலித் இயக்கம் இன்னும் கோட்பாட்டுரீதியாகக்கூட அணுகவில்லை. இப்போது நமக்கு ஒன்று மிகத் தெளிவாகத் தெரிகிறது: சூழலியல் கேடுகளால் மிக மோசமாகப் பாதிக்கப்படுகிறவர்கள் ஏழைகள்தான். ஆக, தலித் இயக்கம் அதன் உடனடித் தேவைகளுக்கும் நீண்ட காலத் தேவைகளுக்கும் இடையேயான உறவுகள் குறித்து மிக ஆழமாகச் சிந்திக்க வேண்டியது கட்டாயமாகிறது. தலித் இயக்கமும் சூழலியல் இயக்கமும் உரையாடல்கள் நடத்தி ஒருமித்த பார்வையை உருவாக்கிக்கொள்ளவில்லை என்றால், உரிமைகள் என்ற கருத்தமைவு குறித்து நிலவியிருக்கும் புரிதல் இருசாராரையும் நிரந்தர விரோதிகளாக்கிவிடும். இதையும் தவிர, இவ்விரண்டு இயக்கங்களும் அவரவர்களுடைய பலம், தாக்கம், பார்வைகளைக் கொண்டு புதிய வெளிகளை உருவாக்குவதற்குப் பதிலாக, நாளுக்குநாள் சுருங்கிக்கொண்டிருக்கும் அவர்களின் ஆதரவு வட்டத்தைக் காப்பாற்றிக்கொள்ளும் வலையில் சிக்கிக்கொள்ளவும் வேண்டிவரும். துயரம் என்னவென்றால், தலித்துகள் புதிய உரிமைகளை நிலைநாட்ட முயலும்போது அவர்களுடைய பழைய உரிமைகள்கூடக் காணாமல்போய்விடுகின்றன. வாழ்பவர்களின் வன்முறையானது இறந்தவர்களையும் தொந்தரவுபடுத்துகிறது. ஜெனிகரா கிராமத்தில் இடுகாட்டைப் பயன்படுத்தும் உரிமைகூட தலித்துகளுக்கு

மறுக்கப்படுகிறது. தலித்துகளின் உரிமையானது பெருந்தன்மையோடு தொடர்புடையது என்றே சாதி இந்துச் சமூகம் நம்புகிறது.

III

முரண்பட்டுக்கொள்ளும் சூழ்நிலையில், எதிரெதிரான குழுக்கள் பயன்படுத்தும் மொழியானது சுவாரஸ்யமான படிமங்களைக் கொண்டிருப்பதாகிறது. இவற்றை ஆராய்வது, கடந்த கால உன்னதங்கள் குறித்தும் வெகுளித்தனமான சொற்களை அரசியல்ரீதியாகப் பயன்படுத்துவது குறித்தும் சுவாரஸ்யமான பார்வைகளைக் கொடுக்கிறது. தலித் அல்லாத சமூகமானது ஒன்றிணைந்த கிராமம் என்ற கட்டமைப்பை அப்படியே தக்கவைத்துக்கொள்வதற்குத் தீவிரமாக முயல்கிறது. இவர்கள் 'ஒற்றுமையும் சகோதரத்துவமும்' என்று போற்றப்படும் உன்னதத்தை முன்வைத்து இதைச் சாதிக்க முயல்கிறார்கள். சமீபத்தில் நடந்த மோதலுக்கு முன்பு வரை கிராமத்தில் எல்லாச் சாதியினரும் சகோதரர்கள்போல் மிக ஒற்றுமையாக வாழ்ந்துவந்தோம் என்றும், இப்போது அப்பாவிகளான தலித்துகளை வெளியாட்கள் அநியாயமாகப் போதையேற்றிவிடுகிறார்கள் என்றும் உயர்சாதிகள் கொஞ்சமும் சலிப்படையாமல் திரும்பத்திரும்பச் சொல்லிக்கொண்டிருக்கிறார்கள். கிராம இந்துச் சமூகமானது நிலைத்திருக்கும் இறுக்கங்களையும் முரண்பாடுகளையும் மூடிமறைக்கவே முயல்கிறது. ஆனால், தலித்துகள் இத்தகைய சித்தரிப்புகளை ஏற்றுக்கொள்ள மறுக்கிறார்கள். சாதி இந்துக்கள் கடந்த கால விழுமியங்களைக் காப்பாற்ற வேண்டிய அவசியம் குறித்துப் பேசுகிறார்கள். ஆனால், கீழ்ச்சாதியினர் காலம் மாறிக்கொண்டிருப்பதை வலியுறுத்துகிறார்கள். இவ்விரண்டு வரலாற்றுக் காலங்களும் ஒன்றிணைய மறுக்கின்றன. தலித் இயக்கம் ஒரு குறிப்பிட்ட பகுதியில் பலம் கொண்டிருக்கும் பட்சத்தில் பல்வேறு சமூகக் குழுமங்களுக்கு இடையேயான உறவுகளை மனிதத்தன்மை கொண்டதாக மாற்றுவதற்கு மோதல்கள் தவிர்க்க முடியாதவை என்றுகூட முன்வைக்கிறது. இணக்கம் என்ற தெளிவில்லாத லட்சியத்தின் மூலம் முந்தைய சமூகத்தின் நலன்கள் பாதுகாக்கப்படுகின்றன என்றால், வாழ்வை மேம்படுத்தும் உரிமைகள் என்ற புதிய கருத்தமைவுகளோ மோதல்கள் ஊடாகப் பண்புரீதியான மாற்றத்துக்கான வேட்கையை வெளிப்படுத்துகின்றன.

இந்துச் சமூகம் பாதுகாக்க விரும்பும் மற்றுமொரு பழைய நிறுவனம் மிகவும் கொண்டாடப்படும் கிராமப் பஞ்சாயத்து ஆகும். தலித்துகளின் வாழ்க்கையில் இதுபோல் வேறு எந்த நிறுவனமும் இந்த அளவுக்குப் பங்காற்றியதில்லை. ஒரு பஞ்சாயத்து காவல் நிலையமாகவும் நீதிமன்றமாகவும் மாறக்கூடியதாக இருப்பதோடு, சுயஅங்கீகரிப்புக்கான அசாத்திய சக்தியைக் கொண்டிருப்பதாகவும் இருக்கிறது. இது சாதிரீதியாகவும் பாலினரீதியாகவும் பிரித்துவைப்பதில் திடமான நம்பிக்கை கொண்டுள்ளது. மோதலின் ஒரு குறிப்பிட்ட நிலையிலும், அதற்குப் பிறகும் தங்களுடைய நலன்களைப்

பஞ்சாயத்துகள் காப்பாற்றாது என்று தலித்துகள் உணர்ந்துகொண்டதால், அதில் பங்கேற்க மறுக்கிறார்கள். குல்பர்கா மாவட்டத்தில் உள்ள தெங்கலி என்னும் கிராமத்தில் தலித்துகளுக்கு எதிரான தாக்குதல் இவ்விஷயத்தைத்தான் கவனப்படுத்துகிறது. ஒருநாள் தலித்துகளுக்கும் சாதி இந்துகளுக்கும் இடையே வன்முறையான மோதல் நடந்தது. சமரசத்துக்கு வர சாதி இந்துக்கள் பிரச்சினையைப் பஞ்சாயத்திடம் கொண்டுசென்றார்கள். ஆனால், தலித்துகள் இதை ஏற்றுக்கொள்ள மறுத்தார்கள். பல முறை அழைப்புவிடுத்தும் தலித்துகள் பஞ்சாயத்துக்குச் செல்ல மறுத்தார்கள் என்கிறது ஹெக்டே தலைமையிலான சட்டமன்றக் கமிட்டி அறிக்கை. தீண்டப்படாதவர்களின் இந்த நடத்தை வெறும் அகங்காரமே தவிர வேறில்லை என்பதாகச் சாதி இந்துக்கள் விளக்கம் கொடுத்ததோடு, கீழ்ப்படிய மறுத்தமைக்காக மிக மோசமான முறையில் தலித்துகளைத் தண்டித்தார்கள். இதில் மிக முக்கியமான விஷயம் என்னவென்றால், உயர்சாதிச் சமூகம் அதனுடைய அதிகாரத்துக்கும் கற்பனைக்கும் சாத்தியப்பட்ட எல்லா வழிகளிலும் கிராமத்துக்குள்ளாகவே பிரச்சினைகளுக்குத் தீர்வுகாண முயல்கிறது. இதை ஏற்றுக்கொள்ள தலித்துகளும் அதே அளவுக்குத் தீர்மானமாக மறுக்கிறார்கள் என்பதோடு, நீதிக்காகச் சட்ட உதவியை நாடுவதுடன் கிராமத்துக்கு வெளியேயிருந்து தலித் செயல்பாட்டாளர்களின் தலையீட்டையும் கோருகிறார்கள். இப்படிக் கிராமத்தில் உள்ள தலித்துகள் தலித் செயல்பாட்டாளர்களோடு இணைந்து செயல்படுவது என்ற புதிய கருத்தமைவு பிறக்கிறது. தலித்துகள் மீது வன்முறையைப் பயன்படுத்துபவர்களால் இது மரபான விழுமியங்களை அச்சுறுத்தும் ஒன்றாகப் பார்க்கப்படுகிறது. அதனால்தான், கிராமத் தளத்திலான 'ஒருமித்த கருத்து' என்ற சட்டகத்துக்குள்ளிருந்து அடங்க மறுப்பவர்களை அடக்குவதற்குப் புதுப்பிக்கப்பட்ட பலத்தைப் பயன்படுத்துகிறார்கள். இந்தத் தளத்தில், பஞ்சாயத்து நிறுவனம் அதன் இருப்புக்கான நியாயத்தை இழப்பதோடு, நெறிமுறைகளை நடைமுறைப்படுத்துவதற்கான கடைசி அதிகாரத்தையும் இழந்துவிடுகிறது. ரொனால்டு துவார்கின் (Ronald Dworkin) வார்த்தைகளைக் கடன்பெற்றுச் சொல்வதென்றால், சட்டத்தின் நேர்மை சிதைக்கப்படுகிறது. அது பட்டவர்த்தனமாக அடக்குமுறைக்கான கருவியாக உருமாற்றம் அடைகிறது.

IV

நீதி குறித்துக் கிராமச் சமூகம் கொண்டிருக்கும் கருத்தமைவை நிலைநாட்டி, தலித்துகள் மீது மிக மோசமான வன்முறையையும் பேரச்சத்தையும் அவிழ்த்துவிடும் பின்னணியில், மிக அடிப்படையான கேள்வி ஒன்று மேலெழுந்துவருகிறது: தனித்துவமான, உணர்வுபூர்வமான கிராமம் என்பதன் மறைவைத்தான் இது குறிக்கிறதா? இதற்கான பதில்: ஆமாம். ஆனால், நாம் இந்தப் பதிலைப் பெருமளவு நியாயப்படுத்த வேண்டியுள்ளது. பழைய கிராமம் ஒருமித்த வெளிப்பாட்டையும் மறைமுகமான கட்டாயப்படுத்தலையும்

கொண்டிருப்பதாகப் பார்க்கப்படுவதானது நிச்சயமாக இறந்துவிட்டது. ஏனெனில், அதன் கட்டுமானத்தின் மிக முக்கியமான பகுதியொன்று அதன் பழைய அமைப்பாக்க விதிகளிலிருந்து தீர்மானமாக விடைபெற்று வெளியேறிவிட்டது. கருத்தியல்ரீதியாகவும் உணர்வுரீதியாகவும் பழைய கிராமங்களை ஒட்டவைத்தவையெல்லாம் ஒடுக்கப்பட்ட குழுமங்களின் பார்வையில் காலாவதியாகிவிட்டன. இவர்களைப் பொறுத்தமட்டில் மிகவும் அன்னியோன்னியமாகத் தெரிந்த சமூக வெளி இப்போது அச்சுறுத்தக்கூடியதாக மாறிவிட்டது.

இந்த இடத்தில், நகரமயமாக்கக் கட்டுமானங்கள் பொதுவாகக் கிராமத்தில் உள்ள ஏழைகள் மீது, குறிப்பாக தலித்துகள் மீது எத்தகைய விளைவுகளை ஏற்படுத்துகின்றன என்பதைக் கணக்கில்கொண்டு இந்தக் கட்டுமானங்களுக்கும் தலித் இயக்கத்துக்கும் இடையே காணப்படும் இக்கட்டான உறவை, கிராமம் குறித்த காந்தியக் கருத்தமைவைக் கொஞ்சம்போல் விவாதிப்பதன் ஊடாகப் புரிந்துகொள்ள முடியும். காந்தியம் முன்னிறுத்திய கிராமமானது யதார்த்தம், கற்பனாவாதம் இரண்டையும் கொண்டிருக்கின்றன. கடந்த கால இந்தியக் கிராமங்களை முன்வைத்துப் பொருளாதாரம் மற்றும் தொழில்நுட்பத் தளத்திலிருந்து சொல்வதென்றால், இந்தக் கிராமங்களின் இன்றைய ஊனப்பட்ட நிலையானது யதார்த்தமாக இருக்கிறது. காந்தியின் கற்பனாவாதம் கிராமத்தின் சமூக, பண்பாட்டுப் பழக்கவழக்கங்களோடு தொடர்புகொண்டதாக இருக்கிறது. இந்தப் பழக்கவழக்கங்கள் ஏதோ சாதகமான அம்சம் கொண்டிருப்பதாக காந்திஜி நம்பினார். வேறு வார்த்தைகளில் சொல்வதென்றால், என்றுமே இல்லாத கிராமங்கள் குறித்துதான் காந்திஜி பேசினார். யதார்த்தவாதியான அம்பேத்கர் அப்படியான அழகான கிராமங்கள் இருப்பதற்கு சாத்தியமே இல்லை என்பதைப் புரிந்துகொண்டார். சர்வதேச மூலதனத்தையும் நவீனத்துவமாக்கலையும் இரக்கமற்ற ஏரண அடிப்படையில் செயல்படும் பின்னணியில் வைத்தும், கிராமங்களைப் பலிகொடுத்து மாநகரங்களையும் நகரங்களையும் ஊக்குவிக்கும் அதன் போக்கை முன்வைத்தும் கிராமத்தை முக்கியத்துவம் கொண்டதாக காந்திஜி பார்த்தார். இவ்விஷயத்திலும், அவருடைய பிற சிந்தனைகளைப் போலவே, இருப்பதே விழுமியமாகவும் உண்மையாகவும் ஆகிறது. இதில் உள்ள முரண்நகை என்னவென்றால், கற்பனாவாதச் சிந்தனையில் உள்ள போதாமைகளைத் தவிர்க்கும் விதமாகக் கடந்த காலத்தையும் நிகழ்காலத்தையும் ஒருவகையான எதிர்காலமைய வாசிப்புக்கு உட்படுத்திக் கிராமங்களின் முக்கியத்துவத்தை காந்திஜி முன்வைத்தார். கற்பனாவாதங்கள் அதன் சிற்றிடைவெளிகளில் இயலாமையைச் சுமந்துகொண்டிருக்கின்றன. ஆனால் காந்தி, கற்பனாவாதத் திட்டங்களின் உள்ளார்ந்த பண்பான அதன் சக்தியற்றதன்மையிலிருந்து தப்பித்துக்கொள்ளும் விதமாக, கிராமங்களை வரலாற்றின் அழுகிய சகதியிலிருந்து மீட்டெடுக்கக்கூடிய ஒரு வாழ்க்கை வடிவமாக முன்வைத்தார். இது பிரதான தெய்வமாகக் கிராமத்தை முன்வைக்கும் ஏதோ ஒரு தனிவழிபாட்டுக் குழுவின் வெட்டிப்பேச்சு அல்ல. காந்திஜியினுடைய சாதனையின் முக்கியத்துவம் என்பது ஏறக்குறைய வரலாற்றுரீதியான

தோல்வியை வெற்றிக்கான சாத்தியப்பாடுகளாக மாற்றியமைத்ததில்தான் உள்ளது.

அம்பேத்கர் கிராமம் என்று அழைக்கப்பட்ட வாழ்க்கை வடிவத்தை அதன் கடந்த கால அடிப்படையில் பார்த்து, அதை மீட்டெடுக்க முடியாததாகப் பார்த்தார். நேர்கோட்டுத்தன்மையில் வரலாற்றுரீதியான வளர்ச்சி என்பதன் மீதான அவரது முந்தைய நம்பிக்கையானது மாநகரங்களையும் ஆங்காங்கேயான நகரச் சேர்க்கைகளையும் அதன் இயற்கையான வெளிப்பாடுகளாகப் பார்த்ததோடு, கிராம வாழ்க்கையைத் தீவிர சந்தேகக்கண் கொண்டும் பார்த்தது. அம்பேத்கர் விமர்சனபூர்வமான நவீனத்துவவாதியே தவிர வேறு எதுவுமில்லை. நவீனத்துவத்தின் முழுமையான பக்தர் என்ற நிலையில் இருந்த அவரை விமர்சனபூர்வமான ஆதரவாளராக மாற்றியது பௌத்தம்தான். அம்பேத்கரைப் பொறுத்தமட்டில், ஸ்தூலமானதும் உடனடி அனுபவங்களுக்கு உட்பட்டவையுமே அர்த்தமுள்ளவையாக இருந்தன. காந்திஜியைப் பொறுத்தமட்டில், கடந்த கால, நிகழ்கால வடிவங்கள் குறித்த புரிதலை எதிர்காலமே தீர்மானித்தது என்றால், பாபாசாஹேபைப் பொறுத்தமட்டில் நிகழ்காலமே கடந்த காலத்தையும் எதிர்காலத்தையும் அர்த்தப்படுத்தியது. கிராமச் சித்திரத்தை வரைவதில் இத்தகைய வேறுபட்ட பார்வைகளே தீர்மானகரமாகப் பங்காற்றின. இங்கு நேருவுக்கு அருகில் அம்பேத்கர் இருக்கிறார். அம்பேத்கர் திரும்பத்திரும்ப தலித்துகள் எதிர்கொள்ளும் அமைப்பாக்கரீதியான பிரச்சினைகள் குறித்தே பேசினார் என்றாலும், காந்திஜியுடனான மோதலுக்குப் பிறகு, பிரச்சினைகளின் கலாச்சாரரீதியான பார்வைகளோடு அவரை மிக ஆழமாக இணைத்தது. கம்யூனிஸத்தோடு அவருக்கு இருந்த ஆழமான வேறுபாடுகளையும் நாம் இதோடு இணைத்துப்பார்க்க முடியும். மேலும், கிராமச் சமூகத்தின் மீதான அம்பேத்கரின் அவநம்பிக்கையானது மகர் சாதியின் ஸ்தூலமான வரலாற்றுரீதியான அனுபவங்களிலிருந்து பிறந்ததாக, அதாவது மகர் குமுகம் இந்து மதத்தோடு முழுமுற்றாகக் கலந்துவிட்டதன் பின்னணியைக் கொண்டிருப்பதாக நான் சந்தேகிக்கிறேன். இதில் ஆச்சரியப்பட ஏதுமில்லை. பக்தி இயக்கம்கூட நேரடியாகவும் மறைமுகமாகவும் இவ்வாறு உள்ளிணைத்துக்கொள்ளும் போக்குக்குப் பங்காற்றியுள்ளது.

கிராமங்களுடனான அம்பேத்கரின் பிரச்சினைக்குரிய உறவு இன்னும் ஆழமானதாக இருப்பதோடு பல்வேறு சிக்கலான பரிமாணங்களைக் கொண்டதாகவும் இருக்கிறது. எடுத்துக்காட்டாக, ஒரு போராட்ட வடிவமாக சத்தியாகிரக முறையோடு அவருக்கு இருந்த சங்கடமான உறவும், சற்றே புதிரான தன்மையில்தான் என்றாலும், இதோடு தொடர்புடையதாகவே இருக்கிறது. இந்தியக் கிராமங்களில், கீழ்ப்படிந்துபோவதே எப்போதும் உயரிய பண்பாகிறது. மேலும், அடிபணிவதன் மூலம் அத்துமீறுவதே உண்மையான கலக வடிவம் என்ற மரபையும் உயர்த்திப்பிடிக்கிறது. பக்தி இயக்கமும் இத்தகைய வழிமுறையைத்தான் அதன் வடித்தெடுப்பாகக் கொண்டிருந்தது. கடவுளின் விருப்புறுதிக்கு முன் தன்னை ஏதுமற்றதாகச் சுருக்கிக்கொண்டு ஒரு பக்தர் அடிபணிவதன் மூலம் அவரது இறுதியான விடுதலையை அடைகிறார்.

அடங்கமறுப்பது, கலகம்செய்வது போன்றவை மீபௌதிகரீதியாக முற்றிலும் வேறான கருத்தமைவுகளாக இருக்கின்றன. காந்தியத்தின் உன்னதமான பாங்கி இதே உலையில் பட்டைதீட்டப்பட்டவராக இருக்கிறார். ஆக, சோஷலிஸம் என்ற தற்காலச் சிந்தனையால் வடிவமைக்கப்பட்ட ஒரு நவீன மனம், காந்திஜியின் உன்னதமான பாங்கியோடு உறவுகொள்வது பெரும் சிக்கலாகவே இருக்க முடியும்: அம்பேத்கர் இதை ஏறக்குறைய வெறுக்கத்தக்கதாகப் பார்த்தார். சத்தியாகிரக நடைமுறைகூட மூலச் சிந்தனையிலிருந்து படைப்பூக்கத்தோடு வடித்தெடுக்கப்பட்டதுதான். உண்மையைப் பார்ப்பதற்கு எதிராளியைத் தொடர்ந்து வலியுறுத்துவதுதான் இந்த முறையின் அத்தியாவசியப் பகுதியாக இருக்கிறது. பகிர்ந்துகொள்ளக்கூடிய மனிதத்தன்மை எனும் கருத்தாக்கம் இதன் மையமாக இருக்கிறது. இதற்கான அர்த்தம் என்னவென்றால், விரோதி என்பவர் சுயத்தின் வக்கிரமான பதிப்பாகிறார்.

இத்தகைய பார்வைகள், குறுகிய கால அடிப்படையிலும் நீண்ட கால அடிப்படையிலும் தலித்துகளுக்கு எதிரான வன்முறையை எவ்வாறு எதிர்கொள்வது என்ற கேள்விக்கு நம்மை இட்டுச்செல்கின்றன. வன்முறையை எதிர்கொள்ளும் அம்பேத்கரிய முறையானது கற்பது, ஒன்றுபடுவது, போராடுவது ஆகியவற்றுக்கு அழுத்தம் கொடுக்கிறது. இது தலித் இயக்க வளர்ச்சிக்கு அற்புதமாகப் பங்காற்றியுள்ளது. சமூகத்தில் மிகவும் பலவீனமானவர்கள் மீதான அட்டூழியங்களைக் குறைப்பதிலும் இத்தகைய முறை பெருமளவு பங்காற்றியுள்ளது. இந்த முறையைச் சற்று ஆழமாக ஆராய்வது இங்கு அவசியம். தலித் செயல்பாட்டாளர்களோடு நான் மேற்கொண்ட உரையாடல்கள் மூலம் அம்பேத்கரிய முறையானது தலித் குமுகத்தில் எத்தகைய தாக்கத்தை ஏற்படுத்தியுள்ளது என்று அறிந்துகொள்ள முற்பட்டபோது, ஒருவிதமான பாதுகாப்பை அது வழங்குகிறது என்பதுதான் அவர்களுடைய பதிலாக இருந்தது. அம்பேத்கரிய முறையானது ஒரேஅடியில் இரக்கம், நல்லெண்ணம் போன்றவற்றைச் சார்ந்திருக்கும் காந்திய பாணியிலான சுயதூய்மையாக்கத்தின் போதாமைகளைக் கடந்துவிடுகிறது. வெளிப்படையாகச் சொல்வதென்றால், சாதி இந்துச் சமூகத்தைச் சுற்றி உருவாக்கப்பட்டிருக்கும் அச்சத்திலிருந்துதான் தலித்துகளுக்குப் பாதுகாப்புணர்வு கிடைக்கிறது. எதிர்த்தாக்குதல் குறித்த அச்சவுணர்வே அவர்களைச் சுயநினைவுக்குக் கொண்டுவருவதோடு, ஒருவிதமான கட்டுப்பாட்டையும் அவர்கள் மீது திணிக்கிறது. இத்தகைய உத்தியானது பிரச்சினையைத் தீர்ப்பதற்கு மிகச் சிறந்த வழியாகிறது என்றாலும், பயனுறுதியான வழிமுறையாகிறது என்றாலும், இது குறுகிய காலத் தீர்வாகவே இருக்க முடியும் என்று சொல்லத் தேவையில்லை.

அம்பேத்கரிய மாதிரியின் பலமும் பலவீனமும் இங்குதான் பின்னிப்பிணைந்து கிடக்கின்றன. சுயதூய்மையாக்க மாதிரியில் உள்ள போதாமைகளை வெற்றிகரமாகத் தவிர்த்துவிட்டு, இது வேறு விதமான பிரச்சினைகளுக்குள் சிக்கிக்கொள்கிறது — அதாவது, பரஸ்பரம் அச்சம் சார்ந்த சூழ்நிலையை உருவாக்குகிறது. சுயமரியாதை மாதிரியின் பலன்கள் கண்கூடானவை. இது நாடு முழுவதிலும் தலித்துகள் மத்தியில் பிரமிக்கத்தக்க வகையில் தீவிரைப்

பிரக்ஞையை வளர்த்திருக்கிறது என்றாலும், தீண்டாமையின் உளவியல்ரீதியான மூலம் குறித்து மிகச் சிக்கலான கேள்வியை இது முன்னிறுத்துகிறது. தீண்டாமை எங்கிருக்கிறது? பாதிப்பை ஏற்படுத்துகிறவரோடு பாதிக்கப்பட்டவர் கொண்ட உறவால் தொற்றிக்கொண்ட நோயை பாபாசாஹேபின் முறை வெற்றிகரமாகக் குணப்படுத்திவிட்டது. இறுதியாக, இந்த நோயின் மூலமானது சாவர்ணா சமூகத்தின் மூளையிலும் இதயத்திலும்தான் உள்ளது. சூழ்நிலையின் முரண்நகை மிக ஆழமாக இருக்கிறது. பரஸ்பரம் அச்சமும் நம்பிக்கையின்மையும் சாதிய முறைமையின் பிரதான மனநிலைகளாக இருக்கின்றன. இவை பல்வேறு தளங்களில் அரூபமானவையாகவும் ஸ்தூலமானவையாகவும் செயல்படுகின்றன. தலித்துகளின் தன்னம்பிக்கையானது சாதி இந்துக்களிடம் அச்சமாக மொழியாக்கம் ஆகிறது. அமைதிக்கான மூலம் மிகவும் பலவீனமானதாக இருக்கிறது. மேலும், தலித்துகளுக்கும் சாதி இந்துக்களுக்கும் இடையே காணப்படும் இறுக்கங்களற்ற உறவானது எப்போது வேண்டுமென்றாலும் தாறுமாறாகப் போகக்கூடியதாகவே இருக்கிறது. ஆகவே, சுயதூய்மையாக்கம் என்ற காந்திய மாதிரியைச் சுயமரியாதை முறையோடு இணைக்க வேண்டிய அவசியம் இருக்கிறது. ஆனால், இதைச் செய்வதற்கு இயக்கத்துக்குள்ளாக எதிர்பாராத வகையில் தலித் அல்லாதாரின் மேலாண்மையைத் தவிர்க்கும் விதமாக அம்பேத்கரிய மாதிரியை அடிப்படையாகக் கொண்டிருக்க வேண்டியுள்ளது. காந்திய லட்சியம் லோகியாவாத உருவகத்தோடு அதனுள் ஒன்றிணைந்துகொள்ள முடியும். இது நிலத்துக்கு உரமாக வேண்டும். இந்த உருவகம் நிச்சயமாக மனமாற்றத்தின் முக்கியத்துவத்தை அடிக்கோடிட்டுக்காட்டுவதாக இருக்கிறது.

கிராமம் தொடர்பாக எத்தகைய முரண்பாடுகள் காந்திஜியையும் அம்பேத்கரையும் தொந்தரவுபடுத்தினவோ அதே முரண்பாடுகள், இன்னும் கடுமையாக இன்றைய இந்திய அரசியல் சூழலைத் தொந்தரவுபடுத்திக் கொண்டிருக்கின்றன. தலித்துகளுக்கும் விவசாயிகளுக்கும் இடையே காணப்படும் சிக்கலான உறவானது இந்த இறுக்கத்தின் வெளிப்பாடே தவிர வேறெதுவும் இல்லை. 'கிராம பாரத்' அல்லது கிராமிய இந்தியாவின் புத்தாக்கத்துக்கு முக்கியத்துவம் கொடுத்த காந்திய மையத்தை விவசாயிகள் எடுத்துக்கொண்டார்கள். அதே சமயத்தில், கிராமத்தை மீட்டுருவாக்கும் திட்டத்தில் காந்தி இணைத்திருந்த வேறு பல பிரதான விஷயங்களை எடுத்துக்கொள்ளாமல் விட்டுவிட்டார்கள். இது விவசாயிகளின் சாதி-வர்க்கப் பண்பு தொடர்பாகக் கிராமப்புற ஏழைகளின் மனதில் பெருத்த சந்தேகத்தை உருவாக்கியுள்ளது. வேறுபாடுகளற்ற, மொத்த கிராமம் என்ற வரையறையையே விவசாய இயக்கச் செயல்பாட்டாளர்கள் அவர்களுடைய நடவடிக்கைகளுக்கான அடிப்படையாக முன்வைக்க முயல்கிறார்கள். மேலும், கிராமத்துக்குள்ளாக முரண்பட்ட நலன்களை முன்வைக்கும் குழுமங்களைச் சந்தேகக்கண் கொண்டும் பார்க்கிறார்கள். ஒரு கிராமத்தின் எல்லா நுழைவுகளிலும் எந்த அரசாங்க அதிகாரியும் கிராமச் சங்கத்தின் அனுமதியில்லாமல் உள்ளே நுழையக் கூடாது என்று விவசாயச் சங்கங்கள் (Raita Sangha) வைத்திருக்கும் செய்திப் பலகைகள் பிரகடனப்படுத்துகின்றன.

இது இத்தகைய அணுகுமுறையின் குறியீட்டுரீதியான செயலாகவே இருக்கிறது. இது இயற்கையாகவே, கிராம நிர்வாக அதிகாரத்தை விவசாயிகள் சங்கம் தன்னுடைய கட்டுப்பாட்டுக்குள் கொண்டுவர முயல்கிறது என்றே அர்த்தப்படுகிறது. தலித்துகள் இத்தகைய நடவடிக்கைகளைச் சந்தேகக்கண் கொண்டு பார்க்கிறார்கள். ஏனெனில், இது சாதி இந்துக்களின் கடந்த கால ஆதிக்கத்தை அவர்களுக்கு நினைவூட்டுவதாக இருக்கிறது. கன்னடத்தில் மிகவும் பிரபலமான தீவிரை இதழியலாளரான லங்கேஷ், விவசாய இயக்கத்தினுடைய இத்தகைய நிலைப்பாட்டின் தீய விளைவுகளை ஆராய்ந்திருக்கிறார். இத்தகைய மேலாதிக்கச் சொல்லணியானது கீழ்ச்சாதிகள் மத்தியில் அச்சத்தையும் பாதுகாப்பற்ற உணர்வையும்தான் உருவாக்கும் என்ற முடிவுக்கு அவர் வருகிறார்.[3] வேறு விதமாகச் சொல்வதென்றால், வேறுபாடுகளற்ற கிராமம் என்ற கருத்தமைவை அரசியல்ரீதியாக அங்கீகரிக்கப்பட்ட வகைமையாகச் சிந்தனைத் தளத்திலும் செயல்பாட்டுத் தளத்திலும் தலித் இயக்கத்தால் இன்றளவும் ஏற்றுக்கொள்ள முடியவில்லை. இந்தப் பிரச்சினை தொடர்பான அம்பேத்கரியப் பார்வையை ஏற்றுக்கொண்டு, இத்தகைய இசைவான கிராமம் என்பது ஒரு புனைவு என்பதை உணர்ந்துள்ளார்கள். இதனாலேயே, இவ்விரு இயக்கங்களுக்குமிடையே அவசியமான ஒற்றுமையைக் கொண்டுவருவது மிகவும் கடினமாக இருக்கிறது.

இந்தப் பிரச்சினையை ஒருவர் இலக்கியத்துக்குள் கொண்டுசென்று மேலும் விவாதிக்க முடியும். விவசாய இயக்கத்தில் உந்துதல் பெற்ற ஓர் எழுத்தாளர், அவருடைய படைப்பில் கிராமத்தை மையமாக வைத்துப்பார்க்க முடியும். குறைந்தபட்சம், கருத்தியல்ரீதியாகவேனும் இது சாத்தியப்படக்கூடியதுதான். ஆனால், ஒரு தலித் எழுத்தாளருக்குக் கிராமத்தின் எல்லாத் தரப்பு மக்களையும் சம அளவில் இரக்கத்தோடு பார்ப்பதும், அவர்களோடு அடையாளப்படுத்திக்கொள்வதும் சிரமமானது. விமர்சனபூர்வமான மனிதத்துவப் பார்வை கொண்ட மிகத் திறமையான படைப்பாளிகளுக்கு மட்டும்தான் இது சாத்தியப்படுகிறது. தேவநூறு மஹாதேவா அவருடைய சில கதைகளில் குறுக்கும்நெடுக்குமாக மிகவும் அடர்த்தியாக நெய்திருக்கும் சூழ்நிலைகளில் உயர்சாதிக் கதாபாத்திரங்களைக் கொண்டுவந்து இதைச் சாதிக்கிறார்: அவருடைய சித்தாந்தரீதியான கோபமானது வாழ்க்கையை அதன் முழுமையான சிக்கல்களோடு சித்தரிப்பதற்கு இடையூறாக இல்லை. சுரண்டல் மற்றும் அநீதிக்கான கட்டுமானங்கள் குறித்தும், இவை தொடர்வதற்குக் காரணியமான முகவர்களின் பண்புகள் குறித்தும் இவ்விரு இயக்கச் செயல்பாட்டாளர்களும் கொண்டிருக்கும் வேறுபட்ட பார்வைகள்தான் இவர்களை உண்மையிலேயே பிரித்துவைக்கின்றன. இருந்தாலும், இவ்விருசாராருக்கும் இடையே இவர்களை ஒன்றிணைக்கும் பொதுவான சில தளங்களுக்கு உருவம் கொடுப்பது சாத்தியமே. எப்படியிருந்தாலும், இன்றைய தேசிய, சர்வதேசியப் பொருளாதார நடைமுறைகள் கிராமங்களில் உள்ள ஏழை விவசாயிகளையும் தலித்துகளையும் ஒன்றுபோல் வறுமைக்குள், ஆதரவற்ற

3 *P.Lankesh (1992: 418-29).*

நிலைக்குள் தள்ளிவிடும் என்பதால், இவர்கள் தொழிலாளி வர்க்கத்தோடு பொதுவான நோக்கங்களைக் கண்டெடுக்க வேண்டியிருக்கிறது. ஆனால், இந்த ஒற்றுமையை அவ்வளவு சுலபத்தில் வடிவமைக்க முடியாது. ஏனெனில் வரலாறு, மதம், பண்பாடு ஆகியவை குறித்துத் திட்டமிட்ட திரிபுகள் இத்தகைய வர்க்கங்களை ஆட்கொண்டு, இவர்களிடையே ஏதேனும் அர்த்தமுள்ள இணைவு சாத்தியம் என்றாலும் அதைச் சாத்தியமில்லாமல் செய்துவிடுகிறது. ஏற்கெனவே நாட்டில் வளர்ந்துவரும் மத அடிப்படைவாதமானது உண்மையான பிரச்சினைகளை மூடிமறைத்துக்கொண்டிருக்கிறது. இது இந்த மூன்று இயக்கங்களிலும் உள்ள செயல்பாட்டாளர்களுக்கு விடுக்கப்பட்டுள்ள கடுமையான எச்சரிக்கை. சுதந்திரமான காந்திய இயக்கம் ஒன்று உருவாகும் என்று நான் நினைக்கவில்லை. ஆனாலும், நவீன நாகரிகத்தின் மீதான காந்திஜியின் விமர்சனபூர்வமான பார்வையும் புரிதலும் தலித் இயக்கங்களின், விவசாய இயக்கங்களின் செயல்பாட்டுக்கான கருத்தியல் அடிப்படையாக இருக்க வேண்டிய அவசியம் உள்ளது.

இந்தப் பின்னணியில் சொல்வதென்றால் தலித்துகளின், விவசாயிகளின் தோள்கள் மீது மிகப் பெரும் பாரம் சுமத்தப்பட்டுள்ளது. ஏனெனில், இவர்கள்தான் ஒடுக்கப்படுதலின் திரளுருவாகிறார்கள் — அவர்களுடைய இருத்தலியல்ரீதியான வடிவங்களிலும், சாத்தியக்கூறு சார்ந்த வடிவங்களிலும், கடந்த காலம், எதிர்காலம் ஆகிய இரண்டிலும் ஒடுக்கப்பட்டவர்களாகிறார்கள். ஒருவர் மற்றொருவரின் மிகுதிகளையும் முன்சாய்வுகளையும் சரிசெய்ய வேண்டியுள்ளது. கிராமங்களில் தலித்துகளுக்கு எதிரான வன்முறைகளைத் தடுப்பதற்கு ஒப்புக்கொள்வது என்ற தளத்தில் முதன்மையான பொறுப்பு விவசாய இயக்கத்திடம்தான் உள்ளது. ஏனெனில், ஒடுக்கப்பட்ட சாதிகளின் செயலூக்கம் கொண்ட பங்கேற்பு இல்லாமல் கிராமச் சமூகம் என்ற கருத்தமைவு எப்படியானதாக இருந்தாலும் அது வலிமையற்றதாகவே இருக்கும். கிராம இந்தியாவைக் காப்பாற்ற வேண்டும் என்றால் தலித்துகளைக் காப்பாற்ற வேண்டும் என்று காந்தி நம்பினார். இப்போதைய நிலையில், தலித்துகளும் பிற கீழ்ச்சாதிகளும் கிராமச் சமூகம் குறித்துப் பெருமைகொள்வதற்கு எப்படியான காரணிகளும் இல்லை. நீதி குறித்தும் நெறிமுறைகள் குறித்தும் அதனுள் நிலவும் கருத்தமைவே இதற்கு முக்கியமான காரணியமாகிறது. வேறு மாற்று விதிமுறைகள் தொடர்பான கற்பனைகள் தூண்டிவிடப்பட்டிருக்கும் நிலையில், அவர்களுடைய சொந்த அனுபவங்களை அவர்களே மறுபரிசீலிக்கத் தொடங்கியுள்ளார்கள்.

இந்தியாவின் ஒடுக்கப்பட்ட குமுகங்களின் கடந்த காலத்தையும் கிராமச் சமூகத்தில் ஆதிக்கச் சக்திகளோடு அவர்கள் கொண்டுள்ள உறவையும் மராத்திய தலித் இலக்கியத்தில் உள்ள கதை மூலமாகத் தொகுத்தளிக்க விரும்புகிறேன். இது, வாமன் ஹோவல் *(Waman Hoval)* எழுதிய எளிமையான கதை. அதன் தலைப்பு: ‘மாடி வீடு’ *(The Storeyed House)*. கதையின் தலைப்பே மேட்டுக்குடிச் சாதிகளின் ஆழமான சகிப்பற்றதன்மையையும் மாற்றத்துக்கான

தலித்துகளின் அடக்க முடியாத உந்துதலையும் குறிப்பதாக இருக்கிறது.[4] மகர் சாதியைச் சேர்ந்த பாயாஜி, வாழ்க்கை முழுவதும் உழைத்துச் சேர்த்த சேமிப்பைக் கொண்டு அவருடைய பூர்வீகக் கிராமத்தில் மாடி வீடு கட்டுவதற்கு முயல்வதே கதையின் அடிப்படையாக இருக்கிறது. பாயாஜி, முப்பத்தைந்து வருடங்களாக பம்பாயில் கப்பல் கட்டுமான வேலையில் கூலியாக உழைத்திருக்கிறார். அவர் ஓய்வுபெற்ற பின் பம்பாயில் தொடர்ந்து இருப்பதற்கு எத்தகைய காரணிகளும் இல்லை என்பதால், அவருடைய கிராமத்துக்குத் திரும்பிப்போவதென்று முடிவெடுக்கிறார். ஆனால், அதற்குள்ளாக அவருடைய சாதியைச் சேர்ந்தவர்கள் பௌத்தத்துக்கு மாறுகிறார்கள். அதாவது, அவர்கள் வாழ்க்கை குறித்து வேறு விதமான கருத்தமைவுகளை உருவாக்கிக்கொண்டுள்ளார்கள் என்றாகிறது. மகர் குழுமகத்துக்குள் பாபாசாஹேப் அறிமுகப்படுத்திய புதிய வாழ்க்கை வடிவம் குறித்து சில சுவாரஸ்யமான தகவல்களையும் இந்தக் கதை கொடுக்கிறது. மாடி வீடு கட்டும் பாயாஜியின் கனவானது ஊர்த் தலைவரான கோண்டிபா பாட்டீலின் நேரடி மிரட்டலால் நொறுங்கிப்போகிறது. மொத்த கிராமத்திலும் கோண்டிபா பாட்டீலின் வீடு மட்டும்தான் மாடி வீடாக இருந்தது. அதற்குப் போட்டியாக மற்றுமொரு மாடி வீடு, அதுவும் அதன் சொந்தக்காரன் மகர் சாதியைச் சேர்ந்தவன் என்பதை பாட்டீலால் சகித்துக்கொள்ள முடியவில்லை. மகர்கள் பாரம்பரியமான மூன்று அறைகள் கொண்ட வீடுகளைத்தான் கட்டிக்கொள்ள முடியும். ஆனால், பாயாஜி வெளியிலிருந்து யாரும் ஊகிக்க முடியாதவாறு ஒரு சிறிய மாடி வீட்டைக் கட்டிமுடிக்கிறார். மரபான புதுமனைப் புகுவிழாவும் விமர்சையாகக் கொண்டாடப்படுகிறது. கோண்டிபா பாட்டீலும் கலந்துகொள்கிறார். ஆனால், அது அவரை இன்னும் வெறியூட்டியது மட்டும்தான் மிச்சம். பௌத்த மத பஜனைப் பாடல்களே இந்தக் கொண்டாட்டத்தின் சிறப்பம்சமாக இருந்தது. பிறகு, நாம் கனவிலும் நினைத்துப்பார்க்க முடியாத ஒன்று நடக்கிறது. புது வீடு எல்லாப் பக்கங்களிலிருந்தும் தீப்பற்றிக்கொள்கிறது. கிராமத்தின் நெறிமுறைகளை பாயாஜி மீறியதால், அவருடைய விரோதிகள் பழிவாங்கிவிட்டார்கள். அந்த வயதான மனிதர் மோசமான தீக்காயங்களுக்கு இரையாகிறார். அவருடைய மகன்கள் மீண்டும் இரண்டு மாடி வீடு கட்டுவதென்று முடிவெடுப்பதோடு கதை முடிகிறது: ‘ஆறு சகோதரர்களும் தீர்மானமாக இரண்டு மாடி வீடு கட்டுவதற்கு அஸ்திவாரம் எடுக்கப் பள்ளம் தோண்டிக்கொண்டிருந்தார்கள்’. இந்தக் கதையானது மனிதர்களைச் சித்தரித்த முறை பெரும்பாலும் கறுப்பு–வெள்ளையாக இருந்தாலும், கிராமச் சமூகத்தில் நிலவியிருக்கும் நெறிமுறைகள் மீது நம் கவனத்தை ஈர்ப்பதில் வெற்றிபெறுகிறது.

உள்ளடக்கத் தளத்தில் வைத்துப்பார்த்தால், இந்தக் கதையை முன்வைத்து முக்கியமான கேள்விகள் பலவற்றை எழுப்ப முடியும். சட்டத்தின் தோற்றுவாய் மறைக்கப்பட்டதாகவும் கண்களுக்குப் புலப்படாததாகவும் இருக்கிறது. சட்டத்தின் அஸ்திவாரத்தை நோக்கிய பயணமும் அதன் தோற்றுவாய் நோக்கிய பயணமும் தவிர்க்க முடியாததாகின்றன. அரசியல்ரீதியாகச் சொல்வதென்றால்,

4 *Waman Hoval (1992: 9–17).*

ஒடுக்குதல் நடைமுறைகளே இத்தகைய சட்டங்களின் தோற்றுவாயாக இருக்கின்றன என்ற உண்மையைத் தெளிவுபடுத்தியதுதான் தலித் இயக்கத்தின் ஆகச்சிறந்த சாதனையாகிறது. ஆறு சகோதரர்கள் இரண்டு மாடி வீடு கட்ட அஸ்திவாரம் எடுக்கும் வேலையை மீண்டும் தொடங்குகிறார்கள் என்னும் கதையின் கடைசி வரி கோண்டிபா பாட்டீல் வீட்டின் அஸ்திவாரத்தை ஆட்டங்காணச்செய்யும் அழுத்தத்தையும் அதனுள்ளாகக் கொண்டிருக்கிறது.

கதை முன்வைக்கும் படிமங்கள் ஊடாகச் சொல்வதென்றால், பாட்டீலின் அதிகாரத்தை நிராகரிப்பதன் மூலமாகத்தான் கிராமத்தில் அவர்களுக்கென்று தலித்துகள் ஏதேனும் ஒன்றைக் கட்டிக்கொள்ள முடியும். இது பாட்டீலின் சட்டதிட்டங்கள், நெறிமுறைகள், நீதிக்கான அடிப்படைகள் ஆகியவை குறித்துத் தீவிரைக் கேள்விகளை எழுப்புவது என்றே அர்த்தமாகிறது. இத்தகைய அர்த்தத்தில் பாயாஜியின் ஆறு மகன்களும் புதிய குறியீடுகளையும் கடவுள்களையும், அதாவது புத்தர், அம்பேத்கர், பூலே போன்றோரை அவர்களுடைய வாழ்க்கையில் அறிமுகப்படுத்திக்கொண்டு இதை முன்னரே தொடங்கிவிட்டார்கள். புதிய குறியீடுகளை அறிமுகப்படுத்துவது என்பது பழையதை எதிர்த்துநிற்பது என்ற அர்த்தத்தைக் கொண்டிருக்கிறது. இந்தச் சூழ்நிலையில் குறியீடுகள் உண்மையான, பொருளியல்ரீதியான அதிகாரத்தைக் குறிப்பதாக இருக்கின்றன. நீதிக்கான கட்டமைப்புகள் விமர்சனங்களிலிருந்து அதைத் தற்காத்துக்கொண்டிருந்தது. ஆனால், திடீரென்று அந்தக் கட்டமைப்பு பலவீனமாகி அதில் ஏற்பட்டிருக்கும் விரிசல்களை வெளிப்படுத்தத் தொடங்குகின்றன. ‘செயின்–நாவ’லில் *(Chain–Novel)*, துவார்கின் முன்வைக்கும் கருத்தாக்கம்–உருவகம் என்ற கருத்தமைவைக் கடன்பெற்றுச் சொல்வதென்றால், குமுகரீதியான கதையாடலில் பிரதானப் பாத்திரம் இந்தச் சங்கலியை உடைப்பதென்று தீர்மானித்திருப்பதோடு இந்தக் கதையை அதன் பார்வையிலிருந்து மாற்றிச் சொல்வதற்கு நிர்ப்பந்திக்கிறது.[5] இந்தப் பின்னணியிலிருந்து சொல்வதென்றால், கடந்த காலக் கிராமம் இனியும் ஒத்திசைவான ‘செயின்–நாவ’லாக, அதாவது கடந்த காலங்களில் எழுதப்பட்டது போன்று ஒவ்வொரு அத்தியாயமும் மிகத் தெளிவாக ஒன்றை மற்றொன்று தொடர்வதுபோல், எழுதப்பட முடியாததாகிறது. இதனால், கிராமம் என்ற பெரும் கதையாடல் உடைபட்டுப்போகிறது. இந்தப் பெரும் கதையாடலை மீண்டும் எழுதுவதற்கான முயற்சிகள் வெற்றிபெற வேண்டுமென்றால், சுயபிரதிபலிப்பு கொண்டிருக்கும் பனுவல்கள் என்ற சட்டகத்துக்குள் வைத்து, ஒவ்வொரு நிகழ்வையும் தலித் இயக்கத்தின் விமர்சனபூர்வமான மீளாய்வுக்கு உட்படுத்த வேண்டியுள்ளது.

இதுவரை சொல்லப்பட்டதெல்லாம் கிராமச் சமூகம் மீது அமிலத்தை வீசுவதுபோலவும், நவீன வாழ்க்கை வடிவத்தை மிக எளிமையாக

5 மேலே குறிக்கப்பட்டிருக்கும் செயல்பாட்டைப் பொறுத்தமட்டில் ரோனால்ட் துவார்கினின் பெயர் மிக முக்கியமானதாகிறது. பார்க்கவும்: Ronald Dworkin (1986). சட்டரீதியான வாசிப்புகளுக்கும் நிர்நிர்மாணத்துக்கும் இடையேயான உறவை விமர்சனபூர்வமாக அணுகுவதற்குப் பார்க்கவும்: Christopher Norris (1988: 126–56).

ஏற்றுக்கொள்வதுபோலவும் வெளிப்படவில்லை என்று நம்புகிறேன். இதற்கு மாறாக, விமர்சனரீதியான நவீனத்தியப் பார்வையிலிருந்து கிராமங்களைத் தீவிரை மறுகட்டமைப்புக்கு உட்படுத்தப்பட வேண்டும் என்றே நான் வாதிடுகிறேன். இந்திய மதச் சீர்திருத்தவாதிகள் காட்டியிருக்கும் வழியில் நிலைத்திருக்கும் விழுமியங்களைத் தீவிரை மாற்றத்துக்குள்ளாக்கும் ஒன்றாகவும் இதைப் பார்க்கலாம். கடந்த காலங்களில் இது சாத்தியப்பட்டுள்ளது. மரபான சமூகத்தில் கீழ்ச்சாதியினர் அவர்களுக்கு எதிரான குருட்டுப்பார்வைகளையும் அநீதிகளையும் எதிர்த்து ஆன்மீகரீதியான கலகங்களின் மூலம் அவற்றைச் சரிசெய்ய முடியும் என்ற பாதையை நமக்குக் காட்டியிருக்கிறார்கள். தற்சமயத்தில், தலித் இயக்கம் இத்தகைய பாத்திரத்தை ஏற்று, புதிய வாழ்க்கை வடிவங்களுக்குக் குரல்கொடுப்பதோடு, கடந்த காலம் மற்றும் நிகழ்காலத்தில் உள்ள மிக மோசமான போதாமைகளை அம்பலப்படுத்தவும் செய்கிறது.

◉

8

பண்பாட்டு நினைவின் பிரச்சினை

சமீபத்தில், பெங்களூர் மாவட்டத்தின் கடைக்கோடி கிராமம் ஒன்றில், எரிச்சலூட்டுகிற அளவுக்குப் பேசிக்கொண்டே இருக்கும் வயதான பெண்மணி ஒருவர் நாட்டார் கதை ஒன்றைச் சொல்லக் கேட்டேன். எத்தகைய சூழ்நிலையில் நான் இந்தக் கதையைக் கேட்க வேண்டியிருந்ததோ அதற்குத் தெளிவைக் கொடுக்கக்கூடியதாகவும் இருந்தது. ஏனெனில், இந்தக் கதையாடலில் நான் எதைத் துருவி ஆராய முயல்கிறேனோ அதன் உட்கருத்துகள் மேல் அந்தக் கதை நம் கவனத்தை ஈர்க்கிறது. சென்னப்புரா என்ற கிராமத்தில் வறண்டுபோன குளக்கரை ஒன்றில் தலித் செயல்பாட்டாளர்கள் சிலரைச் சந்தித்தேன். சில வருவாய்த் துறை அதிகாரிகள், ஒரு மந்திரி கொடுத்த நெருக்கடியில் அந்தக் குளத்தை வீட்டுமனைப் பட்டாக்களாக மாற்றுவதற்கு முயன்றார்கள். ஆனால், தலித் செயல்பாட்டாளர்கள் இந்த இடத்தின் பட்டாக்களை, சுற்றியிருக்கும் கிராமங்களில் உள்ள நிலமற்ற தலித்துகளுக்குக் கொடுக்க வேண்டும் என்று கோரிக்கை வைத்தார்கள். இப்படியாக, பட்டா விநியோகிப்பது பெரும் வெற்றியைக் குறிக்கும் என்பதாக தலித் செயல்பாட்டாளர்கள் நம்பினார்கள். தலித் இயக்கத்தின் சக பயணியாக இருப்பதால், கிராமக் குளத்தைக் காப்பாற்றுவதற்கு அவர்கள் போராட வேண்டும் என்று செயல்பாட்டாளர்களை ஏற்றுக்கொள்ளவைக்க முயன்றேன். நான் முன்வைத்த காரணிகள் அவ்வளவாகத் தெளிவில்லாமல் சூழலியல் சார்ந்தும் அரூபமாகவும் இருந்தன. தலித் செயல்பாட்டாளர்கள் என்னுடைய வாதங்களை நிராகரித்தார்கள். நிலத்தை அவர்கள் கைப்பற்றவில்லை என்றால், கிராமத்தில் உள்ள உயர்சாதி மேட்டுக்குடிகள் அதை அபகரித்துக்கொள்வார்கள் என்று அவர்கள் வாதிட்டது முற்றிலும் சரியானதே. பழைய காலத்தின் குளங்களுக்கு 'மாயா பஜாரான' நவீன நகரத்தில் எத்தகைய எதிர்காலமும் கிடையாது. இப்போது இல்லையென்றாலும் எப்படியும் இந்தக் குளம் காணாமல்தான் போகும். அந்தக் குழுமத்தின் தலைவர் தோடண்ணா (*Doddanna*), மெலிந்த ஆனால் பலமான அவருடைய கறுத்த கையை வீசி, சுற்றியிருந்த விஸ்தாரமான

நிலங்களையெல்லாம் காட்டி, 'இந்தப் பொது நிலங்கள் எல்லாம் அதிகாரம் கொண்டவர்களாலும் செல்வந்தர்களாலும் அபகரிக்கப்பட்டவைதான்' என்றார்.

வளர்ச்சியின் பிரதான விளைவுகளில் ஒன்று, சமூகரீதியாகவும் உளவியல்ரீதியாகவும் கிராமம் இணக்கமான அலகாக இருப்பதன் மறைவைத்தான் குறிக்க முடியும் என்று நான் அறிந்தே இருக்கிறேன். ஆனாலும், தலித் செயல்பாட்டாளர்கள் அந்தக் குளத்தைக் காப்பாற்ற வேண்டும் என்று விரும்பினேன். வளர்ச்சி ராஜ்ஜியத்தின் சாதகபாதகங்கள் பக்கமாக எங்களுடைய உரையாடல் திரும்பியது. இந்த ராஜ்ஜியத்தின் போலியான வசீகரிப்புகளையும் பொய்யான உத்தரவாதங்களையும் வெளிக்கொணர முயன்றேன். அதனால் எந்தப் பயனுமில்லை. வளர்ச்சியின் ராஜ்ஜியம் பொதுவாக இந்தியக் கிராமங்களுக்கு, குறிப்பாக தலித்துகளுக்குப் பெரும் கேடுகளைத்தான் விளைவிக்கும் என்று அவர்களிடம் எடுத்துச்சொன்னேன். அந்த வயதான பெண்மணி இதையெல்லாம் கேட்டுக்கொண்டிருந்ததோடு, இடையிடையே சம்பந்தாசம்பந்தமில்லாமல் குத்திக்காட்டுவதுபோல் கருத்துகளை வீசிக்கொண்டிருந்தார். இந்தச் சமயத்தில் அந்தப் பெண்மணி முன்னே வந்து, நான் ஏற்கெனவே குறிப்பிட்ட நாட்டார் கதையை விவரிக்கத் தொடங்கினார். ஆலீவ் நிறத்தில், நரைத்த முடியோடு, பற்களற்ற அந்தப் பெண்மணி தலித் செயல்பாட்டாளர்கள் மத்தியில் பரிச்சயமானவராக இருந்திருக்க வேண்டும். இருந்தும், அவர்கள்கூட அந்தக் கதையை சுவாரஸ்யமாகக் கேட்கும் பாவனையோடு கேட்டார்கள். தோராயமாகச் சொல்வதென்றால், அந்தக் கதை இப்படியாகத்தான் இருந்தது:

சந்திரதாரா என்பவன் சிம்ஹபுரா என்ற நாட்டின் அரசனாக இருந்தான். அவன் வீரத்துக்குப் பெயர்போனவன். எல்லா நாட்டார் கதைகளிலும் உள்ளதுபோலவே அவனை ஒழித்துக்கட்டுவதற்குப் பல எதிரிகள் சந்தர்ப்பம் பார்த்துக் காத்திருந்தார்கள். ஒருமுறை அவன், மாயஆரன்யா என்ற தோற்றமயக்கம் நிறைந்த காட்டுக்குள் வேட்டையாடச் சென்றான். அந்தக் காட்டில் ஒவ்வொன்றும் தவறான காரணிகளுக்காக அவ்வளவு கவர்ச்சியாக இருந்தன. மலர்கள் வாடவில்லை; பழங்கள் அழுகவில்லை; இலையுதிர் காலத்தில் இலைகள் உதிரவில்லை. கீழிருந்து மேலாக மழை பொழிந்தது. வேறு வார்த்தைகளில் சொல்வதென்றால், இயற்கை இயற்கையாகவும் இல்லை, மானுடர்கள் மானுடர்களாகவும் இல்லை. காட்டுவாசிகள் தங்கத்தையும் வெள்ளியையும் உண்டார்கள். குழந்தை பெற்றுக்கொள்வதற்கு அவர்கள் காதலிக்க வேண்டியதில்லை. அரசன் சந்திரதாராவை அந்தக் காட்டுக்குள் நுழையவைத்த அந்த மர்மமான உயிரினம் வேறு எதுவுமில்லை — அரசனைப் பழிவாங்குவதற்கும் அவனை அடிமையாக்கிக்கொள்வதற்கும் பல யுகங்களாகக் காத்துக்கிடக்கும் ராட்சஷ அரசன் ராயா பேதாளாதான். இதில் அச்சம் தரக்கூடிய விஷயம் என்னவென்றால், மாயஆரன்யாவுக்குள் நுழையும் எந்த மனிதரும் அவருடைய நினைவுகளை இழந்துவிடுகிறார். அந்தக் கணம் மட்டுமே உண்மையானது. எல்லோரும் ராயா பேதாளாவுக்கு முற்றிலுமாக அடிபணிந்துகிடந்தார்கள். சந்திரதாராவும் விருப்பத்தோடு அடிமையாகி

ராட்சஷ–அரசன் வீட்டில் பாங்கியாக வேலைபார்க்கத் தொடங்கினான். உண்மைதான், அவனுடைய நாட்டில் அவன் அரசனாக இருந்தான் என்றாலும், இங்கு அவன் முழுமையாக மதிப்பிழந்துகிடந்தான். அரசன் சந்திரதாரா இத்தகைய நிலையிலும் மிகவும் மகிழ்ச்சியாக இருந்தான் என்பதுதான் இதில் உள்ள துயரமான முரண்நகை. அவன் நினைவுகளற்ற மனிதனாக இருந்தான். சிம்ஹபுராவில், மிக நீண்ட காலம் அரசனைக் காணாததில் மக்கள் கவலைகொள்ளத் தொடங்கினார்கள். ராணி ஹம்சாதேவி அரசனைக் கண்டுபிடிக்கப் புறப்பட்டாள். நாட்டார் கதைகளில்தான் இப்படியெல்லாம் நடக்கும்: ராணியும் மாயஆரன்யா காட்டுக்கு வந்துசேர்கிறாள். வழக்கம்போல், அவள் மாறுவேடத்தில் ராயா பேதாளா அரண்மனையில் வேலைக்காரியாகச் சேர்ந்துகொள்கிறாள். இறுதியாக, ராணி பல படைப்பூக்கமிக்க தந்திரங்களாலும் உத்திகளாலும் ராயா பேதாளாவைக் கொன்றுவிட்டு, அவளுடைய கணவனை சிம்ஹபுராவுக்குத் திரும்ப அழைத்துவருகிறாள். அரசனைப் பிடித்திருந்த தீயசக்திகளின் பிடியிலிருந்து விடுவித்து அவனது நினைவுகளை மீட்டெடுப்பதற்குப் பல வருடங்கள் ஆயின. எப்படியிருந்தாலும், இந்தக் கதை சுபமாக முடிந்தது. நாட்டார் கதைகளும் சுபமாக முடியவில்லை என்றால், இந்த வாழ்க்கை தாங்கிக்கொள்ள முடியாததாகவே இருக்கும். அந்த வயதான பெண்மணி மிகவும் உற்சாகத்தோடு இந்தக் கதையை விவரித்தார். நாங்களும் வேறு வழியில்லை என்றாலும் வியப்போடு கேட்டுக்கொண்டிருந்தோம். அந்தப் பெண்மணி அவருடைய பொதுப்புத்தி சார்ந்து யதார்த்தத்துக்கும் தோற்றத்துக்கும் இடையேயான வேறுபாட்டைக் கொண்டு, என்னுடைய வாதங்களைப் புரிந்துகொண்டிருக்கிறார் என்பது எனக்குத் தெளிவானது. அவருடைய இறுதி வாக்கியம் மிக எளிமையாக இருந்தது: வளர்ந்த பூனைகள் அல்ல புலிகள்.

வளர்ச்சி ராஜ்ஜியத்தில் நவீனமயமாக்கல் மீதான கீழ்ச்சாதிகளின் விமர்சனமற்ற ஆதரவு என்பது மாயஆரன்யாவில் சந்திரதாராவின் நிலைபோலானது என்று சொல்லி என்னுடைய வாதங்களுக்கு இந்த நாட்டார் கதையைப் பயன்படுத்திக்கொள்ள முயன்றேன். நான் சொல்லிமுடித்த பின், தோடண்ணா பெரும் சத்தம் எழுப்பிச் சிரித்து இவ்வாறு சொன்னார்: ‘ஐயா, உண்மையான சூழ்நிலை இப்போது வேறாக இருக்கிறது. நாங்கள் தொடக்கத்திலிருந்தே லட்சியப் பாங்கிகளாகத்தான் இருந்துவருகிறோம். வளர்ச்சியின் பலன்களை நாங்களும் கொஞ்சம் அனுபவிக்கிறோம். நீங்கள் இதைத் தோற்றமயக்கம் என்று சொல்லலாம். ஆனால், எங்களைப் பொறுத்தமட்டில் அதுதான் உண்மை. இந்தத் தெளிவில்லாத பெண்மணியின் கதையை நீங்கள் உங்களுடைய எழுத்துகளில் பயன்படுத்திக்கொள்ளலாம்’. இதைச் சொல்லிமுடித்த பின் அந்தப் பெண்மணியும் செயல்பாட்டாளர்களும் தீர்மானமாக அடிகள் எடுத்துவைத்துக் குளக்கரையை விட்டுக் கிளம்பிச்சென்றார்கள்.

அவர்களுடைய எதிர்பார்ப்புகளைப் பொய்யாக்க நான் விரும்பவில்லை. அதனால்தான், பண்பாட்டு நினைவுகளுக்கும் வளர்ச்சியின் மேலாதிக்க முறையின் சட்டகங்களுக்கும் இடையேயான உறவைப் புரிந்துகொள்வதற்கான

என்னுடைய இந்த முயற்சியில், அந்த வயதான பெண்மணி சொன்ன கதையைத் தொடக்கத்திலேயே சொல்லிவிட்டேன். இந்தக் கதையை இங்கு பயன்படுத்துவதற்கான காரணியம் மிகத் தெளிவாக உள்ளதால், அதை விவரித்துச்சொல்ல வேண்டிய அவசியம் ஏதுமில்லை. இன்றைய தலித் இயக்கத்தில் நாம் நாட்டார் கதையில் வரும் சந்திரதாராவையும் பார்க்க முடியும், ஹம்சதேவியையும் பார்க்க முடியும். நாம் இப்போது, ராணி தன்னுடைய அரசன் காட்டில் இருப்பதைக் கண்டுபிடித்து, தன்னை அவன் அடையாளம் காண்பதற்கும் முயலும் கதையின் தருணத்தில் இருக்கிறோம்.

II

காலனியர்களால் தொடங்கப்பட்ட நவீனத்துவத் திட்டத்துக்கு, ஒடுக்கப்பட்ட குமுகங்களினுடைய எதிர்வினையின் முதலாவது உள்ளடக்கமானது பண்பாட்டு நினைவைத் துடைத்தெடுக்கும் பிரச்சினையாக இருக்கிறது. புதிய நினைவுகளின் கட்டமைப்பு ஒன்றை உருவாக்குவதும் இத்தகைய நடைமுறையின் அவசியமான பகுதியாகிறது. அவ்வளவு சுலபத்தில் துடைத்தெடுக்கப்பட முடியாததைத் துடைத்தெடுக்க முற்படும் செயலானது இருபதாம் நூற்றாண்டில் கீழ்ச்சாதி இயக்கங்களை சகலவிதமான குழப்பங்களுக்கும் பிரச்சினைகளுக்கும் கொண்டுவிட்டுள்ளது. இந்தப் பின்னணியில் பிரச்சினையை எதிர்கொள்வதற்கு நாம் மூன்று வேறுபட்ட முறைகளை இனங்காண முடியும்.

முதலாவதாக, எம்.சி.ராஜாவும் பிற அரசமைப்புவாதிகளும் பிரதிநிதித்துவப் படுத்திய நடைமுறைவாத முறை. இவர்கள் பண்பாட்டுக் குறியீட்டுவாதம் குறித்தும் நினைவுகள் குறித்தும் அக்கறையற்றவர்களாக இருந்தார்கள். இவர்களைப் பொறுத்தமட்டில் பொருளாதாரரீதியாகவும் சமூகரீதியாகவும் அரசியல்ரீதியாகவும் கீழ்ச்சாதிகளில் மேல்நோக்கிய நகர்வே, பண்பாட்டு நினைவுப் பிரச்சினையைக்காட்டிலும் முக்கியமாக இருந்தது. இவர்கள் பண்பாட்டு நினைவுப் பிரச்சினையைப் பொறுத்தமட்டில் மிகவும் நடைமுறைரீதியான நிலைப்பாட்டை எடுத்ததோடு, வெற்றிபெறும் குதிரைக்குப் பின்னால் பொதுவாக நின்றார்கள்: இதற்கான எடுத்துக்காட்டாக, கோயில் நுழைவுப் போராட்டத்தில் இவர்கள் காந்திக்கு ஆதரவுக்கரம் நீட்டியதைச் சொல்லலாம். இவர்கள் பொருளியல் சார்ந்த குறிக்கோள்களோடும் லட்சியங்களோடும் மெய்யாகவே ஒட்டிக்கிடந்ததால், இவர்கள் பண்பாட்டுரீதியாகப் பொருள்கோளியல் முறைகளில் அக்கறையற்று இருந்தார்கள். இதுவே இவர்களுடைய பலவீனமாகவும் இருந்தது. சமூகத்தில் மேல்நோக்கிய நகர்வு என்ற எளிமையான செயல்பாடு மூலம் சமூகரீதியாக ஒடுக்கப்படுவதிலிருந்து வெளியேறிவிட முடியும் என்றே இவர்கள் நினைத்தார்கள். வரலாற்றுரீதியாகச் சொல்வதென்றால், மத்திய காலத்தில் பல்வேறு கீழ்ச்சாதிகளிடம் இத்தகைய அணுகுமுறையே காணப்பட்டது. அதாவது, பண்பாட்டுரீதியான அங்கீகாரம் என்பது அரசியல்ரீதியான, சமூகரீதியான அதிகாரத்தை அடக்கத்துடன்

அதுவாகவே பின்தொடர்ந்துவரும் என்று இவர்கள் திடமாக நம்பினார்கள். குடிவழிப் பெருமை போன்ற கட்டமைப்புகளை உற்பத்திசெய்யும் மொத்த தொழிற்சாலையும், இத்தகைய குறியீட்டுத் தளத்திலான மேல்நோக்கிய நகர்வைச் சாத்தியப்படுத்துவதற்கானதுதான்.

ஒரு சமூகத்தின் ஆன்மீகரீதியான நம்பிக்கைகளும் அதன் சமூகரீதியான நடைமுறைகளும் முற்றிலும் வேறானவை என்ற சிந்தனையே இந்தப் பள்ளியைச் சேர்ந்த செயல்பாட்டாளர்களை வழிநடத்திய பிரதான நம்பிக்கையாக இருந்தது. ஆனால், இது பிரக்ஞையற்ற நிலைப்பாடு. பண்பாடு, ஆன்மீகம், சமூக நடைமுறைகள் ஆகியவை சங்கமித்து ஒன்றையொன்று சந்தித்து, உரையாடி, மாற்றம்கொள்ளவைக்கும் தளங்களைக் குறித்து மிக அபூர்வமாகத்தான் இவர்கள் கவலைப்பட்டார்கள். இவர்கள் உயர்சாதிகளின் ஆதிக்கத்தை எதிர்க்க, சூத்திரக் கலகக்காரர்களின் பொதுவான நடைமுறையாய் இருந்த துறவற மரபை முயன்றுகூடப் பார்க்கவில்லை — இதுவே நவீனத்துவத்துக்கு எதிர்வினையாகச் சாத்தியப்பட்ட இரண்டாவது முறையாகிறது. சில நடைமுறைவாதிகள் மேற்கத்தியத்தால் உந்துதல் பெற்று நாத்திகவாதத்தை நோக்கி நகர்ந்தார்கள். இத்தகைய நடைமுறைவாதிகள் தங்களைக் கீழைத்தேயவாதிகள் வரைந்துகொடுத்த இந்திய ஆன்மீகம் என்ற பிரம்மாண்டத்துக்குள் இழந்துவிடவில்லை. துறவிகள், அவர்கள் எந்தச் சாதியைச் சேர்ந்தவராக இருந்தாலும், சமூகத்தின் சட்டதிட்டங்களுக்கு அப்பாலனவர்களாக இருக்கிறார்கள். என்றாலும், நம்முடைய மாபெரும் ஆன்மீக மரபு குறித்த பேச்சுகள் எதுவும் இன்றைய சமூகத்தில் வெளிப்படையாகத் தெரியக்கூடிய ஏற்றத்தாழ்வுகளை மூடிமறைப்பதற்குப் போதுமானதாக இல்லை என்றே இவர்கள் நம்பினார்கள். வேறு வார்த்தைகளில் சொல்வதென்றால், நிலைத்திருக்கும் இந்து மதப் பண்பாடு மீது நடைமுறைவாதிகள் பெரும் அவநம்பிக்கை கொண்டிருந்தார்கள். இருந்தாலும், அதற்கு எதிராகத் தத்துவார்த்தரீதியாகவும் ஆன்மீகரீதியாகவும் இறுதியான யுத்தம் நடத்த வேண்டியிருப்பதை இவர்கள் அவ்வளவு முக்கியமானதாகக் கருதவில்லை.

இவ்விடத்தில், இப்படியான நடைமுறைவாத முறையிலிருந்துதான் பெரியாரின் சுயமரியாதை இயக்கம் உருப்பெற்றது என்பதை நாம் கவனத்தில் கொள்ள வேண்டியுள்ளது. நடைமுறைவாதத்தின் வெறும் பொருளியல் சார்ந்த தீவிரத்தன்மையானது பெரியாரை உருவாக்கிய அதே பாதையில்தான் நடைமுறைவாதிகளையும் கொண்டுசென்றது. நடைமுறையின் தீவிரத்தன்மை அதற்கான கோட்பாட்டை உருவாக்கிக்கொள்ள வேண்டியிருக்கிறது. பெரியார் இயக்கத்தின் சுயபிரதிபலிப்பு அதன் மூதாதையர்களையே விழுங்கிவிடக்கூடியதாக இருந்தது. இந்தப் பாடம் நமக்குக் கற்றுக்கொடுப்பது என்னவென்றால், நடைமுறைவாதிகள் அவர்களுடைய செயல்திட்டத்தை 'தாபூல ரசா' வில் [எதுவும் எழுதப்படாத சிலேட்டில்] புதிய எழுத்து வடிவமாக அனுமானித்துக்கொண்டு வரையறுத்ததால் பகுத்தறிவுவாதம், நாத்திகவாதம் போன்ற மேற்கத்தியக் கருத்தமைவுகள் தமிழ் சுயமரியாதை இயக்கத்தை முற்றிலுமாக ஆக்கிரமித்துக்கொண்டன. ஆனால், இந்தப் பேரத்தில் இந்துப்

பண்பாட்டுக்கு இவ்வியக்கம் கொடுத்த பண்பாட்டுரீதியான அச்சுறுத்தலானது பயங்கரமான உண்மையாக இருந்ததோடு, தத்துவார்த்தரீதியான வகைமை சார்ந்து சொல்வதென்றால் அந்நியப்படுத்தும் அளவுக்கு எளிமையானதாகவும் இருந்தது.

இன்றைய தலித் இயக்கம், நடைமுறைவாத வழியை நிச்சயமாகப் பின்பற்ற முடியாது. ஏனெனில், இது இந்தியப் பண்பாடு என்ற பரந்துபட்ட சட்டகத்துக்குள்ளாக இருந்து தீவிரை மரபுகளோடு படைப்பூக்கம் கொண்ட உரையாடல்கள் எதுவும் இல்லாமல் செய்துவிடுகிறது. இது இயக்கத்தைப் பண்பாட்டுநீக்கம் என்ற அபாயத்துக்குக் கொண்டுவிடுகிறது. இந்தியப் பகுத்தறிவுவாத மரபுகள் மிகக் கூர்மையாகவும் ஆழமாகவும் மூடநம்பிக்கைகளை விமர்சிக்கின்றன. ஆனால், இத்தகைய விமர்சனங்கள் பரந்துபட்ட ஆன்மீக மரபின் பகுதியாக இருக்கின்றன. இவர்கள் ஒவ்வொரு மூடநம்பிக்கையிலான செயலையும் மீபௌதிகரீதியான அறிவத்தை வளர்த்துக்கொள்ள வேண்டிய அவசியத்தின் பின்னணியில் வரையறுத்து, மதரீதியான பழக்கத்தின் போலித்தன்மைகளையும் போலியான நம்பிக்கைகளையும் அம்பலப்படுத்துவதற்கு ஏரண முறையைக் கைக்கொண்டார்கள். இப்படியான முறையானது மேற்கில் பத்தொன்பதாம் நூற்றாண்டில் பகுத்தறிவுவாதிகள் பைபிள் மீதும், கிறிஸ்தவ மதம் மீதும் நடத்திய தாக்குதலுக்கு நிகரானதாக இருக்கிறது. நடைமுறைவாதிகள் முறை இப்படியான பகுத்தறிவுவாதத் திட்டங்களைக்கூடத் தேவையில்லாமல் எரிச்சலூட்டக்கூடியதாகப் பார்த்தன. இது ஏன் தென்னிந்தியப் பார்ப்பனரல்லாதார் இயக்கத்தில் பங்கேற்றவர்களில் முக்கியமானவர்கள், சுயமரியாதைக்கான பெரியாரின் பண்பாட்டுரீதியான போராட்டங்கள் மீது எத்தகைய அபிமானமும் இல்லாமல் இருந்தார்கள் என்பதை விளக்குகிறது.

இரண்டாவது வழிமுறையை நாம் தீவிரையான மீட்டெழுச்சி என்பதாக வரையறுக்கலாம். இந்த வழிமுறையானது பழமைவாதிகளையும் ஈர்க்கும் வகையில் விளிம்பில் உள்ள கட்டுமானங்களை மையத்துக்குக் கொண்டுவரும் சாத்தியப்பாடுகள் மேல் கவனம் குவிக்கிறது. பஞ்சாப் தலித்துகளின் அத்–தார்ம் (Ad Dharm) இயக்கம் இத்தகைய வழிமுறைக்கு ஆகச்சிறந்த எடுத்துக்காட்டு. இதைக் கவனமாக வாசித்தால் மையநீரோட்ட தீண்டப்படாதவர்களில் ஒரு பிரிவினர் மையநீரோட்ட இந்து மதத்தோடு எத்தகைய ஆழமான ஈடுபாட்டைக் கொண்டிருக்கிறார்கள் என்பதை வெளிக்கொணரும். எப்படியிருந்தாலும், மத்திய கால இந்தியாவிலும்கூடக் கீழ்ச்சாதிகள் நடைமுறைப்படுத்திய உத்தி இத்தகையதாகத்தான் இருந்தது. இவர்கள் ஆன்மீகப் புலத்துக்குள் நிலைத்திருக்கும் முறைகளின் அடிப்படையை மாற்றியமைக்க முயன்றார்கள். அதாவது, ஆன்மீகத்தை அன்றாட வாழ்வின் வகைமையாக மொழியாக்கம் செய்ய முயன்றார்கள். மங்குராம் தலைமையேற்ற அத்–தார்ம் இயக்கம், கடந்த கால மீட்டெழுச்சி முயற்சிகளைக் காட்டிலும் மிக உக்கிரமாக இருந்ததற்குக் காரணியம், இது கூட்டு சுயம் என்ற கருத்தமைவுக்கு அதிக அழுத்தம் கொடுத்தது. காலனிய இடையூறின் விளைவாய் உருப்பெற்ற அரசியல் சமூகம்

என்ற நவீனக் கருத்தமைவானது சமூகரீதியான - மதரீதியான தொகுப்பின் கருத்தாக்கமாகத் திறம்பட மாற்றப்பட்டது. இதில் தீண்டப்படாதவர்களின் சுயபிம்பம் சக்திவாய்ந்ததாக இருந்ததோடு, யதார்த்தத்தைவிடக் கற்பனையில் மேலும் உண்மையாக இருக்கக்கூடிய ஒரு வரலாற்றையும் குழுகத்துக்கு உருவாக்கிக்கொடுத்தது. கீழே கொடுக்கப்பட்டிருக்கும் மேற்கோளானது அத்-தார்ம் இயக்கத்தின் தீவிரையான மீட்டெழுச்சி வழிமுறையின் செயல்பாடுகள் குறித்துப் புரிதலைக் கொடுக்கிறது:

> நாம்தான் இந்த நாட்டின் பூர்வக்குடிகள். நம்முடைய மதம் அத்-தார்ம். 'முன்னொரு காலத்தில்' (*Quom*) வெளியிலிருந்து வந்த இந்துக்கள் நம்மை அடிமைகளாக்கினார்கள்... நாம் இந்துக்களை நம்பினோம். ஆனால், அவர்கள் துரோகிகளானார்கள். சகோதரர்களே, நமக்கான காலம் வந்துவிட்டது; விழித்தெழுங்கள், நம்முடைய குரலுக்கு அரசாங்கம் செவிமடுக்கிறது... சகோதரர்களே, நாம் இந்தியாவை ஆண்ட காலம் ஒன்று இருந்தது. இந்தப் பூமி நம்முடையதாகவும் இருந்தது. 'முன்னொரு காலத்தில்' நம்முடையதாக இருந்ததையெல்லாம் ஈரானிலிருந்து வந்த இந்துக்கள் அழித்தார்கள். அவர்கள் எஜமானர் ஆனார்கள். பிறகு, நம்மை அந்நியர்கள் என்றார்கள். எழுநூறு லட்சம் மக்களுடைய பரம்பரை உரிமையை நம்மிடமிருந்து பறித்துக்கொண்டார்கள். அவர்கள் நம்மை நாடோடிகளாக்கினார்கள். சகோதரர்களே, அவர்கள் நம்முடைய வரலாற்றை அழித்துவிட்டார்கள்.[1]

வரலாற்றை அழித்தல் என்று குறிக்கப்படுவது நம்மைப் பல முக்கியமான உள்ளடக்கங்களுக்குக் கொண்டுவிடுகிறது. அவற்றில் மிக முக்கியமானது புதிய வரலாற்றைக் கட்டமைப்பதற்கான விருப்புறுதி. மேலே கொடுக்கப்பட்டிருக்கும் மேற்கோளானது இந்திய வரலாறு குறித்துப் பல அனுமானங்களைக் கொண்டிருக்கிறது. அதாவது, இந்தியத் துணைக்கண்ட உளவியல் மீது காலனியக் கதையாடல் எத்தகைய பாதிப்பை ஏற்படுத்த விரும்பியதோ அத்தகையதானதாக இருக்கிறது. அந்தக் காலகட்டத்தில், பல சித்தாந்தரீதியான குழுமங்களுக்குக் காலனிய இந்தியாவில் வரலாறு, மானுடவியல், சித்தாந்த வாசிப்புகள், தொல்லியல் போன்றவையெல்லாம் ஒன்றெனக் கலந்தது, வேகவைக்கப்பட்ட கட்டிக் குழம்புபோல் அவ்வளவு ருசியாக இருந்தது. கீழ்ச்சாதிகளின் கற்பனைகளிலும் சாத்தியப்படாத முறைகளில் சாதியத்தின் தோற்றம் குறித்துப் பல தீவிரைக் கோட்பாடுகள் முக்கியத்துவம் பெற்றன. குறிப்பாக, செனார்ட் (*Senart*), நெஸ்பீல்ட் (*Nesfield*), தில் (*Dill*), ரிஸ்லே (*Risley*) போன்றோர் சூத்திரர்களின் வரலாற்றுரீதியான கற்பனைகளை வடிவமைப்பதில் பெரும் பங்காற்றியிருக்கிறார்கள். 1920-களில் உருவான 'ஆதி' இயக்கங்கள் கீழ்ச்சாதிகளுக்கு, அவர்கள் எப்போதும் அனுபவித்திராத அளவுக்கு, மிகவும் பிரம்மாண்டமான கடந்த காலத்தைக் கொடுத்தது. கீழ்ச்சாதிகளுக்கான இத்தகைய அற்புதமான கடந்த காலக் கட்டமைப்புகள்

1 *Mark Juergensmeyer (1982: 45-6).*

பல முரண்பாடுகளாலும் புதிர்களாலும் நிறைந்திருந்தன. அம்பேத்கர் உட்பட, பல சூத்திரச் சிந்தனையாளர்கள் ஜீரணித்துக்கொண்ட வரலாற்றுரீதியான கட்டமைப்பானது பல பிரச்சினைக்குரிய ஆதாரங்களை அடிப்படையாகக் கொண்டதாகும். ஆனால், உண்மையான புதிர் வேறு எங்கோ உள்ளது. அம்பேத்கர் இத்தகைய கதையாடல்களின் பாதிப்பில் 'தீண்டப்படாதவர்கள் (இவர்கள் யார்? இவர்கள் எப்படித் தீண்டப்படாதவர்களானார்கள்?)' என்ற சுவாரஸ்யமான புத்தகம் ஒன்று எழுதியிருக்கிறார் என்றபோதும் வரலாறாக முன்வைக்கப்பட்ட ஒருவகையான கோட்பாட்டுரீதியான தொன்மம் தீண்டப்படாதவர்கள் மத்தியில் நீண்ட காலத்துக்கு ஆதிக்கம் செலுத்தவில்லை. அம்பேத்கரும் அத்-தார்ம் இயக்கத்தினரும் தங்களுடைய கலகத்துக்கான அங்கீகாரத்தை வரலாற்றுரீதியான நினைவுகளில் தேடும் முறையிலிருந்து மிகவும் வளைந்துநெளிந்து வெளியேறினார்கள் என்றாலும், வரலாற்றைப் பயன்படுத்துவதற்கான உந்துதல் இவர்களிடம் கடைசி வரை நிலைத்திருந்தது.

'ஆன்மீக நினைவுகளுக்குத் திரும்புவோம்' என்ற கோஷம் அத்-தார்மின் அதிகாரபூர்வமான சித்தாந்தமானது. எதிர்பார்த்தாற்போல், இது பதினாறாம் நூற்றாண்டைச் சேர்ந்த, சாதி இந்துக்களாலும் மிகவும் மதிக்கப்பட்ட கவிஞர் ரவிதாஸை மீட்டுருவாக்குவதற்குக் கொண்டுவிட்டது. ரவிதாஸ் பிறப்பால் சம்மார் சாதியைச் சேர்ந்தவர் என்பதால், கீழ்ச்சாதிகளுக்கு இவர் மீது பிரத்யேக நெருக்கம் இருந்தது. வரலாற்றுரீதியான நினைவுகள் என்ற தளத்திலிருந்து இந்து மற்றும் சீக்கிய மதங்களில் உயிர்ப்போடு இருக்கும் ஆன்மீகரீதியான தளத்துக்கான நகர்வு என்பது அதன் தீவிரைக் கலகத்தின் புதுமையை மட்டுப்படுத்தியது. மேலும், பழக்கப்பட்ட குறியீட்டுரீதியான பரிமாணங்களை முன்வைத்தது என்பது மையநீரோட்டப் பண்பாட்டின் உட்கிரகித்துக்கொள்ளும் போக்கை பலப்படுத்துவதாகவும் இருக்கிறது. அத்-தார்ம் போன்ற அரசியல்ரீதியான சமயம் என்ற பின்னணியில், ரவிதாஸின் மீட்டுருவாக்கம், துறவற மாதிரியை முன்வைப்பது பொருத்தமில்லாததாக இருக்கிறது. ஏனெனில், துறவற மாதிரி தனிமனிதத்தன்மையிலானதே தவிர மொத்தக் குமுகத்தின் விழைவுகளுக்கும் சமூகத் தேவைகளுக்கும் பொருத்தமற்றதாகிறது. மங்குராம் ஆளுமையில் உள்ள பெருத்த குறைபாடு என்னவென்றால், அவரால் அரசியலையும் மீபௌதிகத்தையும் படைப்பூக்கத்தோடு ஒன்றிணைக்க முடியவில்லை. அவர் முன்வைத்த 'முன்னொரு காலத்தில்' என்ற கருத்தமைவு மிகச் சுலபமாக வெறும் அரசியல்ரீதியான அமைப்பாகச் சீரழிந்துப்போனது. இயக்கத்துக்கு ஆன்மீக ஒளிவட்டத்தைக் கொடுக்குமளவுக்கு அவர் ஒரு யோகியாகவோ, சமயரீதியான மனிதராகவோ இல்லை. அதே சமயத்தில், அவருடைய இயக்கத்தின் 'முன்னொரு காலத்தில்' என்பது நீடித்து நிலைக்கக்கூடிய அளவுக்கு ஒரு நோக்கத்தையே அரசியல் திசையைக் காட்டுமளவுக்கு அவர் ஒரு நவீன அரசியலாளராகவும் இல்லை. மிகச் சரியாக இந்தக் காரணிகளால்தான் அவர் காந்தியுடன் மோதியது உண்மையற்றதாகத் தெரிகிறது. ஜூர்கென்ஸ்மேயர் (Juergensmeyer) இந்த மோதலை இவ்வாறு தொகுத்தளிக்கிறார்:

> சமூகச் சமத்துவத்துக்கு மத அடிப்படையிலான பார்வையை முன்வைத்த அத்–தார்மின் அரசியல் உத்தி, காந்திஜியின் குமுக வழியிலான பார்வையை நேரடியாக எதிர்த்துநின்றது. காந்திஜி தன் கொள்கைகளை முன்வைத்த விதம் அத்–தார்மின் பார்வையை எதிர்த்துநின்றது. சாதிகளுக்கு இடையே நல்லிணக்கத்தைச் சாத்தியப்படுத்துவதில் ஒவ்வொருவரும் மற்றவரைத் தடையாகப் பார்த்தனர். அத்–தார்ம் மிகத் தீவிரமாகப் பிரிவினையை முன்வைப்பதன் மூலம் சாதியப் பாகுபாடு என்ற கருத்தாக்கத்தை மேலும் உறுதிப்படுத்துவதாக காந்திஜி நினைத்தார் என்றால், காந்திஜி மேம்போக்கான நல்லிணக்கம் என்பதன் மூலம் நடைமுறையில் இருக்கும் வேறுபாடுகளை மூடிமறைப்பதாக அத்–தார்ம் நினைத்தது.[2]

தீவிரையான மீட்டெடுப்புச்சி மாதிரியானது சுயமரியாதைப் பிரச்சினையை அம்பேத்கரிய அணுகுமுறையிலிருந்து வேறு விதமாகக் கையாள்கிறது. இது நடப்பில் இருக்கும், ஒடுக்குதலையும் அவமதிப்பையும் கொண்டிருக்கும் குறியீடுகளுக்குப் புதுவிதமான சுயமரியாதையையும் மீறுகையையும் கொண்டுவர முயல்கிறது. இங்கு கைக்கொள்ளப்படும் உத்தியானது முதுகைக்காட்டி ஒதுங்கிக்கொள்வதற்குப் பதிலாக இருத்தலியல் சார்ந்த சூழ்நிலைகளை உருமாற்றுவதாக இருக்கிறது. எது இழிவுக்கான காரணியமாகவும் குறியீடாகவும் இருக்கிறதோ, அதையே எதிர்ப்புக்கானதாகவும் கடந்த நிலைக்கானதாகவும் மாற்றுகிறது. ரவிதாஸும் இத்தகைய நடைமுறையைத்தான் பிரதிநிதித்துவப்படுத்துகிறார். மேலும், தீண்டப்படாதவர்கள் குறித்து சாதி இந்துக்களின் மனதில் உள்ள பிம்பங்களோடு, கீழ்ச்சாதிகளின் இத்தகைய முறையிலான வெளிப்பாடுகளைக் கொண்டு ஓர் உரையாடல் நிகழ்த்தியதை இந்திய வரலாறு முழுக்கவும் பார்க்க முடியும். இறந்த பசு மாடு, விளக்குமாறு, கள் குடித்தல், கழிப்பறையைக் கழுவுதல் போன்றவை ஓர் இந்து மனதில் தலித்துகளோடு அங்ககமான முறையில் தொடர்புகொண்டவையாக இருக்கின்றன. அம்பேத்கரியப் பண்பாட்டுரீதியான அரசியல் மாதிரி இதையெல்லாம் வெறுத்தது சரிதான். ஆனால், ரவிதாஸ் இப்படி மரபான இந்து வாசிப்பை ஊர்ஜிதப்படுத்துகிறார். ஒருமுறை, இறந்துபோன மாட்டை அப்புறப்படுத்துமாறு ரவிதாஸுக்குக் கடவுள் கட்டளையிடுகிறார். கிராமச் சமூகத்தில் இது சம்மாரின் தொழில் என்பதால் கவிஞர்–துறவி அந்தக் கட்டளையை நிறைவேற்றுகிறார். ஆனால், அவர் காப்பாற்றிய மாட்டின் ஒரு பகுதியை, அதாவது அதன் இதயத்தை நிலத்தில் நட்டுவைக்கிறார். நட்ட இடத்தில் புதராக வளர்ந்த செடியில் இதயத்தின் நிறத்திலும் வடிவத்திலும் ஒருவிதமான பூ பூக்கிறது.

இந்தத் தொன்மமானது சம்மார் தொழிலை மதிப்புக்குரியதாக்குகிறது. மறுபுறத்தில், அம்பேத்கரியப் பண்பாட்டு அரசியலானது இதை நிலைத்திருக்கும் நிலைமையைத் தக்கவைத்துக்கொள்வதற்கானதாகப் பார்ப்பதோடு,

2 *Ibid.: 130.*

அடிப்படையில் பிற்போக்குத்தனமானதாகவும் அர்த்தப்படுத்துகிறது. இத்தகைய தொன்ம உருவாக்கங்களில் புதைந்துகிடக்கும் பண்பாட்டு வரலாறானது இந்து மதத்தின் மனிதத்தன்மையிலான பிரக்ஞையைத் தொட முயல்கிறது. அம்பேத்கரியக் கருத்தியலின் தீவிரைப் பண்பு அதன் அதீத நிலைப்பாட்டில்தான் உள்ளது. அதாவது, இந்து மதத்துக்குள் இத்தகைய வெளிகள் நிலைத்திருப்பதற்கான சாத்தியங்களை மறுப்பது. ரவிதாஸ் வழிமுறை வேறு வழியில்லாமல் எத்தகைய அமைப்பை எதிர்த்துநிற்க வேண்டியிருக்கிறதோ அதனிடமே அதற்கான அங்கீகாரத்தை வேண்டிநிற்க வேண்டியிருக்கிறது. பொதுவாக இது மனிதத்தன்மை என்பது எதிராளிக்குள்ளும் மூழ்கியிருக்கிறது என்றும், சுயம் இத்தகைய பண்பின் வெளிப்பாடுதான் என்றும் முன்ஊகத்தைக் கொண்டிருக்கிறது. மாட்டின் இதயம், புதராக வளர்ந்த செடியில் இதய வடிவிலான பூ என்ற விவரணை, சாதி இந்துச் சமூகம் அதன் இதயத்தை இழந்துவிட்டது என்று அதனிடம் நினைவூட்டுகிற குறியீட்டுரீதியான செயலாகிறது.

ரவிதாஸின் வழிமுறையானது தீவிரையான மீட்டெழுச்சி மாதிரிகளின் ஒரு வகை மட்டுமே. தீவிரையான மீட்டெழுச்சி மாதிரியின் பிரதான குணாம்சம் என்னவென்றால், மையநீரோட்ட இந்து மதம் எத்தகைய உட்கருத்துகளையும் படிமங்களையும் ஆன்மீகரீதியாகப் புனிதமாகக் கருதுகிறதோ, எத்தகைய உட்கருத்துகளும் படிமங்களும் நடைமுறைப் பாகுபாடுகளின் முகத்திரைக்கு அப்பால் இருக்கிறதோ, அதே உட்கருத்துகளையும் படிமங்களையும் கொண்டு அதை எதிர்த்துநிற்கக்கூடியதாக இருக்கிறது. எது மல்லாக்கப்படுத்து செயலற்றுக்கிடக்கிறதோ, எது விளிம்புநிலைக்குத் தள்ளப்பட்டுக்கிடக்கிறதோ அதுவே மீட்டெழுச்சிக்கானதாகத் தேர்ந்தெடுக்கப்படுகிறது. இறுதியாக, இந்த மாதிரியில் மேலாதிக்கம் கொண்டவர்கள்கூட இறங்கிவருவார்கள். மீட்டெழுச்சியாளர் பல்வேறு சோதனைகளையும் சங்கடங்களையும் சந்தித்த பிறகுதான் என்றாலும். மரபான தெய்வங்களுக்குள் ஒருவராக உள்ளிணைத்துக்கொள்ளப்படுகிறார். இவர்கள் தெய்வங்களுக்குள் ஒன்றாக ஏற்றுக்கொள்ளப்படுவது என்பது பெருமைப்படக்கூடிய தருணங்களைக் கொண்டதாகவும் அடுத்த கலகக்காரரின் வருகைக்காகத் தன்னிச்சையாக நினைவுகளை மறக்கவைக்கும் செயலாகவும் ஆகிறது. அதிகபட்சமாக, இத்தகைய மீட்டெழுச்சிகள் ஓர் சமயமாகப் புனிதப்படுத்தப்படுகிறது, அதன் தாக்கம் குறுகியதளத்தில் இருக்குமானால் வழிபாட்டு முறைகளில் மேலும் ஒன்றாக மாற்றப்படுகிறது. வேறு வார்த்தைகளில் சொல்வதென்றால், தீவிரையான மீட்டெழுச்சி முறையை வாசிப்பது, சமயங்களையும் தனித்த வழிபாட்டுக் குழுக்களையும் உருவாக்கி, அவற்றை நிலைக்கவைக்கும் வேறு விதமான செயல்நுட்பத்தை வெளிக்கொணர்வதாகவே இருக்கிறது. இதில் எது முக்கியமாக இருக்கிறதென்றால், மையநீரோட்ட மதத்தோடான விமர்சனபூர்வமான உரையாடல்களும் அதற்குள்ளிருந்தே ஆன்மீகத்தின் மேல் கொடுக்கப்படும் அழுத்தங்களும்தான். இந்த பாணியிலான உறவுமுறை, நீண்டகால அடிப்படையில், ஒத்திசைவு கொண்ட உறவு என்று எழுதுவதற்கான ஒப்பனையாக மட்டுமே இருக்க முடியும்.

இதே முறைகளில் வேறு சில மாதிரிகளும் காணப்படுகின்றன. இந்து மத மேலாதிக்க மாதிரிகளை எதிர்த்த சில தீவிரை வன்முறையில் நம்பிக்கை கொண்டிருந்தன என்றால், வேறு சில மிகவும் அமைதியானவையாகவும் சுலபத்தில் வளைந்துகொடுக்கக்கூடியவையாகவும் இருந்தன. பிந்தையது வேறு வழியில்லாமல் சம்ஸ்கிருதமயமாக்கல் பாதையைத் தேர்ந்தெடுக்க வேண்டியிருந்தது. அடிப்படையில் இது சூத்திரர்களின் வாழ்க்கை முறையில் ஒன்றிணைந்த பண்பாக இருக்கும் 'தீட்டு'க்கான மூலங்களையும் பழக்கவழக்கங்களையும் விட்டுவிடுவதாகிறது. உணவுப் பண்பாட்டில் இறைச்சி, கள் என்றால், மதரீதியாக மிருகபலி போன்றவை முகச்சுளிப்போடு பார்க்கப்பட்டன. மதரீதியாக சம்ஸ்கிருதமயமாக்கல் என்பது தாந்த்ரீக, நாட்டார் போன்ற வேறு பல இயற்கை வழிபாடுகள், கொண்டாட்டங்கள் எல்லாவற்றையும் மறுப்பதாகிறது. இதனால், உயர்சாதிகளால் மதிக்கத்தக்கதாகப் பார்க்கப்படும் வடிவங்களில்தான் முழுமுற்றானதோடு தொடர்புகொள்ள வேண்டியுள்ளது. சில கலக மரபுகள் இத்தகைய நிலைப்பாட்டை எடுக்க மறுத்து அவர்கள் குமுகத்தின் வாழ்க்கை முறைகளை அங்கீகரிக்க வேண்டும் என்பதற்கு அழுத்தம் கொடுத்தன. இப்படியான வாழ்க்கை வாழ்வதில் காணப்படும் பிரத்யேகமானவை, மானுடர்களின் நிலைபேறான ஆன்மீகத்தை அடையாளம் காண்பதற்கு ஒரு பொருட்டாக இருக்க முடியாது என்று இவர்கள் கோரினார்கள். இத்தகைய கலகக்காரர்கள் வேதாந்திகளின் நிலைப்பாட்டை அதன் தர்க்கரீதியான எல்லைக்கு எடுத்துச்சென்றார்கள். இதன் விளைவாக, அவர்கள் தங்களை ஒரு சமயமாகவோ, தனித்த வழிபாட்டுக் குழுமமாகவோ சுருக்கிக்கொண்டார்கள்.

சுவாரஸ்யமாக, இந்த முறையில் விலகிநிற்பதால், தனித்த வழிபாட்டுக் குழுமமாக விளிம்புநிலைக்குத் தள்ளப்பட்டார்கள். இதைத் தெற்கு கர்நாடகத்தில் காணப்படும் மாதேஸ்வரா, மண்டேஸ்வாமி ஆகிய இரண்டு வழிபாட்டுக் குழுமங்களை எடுத்துக்காட்டாகக் கொண்டு வாசிக்க முடியும். இவ்விரண்டு தனித்த வழிபாட்டுக் குழுமங்களுமே பன்னிரண்டாம் நூற்றாண்டைச் சேர்ந்த வீரசைவ இயக்கத்திலிருந்து அவர்களுக்கான உட்கருத்துகளையும் குறியீடுகளையும் எடுத்துக்கொண்டன. ஆனால், அதை அவர்கள் தீண்டப்படாதவர்கள் மற்றும் கீழ்ச்சாதிகள் நிலையிலிருந்து வெளிப்படுத்தினார்கள். வீரசைவ மூலத்தில் காணப்படும் தீவிரையைக் கைக்கொள்ளுதல் என்ற முறையில் இவர்களுடைய முயற்சிகள் மீட்டெழுச்சிப் பண்பைக் கொண்டிருந்தன. மாதேஸ்வராவும் மண்டேஸ்வாமியும், குரு ஸ்தானத்தை அடைவதற்கு முன்பாக மிக மோசமான அவமானங்களையும் ஒதுக்குதல்களையும் அனுபவிக்க வேண்டியிருக்கிறது. குறிப்பாக, மண்டேஸ்வாமியின் வாழ்க்கையானது தீண்டப்படாதவர்களினுடைய தொழில்களின், வாழ்க்கைமுறைகளின் யதார்த்தத்தைக் குறியீட்டுரீதியாக முதன்மைப்படுத்தும் வழியில் தனித்துநிற்பதாகிறது. ஒருமுறை அவர் பசவண்ணர் வீட்டின் முன், அவருடைய தோளில் இறந்த எருமைமாட்டோடும் கையில் சாராயச் சட்டியோடும் வந்துநிற்கிறார். வீரசைவ இயக்கத்தின் மாபெரும் தலைவரான பசவண்ணரின் ஆதரவாளர்கள் அவரை உள்ளே அனுமதிக்க

மறுக்கிறார்கள். இத்தகைய முறையில் நடத்தப்பட்டதில் அருவருப்பு அடைந்த மண்டேஸ்வாமி திரும்பிவந்து வேறொரு தலித் யோகியின் வீட்டுக்கு முன்னால் உள்ள குப்பைமேட்டில் அமர்ந்துகொள்கிறார். இப்போது பசவண்ணரே மன்னிப்பு கேட்டு ஓடிவருகிறார். ஆனாலும், மண்டேஸ்வாமி இறங்கிவர மறுக்கிறார். மண்டேஸ்வாமியிடம் அனுபவா மண்டபத்துக்குத் திரும்பிவருமாறு வேண்டி அவருடைய பாதங்களை பசவண்ணர் தொடுகிறார். ஆனால், மண்டேஸ்வாமியின் பாதங்கள் தனியே வந்துவிடுகின்றன. பசவண்ணரும் அவரது மனைவியும் இறந்த எருமைமாட்டையும் சாராயச் சட்டியையும் மண்டேஸ்வாமியின் பாதங்களையும் வழிபடுவதற்காக அனுபவா மண்டபத்துக்குச் சுமந்துசெல்கிறார்கள். இப்படியாகக் கதை நகர்கிறது. இறுதியில், மண்டேஸ்வாமி உயிர் பெற்றுத் திரும்புகிறார்.

கிராம இந்தியாவில் தலித்துகளோடு இணைக்கப்பட்டிருக்கும் வெறுக்கத்தக்க விஷயங்களை சுயமரியாதைக்கானவையாக மாற்ற முயல்வதில்தான் இத்தகைய மரபின் முக்கியத்துவம் அடங்கியுள்ளது. பாபாசாஹேப் இத்தகைய முயற்சிகளை வீண்வேலைகள் என்பதாக மட்டுமல்லாமல், கெடுநோக்குடையவை, மோசமான விளைவுகளை ஏற்படுத்தக்கூடியவை என்பதாகவும் பார்த்திருப்பார் என்பதில் எந்தச் சந்தேகமும் இல்லை. ஆனால், பண்பாட்டுரீதியான அரசியல் தளத்திலிருந்து பார்ப்போம் என்றால், இப்படியான தனி வழிபாட்டுக் குழுக்கள் ஒதுக்கப்படும் பொருட்களையும் வாழ்க்கை வடிவங்களையும் மீட்டெடுப்பதில் தீர்மானமாக இருப்பதால், ஒடுக்கப்படுதலுக்கான குறியீடுகளை சுயமரியாதைக்கான, எதிர்ப்புக்கான வடிவங்களாக உருமாற்றுகின்றன. இத்தகைய தனி வழிபாட்டுக் குழுக்களின் முக்கியத்துவத்தை அதன் நேரடியான தன்மையில் அர்த்தப்படுத்த வேண்டியதில்லை. கிடைக்கக்கூடிய பிற மரபான மாற்றுகளை தலித் இயக்கம் துருவியகழவில்லை என்பதைக் குறித்துக்கொள்வது முக்கியமாகிறது. இது தலித் இயக்கத்தின் பண்பாட்டுரீதியான நடைமுறையின் வீச்சிலும் வழிமுறைகளிலும் பெரும் கட்டுப்பாடுகளை விதித்துள்ளது.

இந்த எடுத்துக்காட்டுகளெல்லாம், இன்றைய சமூக அறிவியலின் விவாதப் பொருளாக இருக்கும் கீழ்ச்சாதிகளின் பண்பாட்டுக்கும் மேலாதிக்க இந்துச் சமூகத்துக்கும் இடையேயான உறவுகள் குறித்து நம்மை ஆராயக் கட்டாயப்படுத்துகின்றன. தீண்டப்படாதவர்களின் மீட்டெழுச்சி வழிமுறையிலான எதிர்ப்பை வாசிப்பதற்கு லூயி ட்யூமோ (Louis Dumont) எழுத்துகளில் நாம் காணக்கூடிய ஒருமித்த அணுகுமுறையும் அவரது 'பள்ளி'யும் தீவிரப் போதாமைகளைக் கொண்டதாக இருந்தாலும் அதன் உபயோகத்தன்மையை நம்மால் நிராகரிக்க முடியாது.[3] உயர்சாதிகளோடு பொதுவான ஒரு கடந்த காலம் பகிர்ந்துகொள்ளப்பட்டுள்ளது என்ற

3 *ஒருமித்த அணுகுமுறை என்ற முக்கியமான அறிக்கை லூயி ட்யூமோ எழுத்துகளில் காணப்படுகிறது. பார்க்கவும்: Louis Dumont (1970). இந்த அணுகுமுறை குறித்த விவாதங்களுக்கும், மாற்றுப் பார்வைகளுக்கும் பார்க்கவும்: Richard Burghart (1993); Veena Das (1977); and Michael Moffat (1979).*

கருத்தமைவானது இணைப்புபோல் செயல்படுகிறது. ஆனால், தலித்துகள் விஷயத்தைப் பொறுத்தமட்டில், இந்து மதக் குறியீட்டுத் தளங்களில் செயலற்றுக்கிடக்கும் மறக்கப்பட்ட லட்சியங்களை வெளிக்கொணர வேண்டியதைச் சார்ந்திருக்கிறது. ட்யூமோ மாதிரி ஒத்திசைவான பிணைப்பு என்று முன்வைக்கும்போது அதற்குள் காணப்படும் பிரிந்திருக்கும் கட்டமைப்பைக் கணக்கில் எடுத்துக்கொள்ளவில்லை. கீழ்ச்சாதிகளின் வேறான பண்பாட்டு சுயமானது தீவிரையாக எற்படுத்தும் சிறு அதிர்வுகூடத் தீண்டப்படாதவர்கள் இந்து மதத்தோடு கொண்டிருக்கும் தொப்புள்கொடி உறவைத் துண்டித்துவிடுகிறது என்பதை ட்யூமோ காணத் தவறுகிறார். பலவந்தமான ஒத்திசைவிலிருந்து உடனிணைத்துகொள்ளும் இயங்குநுட்பத்தைப் பிரிக்கும் கோடு மிக மெல்லியதாக இருக்கிறது. இது தலித்துகளுக்குத் தனித்த பண்பாட்டுப் பிரபஞ்சத்தைக் கட்டமைப்பதில் மும்முரமாக இருக்கும் தீவிரை மானுடவியலாளர்களுக்குக் கடுமையான எச்சரிக்கையாகவும் செயல்படலாம். இப்படியான தனித்துவவாதமானது சாதியின் பண்பு எத்தகைய ஆழத்துக்கு ஊடுருவியுள்ளன என்பதைக் கணக்கில் எடுத்துக்கொள்ளத் தவறுகிறது. இதன் விளைவாக, பல தளங்களைக் கொண்டதாகவும் மிகவும் செழிப்பாகவும் உள்ள தலித்துகளின் பண்பாடு மிகவும் எளிமையாக்கப்படுகிறது. இப்படிச் செய்வது தலித்துகளுக்கு நாம் செய்யும் மிகப் பெரிய அநீதியாகும்.

நாம் இப்போது மூன்றாவது முறையைப் பார்ப்போம். நான் இதை மாற்று நினைவு முறை என்று விவரிக்க விரும்புவதோடு இதை டாக்டர் அம்பேத்கரோடு தொடர்புபடுத்தியும் பார்க்க விரும்புகிறேன். இந்த முறையின் பிரதான குணாம்சமானது தலித்துகளின் வாழ்க்கை அனுபவங்களில் விடுதலைக்கான கூறுகள் உள்ளன என்று ஏற்றுக்கொள்ள மறுப்பதாக இருக்கிறது. வரலாற்றுரீதியாக இந்து மதத்தின் சாத்தான், தீண்டப்படாதவரான ஆதாமின் எல்லாக் குற்றமற்றதன்மைகளையும் களவாடிக்கொண்டது; பிற எல்லா நினைவுகளும் மறதிநோய்க்கு ஆட்பட்டதாகின்றன. அதனால், இன்றைய ஆதாமோ சாத்தானின் நினைவுகளைக் கொண்டிருப்பதாகிறது. இதன் விளைவாக, தற்போதைய பண்பாடு முற்றிலும் நம்பகத்தன்மை அற்றதாகிறது. இதனால், இன்றைய தலித் என்பவர் விழுந்த மனிதனாகிறார். ஏனெனில் அவர் அவருடைய தீவிரைக் களங்கமற்றதன்மையை இழந்துவிட்டார். அவரைக் குணப்படுத்தக்கூடிய ஒரே மருந்து அவரது தற்போதைய இருப்பின் பண்பாட்டு அடிப்படைகளை அழிப்பதில்தான் உள்ளது.

தலித்துகளின் நுண்ணுணர்வை வடிவமைத்த மிக முக்கியமான காரணிகளில் ஒன்று இங்கு வெளிச்சத்துக்கு வருகிறது: நிலைத்திருக்கும் மரபை பாபாசாஹேப் முற்றிலுமாக நிராகரித்தார். சாதிய முறைமை என்பது இந்தியச் சமூக வாழ்க்கையின் அனைத்து வடிவங்களிலும் அங்ககமாகக் கலந்திருக்கிறது என்பதே அம்பேத்கரின் பண்பாட்டு அரசியலின் அடிப்படை அனுமானம். பல நூற்றாண்டுகளாக உருவாக்கியிருக்கும் எல்லா நிறுவனங்களிலும் மையமாக இருப்பது சாதியப் பண்புதான் என்பதோடு, கடந்த காலங்களில் வெடித்த எதிர்ப்புகளெல்லாம் மண்ணைக் கவ்வ வேண்டியும் இருந்தன

என்ற அம்பேத்கரியர்களின் புரிதலே நவீன வளர்ச்சி என்ற சட்டகத்தின் மீதான அவர்களது கவர்ச்சிக்குக் காரணியமாகிறது. உருவகரீதியாகச் சொல்வதென்றால், இயந்திரங்களும் பெருநகரங்களும் தீண்டாமையைத் தவிர்த்த ஒரு புது சமூகத்தின் வருகையைப் பறைசாற்றுகின்றன. இத்தகைய காரணிகளால்தான், நவீனத்துவ நடைமுறைகளைப் பெரிதும் ஆதரிப்பவராக பாபாசாஹேப் இருந்தார்: முதலீட்டியத்தின் நிறுவனங்கள் சாதிய முறைமையின் பிடிகளுக்கு உட்பட்டவையல்ல என்று அவரும் பிற சூத்திரர் தலைவர்களும் நம்பினார்கள். தலித்துகளின் வாழ்க்கைத்தரத்தில் நவீனத்துவம் உண்மையான, குறிப்பிடும்படியான சில மாற்றங்களை ஏற்படுத்தியிருப்பதால், அது வளர்ச்சி ராஜ்ஜியத்தின் மீதான ஈர்ப்பைப் பலப்படுத்தியது. ஆங்கில ஆட்சிக் காலத்திலும்கூட, மார்க் கேலன்டர் (Marc Galanter) சுட்டிக்காட்டியிருப்பதுபோல், கீழ்ச்சாதிகள் சட்டத்தின் கண்களுக்கு முன்னால் புதிய சமத்துவத்தை அனுபவிப்பதோடு, குறைந்தபட்சம் ஒரு முறையாக அதை அணுகுவதற்கு வாய்ப்புகளும் பெற்றிருந்தன.[4] மேற்கத்திய வழிகளில் உந்துதல் பெற்று தேசியத்தைக் கட்டமைப்பதன் மீதான விமர்சனங்களை முன்வைக்கும்போது, தலித்துகள் வாழ்க்கையில் இது ஏற்படுத்தியிருக்கும் பண்புரீதியான மாற்றத்தின் முக்கியத்துவத்தை நாம் ஒதுக்கித்தள்ளக் கூடாது. இவற்றைப் பேணுவதோடு வளர்த்தெடுக்கவும் வேண்டியுள்ளது.

ஆனால், நவீன வரலாற்றின் முரண்நகை வேறெங்கோ உள்ளது. நவீனத்திய சக்திகளும் சாதிய முறைமையில் மேல் தளத்தில் உள்ள சாதிகளும் வஞ்சகத்தோடு ஒப்பந்தம் செய்துகொண்டிருப்பதை பாபாசாஹேபும் நடைமுறைவாதப் பள்ளியைச் சார்ந்த மற்றவர்களும் புரிந்துகொள்ளத் தவறினார்கள். மரபான சமூகம் நடைமுறைப்படுத்தும் அடக்குமுறை உத்திகளைச் சூத்திரச் சிந்தனையாளர்கள் மிகச் சரியாகவும் ஆழமாகவும் வெளிக்கொணர்ந்தார்கள் என்றாலும், நவீனத்திய நடைமுறைகளுக்கும் அதன் முகவர்களுக்கும் அப்பாவித்தனமான நம்பிக்கையோடு ஆதரவு கொடுத்தார்கள். புதிதாக உருவாக்கப்பட்ட நவீன வளர்ச்சி மையங்கள் உயர்சாதிகளோடு கூட்டுசேர்ந்துகொள்ளும் செயல்நுட்பத்தை உருவாக்கிவைத்துள்ளன. இது விளிம்புநிலைக் குமுகங்களுக்கும் சாதிகளுக்கும் உதிரிப் பாத்திரங்களைத்தான் வழங்குகின்றன. உயர்சாதிகள் முதலீட்டிய நிறுவனங்களையும் அறிவியல் மற்றும் தொழில்நுட்ப நிறுவனங்களையும் அபகரித்துக்கொண்டுள்ளன. அதே சமயத்தில், மரபான சமூகங்களின் இயவிடஞ்சார்ந்த தொழில்நுட்பங்கள் கீழ்ச்சாதி மற்றும் கைவினைஞர் சாதிகளிடமே இருக்கின்றன. இன்று கீழ்ச்சாதிகளுக்குப் பொறியியல் மற்றும் தொழில்நுட்பப் படிப்புகளில் நேர்மறையான பாகுபாட்டுக்கும், இடஒதுக்கீட்டுக்கும்கூடப் பிரத்யேகக் கொள்கைகள் தேவைப்படுகின்றன. கொல்லர் குமுகத்திலிருந்து வரும் மாணவர்களுக்குக்கூட உலோகத் தொழிற்கல்வியில் அனுமதி கிடைக்க பிரத்யேக இடஒதுக்கீடு தேவைப்படுகிறது. இப்படியாக, நாம் நவீனத்

4 *Marc Galanter (1984: 21).*

தொழில்நுட்பத்தின் அனைத்துத் துறைகளையும் அம்பலப்படுத்தும் விதமாகப் பல எடுத்துக்காட்டுகளைச் சொல்லிக்கொண்டே போக முடியும். வேறு வார்த்தைகளில் சொல்வதென்றால், காலனிய எஜமானர்களும் நவீனத் தொழில்நுட்ப ராஜ்ஜிய எஜமானர்களும் இயவிடஞ்சார்ந்த தொழில்நுட்பங்களை அதன் மரபான உரிமையாளர்களிடமிருந்து பறித்துக்கொண்டார்கள் அல்லது அவற்றை முழுவதுமாக அழித்துவிட்டார்கள். இயவிடஞ்சார்ந்த தொழில்நுட்பங்கள் அழித்தொழிக்கப்பட்டதும் மறைந்துபோனதும் இந்த நாட்டில் விளிம்புநிலைச் சாதிகளைப் பொறுத்தமட்டில் நாகரிகத் தளத்திலான இழப்பைப் பிரதிநிதித்துவப்படுத்துவதாக இருக்கிறது. ஒவ்வொன்றையும் புதிதாக வளர்த்தெடுக்க வேண்டியுள்ளது. இப்படியாக உருவாக்கப்பட்டிருக்கும் வெறுமையானது நம்மைப் போன்ற வளர்ச்சியடையும் நாடுகளுக்குக் கூடுதலான பிரச்சினைகளை உருவாக்கியுள்ளது.

இதற்கான பொறுப்பை நாம் இந்திய நவீனத்தின் முகவர்களின் வாயிற்படிகளில் வைப்பதில் எத்தகைய அறிவமும் கிடையாது. அதுபோலவே, உயர்சாதிகளின் தந்திரங்களும் சூழ்ச்சிகளும் என்பதாகப் கற்பிதம் செய்வது நிச்சயமாக அதே அளவுக்கு வலிகொண்ட அப்பாவித்தனமாகிறது. ‘உலகளாவிய வளர்ச்சி மாதிரி’ என்பதன் இடுக்குகளில் உள்ள ஏதோ ஒன்று, அதற்குப் பரிச்சயமில்லாத வாழ்க்கை வடிவங்களை வெறிகொண்டு விழுங்க முயல்கிறது. இதனால், அந்நியமானதையும் மற்றமையையும் ஏற்றுக்கொள்ள முடியவில்லை. மேலாதிக்க வளர்ச்சி மாதிரியின் உள்ளிணைந்த பண்பாட்டுத் தர்க்கங்களோடு ஒரு சமரசத்துக்கு வர முடியாத இந்திய நவீனத்தின் முகவர்களில் தோல்விதான் அவர்களுடைய பண்பாட்டு சுயத்தின் மீது பெரும் வன்முறையை நிகழ்த்தியுள்ளது.

துரதிர்ஷ்டவசமாக, அம்பேத்கர்கூட நவீன வளர்ச்சிக்குள்ளாகக் காணப்படும் இத்தகைய அழிப்பு நடைமுறைகள் மீது எத்தகைய விமர்சனபூர்வப் பார்வையையும் முன்வைக்கவில்லை. மேலும், இந்தியாவின் கடந்த காலம் மீது நவீனம் கொண்டிருந்த ஒருவிதமான அவநம்பிக்கையை அவரும் தொடக்கத்தில் பகிர்ந்துகொண்டார். மரபான சமூகத்தில் சில தொழில்களும் ஒடுக்கப்படுதலும் அங்ககமாக இணைக்கப்பட்டிருந்ததால் இவை அவருக்கு வெறுக்கத்தக்கவையாக இருந்தன. இதுவே புதிய தொழில்நுட்பத்தின் பண்பையும் அதை உரிமைகொள்ளும் சமூக அடிப்படைகளையும் கவனிப்பதிலிருந்து அம்பேத்கரைத் தடுத்தது. வேறு விதமாகச் சொல்வதென்றால், வட்டார முதலீட்டிய வடிவங்கள் சர்வதேசக் கட்டுமானங்களைச் சார்ந்திருக்க வேண்டிய உறவுகள் குறித்து ஒட்டுமொத்தமான விமர்சனப் பார்வையை உருவாக்க வேண்டியது இப்போதைய தேவையாக உள்ளது. ஒரு தலித் சுயத்தைக் கட்டமைத்த அம்பேத்கரியக் கதையாடல்கள், கடந்த காலத்தின் அடக்குமுறை அமைப்புகளை மட்டுமே கணக்கில் எடுத்துக்கொண்டன. அதே அளவுக்கு அபாயங்களைக் கொண்டிருக்கும் நவீனக் கட்டத்தைக் கவனிக்கத் தவறியது. இப்படியாக, சுயமரியாதை அரசியல் என்பது உயர்சாதிகளின் தனித்த உரிமைகளாக இருந்த சமூக ஆட்சிமைக்குள்ளாகவும் அரசியல்

நிர்வாகத்துக்குள்ளாகவும் நுழைவது என்றானது. இத்தகைய கட்டுமானங்களில் கீழ்ச்சாதிகளின் இருப்பைக் கொஞ்சம்போல் உணர முடிகிறது என்றாலும், பல சமயங்களில் இத்தகைய இருப்புகள்கூடக் குறியீட்டுரீதியான மதிப்பை மட்டுமே கொண்டிருக்கின்றன.

நவீனமயமாக்கத்தின் லட்சியங்கள் மீதும் மையப்படுத்தலின் லட்சியங்கள் மீதும் அம்பேத்கர் கொண்டிருந்த ஈடுபாடுதான், பாபாசாஹேபுக்கும் காந்திஜிக்கும் இடையேயான மோதலில் அடிப்படையாக இருக்கிறது. உண்மைதான், காந்திஜி கிராம இந்தியாவை முன்வைத்த முறையானது புனைவியரீதியானதாகவும் கனவியல்ரீதியானதாகவும் இருந்தது. ஆனால், நவீன நாகரிகம் குறித்து உள்ளுணர்வு சார்ந்து ஒரு மேலான புரிதல் அவருக்கு இருந்தது. பின்னர் இதை இன்னும் நுட்பமான வகைமைகள் கொண்டு லோகியா இன்னும் மேலாக வடிவமைத்தார். இந்தியச் சூழலில், மிகப் பெரிய அளவிலான மூதலீட்டியக் குவிப்பும் உயர் தொழில்நுட்பம் சார்ந்த வளர்ச்சி மாதிரிகளும் வேறு வழியில்லாமல் கீழ்ச்சாதிகள் மீதான உயர்சாதிகளின் மேலாதிக்கத்தைப் பலப்படுத்தவே செய்யும். ஆனால், அம்பேத்கர் வேறு விதமாகச் சிந்தித்தார்: சாதியச் சமூகத்தின் அதிகாரக் கட்டுமானத்தை எடுத்துக்கொள்வோம் என்றால், பஞ்சாயத்து ராஜ்ஜிய வடிவிலான அதிகாரப் பகிர்வு என்ற லட்சியமானது உயர்சாதிகளின் ஆதிக்கத்தைத்தான் நிலைநிறுத்தச்செய்யும் என்றே அவர் வாதிட்டார். காந்திஜி, அம்பேத்கர் இருவரின் பார்வைகளும் பகுதி உண்மைகளைக் கொண்டிருந்தன என்பதுதான் நவீன இந்திய வரலாற்றின் மிகப் பெரிய முரண்நகை. முரண்பட்டுக்கொண்ட இத்தகைய பார்வைகள் இன்னமும் ஒன்றையொன்று முழுமையாகப் புரிந்துகொள்ளவில்லை.

கிராமச் சமூகங்கள் குறித்தான அம்பேத்கரிய அச்சத்தை தலித் இயக்கம் தன்வயப்படுத்திக்கொண்டுள்ளது. சொல்லப்போனால், கிராமச் சமூகம் மீதான கீழ்ச்சாதிகளின் இந்த அச்சமே காந்தியின் பஞ்சாயத்து ராஜ்ஜியம் திட்டத்தைப் பொதுவாக அலட்சியப்படுத்தவைக்கிறது. இந்த அச்சமே நகர்ப்புறம் மற்றும் நகர்ப்புறத்துக்கு அருகில் மீள்குடியாக்கம் என்ற தெளிவில்லாத சிந்தனையைப் பல அம்பேத்கரிய தலித்துகள் பேணுவதற்குக் கொண்டுவிட்டுள்ளது. இத்தகைய பின்னணியில், என் நண்பர் ஒருவரோடு — கர்நாடகத்தில் மிக முக்கியமான தலித் தலைவர் — நடந்த உரையாடலை என்னால் மறக்கவே முடியாது. அவருடைய வாதத்தை அவர் மிகவும் தெளிவாகவும் உணர்வுபூர்வமாகவும் முன்வைத்தார். அதாவது, தலித்துகள் கிராமங்களில் வாழும் வரை அவர்களுக்கு விடுதலை சாத்தியமே இல்லை என்றார். நாடு முழுவதும் தலித்துகளுக்கு எதிராக நடக்கும் வன்முறைகள் அதிகரித்துக்கொண்டிருக்கும் சூழ்நிலையில், அவருடைய வாதம் பல ஆதரவாளர்களைக் கொண்டிருப்பதில் வியப்பேதுமில்லை. இத்தகைய சிந்தனையானது யதார்த்த வடிவம் எடுக்கும் என்றால், அதன் விளைவுகளும் அது ஏற்படுத்தும் பாதிப்புகளும் பெரும் துயரங்கள் கொண்டதாகவே இருக்கும். ஒருவேளை, தலித் இயக்கம் அதன் தொடக்கத்திலிருந்தே பெருந்திரளாக இடம்பெயர்வது என்ற சிந்தனையைக் கொண்டிருந்திருக்கலாம்.

நாம்தான் அதை அடையாளம் காணத் தவறிவிட்டோம். பெருந்திரளாக இடம்பெயர்வது என்ற உட்கருத்து, அடக்குமுறையிலிருந்து தப்பித்து ஒரு லட்சிய நிலப்பரப்புக்கு இடம்பெயர்வது என்பது உட்பட எல்லாவற்றையும் கொண்டிருப்பதாகிறது. ஒரே வித்தியாசம் அந்த லட்சிய நிலப்பரப்பு நவீன நகரமாகிறது. மேலும், முக்கியமானது என்னவென்றால் இந்தப் பயணம் புறத்தளத்திலானதைவிட அகத்தளத்திலானதாகவே இருக்கிறது. அதாவது, பழைய குடியிருப்புகளிலிருந்து அதோடு தொடர்புடைய நினைவுகளிலிருந்து வெளியேறுவது என்றாகிறது. நவீன நகரமும் அதன் வளர்ச்சிப் பண்புகளும் நிச்சயமாக தலித்துகளின் நினைவுகளை முற்றிலுமாக அழித்தொழித்து, ஏறக்குறைய அவர்களைப் பண்பாடுகளற்ற நிலைக்குத் தள்ளிவிடும். ஆனால், நாம் முன்னர் விவரித்ததுபோல், இந்த வாதத்தைப் பெரும்பாலான அம்பேத்கரியர்கள், பொதுவாகப் பரிவோடு பார்ப்பதில்லை. ஏனெனில், தலித்துகளின் நினைவுகளில் மதிப்புள்ளது என்றோ நேர்மறையானது என்றோ ஏதுமில்லை என்றும், ஒடுக்குதலும் வலிகளும் மட்டுமே நிறைந்திருப்பதாகவும் நம்புகிறார்கள்.

ஆனால், நினைவுகளற்ற குழுமங்கள் கொண்டிருக்கக்கூடிய துயரத்தை அம்பேத்கரே உணர்ந்ததால்தான் வரலாற்று ஆய்வுகள் மூலமாக அதை மறுகட்டமைப்புக்கு உட்படுத்தத் தொடங்கினார். இப்படியாகத்தான் அவர் இந்திய தலித்துகளுக்குச் செழிப்பான பௌத்தக் கடந்த காலத்தை உருவாக்கிக்கொடுத்தார். என்னைப் பொறுத்தமட்டில், இந்திய வரலாற்றில் மிகவும் நெகிழவைக்கக்கூடிய நிகழ்வு இதுவாகத்தான் இருக்க முடியும். ஏனெனில் இது உண்மையான நினைவுகளை மறுதலிப்பதாக மட்டுமல்லாமல், ஏறக்குறைய கல்விப்புலம் சார்ந்து புதிய கடந்த காலத்தை உருவாக்கும் முயற்சியையும் மறுதலிப்பதாக இருக்கிறது. பௌத்தத்துக்கு மாறியது இந்த நினைவுகளை நிலைத்திருக்கும் யதார்த்தமாக மாற்றும் செயலாகிறது. புது நினைவுகளைக் கட்டமைப்பதற்கான முயற்சியில், அறிவறிதல் அடிப்படையில் சொல்வதென்றால், ஒருவகையான நவீனத்திலிருந்து தீர்மானமான துண்டிப்பை அம்பேத்கர் சாத்தியப்படுத்துகிறார். இது தொடங்கும் விதமாக அரூபமாகவும் மீபௌதிகரீதியாகவும் முன்வைக்கப்பட்ட எதிர்ப்பாக இருந்தது; பின்னர், இது அரசியல் பொருளாதாரமாக மொழியாக்கம் ஆனது. ஆனால், பாபாசாஹேபின் உருமாற்றம் எல்லா வகையிலும் வழக்கத்துக்கு மாறானதாக இருந்தது: நவீனச் சிந்தனைகளை வெளிப்படுத்துவதற்கு நவீன வடிவங்களை அவர் முற்றாகத் துறந்தார். அவர் திறமையான சமூக அறிவியலாளராக இருந்தார். மேற்கத்திய சமூக அறிவியல்களில் சிறப்பாகப் பயிற்சிபெற்றும் இருந்தார். அவர் எப்போதும் அவருடைய வாதங்களைப் போதுமான அளவுக்குப் புள்ளிவிவரங்கள் கொண்டே முன்வைத்தார். ஆனால், வரலாற்று முக்கியத்துவம் வாய்ந்த அவருடைய கடைசிப் புத்தகத்தில் இவை எதுவுமே இல்லை. கல்விப்புல அர்த்தத்தில் சொல்வதென்றால், இது தொகை நூல் அல்ல. இது நம்பிக்கை அடிப்படையிலான புத்தகம். புராணக் கதைகள், குட்டிக் கதைகள், உருவகக் கதைகள் போன்றவற்றால் நிறைந்தது. இந்த அர்த்தத்தில், ‘புத்தரும் அவரது தம்மமும்’ சமூக அறிவியல் வழிமுறையில் சிந்திப்பதன் மீதான அம்பேத்கரின்

அசதியைப் பதிவுசெய்வதாகவே வெளிப்படுகிறது. இதில் சுவாரஸ்யமான விஷயம் என்னவென்றால், பெரும் ஆசான் ராமகிருஷ்ண பரமஹம்சருக்குப் பிறகு தன்னுடைய கருத்துகளை வெளிப்படுத்துவதற்கு உருவகக் கதை முறையைப் பயன்படுத்தியவர் அம்பேத்கர்தான். ஒருவகையான மொழியைக் கைவிடுவதன் மூலமாக, அந்த மொழியின் பிறப்பைச் சாத்தியப்படுத்திய முறைமைகளையும் அவர் கைவிடுவதாகவே நான் நம்புகிறேன். இந்தப் புதிய புத்தபிட்சுக் கதையாடல் முறைகளின், அறிவுசார் முறைகளின் மறுபிறப்பின் முக்கியத்துவத்தை மிக விரிவாக விளக்கியிருக்க வேண்டும். ஆனால், எல்லாவற்றையும் பறித்துக்கொள்ளும் மரணம் குறுக்கிட்டுவிட்டது.

பாபாசாஹேபைப் பொறுத்தமட்டில், இது கற்பிதமான குமுகத்தை உருவாக்கும் செயலாக இல்லை: மீபௌதிகரீதியான ஆன்மீகரீதியான நினைவுக் கட்டுமானங்களை உருவாக்குவது, இந்திய அரசியலை மிகவும் பரந்த தளத்தில் உருமாற்றும் மிக உன்னதச் செயலைப் பிரதிநிதித்துவப்படுத்துவதாக இருக்கிறது. காந்திஜியும் இதற்கு நிகரான செயலைத்தான் மேற்கொண்டிருந்தார். ஆனால், அவருடைய செயல்பாட்டின் கூறுகள், வளர்ச்சி என்ற மேலாதிக்க முறையின் சட்டகத்தின் அடிப்படைகளை முழுமையாக விமர்சிப்பவையாக இருந்தன. இந்த முயற்சியை மேலும் வளர்த்தெடுப்பது இன்றைய தலித் இயக்கத்தின் பொறுப்பாகிறது. கிராமங்களை உலகளாவியதோடு இணைக்கும் உத்தியைக் கண்டறிவதுதான் இந்தக் கடமையாகிறது. இத்தகைய பின்னணியில், நிலைத்திருக்கும் கிராமச் சூழலில் ஒருவர் அம்பேத்கரியராக்வும் அதற்கு வெளியே காந்தியராகவும் உணர்வார் என்றால், அது நியாயமானதே.

⊙

9

திசைதவறிய கோபமும் சுருங்கிப்போன எதிர்பார்ப்புகளும்

இந்தியா என்று அழைக்கப்படும் சச்சரவுகள் நிறைந்த இந்தத் தேசத்திலிருந்து கடவுள்கள் எல்லோரும் வெளியேறுவது என்று முடிவெடுத்தாலும், இடஒதுக்கீட்டுப் பிரச்சினையில் மோதிக்கொள்ளும் வர்க்கங்களும் சாதிகளும் கொஞ்சம்கூட அதைப் பற்றிக் கவலைப்படப்போவதில்லை. ஏனெனில் பழைய, புதிய மத்தியதர வர்க்கங்களுக்குப் பொருளியல் ஆதாயங்களே அவர்களை உந்தித்தள்ளும் மதம் போன்ற சக்தியாக இருப்பதால், அதுவும் மோசமாக அடிப்படைவாதத்தன்மையைக் கொண்டிருப்பதாக இருப்பதால், நேர்மறையான பாகுபாடுகள் என்ற செயல்திட்டம் வெறிகொண்ட எதிர்வினைகளைத் தோற்றுவிக்கிறது. இதன் விளைவாக, விவாதங்களுக்கும் சுயசந்தேகங்களுக்கும் கொஞ்சமும் இடம்கொடுக்காமல், மிக இறுகிய கோட்பாட்டுரீதியான மோதல்களாக மாறியிருக்கிறது. எப்படியிருந்தாலும், ரஜினி கோத்தாரி சுட்டிக்காட்டியிருப்பதுபோல், ராமர் பிறந்த இடம் குறித்த பிரச்சினை தீவிரமடைந்தது என்பது கீழ்ச்சாதிகள் மண்டல் கமிஷன் பரிந்துரைகள் சார்ந்து மட்டுமல்லாமல் அதன் அமலாக்கத்தைச் சார்ந்தும் அவர்களது சமூக, அரசியல் அடையாளத்தைப் போர்க்குணமிக்க தன்மையில் வலியுறுத்தியதோடு தொடர்புகொண்டதாக இருக்கிறது.[1] வடஇந்தியாவில் புதிதாக உருப்பெற்றுவந்த கீழ்ச்சாதிகளின் ஒற்றுமையை உடைப்பதற்குத்தான் ராமர் பயன்படுத்தப்பட்டார் என்று கோத்தாரி உட்பட பல தீவிரை அரசியல் சிந்தனையாளர்கள் வாதிடுகிறார்கள். இப்படியாகத்தான் கொந்தளிப்பான 1990–கள் தொடங்கின.

இந்தச் சூழ்நிலையில், இடஒதுக்கீடு தொடர்பாக எத்தகைய புதிய பார்வைகளையும் முன்வைக்க முடியாது என்பது மட்டும் தெளிவாகிறது. இதற்குக் காரணியம், இந்தப் பிரச்சினையை நாம் முழுமையாகப் புரிந்துகொண்டுவிட்டோம் என்பதாலோ அல்லது முழுமையாக ஆராய்ந்துவிட்டோம் என்பதாலோ அல்ல. இந்த விவாதத்தை முற்றிலுமாக

1 *Rajini Kothari (1992: 2695–8).*

வேறொரு பார்வையில் விவாதிப்பதற்குப் போதுமான புதிய தரவுகள் எதுவும் நம்மிடம் இல்லை. எடுத்துக்காட்டாக, இடஒதுக்கீட்டுக் கொள்கை எந்த அளவுக்குத் தேசிய, மாநில அளவில் நடைமுறைப்படுத்தப்பட்டுள்ளது என்பதற்கு நம்பத் தகுந்த புள்ளிவிவரங்களோ, தொகுத்தளிக்கும் வாசிப்புகளோ நம்மிடம் இல்லை. இந்தப் பின்னணியில், குறைந்தபட்சம் இடஒதுக்கீட்டை எதிர்ப்பவர்களின் கோபங்களும் ஆதரவாளர்களின் எதிர்பார்ப்புகளும், முன்தீர்மானங்கள் மற்றும் அரைகுறை உண்மைகள் கொண்டவையாக இருக்கின்றன என்று நம்மால் சொல்ல முடியும். இருசாராருக்கும் ஏற்புடைய ஒரு நிலைப்பாட்டை எடுப்பது ஏறக்குறைய முடியாத காரியமாகவே இருக்கிறது. இருந்தாலும், ஒருவர் முயல வேண்டியுள்ளது. சந்தேகத்துக்கு இடமே இல்லை, இதைத்தான் மனதின் போதாமை என்றும், உள்ளத்தின் உறுதி என்றும் சொல்கிறார்கள்.

உறுதியுரை (affirmative) நடவடிக்கைகள் என்ற திட்டம் சுயமாகக் கரைந்துபோகும் திட்டமாகப் பார்க்கப்படவில்லை என்றாலும் சுவாரஸ்யமாக, மறைந்த சோசலிஸ்ட் தலைவர் மது லிமாயே (Madhu Limaye) 'சுயமாகக் கரைந்துபோகும்' என்ற பதத்தை இவ்விஷயத்தைக் குறிப்பதற்குப் பயன்படுத்தியிருக்கிறார். தீவிரவாதக் கொள்கைகளை ஆதரிக்கும் தீவிரவாதிகள் தவிர வேறு எவரும் தங்களைச் சுயமாகக் கரைத்துக்கொள்வதற்குத் தயாராக இல்லை. இப்படியிருக்க, உயர்சாதிகளோடு கடும் யுத்தத்தை மேற்கொண்டிருக்கும் குழுகங்கள் தங்களைச் சுயமாகக் கரைத்துக்கொள்ள ஒப்புக்கொள்ளும் என்று எதிர்பார்ப்பது ரொம்பவும் பத்தாம்பசலித்தனமானது. ஆனால், நீதிபதி சந்திரசூட் ஒருமுறை சொன்னதுபோல் எஸ்சி, எஸ்டிகளுக்குக்கூட இடஒதுக்கீடு காலவரம்பில்லாமல் தொடர முடியாது.[2] தீர்மானமாக ஒரு குறிப்பிட்ட காலவரம்பை நிர்ணயிக்க முடிந்தால், பேச்சுக்குப் பத்து ஆண்டுகள் என்று வைத்துக்கொள்வோம், ஆங்கிலப் பத்திரிகைகளில் இந்தப் பிரச்சினையில் அவருடைய நிலைப்பாட்டால் வசைபாடப்பட்ட வி.பி.சிங்கைக் காட்டிலும் மேலாகச் சென்று ராமகிருஷ்ண ஹெக்டே போன்ற தலைவர்கள் 90% இடஒதுக்கீட்டை ஏற்றுக்கொள்ளத் தயாராக இருக்கிறார்கள்.[3]

தனித்துப் பார்ப்பதென்றால், இடஒதுக்கீடு எக்காலத்துக்குமான கொள்கையாகப் பார்க்கப்படுவதால், அதை எதிர்ப்பவர்கள் கொள்ளும் கோபம் நியாயமானதாக இருக்கிறது. குறைந்தபட்சம், எஸ்சி/எஸ்டிக்கான இடஒதுக்கீட்டைப் பொறுத்தமட்டில் அதை ஏற்றுக்கொள்வதில் சகிப்புத்தன்மை வெளிப்படுகிறது. அதாவது, இவர்கள் உயர்சாதிகளின் ஆதிக்கத்தை எதிர்த்துநிற்பதில் இன்னமும் பலவீனமானவர்களாக இருக்கிறார்கள் என்பதை ஓரளவுக்கு ஏற்றுக்கொள்கிறார்கள். மண்டல் கமிஷன் அறிக்கைக்கு எதிரான போராட்டத்தின்போது, 'உயர்சாதிகளும் ஹரிஜன்களும் சகோதரர்கள், இந்தப் பிற்படுத்தப்பட்ட சாதிகள் எங்கிருந்து வந்தார்கள்' என்ற சுவாரஸ்யமான

2 *Cited in Haroobhai Mehta (1981: 181).*

3 *ராமகிருஷ்ண ஹெக்டேவுடனா தனிப்பட்ட உரையாடல், July 1995.*

கோஷத்தைக் கேட்க முடிந்தது.⁴ ஆக, பிற்படுத்தப்பட்ட வகுப்பினர் (ஓபிசி) இத்தகைய திட்டங்களுக்குத் தகுதியானவர்கள் இல்லை என்றும், அவர்களுடைய பலத்தைக் கொண்டு உள்ளே நுழைந்துவிட்டார்கள் என்றும் பார்க்கப்படுவதால் பிரச்சினை மேலும் தீவிரமானதாகிறது. மொத்தத்தில், தேவையும்கூடத் தனிநபரைச் சார்ந்திராமல், அதாவது பிரத்யேகச் சந்தர்ப்பங்களில் என்று மட்டுமில்லாமல், பொதுவாக எப்போதும் குழுமங்களைச் சார்ந்தே இருந்திருக்கிறது என்று எச்சரிக்கும் திடமான நிலைப்பாடு ஒன்றும் இருக்கிறது.⁵

ஒரு கால எல்லைக்கு உட்பட்டதாகவும் சுயமாகக் கரைந்துபோகக்கூடியதாகவும் இடஒதுக்கீட்டுத் திட்டத்தை வடிவமைப்பதற்கு, முதலில் இந்தத் திட்டத்தில் எந்தெந்த அடிப்படையில் வெவ்வேறான சாதிகள் சேர்க்கப்பட்டனவோ, அந்தந்த அடிப்படையில் அத்தகைய சாதிகளின் நிலையை மதிப்பிட வேண்டியிருக்கிறது. பிஹார், கர்நாடகம், குஜராத், தமிழ்நாடு போன்ற மாநிலங்களில் பிற்படுத்தப்பட்டோர் பட்டியலில் உள்ள பல சாதிகள், மத்திய அரசு நிறுவனங்களில் அவர்களுடைய பிரதிநிதித்துவத்தைத் தவிர, அவர்களுடைய பிற்படுத்தப்பட்ட நிலையை எப்போதோ கடந்துவந்துவிட்டார்கள். கர்நாடகத்தில் சின்னப்பா ரெட்டி கமிஷன் இத்தகைய அணுகுமுறையைக் கைக்கொண்டு வேறு விதமான தீர்வை முன்வைத்தது என்றாலும் அது நிராகரிக்கப்பட்டது. பிறகு, நடந்ததெல்லாம் கர்நாடக வரலாற்றின் பகுதியாகிறது.⁶

நிரந்தரமான பல பிற்படுத்தப்பட்டோர் கமிஷன்கள், பல்வேறு உறுதியுரை நடவடிக்கைகள் நடைமுறைப்படுத்தப்படுவதைத் தொடர்ந்து கண்காணிப்பதில்லை. இவை பிற்படுத்தப்பட்டோர் பட்டியலில் சேர்ப்பதற்கான பல்வேறு சாதிகளின் கோரிக்கையைப் பரிசீலிப்பதற்கு மட்டுமே பயன்படுத்தப்படுகின்றன. வேறு வார்த்தைகளில் சொல்வதென்றால், இத்தகைய அமைப்புகள் நம்முடைய ஆளும் வர்க்கங்களின் குறுகிய கால நலன்களுக்காகப் பயன்படுத்தப்படும் கருவிகளாக மட்டுமே செயல்படுகின்றன. மாநில அளவிலான பிற்படுத்தப்பட்டோர் கமிஷன்கள் என்று மட்டுமல்லாமல், மத்தியில் உள்ள நிரந்தரமான கமிஷன்களுக்குக்கூட இத்தகைய திட்டங்கள் நடைமுறைப்படுத்தப்படுவதைத் திறம்படக் கண்காணிப்பதில்லை.

எடுத்துக்காட்டாக, இடஒதுக்கீட்டு நடைமுறையிலிருந்து விதிவிலக்குகளுக்கான அடிப்படைகள் தெளிவாக இல்லை. மிகவும் முக்கியமாக, அளவுக்கு அதிகமாக அதிகாரம் கொண்டிருக்கும் 'பாதுகாப்பு' போன்ற துறைகளில் சுதந்திரம் கிடைத்ததிலிருந்து இத்தகைய விதிவிலக்குகள் தீவிரமாகப்

---

4 Cited in Indu Bharathi (1990: 43).
5 Andre Beteille (1992: 43).
6 சின்னப்பா ரெட்டி கமிஷன் அறிக்கை முன்வைத்த பரிந்துரைகளை மறுத்து அறிவார்த்த வாதங்கள் முன்வைக்கப்பட்டன. பார்க்கவும்: G.Thimmaiah (1993: 129–48).

பின்பற்றப்படுகின்றன.[7] இது, அரசும் அதன் கருவிகளும் கீழ்ச்சாதிகளின் திறமை மீது கொஞ்சமும் நம்பிக்கை வைக்கவில்லை என்பதையே வெளிப்படுத்துகிறது. இது அப்பட்டமான சாதிய நிலைப்பாடுதான். சில சமயங்களில், ரயில் விபத்துகள் அதிகரிப்பதற்குக் காரணம், கீழ்மட்டத்தில் உள்ள எஸ்சி/எஸ்டி வகுப்பினர்தான் என்று சொல்லும் அளவுக்குப் போகிறது.[8] உயர்சாதிகளால் பிரத்யேகமாக நடத்தப்படும் அணுசக்தித் திட்டங்களில் உயர்சாதிகள் செய்யும் அபத்தங்களைச் சுட்டிக்காட்டி அவர்களை நிராகரிப்பதைத் தவிர, கீழ்ச்சாதிகளுக்கு வேறு வழிகள் இல்லை.

இடஒதுக்கீட்டுக்கான பட்டியலைச் சுருக்குவதற்கும் அதற்குத் தகுதியான சாதிகளின் எண்ணிக்கையைக் குறைப்பதற்கும் அரசியல் உறுதிப்பாடு இல்லாததால், பிற்படுத்தப்பட்டோர் பட்டியல் நீண்டுகொண்டேபோகிறது. கமிஷனின் ஒவ்வொரு புதிய அறிக்கையும் கூடுதலாகச் சில சாதிகளைப் பட்டியலில் சேர்த்துக்கொண்டேபோகிறது. ஓர் ஆய்வாளர், சென்னை மாகாணத்தில் 1833-ல், பிற்படுத்தப்பட்டோரின் எண்ணிக்கை மூன்றாக இருந்தது என்றும், 1983-ல் இது முன்னூற்றி இருபதாக வளர்ந்துவிட்டது என்றும் குறிப்பிடுகிறார். ஏறக்குறைய பிற மாநிலங்களிலும் இப்படியான போக்கு காணப்படுவது என்னவோ உண்மைதான்.[9]

உறுதியுரை நடவடிக்கைகள் குறித்த விவாதங்களில் காணப்படும் பிரச்சினைகளை டி.எல்.ஷேத் (D.L.Sheth) செறிவாகத் தொகுத்தளித்திருப்பதுபோல், சுதந்திரத்துக்குப் பிந்தைய இந்தியாவில், இடஒதுக்கீட்டுக் கொள்கை என்பது பரந்துபட்ட திட்டத்தின் ஒரு பகுதியாகவே கருதப்பட்டது. நிலச்சீர்திருத்தம் போன்ற கட்டமைப்புரீதியான பிரச்சினைகள் பிற அதில் முக்கியமான பகுதியாக இருந்தன.[10] இப்போது இந்தத் திட்டத்தில் காணக்கூடிய அல்லது காண முடியாத பிற திட்டங்கள் குறித்து எவரும் பேசாமல் இருப்பதில் ஆச்சரியப்படுவதற்கு ஏதுமில்லை. இடஒதுக்கீட்டுத் திட்டம் பிற நடவடிக்கைகளால் முட்டுக்கொடுத்து நிறுத்தப்படவில்லை என்றால், இறுதியாக அது பயனற்ற ஒன்று என்பது வெளிப்படையானது. சொல்லப்போனால், இடஒதுக்கீடு உயிராதாரமானது என்றாலும், அது சமூக மாற்றத்துக்கான மொத்த திட்டத்தின் ஒரு சிறிய பகுதிதான்.

7 பாதுகாப்புத் துறையில் இடஒதுக்கீட்டுக்கு விலக்கு அளிக்கப்பட்டிருப்பதுபோல் பிற துறைகளிலும் திறமைக்கு முக்கியத்துவம் கொடுக்கும் விதமாக விரிவுபடுத்தப்பட வேண்டும் என்ற கருத்தைப் பல எழுத்தாளர்கள் முன்வைக்கிறார்கள். பார்க்கவும்: A.M.Shah (1991: 1732–4). இரண்டு நீதிபதிகள், B.D.Purohit, S.D.Purohit (1990) – தொகுத்திருக்கும் ஆவணம் விண்வெளி, அணுசக்தி, எலக்ட்ரானிக்ஸ் போன்ற துறைகளில் உள்ள அறிவியல், தொழில்நுட்பப் பொறுப்புகள் எல்லாவற்றிலும் இடஒதுக்கீட்டு விலக்கு உள்ளதாகக் குறிப்பிடுகிறது.

8 Ashok Guha (1990: 2718).

9 P.Radhakrishnan (1990: 2718).

10 D.L.Sheth (1987: 1957–62).

மேலும், இத்தனை ஆண்டுகளில் மக்கள் இடஒதுக்கீட்டுக் கொள்கைகளிலிருந்து எதிர்பார்ப்பதும் பெருமளவு சுருங்கிவிட்டது. இந்தத் திட்டத்தின் தீவிரைப் பண்பு சிறிய அளவிலான, படிப்படியான முன்னேற்றம் என்பதாகச் சுருங்கிப்போய்விட்டது. உண்மை என்னவென்றால், இடஒதுக்கீட்டை ஆதரிக்கும், எதிர்க்கும் இரண்டு அணிகளிலும் உள்ள சில குழுமங்கள், இது இப்படித்தான் இருக்க வேண்டும் என்றே விரும்புகின்றன. எடுத்துக்காட்டாக, இடஒதுக்கீட்டை ஆதரிக்கும் குழுமங்களில் எவருமே — குறிப்பாகப் பிற்படுத்தப்பட்டோர், குறைந்தபட்சம் வடிவத்துக்காகவேனும் இத்தகைய திட்டத்தில் உள்ள பிற அம்சங்கள் மீது கவனம் செலுத்த வேண்டிய அவசியத்தை வலியுறுத்துவதில்லை.

தனியார்மயமாக்கல் என்ற புதிய பொருளாதார அமைப்பில், உறுதியுரை நடவடிக்கைகளின் உண்மையான அவசியமும் உண்மையாகவே பெருமளவு மட்டுப்பட்டுள்ளது. தனியார் தொழிற்சாலைகள், தொழில் நிறுவனங்களைப் பொறுத்தமட்டில், குறைந்தபட்சம் இப்போதைக்கு, இடஒதுக்கீடு குறித்த பிரச்சினைகள் இன்னும் எழவே இல்லை. வேலைவாய்ப்புகளில் அரசின் பங்குகூடப் பெருமளவுக்கு முக்கியத்துவத்தை இழந்துவருகிறது. வங்கித் துறையின் எஸ்சி/எஸ்டி தொழிலாளர் சங்கம் ஏற்கெனவே இதன் பாதிப்பை உணரத் தொடங்கியுள்ளன.[11] சொல்லப்போனால், முன்னாள் மத்திய சமூகநலத் துறை அமைச்சர் சீதாராம் கேசரி, பொதுவாகக் காணப்படும் முன்சாய்வுகள் எவ்வாறு கீழ்ச்சாதிகளுக்கும் சிறுபான்மையினருக்கும் எதிராகச் செயல்படுகின்றன என்று பேசியிருக்கிறார். அவரது பேச்சைக் கொஞ்சம் விரிவாகக் கொடுப்பது அவசியமாகிறது:

> தொழில் நிறுவனங்கள் இடஒதுக்கீட்டுத் திட்டம் மீது கொண்டிருக்கும் மனநிலையை வைத்துச் சொல்வதென்றால், நீங்கள் (அதாவது, தொழில் குழுமங்கள்) இடஒதுக்கீட்டை ஒரு கொள்கையாகத் தனியார் துறைகள் நடைமுறைப்படுத்துவதைத் தற்சமயம் நினைத்துகூடப் பார்த்திருக்க மாட்டீர்கள். ஆனால், ஆட்களைத் தேர்ந்தெடுப்பதில் நியாயமான, நேர்மையான முறைமையைக் கொண்டுவர வேண்டும். எடுத்துக்காட்டாக, வேலைக்கு ஒரு முஸ்லிம் தகுதியானவராக இருந்தாலும்கூட இஸ்லாம் சிறுபான்மையினரை வேலைக்கு எடுப்பதில்லை என்று கொள்கை வைத்திருக்கும் தொழில் நிறுவனங்களை நான் அறிவேன். பூர்வக்குடிகளுக்கும் தலித்துகளுக்கும் பிற்படுத்தப்பட்டோருக்கும் இது அப்படியே பொருந்தக்கூடியதுதான்.[12]

இனி வரும் பத்தாண்டுகளில், பொதுத் துறைகள் சார்ந்த ஆதாயங்களுக்கான யுத்தம் நிச்சயமாக நடத்தப்படும். ஆனால், அது பெரும்பாலும் குறியீட்டுரீதியானதாக

11 *எஸ்சி/எஸ்டி வங்கி ஊழியர்கள் சம்மேளனத்தின் பொறுப்பாளர்களில் ஒருவரான ஜக்காப்பனவருடன் (Jakkappanavar) நடந்த தனிப்பட்ட உரையாடல், April 1995*

12 *Federation of Indian Chamber of Commerce and Industry (FICCI)–ல் சீதாராம் கேசரியின் உரை, 3 July 1995.*

இருக்குமே தவிர வேலைவாய்ப்பு, பொருளியல் ஆதாயங்கள் சார்ந்ததாக இருக்கப்போவதில்லை என்பது மட்டும் நிச்சயம். சொல்லப்போனால், இந்த யுத்தம் ஏற்கெனவே முடிந்துவிட்டது. இந்த யுத்தத்தில் வென்றது உயர்சாதிகளே. அடுத்த சுற்று, நான் சொன்னதுபோல், பண்பாட்டுரீதியான அதிகாரம், மேலாண்மை போன்ற கருத்தமைவுகள் மீது குறியீட்டுரீதியாகவே நடத்தப்படும். இப்படியாக, இயங்குநுட்பமே இந்திய வரலாற்றைக் கடந்த பல நூற்றாண்டுகளாக வழிநடத்திவருகிறது. சொல்லப்போனால், மண்டல் கமிஷனுக்கு எதிரான போராட்டத்தில், உயர்சாதி இளைஞர்கள் ஷூ பாலீஷ் போட்டது, தெருக்களைச் சுத்தப்படுத்தியது போன்ற குறியீட்டுரீதியான செயல்கள் இதைத்தான் பிரதிபலிக்கின்றன. இதே நடுத்தர வர்க்கத்தைச் சேர்ந்த இளைஞர்கள் மேற்கில் கீழான வேலைகளைச் செய்வதற்குத் தயாராக இருக்கிறார்கள் என்ற உண்மையை இது மறைத்துக்கொண்டிருக்கிறது. அவர்களைத் தடுத்துநிறுத்திய சடங்குரீதியான தடுப்புகள் – இங்கு ஓர் எடுத்துக்காட்டைக் கொடுப்பதென்றால், தர்மசாஸ்திரங்களில் காணக்கூடியவை – ஆபத்துக் காலங்களில் (ஆபத் காலா) கீழிறங்கிப்போவதற்காக அப்புறப்படுத்தப்படுகின்றன. ஆனால், கீழ்ச்சாதிகளின் நகர்வுத்தன்மையோ குறியீட்டுத் தளத்திலும் மறுக்கப்படுகிறது.

உண்மையான பிரச்சினை என்னவென்றால், பிற்படுத்தப்பட்டோர் மத்தியில் ஆதிக்கச் சாதிகள் – எம்.என்.சீனிவாஸ் வளர்த்தெடுத்த உபயோகமான வகைமை – இருப்பதுதான். இவர்கள்தான் பிற்படுத்தப்பட்டோர் சார்பாக இடஒதுக்கீட்டுத் திட்டத்தின் கூறுகளை வரையறுத்து வடிவமைத்திருக்கிறார்கள். ஆனால், இங்குகூட நாம் பிரச்சினையைக் கவனமாக வரையறுக்க வேண்டியுள்ளது. ஏனெனில், வொக்கலிகர்கள் (*Vokkaliga*), கொய்ரியர்கள் (*Koiri*), குர்மிகள் (*Kurmi*) போன்ற ஆதிக்கச் சாதிகளுக்குக்கூடப் பல்வேறு வரலாற்றுக் காரணிகளால் மத்திய நிறுவனங்களில் போதுமான பிரதிநிதித்துவம் மறுக்கப்பட்டுவருகிறது. முக்கியமான கேள்வி இதுதான்: இவர்களால் பொது வகைமையிலிருந்து போட்டிபோட முடியாதா? உண்மையான பதிலைக் கண்டெடுக்க வேண்டும்.

நடைமுறைப்படுத்தக்கூடிய ஒரே தீர்வு என்னவென்றால், பிற்படுத்தப்பட்டோரை வேறுபடுத்திக்காட்டும் ஒரு பட்டியலைத் தயாரிப்பதுதான். இதற்கு வெகு சிலரே தயாராக இருக்கிறார்கள்.

இந்தியாவில் இடஒதுக்கீட்டுத் திட்டத்தை வடிவமைத்த உறுதியுரை நடவடிக்கைகளில் உள்ளடங்கியிருக்கும் ஒருதலைப்பட்சமானது இந்தப் பிரச்சினையோடு தொடர்புகொண்டதாக இருக்கிறது. வரலாற்றுரீதியாக இன்றைய இடஒதுக்கீட்டுத் திட்டத்தை வடிவமைத்ததில் இரண்டு விதமான போக்குகள் பங்காற்றியுள்ளன: முதலாவது, காலனிய சென்னை மாகாணத்தில் அதன் தோற்றுவாயைக் கொண்டிருக்கும் போலியான போக்கு; இது இயவிடஞ்சார்ந்த பொருளாதார அழித்தொழிப்புகளைக் கண்டுகொள்ளாமல் இருக்கும் இயங்குநுட்பத்தை உருவாக்கியிருந்தது. இரண்டாவது போக்கு

மைசூர் சமஸ்தானத்தில் அதன் தோற்றுவாயைக் கொண்டுள்ளது. இது சத்சூத்திரர்களின் வேட்கைகளை வெளிப்படுத்துவதாக இருந்தது.

பிந்தையதை எடுத்துக்கொண்டால், அரசியல்ரீதியாகத் தங்களை வெளிப்படுத்திக்கொள்ள முடிந்த வர்க்கத்தினர் உயர்சாதிகளோடு யுத்தம் நடத்துவதில் சிக்கிக்கொண்டார்கள். இவர்கள் அனுபவித்த அவமதிப்புகளைப் பொதுமைப்படுத்தினார்கள். இவர்கள் கொண்டிருந்த லட்சியங்களை மற்றவர்கள் மீது திணித்தார்கள்.[13] சமூக உருமாற்றத்தில் சடங்குரீதியான ஊனமே முக்கியப் பிரச்சினையாக முன்வைக்கப்பட்டது. இப்படியாக, இடஒதுக்கீட்டு அரசியல் தொடக்கத்திலிருந்தே தவறாக வரையறுக்கப்பட்டதாகிறது. இருபதாம் நூற்றாண்டில் அரசதிகாரத்தின் மீதும் சமூக அதிகாரத்தின் மீதும் ஏக்கம்கொண்ட சாதிகளின் விழைவுகள் குறித்து வாசித்தல் இதை உறுதிப்படுத்துவதாக இருக்கிறது.

சுருங்கச் சொல்வதென்றால், இது அடிப்படையில் இரட்டைத்தன்மையிலான பிரச்சினை: கலகக்காரர்களாக மாறுவது என்று முடிவெடுத்த சத்சூத்திரர்களின் மரபின் தொடர்ச்சியாய் இவர்கள், இந்துச் சமூக ஒழுங்கமைப்பை இனியும் ஏற்றுக்கொள்வதில்லை என்று தீர்மானமாக மறுத்தார்கள். இப்படியாக இருப்பதால், சாதிகளை விவரிப்பதற்குப் புதிய வகைமையை உருவாக்க வேண்டியிருந்தது. அதாவது, இந்த வகைமை 'ஆதிக்கச் சாதிகள்' என்ற வகைமையில் முன்வைக்கப்பட்டிருக்கும் சமூக அடிப்படைகளை உள்ளடக்கியதாக இருப்பதோடு, 'சம்ஸ்கிருதமயமாக்கல்' என்ற வகைமையில் குறிப்பிடப்பட்டுள்ள நடைமுறையை இணைத்திருப்பதாகவும் இருக்க வேண்டியிருந்தது. இந்த நூற்றாண்டின் சாதியப் போராட்ட வரலாற்றில் இவர்கள் பெற்றிருக்கும் முக்கியத்துவத்தைக் குறிக்கும் விதமாக, பார்ப்பனர்களின் மேலாதிக்கத்தை எதிர்த்துப் போரிட்டவர்களான பிரதின்நாயகா (Patinayaka) என்ற வகைமையைப் பயன்படுத்த விரும்புகிறேன்.

இந்தியாவில் இடஒதுக்கீட்டுத் திட்டத்தின் தத்துவத்துக்கும் நடைமுறைக்கும் தூண்டுதலாக இருந்தவை தென்னிந்தியாவில் நடத்தபட்ட பரிசோதனை முயற்சிகள்தான். ஆனால், நாட்டின் பிற பகுதிகளோ சாதிகளை வேறுபடுத்திப்பார்த்த அறிவத்தையும் தாராளப் பண்பையும் காணத்தவறின. சுதந்திரத்துக்கு முந்தைய காலகட்டத்தில் சென்னை மாகாணத்தில் ஒடுக்கப்பட்ட வகுப்பினரின் தலைவராக இருந்த எம்.சி.ராஜா இவ்வாறு முன்வைக்கிறார்: 'பிற்படுத்தப்பட்ட வகுப்பினர்கள் கல்வியில் மட்டும்தான் பிற்படுத்தப்பட்டவர்களாக இருக்கிறார்களே ஒழிய, பிற சமூக, பொருளாதார, அரசியல் அதிகாரத் தளங்களில் பிற்பட்டவர்காளாக இல்லை'. இந்த மிக முக்கியமான வேறுபாடு இன்று மறக்கப்பட்டுள்ளது.

13 மதத்துக்கும் இடஒதுக்கீட்டுக்கும் இடையேயான உறவு குறித்து நாகராஜ் நீண்ட கட்டுரை எழுதுவதாக இருந்தார். லிங்காயத்துகளும் வொக்கலிகர்களும் எப்படி அவர்களுடைய குறைகளைப் பிற்படுத்தப்பட்டோர்/பார்ப்பனிய எதிர்ப்பு என்பதாக மாற்றினார்கள் என்று மட்டுமே இங்கு அவர் கோடிட்டுக்காட்டுகிறார். – [தொ.ர்].

இதை வேறு விதமாகச் சொல்வதென்றால், அரசும் இடஒதுக்கீட்டுத் திட்டத்தை முன்வைத்தவர்களும் இந்தியச் சமூகம் அனுபவித்துக்கொண்டிருக்கும் பரந்த தளத்திலான, அடிப்படையான மாற்றங்கள் மீது எத்தகைய அக்கறைகளும் இல்லாதவர்களாக இருந்தார்கள். நிலச்சுவான்தார்களும் அதிகாரம் கொண்ட சாதிகளும் அரசாங்க அலுவலகங்களிலும் அதிகாரத்திலும் பிரதிநிதித்துவம் கொண்டிருக்க வேண்டும் என்று விரும்பினார்கள். காலனிய ஆட்சியை அல்லது மறைமுக ஆட்சியை வடிவமைத்துக்கொண்டிருந்த புதிய அதிகார வடிவங்கள் இவர்களுக்கு அப்பாற்பட்டவையாக இருந்தன. ஆளுகை அதிகாரத்துக்கான இவர்களுடைய உரிமைகளை இவர்கள் நிலைநாட்ட வேண்டியிருந்தது. மீள்குடியேற்றம் என்ற நடைமுறை இவர்களுடைய பொருளாதாரச் செல்வாக்கைக் குறிப்பிட்டுச் சொல்லும்படி எவ்விதத்திலும் மாற்றிவிடவில்லை என்றாலும், நிர்வாகரீதியான அதிகாரம் இவர்களின் எல்லைக்கு அப்பாற்பட்டதாக இருந்தது.

ஆக, தென்னகத்தில் இடஒதுக்கீட்டுத் திட்டம் பிரதின்நாயகா வர்க்கத் தேவைகளுக்கு ஏற்றபடி வரையறுக்கப்பட்டதாகிறது. மைசூர் சமஸ்தானத்தில் நடைமுறைப்படுத்தப்பட்ட இடஒதுக்கீட்டுத் திட்டத்தை ஆராய்ந்தால் இதைத் தெளிவாகக் காண முடியும். தங்கள் குரலை வெளிப்படுத்த முடிந்த பகுதியினரால் இந்தத் திட்டம் வரையறுக்கப்பட்டதால், பார்ப்பனியச் சகிப்பின்மையால் பாதிக்கப்பட்டவர்கள் அதன் மையமானார்கள். இன்றளவும் இடஒதுக்கீட்டுத் திட்டத்தில் தீர்மானகரமாகப் பங்காற்றுவது பார்ப்பனிய எதிர்ப்புப் பார்வைதான். 'மநுவாதி' என்ற கருத்து, இத்தகைய கோட்பாட்டால் நிலைநிறுத்தப்பட்டிருக்கும் பார்வையின் தவிர்க்க முடியாத, மிகக் கடுமையான எதிர்ப்பின் நீட்சிதான்.

இதன் விளைவாக, நவீனமாக்கலுக்குப் பலியான இவர்கள் சமூக நகர்வுக்கான, பொருளியல் நலனுக்கான போட்டிகளில் தோற்றுப்போனார்கள். இந்தியா ஒரு நாகரிகமாக, காலனியம் மற்றும் நவீனத்துவத்தின் அணிவகுப்பில் மிக மோசமாகப் பாதிக்கப்பட்டுள்ளது. இயவிடஞ்சார்ந்த தொழில்களும் தொழில்நுட்பங்களும் கீழ்ச்சாதிகளும் விவசாயமல்லாத பொருளாதாரங்களும் வரலாற்றின் அணிவகுப்பில் ஈவிரக்கமற்று மெல்ல அழித்தொழிக்கப்பட்டன. எஸ்சி/எஸ்டி வகுப்பினருக்குச் சமமான முறையில் இடஒதுக்கீட்டுத் திட்டத்தில் இடம்பெறுவதற்கு இவர்களும் தகுதியானவர்கள்தான். ஆனால், இவர்கள் ஆதிக்கச் சாதிகளோடு இணைக்கப்பட்டுள்ளார்கள்.

தொடக்கத்திலிருந்தே, இடஒதுக்கீடு குறித்த விவாதங்கள் உணர்வுபூர்வமாக அல்லது குற்றவுணர்வோடு இந்து மதத்தை விமர்சிப்பவையாகவே இருந்துவருகின்றன. ஆனால் விசித்திரமாக, இது இந்து மதச் சட்டகத்துக்குள் இருப்பவர்களுக்குத்தான் சாதகமாக இருக்கிறது. இதற்கு வெளியே இருப்பவர்கள் அவ்வளவு கொடுத்துவைத்தவர்கள் இல்லை. எடுத்துக்காட்டாக, சீக்கியர்களில் உள்ள ஒடுக்கப்பட்டோருக்கு இடஒதுக்கீட்டுத் திட்டத்தை விரிவுபடுத்துவது, அரசியல் சாசனத்தில் அவசியமான திருத்தம் செய்த பிறகே

நடைமுறைக்கு வந்தது. அதுபோலவே, கிறிஸ்தவத்திலும் பௌத்தத்திலும் உள்ள தலித் மக்களை இந்தத் திட்டத்துக்குள் சேர்ப்பது பிரச்சினைக்குரிய விஷயமாக மாறியிருக்கிறது.[14]

முஸ்லிம்களுக்கு இடஒதுக்கீட்டை விரிவுபடுத்துவதற்கு வலதுசாரி இந்து எதிர்ப்பு தெரிவிப்பது ஏன் என்று இது விளக்குகிறது. நமக்குக் கிடைக்கும் சொற்பமான தரவுகளை வைத்துப் பார்த்தால், இந்திய வரலாற்றில் காலனிய நவீனத்துவக் காலகட்டத்தில் முஸ்லிம்களும் சமஅளவுக்குப் பாதிக்கப்பட்டவர்கள்தான். முஸ்லிம்களில் கணிசமானோர் இன்னும் அவர்களுடைய மரபான தொழில்களான தறிநெய்தல், எண்ணெய் எடுத்தல், வளையல் செய்தல், காலணி செய்தல், இரும்புத் தொழில் போன்ற நவீனப் பொருளாதாரப் பின்னணியில் ஏறக்குறைய காணாமல்போன தொழில்களைத்தான் பிடித்துக்கொண்டிருக்கிறார்கள்.[15] சாதியப் படிநிலையானது முஸ்லிம் சமூகத்தையும் தொடர்ந்து இம்சித்துக்கொண்டிருக்கிறது. இருந்தாலும், இத்தகைய வருந்தத்தக்க நிலையை அவர்களுக்கான அரசியல் மூலதனமாக மாற்றுவதற்கு மறுக்கிறார்கள். இதற்கான காரணிகளில் ஒன்று, இதைச் செய்வது, பரந்த தளத்தில் இஸ்லாமின் தோல்வியை ஒப்புக்கொள்வதாக அர்த்தமாகிறது.

தென்னகத்தில் பிரக்ஞையற்ற அனுமானங்களின் அடிப்படையில் நடத்தப்பட்ட பண்பாட்டுப் போராட்டம்தான் பிற்படுத்தப்பட்டோர் கமிஷன்களின் சட்டகத்துக்கு வடிவம் கொடுத்தது என்று துணிந்து சொல்லலாம். ஒரு குழுமத்தின் பிற்படுத்தப்பட்ட நிலையைத் தீர்மானிப்பதில் வேலையானது முக்கிய அளவுகோலாகக் கணக்கில் எடுத்துக்கொள்ளப்பட்டது என்றாலும், அதற்குக் கொடுக்கப்பட்ட முக்கியத்துவம் சரிசமமற்றதாக இருந்தது. இன்னமும்கூடச் சடங்குரீதியான அந்தஸ்து முக்கியத்துவம் கொண்டதாகத் தொடர்கிறது. அதனால்தான், விதிவிலக்காகச் சிலவற்றைத் தவிர வேலைக்குக் கொடுக்கப்பட வேண்டிய கவனம் அந்த அளவுக்குக் கொடுக்கப்படவில்லை.

இந்தப் பின்னணியில், இடஒதுக்கீடு மீதான சகிப்புத்தன்மையின் எல்லை அதிகபட்சம் ஐம்பது சதவீதமாக உள்ளது. இதனால்கூட, பூர்வக்குடிகளுக்கு நடந்திருக்கும் சேதங்களைச் சரிசெய்ய முடியாது. இவர்களுக்குக் கல்வி நிறுவனங்களிலும் வேலைவாய்ப்புகளிலும் இடஒதுக்கீடு தருவது அவர்களை ஏளனம் செய்வதற்கு ஒப்பானதாகும். பயனடைய வேண்டியவர்களின் எதிர்பார்ப்புகளும் சுருங்கிவிட்டன. பரந்த தளத்தில் உரிமை கோருவதை இவர்கள் மறந்துவிட்டார்கள். மேட்டுக்குடிகளின் கோபத்தைப் பொறுத்தமட்டில், அதில் ஒரு பகுதி வரலாற்றுரீதியான இயக்கம் குறித்த அறியாமையிலிருந்தே வெளிப்படுகிறது. ஆனாலும், அதன் பெரும்

14 *Marc Galanter (1984: 305–41).*

15 *இந்திய முஸ்லிம்கள் மீது நவீனத்தின் தாக்கம் குறித்த விவாதங்களுக்குப் பார்க்கவும்: Imtiaz Ahmed (1983).*

பகுதி, கடந்த பல நூற்றாண்டுகளாக உயர்சாதிகள் கைதேர்ந்த முறையில் பழகிக்கொண்டிருக்கும் கள்ளத்தனமாகத்தான் இருக்கிறது.

இதற்கிடையில், சமத்துவவாத அடிப்படையிலான உருமாற்றத்துக்கு, இடஒதுக்கீடு மற்றும் பிற திட்டங்களின் தேவையை மிக அதிகமாக உணரும் மூன்று வகுப்பினர்கள் — பூர்வக்குடிகள், உண்மையாகவே ஒதுக்கப்பட்ட மற்றும் ஏழை சாதிகள், நவீனத் தொழில்நுட்பத்தால் பலியானவர்கள் — தொடர்ந்து அமைதியாகத் துன்பப்பட்டுக்கொண்டிருக்கிறார்கள். இந்தியா ஒரு சமூகமாகவும் நாகரிகமாகவும் இந்தத் துயரமான முட்டுச்சந்தைக் கடப்பதற்கான சிந்தனையோ சக்தியோ இல்லாததாக இருக்கிறது.

⦿

10

அரிவாளை விழுங்கும் நோய்க்கூறு

இது ஒரு முக்கியமான புத்தகம்.[1] ஆனால், இதன் முக்கியத்துவம் இது எழுதப்பட்ட தரத்திலும் பிரதிபலிக்கவில்லை, அதன் கோட்பாட்டுரீதியான ஆழத்திலும் பிரதிபலிக்கவில்லை – இன்னும் எவ்வளவோ சிறப்பாக வந்திருக்க வேண்டியது என்பதோடு கோட்பாட்டுரீதியாக மேற்பரப்போடு நின்றுவிடுகிறது. இந்தப் புத்தகம் முற்றிலுமாக வேறு காரணிகளுக்காகத் தீவிர கவனத்தை வேண்டுகிறது: புதிதாக ஒன்றுதிரட்டப்பட்டிருக்கும் தலித்-பகுஜன் அரசியல் குறித்து விரிவான அரசியல் அறிக்கையாக இந்தப் புத்தகம்தான் வெளிவந்திருக்கிறது. இதன் தீவிர உணர்வுகளும், தலித்-பகுஜன் இயக்கத்தின் அரசியல்ரீதியான ஆற்றலும் ஒன்றையொன்று நிலைநிறுத்துகின்றன. ஆனால், இதுவே காஞ்சா அய்லய்யாவின் தத்துவார்த்த திட்டத்தின் முக்கியமான பலவீனமாகவும் இருக்கிறது. ஏனெனில், அவர் பெருமளவு பிரக்ஞைபூர்வமாகவும் துணிச்சலோடும் தலித்-பகுஜன்களின் கோட்பாட்டுரீதியான கோஷங்களைக் கலப்பற்ற உண்மை என்று அப்படியே விழுங்கியிருக்கிறார்.

கன்னடத்திலும் தெலுங்கிலும் ஒரு சொல்லாடல் உண்டு. அதைத் தோராயமாக இப்படியாகச் சொல்லலாம்: ‘எவரும் அரிவாளை விழுங்கக் கூடாது. ஏனெனில், அது மற்ற மென்மையான பலவீனமான பகுதிகளைக் கிழித்துக்கொண்டு வெளியே வந்துவிடும்.’ அரிவாளை விழுங்குவது, அதுவும் மிகவும் கவர்ச்சிகரமான, அரசியல்ரீதியான, தத்துவார்த்தரீதியான வடிவங்களில் வரும்போது, மிகவும் சிரமமானதுதான். இன்னும் சொல்லப்போனால், சாத்தியமில்லாததுதான். இந்தச் சிறிய குறிப்பில், இந்தத் தடத்தில் பயணிக்கும்

1 *Kancha Ilaiah, ‘Why I am not a Hindu: A Sudra Critique of Hindutva Philosophy, Culture and Political Economy’, (1996). Review in ‘The Book Review’, October 1996. [இந்தப் புத்தகம் தமிழில் வெளிவந்துள்ளது. ‘நான் ஏன் இந்து அல்ல?, தமிழில்: மு.தங்கவேலு, ராஜ முருகுபாண்டியன், அடையாளம் – மொ.ர்].*

உணர்ச்சிமிக்க எழுத்தாளர் எப்படிப்பட்ட அரிவாளை விழுங்கியிருக்கிறார் என்று விமர்சனபூர்வமாகப் பார்க்கவே முயல்கிறேன்.

இதைத் தொடங்குவதற்கு முன், பார்ப்பனியக் குற்றங்களுக்கு உடந்தையாகிறேன் என்று அறிவார்த்தரீதியாகக் கைதுசெய்யப்பட்டு, சித்திரவதை செய்யப்படுவதிலிருந்து என்னைக் காப்பாற்றிக்கொள்ளும் விதமாக நான் முதலில் சில எச்சரிக்கைகளை முன்வைக்க விரும்புகிறேன். என்னுடைய நிலைப்பாட்டைத் தெளிவுபடுத்தும் விதமாகச் சொல்வதென்றால், காஞ்சா அய்லய்யாவின் அரசியல் திட்டத்தோடு பரந்துபட்ட தளத்தில் நான் முழுமையாக உடன்படுகிறேன்: தலித்-பகுஜன்களுக்கான ஒரு மாற்று உரையாடலைக் கட்டியமைக்கும் திட்டம் மிகவும் விரும்பத்தக்கதாகவும் தேவையானதாகவும் இருக்கிறது. ஆனால், அய்லய்யா முன்வைக்கும் பாதை அதை நோக்கி நம்மை நிச்சயமாக அழைத்துச்செல்லாது என்றே நான் நினைக்கிறேன். பகுஜன்களிடம் பழமைவாத இருபிறப்பாளர்கள் இவ்வாறு சொல்கிறார்கள்: ‘இல்லை... ‘இந்து மதத்துக்குள்ளாக’ உங்களுக்கென்று உண்மையான பண்பாட்டுரீதியான, ஆன்மீகரீதியான வெளிப்பாடுகள் என்று ஏதும் இல்லை’. உயர்சாதிகள் நடைமுறைப்படுத்தும் இப்படியான பண்பாட்டுரீதியான நடைமுறையை நான் கடத்திக்கொண்டுபோகும் அரசியல் என்று அழைக்க விரும்புகிறேன். விசித்திரமாக, அய்லய்யாவும் இத்தகைய நிலைப்பாட்டை — வேறான கோணத்திலிருந்துதான் என்றாலும் — ஏற்றுக்கொள்கிறார். எத்தகைய சமூகக் குழுமங்களை அய்லய்யா பிரதிநிதித்துவப்படுத்த முயல்கிறாரோ, அத்தகையவர்களின், அதாவது சூத்திரர்களின் ஆதிசூத்திரர்களின் நினைவுகளையும் நிலைத்திருக்கும் அவர்களின் பண்பாட்டுப் பழக்கவழக்கங்களையும் அவர்களுடைய அரசியல் எல்லைக்குள்ளிருந்து அப்புறப்படுத்துவதானது அவர்களை மேலும் வளம் குன்றியவர்களாகவே ஆக்குகிறது. உயர்சாதிகளின் சுயவிவரிப்புகளையும் வரையறைகளையும் தலித்-பகுஜன் செயல்பாட்டாளர்கள் ஏற்றுக்கொள்வார்கள் எனில் அது இந்திய வரலாறு குறித்தும் பண்பாடு குறித்தும் இருபிறப்பாளர்கள் முன்வைக்கும் வாசிப்புகளைப் பலப்படுத்துவதாகவே இருக்கும்.

இத்தகைய பின்னணியில், நான் அரிவாளை விழுங்கும் உள்ளடக்கத்துக்கு வருகிறேன்.

முதலாவதாக, தலித்-பகுஜன் மற்றும் இருபிறப்பாளர் பண்பாடுகளுக்கு இடையேயான முரண்பாடுகளை இருமை-எதிர்வுத்தன்மையிலானவை என்ற கருத்தமைவே அய்லய்யா விழுங்கியிருக்கும் அபாயகரமான வெற்றுக்கூற்றாக இருக்கிறது. இது இவ்விரண்டு கலாச்சார வெளிகளும் உருமாற்றம்கொள்ளும் அளவுக்கு இவற்றுக்கு இடையே நடந்த பெரும் போராட்ட அனுபவங்களை அலட்சியப்படுத்துவதாக இருக்கிறது. சில சுருக்க முடியாத, ஏறக்குறைய அழிக்க முடியாத உட்கருத்துகளும் உருவகங்களும் பார்ப்பனர் மற்றும் சூத்திரர் கட்டுமானங்களில் இன்னும் செயல்பட்டுக்கொண்டிருப்பதையெல்லாம் மீறி, இவ்விரண்டும் ஒன்றையொன்று மிகவும் சிக்கலான வழிகளில் மாசுபடுத்தியும்

கறைபடுத்தியும் உருமாற்றம் செய்திருக்கின்றன. சொல்லப்போனால், படைப்பூக்கத்தோடான இத்தகைய மகரந்தச்சேர்க்கையால்தான் இந்தியப் பண்பாடு அதன் அற்புதமான காலகட்டங்களைப் பார்த்திருக்கிறது. ஆக, இந்தியப் பண்பாட்டை எத்தகைய இருமை-எதிர்வு வாசிப்புகளுக்கு உட்படுத்தினாலும் பல்வேறு பரிமாணங்களைக் கொண்டிருக்கும் அதன் நடைமுறைகளின் ஒரு பகுதியைத்தான் அதனால் வெளிப்படுத்த முடியும். ஐந்திலிருந்து ஏழாம் இயல்கள் வரை, அய்லய்யா உணர்வுபூர்வமாக அவரிடமுள்ள எல்லாச் சக்திகளையும் ஒன்றுதிரட்டி இத்தகைய இருமை-எதிர்வைக் கொண்டு சம்மட்டி அடி அடிக்கிறார். இந்தியப் பண்பாட்டை இரண்டு எளிய, நிரந்தரமாக விரோதம் கொண்ட பாதிகளாகப் பிரிக்கும் அவருடைய முயற்சியில் நிதானமிழந்து, அவர் முன்வைக்கும் மாதிரிக்குச் சவாலாக நிற்கும் சங்கடமான, அசௌகரியமான கேள்விகளை மறந்துவிடுகிறார் அல்லது கண்டுகொள்ளாமல் விட்டுவிடுகிறார். வரலாறு மறைந்துபோய், அரசியல்ரீதியாக மனநிறைவைக் கொடுக்கக்கூடிய தொன்ம-உருவாக்கத்துக்கு இடம்கொடுக்கிறார். சிவன்-பார்வதி, விஷ்ணு-லட்சுமி போன்ற தொன்மக் கடவுள்களைக் கையாளும் பகுதிகள் படிப்பதற்கு மிகவும் பரிதாபமாக இருக்கின்றன. அவர் இவ்வாறெல்லாம் கருத்துரைக்கிறார்: வைணவம் மேலும் மேலும் அடிப்படைவாதப் பார்ப்பனியமாகிறது என்றால் சைவம் இந்து மதத்தின் சுதந்திரவாதப் பள்ளியாகிறது'.

இப்படியாக எளிமைப்படுத்தும் அய்லய்யாவின் பண்பாட்டுரீதியான சீற்றமானது இந்து மதத்தை உருவாக்கிய வரலாறு குறித்து அவர் ஏதும் அறியாதவர் என்ற சங்கடத்தையே வெளிப்படுத்துகிறது. அய்லய்யா முன்வைக்க முயல்வதுபோல் சைவம் உண்மையிலேயே அவ்வளவு சுதந்திரவாதச் சிந்தனைகளைக் கொண்டதுதானா? நான் நிச்சயமாகச் சொல்கிறேன், சிவரக்ஷயா அல்லது லிங்கபுராணா போன்ற சைவ செவ்வியல் பனுவல்களை அய்லய்யா படிப்பார் என்றால், அவர் தர்மசங்கடத்தில் மயங்கி விழுந்துவிடுவார். இந்தப் பனுவல்கள் மற்றமை மீதான பார்ப்பனியச் சகிப்பின்மையின் வெட்கங்கெட்ட நகல்கள்தான். இப்படியான சம்ஸ்கிருதப் பனுவல்களை மறந்துவிடுவோம். இன்றைய தீவிரை பார்ப்பன எதிர்ப்புத் தந்தையர்களின் மொழியான தமிழில்கூட சைவர்களின் பெரிய புராணம், சிராமணர்கள் – இங்கு சமணர்களைக் குறிக்கிறது – அழித்தொழிக்கப்பட்டதைக் கொண்டாடுகிறது. அப்படியென்றால் வைணவத்தைப் பற்றி என்ன சொல்வது? யமுனாசாரியாரின் ஆகம ப்ராமாண்யாவை (*Agama Pramanya*) மேலோட்டமாகப் படித்தால்கூட, வைணவப் பஞ்சராத்திரிகளின் தகுதியை நியாயப்படுத்த குருவுக்கு எவ்வளவு கடினமாக இருக்கிறது என்று தெரிந்துகொள்ளலாம். அதாவது, பஞ்சராத்திரிகள் மீது பழமைவாதிகள் முன்வைத்த குற்றச்சாட்டு என்னவென்றால், இந்தப் புதிய சமய மறுப்பாளர்கள் அ-பார்ப்பனர்களாக மட்டுமல்லாமல் வேத எதிர்ப்பாளர்களாகவும் இருக்கிறார்கள் என்பதுதான். இங்கு நான் இந்து மதம் குறித்து அய்லய்யா ஊதிடும் வாசிப்பைக் குத்திவிட்டு வெடிக்கவைக்க மட்டுமே முயல்கிறேன். சிவன், விஷ்ணு வழிபாட்டு மரபுகள் மீது வேறு விதமான விமர்சனங்களை முன்வைப்பதற்கான இடம் இதுவல்ல. இந்து

மதத்தில் இவ்விரண்டு நீரோட்டங்களுமே இறுகிப்போன, கொடூரமான வைதீகத்துக்கு எதிராக மிகவும் வியக்கத்தக்க அளவில் மீபௌதிகத் தளத்திலும் ஆன்மீகத் தளத்திலும் கலகங்கள் புரிந்திருப்பதைக் காண முடியும்.

இந்து மதத்தை வாசிக்கும் அய்லய்யாவின் முறை மீதான என்னுடைய எதிர்ப்பு என்பது பரந்த முறைமையியல்ரீதியான எதிர்ப்பாகிறது. தலித்-பகுஜன்களின் வரலாற்றுரீதியான அடையாளத்தைக் கட்டமைப்பதற்குப் பழமைவாத இந்து மற்றும் பார்ப்பனிய சுயவரையறைகளை நிர்நிர்மாணம் செய்வதை அதன் மையமாகக் கொண்டிருக்க வேண்டியுள்ளது. பழமைவாதப் பார்ப்பனியத்தின் மையம், சுயஅடைப்பு என்ற நகலெடுக்க முடியாத அதன் உத்தியில்தான் உள்ளது. பார்ப்பனரல்லாதார், பார்ப்பன எதிர்ப்பாளர்கள், சிராமணர்களின் கட்டுமானங்கள் எல்லாம், முகத்திலிருந்து பிறந்த சமூகக் குழுமங்களின் சிற்றிடைவெளிகளில்தான் அவர்களை எப்போதும் பொறித்துக்கொள்ள வேண்டியுள்ளது. (மிகவும் தூற்றப்பட்ட பிரபலமான பாடலை நினைவுக்குக் கொண்டுவாருங்கள் – பிராமணஸ்யா முகமசித்... (*brahmanasya mukhamasit*)). மற்றமையின் தத்துவார்த்தரீதியான பிரச்சினைகளிலும் சமூகரீதியான விழுமியங்களிலும் பார்ப்பனியத்தின் ஊடுருவல் முழுமையானதாக இருக்கிறது. இத்தகைய ஊடுருவும் போக்குதான் பௌத்தத்தில் நாகார்ஜுனரையும் சமணத்தில் யாபானியர்களையும் (*Yapaniyas*) கொடுத்தது. குறிப்பாக, சமணத்தில் தீண்டப்படாதவர்களின், சூத்திரர்களின் ஆன்மீகரீதியான விடுதலைக்கான உரிமை தொடர்பான கேள்வியில் சிராமணர்கள் பார்ப்பனியத்தின் சாதியவாத நிலைப்பாட்டை மறுத்தது என்பது யாபானியர்களின் நுண்ணுணர்வுகளுக்கு மேலும் புத்துணர்வு கொடுத்தது. இப்படியாகத்தான் பத்தாம் நூற்றாண்டில், பிரம்மசிவாவின் சமயபரிக்ஷே (*Samayapariksh*e) சமணத்தில் தீவிரைவாத மறுபிறப்பின் பிரதான வெளிப்பாடானது.

பார்ப்பனிய உலகத்துக்குள்ளாகக் காணப்படும் துடைப்பு, மௌனம், கலப்பு போன்ற கட்டமைப்புகளைப் புரிந்துகொள்ளாமல், தலித்-பகுஜன் அடையாளத்தைத் தனித்துவமானதாக வரையறுக்கும் முயற்சிகள், தவிர்க்க முடியாமல் முழுமையற்றவையாகவே இருக்கும். ஏனெனில், இரண்டுமே 'நெருங்கிய விரோத'த்தால் படைக்கப்பட்டவை. தலித்-பகுஜன் அடையாளத்தைத் தனித்துவமான, சுதந்திரமான வகைமையாகக் கட்டுவதற்கான முயற்சிகள், அர்த்தப்பாடுகளை விமர்சனபூர்வமாக அணுகுவதை அதன் அடிப்படையாகக் கொண்டிருக்க வேண்டும். இதற்குப் பார்ப்பனிய, சூத்திர, சிராமணப் பனுவல்கள் குறித்தும், அவரது புத்தகத்தில் குறிப்பிடப்பட்டிருக்கும் (அல்லது குறிப்பிடப்படாமல் இருக்கும்) குறியீட்டுரீதியான பன்மைஅண்டம் (*pluri-verse*) குறித்தும் வேறு விதமான பரிச்சயமும் அறிவும் தேவைப்படுகின்றன.

வேறு விதமான பனுவல் சார்ந்த ஆய்வுகள்தான் இந்தியப் பண்பாடு குறித்து இன்னும் மேலான, முழுமையான புரிதலைக் கொடுக்கும் என்ற கருத்தை நான் நிச்சயமாக முன்வைக்கவில்லை. இவ்வாறு விளக்கம் கூறும் முறையானது சிறிது

காலத்துக்குப் பிறகு அசதியைக் கொடுக்கும். சனாதனிகள், வாழ்க்கைக்கும் மரணத்துக்கும் அடிப்படையில் எத்தகைய வேறுபாடுகளும் கிடையாது என்றும், அதனால் பிந்தையதைத் தேர்ந்தெடுப்பதுதான் சிறந்தது என்றும் நீங்கள் ஏற்றுக்கொள்ளும் விதத்தில் அவர்களுடைய வாதங்களையெல்லாம் இனிமையாகவும் எளிமையாகவும் முன்வைப்பார்கள். ஆனாலும், இந்தியப் பண்பாடு குறித்துக் கோட்பாட்டாக்கம் செய்வதற்கு, பனுவல்களை மிகக் கவனமாகப் பொருத்திப்பார்ப்பது அவசியமான முறையாகிறது. இரண்டு பிரதான வழிமுறை திராவிடர்கள், தலித்துகள், பிற்படுத்தப்பட்டோர் போன்றோரின் வெகுஜன இயக்கங்களால் பிரதிநிதித்துவப்படுத்தப்படும் கீழ்ச்சாதியினரின் வெகுஜனப் பிரக்ஞை. மூன்றாவதாக, மிக முக்கியமானது, இந்தச் சமூகங்களின் தற்போதைய வாழ்வனுபவங்கள். இப்படியான வெகுஜன இயக்கங்களின் வெகுஜனப் பிரக்ஞைகளோடு அய்லய்யா கொண்டிருக்கும் உறவானது இருப்பதை அப்படியே ஏற்றுக்கொள்வதாக இருக்கிறது. இவ்வியக்கங்கள் இத்தனை வருடங்களாகக் கட்டமைத்திருப்பவற்றோடு விமர்சனபூர்வமாக உரையாடுவதன் மூலமாகத் தெளிவுபடுத்துவதாகவோ முரண்படுவதாகவோ மேம்படுத்துவதாகவோ இல்லை. அவருடைய சொந்த வாழ்க்கை அனுபவக் கதையாடல்கள் கொண்டு பகுஜன்களின் வாழ்வனுபவங்கள் குறித்து சுவாரஸ்யமான பார்வைகளை முன்வைக்கிறார்; இவை இங்கு அங்கு என்று சிறியளவில் சிதறிக்கிடப்பதால், அவை சுயபிரதிபலிப்புகளைச் சீராகக் கொண்டிருக்கும் தொகுப்பாக வெளிப்படவில்லை. இந்து மதத்தைக் கோட்பாட்டுரீதியாக வாசிப்பதற்கு ஆசிரியர் கொடுக்கும் முக்கியத்துவம்தான் இந்தப் புத்தகத்தைப் பலவீனமானதாக்குகிறது. அவருடைய பலவீனத்தை ஆடம்பரமாக வெளிப்படுத்துகிறார் — அவருடைய பலத்தை அல்ல. அவருடைய பலம் அவருடைய தனிப்பட்ட வாழ்க்கை வரலாற்றில்தான் இருக்கிறது.

இரும-எதிர்வு மாதிரியானது தலித்-பகுஜன் கடவுள்கள் முன்வைக்கப்பட்டிருக்கும் முறைக்கும்கூட அநீதி இழைக்கிறது. சொல்லப்போனால், செவ்வியல் மரபின் கட்டளைகளுக்கு அடிபணிய மறுக்கும் உத்தியில்தான் அ-பார்ப்பனக் கற்பனையின் பிரம்மாண்டத்தையும் தனித்துவத்தையும் காண முடியும். எடுத்துக்காட்டாக, கன்னடம் மற்றும் தெலுங்கில் உள்ள கீழ்ச்சாதிப் புராணங்களின் தொன்மரீதியான எல்லைகள்கூட மீறப்படுகின்றன. இதற்கு எடுத்துக்காட்டாகச் சொல்வதென்றால், கிருஷ்ணன் மீது பார்வதியைக் காதல்கொள்ள வைப்பதைப் பார்ப்பனியச் செவ்வியல் மனதால் நினைத்துகூடப் பார்க்க முடியாது. இவ்விருவரும் புராணரீதியாக ஒப்பிசைவற்றவர்கள். இவர்கள் வெவ்வேறான புராண வெளிகளில் வாழ்பவர்கள். ஆனால், கீழ்ச்சாதியினர் பாடியிருக்கும் காவியங்களில் யாதவர்களின் கறுத்த கடவுள் மீது பார்வதி காதல்கொள்கிறார். இத்தகைய பாணர்களின் படைப்பாக்கத் திறன்களுக்கு நாம் நியாயம் செய்வதென்றால், அவர்களுடைய கதையாடலின் நாயகியைப் பின்புலமாகக் கொண்டு பார்வதி படிமத்தைப் பொருத்துகிறார்கள். இத்தகைய படைப்பூக்கத்தோடான எதிர்ப்பு தெலுங்கில் உள்ள கட்டமராஜு கதலுவில் *(Katamaraju Kathalu)* நிகழ்கிறது. கீழ்ச்சாதிக் கடவுள்களை ஆராய்வதிலும்கூட

அய்லய்யா சுருக்கல்வாதத்துக்குள் சிக்கிக்கொள்கிறார். மெய்யாகவே இத்தகைய பெண் கடவுள்கள், இரண்டிலும் அதாவது பழமைவாதக் கோயில்களுக்குள்ளும் சூத்திரர்களின் குடிசை-கோயில்களுக்குள்ளும் மிகவும் வசீகரத்தோடு நுழையக்கூடியவர்களாக இருக்கிறார்கள். பல சமயங்களில் பிரம்மாண்டமாக சம்ஸ்கிருத ஸ்தோத்திரங்களோடும் மிகவும் சிக்கலான சடங்குகளோடும் வழிபடப்படும் கடவுள்கள், மூலத்தில் சூத்திரர்களின் பெண் கடவுளாக இருக்கிறார்கள். அதுபோலவே, சூத்திரர்கள் தங்களை மெய்மறந்து பாடும் பாஷா பாடல்களைக் கேட்டுக்கொண்டே மாமிசம் சாப்பிட்டு, கள் குடிக்கும் பெண் கடவுள்கள் யார் என்று பார்த்தால், பார்ப்பனக் கடவுள்களாக இருக்கிறார்கள்! மிகவும் சுவாரஸ்யமான இத்தகைய 'இரட்டை' வெளிப்பாடுகள் குறித்துத் திறமையான மானுடவியல் ஆய்வுகள் பல உள்ளன. இப்படியான உள்ளடக்கங்கள் குறித்து ஆழமாகத் துருவியகழ்வது என்பது மேலாதிக்கம் குறித்துத் தற்போது காணப்படும் புரிதல்களை நிச்சயமாக மாற்றத்துக்கு உள்ளாக்குவதோடு, நெருங்கிய விரோதத் தன்மையிலான அனுபவங்களை உருமாற்றுவதற்கான தலித்துகளின் தீவிரை சக்திகள் மீதான நம்முடைய நம்பிக்கைகளை மீட்டெடுக்க உதவக்கூடியதாகவும் இருக்கிறது.

இரண்டாவது முக்கியமான பிரச்சினை என்னவென்றால், தலித் மற்றும் பகுஜன் இருசாராருக்கும் இழைக்கப்படும் அநீதிகள் பொதுவானவை என்ற அவரது திடமான நம்பிக்கையானது ஒடுக்கப்பட்ட சமூகங்களின் வாழ்வனுபவத்திலிருந்து கோட்பாட்டை உருவாக்குவதற்கான அய்லய்யாவின் ஆற்றலைப் பெருமளவு மட்டுப்படுத்துகிறது. வேறுபட்ட படியாக்கங்களுக்கு இடையே சிந்தாந்தரீதியாக ஒற்றுமை இருப்பதாக அணுகுவது என்பது சமகால வரலாற்றில் காணப்படும் அடிப்படையான இறுக்கங்களை மேலோட்டமாக அணுகவைக்கிறது. பிற்படுத்தப்பட்டோர் என்று அழைக்கப்படுகிறவர்களில் உள்ள ஆதிக்கச் சாதிகளுக்கும் தலித்துகளுக்கும் இடையேயான அடிப்படையான கட்டமைப்புரீதியான இறுக்கங்களை நான் இங்கு குறிப்பிடவில்லை — இத்தகைய இறுக்கங்களை முன்வைப்பது பல சமூக அறிவியலாளர்களுக்கும் செயல்பாட்டாளர்களுக்கும் மிகவும் பிடித்த விஷயமாக இருக்கிறது, தலித்-பகுஜன்களை 'பெரும்பான்மையான சுரண்டப்பட்ட, ஒடுக்கப்பட்ட மக்கள் மற்றும் சாதிகளை உள்ளடக்கியது' என்பதாக வரையறுப்பதன் மூலம், சாதிய முறைமையில் மிகவும் பலவீனமாக இருப்பவர்களின் நலன்களைக் கணக்கில் எடுத்துக்கொண்டால் ஏற்படும் அபாயங்களைத் தவிர்க்கும் விதமாக ஆதிக்கக் குழுமங்களோடு தலித்துகளை இணைத்துவிடுகிறார்.

இங்கு, காஞ்சா அய்லய்யாவின் பிரச்சினை வேறானதாக இருக்கிறது. இந்தியாவில் தற்போதைய முதலீட்டியக் காலகட்டத்தில், மிகவும் ஒடுக்கப்படுகிறவர்களில் இரண்டு தனித்துவமான வர்க்கங்களை இனங்காண முடியும். அதில் முதலாவது நிச்சயமாக தலித்துகள்தான் — அதாவது, தீண்டப்படாதவர்கள், ஒடுக்கப்பட்ட சாதிகள். இவர்கள் மரபான சமூகத்தின் வன்முறைகளுக்குப் பலியானதுபோலவே, நவீனச் சமூகத்திலும் பலியாகிறார்கள். இரண்டாவது வர்க்கம், 'தொழில்நுட்பங்களைப் பலிகொடுத்தவர்'கள். இவர்கள்தான்

நவீனத்துவத்துக்கு முந்தைய, முதலீட்டியத்துக்கு முந்தைய வரலாற்றுக் கட்டத்தில் கிராமச் சமூகம், சாதிய முறைமை ஆகிய இரண்டின் பின்னணியிலும் உழைத்த தொழில்நுட்பக் குழுமங்களாக இருந்தார்கள். ஆனால், பூர்வக்குடிகளோ சாதிய முறைமையின் சட்டகத்துக்கு வெளியே இருந்தார்கள். இத்தகைய தொழில்நுட்பக் குழுமங்களின், மரபான தொழில்களின் தலைவிதியை, 'தொழில்மயத் தகர்ப்பு' என்ற செயலாக்கத்தின் ஆழத்தையும் அகலத்தையும் வாசிப்பதன் மூலம் நாம் தோராயமாக மீண்டும் கட்டமைக்க முடியும் என்றாலும், இதனால் அதன் துயரத்தை முழுமையாகப் படம்பிடித்துக்காட்ட முடியாது. ஈவிரக்கமற்ற நவீனத்தின் முன்னேற்றம் இயற்கையானதாகவும் தவிர்க்க முடியாததாகவும் ஏற்றுக்கொள்ளப்பட்டுள்ளது. இதை எதிர்க்கும் முயற்சிகளுக்கு ஒருதலைப்பட்சமான தேர்ந்தெடுக்கப்பட்ட அங்கீகாரமே வழங்கப்படுகிறது. எப்படியிருந்தாலும், முதலீட்டியத்தின் வளர்ச்சி பல்வேறு நிலைகளைக் கடக்கும்போது, 'தொழில்நுட்பங்களைப் பலிகொடுத்தவர்'கள் ஒரு தொகுப்பாக மேலும் மேலும் புலப்படாதவர்களாகிறார்கள். இவர்களுடைய மறைவு ஏற்கெனவே அழகியல்ரீதியான துயரமாக மாறிவிட்டது. இவர்கள் 'கலை மற்றும் கைவினைஞர்கள்' என்று அழைக்கப்படுவதில் வியப்பதற்கு ஏதுமில்லை. வாழ்வா சாவா என்ற இந்தப் பிரச்சினையில் நிச்சயமாகக் கலைத்தன்மை என்று ஏதுமில்லை. இத்தகைய வகைமைகளைப் பயன்படுத்துவது ஒரு சமூகம் எப்படியாகத் தன்னை வெளிப்படுத்திக்கொள்ள விரும்புகிறது என்பதையும், வன்முறைக்கான பிரதான வடிவங்களை அது எப்படியெல்லாம் மூடிமறைக்க முயல்கிறது என்பதையும் கண்ணாடிபோல் பிரதிபலிக்கிறது. தொழில்நுட்பங்களைப் பலிகொடுத்தவர்களின் பட்டியலானது சாதி, மத அடையாளங்களைக் கடந்ததாக இருக்கிறது. இவ்விஷயம், அய்லய்யா இந்துச் சமூக அனுபவங்களின் அளவுருகளுக்கு (parameters) வெளியே போக மறுப்பதால்தான் அவ்வளவு முக்கியமாகிறது. வேறு வழியில்லாமல்தான் என்றாலும், இந்தப் புத்தகம் முழுக்க அவர் ஓர் இந்துவாகவே இருக்கிறார்.

மரபான சமூகத்தின் வன்முறைகளுக்குப் பலியான தலித்துகள், வேறு வழியில்லாமல் நவீனத்தியத் திட்டத்தின் விடுதலைக்கான சாத்தியங்கள் மீது முழு நம்பிக்கை கொண்டு அவர்களுடைய தீவிரை அரசியலைத் தொடங்குகிறார்கள். நவீன அரசியல் நிறுவனங்களும் சமூகப் பொறியமைப்புகளும் தலித்துகளின் வாழ்க்கையில் நிச்சயமாகப் பண்புரீதியான மாற்றங்களைக் கொண்டுவந்துள்ளன. ஆனால் முதலீட்டிய-நவீனத்தியக் கூட்டு மீதான அவர்களுடைய நம்பிக்கை கொஞ்சம்கொஞ்சமாகக் கலையத் தொடங்குகிறது. நாட்டில் இருத்தலியல் சார்ந்த சுயபிரதிபலிப்பு கொண்டிருக்கும் தலித் இயக்கத்தின் ஒரு பகுதியினருக்கும்தான் நாம் நன்றி சொல்ல வேண்டும். ஆனால், தொழில்நுட்பங்களைப் பலிகொடுத்தவர்கள் நவீனத்திய சக்திகளோடு இத்தகைய குழப்பமான உறவுகள் எதையும் கொண்டிருக்கவில்லை. இருந்தும் பயன்தரும் விதத்தில், அவர்களுடைய வன்முறையான அனுபவங்களைப் பிரதிநிதித்துவப்படுத்தக்கூடிய வடிவங்களை அவர்களால் கட்டமைக்க முடியவில்லை. இத்தகைய பின்னணியில், தலித்-பகுஜன் ஒற்றுமை என்ற தளத்தில் இரண்டு முக்கியமான உள்ளடக்கங்கள்

வெளிப்படுகின்றன: முதலாவதாக, இந்திய முதலீட்டியத்தில் சாதிய அடிப்படைகள். இரண்டாவதாக, நவீன அறிவியல் மற்றும் தொழில்நுட்பத்தில் சாதிய அடிப்படைகள். இவ்விரண்டு பிரச்சினைகளைக் குறித்து அய்லய்யாவின் புரிதல் மிகவும் பலவீனமாக இருக்கிறது. முதலாவது பிரச்சினை தொடர்பாக 'மூலதனங்களைச் சாதியமயமாக்கல்' என்ற தலைப்பில் தெளிவில்லாமல் எழுதிய இரண்டு பக்கங்கள் காணப்படுகின்றன. இரண்டாவது உள்ளடக்கம் தொடப்படவே இல்லை.

நாம் 'மநுவாதி'களுக்குக் கீழாகத் துன்பப்படும் குமுகங்களை எந்த அளவுக்குத் தீவிரமாக எடுத்துக்கொள்கிறோமோ அதே அளவுக்கு 'இயந்திரவாதி'களுக்குப் பலியானவர்கள் என்ற உள்ளடக்கத்தையும் தீவிரமாக எடுத்துக்கொள்ள வேண்டியுள்ளது — கோட்பாட்டுரீதியாக, நடைமுறைரீதியாக என்று எல்லாத் தளங்களிலும். காஞ்சா அய்லய்யா இந்தக் கூற்றை ஏற்றுக்கொள்வார் என்றால், அவருடைய இந்தப் புத்தகத்தைப் பெருமளவுக்கு மீண்டும் திருத்தி எழுதப்பட வேண்டியுள்ளது.

◉

அரசியலும் வன்முறையும்

11

சாராம்சவாத, கட்டமைப்புவாதச் சட்டகங்களைக் கடந்து:
இந்தியாவின் பன்முகத்தன்மை குறித்து

'குறியீட்டியல் ஆன்மா'வுக்கும் 'புவிசார்-அரசியல் தொகுப்பு'க்கும் இடையேயான இறுக்கங்கள்

கருத்தாக்கரீதியாக வாழ்தலில் பன்முகத்தன்மை என்பது எல்லையற்றதாக இருக்க முடியாது.[1] இதை 'புவிசார்-அரசியல் தொகுப்பு' என்ற சட்டகத்துக்குள் வைத்துப் பார்க்க வேண்டியிருக்கிறது. வேறு வார்த்தைகளில் சொல்வதென்றால், பன்முகத்தன்மைக் கோட்பாடானது, முரண்நகையாகத்தான் என்றாலும், நிலப்பரப்பின் எல்லை குறித்து உரையாடல்களைக் கோருகிறது. குறைந்தபட்சமாக இருபதாம் நூற்றாண்டைப் பொறுத்தமட்டிலாவது அடையாளக் கதையாடல்கள் தொடர்பான பிரச்சினையே பன்முகத்தன்மைப் பிரச்சினையை அரசியல்ரீதியான, தத்துவார்த்தரீதியான கதையாடல்களுக்குள் கொண்டுவந்துள்ளது.[2] ஒரு குறிப்பிட்ட அடையாளக் கதையாடலில் மேலாதிக்கம் திணிக்கப்படும்போது ஒரு சமூகத்தின் பன்முகத்தன்மையானது அச்சுறுத்தலுக்கு உள்ளாகிறது என்றே பொதுவாக வாதிடப்படுகிறது. இந்தியச் சூழலில் இந்து தேசியவாத அடையாளக் கதையாடல் (தேசியவாதத்தோடு

---

1 பன்முகத்தன்மையை வேற்றுமைகளின் எல்லையைக் குறிப்பதாகவும் வரையறுக்கலாம். இந்த வாதத்தை மிகத் திறம்பட முன்வைத்தவர் மைக்கேல் வால்சர். பார்க்கவும்: *Michael Walzer (1983)*. இந்த முன்வைப்புக்கு எதிர்வினையாற்றும் விதமாக, 'பரந்துபட்ட சமூகம் அதன் வேட்கைக்கு எவ்வாறு எதிர்வினையாற்றுவது?' என்ற கேள்வியை பீகூ பாரேக் முன்வைக்கிறார். அதாவது, 'பரந்துபட்ட சமூகம் அதன் வாழ்க்கை வடிவங்களை எப்படிப் பேணிக்காப்பது என்றும், சமூகம் கொண்டிருக்கும் ஆழமான விழுமியங்களுக்கு எதிரானதாகப் பிந்தையவர்களின் (அமைப்பாக்கக் குழுமங்கள்) நிலைப்பாடு இருக்கும்போது சமூகம் என்ன செய்ய முடியும் என்றும்' பீகூ பாரேக் கேட்கிறார். பார்க்கவும்: *Bhikhu Parekh (1995)*.

2 அடையாளம் என்ற கருத்தாக்கமானது இனரீதியாகவும் மொழியாக்கம் ஆகிறது. பல அறிஞர்கள், சில வடிவங்களிலான அடையாளக் கதையாடல்களின் பிறப்பைக் காலனியம் மற்றும் பின்-காலனியக் கொள்கைகளோடு இணைத்துப் பார்த்திருக்கிறார்கள். இத்தகைய நிலைப்பாடு குறித்த சிறப்பான பார்வைக்குப் பார்க்கவும்: *S.J.Tambaiah (1986)*.

போட்டியிட்டு நிற்கும் இனரீதியான, மொழிரீதியான, பண்பாட்டுரீதியான தொகுப்புகளையும் சேர்த்துக்கொள்ளலாம்) அதன் பன்முகத்தன்மையிலான கட்டுமானங்களுக்கு அச்சுறுத்தலாக இருக்கிறது. இந்த அச்சுறுத்தலை, ‘குறியீட்டியல் ஆன்மா’வை ‘புவிசார்-அரசியல் தொகுப்’பாக இடமாற்றீடு செய்யும் செயலாகவும் பார்க்கலாம்.[3]

நான் ‘குறியீட்டியல் ஆன்மா’ என்பதை எவ்வாறு அர்த்தப்படுத்திக்கொள்கிறேன் என்று விளக்குகிறேன்: இது அர்த்தங்களையும் படிமங்களையும் கொண்டிருக்கும் சில முறைமைகள் ஒரு தேசத்தை அமைப்பாக்கம் செய்கின்றன என்று நம்பும் சில அறிவார்த்தரீதியான, அரசியல்ரீதியான அறிவகத்தைக் குறிக்கிறது.[4] நவீனச் சூழ்நிலையில், தேசிய-அரசின் எல்லையைத் தீர்மானிக்கக்கூடியதாகவும் இந்த ஆன்மா இருக்கலாம். ஏனெனில் இது ஸ்தூலமான வடிவத்தைக் கொண்டிருக்க வேண்டியுள்ளது. அதனால்தான், நடைமுறைவாத அரசியல் தேவைகள் எப்போதும் அரசியல்ரீதியான, பண்பாட்டுரீதியான உருவாக்கத்துக்குக் கொடுக்கப்பட்ட தேசிய-அரசின் எல்லைகளை ஏற்றுக்கொள்ளக் கட்டாயப்படுத்துகின்றன. ‘புவிசார்-தொகுப்’பின் அடிப்படை அரசியலாக இருப்பது ‘குறியீட்டியல் ஆன்மா’வே என்பதை நாம் குறித்துக்கொள்ள வேண்டியிருக்கிறது.[5] புவிசார்-தொகுப்பு தற்கால அடிப்படையில் செயல்படுவதால், இது உருவமில்லாத குறியீட்டியல் ஆன்மாவை அதன் வசதிக்கேற்றவாறு பயன்படுத்திக்கொள்கிறது அல்லது அதை ஒரு குறிப்பிட்ட முறைக்குள் பொருத்தி அதன் அடிப்படைப் பண்பை மாற்ற முயல்கிறது. இத்தகைய நடைமுறைகள் எல்லாவற்றையும் தன்னுள் கொண்டிருக்கும் ஒரு சமூக உள்கட்டுமானத்தில் இந்த நடைமுறை பெரும் இறுக்கங்களை உருவாக்குகிறது.[6] இந்திய எடுத்துக்காட்டுக்குத் திரும்புவதென்றால், சம்ஸ்கிருத உலகுணர்வும் இந்து உட்கருத்துகளும் கொண்டிருக்கும் நாகரிகத் தளத்திலான குறியீட்டியலிலிருந்துதான் புவிசார்-தொகுப்புப் பண்பின் மீது ஒற்றைத்தன்மையில் அரசியல்ரீதியான இந்து மதம் அதன் அங்கீகாரத்துக்கு அவசியமான வரலாற்றுரீதியான சக்தியைப் பெற்றுக்கொள்கிறது என்பதை நாம் இங்கு கவனத்தில் கொள்ள வேண்டியுள்ளது.

3 *நான் ‘புவிசார்-தொகுப்பு’ என்ற கருத்தாக்கத்தை Thongchai Winchakul-வின் மிக சுவாரஸ்யமான புத்தகத்திலிருந்து எடுத்துக்கொள்கிறேன். பார்க்கவும்: Thongchai Winchakul (1994).*

4 *இந்தியப் பின்னணியிலிருந்து சொல்வதென்றால், ‘குறியீட்டியல்ரீதியான ஆன்மா’வுக்கு தமிழ்நாடு மிகச் சிறந்த எடுத்துக்காட்டாகிறது.*

5 *இந்து அடிப்படைவாதிகளின் எழுத்துகள் இதை உறுதிப்படுத்துகின்றன. குறிப்பாக, பார்க்கவும்: M.S.Golwalkar (1939); Narayan Rao Tarte (1990). இப்போதைய ஆர்எஸ்எஸ்ஸின் சித்தாந்தவாதியான எச்.வி.சேஷாத்ரி குறித்து கன்னடம், ஆங்கிலத்தில் உள்ள பல வரலாற்றுரீதியான, கலாச்சாரரீதியான ஆய்வுகள் இந்தக் கருத்தை உறுதிசெய்கின்றன.*

6 *இந்தச் செயல்முறை குறித்து மேலும் ஆழமான புரிதலுக்குப் பார்க்கவும்: Ashis Nandy, et al., (1995).*

உலகின் பிற பகுதிகளில் காணப்படுவதுபோலவே, இந்தியாவிலும்கூட அடையாள அரசியல் கதையாடல்களுக்கான எதிர்வினையானது இரண்டு விதமாக உருவாக்கியுள்ளது: சாரம்சவாதமும் கட்டமைப்புவாதமும்.[7] சாரம்சவாத முறையானது பொதுவாகக் கொடுக்கப்பட்டிருக்கும் அடையாள அரசியலை அப்படியே அங்கீகரிக்கிறது. கட்டமைப்புவாத முறையே எந்தவொரு சமூகத்திலும் அருகிவரும் பன்முகத்தன்மை செய்முறைகளோடு உரையாடுவதற்கு மிக முக்கியமான முறையாகவும், தாக்கம் செலுத்தக்கூடிய முறையாகவும் இருக்கிறது. மேலும், புதிதாக உருப்பெற்றுவரும் அடையாள இயக்கங்களின் மொத்த செய்முறைகளும் ஒரு தேசிய சுயத்தை மீண்டும் அமைப்பாக்கம் செய்வதற்கான அரசியல் விருப்புறுதியால் கட்டப்பட்டதாக இருப்பதை வெளிப்படுத்தவும் செய்கின்றன. ஒற்றைத்தன்மையிலான அடையாள முன்வைப்புகளுக்கு எதிரான அரசியலானது அதற்கான அறிவார்த்தரீதியான பலத்தைக் கட்டமைப்புவாதிகளின் ஆய்வுப்புலரீதியான, அறிவார்த்தரீதியான, அரசியல்ரீதியான செயல்பாடுகளிலிருந்தே பெற்றுக்கொள்கிறது. இன்னும் குறிப்பிட்டுச் சொல்வதென்றால், மிக முக்கியமான கட்டமைப்புவாத ஆளுமைகளான பெனடிக்ட் ஆண்டர்சன் (Benedict Anderson), எர்னெஸ்ட் கெல்னர் (Ernest Gellner), எரிக் ஹாப்ஸ்பாம் (Eric Hobsbawm), டெரன்ஸ் ரேஞ்சர் (Terence Ranger) போன்றோரின் சட்டகங்களிலிருந்துதான் அதற்கான பலத்தைப் பெற்றுக்கொள்கிறது.[8] எல்லாமே கற்பிதம்தான் என்பதால் அரசியல் விருப்புறுதியின் அடிப்படையில் சுயபிரக்ஞை கொண்ட அரசியல் குழுமங்கள் எந்த ஒன்றையும் உருவாக்க முடியும் என்று ஆண்டர்சன் முன்வைத்தது மிகப் பிரபலமானது. இப்படியாக சாரம்சவாத, கட்டமைப்புவாத முறைகளுக்கு இடையேயான வேறுபாடுகள், யதார்த்தமானது–கற்பிதமானது, குறியீட்டுரீதியானது–ஸ்தூலமானது, தற்காலிகமானது–நிலையானது ஆகிய இணைவுகளுக்கு இடையே புதிய உறவுமுறைகளை உருவாக்குகின்றன. இத்தகைய இணைகளுக்கு இடையே தத்துவார்த்தரீதியான வேறுபாடுகள் உண்டு என்றாலும், இவை ஒன்றுக்கொன்று எதிரானவையல்ல. ஆனால், இந்த உண்மை தெளிவற்றதாக இருக்கிறது. ஸ்தூலமான என்ற கருத்தமைவு நிரந்தரமாய் மறைந்துபோய், கற்பிதத்துக்கு இடம் கொடுக்கிறது. இந்தச் செயலின் ஊடாக அசாத்தியமான அரசியல் சக்தி வெளிக்கொணரப்படுகிறது.

7 இந்து அடிப்படைவாதத்துக்கு எதிர்வினையாற்றுகிறவர்களில் நான் நேரடியான அர்த்தத்தில் மார்க்ஸியர்களையும் (அதன் எல்லா வகைகளோடு) நவீனத்தியர்களையும் கட்டமைப்புவாதிகள் வகைமையின் கீழாகக் கொண்டுவருகிறேன். இவர்களுக்கு இடையேயான வேறுபாடுகளைக் காட்டிலும் ஒத்தத்தன்மையின் மேல் நான் அதிகக் கவனம் கொள்கிறேன். இந்த முறை குறித்துத் தகுதிபெற்ற இரண்டு கருத்துகளுக்குப் பார்க்கவும்: Gyanendra Pandey (1993); Sarvepalli Gopal (1993).

8 எல்லா வேறுபாடுகளையும் கடந்து, கட்டமைப்புவாதிகளினுடைய பள்ளியின் மிக முக்கியப் புத்தகங்களாக இவற்றைச் சொல்லலாம்: Benedict Anderson (1983); Ernest Gellner (1983); Eric Hobsbawm and Terence Ranger (1983). ஒரு சமூகக் குழுவை, அது வரலாற்றுரீதியான மாற்றங்களுக்கு உட்பட்டாலும், அதன் குணாம்சத்தைத் தக்கவைத்துக்கொள்ளக்கூடிய நிலையான, திடமான ஒரு வகைமையாகப் பார்க்கும் பார்வையை நான் சாரம்சவாதம் என்பதாக வரையறுக்கிறேன்.

இப்படியாக வெளிக்கொணரப்படும் அரசியல் சக்தி பெரும் பலம்வாய்ந்த சாரம்சவாதிகளை எதிர்த்துநிற்பதற்கு மிக அவசியமாகிறது. தற்கால வரலாற்றில் இவ்விரண்டு சக்திகளும் மிகக் கடுமையாக மோதிக்கொள்கின்றன.

இந்த மோதல்கள் உருவாக்கும் வெறியை ஒருவர் கவனிப்பாரானால், போர்ஹேவிய (*Borgesian*) முரண்நகை வெளிப்படுவதை அவரால் காண முடியும். எதிரிகள்தான் ஒருவரையொருவர் தாங்கிப்பிடித்துக் கொண்டிருக்கிறார்கள்.

நினைவுகள் செயல்படும் முறைகளும் குறியீடுகளை உருவாக்கும் வேட்கைகளும்

சாரம்சவாதம், கட்டமைப்புவாதம் ஆகிய இரண்டு முறைகளுமே நினைவுகளின் அறிவுசார் கட்டமைப்பில்தான் வாழ்கின்றன. மேலும், பல சமயங்களில் இவற்றின் இருப்பானது வரலாறு என்ற கருத்தமைவு குறித்த, அதன் பயன்பாடு குறித்த விவாதங்களாக முன்வைக்கப்படுகிறது. இவற்றின் கதையாடல்களிலிருந்து வரலாறு என்ற கருத்தமைவை அப்புறப்படுத்திவிட்டால், இவ்விரண்டு முறைகளுமே உடனடியாக இடிந்துவிழக்கூடும். சமூகம் குறித்த கோட்பாட்டாக்கத்தில் இவ்விரண்டு முறைகளுமே வரலாறு, வரலாற்றுரீதியான பிரக்ஞை ஆகியவற்றை அவசியமானவையாக ஏற்றுக்கொள்கின்றன. ஒருவருக்கு எது வரலாறாக ஆகிறதோ அதுவே மற்றவருக்கு நினைவுகளாக — அதாவது, மதிப்புமிக்கதாகவோ நஞ்சு கலந்ததாகவோ — ஆகிறது. இது, வரலாறு என்ற ஒரு முனையிலிருந்து நினைவுகள் அல்லது தொன்மங்கள் என்ற மறுமுனைக்குத் தொடர்ந்து இடம்மாறிக்கொண்டிருக்கும் செயலாகிறது என்றாலும், இவ்விரண்டின் பெருமுயற்சிகளின் அரசியல்ரீதியான விளைவுகள் நேரெதிரானவையாக இருக்கின்றன. இவற்றின் முறைகள் மட்டுமே இவ்விரண்டையும் பிரித்துவைக்கவில்லை. வேறு வழியில்லாமல், இவ்விரண்டின் நிலப்பரப்பு சார்ந்த அரசியல் பார்வையும் இவற்றைப் பிரித்துவைக்கிறது.

இவ்விடத்தில் சாராம்சவாத முறை குறித்து சில வாசிப்புகளைச் சற்று கவனமாக முன்வைக்க விரும்புகிறேன். நான் இங்கு இந்து அடிப்படைவாதிகளையும், அவர்கள் செயல்படும் முறைகளையும் எடுத்துக்கொள்கிறேன். குறிப்பாக, பாபர் மசூதி – ராமஜென்ம பூமி சர்ச்சையை எடுத்துக்கொண்டு என் வாதங்களை முன்வைக்க விரும்புகிறேன். ஆன்மீகரீதியான அல்லது மதரீதியான குறியீடாக இருக்கும் ராமரை, ஒரு வரலாற்றுரீதியான உண்மையாகச் சுருக்குவதே இந்து அடிப்படைவாதிகளின் பிரதான உத்தியாகிறது. பெரும்பாலான இந்து மரபுகள் (மற்றும் இந்து இறையியல்) ராமரை வரலாற்றுரீதியாக மெய்ப்பிக்கத் தகுந்ததாகப் பார்த்ததே இல்லை என்பதை நாம் கவனத்தில் கொள்ள வேண்டியிருக்கிறது. ஷெல்டன் போலாக் சுட்டிக்காட்டுவதுபோல், ராமர் என்ற பிம்பமானது அரசியல்ரீதியானதாகப் பதிமூன்றாம் நூற்றாண்டுக்குப் பிறகுதான்

முக்கியத்துவம் பெற்றது.[9] சொல்லப்போனால், கடவுள் ஸ்தானத்துக்கு ராமர் உயர்த்தப்பட்டது என்பது அவரை வரலாற்றுக் கூறுகளிலிருந்து அப்புறப்படுத்துவதாகவும் இருக்கிறது.

இந்திய மதரீதியான நுண்ணுணர்வுகள் ராமரையோ ராமாயணத்தையோ ஒரு குறிப்பிட்ட கால-வெளிக்குள் அடைத்ததே இல்லை. மேலும், ராமர் எப்போதும் நினைவுகள் சார்ந்தோ, வரலாறு சார்ந்தோ நடத்தப்பட்டதும் இல்லை. எப்போதும் 'உண்மையாகவும் இப்போதுக்குமானதாக'வுமே ராமர் பார்க்கப்படுகிறார். நினைவுகளின் 'இருப்'பைத் தொலைவுக்குக் கொண்டுசெல்வோம் என்றால், அது சிதைவுகளுக்கும் உள்ளாகின்றன. சோஷலிஸச் சிந்தனையாளரான ராம் மனோகர் லோகியா அவருடைய 'கல்லில் அர்த்தங்கள்' என்ற மிக அற்புதமான கட்டுரையில் ராமரின் இருப்பில் உள்ள இத்தகைய பண்புகள் குறித்துக் கவனப்படுத்துகிறார்.[10] மதரீதியான தேசியவாத அடையாளக் கதையாடல்கள் குறித்த பிரச்சினைகளை எதிர்கொள்வதற்கும், மாற்று முறைகளை மீட்டெடுப்பதற்கும் லோகியாவின் இந்தக் கட்டுரை முக்கியமானது என்று கருதுகிறேன். நாடு முழுவதிலும் பல்வேறு குமுகங்களிடம் காணப்படும் பல்வேறு புராணக் கதைகளும் பழங்கதைகளும் ராமரை மட்டுமல்லாமல் வேறுபல தொன்ம நாயகர்களையும் அவர்களுடைய வட்டாரத்தின் குடிநபர்களாக ஆக்கியிருக்கினறன. இதுவே மதரீதியான குறியீட்டை வெளிரீதியாகப் பரவலாக்குதல் என்றாகிறது. சமூக அடையாளம் என்று எடுத்துக்கொண்டாலும், இயவிடஞ்சார்ந்த பூர்வக்குடிகள் உட்பட பல்வேறு குமுகங்களில் காவிய நாயகர்கள் அந்தந்தச் சமூகத்தின் அங்கமாகவே மாற்றப்பட்டிருக்கிறார்கள்.

இன்றைய நவீன இந்து தேசியவாதம், ராமரை வரலாற்றுரீதியாக உள்ளவற்றின் ஒரு பகுதியாக ஆக்குவதன் மூலம் அவரைச் சர்ச்சைக்குரிய குறியீடாக மாற்றுகிறது. வரலாறு என்பது பல்வேறு வடிவங்களில் உள்ளவையோடு சமரசம் செய்துகொள்ளும் முறை என்பதால், ராமரின் இருப்பைக்கூட ஆதாரங்களை வரிசைகாட்டி நிரூபிக்க வேண்டியுள்ளது. ஒரு தளத்தில், இந்து அடிப்படைவாதிகள் அவர்களுடைய குமுகம் குறித்து வரலாறு மற்றும் சமூகவியல் முறைகளைக் கொண்டு சாராம்சவாதரீதியான நிலவியலை உருவாக்குகிறார்கள். ஒரு பிரதேசத்தை உருவாக்கிய பிறகு, அவர்கள் அதை 'நம்பிக்கை'யை அடிப்படையாகக் கொண்டு கட்டிக்காக்க முயல்கிறார்கள். வரலாற்றையும் நம்பிக்கையையும் ஒரே கட்டிலைப் பகிர்ந்துகொள்ள வைக்கிறார்கள். ஓர் இந்து சாராம்சவாதி இத்தகைய திட்டத்தில் மீளிணக்கம் காண முடியாத பண்புகள் இருப்பதாகப் பார்ப்பதில்லை. ஒரு நீண்ட சிறுகதையைச்

9 *Sheldon Pollock (1993: 261–97). பிரசுரிக்கப்படாத இந்தக் கட்டுரையும் எனக்கு உதவியிருக்கிறது: Robert Philip Goldman, 'Of Time and the Epic: The Ramayana's Trajectory from Adikavya to National Epic', a paper presented at the international Colloquium on 'Sources and Time' at Pondicherry, January 1997.*

10 *இடதுசாரி-காந்தியச் சிந்தனையாளரான லோகியாதான் பாரதிய ஜனதா கட்சிக்கு இயவிடஞ்சார்ந்த சோஷலிஸ பாணியிலான எதிர்ப்புக்கான மூலமாகப் பார்க்கப்படுகிறார்.*

சுருக்கிச் சொல்வதென்றால், இந்திய அனுபவப் பின்னணியில் ராமர் ஒரு வரலாற்று உண்மையாகவே முன்வைக்கப்படுகிறார். இரண்டாம்பட்சமாக நம்பிக்கையாக உட்பதிக்கப்படுகிறார். வேறு வார்த்தைகளில் சொல்வதென்றால், கோட்பாட்டுரீதியாகப் பலவிதமாகப் பயன்படுத்தக்கூடிய குறியீடுகளை உருவாக்கும் பாணி, இது பிரதானமாக அரசியல்ரீதியாக நினைவுகளைச் சார்ந்திருந்தாலும் — அதாவது மதரீதியான, சமூகரீதியான, அரசியல்ரீதியானதாக இருந்தாலும் — முக்கியமான பிரச்சினையாக இருக்கிறது.

வேறு வழியில்லாமல், கட்டமைப்புவாதப் பள்ளி இதற்கு வழக்கமான பாணியில் எதிர்வினையாற்றுகிறது: இந்து மத தேசியவாத உருவாக்கத்தைச் சாத்தியப்படுத்திய பல்வேறு வரலாற்றுக் காரணிகளை இது வெளிச்சத்துக்குக் கொண்டு வருகிறது. ராமஜென்ம பூமி குறித்த தகவல்கள் மிகத் தீவிரமாக ஆராயப்படுகின்றன; சமூக அறிவியல் முறையில் ஆய்வுகள் முன்வைக்கப்படுகின்றன. கட்டமைப்புவாதிகள் வரலாற்று ஆதாரங்களை அடிப்படையாகக் கொண்டு அரசியல்ரீதியான இந்துவின் நிலைப்பாட்டையும் வாதங்களையும் மறுக்கிறார்கள். இவர்கள் நம்பிக்கையைக் கவனத்தில் எடுத்துக்கொள்ளவில்லை என்றாலும், இந்து வலதுசாரி வரலாற்றுரீதியாக மெய்ப்பிக்கும் தன்மையைக் கேள்விக்குட்படுத்துகிறார்கள். எதிர்பார்த்தபடியே, வரலாறு மற்றும் தொல்லியல் போன்ற துறைகளில் நிபுணத்துவம் கொண்ட அமைப்புகளும் 'இந்தியன் கவுன்சில் ஆஃப் ஹிஸ்டாரிக்கல் ரிசர்ச்' (ICHR), 'ஆர்க்கியாலாஜிகல் சர்வே ஆஃப் இந்தியா' (ASI) போன்ற அமைப்புகள் கசப்பான யுத்தக் களங்களாகின்றன. ஏனெனில், எத்தகைய வாதங்களாக இருந்தாலும் அவற்றை நியாயப்படுத்துவதற்கு இந்த அமைப்புகளின் அங்கீகாரம் மிக அவசியமாகிறது. ஒரு தேசத்தின் இருப்பு அல்லது இறப்பு தொடர்பான பிரச்சினைகளுக்கு வரலாறும் தொல்லியலும் துறைகளாக மிகவும் நேர்மையாக, முன்சாய்வுகளற்றுத் தீர்ப்புரைப்பதாகப் பார்க்கப்படுகின்றன. வரலாற்றியலாளர்களும் தொல்லியலாளர்களும் தனிநபர்களாகத் தவறுகள் செய்யக்கூடும். ஆனால், ஒரு துறையாக எடுத்துக்கொண்டால், சரியாக வாசிக்கப்படுமானால் உண்மைகளையும் தீர்வுகளையும் கொண்டிருப்பதாக நம்பப்படுகிறது. இந்து அடிப்படைவாதத்துக்கு எதிராக இவர்கள் ஓய்வற்றுப் போராடிக்கொண்டிருப்பதால், இந்தியா பிரதிநிதித்துவப்படுத்தும் பன்முகத்தன்மையிலான வாழ்க்கை வடிவங்களுக்குக் கட்டமைப்புவாதிகளே பாதுகாவலர்களாகத் தெரிகிறார்கள். ஆனால், இத்தகைய இக்கட்டான சூழ்நிலையில், வரலாறும் தொல்லியலும் துறைகளாக எப்போதும்போலவே உண்மையை வெளிக்கொணரும் அதன் திறனை இழந்துவிடுகின்றன. இந்த யுத்தத்தில் வெளிப்படும் மிக ஆழமான முரண்நகையை ஒருவரால் பார்க்காமல் இருக்க முடியாது: பன்முகத்தன்மையைக் காப்பாற்றுகிறவர்கள்போல் தெரியும் கட்டமைப்புவாதிகள், இந்தியப் பண்பாட்டின் பன்மையவாத (multicentredness) மாற்று வடிவங்களை மீட்டுருவாக்கம் செய்யும் செயலைத் தடுக்கவும் செய்கிறார்கள். எது பன்முகத்தன்மைக்கானதாக நிற்கிறதோ அது பிற சிந்தனை வடிவங்களையும் காரணிய வடிவங்களையும் மறைத்துவிடுகிறது.

அரசியலும் வன்முறையும் 181

நான் இப்போது குறியீடுகள் உருவாக்கத்தில் காணப்படும் பிரச்சினைகள் பக்கமாகத் திரும்புகிறேன். மேலும், இவற்றைப் புரிந்துகொள்வதற்கும், இவற்றை முன்வைத்துச் செயல்படுவதற்கும், வேறு மூன்று முறைகளை, அதாவது சமணர்கள், காந்தி, கீழ்ச்சாதி நாட்டார் முறைகளை மீட்டெடுக்க விரும்புகிறேன். வரலாறு, அரசியல், பண்பாட்டு நினைவுகள் ஆகிய உள்ளடக்கங்கள் குறித்து விவாதிக்கும்போது ஒரு பிரதானச் சிக்கல் இருப்பதை ஒருவர் ஏற்றுக்கொள்ளத்தான் வேண்டும்: அறிவார்த்தரீதியாக ஒரு பிரச்சினை தீர்க்கப்பட்டுவிட்டால், அது யதார்த்தத்திலும் தீர்க்கப்பட்டுவிட்டதாக நம்பக்கூடிய வலையில் ஒருவர் சிக்கிக்கொள்ளக்கூடும். பனுவல்ரீதியான தீர்வானது யதார்த்தரீதியான தீர்வாக இருக்க முடியாது. ஆனாலும், என்னுடைய மூன்று மாற்று மரபுகளைப் பொறுத்தமட்டில், பனுவல்ரீதியான தீர்வுகள் இருத்தலியல்ரீதியான சூழ்நிலைகளிலும் காணப்படுகின்றன என்பதே என்னுடைய நம்பிக்கையாக இருக்கிறது.

காந்தி: அன்றாட வாழ்க்கை சார்ந்த குறியீடுகள்

சாராம்சவாதம், கட்டமைப்புவாதம் ஆகிய இரு சட்டகங்களிலும் காந்தியின் விந்தையான இருப்பு காணப்படுவது என்பது குறியீடுகள், நினைவுகள் குறித்த பிரச்சினையில் அவரது அணுகுமுறை குறித்துச் சிந்திக்க நம்மைக் கட்டாயப்படுத்துகிறது. காந்தி, அவருடைய அரசியல் தேவைகளுக்காகக் குறியீடுகளை உருவாக்குவதிலும் அவற்றைப் பயன்படுத்துவதிலும் நிச்சயமாக நம்பிக்கை கொண்டிருந்தார். காந்திய உலகத்தில் குறியீடுகள், எடுத்துக்காட்டாக உப்பும் ராட்டையும், அணிதிரட்டும் அரசியலில் முக்கியப் பங்காற்றின. காந்திய முறையில் குறியீடுகளின் உருவாக்கம், பயன்பாடு குறித்துத் தெளிவு ஏற்படுத்திக்கொள்ள, வரலாறு குறித்த அவரது புரிதலை நாம் அலச வேண்டியுள்ளது. அதாவது, காந்திய முறையின் புரிதலானது நாம் இங்கு கவனத்தில் எடுத்துக்கொண்டிருக்கும் பிற முறைகளிலிருந்து வேறாக இருக்கிறது.

காந்தி வரலாறு மீது நம்பிக்கை கொண்டிருக்கவில்லை என்றாலும் இந்தியச் சமூகம் குறித்துப் பல நுட்பமான பார்வைகளை அவர் சமூகவியல் அணுகுமுறையைக் கைக்கொண்டுதான் பெற்றுக்கொண்டார்.[11] நிச்சயமாக, ஒரு சமூகமாகவோ நாகரிகமாகவோ இந்தியா குறித்த எத்தகைய விஷயமானாலும் சரி, அவருடைய கருத்தை முன்வைப்பதற்கு அரிதாகவே இந்தியவியல் பனுவல்களை அவர் பயன்படுத்துகிறார் என்பது எதேச்சையானதாக

---

11 ராமஜென்ம பூமி கருத்தை ஆதரிப்பவர்கள், பிரச்சினைக்குரிய நிலத்தின் மீதான அவர்களது உரிமையை ஒருவகையான தொல்லியல் ஆதாரங்களை முன்வைத்தே கோருகிறார்கள். இன்றளவும் இந்தியாவில் உள்ள தொல்லியல் துறைகளில் இது மிகவும் பிரச்சினைக்குரிய விஷயமாகத்தான் இருக்கிறது.

இருக்க முடியாது.[12] இதற்கு முற்றிலும் நேரெதிராக, பிற எல்லா இந்தியத் தலைவர்களும், அவர்கள் தேசியவாதத் தலைவர்களாக இருந்தாலும் சரி அல்லது பார்ப்பன எதிர்ப்புப் பண்பாட்டு அரசியலைப் பழகிய தலைவர்களாக இருந்தாலும் சரி, முழுக்கமுழுக்க இந்தியவியலில் மூழ்கியிருந்தார்கள். ஏன், இந்திய வரலாறு, சமூகம் குறித்தான அம்பேத்கரின் பார்வையும் தர்மசாஸ்திரங்கள், வரலாறு, மானுடவியல் போன்றவற்றுக்குள்ளான இந்தியவியல் பனுவல்களால் வடிவமைக்கப்பட்டதாகவேதான் இருக்கிறது.[13] தனிப்பட்ட, இருத்தலியல் சார்ந்த அனுபவங்களைக் காலனிய காலப் பனுவல்ரீதியான அறிவோடு மிகவும் படைப்பூக்கத்துடன் இணைத்ததன் மூலம், ஒரு துறையாக இந்தியவியல் கோட்பாட்டுரீதியான கடவுள்களை அம்பேத்கர் தோற்கடித்தார். இருந்தாலும்கூட அவருடைய அறிவுப்புலமானது கீழ்ச்சாதிகளின் சுயமரியாதையை அழித்தொழிக்கும், அவர்களுடைய தீவிரை சக்திகள் மீதான நம்பிக்கைகளைக் குறைக்கும் அபாயத்தோடு சரசமாடியது. நவீனத்துவத்துக்கு முந்தைய இந்திய வாழ்க்கை வடிவங்கள் எல்லாவற்றையும் காட்டிலும் செவ்வியல் மதங்களுக்கும் சம்ஸ்கிருத ஒழுங்கமைப்புகளுக்கும் பிரத்யேக அந்தஸ்தைக் கொடுத்த இந்தியவியலுடனான அவருடைய மிக ஆழ்ந்த ஈடுபாட்டின் காரணியமாக, அம்பேத்கர் இந்தியாவின் கீழ்ச்சாதிகளுக்கு ஒரு கடந்த காலத்தை, பெருமளவு கற்பிதமான ஒன்றை, கட்டமைத்தார்.[14]

நினைவுக் கட்டமைப்புகளிலும் குறியீடுகளை உருவாக்குவதிலும் தெளிவில்லாத வெளிகள் போதுமான அளவுக்குக் காணப்படுகின்றன. இந்தத் தெளிவில்லாத வெளிகள் பலதரப்பட்ட சிக்கலான செய்முறைகள் உயிர்பெறுவதைச் சாத்தியப்படுத்துகின்றன. இது, காந்தி ஏன் காலனிய அதிகாரத்துக்கு எதிரான போராட்டத்தின் மையமாக உப்பையும் ராட்டையையும் மாற்றினார் என்பதை விளக்குகிறது. இத்தகைய குறியீடுகள் இந்து மதத்தை எக்காலத்துக்கும் தூய்மைப்படுத்தும் யுத்தத்தில், அதாவது தீண்டாமையை அழித்தொழிக்கும் திட்டத்திலும், அதன் முக்கியத்துவத்தை இழந்துவிடவில்லை.

பன்முகத்தன்மை குறித்தான காந்திய அணுகுமுறையானது பன்முகத்தன்மை என்பதற்கான நேரடியான அர்த்தத்தில் மட்டுமல்லாமல், நிச்சயமாக இதுகுறித்த பிற மேற்கத்திய நிலைப்பாடுகளிலிருந்தும்கூடத் தீவிரையாக வேறுபடுகிறது. 'பன்முகத்தன்மையின் எல்லை'களே அரசு–மையக் கதையாடல், குடிமைச் சமூக–மையக் கதையாடல் ஆகிய இரண்டும் எதிர்கொள்ளும் பிரதான இறுக்கங்களில் ஒன்றாகிறது. அன்றாட வாழ்க்கையானது யதார்த்தத்தோடு

12 இந்தச் செயல்முறை குறித்து நான் 'கவலைகொள்ளும் இந்துவும் கோபம்கொள்ளும் விவசாயியும்' கட்டுரையில் விவாதித்திருக்கிறேன்.

13 இந்தியச் சமூகம், பண்பாடு குறித்துக் கோட்பாட்டை உருவாக்கிக்கொள்ள காந்தியோடு ஒப்பிடும்போது அம்பேத்கர் மிகப் பெரிய அளவுக்கு இந்தியவியல் பனுவல்களைச் சார்ந்திருந்தார். மகாராஷ்டிர அரசாங்கத்தால் வெளியிடப்பட்ட, அம்பேத்கர் தொகுப்பில் மூன்றாவது, நான்காவது தொகுதிகள் மேலுமொரு இந்தியவியல் பனுவலாகவே, அதாவது நேரெதிரான பார்வையிலிருந்து எழுதப்பட்டவையாக இருக்கின்றன.

14 இந்தத் தொகுப்பில் பகுதி–1, பகுதி–2ல் உள்ள கட்டுரைகளைப் பார்க்கவும் [மொ.ர்].

பின்னிப்பிணைந்திருப்பதால், மதரீதியான அர்த்தங்களும் உட்கருத்துகளும் முரண்பட்டுக்கொள்ளும் பார்வைகள் ஒன்றையொன்று அனுசரித்துப்போக வேண்டியிருக்கின்றன. இத்தகைய அர்த்தத்தில், காந்தி ஈடுயிணையில்லா அன்றாட வாழ்க்கைத் தத்துவவியலாளராகிறார். அன்றாட வாழ்க்கையின் மிகுதிகளும் வளங்களும் மதரீதியான வெறுப்பு அவிழ்த்துவிடும் வன்முறை இறுக்கங்களை உறிஞ்சிக்கொள்வதற்குப் போதுமான வெளிகளையும் இடைவெளிகளையும் கொண்டிருக்கின்றன. இன அடிப்படையிலான வன்முறைகளில்கூட அன்றாட வாழ்க்கைத் தேவைகளே சகஜமும் அமைதியும் திரும்புவதற்கு நிர்ப்பந்திக்கின்றன.[15] மிகச் சாதாரணமான வீட்டுப் பெண்மணி ஒருவர் காய்கறிகள் வாங்க வீதிக்கு வரும் செயல், அமைதி திரும்புவதற்கான தொடக்கத்தைக் குறிப்பதாக இருக்கிறது. நாயகத்தன்மை ஏதுமற்ற அன்றாட வாழ்க்கையே பன்முகத்தன்மையின் அசாதாரணமான நாயகர்களை நிலைநிறுத்துகிறது.

சொல்லப்போனால், அன்றாட வாழ்க்கை சார்ந்த பன்முகத்தன்மை செயல்படும் முறைகளில் அல்லது இந்தியாவைப் பொறுத்தமட்டில், மத நல்லிணக்கம் என்ற களத்தின் பிரத்யேக வெளிப்பாடுகள் ‘பன்மைஅகண்ட’த்தை (pluriversalism) நிலைத்திருக்கச்செய்யும் புலமாகிறது. மேலும், இந்தியாவின் கடந்த காலத்தோடு, குறிப்பாக அக்பராலும் தாராஷுகோவாலும் முழுமையாக்கப்பட்ட அணுகுமுறையோடு ஒப்பிட்டுப்பார்க்க வேண்டியுள்ளது. நான் இதை ‘அறிவார்த்த முறை’ என்று அழைக்க விரும்புகிறேன்.[16] எப்படியிருந்தாலும், பன்முகத்தன்மையைக் காப்பாற்றுவதற்குத் தற்காலக் கட்டமைப்புவாதிகள் மேற்கொள்ளும் முயற்சிகள் பல வழிகளில், இந்த முறையோடு நெருக்கமான உறவைக் கொண்டிருப்பதால், நாம் இதைச் சற்று விரிவாகப் பார்க்க வேண்டியுள்ளது. ஒரு தத்துவவியலாளரின் முறை என்பது ஒன்றையொன்று எதிர்த்துநிற்கும் மதரீதியான முறைமைகளிலிருந்து, பல இழைகளை எடுத்துப் பிரக்ஞைபூர்வமாக நெய்யும் முறையைச் சார்ந்திருக்கிறது. அதாவது, இந்த முறை ஒத்திசைவான படிமங்களையும் அர்த்தங்களையும் ஒன்றன்மேல் ஒன்றாக அடுக்கி நல்லிணக்கத்தை வெளிப்படுத்த முயல்கின்றன. இது, எல்லா மானுட அடையாளங்களும் உலகளாவிய மனிதத்தன்மையின் சாரத்தையே கொண்டிருக்கின்றன என்று அதன் சமூக உறுப்பினர்கள் ஏற்றுக்கொள்ளும் முறையில் பிரக்ஞைபூர்வமாக ஒரு பாணியைக் கட்டமைக்கிறது. தாராஷுகோவின் ‘மஜ்மா அல் பஹ்ரைன்’

15 *வன்முறை குறித்து இந்தியாவில் மேற்கொள்ளப்பட்டிருக்கும் வாசிப்புகளில், அன்றாட வாழ்க்கைத் தேவைகள் கொடுக்கும் அழுத்தத்தை, பிரதான உள்ளடக்கமாக முன்வைக்கும் ஆழமான வாசிப்புகள் இல்லை. மிக அற்புதமாகவும் சிறப்பாகவும் ஆய்வுசெய்யப்பட்டிருக்கும் எழுத்துகளைப் பொறுத்தமட்டிலும் அதே நிலைதான். இத்தகைய முறையில் உள்ள போதாமையைப் புரிந்துகொள்வதற்குப் பார்க்கவும்: Veena Das (1990).*

16 *Agrahara Krishnamurthy (1993).*

(Majma al Bahrain) இதற்கான மிகச் சிறந்த எடுத்துக்காட்டாகிறது.[17] இந்திய வரலாற்றில், இந்து–முஸ்லிம் நல்லிணக்கத்தை முன்வைத்த இளவரசர், அரசியல்ரீதியாக ஏற்றுக்கொள்ளக்கூடிய அவருடைய திட்டமானது வேர்களற்று இருப்பதை மிகுந்த வலியோடு உணர்ந்திருந்தார். அவருடைய திட்டம் இறையியலாளர்–அறிஞர்களுக்கோ அல்லது சாதாரண மக்களுக்கோ ஆனது அல்ல என்று ஒப்புக்கொள்கிறார். தத்துவவியலாளர் முறையின் அரசியல்ரீதியான விருப்புறுதிகளும் வேட்கைகளும், அந்தந்த மதம் சார்ந்த நம்பிக்கையாளர்களைப் பொறுத்தமட்டில் ஓரளவுக்குச் செயற்கையானவையாக இருக்கின்றன. மத நல்லிணக்கத்தை 'சஹ்மத்' *(SAHMAT)* கட்டமைத்த மிகப் பிரபலமான முறை இதைச் சிறப்பாக வெளிப்படுத்துகிறது.[18] சஹ்மத்தின் அரசியல் நோக்கம் மிகவும் வரவேற்கத்தக்கது என்றாலும், அவர்களுடைய முறையை நம்மால் ஏற்றுக்கொள்ள முடியாது. குறியீடுகளை உருவாக்கும் அவர்களுடைய செயல், அடிப்படையில் தனித்திறன்வாய்ந்த அறிவார்த்த தேடலாக இருப்பதோடு, மிகச் சரியாக இதனாலேயே அவர்களுடைய தேடல் ஓரளவுக்கு மட்டுப்பட்டதாகவும் இருக்கிறது. பௌத்த ராமாயணத்தை மீண்டும் கண்டெடுப்பது அல்லது மீட்டெடுப்பது என்பது இந்து நம்பிக்கையாளருக்கு அவதூறாக வெளிப்படுகிறது.

வாழ்க்கையின் அன்றாட வடிவங்களை காந்தி வரையறுத்த முறையில் உள்ள பெரும் பலம் என்னவென்றால், அது இருத்தலியலின் பிற அம்சங்களிலிருந்து மதத்தைப் பிரித்துப்பார்க்கவில்லை. ஆனால், மதச்சார்பற்ற–கட்டமைப்புவாத முறைகள் பன்முகத்தன்மையை வரையறுக்கும்போது மதரீதியான வாழ்க்கையை அதன் பிற கருத்துகளிலிருந்து, நடைமுறைகளிலிருந்து ஓரளவுக்குத் தனித்துப் பார்க்கிறது. இதே பிரச்சினைதான் சாராம்சவாதிகளையும் ஆட்டிப்படைக்கிறது. மதரீதியான யதார்த்தத்தையோ குறியீடுகளையோ காந்தி வரலாற்றுரீதியான ஆய்வுகளுக்கோ தொல்லியல்ரீதியான ஆதாரங்களுக்கோ உட்படுத்தவில்லை. அன்றாட வாழ்க்கையின் அகிம்சை அடிப்படைகளைத் தொந்தரவுசெய்யக்கூடிய எத்தகைய செய்முறைகளும் உடனடி நிராகரிப்புக்குத் தகுந்தவையாகின்றன. குறைந்தபட்சம் இந்த முக்கியமான விஷயத்தில் காந்தியின் அறிவார்த்த முறையானது மதரீதியான அனுபவங்களை ஒருவிதமான

17 *இங்கு கொடுக்கப்பட்டிருக்கும் மேற்கோள் கன்னட மொழியாக்கத்திலிருந்து எடுக்கப்பட்டது. [மஜ்மா அல் பஹ்ரைன் – இரண்டு பெருங்கடல்களின் சங்கமிப்பு என்று பொருள். இங்கு சூஃபியிஸமும் வேதாந்தமும் இரண்டு பெருங்கடல்களாக அர்த்தப்படுத்தப்படுகின்றன – மொ.ர்].*

18 *SAHMAT – டெல்லியிலிருந்து இயங்கும் இடதுசாரிக் குழுமம். மத நல்லிணக்கத்துக்கு முக்கியத்துவம் கொடுப்பவர்கள். இவர்கள் ஏற்பாடு செய்திருந்த கண்காட்சி ஒன்றில், பௌத்தக் கதையை அடிப்படையாகக் கொண்டு, ராமனும் சீதையும் உடன்பிறந்தவர்கள் என்று காட்டியிருந்தார்கள். இது பெரும் சர்ச்சையைக் கிளப்பியது. [இந்தியாவில் மிக முக்கிய வீதி நாடகக் கலைஞரான சப்தர் ஹஸ்மி, காங்கிரஸ் குண்டர்களால் மிகக் கொடூரமாகக் கொல்லப்பட்டார். அவர் நினைவாக உருவாக்கப்பட்டதுதான் சஹ்மத் – மொ.ர்].*

மீபௌதிகக் கருத்தமைவுகளாக வாசிக்கும் பௌத்தத்தோடு மிக நெருக்கமாக உறவுகொண்டதாக இருக்கிறது.

வேறு வார்த்தைகளில் சொல்வதென்றால், காந்திய அல்லது பௌத்தக் காரணிய அறிதல் இரண்டும் உள்ளடக்கங்கள் குறித்து எத்தகைய அனுமானங்களையும் கொண்டிருக்க மறுக்கின்றன: வாழ்க்கையின் மதரீதியான வடிவங்களின் 'மூலம்' மற்றும் 'ஊழ்' சாராம்சவாத வழிமுறையானது மதத்தை மிகை–மானுட வகைமையாகப் பார்க்கிறது. இது 'மூலம்', 'ஊழ்' குறித்து வெறிகொண்ட கதையாடல்கள் மூலமாக அன்றாடத்தன்மையிலான நம்பிக்கை வடிவங்களைச் சிதைத்துவிடுகிறது. கட்டமைப்புவாத முறையும் ஒரு குறிப்பிட்ட நெருக்கடியில் 'மூலத்'தின் தருணத்தை மீட்டெடுப்பதற்கு அறிவார்த்தரீதியான செயல்திட்டத்தில் பெருமளவு முதலீடுசெய்ய வேண்டியுள்ளதால், இதன் முறைகளும் தவிர்க்க முடியாமல் வரலாற்றுரீதியானவையாகின்றன. வரலாற்றுரீதியான மேலான அறிவைக் கொண்டிருப்பதால் மட்டுமே, ஒரு குமுகத்தின் செயல் அரசியல்ரீதியாக வேறானதாகிறதா? சாராம்சவாத, கட்டமைப்புவாதக் கதையாடல்கள் இதற்கு முடியும் என்றே பதில் கொடுக்கின்றன. ஆனால், காந்திய வழிமுறையோ ஓரளவு சந்தேகத்தையும் நிச்சயமின்மையையும் அறிமுகப்படுத்துகிறது. மிகச் சரியாக இந்தச் சந்தேகம்தான், வரலாற்றுப் புலங்கள் குறித்தும் அதன் சிதைவுகள் குறித்தும் அசைபோடுவது, தோண்டியெடுப்பது என்ற தத்துவவியலாளரின் வழிமுறையை ஊக்குவிப்பதில்லை.

சமணப் பிரச்சினை: ஊறுபடத்தக்க குறியீடுகளும் வன்முறைக்கான விருப்புறுதியும்

நாத்திக சிராமண மரபுகளில், சமணர்கள் குறியீடுகளுக்கும் நினைவுகளுக்கும் இடையேயான உறவு குறித்து, இன்னும் குறிப்பாக வன்முறையோடு குறியீடுகள் கொண்டிருக்கும் உறவு குறித்து வித்தியாசமாக நிறைய அசைபோட்டிருக்கிறார்கள். குறியீடுகள் குறியீட்டியல்ரீதியாக ஆற்றலும் உள்ளாற்றலும் கொண்டிருக்கும் ஒரு தொகுப்பாக இருப்பதால், அதை எப்படி வேண்டுமென்றாலும் கையாள முடியும் என்று நம்பினார்கள். அதாவது, குறியீடுகள் எப்படியானவையாக இருந்தாலும், அதை ஆதரிக்கும் நடைமுறையை சமணர்கள் தீர்மானமாக நிராகரித்தார்கள். வேறு வார்த்தைகளில் சொல்வதென்றால், வன்முறைத் தளத்தில் உண்மையான செய்முறைக்குக் குறியீட்டுரீதியான செயல் பதிலியாகச் செயல்பட முடியும் என்றே சமணர்கள் நம்பினார்கள். இந்த நம்பிக்கையானது பார்ப்பனிய நடைமுறைகளோடு ஏற்பட்ட ஊடாட்டத்தின் விளைவாய், குறிப்பாக மிருகங்களைப் பலிகொடுப்பது என்ற பிரச்சினைக்குரிய குரூரச் சடங்கு நடைமுறையால் சமணத்துக்குள் ஊடுருவியிருக்கலாம். சமணத்தில் ஒருசில பிரிவினர், வேதச் சடங்குகளைத் தன்வயப்படுத்திக்கொண்டிருந்தார்கள். ஆனால்,

உண்மையானதற்குப் பதிலாகக் குறியீட்டுரீதியான பதிலியை வேண்டினார்கள். இங்கு ரத்தமும் சதையுமாக மிருகங்களைப் பலிகொடுப்பதற்குப் பதிலாக, சமணர்கள் பிசைந்த, உலர்ந்த மாவால் செய்யப்பட்ட மிருகங்களைப் பலிகொடுத்தார்கள். இப்படி, ஒன்றையொன்று ஊடுருவி, ஒவ்வொன்றும் மற்றதை உருமாற்றும் போக்குதான், பார்ப்பனியத்துக்கும் சிராமணர்களுக்கும் இடையேயான பெரும் யுத்தத்தின் சுவாரஸ்யமான பகுதிகளாக இருக்கின்றன. குறியீட்டுரீதியான பதிலியைப் பலிகொடுக்கும் இந்தச் சங்கடத்தை சங்கல்ப இம்சையாக (வன்முறைக்கான விருப்புறுதி) சமணம் அர்த்தப்படுத்தியது. குறியீட்டு நிலையிலிருந்து யதார்த்தமாக உருமாறும் நிலையை விவரிப்பதற்குப் படைப்பூக்கம் கொண்ட பாய்ச்சல் தேவைப்படுகிறது. இப்படிக் குறியீடுகள் யதார்த்தமாக சிதைந்துபோவது என்பது வரலாற்றுரீதியான குறியீடுகளின் மோதல்களையும் எதிர்ப்புகளையும் பங்கேற்க அழைக்கும் போக்கை உள்ளியல்பாகக் கொண்டிருக்கிறது என்பதைத்தான் வெளிப்படுத்துகிறது.

நினைவுகள், வேட்கைகள், குறியீடுகள் ஆகியவற்றுக்கு இடையே மிகச் சிக்கலான உறவுமுறைகளை சமண அண்டவியல் கொண்டிருக்கிறது. வேட்கை என்பது மனதின் மிக அடர்த்தியான நிலை. இது விருப்புறுதியை முட்டுக்கொடுத்து நிறுத்துவதற்குத் தேவையான சக்தியைக் கொண்டிருக்கிறது. வரலாற்றுரீதியான பிரக்ஞையாகவும் வேட்கை இருக்கிறது. வரலாற்றை உந்தித்தள்ளுவதில் இது முக்கியமான சக்தியாகிறது. அதனால்தான், சாதகமான மாற்றத்துக்கான சக்தியை வேட்கை கொண்டிருப்பதாகச் சில சிந்தனையாளர்கள் வாதிடுகிறார்கள். நினைவுகள், வேட்கை இரண்டையும் இணைத்துப்பார்ப்பதோடு, இவ்விரண்டின் ஒன்றிணைவு வேறு வழியில்லாமல் குறியீடுகள் ஊடாக எவ்வாறு வன்முறையை உற்பத்திசெய்கிறது என்று சமணம் தெளிவாக முன்வைக்கிறது. குறியீடுகள், தடைப்படுத்தப்பட்ட வேட்கைகளைத் தன்வயப்படுத்திக்கொண்டிருப்பதோடு அதைக் குறிப்பதாகவும் இருக்கிறது. இது, ஒரு கருத்தை அது கொண்டிருக்கும் செயல்நுட்பத்தின் ஊடாக யதார்த்தமாக உருமாற்றுகிறது.

பதிமூன்றாம் நூற்றாண்டைச் சேர்ந்த சமணக் கவிஞரான ஜானா, அவருடைய கன்னடச் செவ்வியல் காவியமான 'யசோதரா'வில் கற்பனையோடு நினைவுகளும் வேட்கைகளும் வன்முறைக்கான குறியீடுகளோடு அங்ககமாக இணையும் செயலாக்கத்தைக் கதையாடலாக விவரிக்கிறார். ஜானாவின் காவியமானது பாலுறவு, வன்முறை என்ற இரட்டைத்தன்மையினூடாகச் சிந்தனையைத் தூண்டும் கதையாடலாக அமைகிறது. இந்தப் புனைவின் பின்னணி மிகவும் சுவாரஸ்யமானது. அரசன் யசோதரா, அவனுடைய அழகான மனைவி, அரண்மனையில் மிகவும் கோரமாக இருக்கும் ஒரு யானைப் பாகனோடு முறையற்ற உறவுகொண்டிருப்பதைக் கேள்விப்பட்டு அதிர்ந்துபோகிறான். அவன் மனச்சோர்வோடு இருப்பதற்கான காரணியத்தை அவனுடைய தாயார் கேட்கும்போது, யசோதரா 'மனைவியின் தகாத காரியத்தை மறைக்க' பொய் சொல்கிறான். பெண் தெய்வத்தை அமைதிப்படுத்துவதற்குப் பலிகொடுக்கலாம் என்று அவனுடைய தாயார் யோசனையை முன்வைக்கிறார்.

அரசியலும் வன்முறையும் 187

ஆனால், சமணனாக இருப்பதால் அரசனால் அந்த யோசனையை ஏற்றுக்கொள்ள முடியவில்லை. 'ரத்தம் எப்போதும் ரத்தத்தையே வேண்டிநிற்கும்' என்று அவனுடைய தாயாரோடு வாதிடுகிறான். குறைந்தபட்சமாக, பிசைந்த மாவைக் கொண்டு செய்யப்பட்ட கோழியையாவது கடவுளுக்குப் பலிகொடுக்க வேண்டும் என்றும், அதுவும் அன்போடு கொடுக்க வேண்டும் என்றும் யசோதராவை அவனுடைய தாயார் ஏற்றுக்கொள்ள வைக்கிறார். பிறகு, பெண் தெய்வமான சந்திரிக்காவை அமைதிப்படுத்துவதற்காக, அரசன் அவனுடைய தாயாரோடு கோயிலுக்குப் போகும்போது என்ன நடந்தது என்று கவிஞர் விவரிக்கத் தொடங்குகிறார்:

அரசன் கோயில் படிகளில் ஏறினான்,
அவனுக்குப் பின்னால் தொடர்ந்தார்கள்
பக்தர்கள் கூட்டம் வரிசையாய்
படையல்களை, பூக்களை, வாசனைத் திரவியங்களை
வெள்ளித்தட்டில் சுமந்தபடி.
மாவில் பிசையப்பட்ட அழகான கோழி
ஒரு நிலைமேடையில்.

இருந்தாலும் போகிற வழியில்,
ஒரு தீய சக்தி, தனிமையில் இருந்த கோழியால் கவர்ந்திழுக்கப்பட்டது.
அதனுள் நுழைந்து அதை ஆட்கொண்டது.
அந்தச் சிற்பம் அரசன் முன் கொண்டுவரப்பட்டபோது,
தாய் அவருடைய ஆசீர்வாதங்களை உரக்க வழங்கினார்.
அரசனின் வாள் அதன் மேல் பாய்ந்தது.
அதன் கழுத்தில் வாள் இறங்கியபோது
துண்டிக்கப்பட்ட தலை எகிறிப்போய் குப்பையில் உருண்டபோது
உரத்துக் கூவும் சத்தம்
கோழியின் வாயிலிருந்து வெளியேறியது.
சிற்பத்துக்குள் வசித்துவந்த தீயசக்தியின் அழுகை
சத்தமாகவும் தெளிவாகவும் இருந்தது.
தொடர்ச்சியாகப் பாவங்களுக்கு அழைப்புவிடுத்ததுபோல்
அரசன் வாழ்க்கையில் வந்திறங்கக்கூடியதுபோல்.
துண்டிக்கப்பட்ட தலையிலிருந்து அழுகை ஒலி
கணங்கள் நகரநகரக் கூடிக்கொண்டேபோனது.
அரசன் கைகளிலிருந்து வாள் நழுவியது.
பலவீன இதயம் கொண்ட மனிதன்போல்
ஒருவனை நோக்கி ஊர்ந்துவரும் பாம்பை எதிர்கொள்ள
திடீரென்று அழைப்பு விடுக்கப்பட்டதுபோல்
அரசன் வாயடைத்துப்போனான்.
நடக்கப்போவதை அறிந்தவன்போல்
நடப்பதற்கு முன் செயலற்றுக்கிடந்தான்.
அரசன் சிந்தித்தான்: ஏன் என் தாயிடம் பொய் சொன்னேன்

மனைவியின் தகாத காரியத்தை மறைக்க
கனவு குறித்து ஏன் சொன்னேன்? ஏன் என் தாய்
பலிகொடுக்கக் கட்டாயப்படுத்தினாள்?
ஏன் மாவுபோல் மென்மையாக இருந்த கோழி,
உயிர்பெற்று உரக்க அழுதது?
ஐயோ, இதையெல்லாம் யாரால் புரிந்துகொள்ள முடியும்
விதியின் விளையாட்டா இது?[19]

பாபர் மசூதி என்ற குறியீட்டை ஒருவிதமான வரலாற்றுரீதியான, அரசியல்ரீதியான நினைவுகளின் வெளிப்பாடாக சாராம்சவாத இந்து அடிப்படைவாதிகள் முன்வைப்பதை நாம் இங்கு நினைவில் கொண்டுவர வேண்டியுள்ளது. அவர்களைப் பொறுத்தமட்டில், மசூதியை இடிப்பதும் ராமர் கோயில் கட்டுவதும் ஓர் இந்து தேசிய–அரசைக் கட்டுவதற்கான அவர்களது விருப்புறுதியின் குறியீடாகவும் இருக்கிறது. ஆர்எஸ்எஸ்ஸின் செய்தித் தொடர்பாளர் சொல்வதுபோல், மசூதியின் இருப்பு என்பதே, முஸ்லிம்களிடம் இந்துக்கள் பட்ட அவமானங்களைத் தொடர்ந்து நினைவூட்டிக்கொண்டிருக்கும் துயரமாகவே இருக்கிறது. இந்து சாராம்சவாதிகள், பாபர் மசூதியை 'பிசையப்பட்ட மாவி'னாலான கோழியாகப் பார்க்கிறார்கள் என்றாலும், அது உண்மையிலேயே உயிர்பெற்று, கூவத் தொடங்குகிறது. குறியீட்டில் குடிகொண்டிருந்த தீயசக்தி வேறு எதுவுமில்லை, அது 'வன்முறைக்கான விருப்புறுதியே'. இங்கு இந்துவின் வேட்கையானது 'கோழை'யான இந்துக்களின் வரலாற்றுரீதியான நடத்தையின் 'அவமான'த்தை மறைக்க முயல்வதாக இருக்கிறது. இருந்தாலும், ஜானாவின் பார்வை (யசோதரா சரித்திரம் அதுதான்) ஊறுபடத்தக்க குறியீடுகளை மையமாக வைத்து இயங்கும் எத்தகைய செயல்பாட்டையும் நிராகரிப்பதாக இருக்கிறது. சமணமானது பல யதார்த்தங்கள் என்ற அடிப்படையை ஏற்றுக்கொள்கிறது என்றாலும், அது வன்முறை போன்ற விஷயங்களைப் பொறுத்தமட்டில், எல்லையில்லாப் பன்முகத்தன்மையை அனுமதிப்பதில்லை. இங்கு பன்முகத்தன்மை என்பது சில வகையான அபாயகரமான குறியீடுகளோடு அறமற்று, அறிவார்த்தமாக உறவுகொள்வது என்று அர்த்தமாவதில்லை. சமண அண்டவியலானது குறியீடுகளின் கட்டமைப்பை வகைப்படுத்திப் படிநிலைப்படுத்துகிறது. இத்தகைய அர்த்தத்தில், இது காந்தி பழகிய குறியீட்டுரீதியான அன்றாடத்தன்மை வடிவங்களிலிருந்து வேறானதாக இருக்கிறது.

இந்திய மத்தியதர வர்க்கத்தினர், நம் கதையில் வரும் அரசன் யசோதரா போன்றவர்கள். இவர்கள்தான், இந்து தேசியவாதம், நவீன சுதந்திரவாதம் ஆகிய 'இரண்டு போட்டியாளர்களின் போர்க்களம்' ஆகிறார்கள்.[20] தீயசக்திகளை வழிபடும் யசோதராவின் தாயார், அவனை ஆட்கொண்டிருக்கும்

19 *Janna, trans. T.R.S.Sharma (1993: 34–5). [ஔவை சு.துரைசாமி இந்தக் காவியத்துக்கு உரை எழுதியுள்ளார். – மொ.ர்.]*

20 *Ashis Nandy, et al., (1995: 65).*

மனச்சோர்விலிருந்தும் அவமானத்திலிருந்தும் வெளியேறுவதற்குக் குறைந்தபட்சம் குறியீட்டுரீதியாகவேனும் வன்முறைச் செயலைச் செய்ய வேண்டும் என்பதில் தீர்மானமாக இருக்கிறார். இதற்கு நிகராக, இந்து சாராம்சவாதக் கதையாடல்களில் பாலியல்ரீதியான உருவகங்களும் மறைமுகமான அர்த்தங்களும் அளவுக்கு அதிகமாக வெளிப்படுவதை நாம் கவனிக்க வேண்டியுள்ளது. சொல்லப்போனால், இவர்கள் கற்பழிப்பு, பாலியல்ரீதியான தாக்குதல், ஆண்மை, ஆண்மையற்றதன்மை ஆகிய உள்ளடக்கங்களைத் திரும்பத்திரும்பப் பயன்படுத்தி, இந்து மத வரலாற்றை மாற்றியெழுதுகிறார்கள். இது, பிரமிக்கத்தக்க வகையில் படிமங்களும் உட்கருத்துகளும் தொடர்ந்துகொண்டிருக்கும் அற்புத விஷயமாகிறது: 600 வருடங்களுக்கு முன்னால் காமம், வேட்கை ஆகியவற்றின் அடிப்படையில் சமணர்களால் ஆராயப்பட்டது, இன்று வரலாற்றுரீதியான புகழூக்கான அரசியல்ரீதியான இந்து மனதை இச்சையாக ஆக்கிரமித்துக்கொண்டிருக்கிறது. உடல்ரீதியான வேட்கையானது தேசிய-அரசுக்கான வேட்கையாக உருமாற்றம்கொள்கிறது.

இத்தகைய செழிப்பான, சிக்கலான முறைப்படுத்தலோடு ஒப்பிடும்போது, நவீன சுதந்திரவாதிகள் (அல்லது அதன் நீட்சியாக இடதுசாரிகள்) குறியீடுகள் குறித்துக் கருத்தியல்ரீதியாகவோ நடைமுறைரீதியாகவோ கட்டமைப்புவாதம் தவிர வேறு மாற்று முறை எதையும் கொண்டிருக்கவில்லை. இருபதாம் நூற்றாண்டில் ஓர் இந்து மனநிலையில் ஏற்பட்டுள்ள மாற்றங்களைப் புரிந்துகொள்ள இவர்களிடம் எப்படிப்பட்ட முறையும் இல்லை. இருந்தாலும், முரண்நகையாக இந்த உரையாடலில் பங்கேற்கிறவர்கள் எல்லோரும் (இந்து சாராம்சவாதிகளும் சுதந்திரவாதக் கட்டமைப்புவாதிகளும்) இந்துப் பண்பாட்டு ஒருமைப்பாடு என்ற பிரம்மாண்டமான செயல்நுட்பம் என்பதிலும், எதிர்ப்பு நீரோட்டங்கள் என்று அழைக்கப்படுபவைகூட இறுதியாக இந்து மதம் என்னும் பெருங்கடலில் சங்கமிக்கின்றன என்பதிலும் உறுதியாக இருக்கிறார்கள். இந்தியவியல் பனுவல்களும் பொருள்கோளியல் முறைகளும் இத்தகைய கருத்தமைவை மேலும் திடப்படுத்தியுள்ளன. காலனியத்தின், உயர்சாதிகளின் அறிவு நடைமுறைகள் எவ்வாறு ஒன்றிணைகின்றன என்பதை இந்தப் போக்கு ஓரளவு பிரதிபலிப்பதாக இருக்கிறது. வேறு வார்த்தைகளில் சொல்வதென்றால், காலனியக் காலத்தில் உருவாக்கப்பட்ட அறிவு வடிவங்களும், இந்திய மதங்களை விளக்கும் அதன் முயற்சிகளும் இந்து மதம் பெரும் சிக்குப்புழை என்ற எண்ணத்தை ஏற்படுத்துவதில் வெற்றிபெற்றுள்ளன. இத்தகைய வடிவங்களில், தீவிரையான மாற்றுக் கட்டமைப்புகள்கூட இந்த நுட்பமான சிக்குப்புழைச் சட்டகத்தின் ஒரு பகுதியாக மாற்றப்படுகின்றன.

நாட்டார் கடவுள்கள்: பன்மடங்காக்கப்பட்ட ராமர்

இந்தியாவின் பன்முகத்தன்மையை எவ்விதத்திலாவது அங்கீகரிக்க வேண்டுமென்றால், இத்தகைய ஒருமைப்பாடுவாதிகளின் அணுகுமுறையை நாம் நிராகரிக்க வேண்டியிருக்கிறது. குறியீடுகளை முன்வைத்து சாராம்சவாதிகள் ஏற்படுத்தும் அச்சுறுத்தல்களிருந்து மீள்வதற்கு வேறுபாடுகளை மீட்டெடுப்பதே சிறந்த வழியாகிறது. இவ்விஷயத்தைப் பொறுத்தமட்டில், தலித் இயக்கம் கீழ்நோக்கிய கலாச்சார வெளி உருவாக்கத்துக்கு அழுத்தம் கொடுத்து நமக்குப் புதிய பாதையைக் காட்டியுள்ளது. கடந்த காலங்களிலும்கூடக் கீழ்ச்சாதிக் கற்பனைகள் பல ராமர்களை உருவாக்கியுள்ளன. ஆனால், நான் முன்னர் குறிப்பிட்டிருப்பதுபோல் இந்து சாராம்சவாதிகளைப் பொறுத்தமட்டில் ஒரேயொரு கடவுள்–நாயகன்தான் இருக்க முடியும் என்பதற்கு அழுத்தம் கொடுத்து, அதை அவர்கள் வேண்டும் தேசிய–அரசுக்கான குறியீடாக மொழியாக்கம் செய்கிறார்கள். பிறகு, வலதுசாரி இந்து எதைக் கடவுள் ராமர் என்பதாக முன்னிறுத்துகிறாரோ, அது அவருடைய கற்பனையில் உள்ள சமூகத்தின் கண்ணாடி பிம்பமாக இருக்கிறது. இத்தகைய அர்த்தத்தில் சொல்வதென்றால், சாராம்சவாதிகளுக்கும் கட்டமைப்புவாதிகளுக்கும் இடையேயான யுத்தம் என்பது அரசியல்ரீதியான பிரதேசத்துக்கான யுத்தமாகிறது.

மதரீதியான நாட்டார் கற்பனைகளும் குறியீடுகளும் பிரதிநிதித்துவப்படுத்தப்படும் முறை இரண்டு வழிகளில் இந்து அடிப்படைவாதத்தின் அஸ்திவாரத்தைத் தாக்குவதாக இருக்கிறது: ஒன்று, இவர்கள் வரலாற்றுரீதியான தகவல்களை ஆன்மீகரீதியான குறியீடுகளோடு இணைக்க மறுக்கிறார்கள். இரண்டு, இவர்கள் பல்வேறுபட்ட மதரீதியான வெளிகளையும் உருவங்களையும் ஒன்றிணைக்கிறார்கள். இப்படியாக முழுமுற்றான அர்த்தப்பாடுகள் என்று ஒன்று உருவாவதை ஏறக்குறைய சாத்தியமில்லாமல் செய்கிறார்கள். நான் இவ்விரண்டு குணாம்சங்களையும் விளக்க வேண்டும்.

வரலாற்றுரீதியான தகவல்களையும் ஆன்மீகரீதியான குறியீடுகளையும் ஒன்றிணைக்கும் இந்து சாரம்சவாதிகளின் உத்தி குறித்து நான் ஏற்கெனவே விவாதித்துள்ளேன். நாட்டார் கற்பனைகள் குறியீடுகளை, அது கடவுள்களாகவே இருந்தாலும், கருத்தமைவுத் தளத்தில் எல்லையற்றதாக மாற்றி இந்த இணைப்பைத் துண்டித்துவிடுகின்றன. வேறு வார்த்தைகளில் சொல்வதென்றால், நாட்டார் கற்பனைகள் குறியீடுகளை வரலாற்றுநீக்கம் செய்கின்றன, வெளிசார்நீக்கம் செய்கின்றன. தொடக்கத்திலேயே இவை வட்டாரரீதியான தனித்தன்மையையும் மெய்ப்பிக்கக்கூடிய பிற தகவல்களையும் அப்புறப்படுத்துகின்றன. ஒவ்வொரு நாட்டார் மரபும் அதற்கான அயோத்தியையும் தண்டகாரண்யத்தையும் சரயூ நதியையும் கொண்டிருக்கிறது. இவையெல்லாம் மிக அருகில் இருக்கக்கூடியவையாகவும் இருக்கின்றன. சாராம்சவாதிகள் முறையும், வரலாற்றியலாளர்கள் முறையும் ராமரையும் அயோத்தியையும் ஒரு குறிப்பிட்ட பகுதியோடு கட்டிப்போட விரும்புகின்றன

என்றால், நாட்டார் கற்பனைகள் அதை எல்லா இடங்களுக்குமானவையாக விரிக்கின்றன. கடவுள்களோடு தொடர்புடைய நாட்டார் வெளிகள் இவ்வாறு பெருகுவது வேறு வழியில்லாமல் சாராம்சவாதிகளால் வெறுப்போடும் அச்சத்தோடும் பார்க்கப்படுகிறது.

நாட்டார் கற்பனையானது பிரமிப்பையும் பணிவையும் அகற்றிவிடுகிற அதே அளவுக்குக் கடவுள்–நாயகர்களோடு அன்னியோன்னியமாக்குகிறது. சாராம்சவாதியின் கற்பனையானது கடவுளை அரசின் வெளிப்பாடாகப் பார்க்கிறது. (விசித்திரமாக ராஜ பிரத்தியாக்ஷா தேவதா (raja pratyaksha devatta) அல்லது 'யதார்த்தத்தில் அரசன் கடவுளாக' என்ற கருத்தாக்கத்தின் முரண்நகையான தலைகீழாக்கமாக இருக்கிறது). இப்படியாக அது கடவுளிடம் பணிந்துபோகும் உறவை வேண்டுகிறது. நாட்டார் வடிவங்கள் கடவுள்களைக் கிண்டலடிக்கின்றன; ஏன், நையாண்டியும்கூடச் செய்கின்றன. கடவுள்களின் தார்மீகத் தகுதியானது ஈவிரக்கமில்லாமல் விசாரணைக்கு உட்படுத்தப்படுகிறது. வால்மீகி ராமாயணத்தில், ராமரைச் சிக்கலில் மாட்டிவிடும் பகுதிகள் போதுமான அளவுக்கு இருக்கின்றன என்றாலும், வால்மீகியின் தொனியானது நையாண்டி செய்வதாகவோ வம்புக்கு இழுப்பதாகவோ கண்டிப்பாக இல்லை என்பதைச் சுட்டிக்காட்ட விரும்புகிறேன்.

நான் இங்கு கன்னட நாட்டார் காவியமான படதா (Patada) ராமாயணத்தை எடுத்துக்கொள்கிறேன். இதில் சீதைக்கு — ஒரு செவ்வியல் மனதால் சிந்தித்தும் பார்க்க முடியாத — வேறு விதமான அகவயத்தன்மை கொடுக்கப்படுகிறது.[21] சீதை அவளுடைய கணவன்–அரசனிடமிருந்து உளவியல்ரீதியாக முழுமையாக விடுதலை பெற்று, ராவணன் மீது ரகசியமாக மோகம்கொள்கிறாள். அவள், ராவணனின் ஓவியத்தைத் தன்னுடைய படுக்கை விரிப்பில் மறைத்துவைத்திருக்கிறாள். இது வெளியே தெரியவரும்போது, ராமனோடு மிகக் கசப்பான சண்டை உண்டாகிறது. வேறு வார்த்தைகளில் சொல்வதென்றால், நாட்டார் மரபின் மையப்போக்கானது கடவுள்கள் குறித்துக் கதை சொல்வதற்கு அழகியல்ரீதியானதையும் மதரீதியானதையும் ஒன்றிணைப்பதை முதன்மையான கட்டமைப்பாகக் கொண்டிருக்கிறது என்றால், நவீன–கால இந்துவின் அரசியல்ரீதியான வாசிப்பில் அது வரலாற்றையும் மதத்தையும் கலப்பதாக இருக்கிறது. இறுதி முடிவு பிரமிக்கத்தக்க முறையில் வேறானதாக இருக்கிறது. கடவுள்களைப் புவிசார்–வரலாற்று யதார்த்தமாக நாட்டார் வடிவங்கள் பாவிப்பதில்லை. இதனால், இவை இந்து சாரம்சவாதியின் லட்சியத்தின் அஸ்திவாரத்தையே கரைப்பவையாக இருக்கின்றன. நாட்டார் ராமர்களும் சீதைகளும் தங்களுடைய செவ்வியல் வடிவங்களின் அரசியல் திட்டங்களைப் பார்த்துக் கேலிசெய்கிறார்கள்.

21 *Patada Ramayana (Bangalore, 1954).*

முடிவுரை

அறிவறிதல் தளத்திலிருந்து சொல்வதென்றால், சமகால இந்தியாவின் பன்முகத்தன்மைக்குப் பெரும் ஆபத்தானது குறியீடுகள் தளத்திலிருந்தும், இவை நினைவுகளுடன் கொண்டிருக்கும் உறவிலிருந்தும் வரக்கூடியதாக இருக்கிறது. ராமர் அல்லது பாபர் மசூதி என்ற குறியீடுகள்தான் இந்தியச் சமூகத்தின் பன்முகத்தன்மையைச் சிதைக்க முயலும் சக்திகளைப் பிரதிநிதித்துவப்படுத்துகின்றன. நான் இங்கு, பன்முகத்தன்மை நிலைத்திருப்பதற்குக் குறியீடுகள் சார்ந்த அரசியல் விளைவுகளை ஆராய்ந்துள்ளேன். இந்தப் பிரச்சினையை அணுகுவதற்கு உலகளாவிய முறையைப் பயன்படுத்துவதைக் காட்டிலும், குறியீடுகள் மீது கவனம் செலுத்தி, வரலாற்றுரீதியான யதார்த்தம் குறித்துப் பரந்துபட்ட தளத்திலான உண்மையை வெளிக்கொணர முயல்வது மேலானதாக இருக்கும் என்று நினைக்கிறேன்.

குறியீடுகளின் இந்த இருண்ட, கருத்த உலகுக்குள் பயணம் மேற்கொண்ட பின், ஒரு செயல்பாட்டாளர் அழுத்தம் கொடுக்கும் பிரச்சினை ஒன்று தானாக முன்வந்துநிற்கிறது: அறிவார்த்தரீதியான, அரசியல்ரீதியான பயிற்சியாக, பன்முகத்தன்மைக்கான ஒரு மாற்றுக் கலாச்சாரக் குறியீடுகளைப் பிரக்ஞைபூர்வமாகக் கட்டமைக்க முயல்வது ஏற்புடையதாக இருக்குமா? இத்தகைய முயற்சிகள் மீது எனக்கு நம்பிக்கையில்லை என்பதோடு இத்தகைய திட்டங்களின் பயன்பாடு குறித்து சந்தேகமும் கொள்கிறேன். ஒரு குறுக்கீட்டாளர் முறையிலான இத்தகைய செயல்பாடுகள், எல்லாத் தரவுகளையும் பனுவல்களாகப் பாவித்துப் பன்முகத்தன்மையின் எதிரிகளுக்கு எதிரான யுத்தத்தில் அவற்றைக் கருவிகளாக அல்லது ஆயுதங்களாகப் பயன்படுத்த முயல்கின்றன. இதன் உள்ளார்ந்த அபாயம் என்னவென்றால், இத்தகைய சக்திகளைப் பயன்படுத்தக்கூடியதாக ஒன்றுசேர்க்கவோ முன்வைக்கவோ புறவயப்படுத்தவோ முடியாது என்பதுதான். சமூகத்தில் சகிப்புத்தன்மைக்கு உந்துசக்தியாக இருப்பது பிரக்ஞையற்றதன் பகுதியாக உள்ளது. இத்தகைய போக்கு அன்றாட வாழ்க்கை வடிவத் திரள்களில் உட்பொதிந்திருக்கிறது. சகிப்புத்தன்மையைத் திட்டமிட்ட செயல்பாட்டின் மூலம் அரசியல்ரீதியான கதையாடல்களுக்குள் கொண்டுவர முடியாது.

மற்றொரு கேள்வியும் பதில் வேண்டி நிற்கிறது: பன்முகத்தன்மையைக் கட்டிக்காப்பதில் மிகச் சரியாக நினைவுகளின் பங்கும் பயன்பாடும் என்ன? நினைவுச் சின்னங்கள் ஒரு வெகுஜன முறையாகிறது. மேற்கத்தியச் சமூகங்கள், இன வன்முறையை விழிப்புடன் நினைவுகூர்தலை அருங்காட்சியகங்கள் ஊடாக முழுநிறைவாக்கியுள்ளன. சமூகங்கள் மூடிக்கொள்வதற்கான, நிலப்பரப்புகளைத் தனியாதிக்கமாக்குவதற்கான வழிமுறைகளை வெறிபிடித்துத் தேடும்போது அரசியல் அபாயச் சங்கை இயக்கிவிடும் தளத்தில் நினைவுகூர்தல் வேலைசெய்கிறது. மறதியின் கவித்துவமானது அன்றாட வாழ்வின் இயல்புத்தன்மையைக் காப்பாற்றும் தளத்தில் செயல்படுகிறது.

மீண்டும், இலக்கியரீதியான கற்பனைகளே இத்தகைய நிலைப்பாட்டைக் கொண்டாடுகின்றன. இது மிக ஆழமான அரசியல் விளைவுகளைக் கொண்டதாக இருக்கிறது. மேலும், இது நினைவுகளைக் கடந்து வாழ்க்கையைத் தக்கவைத்துக்கொள்ளும் சக்தியானது மறதிக்கு உள்ளது என்ற உரிமையை முன்வைப்பதாகவும் இருக்கிறது — பிறகு இதுவே, சரிப்படுத்துவதற்கான முன்னெச்சரிக்கை நடவடிக்கைகளை உருவாக்கவும் செய்கிறது.[22]

[இந்தக் கட்டுரை பிப்ரவரி 3–5, 1997–ல் டூரினிலில், 'தற்கால இந்தியாவில் அரசியல், பண்பாடு, சமூக–பொருளாதார இயக்கவியல்' என்ற தலைப்பில் நடந்த கருத்தரங்குக்காக எழுதப்பட்டது.]

⊙

22 பாகிஸ்தான்–இந்திய எழுத்தாளரான சாதத் ஹசன் மண்ட்டோவின் சிறுகதை ஒன்று இந்தக் கருத்தை மிகச் சிறப்பான முறையில் விளக்குகிறது. 'கோல் தோ' என்ற சிறுகதை, மறதியின் கவித்துவம் கொண்டிருக்கும் குணப்படுத்தும் சக்தியை மிகச் சிறப்பாக வெளிப்படுத்துகிறது. [தமிழில் 'திற' என்று மொழியாக்கம் செய்யப்பட்டுள்ளது. பார்க்கவும்: 'மண்ட்டோ படைப்புகள்' –மொ.ர்].

12

வன்முறையின் அறமும் அழகியலும்

ஒரு அறிவார்த்த நடைமுறையாக உலகமயமாக்கலும் மத அடிப்படைவாதமும் அங்ககமாக இணைக்கப்பட்டிருக்கின்றன. இரண்டுமே, ஒத்த வடிவில் நினைவுத் தளங்களில்தான் யுத்தம் நடத்துகின்றன. மேற்பரப்பில் உலகமயமாக்கலை அடிப்படைவாதம் எதிர்த்துநிற்பது போன்ற தோற்றத்தைக் கொடுத்தாலும், யதார்த்தத்தில் ஒரு பிரச்சினையை வரையறுக்கும் முறையில் இரண்டுமே ஒரு பொதுத்தன்மையைப் பகிர்ந்துகொள்கின்றன. கடந்த காலத்தைச் சகித்துக்கொள்ள முடியாததால் மக்களின், குழுகங்களின் நினைவுகளை வன்முறையாக அழிக்கும் நடைமுறையாக உலகமயமாக்கல் ஆகிறது என்றால், அடிப்படைவாதமும் இதே உத்தியைக் கடந்த காலத்துக்கும் எதிர்காலத்துக்குமானதாகத் தழுவிக்கொள்கிறது. தற்கால இந்தியாவில், பொருளாதார உலகமயமாக்கல் பின்னணியில், அடிப்படைவாதம் என்பது நினைவுகளை அதற்கு சாதகமாக மாற்றியமைப்பதோடு, நினைவுகள் அத்தனை பலம் கொண்டு அழுத்தப்படுவதால், அவை உண்மையான வரலாற்றில் வன்முறையாக வெடிக்கின்றன. ஆக, அடிப்படைவாதமானது தோற்றவெளிரீதியான பயிற்சியாக மாறி நினைவுகளை மோசடியாக மாற்றியமைக்கும் ஒன்றாகிறது. இந்தப் பின்னணியில், இன்றைய இந்து அடிப்படைவாத அவதாரத்தில் மூன்று குணாம்சங்களை அடையாளம் காண விரும்புகிறேன்: முதலாவதாக, தொன்ம–அரசியல்ரீதியான கதையாடல்களை உருமாற்றுவதன் ஊடாகவே அடிப்படைவாதம் அதை நிலைநிறுத்திக்கொள்கிறது. வேறு வார்த்தைகளில் சொல்வதென்றால், அரசியல்ரீதியான ஒருமம் குறித்த எதேச்சாதிகார வாசிப்பானது ஒப்பற்றதாக முன்வைக்கப்படுகிறது. இரண்டாவதாக, இது குறியீட்டுரீதியானதற்கும் வரலாற்றுரீதியானதற்கும் இடையேயான வேறுபாடுகளை அழித்து, பிந்தையதை முந்தையதில் மூழ்கடிக்கிறது. மூன்றாவதாக, அடையாளங்களை வரையறுப்பதில் மருளிய பண்புகளை மறுதலிக்கிறது. மருளியலானதன் இடத்தை வரலாறு எடுத்துக்கொள்கிறது.

முதலாவது குணாம்சத்தை, ஏ.கே.ராமானுஜனால் பிரபலமாக்கப்பட்ட நாட்டார் ராமாயணத்தை எடுத்துக்காட்டாகக் கொண்டு விளக்குகிறேன். ராமன்,

அவனுடைய தந்தையின் கட்டளைப்படி காட்டுக்குப் போகத் தயாராகும்போது, சீதை அவனைப் பின்தொடர்ந்துவருவதாகச் சொல்கிறாள். சொல்லப்போனால், தொடக்கத்தில் சீதை முன்வைத்த எல்லா வாதங்களையும் ராமன் நிராகரிக்கிறான். இறுதியாக, நிதானம் இழந்த சீதை தன்னுடைய கணவனோடு செல்லவில்லை என்றால், வரும் தலைமுறையினர் அவளைப் பற்றி என்ன நினைப்பார்கள் என்று கேட்கிறாள். சீதையின் கேள்வி இயல்பாகவே ராமனின் ஆவலைத் தூண்டிவிடுகிறது. மேலும், சீதை இப்படியான விளக்கத்தைத் தர வேண்டிய நிலைக்குக் கொண்டுவிடுகிறது: 'எனது சிறு வயது முதல் நான் கேட்டுக்கொண்டிருக்கும் எல்லா ராமாயணக் கதைகளிலும், எவ்வித மாற்றமும் இல்லாமல் சீதை ராமனைப் பின்தொடர்ந்துதான் செல்கிறாள்'. இப்போது அந்தத் தொடர்ச்சியை சீதைக்கு மறுக்க முடியாது என்பதால் அவளுடைய காரணிகளை ராமன் ஏற்றுக்கொள்ள வேண்டியிருந்தது. இந்து மதரீதியான பார்வையில் ராமனைப் போன்று முக்கியத்துவம் வாய்ந்த சிவனைக் குறித்து, பாதி-பூர்வக்குடியின் ஒரு நாட்டார் நிகழ்த்துக் கலையிலிருந்து மற்றொரு எடுத்துக்காட்டைச் சொல்லலாம். சிவனின் தந்தை (செவ்வியல் புராணங்களில் இப்படியான ஒருவர் இல்லவே இல்லை) தன் மகன் மணந்துகொண்ட புதிய பெண்ணான பார்வதியைத் தன்னோடு சமமாகப் பகிர்ந்துகொள்ள வேண்டும் என்கிறார். பெருமளவு பார்வையாளர்களாக இருந்த பூர்வக்குடிகள் அவர்கள் வணங்கும் கடவுளுக்கும் அவரது மனைவிக்கும் நேர்ந்த நகைச்சுவையான சங்கடத்தைக் கண்டு வெடித்துச்சிரித்தார்கள். அன்றைய இரவு என்னுடன் இருந்த ஒரு பழமைவாத இந்து நண்பன் கோபத்தில் வெடித்தான். 'கடவுள்களை இவ்வளவு முட்டாள்தனமாகக் கிண்டலடிக்கக் கூடாது' என்றான்.

என் நண்பனின் சங்கடத்திலிருந்துதான் அடிப்படைவாதம் பிறக்கிறது என்று நான் முன்வைக்க விரும்புகிறேன். வேறு வார்த்தைகளில் சொல்வதென்றால், மற்ற வாசிப்புகளைவிடக் குறிப்பிட்ட வாசிப்புக்கு மட்டுமே அதிகாரத்துவமிக்க முக்கியத்துவம் கொடுப்பதே அடிப்படைவாதமாகிறது. வேறு முறைகளிலான வாசிப்பையும், வரலாற்றுரீதியான உட்கருத்துகள் உருவாக்கத்தையும் நிராகரிப்பதிலிருந்துதான் சம அளவில் வைத்துப் பார்க்கும் கொள்கை மறுதலிக்கப்படுகிறது. அரசுமைய அர்த்தப்பாடுகளுக்கு ஏற்ப ராமாயணத்தை வளைக்க முடியும் என்பதால்தான் தற்கால இந்து மதம் இந்தப் பனுவலைப் பயன்படுத்திக்கொள்கிறது. நாட்டார்களின், பூர்வக்குடிகளின் அல்லது சீதையை நாயகியாகக் கொண்டிருக்கும் சாக்த (*Shakta*) ராமாயண மரபு போன்று வேறான வாசிப்புகளை முன்வைக்கும் ராமாயணப் பதிப்புகளை நிராகரிக்க வேண்டியிருக்கிறது. சமூக அடையாளங்கள் சார்ந்துதான் அடிப்படைவாதம் தழைக்க முடியும். இது அதன் உள்ளாரக் கொண்டிருக்கும் நினைவுகளை மாற்றியமைத்து, உள்ளபடியே மதத்தை ஒரு சமூக அடையாளமாக மறுவுருவாக்கம் செய்கிறது. பொதுவாக, அடிப்படைவாதியின் அரசியல்ரீதியான கற்பிதம் கைக்கொள்ளும் உத்திகள் என்னவாக இருக்கின்றன என்றால், அவை சுற்றுப்புறத்தை ஆன்மீகமயமாக்குகின்றன என்றால், காலத்துக்கு அப்பாற்பட்டதை வரலாற்றுரீதியாக்குகின்றன. கடந்த நூறு ஆண்டுகளாக, இந்தியாவில் இவ்விரண்டு உத்திகளும் ஒன்றிலிருந்து ஒன்றைப் பிரிக்க முடியாத

அளவுக்கு இணைந்து காணப்படுகின்றன. இந்தக் கதையாடலில், இன அழிப்பு என்ற கருத்து எங்கோ ஓர் இடத்தில் தோன்ற வேண்டியுள்ளது. ஆனால், அடிப்படைவாதிகள் கைக்கொள்ளும் முறைகள் எப்போதும் யுத்தங்களாகவும் நேரடி வன்முறைகளாகவும் இருக்க வேண்டிய அவசியம் ஏதுமில்லை. அவை மறைமுகமான வன்முறை மூலமாகக்கூட ஓர் இனத்தை உருமாற்றியமைப்பதை அதன் குறிக்கோளாகக் கொண்டிருக்க முடியும். வன்முறையின் முகவர்கள் அறரீதியாக நியாயப்படுத்தும் தயாரிப்புகளில் சுயபிரதிநிதித்துவம் பெருமளவு பங்காற்றுகிறது. இந்து மதத்தைப் பொறுத்தமட்டில், அது வன்முறையை மிகப் பிரம்மாண்டமான, ஏன் பிரபஞ்ச அளவில் கொண்டாடும் நீரோட்டத்தைச் சேர்ந்ததாகவும் இருக்க வேண்டியிருக்கிறது. இது பெரும்பாலும் வரலாற்றின் குழப்பங்களைச் சரிசெய்யும் ஒன்றாகவும் பார்க்கப்படுகிறது.

எனக்கு முன்னால், வன்முறைப் பாத்திரத்தை ஏற்ற நடிகர்கள் மூன்று பேர் நிற்கிறார்கள். காவல் துறையைப் பொறுத்தமட்டில், இவர்கள் பெங்களூரில் நடந்த மதக் கலவரங்களில் ஈடுபட்டவர்கள். கிருஷ்ணன் — மூன்று நடிகர்களில் ஒருவன், தன்னம்பிக்கையின் எல்லைக்கும் பதற்றத்தின் எல்லைக்கும் இடையே ஊசலாட்டத்தில் இருப்பவன். ஆனாலும், குறிக்கோள் மீதான அவனது தெளிவு அசைக்க முடியாததாய் இருந்தது. அவன் அசாத்திய உறுதிப்பாட்டோடு சொல்கிறான்: 'வன்முறை என்பது அறுவைச் சிகிச்சை போன்றது. அது ஒரு நிமிடத்தில் காரியத்தை முடிக்கிறது. ஆனால், அரசாங்க முறையோ காந்திய முறையோ ஹோமியோபதி மருத்துவம் போன்றது. சார், அவை வேலை செய்யலாம், செய்யாமலும் போகலாம். ஆனால், கத்தி நிச்சயமாக வேலையை முடித்துவிடும்.'

நான் அவனுடைய வெறுப்பு மனநிலையைக் கண்டு வாயடைத்துப்போனாலும், அவன் பயன்படுத்திய உருவகத்தின் பொருத்தத்தைக் கவனித்தேன்: 'நீ முஸ்லிம்களிடம் சிக்கிக்கொள்ள நேர்ந்து, அவர்கள் உன்னைக் கொன்றால் என்ன செய்வாய்? உனக்கு மரணத்தைக் கண்டு அச்சமில்லையா?' என்று கேட்டேன். நான் ஒரு பொதுவான மனிதனின் பதிலை அல்லது அச்சத்தை ஒப்புக்கொள்ளும் பதிலைத்தான் எதிர்பார்த்தேன். கிருஷ்ணன் இவ்வாறு பதில் சொன்னான்: 'சந்தேகமில்லாமல், நாம் எல்லோருமே மரணத்தைக் கண்டு அச்சப்படுகிறோம். ஆனால், இது கடவுளின் விளையாட்டு. நம்மால் இதைத் தவிர்க்க முடியாது.' உச்சகட்ட நியாயப்படுத்தல் என்னவாக இருக்கிறது என்றால், மிகப் பணிவான முகவர் பெரும் லட்சியத்துக்கு சேவைபுரிவதாகவே இருக்கிறது. தனிமனித சுயம் எப்போதும் அழிக்கப்படுகிறது. இது கூட்டு அடையாளத்தின் மதமாகிறது; வன்முறை அதோடு ஒன்றிணைந்த சடங்காகிறது.

தற்காலத்தில், கூட்டு அடையாள நலனுக்கான முகவர்களின் வன்முறைப் போக்கைப் புரிந்துகொள்ள, நாம் கடந்த காலத்துக்குப் போவதே சிறந்த

வழி என்று நினைக்கிறேன். எதிர்காலத்தைக் கட்டியமைக்க, கடந்த காலத் தரவுகளைத் தேடிப்போவதே மிகச் சிறந்த வழியாகிறது.[1]

I

ராணுவத் தீர்ப்பாயத்தின் தலைவர்: டாக்டர் காஃப்மன் (Kaufmann), இந்த ராணுவத் தீர்ப்பாயமானது அதனால் முடிந்த அளவுக்குச் சட்டத்துக்கு உட்பட்டு விசாரிக்க வேண்டிய வழக்குகளைச் சட்டத்துக்கு உட்பட்டே விசாரிக்க விரும்புகிறது. நீங்கள் உங்களுடைய பேச்சின் முதல் பன்னிரண்டு பக்கங்களில் முன்வைத்திருப்பது போன்று மிகவும் பொதுப்படையான, குழப்பமான, தெளிவற்ற தத்துவார்த்தக் கருத்துகளின் அடிப்படையில் விசாரிக்க முடியாது. ஆகையால், இந்தத் தீர்ப்பாயம் அந்தப் பக்கங்களை நீங்கள் படிக்கக் கூடாது என்று கருதுகிறது. — சர்வதேச ராணுவத் தீர்ப்பாயம், நூரம்பர்க், ஜூலை, 9, 1946.

நாஜிகள் மீதான வழக்கில், பிரதிவாதிகள் முன்வைத்த 'தெளிவில்லாத மீபௌதிக் கோட்பாடு'களைக் கேட்பதற்கு சர்வதேச ராணுவத் தீர்ப்பாயத்தின் தலைவருக்கு சற்று பொறுமை இருந்திருக்க வேண்டும். அடையாள உருவாக்கத்தில் வன்முறை பயன்படுத்தப்படும் மீபௌதிக அடிப்படைகளோடு விருப்பமின்மையே இதுகுறித்த பெரும்பாலான வாசிப்புகளில் காணப்படுகிறது. மேலும், சார்புடைமையாக்க (belonging) உணர்வு உருவாக்கும் முடிவேயில்லாத வன்முறையை ஆராயும் சமூக அறிவியலாளர்களைக் குழப்பமடையவும் செய்கிறது. ஒரு புள்ளிவிவரத்தின்படி, இருபதாம் நூற்றாண்டில் தோராயமாகப் பன்னிரண்டு கோடி மக்கள், கூட்டு அடையாளம் என்ற புலத்தில் கொல்லப்பட்டிருக்கிறார்கள்.[2] 'இன அழிப்பு' சுயவரையறைக்கான வெகுஜன இயக்கங்களோடு முழுமையாகக் கலந்துவிட்ட ஒன்றுபோலவே தெரிகிறது.[3] அடையாள அரசியலின் இத்தகைய அசாத்தியமான வளர்ச்சி குறித்து சில அறிஞர்கள், வன்முறைப் பயன்பாட்டை இவர்கள் ஆதரிக்கிறார்கள் என்ற அர்த்தத்தில் இல்லை என்றாலும், 'இனரீதியான மறுமலர்ச்சி' என்பதாக

1 நாகராஜ் வரைவாக எழுதிவைத்திருந்த கட்டுரை ஒன்றில் இந்தச் சிறிய முன்னுரையை எழுதியிருந்தார். கன்னடத்தில் பிரசுரமான கட்டுரையில் இந்தப் பகுதி சேர்க்கப்படவில்லை என்றாலும், நான் இங்கு சேர்த்திருக்கிறேன். ஏனெனில், வன்முறையான முகவர்கள் தோன்றுவதை விளக்குவதற்கு ஏன் நாகராஜ் நூரம்பர்க் வழக்கை எடுத்துக்கொள்கிறார் என்பதை இது விளக்குவதாக இருக்கிறது. – [தொ.ர்].

2 Louis Horowitz (1989: 2).

3 1948-ல் இன அழிப்பு தொடர்பாக நடந்த ஐ.நா. மாநாட்டில் இன அழிப்பு இவ்வாறு வரையறுக்கப்பட்டது: 'தேசிய, இன, மதக் குழுமங்களை முழுமையாகவோ பகுதியாகவோ அழிக்கும் நோக்கத்தைக் கொண்டது'. இது பிற வடிவங்களிலான படுகொலைகளை, அரசியல்ரீதியானது உட்பட இந்த வரையறைக்குள் சேர்க்கவில்லை.

வரையறுக்கிறார்கள். பொதுவாக, மிகச் சிக்கலான காரணிகள் கொண்டு இதில் பங்கேற்கும் மக்களின் சுயங்களை ஆராய்வதைக் காட்டிலும், இன அழிப்புக்கு அரசு பிரதான முகவராக இருப்பதால், இத்தகைய வாசிப்புகளின் கவனக்குவிப்பு அரசு மீதாக இருக்கிறது. தன்னையே அழித்துக்கொள்வதற்கும் பிறரை அழித்தொழிப்பதற்கும் தயாராக இருக்கும் இத்தகைய போக்கு எனக்கு மத்திய காலத் தென்னிந்தியாவில் காணப்பட்ட கருட மரபை நினைவூட்டுகிறது. அதாவது, இந்த மரபில் ஓர் அரசன் மீது பற்றுடைய போர்வீரன் ஒருவன், அந்த அரசன் இறந்தவுடன் அவனும் தீக்குளித்து மடிகிறான். இதனால், கருடர்கள் அச்சத்துக்கான மூலமாகப் பார்க்கப்பட்டதில் ஆச்சரியப்பட ஏதுமில்லை. எது இவர்கள் மீது இத்தகைய அச்சத்தை உருவாக்கியது என்றால், இவர்கள் இவ்வுலகில் பொருளியல்ரீதியாக எத்தகைய சுயநலமும் இல்லாதவர்களாக இருந்தார்கள். இவர்களைப் புரிந்துகொள்ள, நான் சமணர்களின் நிலைப்பாட்டைப் பின்தொடர விரும்புகிறேன். ஒரு மானுட சுயமானது பொருளியல்ரீதியான தற்பெருக்கீடுப் பிடியிலிருந்து விலகி இருக்குமானால், அதை ஆன்மீகரீதியான விமர்சனத்தின் ஊடாக மட்டுமே புரிந்துகொள்ள முடியும் என்கிறார்கள் சமணர்கள். ‘காரணிகளுக்கு அப்பாற்பட்ட’ சக்தி என்பதாக இதை வரையறுப்பதில் பயனேதுமில்லை. எப்படியிருந்தாலும், வன்முறைக்கான முகவர்களின் பகுத்தறிவற்ற தன்மை மீது கவனம் குவித்தாலும், இத்தகைய போக்கை ஓரளவு மட்டுமே அதனால் விளக்க முடிகிறது.[4] இப்போது கருட மரபு நம் எல்லோரையும் ஆக்கிரமித்திருக்கிறது. இது ‘உலகங்க’ளுக்கு இடையேயான வேறுபாடுகளை அகற்றி ஒருமட்டமாக ஆக்குகிறது.[5] அரசியல்ரீதியான சார்புடைமையாக்க வாழ்விடமோ வன்முறை என்ற செங்கற்கள் கொண்டு கட்டப்பட்டதாக இருக்கிறது.

புதிய கருடர்கள் உருவாக்கத்தை, ஆன்மீகரீதியான வாதமுறைகளையும் சமூக அறிவியல்ரீதியான கருவிகளையும் கொண்டு ஒருசில வகைப்பாடுகளைச் சரியான அளவில் ஒன்றிணைப்பதன் மூலமாகத்தான் நாம் புரிந்துகொள்ள முடியும். இந்தக் கட்டுரை, இத்தகைய திசையில் போவதற்கான சிறிய முயற்சியே.

4 *Walker Connor (1993: 374-89). இனரீதியான தேசியவாத உரையாடல்களில் ஆசிரியர் திரும்பத்திரும்ப இந்தப் படிமங்களை – ரத்தம், குடும்பம், சகோதரர்கள், தாய், மூதாதையர்கள், வீடு – பயன்படுத்துகிறார். இந்த விவாதங்களில் எதிர்பார்த்ததுபோல், சுயம் என்று ஏதும் இல்லாமல்போகிறது.*

5 *போஸ்னியா, தென்னாப்ரிக்கா, இந்தியா, ஸ்ரீலங்கா முதல் ஜெர்மனி, பிரிட்டன் வரை வெறுக்கப்படும் மற்றமை மீது வன்முறைகள் அதிகரித்துக்கொண்டேபோகின்றன. சுவாரஸ்யமான சில புள்ளிவிவரங்கள்: பிரிட்டனில் ஒரு வருடத்தில் 1,30,000 இனவெறுப்புச் சம்பவங்கள் நடந்திருக்கின்றன. ஜெர்மன் இணைவுக்குப் பிறகு அந்நியர்கள் மீது தோராயமாக வருடத்திற்கு 2,000 தாக்குதல்கள் நடக்கின்றன. 1993-ல் இது சற்றே குறைந்துள்ளது.*

II

சார்புடைமையாக்க உணர்வை வடிவமைத்துக்கொடுக்கும் முறைகளில் வன்முறையின் பங்கைப் புரிந்துகொள்ளவே முயல்கிறேன். இன்னும் துல்லியமாகச் சொல்வதென்றால், முதலில் வன்முறையைப் பிரதிநிதித்துவப்படுத்தும் கதையாடல்களின் அழகியல் கட்டுமானங்கள் மீதும், பிறகு இத்தகைய கட்டுமானங்களை வடிவமைத்த அறரீதியான அமைவுகள் மீதும் நான் கவனம் செலுத்த விரும்புகிறேன். ஒருவிதமான சார்புடைமையாக்க உணர்வே மனிதர்களைக் கொல்வதற்கான, தற்கொலை செய்துகொள்வதற்கான பலிபீடத்தைக் கட்டியமைக்கிறது. இத்தகைய மாந்திரீக நடைமுறைகளுக்கு வன்முறையானது அவசியமான இடையகமாகிறது. மானுடம் தன்வயப்படுத்திக்கொண்டிருக்கும் அழிக்கவே முடியாத தீவினையை வெளிப்படுத்துவதாகப் பார்த்து, இத்தகைய மரபுகளை நாம் புறந்தள்ளிவிட முடியாது. இப்படியான சூழ்நிலையில் வன்முறை என்பது ஏதோ விதிவிலக்காக இல்லாமல் முதன்மையான சடங்காகிறது (மஹா மாடா). இது மிகத் தீவிரமாக மனதை ஒருமுகப்படுத்துவதன் ஊடாக அது விரும்பும் குறிக்கோளை உருவாக்க முயல்கிறது. அதாவது, இது ஒரு விதமான சுயஉணர்தலாகிறது. ஆனால், அதில் சுயம் என்று ஏதுமில்லை; அரக்கனே அங்கு பதுங்கியிருக்கிறான்.

இடுகாடுகளில் செய்யப்படும் ரகசிய நடைமுறைகளின் *(Smashana Sadhana)* புனிதத் தீநாக்குகள் மரணத்துக்கு அழைப்புவிடுவதுபோல் அழைப்புவிடும் இந்த சார்புடைமையாக்க முறைதான் என்ன? நம்முடைய காலத்தில் இவ்வளவு மோசமான வலிகளுக்கும் துயரங்களுக்கும் காரணியமாக இருக்கும் இந்த மதத்தின் குணாம்சம்தான் என்ன?

இனி வரும் கதையைச் சுலபமாகப் புரிந்துகொள்ளும் விதமாக, நான் அதைச் சுற்றுப்புறத்தை ஆன்மீகரீதியாக்கும் முறை என்று அழைக்க விரும்புகிறேன். இது ஒருவரின் தானென்ற அடிவான எல்லைகளை விரிவுபடுத்துவது அல்லது தற்காத்துக்கொள்வது என்பதோடு தொடர்புடையதாக மட்டுமே இல்லை.[6] இது அதைக் காட்டிலும் மிக அடிப்படையானதாகவும் சிக்கலானதாகவும் இருக்கிறது. இது, சுற்றுப்புறத்தை ஆன்மீகரீதியாக்கும் தீவிரச் செய்முறையாகிறது. மேலும் இது, குறிப்பிட்டுச் சொல்வதென்றால், நான்கு விஷயங்களை மனித எல்லைக்கு அப்பாற்பட்ட தளத்துக்கு உயர்த்த முயல்கிறது: கடவுள் அல்லது முழுமுற்றான ஒன்றின் வெளிப்பாடுகள், மொழி, ரத்தம், நிலம். சார்புடைமையாக்க உணர்வை மருளியலானதாக்குவதற்கு இந்த நான்கும் மிக அவசியமாகின்றன என்று நான் முன்வைக்க விரும்புகிறேன். இது தொடர்பாக என்னுடைய முதல் கூற்று என்னவென்றால், கால–வெளிக்கு அப்பாற்பட்ட வரலாற்றுரீதியான முறைகள் குறித்தும் கலைகள் குறித்தும் உச்சகட்ட உணர்ச்சிகளை உருவாக்கக்கூடிய சார்புடைமையாக்க முறைகளே தலைச்சுற்றும்

6 தானென்ற அடிவான எல்லை என்ற கருத்தாக்கத்தை ஹஸ்ஸெரல் *(Husserl)* பயன்படுத்துகிறார். இந்தக் கருத்தாக்கத்தை வால்கர் கான்னரும் *(Walker Connor)* அவரது கட்டுரையில் பயன்படுத்துகிறார். பார்க்கவும்: அடிக்குறிப்பு–4.

உயரத்துக்கு வன்முறையைக் கொண்டுசெல்லக்கூடியதாக இருக்கிறது. சார்புடைமையாக்க உணர்வானது கவிதை, தொன்மம் போன்ற உப்பு கொண்டு பாதுகாக்கப்படுகிறது; வளர்த்தெடுக்கப்படுகிறது. இதில் தொன்மமானது சமகாலக் கதையாடல்களில், அதாவது ஊடகங்களில் உற்பத்திசெய்யப்படுவது உட்பட, பல்வேறு வடிவங்களைப் பெற்றுக்கொள்கிறது. ஆனாலும் பொதுவாக, பண்பாட்டிலும் இலக்கியங்களிலும் பிரமிக்கத்தக்க சாதனைகளைச் சாத்தியப்படுத்திய புலங்களும் குறியீடுகளும் பொருட்களுமே சுலபமாக அணுகக்கூடிய குறியீடுகளை உருவாக்கும் சக்தியையும் கற்பனையையும் அதற்குள்ளாகக் கொண்டிருக்கின்றன. எடுத்துக்காட்டாக, வால்மீகி ராமாயணத்தையும் துளசிதாஸ் ராமாயணத்தையும் எடுத்துக்கொள்வோம். பெரும் விளைவுகளைக் கொடுக்கும் விதமாகத் தற்கால அரசியலுக்கு இவற்றைப் பயன்படுத்திக்கொள்ள முடியும். ஏன், பயன்படுத்தவும் செய்கிறார்கள். வெறும் பயன்பாட்டுரீதியான காரணிகளால் முன்வைக்கப்படும் நோக்கங்களையும் குறியீடுகளையும் காட்டிலும் சார்புடைமையாக்க உணர்வை இன்னும் சிறப்பாக ஊடுருவி வடிவமைக்கக்கூடியதாக மூலமுதல் இருக்கிறது. வேறு வார்த்தைகளில் சொல்வதென்றால், பிரம்மாண்டமும் சீரழிவும் ஒன்றோடொன்று அங்ககமாகப் பின்னிப்பிணைந்திருக்கின்றன.

இங்கு, ஒன்றிணையும் மருளியலான உணர்வு, வரலாற்றின் பிடியிலிருந்து அதை விடுவித்துக்கொள்ள முயலவில்லை. மாறாக, வரலாற்றின் குறுகிய சந்துபொந்துகளில் உள்ள பிற எல்லாவற்றையும் அழித்தொழிக்க முயல்கிறது. நாம் இத்தகைய செய்முறையைப் பௌத்த வகைமைகள் கொண்டு ஆராய்வோம் என்றால், அனுபவரீதியான, தோற்றப்பாட்டியல்ரீதியான யதார்த்தமானது ஆன்மீகரீதியான உயரத்துக்குக் கொண்டுசெல்லப்படுகிறது. வரலாறும் வாழ்க்கையும் அழகியல் கட்டுமானங்களாகப் பார்க்கப்படுகின்றன. இந்த அழகியல் கட்டுமானங்கள் ஒருவகையாக ஊறுவிளைவிக்கும் மீபௌதிக ஊகத்தின் வடிவமாகின்றன.

பதிமூன்றாம் நூற்றாண்டைச் சேர்ந்த கன்னடக் கவி ஜன்னாவின் ‘யசோதர சரித்திரம்’ என்ற சமணக் காவியத்தைப் பயன்படுத்தி, இத்தகைய வன்முறைப் பூசாரிகள் குறித்த என் வாசிப்பை முன்வைக்க விரும்புகிறேன்: இத்தகைய பூசாரிகள் யான்தரா (*Vyantara*) தேவர்களை வழிபடுகிறவர்களாக இருக்கிறார்கள் அல்லது சந்தகர்மாவின், அதாவது வன்முறை கொண்ட பெண் தெய்வமான மாரியின் பூசாரிப் பண்பைக் கொண்டவர்களாக இருக்கிறார்கள். இவர்கள் செய்யும் கொலைகளின் சரித்தன்மை குறித்து அறரீதியாக மிகவும் உறுதியாக இருக்கிறார்கள். ‘சட்டப்படி ஆட்சி’ என்ற கருத்தமைவு இவர்களுடைய உலகப் பார்வையின் தர்மத்துக்கு அந்நியமானதாக இருக்கிறது. தீர்ப்பாயம் மிகவும் உணர்வுபூர்வமாகத் தூக்கிப்பிடிக்கும் ‘இயற்கையாக நீதி’ என்பதுபோன்ற ஒரு வகை இவர்களிடம் கிடையாது. எப்படியிருந்தாலும், பெரும்பாலான மதங்கள் தெய்வீகத்தன்மையிலான வன்முறை நடைமுறைகளைத் துருவியகழ்ந்தும்

இருக்கின்றன, அங்கீகரித்தும் இருக்கின்றன.[7] ஆக, வன்முறைக்கும் கூட்டு அடையாளத்துக்கும் இடையேயான தொடர்பை ஆராயும் என்னுடைய இந்த முயற்சியில், இருபடித்தான பிரச்சினைகளோடு நான் உரையாட வேண்டியுள்ளது: மானுடரீதியான அக்கறைகளைத் தக்கவைத்துக்கொண்டே, ரத்தத்தை எதிர்கொள்ள நேரிடும்போது எதிர்கொள்ளும் உள்ளார்ந்த குமட்டலிலிருந்து தப்பிப்பதற்கு மானுடரீதியான கட்டமைப்பின் வரம்புகளைக் கடந்துபோகும் செயல். இரண்டாவது பிரச்சினை, அரசியல் உள்ளடக்கங்கள் செயல்படும் விதத்தை வெளிக்கொணரும் விதமாக உள்நோக்கிய பார்வையை முன்வைக்கும் மதரீதியான வகைமையோடு தொடர்புடையதாக இருக்கிறது.

III

வேறு வழியில்லாமல் நூரம்பர்க் வழக்குப் பனுவல்கள் நோக்கி ஒருவர் தள்ளப்படுகிறார். ஏனெனில், ரத்தத்தையும் நிலத்தையும் மையமாகக் கொண்டு சுற்றுப்புறத்தை ஆன்மீகரீதியாக்கும் செய்முறையில் ஒருவர் கட்டமைக்கும் பெரும்பாலான பிரதிநிதித்துவ வகைகளை இந்தப் பனுவல்கள் கொண்டிருக்கின்றன. இந்த வழக்கு நோக்கி நான் சென்றதற்கு வேறொரு தவிர்க்க முடியாத காரணியம் ஒன்றுள்ளது — நான் சொல்லப்போவதை முரண்நகையானது என்றோ, மேற்குக்கு எதிரானது என்றோ எடுத்துக்கொள்ளக் கூடாது: இருபதாம் நூற்றாண்டில் மேற்கு படைத்த ஒரே வாய்மொழிக் காவியம் இந்த வழக்குதான். 'வரலாற்றோடு இணைந்தும் கடந்தும் மிக நீண்ட கதை சொல்லும் கவிதை' என்ற வாய்மொழிக் காவியத்துக்கான வரையறையானது இந்த வழக்குப் பனுவல்களுக்குப் பொருந்தக்கூடியதாக இருக்கிறது — அதாவது, நம்முடைய விமர்சனபூர்வமான வாசிப்பானது கற்பனாபூர்வமாக இருக்கும் என்றால். இந்தப் பனுவலானது வாய்மொழிக் காவியங்களில் எப்போதும் உள்ளடக்கமாக இருக்கும் ஒன்றைத்தான் முன்வைக்கிறது, துருவியகழ்கிறது. அதாவது, வன்முறைக்கான மூலமும் அதை நியாயப்படுத்தும் மீபௌதிகரீதியான வாதங்களும். அதீத உற்சாகம் கொண்ட நாஜிக்களும், ஏன், நாஜிக்களை எதிர்த்த நாடுகளும்கூட இந்த 'விசாரணை'யை இருபதாம் நூற்றாண்டின் 'வீரகாவிய'மாக வாசிக்க முடியும். மேலும், வாசகர்கள் அவர்களுடைய அரசியல் நிலை சார்ந்து அவர்களுக்கான நாயகர்களைத் தேர்ந்தெடுத்துக்கொள்ளவும் முடியும். இதையெல்லாம் மீறி, சார்புடைமையாக்க உணர்வுகளை வடிவமைப்பதற்கு, வன்முறையின் பாத்திரத்தை மீள்கட்டமைப்பதற்குக் காவியங்கள் வேறு விதக் கோட்பாட்டுரீதியான வெளிகளை உருவாக்கிக்கொடுக்கின்றன. இவை, இன்றைய சமூக அறிவியல்களில் வன்முறை குறித்தும் இன அழிப்பு குறித்தும் காணப்படும் உரையாடல்களில் ஆதிக்கம் செலுத்தும் நவீன ஐரோப்பிய

7 புதிய மதரீதியான இயக்கங்களை முன்வைத்துப் புனிதப்பட்ட வன்முறை என்ற உள்ளடக்கம் குறித்த விவாதத்துக்குப் பார்க்கவும்: Mark Juergensmeyer (1993).

வகையான மானுடத்தன்மையிலிருந்தும் சுதந்திரவாத நிர்ப்பந்தங்களிலிருந்தும் நம்மை விடுவிக்கின்றன.

எனக்கு முன்னால் மூன்று கற்றறிந்த மனிதர்கள் நிற்கிறார்கள்: டாக்டர் ஓட்டோ நெல்தே (*Otto Nelte*), டாக்டர் குர்ஃப் காஃப்மன் (*Kurt Kaufmann*), டாக்டர் தோமா (*Thoma*). இம்மூவரும், நூரம்பர்க் வழக்கில் பிரதிவாதிகளின், அதாவது நாஜி அதிகாரக் கட்டமைப்பைச் சேர்ந்த மூன்று முக்கியப் புள்ளிகளான கெய்டெல் (*Keitel*), கால்டென்புரூனர் (*Kaltenbrunner*), ரோசன்பர்க் (*Rosenberg*) ஆகியோருக்கான வழக்குரைஞர்கள். நான் குற்றஞ்சாட்டப்பட்டவர்களின் நேரடி வாக்குமூலங்களை எடுத்துக்கொள்ளாமல், அவர்களுடைய வழக்குரைஞர்களின் கதையாடல்களைத் தேர்ந்தெடுத்துக்கொள்கிறேன். ஏனெனில், இந்தக் கதையாடல்கள்தான் குற்றவாளிக் கூண்டில் நிற்கும் மனிதர்கள் பலரின் செயல்களில் காணப்படும் அழகியல்ரீதியான, அறரீதியான கட்டமைப்புகளை மிகச் சிறப்பாக வெளிக்கொணர்கின்றன. தத்துவார்த்தரீதியாகவும் உளவியல்ரீதியாகவும் தெளிவான கதையாடலை முன்வைப்பதற்குக் குற்றஞ்சாட்டப்பட்டவர்களைவிட, அவர்களுடைய வழக்குரைஞர்கள் சாதகமான நிலையைக் கொண்டிருக்கிறார்கள். வேறு வார்த்தைகளில் சொல்வதென்றால், வழக்குரைஞர்கள் பாணர்கள் என்றால், குற்றஞ்சாட்டப்பட்டவர்கள் நடிகர்கள் ஆகிறார்கள். தங்களுடைய கட்சிக்காரரின் கதையைச் சொல்லும்போது, கவிஞர்கள் சிலிர்த்துப்போகிறார்கள், உணர்ச்சிவசப்படுகிறார்கள், வருத்தம்கொள்கிறார்கள், குழம்பிப்போகிறார்கள்; மேலும், தங்களைத்தாங்களே பெரும் துயரத்துக்குள் தள்ளிவிட்டுக்கொள்கிறார்கள். சொல்லத் தேவையேயில்லை என்றாலும், கூட்டு அடையாளத்தை முன்வைத்து வன்முறையை நியாயப்படுத்தும் வாதங்களில் இவையே மிகச் சிறப்பாக இருக்கின்றன.

நாம் டாக்டர் நெல்தேவைக் கொஞ்சம் கவனமாகக் கேட்போம். இந்த வழக்கில் சாட்சிகளாகவும் சான்றாயர்களாகவும் இருப்பவர்கள் – இதில் இன்றைய வாசகர்களாக இருப்பவர்களும் இணைக்கப்படுகிறார்கள் – இந்த நிகழ்வுகளிலிருந்து போதுமான அளவுக்கு விலகியதன்மை கொண்டிருப்பதை உறுதிப்படுத்திக்கொண்ட பிறகே, குற்றஞ்சாட்டப்பட்டவர்களின் கதைகளுக்கு எதிர்வினையாற்ற வேண்டும் என்பதில் குறியாக இருந்தார்கள். வார்த்தைகளுக்கோ வகைமைகளுக்கோ டாக்டர் நெல்தே கொஞ்சமும் தடுமாறவில்லை. அவரைப் பொறுத்தமட்டில் இது ஒரு நாடகம்; அதுவும் கொடூரமான நாடகம்.

> ஆகவே, இந்தக் கொடூர நாடகத்தில் நடிகர்களாகத் தோன்றியவர்கள், அவர்களை [அரசாங்க வழக்குரைஞர்கள்] பொறுத்தமட்டில் 'குற்றவாளி'களாகிறார்கள். நிகழ்வுகளிலிருந்து எந்த அளவுக்கு மானுடர்கள் விலகி இருக்கிறார்களோ, எந்த அளவுக்கு விளைவுகளை மட்டுப்படுத்தும் தன்மையில் அந்த நிகழ்வைப் பார்க்க முடிகிறது; உணர்ந்துகொள்ள முடிகிறது. அதாவது, மானுட வளர்ச்சியின் வரலாறு

> என்ற சட்டகத்துக்குள்ளாக இருந்து — மெய்யான நடப்புகளையும் அகரீதியான உந்துணர்வுகளையும் ஒதுக்கித்தள்ளி — பாரபட்சமற்ற தன்மையில் தீர்ப்புரைப்பதாக இருக்கிறது. இப்படியான வழியில், தன்முனைப்பு கொண்ட நபர்களையும், நிகழ்வில் இவர்கள் ஏற்றிருக்கும் பாத்திரத்தையும் நம்மால் இன்னும் சிறப்பாக அடையாளம் காண முடிகிறது. ஆனால், நாம் நிகழ்வுகளின் சமீபத்திய மனப்பதிவுத் தாக்கத்தில் இருக்கும் வரை, நாம் அப்படி இருக்கிறோம் என்பது உண்மைதான் என்றாலும், குற்றவுணர்வுக்கும் விதிக்கும் இடையேயான எல்லையை நாம் உணர்ந்துகொண்டாலும், நம்மால் அதை அவ்வளவு தெளிவாக அடையாளம் காண முடியவில்லை.[8]

இந்த நிலைப்பாடு, பின்னர் பலராலும், வேறு பலராலும் பலமுறை முன்வைக்கப்படுகிறது.

சுவாரஸ்யமாக, கவிஞர்-வழக்குரைஞர் டாக்டர் நெல்தே அவருடைய நிலைப்பாட்டை ஒரு கலைப் படைப்பாகப் பார்த்து எதிர்வினையாற்றும்படி நம்மிடம் வேண்டுகிறார். எட்வர்ட் பியுலோவின் (Edward Bullow) மிகப் பிரபலமான விமர்சன வகைமையான 'உளவியல்ரீதியான இடைவெளி' என்பதோடு டாக்டர் நெல்தேவின் வாதங்கள் கொண்டிருக்கும் நெருக்கத்தை அவ்வளவு சுலபமாக நம்மால் புறந்தள்ளிவிட முடியாது. சொல்லப்போனால், சம்ஸ்கிருதக் கவிதையியலும் இதற்கு நிகரான கருத்தமைவைக் கொண்டிருக்கிறது: தேஸ கால விஷேஸவேஷா. இதை நாம் இப்படியாக விளக்கிக்கொள்ளலாம்: ஒரு கலை ஆக்கத்தைப் படைப்பதிலும் வாசிப்பதிலும் பௌதிகரீதியான வெளி சார்ந்தும், உளவியல்ரீதியான காலம் சார்ந்தும் ஓர் இடைவெளியைக் கொண்டிருந்தால்தான் அதன் முக்கியத்துவத்தை ஆழமாகப் புரிந்துகொள்ள முடியும். நெல்தேவின் வார்த்தைகளில் சொல்வதென்றால், 'நிகழ்வுகளின் சமீபத்திய மனப்பதிவுகள்' நம்முள் உருவாக்கும் பிரத்யேக உணர்வுகள், அழகியல்ரீதியான அனுபவ மையத்தை அடைவதிலிருந்து நம்மைத் தடுக்கிறது. வரலாற்றை ஓர் அழகியல் கட்டுமானமாகக் கவிஞர்-வழக்குரைஞர் உருமாற்றுகிறார்!

நாம் கதையாடலின் பனுவலுக்குத் திரும்புவோம். அவர், மற்றவர்களோடு சேர்ந்து என்ன சாதிக்க விரும்புகிறார்? வழக்குரைஞர்கள் மேற்கொள்ளும் முயற்சிகளைத் தொகுத்துச் சொல்வதென்றால், அவர்கள் பெருமளவிலான கற்பனா சக்தியைப் பயன்படுத்தி அவர்களுடைய சகாப்தத்தின் வரலாற்றுரீதியான அனுபவங்களை ஒரு துன்பியலாக முன்வைக்க முயல்கிறார்கள். இங்கு ஒரு விளக்கத்தைக் கொடுப்பது பொருத்தமாக இருக்கும்: இங்கு துன்பியல் என்ற பதம் பொதுப்புத்தி சார்ந்து இல்லாமல் அதன் பொதுவான அர்த்தத்தில் பயன்படுத்தப்படுகிறது; அரிஸ்டாட்டில் முன்வைத்ததன் பிரதான குணாம்சங்களைக் குறிக்கும் வகையில் முன்வைக்கப்படுகிறது.

8 *International Military Tribunal Proceedings, Nuremberg, vol. XVIII, p. 9.*

நாம் இப்போது என்னுடைய இரண்டாவது கூற்றுக்கு வருகிறோம்: சுற்றுப்புறத்தை ஆன்மீகப்படுத்தும் முறையில் வன்முறையைப் பயன்படுத்துகிறவர்கள் – அதாவது, இங்கு விவாதித்துக்கொண்டிருக்கும் விஷயத்தைப் பொறுத்தமட்டில் செமிடிக் அடையாளத்துக்கு எதிரானவர்கள் – அவர்களுடைய கதையாடலைத் துன்பியலாக வெளிப்படுத்துகிறார்கள். அவர்களுடைய தோல்வி அல்லது மரணம்கூட அவர்களுடைய குழுகத்தால் கொண்டாடப்பட வேண்டியதாகிறது. அதனால்தான், இன வன்முறைக் கதையாடல்களில் துன்பியல் கட்டமைப்பு மீதான ஈர்ப்பு மிக ஆழமாக வேர்கொண்டுள்ளது.

துன்பியல் வடிவத்தை இங்கு கொண்டுவந்திருப்பதால், பிறகு அதை மேலும் ஆராய்வதற்கு, டாக்டர் நெல்தே நம்மை கெய்டெலின் ஆய்வுக்கு அழைத்துச்செல்கிறார். தொடக்கத்திலிருந்தே இந்தக் கவிஞர்–வழக்குரைஞர்கள் எல்லோரும் மிகத் தெளிவாக, போர்க் குற்றவாளிகள் என்று அவர்களுடைய கட்சிக்காரர்கள் வரையறுக்கப்படுவதை ஏற்றுக்கொள்ள மறுத்தார்கள். இவர்கள், இறுக்கமான சுயபிரதிபலிப்போடு குற்றஞ்சுமத்தப்பட்டவர்களை நாயகர்களாக முன்வைத்தார்கள். டாக்டர் நெல்தே 'ஹமார்டியா' *(hamartia)* அல்லது துயரமான பிழையின் இருப்பைத் தவிர, அவருடைய கட்சிக்காரரின் போற்றத்தக்க குணாம்சங்களை ஆராயத் தொடங்குகிறார். அரிஸ்டாட்டிலைப் பொறுத்தமட்டில், துயரமான பிழை ஒன்றுதான் நாயகனின் குறையாக இருப்பதோடு, அதுவே அவனது வீழ்ச்சிக்கும் காரணியமாகிறது. இத்தகைய துயரமான பிழையானது தெய்வீக விருப்புறுதியின் ஒரு பகுதியாகவும் இருக்கலாம்.

> குற்றஞ்சுமத்தப்பட்டுள்ள கெய்டெல் உலகளாவிய மனச்சாட்சியின் எச்சரிக்கைக் குரலைக் கேட்கத் தவறிவிட்டார். ஒரு போர்வீரனின் வாழ்க்கைக்கான கொள்கைகள் அவரிடம் மிக ஆழமாக வேர்கொண்டு இருந்ததால், அதுவே அவருடைய சிந்தனைகளையும் செயல்களையும் பிரத்யேகமாக ஆட்சிபுரிந்தன. அவருடைய புரிதலுக்கு உட்பட்டு விசுவாசமாக இருப்பது, உண்மையாக இருப்பது போன்ற பாதைகளிலிருந்து விலகிப்போகும் எத்தகைய நிர்ப்பந்தங்களுக்கும் அவர் செவிகொடுக்க மறுத்தார். நம்முடைய காலத்தின் மிகக் கொடூரமான இந்த நாடகத்தில், குற்றஞ்சுமத்தப்பட்டிருக்கும் கெய்டெல், இத்தகைய துன்பியல் பாத்திரத்தைத்தான் ஏற்றிருக்கிறான்.[9]

நடந்ததை நடந்ததாக முன்வைக்கும் பாணியில், குற்றஞ்சுமத்தப்பட்டவனின் 'போர்வீரன்' ஆளுமையை, இவ்வாறு வெளிப்படையாக முன்வைப்பது, பெரும் முக்கியத்துவத்தையும் அதிகாரத்தையும் அதற்குக் கொடுப்பதாகிறது. ஒரு தளத்தில் இது வன்முறைப் பாத்திரம் ஏற்கும் நடிகர்களின் நடத்தையை விளக்குகிறது: எப்படியிருந்தாலும், அவர்கள் அரசுக்கான அல்லது ஓர்

9 *Ibid.*

இயக்கத்துக்கான அல்லது ஒரு லட்சியத்துக்கான கடப்பாடு கொண்ட போர்வீரர்கள்.

கவிஞர்-வழக்குரைஞர்கள் முன்வைப்புகளில் மிக ஆழமான அழகியல் உத்தி ஒன்று வேலைசெய்கிறது: இங்கு குற்றஞ்சாட்டப்பட்டவர்களில் பெரும்பாலானோரின் தொழிலை வரையறுக்கும் தளத்தில் மட்டுமே 'போர்வீரன் வாழ்க்கை' முன்வைக்கப்படவில்லை. அது விழுமியங்கள் சார்ந்த கட்டமைப்பின் பகுதியாகவும் முன்வைக்கப்படுகிறது. வேறு வார்த்தைகளில் சொல்வதென்றால், ஒரு நாயகனையும் ஒரு போர்வீரனையும் பிரித்துக்காட்டும் கோடு மிக மெல்லியதாக இருக்கிறது. நவீன அரசின் விழுமியங்களுக்கு ஏற்புடைய விதமாக ஒரு 'நாயகன்' இங்கு போர்வீரனாக முன்நிறுத்தப்படுகிறான். ஜனநாயகரீதியான கட்டுமானங்களின் மொழியானது பேராண்மையான லட்சியங்களை ஏற்றுக்கொள்வதில்லை என்பதால், வழக்குரைஞர்கள் அதே மனிதர்களைச் சாதாரண போர்வீரர்களாக மாற்றியமைக்கும் முறையைக் கைக்கொள்ள வேண்டியிருக்கிறது. நாயகர்கள் மாறுவேடத்தில் அவமதிப்புகளை அனுபவிக்க வேண்டியிருக்கிறது. காவியங்களில் இத்தகைய சபிக்கப்பட்ட மனிதர்களின் தலைவிதி என்னவாக இருக்கிறது என்று இங்கு எடுத்துச்சொல்ல வேண்டிய அவசியம் ஏதுமில்லை! ஆனால், மோசமான நாஜி ஆதரவாளர் ஒருவர் அவருடைய அன்புக்குரிய நாயகன் பெரும் துயரங்களை அனுபவிக்கும் பயணியாக மாறுவேடம் பூண்டிருப்பதை மிகச் சுலபமாக அடையாளம் காணும் விதமாக இந்த மொத்த கதையாடலும் அமைக்கப்பட்டுள்ளது. [கிரேக்கத் தொன்மப் பாத்திரமான] பெனலோப் (*Penelope* – ஒடிஸியஸின் மனைவி) அவளுடைய நாயகனை அடையாளம் காணத் தவறினால், வேறு யாரால் அவனை அடையாளம் காண முடியும்? குழுகத்துக்கு விசுவாசமாக இருப்பதும் அடிபணிவதும் ஒரு நாயகனை உருவாக்க அவசியமான விழுமியங்களாகின்றன.

அடுத்து, துன்பியல் கட்டுமானத்துக்குக் கச்சிதமான முடிவைக் கொடுக்க, டாக்டர் காஃப்மன் வருகிறார்: இவர், 'லிட்டில் ஹிம்லர்' என்ற செல்லப்பெயரில் பிரபலமாகயிருந்த கால்டென்புரூனரின் வாழ்க்கைத் தடயங்களை வைத்து எதிர்ப்புகள் உருவாகும் சாத்தியங்களைத் தொடக்கத்திலேயே கவிழ்த்துப்போட முயல்கிறார். தலைமைப் பாதுகாப்பு அதிகாரியாக இருந்த இந்த மனிதன்தான் நாஜிக்களில் மிகவும் கொடூரமானவனாக இருந்தான். மேலும் மற்றவர்களைப் போலவே, இவனும் இவனுடைய கோட்பாட்டுரீதியான அடையாளத்தில் எத்தகைய வருத்தங்களும் கொண்டிருக்கவில்லை. மீபௌதிக அனுமானங்கள் மீதோ, அழகியல் ஆடம்பரங்கள் மீதோ ராணுவத் தீர்ப்பாயத்தின் தலைவர் ஈடுபாடுகள் இல்லாமல் இருப்பதை இதுவரை வழக்கு நடத்தப்பட்ட விதத்திலிருந்து காஃப்மனும் புரிந்துகொண்டார்: 'கடலளவு ரத்தமும் கண்ணீரும் நிறைந்திருக்கும்போது புறத்தோற்றவியல் அடிப்படையில் இந்த மனிதரின் குணாம்சத்தை வெளிக்கொணரும் முயற்சிகளிலிருந்து விலகியிருக்க வேண்டும் என்று எனக்குச் சொல்லப்படலாம் என்பதை நான்

புரிந்துகொண்டிருக்கிறேன்'.[10] டாக்டர் காஃப்மனைப் பொறுத்தமட்டில், கால்டென்புரூனரின் கதையைக் கேட்டால், 'கல்லும் கண்ணீர் விடும்'. அவர் இரக்கத்தையும் அச்சத்தையும் உருவாக்க ஒருசேர முயல்கிறார்: தீர்ப்பாயம் அரசின் வெளிப்பாடு என்பதால், அது கொண்டிருக்கும் அதிகாரத்தின் மீது அச்சம். மேலும், அரசு என்ற நிறுவனம் கடவுள்போல் அவ்வளவு முக்கியமானதாகவும், சர்வவல்லமை கொண்டிருப்பதாகவும் இருக்கிறது. சான்றாயர்களும் இத்தகைய புரிதலையே கொண்டிருக்கிறார்கள் என்று காஃப்மன் தெளிவாக அறிந்திருந்தார். மேலும் முரண்நகையாக, இந்த விசாரணை நீதிமன்றத்தில் சான்றாயர்களும் பிரதிவாதிகளும் போதுமான அளவுக்கு இதே பார்வையைக் கொண்டிருப்பதால், காஃப்மன் அவரது வாதங்களில் இதை மிகச் சரியாகப் பயன்படுத்திக்கொண்டார். அவர் முன்வைத்த வாதங்களை இப்படி மேலோட்டமாக அணுகுவதைக் காட்டிலும் இன்னும் ஆழமாக அணுக வேண்டியுள்ளது.

எது கிரேக்கத் துன்பியல் நாயகர்களின் தலையெழுத்தாக இருந்ததோ, அதுவே இப்போது நாஜிக்களின் அதன் பிரதிநிதிகளின் தலையெழுத்தாகிறது. அச்சத்தோடு சேர்த்து, காஃப்மன் மிகக் கடினமாக உழைத்து அவருடைய நாயகன் மீது இரக்கத்தையும் தோற்றுவிக்க முயல்கிறார். ஃபியூரெரின் [ஹிட்லரின்] 'நம்பிக்கைக்குரிய'வனின் வாழ்க்கையை அவர் இவ்வாறு தொகுத்தளிக்கிறார்.

> கால்டென்புரூனர் மறுபிறவி எடுக்க விரும்புவார் என்றே நான் நம்புகிறேன். தன் உயிரைக் கொடுத்தாவது இந்தச் சுதந்திரத்துக்காக அவர் போராடக்கூடியவர் என்று எனக்குத் தெரியும். அரசாங்க வழக்குரைஞர்கள் பார்வையில் கால்டென்புரூனர் ஒரு குற்றவாளிதான். ரீச் (*Reich*) வரலாற்றில் துயரம் நிரம்பிய, இருண்ட காலகட்டத்தின் பெரும் தீங்குசக்தியின் கடைசிப் பிரதிநிநியான இவர் உங்களுடைய தீர்ப்புக்காகக் காத்திருக்கிறார். இருந்தாலும், துன்பியல் உணர்வுகள் இல்லாமல் எவராலும் இந்த மனிதரை எதிர்கொள்ள முடியாது.[11]

சொல்லப்போனால், நாஜிக்களைத் தீர்மானமாக நிராகரிப்பதற்குப் பதிலாக எதிர்த்தரப்பு வாதங்களில் தொடர்ந்து வெளிப்படும் உட்கருத்தானது தனிநபர்களுக்கும் அவர்களைக் கடந்த பெரும் சக்திக்கும் இடையேயான உறவைக் கையாளும் இரண்டு சரியான முறைகளுக்கு இடையில் காணப்படும் முரண்பாடுகளே என்ற தத்துவார்த்த உறுதிப்பாட்டைக் கொண்டிருப்பதாக இருக்கிறது. விவாதத்தில் இருக்கும் பெரும் சக்தி என்பது, வழக்குரைஞர்கள் சேர்த்துவைத்திருந்த கருத்தியல் தொகுப்புகளுக்கு ஏற்றபடி அதன் குணாம்சம் தொடர்ந்து மாறிக்கொண்டே இருக்கிறது. நெல்தேவிடம் இது 'பெருமளவிலான விருப்புறுதிகளுக்கும் அதன் கருவிகளுக்கும்' இடையேயான உறவைச் சார்ந்திருக்கிறது. குற்றவாளிக் கூண்டில் நிற்கும் மனிதர்கள்

10 Ibid., p. 50.

11 Ibid., p. 68.

அவர்களுடைய சொந்த விருப்புறுதிகளை மொழியாக்கம் செய்யவில்லை: அவை பெரும் சக்தியின் வெளிப்பாடே தவிர வேறெதுவுமில்லை. மற்றவர்களிடம் இது குழுமகமாக, வரலாறாக, அரசாக வேறுபடுகிறது. ஆனால், இந்தப் பெரும் சக்தியின் வடிவம் எப்படியானதாக இருந்தாலும், குற்றஞ்சுமத்தப்பட்டவர்களைச் சுற்றியிருக்கும் ஒளி மட்டும் மங்குவதில்லை. ஒரு துயர நாயகனின் தனித்துவம் அவனுக்கு முன்பாகக் கிடக்கும் சாத்தியங்களில் மிக உண்மையானதைத் தேர்ந்தெடுப்பதில்தான் உள்ளது என்றால், நிச்சயமாகக் குற்றஞ்சாட்டப்பட்டவர்கள் இதற்கு முற்றிலும் பொருத்தமானவர்களாக இருக்கிறார்கள். மற்றொரு வழக்குரைஞர் டாக்டர் ஃப்ரான்ஸ் எக்ஸ்னர் (Franz Exner), யோடலின் (Jodl) வழக்குரைஞராக இருந்தவர், அவருடைய கட்சிக்காரருக்குச் சாத்தியப்பட்ட தேர்வுகளை மிகவும் நாடகத்தன்மையோடு விவரிக்கிறார். மேலிருந்து வரும் கட்டளைகளை நிறைவேற்றுவதற்குப் பதிலாக வேலையிலிருந்து, அவரது கட்சிக்காரர் ராஜினாமா செய்திருக்க வேண்டுமா? கூடாது. ஏனெனில் 'இப்படியான காரணிகளுக்காக ராஜினாமா செய்வது போர்வீரனின் நடத்தையாகாது. அது குற்றவாளிகளின் நடத்தை'. இரண்டாவது தேர்வு, 'கொலையும் புரட்சியும்'. இந்தத் தேர்வுகூடக் கீழ்காணும் காரணிகளுக்காக ஏற்றுக்கொள்ள முடியாததாகிறது.

> யோடல் ஒரு போராளியல்ல. அவனுடைய மனச்சாட்சி இவ்வாறு சொல்கிறது: 'தந்தை நாடு அழைக்கிறது.' யோடலின் இடம் ஆயுதப்படைப் பிரிவின் தலைவராக இருந்தது. அவருடைய சொந்த விருப்புறுதியின் அடிப்படையில் அவர் அந்தப் பதவிக்குச் செல்லவில்லை; அவர் அதைத் தக்கவைத்துக்கொள்ளவும் இல்லை... அது மிகக் கடினமான பணி. அவருடைய பதவி அவர் மேல் எப்படியான பொறுப்புகளைத் திணித்ததோ அதை அவருடைய திறமைக்கும் மனசாட்சிக்கும் உட்பட்டு மிகச் சிறப்பாக நிறைவேற்றினார் — கசப்பான முடிவுக்கு வரும்வரை.[12]

இந்தக் கதையாடலுக்குள் மூன்று பிரதான உள்ளடக்கங்கள், அவ்வளவு ஒன்றும் ரகசியமாக இல்லை என்றாலும் அமைதியாக நுழைக்கப்படுகின்றன — விதி, குற்றவுணர்வு, பாதிக்கப்பட்டவராவது. நாம் மேலே போவதற்கு முன்னால், துன்பியல் என்ற கட்டமைப்பில் பாதிக்கப்பட்டவனுக்கும் நாயகனுக்கும் இடையே எத்தகைய அடிப்படை வேறுபாடுகளும் கிடையாது என்பதைக் குறித்துக்கொள்வது போதுமானது. விதி குறித்தும், குற்றவுணர்வு குறித்தும் வழக்குரைஞர் இவ்வாறு முன்வைக்கிறார்: விதியும் குற்றவுணர்வும் ஒன்றிலிருந்து ஒன்று தனித்திருப்பதில்லை. அவை ஒன்றன் மேல் ஒன்று உரசிக்கொண்டிருக்கும் வட்டங்களாகின்றன.

நூரம்பர்க் விசாரணை கட்டமைக்கப்பட்ட விதம் ஒரு விஷயத்தை மிகத் தெளிவாக வெளிப்படுத்துகிறது: இதில் சம்பந்தப்பட்ட இருசாராரும் ஒரே கச்சாப்பொருளிலிருந்து உருவாக்கப்பட்டவர்களாக இருக்கிறார்கள்.

12 *International Military Tribunal Proceedings, Nuremberg, vol. XVI, 10 July 1946, p. 46.*

பிரதிவாதிகள் இந்தக் கருத்தை சந்தர்ப்பம் கிடைக்கும்போதெல்லாம் முன்வைக்கத் தவறவில்லை. ஈவிரக்கமற்று கொல்ல, படுகொலைகள் செய்ய, இன அழிப்புகளை மிக நுட்பமாகப் பொறியாக்கம் செய்ய மக்கள் மெய்மறந்து ஈடுபடுவதற்குத் தூண்டிவிடும் ரத்தத்தின் மீபௌதிகம் மேற்கில் மேற்கொள்ளப்பட்ட அறிவியல்பூர்வமான ஆராய்ச்சிகளின் விளைவானதாக இருக்கிறது. வேறு வார்த்தைகளில் சொல்வதென்றால், மேற்கின் திட்டமாக அறிவொளிக்குப் பிந்தைய காலகட்டத்தில் பீறிட்டு எழுந்த சிலவிதமான அறிதிறன் முறைகளும் உணர்வுபூர்வமான நடத்தைகளும் இன அழிப்பைத் தவிர்க்க முடியாததாக்கின.

டாக்டர் தோமா, குற்றஞ்சாட்டப்பட்டவர்கள் இனரீதியாகக் கொண்டிருந்த பிரச்சினைகளுக்கு, முதலில் 'சர்வதேச அறிவியலாளர்கள் நடத்திய இனரீதியான ஆராய்ச்சி முடிவு'களை நேரடியாகப் பொறுப்பாக்குகிறார். மேலும், மூன்றாவது ரீச் உருவாவதற்கு முன்னரே, பிற நாடுகளில் இன அடிப்படையிலான சட்டங்கள், குறிப்பாக, 1924 மே 24 அன்று அறிமுகப்படுத்தப்பட்ட அமெரிக்கக் குடியுரிமைச் சட்டம், இத்தகைய ஆராய்ச்சிகளின் விளைவாக உருவாக்கப்பட்டவையே என்று சுட்டிக்காட்டுகிறார். அமெரிக்கக் குடியுரிமைச் சட்டமானது கிழக்கு மற்றும் தெற்கு ஐரோப்பாவிலிருந்து குடிப்பெயர்பவர்களைப் பெருமளவு குறைக்கும் விதமாகவும், வடக்கு மற்றும் மேற்கிலிருந்து வருபவர்களை ஊக்குவிக்கும் விதமாகவும் கொண்டுவரப்பட்டதுதான். பிறகு, அவர் இந்த யுத்தத்தை நேரடியாகக் கிறிஸ்தவத்தின் ஆன்மாவான பைபிளுக்குள்ளாக எடுத்துச்செல்கிறார்: 'இது கொண்டிருக்கும் ஏரணத்துக்கு அப்பாற்பட்ட பண்பை ஓரளவுக்கு பைபிளோடு தொடர்புபடுத்தி மட்டுமே புரிந்துகொள்ள முடியும்'. குற்றஞ்சாட்டப்பட்டவர் 'ஜெர்மானிய தேசத்தை, அதாவது ஆரிய இனத்தை ஆன்மீகரீதியாகப் பலப்படுத்துவதற்கும் திடப்படுத்துவதற்கும்' தன்னை ஒப்புக்கொடுத்ததால், ஒரு சாதாரண குற்றவாளியை நடத்துவதுபோல், இவரை நடத்தக் கூடாது என்கிறார்.[13]

வன்முறைக்கான உச்சகட்ட அறரீதியான நியாயப்படுத்தல் என்பது ஒரு தளத்தில் ரத்தத்தை ஆன்மீகப்படுத்துவதாகவும், மற்றொரு தளத்தில் அறிவு முறைமைகளின் ஒரு மாதிரியை, அதாவது பெரும்பாலும் ஒருவகையான அறிவியலின் வரலாறு குறித்து உரிமை கோருவதாகவுமே இருக்கிறது. அறரீதியான செயலும் மீபௌதிகரீதியான ஊக்கமும் ஒன்றையொன்று மீளுருவாக்குகின்றன. முரண்நகையாக, இந்தக் காரணிய முறையில், சுயம் அதோடு எத்தகைய தொடர்பும் இல்லாததாக இருக்கிறது. எல்லாமும் புறம் நோக்கிப் பாய்ந்து, விகல்பம் அல்லது மனக்கட்டமைப்பு என்பதோடு ஐக்கியப்பட முயல்கிறது. நேரடித்தன்மையில் இது ரத்தவெறிபிடித்த உணர்வாக மாறுகிறது.

இப்படியாகத்தான் தீக்குளித்தல் தோன்றுகிறது.

●

---

[13] *International Military Tribunal Proceedings, Nuremberg, vol. XVIII, p. 116*

13

ஒரு திபெத்திய நாய், அமைதியான சாதுக்கள், சம்பாரன் விவசாயிகள்:

காந்தியின் வன்முறை, அ-வன்முறை, எதிர் வன்முறை குறித்து

சிதிலமடைந்த ஒரு கட்டடத்தைப் பார்வையிட்டு காந்தி வெளியே வந்தபோது, அவ்விடத்தில் எப்போதும் சுற்றிக்கொண்டிருக்கும் ஒரு திபெத்திய நாய் அருகில் வந்து சிணுங்கி அவருடைய கவனத்தை ஈர்க்க முயன்றது. அந்த நாய் ஒருசில அடிகள் முன்னே ஓடும், பிறகு திரும்பிப்பார்க்கும், அதைப் பின்தொடர்ந்து வரவில்லை என்று தெரிந்தால், தலையை ஆட்டி மீண்டும் அழைப்புவிடுக்கும். காந்தியின் சகாக்கள் அதைத் துரத்திவிட முயன்றார்கள். காந்தி அவர்களைத் தடுத்துநிறுத்தி, 'அந்தப் பிராணி நம்மிடம் ஏதோ சொல்ல முயல்கிறது என்று உங்களுக்குப் புரியவில்லையா?' என்று கேட்டார். அந்த நாய் தன்னை வழிநடத்தவிட்டார். மூன்று மனித எலும்புக்கூடுகளும் பல மண்டை ஓடுகளும் நிலத்தில் சிதறிக்கிடக்கும் ஓரிடத்துக்கு அந்த நாய் அவரை அழைத்துவந்தது. அதனுடைய எஜமானரும் அவர் குடும்பத்தைச் சேர்ந்த ஏழு உறுப்பினர்களும் கலவரங்களின்போது படுகொலைசெய்யப்பட்டதை அந்த நாய் பார்த்திருக்கிறது.[1]

இங்கு இதை மேற்கோளாகக் கொடுக்கும் காரணியம் என்னவென்றால் வன்முறையின் தோற்றுவாயையும் அதற்கான காந்தியின் எதிர்வினையையும் புரிந்துகொள்ளும் நம்முடைய பயணத்தில், அந்த திபெத்திய நாயை ஒரு வழிகாட்டியாகக் கொள்வதற்குத்தானே தவிர காந்தியிடம் ஏதேனும் யோகியின் பண்பு இருந்தாலும், அதை வாசகர்களின் கவனத்துக்குக் கொண்டுவருவதற்கு அல்ல. எப்படியிருந்தாலும், உண்மையை நோக்கிய நம்முடைய பயணத்தில் நாய்கள் சிரத்தையான வழிகாட்டியாகவே இருக்கின்றன. அல்லது மகாபாரதத்தின் இறுதி அத்தியாயம் வெளிப்படுத்துவதுபோல், உண்மையைப் பார்க்காமல் தப்பித்துப்போவதிலிருந்து நம்மைத் தடுக்கும் காவலாளியாகின்றன. மகாபாரதத்தில் மகாபிரஸ்தானிகப் பருவத்தில்,

1 *D.G.Tendulkar (1964, vol. 7: 266).*

யுதிஷ்டிரன் தப்பித்து ஓடுவதிலிருந்து நாய்தான் தடுத்துநிறுத்தியது என்று சொல்வது, துயர நகைச்சுவைக்கு சரியான எடுத்துக்காட்டு இல்லைதான். இதை மேலும் தொடர்வது என்றால், காந்திக்கும் யுதிஷ்டிரனுக்கும் இடையேயான வேறுபாடு என்பது, நாயைப் பின்தொடர்ந்து காந்தி சென்றார் என்பதாகவும், நாயால் யுதிஷ்டிரன் கண்காணிக்கப்பட்டான் என்பதாகவும் சுருக்கிவிடவும் முடியாது. இந்த விவாதத்துக்கு நாம் பிறகு வருவோம்.

காந்தியைப் பொறுத்தமட்டில், அச்சமே வன்முறையின் தோற்றுவாய். கறாராகச் சொல்வதென்றால், வன்முறை தொடர்பான அவரது தத்துவார்த்தப் பார்வையானது அச்சத்தை ஆன்மீகரீதியாக ஆராய்வதே தவிர வேறெதுவும் இல்லை. வன்முறையின் தோற்றுவாயைக் கண்டெடுப்பதற்கு இந்தப் பாதையை அவர் தேர்ந்தெடுத்ததன் மூலம் அவர் ஒரே சமயத்தில், குறைந்தபட்சம் இரண்டு கவர்ச்சிகரமான முறைகளில் பகுத்தறிவாக்கம் செய்வதைத் தவிர்க்கிறார்: முதலாவதாக, பிரபஞ்சத் தளத்திலான யதார்த்தத்திலும் இயற்கைத் தளத்திலான யதார்த்தத்திலும் மையமாக இருப்பது வன்முறைதான் என்று வரையறுக்கும் பழைய தத்துவார்த்தரீதியான வழியைத் தவிர்க்கிறார். இரண்டாவதாக, மானுட வரலாற்றின் வளர்ச்சியில், வன்முறையைச் சாதகமாகப் பார்க்கும் வரலாற்றுரீதியான முறை. முதலாவது முறையானது இந்தியத் தத்துவச் சிந்தனைகளிலிருந்து, குறிப்பாக ஸாம்கியத்திலிருந்தும் இன்மைவாதிகளிலிருந்தும் சில உதவிகளைப் பெற்றுக்கொள்ள முடியும் – சற்றே சுற்றிவளைத்த வாசிப்பில்தான் என்றாலும்கூட. இந்தப் பிரபஞ்சத்தின், இயற்கையின் தோற்றமே வன்முறையைக் கொண்டிருப்பதோடு, அதைத் தக்கவைத்தும் கொள்கிறது. இயற்கையிடம் கருணை என்று எதுவும் கிடையாது. மானுடத்தன்மையைப் பிரபஞ்சத்தின் மேல் திணிப்பதற்கு அன்பு போன்ற கருத்தமைவு எதையும் அது கொண்டிருக்கவில்லை. அன்பு என்ற வகைமை ஊடாக மனிதர்கள் தன்வயப்படுத்திக்கொள்வதற்கு எத்தகைய உந்துசக்தியையும் இயற்கை அல்லது பிரபஞ்ச ஒழுங்கு – நாம் இந்தக் கருத்தமைவைப் பயன்படுத்தலாம் என்றால் – கொண்டிருக்கவில்லை.

குறிப்பாக, ஈஸ்வரன் கிருஷ்ணனின் அச்சம்தரக்கூடிய வாழ்க்கை அல்லது யதார்த்தப் படிமமானது வயோதிகத் தம்பதிகளான பிரகிருதிக்கும் புருஷாவுக்கும் இடையேயான மலட்டுத்தன்மையிலான விளையாட்டாகப் பார்க்கப்படுவதால், இங்கு எதுவும் படைப்பாற்றல் கொண்டிருக்கவில்லை என்ற ஆழ்ந்த தத்துவார்த்த தரிசனத்துக்கு நம்மைக் கொண்டுவிடுகிறது. நிச்சயமாக, படைப்புகளுக்குப் பின்னால் அன்பு என்று ஏதுமில்லை. இயற்கையிடம் மனிதத்தன்மையிலான உட்கருத்துகளையும் அர்த்தப்பாடுகளையும் வாசிப்பது, மானுடர்கள் கோழைகளாகவும் வலுவில்லாதவர்களாகவும் இருக்கிறார்கள் என்பதை வருத்தத்தோடு ஒப்புக்கொள்வதைத் தவிர வேறெதுவும் இல்லை. யதார்த்தம் அடிப்படையில் சூன்யமானது. பௌத்த, சமண தத்துவார்த்தப் பள்ளிகள் இத்தகைய நிலைப்பாடுகள் கொண்டிருக்கும் அபாயத்தை எதிர்த்துக் கருணையோடு தங்களுடைய வாதங்களை முன்வைத்தன என்றாலும், வன்முறை மீதான மோகம் இன்றுவரை குறைந்தபாடாக இல்லை. பக்தி

மார்க்கமும் அன்பை முன்வைக்கும் தத்துவார்த்தப் பாடல்கள் மூலமாக வன்முறையை எதிர்கொள்ள முயன்றது. வன்முறை குறித்தான காந்தியின் வாசிப்புகள் வேதாந்தம் அல்லாத முறைகளோடும் பக்தி முறைகளிலான காரணிகள், உணர்வுகளோடும் நெருங்கிய தொடர்புகொண்டிருந்ததில் வியப்பதற்கு ஏதுமில்லை.

சிந்தனைரீதியாகவும் செயல்பாட்டுரீதியாகவும் இரண்டு பிரதான முறையின் பண்புகள் தத்துவார்த்தரீதியாக வன்முறைக்கு உடந்தையாக இருக்கின்றன: முதலாவது அமைதிமயவாதம். கல்கத்தாவில் காளி கோவிலுக்கு அருகில் வாயில்லா ஜீவன்கள் பலிகொடுக்கப்படுவதை நூற்றுக்கணக்கான சாதுக்கள் மௌன சாட்சியாகப் பார்த்துக்கொண்டு இருந்ததை காந்தி எதிர்கொள்ள வேண்டியிருந்தது. மதச் சடங்கின் பெயரால் ரத்தம் சிந்துவது தவறு என்று அறிந்திருந்தாலும் அந்த சாதுக்கள் தங்களுடைய சுண்டுவிரலைக்கூட அதற்கு எதிராக அசைக்கவில்லை. ஒருவேளை, இந்த அனுபவம் பின்னாட்களில் அகிம்சைக் கோட்பாட்டைச் சாதகமான முறையில் வரையறுப்பதற்கு காந்திக்கு உதவியிருக்கலாம். சொற்பிறப்பியல் அடிப்படையில் அகிம்சையின்மைக் கூற்றைக் கொண்டிருந்தாலும், வன்முறைச் செயலிலிருந்து விலகியிருப்பது மட்டுமே அகிம்சையாகாது. வன்முறைக்கு எதிராகச் செயலாற்றாமல் இருப்பதுகூட, ஒருவர் வெறுக்கும் வன்முறையில் பங்கேற்கும் குற்றத்துக்கு உள்ளாக்குகிறது. வேறு வார்த்தைகளில் சொல்வதென்றால், அறிவு மட்டுமே ஒரு சாதகமான மனநிலையையோ செயலையோ உருவாக்கிவிடப்போவதில்லை. குறிப்பாக, வரலாற்றில் வன்முறையை வரையறுப்பதில் இது மிக முக்கியப் பங்குவகிக்கிறது.

இரண்டாவதாக, வன்முறையை ஆதரிக்கும் அரூபமான தத்துவார்த்த நியாயப்பாடுகள். இது வரலாற்றுரீதியான சிந்தனைகளோடு எல்லாத் தளங்களிலும் மிக வசதியாகக் கூட்டுசேர்ந்துகொள்கிறது. சுவாரஸ்யம் என்னவென்றால், காந்தி இத்தகைய ஷத்ரிய இந்துத்துவா வடிவிலான சிந்தனையைத்தான் அவருடைய வாழ்நாள் முழுக்க எதிர்கொள்ள வேண்டியிருந்தது. ஒரு குறிப்பிட்ட முறையிலான மகாபாரத வாசிப்பு, அ-வன்முறைக்கு எதிரான நிலைப்பாட்டுக்குத் தேவையான கோட்பாட்டுரீதியான ஆயுதங்களை ஷத்ரியவாதிகளுக்கு உருவாக்கிக்கொடுத்தது. டெண்டுல்கர் சொல்வதுபோல்: 'மகாபாரதம் எதிர்த்தாக்குதலை முன்மொழிகிறது என்றே வாதித்தார்கள்.' காந்தி இப்படியாக அர்த்தப்படுத்துவதை ஏற்றுக்கொள்ளவில்லை. 'இந்த மாபெரும் புத்தகம் கற்றுக்கொடுக்கும் பாடம் என்னவென்றால், கத்தியால் பெறப்படும் வெற்றி வெற்றியே அல்ல. பாண்டவர்களின் வெற்றி ஏதுமற்ற வெறுமையே' என்றார்.[2] மகாபாரதத்தை இப்படியாக அர்த்தப்படுத்துவதில் பெரும் யுத்தமே நடந்தது. காந்தி இந்தக் காவியத்தோடு சற்று அசௌகரியமாகத்தான் உணர்ந்தார். மேலும், இந்தக் காவியம் முனைப்பற்ற எதிர்ப்பாளர்களின் (*pacifist*) நிலைப்பாட்டைக்

2 *Ibid., p. 293.*

காட்டிலும் எதிரிகளின் வாசிப்புக்குத்தான் அதிகமாக இடம் கொடுக்கிறது என்று ஒருசமயத்தில் ஏற்றுக்கொள்ளவும் செய்தார்.

வன்முறையின் இந்து திருத்தூதர்களை காந்தி எதிர்கொள்ள வேண்டியிருந்ததே பிரதானப் பிரச்சினையாக இருந்தது. மத்திய கால இந்தியாவில் பிராந்திய மொழி மகாபாரதங்களில் கிருஷ்ணன் சித்தரிக்கப்பட்ட முறையிலிருந்துதான் இவர்கள் வன்முறைக்கான நியாயத்தை உருவாக்கிக்கொண்டார்கள். சற்றே விலகிச் செல்வதென்றால், மகாபாரதக் காவியத்தில் வரும் கிருஷ்ணன், காதலுக்கோ வேறு விதமான லீலைகளுக்கோ நேரம் இல்லாத பெரும் போர்வீரனாகப் பார்க்கப்பட்ட நீலநிற மேனியனிடமிருந்து பக்தி மார்க்கத்தின் கிருஷ்ணன் வேறானவனாக இருந்தான். பதினைந்தாம் நூற்றாண்டைச் சேர்ந்த மாபெரும் கன்னடக் கவியான குமாரவியாசர் விவரிப்பதுபோல், யுத்தம் பிரபஞ்சத் தேவையாகிறது; கிருஷ்ணன் பெரும் போர்வீரனாக இருக்கிறான். இதற்குப் பிறகு, வன்முறையை ஆதரிப்பது எத்தகைய மன உளைச்சல்களையும் கொடுக்கப்போவதில்லை என்று இங்கு சொல்லத் தேவையில்லை. வன்முறைக்கான விருப்புறுதி பெரும் குறிக்கோள்களால் முட்டுக்கொடுத்து நிறுத்தப்படுகிறது. அதுவும் அது தர்மத்தையே காப்பதற்கானது என்னும்போது அது மறுக்க முடியாத அளவுக்கு ஒருவிதமான பிரம்மாண்டத்தை அடைகிறது.

வன்முறையை வரையறுக்கும் காந்தியத் திட்டத்தைத் தெளிவாக முன்வைப்பதென்றால், அது இரண்டு எதிரிகளுக்கு எதிராக நடத்தப்பட்ட யுத்தமாகப் பார்க்க முடியும்: இயவிடஞ்சார்ந்த ஷத்ரியவாதிகளும் சர்வதேச மார்க்ஸிய–லெனினிய வகையினரும். காந்திக்கு எதிராகப் பிந்தையவர்களை இந்த முறையில் முன்வைக்கும்போது நாம் சற்றுக் கவனமாக இருக்க வேண்டியுள்ளது. ஏனெனில், மார்க்ஸிய–லெனினியமானது மாற்றத்துக்கோ புரட்சிக்கோ வன்முறையை அவசியமானதாக ஏற்றுக்கொண்டிருக்கும் தத்துவமல்ல. மார்க்ஸிய–லெனினியமானது பல வழிகளில் பத்தொன்பதாம் நூற்றாண்டில் வன்முறைக்குப் பிரத்யேக அந்தஸ்து கொடுத்த தீவிரை ஐரோப்பியச் சிந்தனைகளிலிருந்து வேறுபட்டதாக இருக்கிறது. மேலும், வன்முறைக்குப் பிரத்யேக அந்தஸ்து கொடுத்த இத்தகைய சிந்தனைகள் பத்தொன்பதாம் நூற்றாண்டு இலக்கியங்களை ஆட்டிப்படைத்ததோடு மட்டுமல்லாமல், இருபதாம் நூற்றாண்டிலும்கூடப் பல எழுத்தாளர்களைத் தொடர்ந்து தொந்தரவு படுத்திக்கொண்டிருக்கின்றன. அடிப்படையில், வரலாற்றில் வன்முறையானது படைப்பூக்க சக்தி கொண்டதாக இருக்கிறது – இது இத்தகையவர்களின் திடமான நம்பிக்கையாகிறது. சேகுவேரா வன்முறையைத் தூய்மைப்படுத்தும், சுத்தப்படுத்தும் முகவராக வரையறுக்கும்போது இத்தகைய கோட்பாட்டின் சாராம்சத்தைத்தான் அவர் முன்வைக்கிறார். மேலும், அவருடைய கருத்தை நிறுவுவதற்கு இயற்கையைப் படிமரீதியாகவும் பயன்படுத்துகிறார். இதில் முக்கியமான விஷயம் என்னவென்றால், வன்முறையை ஆதரிக்கும் தத்துவவியலாளர்கள் தங்களுடைய கூற்றை நியாயப்படுத்துவதற்கு மிகச் சுலபமாக இயற்கையிடமிருந்து படிமங்களைத் தோண்டியெடுக்கிறார்கள். வேறு வார்த்தைகளில் சொல்வதென்றால், வன்முறையைச் சாதகமான முறையில்

வரையறுப்பதற்கு இயற்கையை ஒரு குறிப்பிட்ட முறையில் கட்டமைக்க வேண்டியுள்ளது. ரேமண்ட் வில்லியம்ஸ் சுட்டிக்காட்டியிருப்பதுபோல், இயற்கை குறித்தான கருத்துகள் வரலாற்றை ஒரு குறிப்பிட்ட முறையில் வாசிப்பதற்கான முயற்சியே தவிர வேறெதுமில்லை.[3]

வன்முறை அல்லது அ-வன்முறை இயங்குநுட்பத்தை வெளிக்கொணர்வதற்கு இயற்கை என்ற கட்டமைப்பை காந்தி சார்ந்திருக்கவில்லை. அதுவும் டார்வின் கோட்பாடு உயிரியல்ரீதியான வளர்ச்சியின் எல்லா ரகசியங்களையும் வெளிக்கொணர்ந்துவிட்டது என்று சொல்லப்பட்ட நவீன வரலாற்றுத் தருணத்தில், இத்தகைய நிலைப்பாட்டை எடுப்பது மிகவும் துணிச்சலானதாக ஆக்குகிறது. காந்தி அறிவியலைக் கொண்டு அறிவியலை எதிர்க்கவில்லை. மாறாக, வன்முறை குறித்துக் கோட்பாட்டை உருவாக்கிக்கொள்ள அவர் ஆன்மீகரீதியான உளவியல் முறையைத் தேர்ந்தெடுத்துக்கொண்டார். கீழே கொடுக்கப்பட்டிருக்கும் மேற்கோள், அவருக்கே உரிய தனித்துவமான பாணியைச் சிறப்பாக வெளிப்படுத்துகிறது. நவகாளியில் அப்பாவிகள் கொல்லப்பட்ட, சூறையாடப்பட்ட, எரிக்கப்பட்ட, பாலியல் வன்முறைக்கு உட்படுத்தப்பட்ட, ரத்தம் சிந்தப்பட்ட வன்முறையான காலகட்டம்தான் இதன் பின்னணி.

நான் இந்தப் பகுதிகளை எந்த அளவுக்குச் சுற்றிப்பார்க்கிறேனோ, அந்த அளவுக்கு உங்களுடைய மிக மோசமான எதிரி உங்களுடைய அச்சம்தான் என்று எனக்கு உறுதியாகிறது. இது துன்பப்படுகிறவரின் உயிர்நாடியை மட்டுமே அழிப்பதில்லை, பயங்கரவாதியின் உயிர்நாடியையும் சேர்த்து அழிக்கிறது. பாதிக்கப்படுகிறவரிடம் உள்ள ஏதோ ஒன்றைக் கண்டு ஒரு பயங்கரவாதி அச்சப்படுகிறான். இந்த அச்சத்துக்குக் காரணியம் பாதிக்கப்பட்டவர் வேற்று மதத்தைச் சேர்ந்தவராக இருக்கலாம் அல்லது அவர் கொண்டிருக்கும் செல்வமாக இருக்கலாம். இரண்டாவது வகையான அச்சத்தை, நாம் பேராசை என்கிறோம். நீங்கள் உங்களைச் சுயபரிசோதனைக்கு உட்படுத்திக்கொள்வீர்களானால், பேராசை என்பதும் ஒருவகையான அச்சம்தான் என்பதை நீங்கள் உணர்ந்துகொள்வீர்கள். ஆனால், தன் இதயத்திலிருந்து அச்சத்தை அப்புறப்படுத்தியவரை அடிபணியவைக்க இதுவரை எந்த மனிதனும் பிறக்கவுமில்லை; பிறக்கப்போவதுமில்லை. அச்சம் அறியாதவனை ஏன் எவராலும் அடிபணியவைக்க முடியவில்லை? அச்சத்தை அறியாதவனின் பக்கம்தான் கடவுள் எப்போதும் இருப்பதை உங்களால் பார்க்க முடியும்.[4]

வன்முறையின் தோற்றுவாய் அச்சம்தான் என்று வேறு பல இடங்களிலும் காந்தி முன்வைத்திருக்கிறார் என்றாலும், மேலே கொடுக்கப்பட்டிருக்கும்

---

3 *Raymond Williams (1980).*
4 *D.G.Tendulkar (1964, Vol. 7: p. 321).*

மேற்கோள் பிரத்யேக முக்கியத்துவம் கொண்டதாக இருக்கிறது. வன்முறையால் பாதிக்கப்பட்டவரையும் வன்முறையாளரையும் அவர் இணைக்கும் முறை, காந்தியை உணர்ச்சிவசப்படும் செயலூக்கமற்ற எதிர்ப்பாளர் என்ற நிலையிலிருந்து மிகவும் பண்பட்ட உளவியலாளர் தளத்துக்கு உயர்த்துகிறது. வன்முறையின் வேர் வன்முறையாளர் மிக ஆழமாக அவருள் கொண்டிருக்கும் அச்சத்தில்தான் உள்ளது. இத்தகைய வன்முறையாளர் அவரது சுயம் அழித்தொழிக்கப்படுவதை எதிர்கொள்ள வேண்டியுள்ளது. இந்த அர்த்தத்தில், வன்முறை என்பது தனித்துவிடப்படும் ஆதரவற்ற நிலையாகிறது. இந்த நிலையில் பிற அடையாளங்கள் படைப்பூக்கமில்லா வாழ்வை முடிவுக்குக் கொண்டுவர எத்தனிக்கிறது. 'அவர் அச்சப்படுகிறார்' என்பதே முக்கிய அறிக்கையாகிறது. பயங்கரவாதியும் அதே அளவுக்கு நிம்மதியிழக்கிறார். அவருடைய வெற்றி வெற்றியே அல்ல. இந்த யுத்தத்தை ஒரு தனிமனிதரின் இதயத்துக்கு நேரடியாக எடுத்துச்செல்வதன் மூலமாக, பெரும்பாலும் கூட்டமைவியலானதே (collectivities) கூட்டு வன்முறைக்கான தோற்றுவாயாக இருப்பதால், கூட்டமைவியலானதற்கு ஒரு பொதுப் பண்பைக் கொடுக்கும் உந்துதலை வெற்றிகரமாகத் தவிர்க்கிறார். அப்பாவி ஒருவனைக் கொல்லும் அந்தச் சிக்கலான தருணத்தில் தஸ்தாயேவ்ஸ்கியின் தீவிரவாதிக்கு எழும் புதிய பிரக்ஞை அல்லது ஊசலாட்டமே உண்மையான காந்திய உணர்வு பிறப்புகொள்ளும் தருணமாகிறது. கொல்லப்படவிருப்பவர் ஒடுக்குபவரோடு உறவுகொண்டிருக்கிறார் என்பதாலேயே எப்படி அவரைக் கொல்ல முடியும்? இந்தக் கேள்விக்கு முடியாது என்று பதில் சொல்வதன் மூலம் புதிய நீதி என்ற கருத்தமைவுக்கு உயிர்கொடுக்கிறார்.

II

காந்தி அறிமுகப்படுத்தும் இரண்டாவது முக்கிய உள்ளடக்கமானது வன்முறையின் அறம் குறித்ததாகிறது. ஒருவேளை, இதை அவர் அடையாளம் காண்பதற்கு அந்தத் திபெத்திய நாய் வழிகாட்டியிருக்கலாம். மீண்டும், நவகாளியில் இருந்த நாட்களில், உண்மையாகவே பற்றி எரியும் சூழ்நிலையில் காந்தி இந்தக் கேள்வியைக் குறித்துச் சிந்தித்து இப்படியான முடிவுக்கு வருகிறார்:

> வன்முறைகூட அதற்கென அறத்தைக் கொண்டிருக்கிறது. எடுத்துக்காட்டாக, ஆதரவற்ற வயோதிகர்களையும் பெண்களையும் குழந்தைகளையும் வெட்டிப்போடுவதில் வீரமேதுமில்லை; அது அற்பக் கோழைத்தனமாகும். தன் உயிரைக் கொடுத்தேனும் இத்தகையவர்களைப் பாதுகாப்பதே வீரப்பண்பாகும். தொடக்க கால இஸ்லாமிய வரலாறு இத்தகைய வீரப்பண்பு கொண்ட

எடுத்துக்காட்டுகளால் நிறைந்திருக்கிறது. அதனால்தான், அவர்களுக்கு இஸ்லாம் பலம்கொண்டதாக இருக்கிறது.⁵

தர்மத்தின் பெயரால் வன்முறையை அங்கீகரிக்கும் போக்கு ஆட்டிப்படைத்துக்கொண்டிருக்க, காந்தி பொருள்கோளியல்ரீதியாக அதைப் புரிந்துகொள்ள எத்தனிக்கும் பின்னணியில் வைத்துப் பார்க்கவில்லை என்றால், 'வன்முறையின் அறம்' குறித்து அவர் பேசுவது குழப்பமாகவே இருக்கும். இத்தகைய சூழ்நிலைகளில், அகிம்சை குறித்தான அவரது முழுமுற்றான வரையறை மறைந்துபோய், வன்முறையை ஆதரிக்கும் பார்வைகளோடு படைப்பூக்கமிக்க உரையாடலைச் சாத்தியப்படுத்துகிறது. இந்தப் பிரச்சினையை வேறு விதமாக அணுகுவதென்றால், அகிம்சையைத் துறவறம் மட்டுமே கடைப்பிடிக்க முடியும். ஆனால், காந்தி நிறுவனப்படுத்தப்பட்ட வடிவில் துறவறத்தை ஆதரித்தவர் இல்லை. துறவற இருப்பு என்பது வரலாற்றிலிருந்து ஒதுங்கியிருப்பது என்றால், இப்படி ஆன்மீகரீதியாகத் தனித்திருப்பதை அவர் தீர்மானமாக எதிர்த்துவந்தார். காந்தி மிக அற்புதமான குறுக்கீட்டாளராக இருந்தார். அதனாலேயே முழுமுற்றாக அகிம்சை என்ற மூச்சுமுட்டும் வரையறையை அவர் கடந்துவர வேண்டியிருந்தது. இப்படியாகவே வன்முறையின் அறம் குறித்து அவர் பேச வேண்டியிருந்தது. பல்வேறு இடங்களில் அங்கீகரிக்கக்கூடிய வன்முறை குறித்தும் அவர் கோடிட்டும் காட்டியிருக்கிறார்.

வேதச் சித்தாந்தங்களோடான காந்தியின் ஊடாட்டங்களும், வேதங்களில் வன்முறை குறித்துக் காணப்படும் தெளிவற்ற நிலைப்பாடும், அதாவது வேதங்கள் பல சமயங்களில் நேரடியாகவும் மறைமுகமாகவும் வன்முறையை அங்கீகரிக்கும் நிலைப்பாட்டை முன்வைப்பதால், இந்த நிலைப்பாடுகளை ஓர் அரசியல் செயல்பாட்டாளர் பரிமாணத்திலிருந்து துருவியகழ அவரை நிர்ப்பந்தித்தன. சமணம் போன்ற துறவற மரபோடு அவருக்கு இருந்த இயங்கியல்ரீதியான உறவே, அகிம்சையை முழுமுற்றாக வரையறுக்கும் தளத்திலிருந்து அதன் எல்லைகளைப் பரிசோதிக்கக் காரணியமானது. இத்தகைய பயிற்சிகள் மூலமாகவே பிரபஞ்சம், இயற்கை, வரலாற்றுரீதியான ஒழுங்கமைப்புகளுக்கிடையே காணப்படும் துயர்மிக்க இடைவெளிகளை அவரால் வெளிக்கொணர முடிந்தது. வன்முறை குறித்தும், அதை நிராகரிப்பது குறித்தும் பிரபஞ்சரீதியாக, இயற்கைரீதியாக மிகத் தெளிவான, தீர்க்கமான நிலைப்பாடுகளை இந்தியாவில் நிலைத்திருக்கும் அகிம்சை மரபுகள் முன்வைக்கின்றன.

இந்தக் கருத்தை நிலைநிறுத்த பண்டைய இந்திய இலக்கியங்களிலிருந்து எத்தனை எடுத்துக்காட்டுகளை வேண்டுமென்றாலும் கொடுக்க முடியும். பிரபஞ்சரீதியான, இயற்கைரீதியான சட்டங்களை மீறுவது கடுமையான தண்டனைக்கு உட்பட்டதாக இருந்தது – குற்றவாளிகள் ஆளும் வர்க்கத்தைச் சேர்ந்தவர்களாக இருந்தபோதும். பிரபஞ்சரீதியான, இயற்கைரீதியான

5 *Ibid.,* p. *302.*

சட்டங்கள் லௌகிக உலகத்தின் அதிகார முறைமையை, குறியீடுகளைக் காட்டிலும் மிக முக்கியமானதாகப் பார்த்தன. இரண்டாம் நூற்றாண்டைச் சேர்ந்த சிலப்பதிகாரம், இதை நெகிழவைக்கும் நிகழ்வின் மூலம் சிறப்பாக விளக்குகிறது. நீதிக்காக ஒரு பசு போராடுகிறது; நீதியும் வழங்கப்படுகிறது. அரசனின் அரண்மனைக்கு ஒரு பசு சென்று நீதி கேட்டு மணியடிக்கிறது. அரண்மனையில் உள்ளவர்கள் பெருவியப்புகொள்கிறார்கள். பசுவை அரசன் அழைத்து அதன் துயரத்தைக் கேட்கிறான். அந்தப் பசு, இளவரசன் ஓட்டிச்சென்ற ரதச் சக்கரங்களில் அதனுடைய கன்று சிக்கி இறந்துவிட்டதாகப் புகார் கொடுக்கிறது.

கண்ணீரை அடக்க முடியாத அரசன், துயருற்ற பசுவுக்கு நீதி வழங்கும் விதமாகத் தான் பெற்ற மகனையே பலிகொடுக்கிறான்.[6] இத்தகைய விழுமியங்களின் முழுமையான வளர்ச்சியை வேத வகைமையான ரிதா *(Rta)* கொண்டிருக்கிறது என்றாலும், பிந்தைய துறவற மரபு ஒரு வேத மனது நினைத்துப்பார்த்ததைக் காட்டிலும் மிகவும் சிக்கலான முன்வைப்புகள் ஊடாக முழுநிறைவாக்கியுள்ளது என்று சொல்ல முடியும். ஆனால், பிரச்சினை உண்மையிலேயே வேறெங்கோ இருப்பதாகப் பார்த்தார் காந்தி. துறவற மரபுகூடத் தீண்டாமை போன்ற ஒருசில வரலாற்றுரீதியான முறைப்படுத்தல்களில் குழப்பமான நிலைப்பாட்டையே கொண்டிருக்கிறது. துறவற மரபு சாதிய முறைமையின் அத்துமீறல்களை வன்முறையின் பகுதியாகத் தெளிவாக அடையாளம் காணவில்லை. பிரபஞ்சம், இயற்கை, வரலாறு ஆகிய ஒழுங்குகளை ஒன்றிணைக்கும் மரபு இந்தியாவில் சீராக இயங்கவில்லை. பல நூற்றாண்டுகளுக்குப் பிறகு காந்தியே இம்மூன்றையும் ஒன்றிணைக்க முயன்றார். வேறு வார்த்தைகளில் சொல்வதென்றால், துறவறத்தின் லட்சியமானது வரலாற்றை மறுதலிப்பதாக இருக்கிறது; அதைச் சிறையாகப் பார்க்கிறது. அதிகபட்சமாக, அகிம்சையின் லட்சியம் என்பது முழுநிறைவாகச் செயலற்று இருப்பது அல்லது குறுக்கீடுசெய்யாமல் இருக்கும் இறுதி நிலையை அடைவது என்பதாகவே புரிந்துகொள்ளப்பட்டிருக்கிறது. வன்முறைச் செயல்களிலிருந்து விலகியிருப்பது எதிர்மறையான செயலாகும். இந்தப் பிரச்சினையை குறித்து காந்தியின் புரிதல் வேறாக இருக்கிறது. மீண்டும், நவகாளியிலிருந்து அவர் இவ்வாறு சொல்கிறார்:

> நடந்தவற்றுக்கு இத்தனை பேர் சாட்சிகளாக வாழ்ந்துகொண்டிருக்கிறார்கள் என்பதே என்னைப் பொறுத்தமட்டில் துயரமாகிறது... உங்களுக்குத் தெரியும், நான் முன்னரே சொன்னதுபோல், ஆயுதங்களை எப்படிப் பயன்படுத்துவது என்று நீங்கள் கற்றதை மறந்துவிடுங்கள் என்றோ அல்லது என் பாணியிலான வீரத்தோடு செயல்படுங்கள் என்றோ நான் என்றுமே சொன்னதில்லை.[7]

6 *Shilappadikaram, trans. Alain Danielou (1965: 128).*

7 *D.G.Tendulkar (1964, Vol. 7: 301).*

துறவற ஒழுங்குகள் எத்தகைய வீரம்செறிந்த செயலையும், ஏன் வீரம்செறிந்த துறவறத்தைக்கூட ஏற்றுக்கொள்வதில்லை. துறவறக் காரணியத்தை முன்வைத்து என்றாலும்கூட, சீற்றத்திலிருந்தும் உணர்ச்சிகளிலிருந்தும் யுத்த மனநிலையிலிருந்தும் விடுதலை அடைந்திருப்பவரே விரக்தாவாக (Virakta) பார்க்கப்படுகிறார். துறவறத்தை முன்வைத்து என்றாலும் இவற்றிலிருந்தெல்லாம் விலகியிருப்பவரே அனுரக்த ஸ்திதியாகிறார் (anurakta sthithi). இத்தகைய மிகைகளையெல்லாம் சந்தேகக்கண் கொண்டு காந்தி பார்த்தார். அதனால்தான், துறவறத்தை முழுமுற்றாக வாசிப்பதை அவர் நிராகரிக்க அல்லது மாற்றியமைக்க வேண்டியிருந்தது.

காந்தி இரண்டாவது பாதையைத் தேர்ந்தெடுத்தார். இப்படியாகத்தான் அரசியல் தளத்தில் அகிம்சை பிறந்தது.

III

கண்டிப்பாக அவசியமென்றால் உங்கள் ஆயுதங்களைத் திறமையாகப் பயன்படுத்துங்கள். அவற்றைத் தவறாக மட்டும் பயன்படுத்தாதீர்கள்.[8]

இந்து மதத்தின் தலையாய பெருமையாக நான் கருதும் அகிம்சையானது சந்நியாசிகளுக்கு மட்டுமானது என்று நம் மக்கள் விளக்கம் கொடுக்கிறார்கள். நான் இந்தப் பார்வையை ஏற்றுக்கொள்ள மறுக்கிறேன்.[9]

நாம் கடந்த முப்பதாண்டுகளாக நடைமுறைப்படுத்திக் கொண்டிருப்பது முனைப்பற்ற எதிர்ப்பே தவிர அகிம்சைப் போராட்டமல்ல. முனைப்பற்ற எதிர்ப்பானது ஆயுதம் தாங்கிப் போராடுவதற்கு சாத்தியமில்லாத, விருப்பமில்லாத பலவீனமானவர்களுக்கானது என்று நான் தயக்கம் ஏதுமில்லாமலும் முழுமையாகவும் ஏற்றுக்கொள்கிறேன்.[10]

சுருங்கச் சொல்வதென்றால், மேலே கொடுக்கப்பட்டிருக்கும் மூன்று மேற்கோள்களும், வன்முறை தொடர்பான பிரச்சினையின் எல்லாப் புதிர்களுக்கும் காந்தி தீர்வுகாண முயல்வதையும், அதில் ஓரளவுக்கு வெற்றிகண்டிருப்பதையும் மிகச் சிறப்பாகத் தொகுத்தளிக்கின்றன. இவ்விடத்தில் அந்தத் திபெத்திய நாய், நம்மை சம்பாரன் விவசாயிகளிடமும், 1947–ல் காந்தி டில்லியில் உரையாற்றிய சோஷலிட்ஸ்டுகள் மாநாட்டுக்கும், அவருடைய கடைசி வருடங்களில் அவரைத் திக்குத்தெரியாத காட்டில்

8 *Ibid., p. 303.*

9 *Ibid., p. 320.*

10 *Ibid., (Vol. 8: 57).*

அலையவைத்த அவரது அனுபவங்களுக்கும் அழைத்துச்செல்கிறது. மேலே கொடுக்கப்பட்டிருக்கும் இரண்டாவது மேற்கோள், மிகத் தீர்மானமாக முன்வைக்கப்படும் மீபௌதிகரீதியான தளத்துக்குக் கீழாக மறைந்திருக்கும் புரட்சிகரமான அறிவத்தை நமக்குச் சுட்டிக்காட்டுவதாக இருக்கிறது.

முனைப்பற்ற எதிர்ப்புக்கும் அகிம்சைப் போராட்டத்துக்கும் இடையேயான வேறுபாடுகளை காந்தி சுட்டிக்காட்டுவது நடைமுறைரீதியான அரசியல் தளத்திலிருந்து பார்த்தாலும்கூடப் பயனுள்ளதாக இருக்கிறது. உன்னதமான அகிம்சை முறையிலான எதிர்ப்பாளர், எப்போதும் தனிமனிதராகவே இருக்க முடியும். மிகமிக அரிதாகத்தான் குழுமமாக – அதுவும் பொருளியல்ரீதியான காரணிகள் அடிப்படையில் அணிதிரளும்போது – இருக்க முடிகிறது. இது என்னவாக இருக்கிறது என்றால், துறவற முறையை வரலாற்றுரீதியான காரணகாரிய உலகத்துக்குள் தள்ளிவிடுவதுபோல் ஆகிறது. காந்தி இவ்விரண்டு முறைகளுக்கு இடையே ஒருவிதமான படிநிலையை உருவாக்கி, முழுமுற்றான நிலைப்பாடும், சார்புத்தன்மையிலான நிலைப்பாடும் ஒன்றையொன்று சரிசெய்துகொள்ளும் செயல்நுட்பத்தை உருவாக்குகிறார். லட்சியம், யதார்த்தம் ஒவ்வொன்றும் மற்றதன் மிகைகளைச் சரிசெய்ததோடு, பூமியில் திடமாய்க் கால்பதித்திருக்கும் நடைமுறை அரசியல் செயல்பாடுகள்கூட ஒருவிதமான ஆன்மீக ஒளிவட்டத்தைக் கொடுக்கக்கூடியவையாகின்றன.

வேறு வார்த்தைகளில் சொல்வதென்றால், முனைப்பற்ற எதிர்ப்பை நாம் எதிர்–வன்முறையாகவும் வாசிக்கலாம். வன்முறையை நடைமுறைப்படுத்த அரசு கொண்டிருக்கும் பிரம்மாண்ட இயந்திரங்களைக் கணக்கிலெடுத்துக்கொண்டால், அடக்குவதற்குப் படைகள் குவிக்கப்படும் அளவைக் குறைப்பதற்கு இது உத்தரவாதமான வழியாகிறது. இவ்வாறு அர்த்தப்படுத்துவது, இதில் காணப்படும் ஆன்மீகரீதியான தன்மையைக் குறைப்பதாகவோ, மக்கியவெல்லி *(Machiavelli)* தன்மையை உயர்த்திப்பிடிப்பதாகவோ அர்த்தப்படுத்திக்கொள்ள வேண்டியதில்லை. ஏற்கெனவே சில அறிஞர்கள் சுட்டிக்காட்டியிருப்பதுபோல், முனைப்பற்ற எதிர்ப்பு உத்திக்கும் கொரில்லா போராட்ட உத்திக்கும் இடையே வியக்கத்தக்க அளவுக்கு நெருக்கமான உறவு காணப்படுகிறது. காந்தியின் தார்மீகம், நவீன தேசிய–அரசின் பலத்தை அரசியல்ரீதியாக மிகத் துல்லியமாக மதிப்பீடுசெய்ததில்தான் அடங்கியிருக்கிறது. இதை நடைமுறைக்கேற்ற உத்தியாக மொழியாக்கம் செய்தது, அறிவுக்கும் செயலுக்கும் இடையே காணப்படும் இடைவெளியைக் கடப்பதற்கான வழியாகிறது. அரசு வன்முறை கொண்டு தாக்கும் பலத்தைப் பெருமளவு மட்டுப்படுத்தியது என்பது வெளிப்படையாகத் தெரியக்கூடிய விளைவாகிறது. எளியவரும் வலிமையானவரைப் பணியவைக்க முடியும்.

இப்படியான முறைகளில்தான், சம்பாரன் விவசாயிகள் அவர்களுடைய எஜமானர்களுக்கு எதிராகப் போராடி பிரம்மாண்டமான வெற்றியைப் பெற முடிந்தது. அகிம்சையை முன்வைத்த துறவற மரபு, லௌகீக நிறுவனங்களின் அதிகாரத்தைத் தீவிரமாக எடுத்துக்கொள்ளாததால் அதை எதிர்கொள்வதற்கான

முறைகளை வடிவமைக்க இயலாமல்போனதே அதன் போதாமையாகிறது. அதை நிராகரிப்பதற்கு அதனிடம் உள்ள ஒரே வழமையான முறை, அதை ஆன்மீகரீதியாக அவமதிப்பதாக மட்டுமே இருந்தது. அகிம்சையோடு காந்தி மேற்கொண்ட பரிசோதனைகள், வரலாற்றுரீதியான சக்தி என்ற யதார்த்தத்தை முறைப்படுத்துவதற்கான, கட்டுப்படுத்துவதற்கான படைப்பூக்கமிக்க செயல்பாடுகளாகின்றன. காந்தி குறித்து எத்தகைய தத்துவார்த்தரீதியான வாசிப்பாக இருந்தாலும், அவருடைய ஆன்மீகத் தேடலை வழிநடத்திய சமூக-வரலாற்றுரீதியான முன்வைப்புகளைப் பார்ப்பதற்குத் தவறக் கூடாது. இத்தகைய பின்னணியில் அகிம்சையும் எதிர்-வன்முறையும் ஒன்றோடொன்று பிரிக்க முடியாதபடி அங்ககமாக இணைக்கப்பட்டிருக்கின்றன. இந்த விவாதத்தை முற்றிலும் வேறொரு தளத்துக்கு எடுத்துச்செல்வதென்றால், நிலத்தை உழுவதால் அதிலுள்ள கிருமிகள் கொல்லப்படும் என்ற அச்சத்தில் இருக்கும் ஒரு சமணத் துறவியிலிருந்து காந்தியைப் வேறுபடுத்திக்காட்டுவது இத்தகைய இடையீடு செய்யும் தளங்கள்தான். கிராமங்களில் தோல் தொழிற்சாலைகள் தொடங்குவதன் அவசியம் குறித்து காந்தியால் உற்சாகமாகப் பேச முடியும். பிரபஞ்சரீதியான அகிம்சை என்ற கருத்தமைவானது சமூகரீதியான வரலாற்றுரீதியான தளங்களில் படைப்பூக்கத்தோடு ஸ்தூலமான நீதியின் வடிவங்களாக வெளிப்பட வேண்டும் என்று அவர் நம்பினார். நீதி குறித்த உள்ளடக்கம் ஏதுமில்லாத அகிம்சை மீது அவர் எத்தகைய நம்பிக்கையும் கொண்டிருக்கவில்லை. அவருடைய உலகப் பார்வையின் அங்ககமான மற்றொரு பகுதி இதுதான்: மும்மையை உண்மை முழுமையாக்குகிறது.

IV

விடுதலையை முன்வைத்து வன்முறையை ஆதரிப்பவர்கள், காந்தியிடம் காணப்பட்ட விடுதலைக்கான அழுத்தத்தைக் காணத்தவறிய போதாமையே, காந்தியின் அகிம்சைத் திட்டம் குறித்த வாசிப்புகளை ஊனப்படுத்துகிறது. அவரை அடக்கமான அல்லது தெளிவில்லாத சாதுவாக மட்டுமே பார்த்தார்கள். அதாவது, சுற்றுலாப் பயணிகள்போல் பரிச்சயமானதையே எதிர்பார்த்தார்கள்; அப்படியானதைக் கண்டு மகிழ்ச்சியும் அடைந்தார்கள். ஏன் வன்முறை குறித்து சில அற்புதமான குறிப்புகளை எழுதியிருக்கும் சார்த்ர்கூட, சற்றே அக்கறையற்றதன்மையிலும் உதாசீனப்படுத்தும் தொனியிலும்தான் காந்தி குறித்து எழுதியிருக்கிறார். ஒரு புட்டியின் திருகுமூடியைத் திறக்கப் பொறுமையிழந்து தவிக்கும் ஒருவனின் படிமத்தைப் பிரமிக்கத்தக்க விதத்தில் முன்வைத்து ஓர் ஆயுதம் தாங்கிய போராளியின் அவஸ்தையை சார்த்ர் முன்வைக்கிறார். புட்டியை வழக்கமான முறையில் திறப்பதற்கான பொறுமை இந்தப் போராளிகளிடம் கொஞ்சமும் கிடையாது.

சார்த்ரைப் பொறுத்தமட்டில், தீவிரவாதியானவர் வரலாற்றின் இயக்கத்தைச் சுருக்குவதற்குப் பெரும் அவசரத்தில் இருக்கும் ஒருவராகிறார். ஆனால், காந்தி

அதே மனிதரை அச்சத்தால் உருவானவராக வரையறுக்கிறார். வன்முறையின் மேற்பரப்போடு சார்த்ர் நின்றுவிடுகிறார் என்றால், காந்தி வன்முறையின் ஆழத்துக்குள் ஊடுருவிப்போகிறார். விடுதலைக்கான வன்முறையில் நம்பிக்கை கொண்டவர்களுக்கு இது மருளியலானதாகிறது. இதைக் கொஞ்சம் படியுங்கள்:

1. *அவர்கள் ஃபனானைப் (Fanon) படிப்பது நல்லது; பொறுப்பில்லாத இந்த வன்முறையானது சத்தம் கொண்டதோ ஆவேசம் கொண்டதோ இல்லை, காட்டுமிராண்டித்தனமான உணர்வுகளுக்குப் புத்துயிர்ப்பு கொடுப்பதும் அல்ல. ஏன், கசப்பின் வெளிப்பாடும் அல்ல. இது, ஒரு மனிதன் தன்னையே மறுஉருவாக்கம் செய்துகொள்வதாக இருக்கிறது.*

2. *நாம் காற்றில் விதைத்துள்ளோம். அவரே சுழற்றியடிக்கும் காற்றாகிறார். வன்முறையின் குழந்தை ஒவ்வொரு தருணத்திலும் அதிலிருந்தே மானுடத்தன்மையைப் பெற்றுக்கொள்கிறது. அவர் தயவில் நாம் மனிதர்களாக இருக்கிறோம். நம்மைக் கொண்டு அவர் தன்னை மனிதராக்கிக்கொள்கிறார்: வேறான மனிதர், மேன்மை பெற்றவர்.*

3. *இதை எப்படியாவது புரிந்துகொள்ள முயன்றுபாருங்கள்: இன்றைய மாலைப் பொழுதிலேயே வன்முறை தொடங்குகிறது என்று வைத்துக்கொள்வோம், சுரண்டலும் அடக்குமுறையும் இந்தப் பூமியில் எப்போதும் இருந்ததில்லை என்பதாக வைத்துக்கொள்வோம், அப்போது ஒருவேளை அகிம்சை கோஷம் இந்தச் சச்சரவை ஒரு முடிவுக்குக் கொண்டுவரலாம். ஆனால், இந்த மொத்த அமைப்பும், ஏன் உங்களுடைய அகிம்சைச் சிந்தனைகள்கூட ஆயிரக்கணக்கான ஆண்டுகளாக அடக்கியாளப்பட்டதன் விளைவாக இருக்கும்போது, உங்களுடைய முனைப்பற்ற எதிர்ப்புத்தன்மையானது அடக்கியாள்கிறவர்களோடு உங்களை இணைத்துப்பார்ப்பதற்கு மட்டுமே உதவுகிறது.*[11]

சுயபிரதிபலிப்பிலான முரண்நகையானது சார்த்ரைப் பார்த்துப் பரிகசிப்பது அவ்வளவு தெளிவாக இருப்பதால் அதை நம்மால் பார்க்காமல் இருக்க முடியாது. பிரெஞ்சு இருத்தலியலாளர் வன்முறையின் மருளியர்போல் பேசுகிறார். இப்படியாகப் பேசுவதன் ஊடாக, தொல்மூலரீதியான மாற்றத்துக்கான சக்தியை வன்முறையிடம் முழுமையாக ஒப்படைக்கிறார். காந்தி – மேலே கொடுக்கப்பட்டுள்ள மேற்கோள்களில் – தன் கையில் இருக்கும் வேலையை முடிக்க விரும்பும் நடைமுறை சார்ந்த தீவிரையாளராக வெளிப்படுகிறார். பேரரசின் அஸ்திவாரத்தை ஆட்டங்காணச்செய்தது முனைப்பற்ற எதிர்ப்புதான். மேற்கத்தியத்தில் தோற்றம் கொண்ட நவீனத் தீவிரை உரையாடல்கள் இதுபோன்று நுட்பமான, அவ்வளவு நுட்பமில்லாத

11 Jean Paul Sartre, Preface to Fantz Fanon (1968).

முரண்நகைகளைக் கொண்டவையாக இருக்கின்றன. சார்த்ருக்கு நவீன அரசுகூட மீபௌதிகக் கருத்தாகவே தோன்றுகிறது!

காந்தியை ஒரு வரலாற்றுப் போராளியாகப் பார்க்காமல், ரமண மகரிஷி போன்ற யோகியாக முன்வைக்கும் கவர்ச்சிகரமான திட்டம், அவரை வாசிப்பதில் உள்ள இரண்டாவது வகையான போதாமையாக இருக்கிறது. இப்படியாக, அசுத்தங்கள் ஏதுமற்றதாக அகிம்சை லட்சியங்கள் மாற்றப்படுகின்றன; ஏன், அவற்றின் ஜீவனும் அவற்றிலிருந்து அப்புறப்படுத்தப்படுகிறது. ஆனால், காந்தி வித்தியாசமான மனிதர்: அவர் அசுத்தங்களுக்கு மத்தியில் வாழ்ந்துவந்தார். அவர் திபெத்திய நாயின் மொழியை மட்டுமே புரிந்துகொள்ளவில்லை, சம்பாரன் விவசாயிகளோடும் உரையாடியதோடு, ஒடுக்குகிறவர்களுக்கு எதிராகப் போராட அவர்களை ஊக்குவிக்கவும் செய்தார்.

●

14

கவலைகொள்ளும் இந்துவும் கோபம்கொள்ளும் விவசாயியும்: இந்தியாவில் உலகமயமாக்கலுக்கு எதிரான இரண்டு எதிர்வினைகளின் பண்பாடு, அரசியல் குறித்து

இறக்குமதிசெய்யப்பட்ட ஆணுறைகள், விஸ்கி, அழகிப் போட்டிகள் — இவையே உலகமயமாக்கமாகின்றன.

– பெங்களூரில் ஒரு சுவரெழுத்து, 1996.

அரசியல் குழுமகங்களின் கற்பிதங்கள், குறிப்பிட்ட பிரச்சினைக்கு அல்லது போக்குக்கு அவற்றின் கடந்த கால வடிவங்களிலிருந்து எதிர்வினைகளை மாற்றி எழுதுகின்றன.[1] கவிதையியல் வகைமையைப் பயன்படுத்திச் சொல்வதென்றால், அரசியல் செயல்பாடுகளில் கதம்ப வடிவம் இப்படியாகத்தான் பிறப்புகொள்கிறது.[2] இந்தியாவில் உலகமயமாக்கலானது கல்விப்புலக் கதையாடல்களில் காணப்படும் புத்திசாலித்தனமான, ஆனால் தவறான வாதங்களையும் நுட்பமான கருத்தியல்ரீதியான வேறுபாடுகளையும் நிராகரித்து, ஈவிரக்கமற்ற பொருளாதார தாராளமயவாதமாகவே அரசியல்ரீதியாக மொழியாக்கம் செய்யப்படுகிறது. அரசியல் குழுமகங்களுக்கு எதுவுமே புதிதல்ல; எல்லாவற்றையும் அது முன்னரே பார்த்திருக்கிறது. உலகமயமாக்கல் அதை எதிர்ப்பவர்களால் பண்பாட்டுப் படையெடுப்பாகவும் இயவிடஞ்சார்ந்த மூலாதாரங்களைக் கொள்ளையடிப்பதாகவுமே பார்க்கப்படுகிறது. இந்த அனுபவத்தைப் புரிந்துகொள்ள அரசியல் குழுமகங்களுக்கு சாத்தியப்படக்கூடிய

1 *நான் எழுதிய இந்தக் கட்டுரையின் மூல வடிவம், அடையாளங்கள் கட்டமைக்கப்படுவதில் வன்முறையின் பாத்திரம் குறித்ததாக இருந்தது. இதன் உள்ளடக்கத்தை இந்திய அனுபவப் பின்னணியில் பொருத்திப்பார்க்க நினைத்தேன். இல்லையென்றால் இந்தக் கட்டுரை சாராம்சரீதியானதாகவும் அவரலாற்றுரீதியானதாகவும் மீபௌதிகரீதியானதாகவும் மாறிவிடும் அபாயத்தைக் கொண்டிருந்தது. தற்கால இந்திய நினைவுகளுக்கும் வன்முறைக்கும் இடையேயான உறவோடு பொருத்தியவுடன், இந்தக் கட்டுரையின் மூல வடிவம் முற்றிலும் மாறிவிட்டது. இது உலகமயமாக்கல் வெளியில் அடையாள அரசியலின் கதையாக உருமாறிவிட்டது.*

2 *கதம்பம் குறித்துக் கோட்பாட்டுரீதியான வாசிப்புக்குப் பார்க்கவும்: Margaret Rose (1979).*

கருத்தியல்ரீதியான நடைமுறைரீதியான வடிவங்களை காந்தி மட்டுமே கொண்டிருக்கிறார். உலகமயமாக்கலின் புது சகாப்தமும்கூட, அதன் முந்தைய வடிவத்திலிருந்து வேறாக உள்ளது என்றாலும், காந்தி வடிவமைத்த வகைமைகளை அடிப்படையாகக் கொண்டே நாம் புரிந்துகொள்ள வேண்டியிருக்கிறது. இதன் விளைவாக, இந்தியாவில் உலகமயமாக்கலுக்கான எதிர்வினைகள் கதம்ப வடிவத்தைக் கொண்டிருக்கின்றன.[3] இது, எல்லாத் தளங்களிலும் சுயபிரதிபலிப்பைக் கொண்டிருந்தாலும், ஒருவிதமான அவியல் போன்று தாறுமாறாக அரசியலை உருவாக்குகிறது; இதுவே கதம்பத்தின் பிரதான குணாம்சமாகிறது. இதைப் பகடியாக விவரிக்க முடியாது. இந்தக் கதம்பம் திட்டமிட்டு உருவாக்கப்படுகிறது. அரசியல் குழுமங்கள் அவற்றின் செயல்பாடுகளில் காந்தியை மீண்டும் பொறிக்க விரும்புகின்றன. உலகமயமாக்கலின் நவீன முதலீட்டிய வடிவங்களின் அடிப்படையான நடைமுறைகளுக்கு காந்தியின் அசலான எதிர்வினையோடு ஒரு புரிதலுக்கு வரவும் அரசியல் கதம்பம் முயல்கிறது. தன்னுடைய மரபு இப்படியெல்லாம் பயன்படுவதைக் கண்டு காந்தியே சிரித்திருப்பார், எரிச்சலடைந்திருப்பார், கோபப்பட்டிருப்பார். இந்தக் கட்டுரை உலகமயமாக்கலுக்கு எதிர்வினையாக உருவாக்கப்பட்டிருக்கும் இந்தக் கதம்பத்தின் குணாம்சத்தைப் புரிந்துகொள்ளவே முயல்கிறது.

இந்திய அரசியலில், உலகமயமாக்கலுக்கு இரண்டு விதமான எதிர்வினைகள் சாத்தியப்பட்டிருக்கின்றன: முதலாவது வகை, இயவிடஞ்சார்ந்த பண்பாட்டு நிலைப்பாட்டை எடுப்பதாகப் பாசாங்குசெய்யும் பழமைவாத இந்துவின் வெளிப்பாடுகள். நான் இதை சங்-சுதேசி எதிர்வினை என்று அழைக்க விரும்புகிறேன்.[4] வலதுசாரி இந்து அரசியல் சக்திகளால் (பொதுவாக, சங்பரிவார் என்று அழைக்கப்படுவது) ஆதரிக்கப்படும் அமைப்பான சுதேசி ஜாக்ரன் மஞ்ச் (*Swadeshi Jagran Manch*) இதற்கான எடுத்துக்காட்டாகும். இரண்டாவது வகை, பொருளாதார தாராளமயமாக்கல் கொள்கைகளால் நேரடியாகப் பாதிக்கப்படும் குழுமங்களின் வெளிப்பாடுகள். குறிப்பாக, கர்நாடக விவசாய அமைப்பு இத்தகைய போராட்டங்களில் முன்னணியில் நிற்கிறது.[5] இவ்விரண்டு எதிர்வினைகளின் பண்பாட்டு அரசியலில் காந்தியின் புதிரான இருப்பைப் புரிந்துகொள்ளவே இந்தக் கட்டுரை முயல்கிறது. மேலும், இவற்றில் அடையாளம் எந்த அளவுக்குப் பங்காற்றுகிறது என்று ஒளிவுமறைவு இல்லாமல் முன்வைக்கவும் முயல்கிறது. இவ்விரண்டு விதங்களும், இந்திய அடையாளம் குறித்தும், நாகரிகத்தளத்திலான நவீனத்தியத்

3 *அரசியல்ரீதியான செய்முறைகளை ஆராய்வதற்கு இலக்கிய வகைப்பாடுகளை எவ்வாறு பயன்படுத்துவது? இது தொடர்பாக எனது நண்பர் டாக்டர் ருஸ்தம் சிங்கின் (Rustam Singh) 'ஃபீலிங் பாலிடிக்'ஸால் (Feeling Politics, பிரசுரிக்கப்படாதது) பெருமளவு பயனடைந்துள்ளேன்.*

4 *சங்-சுதேசி இயக்கத்தின் சித்தாந்தரீதியான, பண்பாட்டுரீதியான அறிக்கைக்குப் பார்க்கவும்: Swadesi Jagarane (in Kannada; Bangalore: Kriya, 1995).*

5 *'Raita Horata' (in Kannada; Bangalore: 1996: 38).*

திட்டத்தோடு இந்தியா கொண்டிருக்கும் உறவு குறித்தும் இரண்டு பிரத்யேகக் கருத்தமைவுகளில் அவற்றின் தோற்றுவாயைக் கொண்டிருக்கின்றன. மேலும், தற்போதைய பொருளாதார உலகமயமாக்கலைப் பதினெட்டாம், பத்தொன்பதாம் நூற்றாண்டுகளில் மேற்கத்தியத்தால் தொடங்கப்பட்ட உலக முதலீட்டியத் திட்டத்தின் ஏரண நீட்சியாகவும் பார்க்கிறார்கள்.

இந்தக் கட்டுரை உருவாக்கத்தில் பங்காற்றியுள்ள ஒரு கூற்றையும் நான் முன்வைக்க வேண்டும்: உலகமயமாக்கலுக்கு எதிர்வினையாக மூன்று அடையாளம் சார்ந்த கதையாடல்கள் சாத்தியப்பட்டுள்ளன. வேட்கை–சார்ந்து, பசி–சார்ந்து, அர்த்தங்கள்–சார்ந்து எனும் மூன்று அடையாளக் கதையாடல்களும் உலகமயமாக்கலின் உள்ளியல்பான ஒற்றைத்தன்மைப் போக்குக்கு சவால்விட்டு நிற்கின்றன. இவை உள்ளபடியே உலகமயமாக்கலோடு அடிப்படையாகவும் மீளிணக்கம் காண முடியாத வகையிலும் முரண்பட்டு நிற்கின்றன என்பதாக இல்லை. குறிப்பாக, வேட்கை–சார்ந்த கதையாடலானது உலகமயமாக்கலை எதிர்த்துநிற்க முனைப்புகாட்டினாலும், இறுதியாக அது எத்தகைய கட்டுமானத்தை எதிர்த்துநிற்கிறதோ அதாலேயே உள்ளிணைத்துக் கொள்ளப்படுவதாகிறது. எதிர்ப்பு இங்கு அங்கீகாரம் பெறும் வழியாகிறது. உலகமயமாக்கல் என்பதே சில வடிவங்களில் உற்பத்தியையும் நுகர்வையும் வேண்டிநிற்கும் வேட்கைகளால் ஆன மிகப் பிரம்மாண்டமான கட்டுமானமாக இருப்பதோடு இதுவே இந்த சமரச உரையாடலின் அடிப்படையாகவும் ஆகிறது. மேலும், குறிப்பீடு (signification) முறைமைகளுக்குள் அரசியல்ரீதியாக, பண்பாட்டுரீதியாகப் பொருத்தமான வடிவங்களை அதுவாகவே உருவாக்கிக்கொள்கிறது. வேட்கை–சார்ந்த அடையாளம், குறிப்பிட்ட சில பண்பாட்டுரீதியான, குறியீட்டுரீதியான வெளிகளை அதுவாகவே உருவாக்கிக்கொள்ள முயல்கிறது. ஆனால், உலகமயமாக்கலின் மேலாதிக்கக் கூறுகள் அவ்வளவு சுலபமாக இதை அங்கீகரிப்பதில்லை. இது சமரசத்துக்கான கடுமையான விளையாட்டாக இருக்கிறது; சில சமயங்களில் ரத்தமும் சிந்தப்படுகிறது.

இரண்டாவது எதிர்வினையானது உலகமயமாக்கல் அதன் உற்பத்தி முறைகளில் ஏற்படுத்தும் வன்முறையிலிருந்து தோன்றுகிறது. உலகமயமாக்கலின் அடிப்படைப் பண்புகளில் ஒன்று பட்டினியை உருவாக்குவதாக இருக்கிறது.

மூன்றாவதாக, அர்த்தங்கள்–சார்ந்த அடையாளம் பரந்த தளத்தில் தத்துவார்த்தரீதியான எதிர்ப்பைச் சார்ந்திருப்பதாகிறது: உண்மையான பௌத்த அல்லது இஸ்லாமிய வடிவங்களுக்கான தேடல் இதற்கான சரியான எடுத்துக்காட்டாகிறது.[6]

6 மிக முக்கியமான இஸ்லாமியச் சிந்தனையாளரும் நவீனத்துவ எதிர்ப்பாளருமான ஜீயாவுதீன் சர்தார், அவரது எழுத்துகள் பலவற்றில் இஸ்லாமிய அடையாளம் குறித்து ஆராய்ந்திருக்கிறார். பார்க்கவும்: Ziauddin Sardar (1985).

இந்த மூன்றும் பல சமயங்களில் ஒன்றோடொன்று கலந்து காணப்படுகின்றன என்றாலும், இவை கொண்டிருக்கும் மைய அழுத்தம் வெவ்வேறாக இருக்கின்றன. பல சமயங்களில் வேட்கை–சார்ந்த முறையும் அடையாளம்–சார்ந்த முறையும் ஒன்றோடொன்று கலந்து, மத அடிப்படைவாதம் என்று அழைக்கப்படும் போக்கை உருவாக்குகிறது. மத அடிப்படைவாத அடையாளத்தில், வாழ்க்கையின் அர்த்தம் நுகர்வுப் பொருட்களுக்கு அப்பால் எடுத்துச்செல்லப்படுகிறது. 'உலகளூர்மைய' *(glocalized)* உலகத்தின் அன்றாடப் பொருட்கள், வேறு வித அடையாளத்துக்கான நாட்டத்தைத் திருப்திப்படுத்தும் அர்த்தங்களை உருவாக்க முடியாதவையாக இருக்கின்றன. ஆனால், மெர்ஸிடிஸ் பென்ஸ் *(Mercedes Benz)* காரும் இஸ்லாமிய அடையாளமும் ஒன்றிணைந்து இதைச் சாதிக்க முடியும். இந்து அணு ஆயுதம் என்றுகூட ஒன்று இருக்க முடியும். நுகர்வுப் பொருட்கள் தளத்தில், மிகச் சிக்கலான முறையில் வேறுபாடுகளைக் கண்டறிய முயலப்படுகிறது. இந்தக் கட்டுரை முதல் இரண்டின் மீது, அதாவது வேட்கை-சார்ந்த, பட்டினி–சார்ந்த அடையாளக் கதையாடல்கள் மீது கவனம்கொள்கிறது. தொடக்கத்திலேயே விளக்கியதுபோல், இவ்விரண்டு முறைகளுமே நவீனத்தியத் திட்டத்துக்கான காந்தியின் எதிர்வினையில்தான் அதற்கான மூலத்தைக் கொண்டிருக்கின்றன. தற்கால எதிர்வினைகள் ஒரு பெரும் கதையாடலை மாற்றி எழுதுவதாக, அதாவது கதம்பமாகவே இருக்கின்றன. சங்–சுதேசி வேட்கை–சார்ந்ததாக இருக்கிறது; விவசாயிகள் போராட்டம் பட்டினி–சார்ந்ததாக இருக்கிறது. இந்தக் கூற்றின் அர்த்தங்களும் விளைவுகளும் இனிவரும் பகுதிகளில் தெளிவாகும்.

II

உலகமயமாக்கலின் நவீன வடிவங்கள் குறித்து மிகவும் முதிர்ச்சிபெற்ற கோட்பாட்டை காந்தி கொண்டிருந்தார். அதுமட்டுமல்லாமல், அதற்கேற்ற பல பிரத்யேக எதிர்ப்பு வடிவங்களை – அவருடைய சுயத்தின் மீதும் இந்தியச் சமூகத்தின் மீதும் பெருமளவு பரிசோதனைகள் மேற்கொண்ட பிறகுதான் என்றாலும் – முழுநிறைவாக்கினார். உலகமயமாக்கலை முதலீட்டியப் பண்பாட்டுரீதியான ஏரணத்தின் தவிர்க்க முடியாத நீட்சிதான் என்று இன்று இந்தியா வரையறுக்கிறது என்றால், அதற்கு காந்தியே முற்றிலும் பொறுப்பாகிறார். முதலீட்டியத்தை காந்தி வாசித்த முறையின் பலம், அதன் விரிவாக்கம் குறித்த அவரது நோக்கியவாத *(teleological)* பார்வையே: ஒரு பண்பாட்டுச் செய்முறையாக, நவீனத்தின் பிறப்பிலேயே உலகமயமாக்கல் காணப்படுகிறது. காந்தி, செவ்வியல் பிரதியான அவரது 'இந்து ஸ்வரா'ஜில், வீறுநடை போடும் முதலீட்டிய வரலாற்றை எதிர்காலமையப் பார்வையை அடிப்படையாகக் கொண்டு, நவீனத்தின் மீதான விமர்சனத்தை முன்வைக்கிறார்.[7]

7 *Mahatma Gandhi, 'Hind Swaraj' (Kannada Translation; Bangalore: Gandhi Vichara Male, 1950). காந்தியின் இந்தப் புத்தகமானது மூலத்தில் குஜராத்தி மொழியில் எழுதப்பட்டது.*

அவர் முதலீட்டிய வளர்ச்சியின் ஜாதகத்தைக் கணிப்பதற்கு முயன்றிருக்கிறார். அவர் கணித்தது எதிர்பார்ப்பையெல்லாம் மீறி மிகச் சரியாக இருக்கிறது.

முதலீட்டியம் மீதான காந்தியின் விமர்சன வாசிப்பானது பொருள்கோளியல்ரீதியான அரசியலையும் கொண்டிருக்கிறது; பெரும்பாலான உரையாசிரியர்கள் காந்தியின் வாசிப்பானது நுகர்வுத்தன்மையையும் தேவையற்ற ஆடம்பரமான உற்பத்திகளையும் மீபௌதிகரீதியாகக் கண்டனம் செய்வதாக அர்த்தப்படுத்துகிறார்கள். காந்தி, முடிவேயில்லாத வேட்கைகளுக்குத் தீனிபோடும் பூதாகரமான இயந்திரமாக முதலீட்டியத்தை முன்வைக்கிறார். 'பன்மடங்காகும் தேவைகளும் இயந்திரங்களும்' என்ற காந்தியின் புதிர்த்தன்மையிலான முன்வைப்பானது ஓரளவுக்கு மிகை யதார்த்தத் தளத்திலிருந்து அவர் முதலீட்டியத்தைப் புரிந்துகொண்டிருக்கும் வெளிப்பாடாகவே இருக்கிறது. முதலீட்டியத்தோடு ஒன்றிணைந்த பகுதியாகிறது உலகமயமாக்கல்; உலகளாவியதாக இல்லையென்றால், அது மூலதனமே இல்லை. காந்தி மூலமுதலான அறிவத்தையும், பிரமித்துநிற்கும் பூர்வக்குடியைச் சேர்ந்த சூனியக்காரரின் உணர்வையும் கொண்டிருந்தார். மேலும், முதலீட்டியப் பண்பாட்டு ஏரணத்தை அவர் வாசித்த முறையானது ஏதோ அசரீரி போன்ற எளிமையைக் கொண்டிருக்கிறது. ஆக, மீபௌதிகரீதியாக ஒலிக்கும் கூற்றுகளை மட்டும் தேர்ந்தெடுத்து முன்னிலைப்படுத்துவது ஒப்பீட்டளவில் மிகச் சுலபமானதாகவே இருக்கிறது.

வேறு வார்த்தைகளில் சொல்வதென்றால், முதலீட்டிய-நவீனத்துவக் கூட்டின் மீதான காந்தியின் விமர்சனமானது வேட்கையின் மீபௌதிகமாகச் சுருக்கப்படுகிறது. மேலும், மிகச் சுலபமாக, அளவுகடந்த பொருளியல்ரீதியான மேற்கத்திய வாழ்க்கை முறையை மறுக்கும் மிகவும் பிரபலமான இந்திய தேசியவாத அலங்காரத்தின் ஒரு பகுதியாகவும் மாறியிருக்கிறது. முரண்நகையாக, முதலீட்டியப் பண்பு குறித்த காந்தியின் மிகை யதார்த்த வாசிப்பானது அதை அளவில்லாத நுகர்வு என்பதாகப் புரிந்துகொள்வதற்கும் கோட்பாட்டுரீதியாக வரையறுப்பதற்கும் பின்னர் மேற்கொள்ளப்பட்ட முயற்சிகளை முன்னரே எதிர்பார்த்ததுபோல் தோன்றுகிறது. அதாவது, இத்தகைய விவரிப்புகளும் வரையறைகளும் காந்திக்குப் பின்னர்தான் இந்தியாவுக்கும் மேற்குக்கும் வந்துசேர்ந்தன. ராம் மனோகர் லோகியா, ஜார்ஜ் பெத்தெல் *(Georges Bataille)*, இவான் இலிச் *(Ivan Illich)* போன்றவர்கள் காந்தியக் கருவில் உண்டானவர்களே. எவராலும் நகல் எடுக்க முடியாத வழியில், ஈவிரக்கமில்லாத நுகர்வின் விரிவாக்கமானது வரம்புமீறுவதையே அதன் மையமாகக் கொண்டிருக்கிறது என்பதற்கு காந்தி அழுத்தம் கொடுத்தார். நுகர்வுத்தன்மை அதன் முந்தைய வடிவங்களை அதுவாக விழுங்கித்தான் வளர்கிறது; பன்மடங்காகும் தேவைகளும் இயந்திரங்களும் என்ற படிமம் அரூபமாகவும் ஸ்தூலமாகவும் அச்சமூட்டுகிற வாழ்க்கை வடிவமாகிறது. வேட்கை மனநிலையாக மாறி, அதன் ஏக்கங்களைப் பூர்த்திசெய்துகொள்ளும் விருப்புறுதியே இயந்திரங்களின் இருப்பைச் சாத்தியப்படுத்துகிறது. அத்துமீறுகையானது சாத்தானின் மனநிலையாகிறது. மிகுதி குறித்த பார்வையே

முதலீட்டிய சுயத்தை மறுஉற்பத்தி செய்வதற்கான இயற்கையான முறையாகிறது. உலகைத் துறப்பது என்ற இந்து–பௌத்தக் கருத்தமைவும் வேட்கைகள் மீதான விமர்சனமும் ஒன்றையொன்று மறுஉற்பத்தி செய்துகொள்கின்றன.

முதலீட்டிய–நவீனத்திய–உலகமயமாக்கல் கூட்டு குறித்த காந்தியின் புரிதல் மேலும் சிக்கலானதாகவும், வேறுபட்ட பரிமாணங்களைக் கொண்டதாகவும் இருக்கிறது. இவை எதுவுமே தன்வயப்படுத்திக்கொள்ளும் அரசியலுக்கு அகப்படக்கூடியவையாக இல்லை. வேட்கைகள் மீதான விமர்சனம் 'ஆன்மீகரீதியானதாக' அல்லது 'மதரீதியானதாக' தேசியவாதிகளின் வாசிப்புகளில் அபகரித்துக்கொள்ளப்படுகிறது.

முதலீட்டிய–நவீனத்தியக் கூட்டானது பட்டினியை உருவாக்குகிறது என்றும் காந்தி முன்வைத்தார். சொல்லப்போனால் இதுவே 'இந்து ஸ்வரா'ஜின் அடிநாதமாக இருக்கிறது. மரபான கிராம இந்தியாவின் மொத்த பொருளாதாரத்தையும் பன்மடங்காகும் இயந்திரங்கள் அழித்தொழிக்கின்றன. புதிய தொழில்நுட்பங்களிலான இந்தப் பிரம்மாண்ட உலகமே, சுய–சாஸ்வத நிலையை உற்பத்திசெய்வதோடு, பிற வாழ்க்கை வடிவங்களின் இருப்பை அப்புறப்படுத்தவும் செய்கிறது. ஸ்தூலமான தளத்தில் இது நெசவாளர்களை, குயவர்களை, கூடை முடைபவர்களை, பல விதமான உலோகத் தொழிலாளிகளை, நவீனத்துக்கு முந்தைய தொழில்நுட்பத்தைப் பயன்படுத்தும் விவசாயிகளை, பிற எல்லாத் தொழில்நுட்ப வடிவங்களை அழிப்பதாக அர்த்தமாகிறது. மானுடர்கள் தங்களுடைய கைகளை இயற்கையாகவும் பண்பாட்டுரீதியாகவும் கொண்டிருப்பதாக காந்தி பார்த்தார். உழைக்கும் கைகள் பயன்பாட்டுக்குத் தேவையான பொருள்களை மட்டுமே உற்பத்திசெய்யவில்லை, அவை மனிதர்களின் மொத்த இருப்பையும் உற்பத்திசெய்கின்றன. பட்டினியின் மீபௌதிகம் வேட்கையின் மீபௌதிகத்தோடு தொட்டுவிலகுகிற உறவையே கொண்டிருக்கிறது. முதலீட்டியத்தின் தோற்றமும் உலகம் முழுவதுமான அதன் விரிவாக்கமும் — காந்தி இதைத் தவிர்க்க முடியாத உலக முறைமையாகப் பார்த்தார் — பல்வேறு குமுகங்கள் பட்டினிப் படுகுழியில் காணாமல்போவது என்றே அர்த்தமாகின்றன. ஒரு பழமைவாத இந்து அவரது அரசியல் அடையாளத்தை மறுவரையறை செய்வதற்கு வேட்கைகளின் மீபௌதிகம் பயன்படக்கூடியதாகிறது. ஏனெனில், மீமொழியிலான காந்தியின் கதையாடல், அதோடு நெருக்கத்தைக் கொண்டிருக்கிறது. வரலாற்றில் வளர்ச்சிக்கு வேட்கையை அவசியமான சக்தியாகவும் மனநிலையாகவும் பழமைவாத இந்துக்கள் ஏற்றுக்கொள்கிறார்கள்.

நாம் இப்போது நம்முடைய கதையின் முக்கியப் பகுதிக்கு வருகிறோம்: காந்தி இரண்டாகப் பிளக்கப்பட்டிருக்கிறார். உலகமயமாக்கலுக்குச் சமகால எதிர்வினையாகும் இரண்டு நிலைப்பாடுகளிலுமே அவர் காணப்படுகிறார். ஒரு வெறிகொண்ட இந்து, வேட்கைப் பகுதியைக் கடத்திக்கொண்டுபோய், இந்து அடையாளம் என்ற பெரும் அரசியலோடு இணைக்க முயல்கிறார் என்றால், பொருளாதார தாராளமயவாதத்தை எதிர்ப்பதற்குப் பட்டினிப்

பரிமாணத்தை விவசாயி தொடக்கமாகக் கொள்கிறார். அடையாள உருவாக்கங்களில் வன்முறையின் பங்கு குறித்த கேள்வியானது பிற எல்லாப் பிரச்சினைகளையும் மூழ்கடிக்கும் விதமான பின்னணியில் பதுங்கியிருந்து அச்சுறுத்திக்கொண்டிருக்கிறது.

காந்தி அவருடைய சட்டகத்தை நடைமுறைப்படுத்திய அதே காலகட்டத்தில்தான், இந்து வெறியர்களின் முறையும் வடிவம் பெறத் தொடங்கியது. இருந்தாலும், இவ்விரண்டுக்கும் இடையே முக்கிய வேறுபாடுகள் காணப்படுகின்றன. சொல்லப்போனால், இந்த வேறுபாடுதான் காந்தியை ஓர் இந்து வெறியன் படுகொலைசெய்யக் காரணியமானது. இந்தப் போக்கை அஷிஸ் நந்தி அவருடைய கட்டுரை ஒன்றில் மிக அற்புதமாக ஆராய்ந்திருக்கிறார்.[8] இந்து அடையாளம் தொடர்பான கேள்வியில் காணப்படும் வேறுபாடு மிக அடிப்படையானதாக இருப்பதோடு, அது தொடர்ந்து உலகமயமாக்கலுக்கான எதிர்வினைகளில் பிளவை ஏற்படுத்துகிறது; எதிர்வினைகளை வடிவமைக்கிறது.

இந்தக் கதை நமக்குப் போதிப்பது என்னவென்றால், பண்பாட்டுரீதியான பன்முகத்தன்மைப் பிரச்சினை தொடர்பான புரிதலில் உள்ள வேறுபட்ட பார்வைகள்தான் உலகமயமாக்கலுக்கான எதிர்வினைகளில் இரண்டு பிரத்யேக வடிவங்களாக வெளிப்படுகின்றன. வெறிகொண்ட இந்துவும் கோபம்கொண்ட விவசாயியும் ஏமாற்றும் விதமான பொதுத்தன்மையை வெளிப்படுத்துகிறார்கள்: இவர்களுடைய வகைமைகள் ஒன்றுபோல தோற்றம் தருகின்றன. காந்தி, இந்து அடையாளத்தை விவரிப்பதற்குப் பெருமளவு இந்து உட்கருத்துகளையும் உருவகங்களையும் பயன்படுத்தியதால், சமீபகாலம் வரை மதச்சார்பின்மையியலாளர்களும் நவீனவியலாளர்களும் காந்தியையும் வெறிகொண்ட இந்துவையும் ஒரு தொகுப்பாகவே பார்த்துவந்தார்கள். ஆனால், அவருடைய படுகொலையானது நிரூபணம் செய்வதுபோல், வெறிகொண்ட ஓர் இந்துவுக்கும் காந்திக்கும் இடையே பெருத்த வேறுபாடுகள் இருந்தன என்பதோடு, அவருடைய இந்து அடையாள வரையறை உலகளாவியதன்மை கொண்டிருப்பதாகவும் இருந்தது. வெறிகொண்ட ஓர் இந்து கீழ்த்திசையியலாளர் வேடத்தில் இருக்கும் மேற்கத்தியவரே. இவர், தன் சொந்த அடையாள

8 இந்தக் கருத்து குறித்த விமர்சனபூர்வ வாசிப்புக்குப் பார்க்கவும்: *Ashis Nandy, 'Ashis Nandy Vichara' (Heggodu: Akshara Chintana, 1995), p. 142.*

அரசியலை முன்னெடுக்கும் விதமாகவே காந்தியின் சொல்லணிகளைப் பயன்படுத்திக்கொள்கிறார்.[9]

இப்போதைய கதையிலும்கூட, தோற்றத்தில் இருக்கும் ஒற்றுமைக்கும் உண்மையான விலகலுக்கும் இடையேயான இறுக்கங்கள் இந்திய அரசியலைத் தொடர்ந்து ஆட்டிப்படைத்துக்கொண்டிருக்கின்றன. ஓர் வெறிகொண்ட இந்துவுக்கு எப்போதும் சாத்தியப்படாத அங்கீகாரத்தை காந்தியச் சட்டகம் பெற்றுள்ளதால், சூழ்ச்சிசெய்து கொன்ற அந்த மனிதரை, ஓர் இந்து தனக்கு சாதகமாகப் பயன்படுத்திக்கொள்ள வேண்டிய கட்டாயத்தில் இருக்கிறார்.

III
கடத்திக்கொண்டுபோகும் கதை

> *இந்தச் சவாலை (அதாவது, சர்வதேச நிறுவனங்களின் படையெடுப்பு) வெற்றிகரமாக எதிர்கொள்வதற்கு, தேசியவாதமும் சுதேசியும் விட்டால் மாற்று வழி எதுவுமில்லை என்பது வெளிப்படையாக இருக்கிறது. இந்தத் தொன்மையான தேசத்தின் பாரம்பரியத்திலும் விழுமியங்களிலும் வேர்கொண்டிருக்கும் வாழ்க்கை முறைகளும் பொருளாதாரத் திட்டங்களுமே அதன் தற்சார்பையும் வளத்தையும் சுதந்திரத்தையும் உத்தரவாதப்படுத்த முடியும்.*
>
> *– ஆர்எஸ்எஸ் தீர்மானம், மார்ச் 1995.*

இந்திய இலக்கியக் கோட்பாட்டாளர்கள், ஒரு வார்த்தை இலக்கியரீதியாக அங்கீகாரம் பெறுவதற்குக் கொண்டிருக்க வேண்டிய அர்த்த உத்திகளை மூன்று கருத்தமைவுகள் கொண்டு விளக்குகிறார்கள் — அகான்க்ஷா (akanksha), யோக்யதா (yogyata), சந்நிதி (sannidhi). ஒரு பழமைவாத இந்துவின்

9 *இந்து வலதுசாரியைப் பிரதிநிதித்துவப்படுத்துவதில் மிகவும் சக்திவாய்ந்த பாரதிய ஜனதா கட்சியின் அரசியல்ரீதியான பாரம்பரியம் குறித்த விவாதங்களுக்குப் பார்க்கவும்: Yogendra K.Malik and V.B.Singh, (1994: 29–55). வேறுபல உரையாடல்களுக்குப் பார்க்கவும்: Walter K.Anderson and Shridhar D.Damle (1987); Sumanta Banerjee, (1991: 97–101). இந்து வலதுசாரிகளின் முதல் அரசியல் கட்சியான ஜன் சங் குறித்த வாசிப்புக்குப் பார்க்கவும்: Craig Baxter (1989). மதவாத அரசியலைப் புரிந்துகொள்வதற்குப் பார்க்கவும்: Rajni Kothari (1989: 81–5). இந்து வலதுசாரி அரசியலில் மதரீதியான குறியீடுகள் குறித்த வாசிப்புக்குப் பார்க்கவும்: Bruce Lawerance (1985). இந்து வலதுசாரியின் சுயபிரதிநிதித்துவம் குறித்த சுவாரஸ்யமான வாசிப்புக்கு, அதாவது விஷ்வ இந்து பரிஷத் குறித்த வாசிப்புக்குப் பார்க்கவும்: Hindu Parishat Ke Uddeshya Karya tatha Updabhudhiyan' (Hindi); Atal Behari Vajpayee (1980); 'RSS: Spearheading National Renaissance, 60th Anniversary Year' (Bangalore: RSS, 1984); H.V.Sheshadri (1990). வலதுசாரிகள் நுகர்வுப் பொருட்களின் பதிலிப் பட்டியலை வெளியிட்டிருக்கிறார்கள். பார்க்கவும்: Deshi Padarthagalu (Kannada; Bangalore, 1995).*

பண்பாட்டுரீதியான அடையாள அரசியலின் உத்தியைப் புரிந்துகொள்ள நாம் இதே வகைமைகளைப் பயன்படுத்த முடியும். சுதேசியின் உள்ளியல்பான திறமை அல்லது யோக்யதா, அதன் முறையில் முதலீட்டியப் பண்பாட்டு ஏரணத்தை விமர்சிக்கும் காந்தியத் திட்டத்தோடு முரண்பட்டிருக்கிறது என்றபோதும், உலகமயமாக்கலுக்கான இந்துவின் எதிர்வினையில் சந்நிதி அல்லது காந்தியின் பின்னணியை நியாயப்படுத்துவது மிக முக்கியமானதாகிறது. எப்படியிருந்தாலும், அகான்க்ஷா அல்லது இந்துத் திட்டத்தின் லட்சியமே, காந்தியிடமிருந்து முற்றிலுமாக வேறானதாக இருக்கிறது.

உலகமயமாக்கல் அல்லது பொருளாதார தாராளமயவாத நடைமுறைகள் மீதாக வெளிப்படுத்தும் முரண்பாடுகள் முழுமையானதாகவோ அல்லது அடிப்படையானதாகவோ இல்லாததுதான் சங்-சுதேசி எதிர்வினையின் பிரதான குணாம்சமாகிறது. அது உலகச் சந்தை உருவாக்கிய நுகர்வு அடிப்படைகளை, அதாவது உற்பத்தி, உற்பத்தியல்லாத நுகர்வு ஆகிய இரண்டு தளங்களையும் ஏற்றுக்கொள்ள மறுக்கவில்லை. சங்-சுதேசி வேண்டுவது பதிலி மட்டுமே. பதிலி அரசியல்தான் அதன் ஆதார சக்தியாகிறது. அதாவது, உற்பத்தியாளர்கள் தளத்திலும் பதிலி, பொருட்குறிகள் (brands) தளத்திலும் பதிலி — இதுவே சங்-சுதேசி உத்தியாகிறது. நுகர்வுப் பொருட்கள் பட்டியலில் உள்ள பதிலிகளை நாம் வாசிப்போம் என்றால் இந்த உத்தியை நம்மால் புரிந்துகொள்ள முடியும். இவர்கள் சர்வதேசத் தயாரிப்பான கோல்கேட் பற்பசைக்குப் பதிலாக, உள்ளூர்த் தயாரிப்பான வஜ்ரதந்தி பற்பசையைத்தான் இந்தியர்கள் வாங்க வேண்டும் என்கிறார்கள். நுகர்வோர் நடத்தைகள் என்ற தளத்திலும்கூடப் பரந்துபட்ட இசைவுத்தன்மையின் இருப்பை நம்மால் உணர்ந்துகொள்ள முடிகிறது. அதாவது, நவீன நுகர்வோர் பண்பை மாற்றுவதற்கு எது ஒன்றும் செய்ய முடியாது என்றாலும், ஒரு பதிலியை உருவாக்குவதற்கு எல்லா முயற்சிகளையும் மேற்கொள்ள வேண்டும். உலகளாவிய உற்பத்தியாளர்களின் உத்தியானது முன்தீர்மானிக்கப்பட்டிருக்கும் ரசனைகளையும் தேர்வுகளையும் கொண்டிருக்கக்கூடிய ஓர் உலகளாவிய நுகர்வோரை உருவாக்குவதுதான் என்றால், சங்-சுதேசி எதிர்வினையானது நுண்ணிய தளத்தில் நுகர்வோரின் தேர்வு சுதந்திரத்துக்கு அழுத்தம் கொடுப்பதாக இருக்கிறது. உலகளாவிய உற்பத்தியாளர்களையும் சங்-சுதேசியையும் பிணைத்துவைக்கும் பொதுத்தன்மையானது ஆழமான விவாதங்கள் தேவைப்படுமளவுக்கு, உண்மையிலேயே சுவாரஸ்யமான போக்கைக் கொண்டிருக்கிறது. நுகர்வோர் அவரது தேர்வு சுதந்திரத்தை நடைமுறைப்படுத்த வேண்டும் என்று கோருவது, பொருளாதார தாராளமயமாக்கல் சக்திகளால் ஏற்றுக்கொள்ளப்பட்டிருக்கும் நுகர்வுத்தன்மையின் ஏரணத்துக்கு உட்பட்டதாகவே இருக்கிறது. வேறு வார்த்தைகளில் சொல்வதென்றால், உலகமயமாக்கல் 'அமைப்பாக்க'த்துக்குள்ளாக, சங்-சுதேசி அதன் 'அடிப்படை உரிமை'களுக்கான மரியாதையை மட்டுமே கோருகிறது.

தொழில் உற்பத்திக்குப் பிந்தைய சந்தையின் தேர்வு, கருத்தமைவுத் தளத்திலேனும் முடிவே இல்லாததாக இருக்கிறது என்றால், அது

வகுத்துக்கொண்ட விதிகள் அப்படிப்பட்டவையாக இருக்கின்றன என்பதால்தான். ஆனால், சர்வதேச மூலதனத்தின் பண்பாட்டு ஏரணத்தில், நுகர்வோர் தேர்வுக்கான சுதந்திரம் அப்படி ஒன்றும் முடிவே இல்லாததாக இருக்க முடியாது. நுகர்வோர் தேர்வை அனுமதிக்கும்போது மேற்கத்திய முன்தீர்மானங்கள் விளையாடத் தொடங்குகின்றன. உலகமயமாக்கல் என்பது நுகரும் வடிவத்தைப் பண்பாட்டுரீதியாக அங்கீகரிப்பது என்ற அர்த்தத்தையே கொண்டிருக்கிறது. 'உலகளூர்' நிறுவனங்கள், ஒருவிதமான சர்வதேச ஒளிவட்டத்தால் சூழப்பட்டுள்ளன. கோல்கேட் உலகம் முழுவதும் தென்படக்கூடியதாக இருக்கிறது. இந்திய அடையாளத்தை வரையறுக்கும் சங்-சுதேசியின் திட்டமானது சந்தையின் முடிவே இல்லாத தேர்வு என்ற கருத்தமைவுக்கும், சந்தையின் நடத்தைகளைக் கட்டுப்படுத்தும் உண்மையான தடைகளுக்கும் இடையே காணப்படும் குழப்பமான இடைவெளிகளில் அதைப் பொருத்திக்கொள்வதுதான். மேலும், உற்பத்தியாளர்கள், நுகர்வோர் ஆகிய இருசாராரின் நடத்தைகள் குறித்து சங்-சுதேசி மிகத் தெளிவான புரிதலைக் கொண்டிருக்கிறது.[10] சரியாகவோ தவறாகவோ நுகர்வுப் பண்பாடானது துண்டுதுண்டானதல்ல என்றும், அது உலகளவிலான ஒத்திசைவைக் கொண்டிருப்பதால் அது ஒரு தேசிய-அரசாக இந்தியாவுக்குப் பாதிப்புகளை ஏற்படுத்துகிறது என்ற முன்தீர்மானத்தையும் கொண்டிருக்கிறது.[11] ஒவ்வொரு பொருளும் ஓர் ஒளிவட்டத்தைக் குறிப்பதோடு, அந்த ஒளிவட்டத்தின் முக்கியத்துவமானது அன்றாட வாழ்க்கை நடைமுறைகளுக்கு அப்பாற்பட்டதாகவும் இருக்கிறது. அடிப்படையில், பற்பசையைப் பயன்படுத்துவது இங்கு எதிர்க்கப்படுவதில்லை. ஆனால், போட்டிகளற்று மேலாதிக்கம் செலுத்தும் கோல்கேட்டின் இருப்புதான் எதிர்க்கப்படுகிறது. இதற்கு மாறாக, காந்தியத் திட்டமோ பற்பசையைப் பயன்படுத்தும் நுகர்வுப் பண்பாட்டுப் பழக்கத்தின் வேரிலிருந்து தொடங்கியிருக்கும். வேப்பங்குச்சியை ஒரு மாற்றாகப் பார்த்திருப்பார் காந்தி.

உலகமயமாக்கலுக்கான சங்-சுதேசி முறையிலான எதிர்வினையானது உலகளாவிய நுகர்வோர் சமூகம் ஒன்று உருவாகிவிட்டது என்ற கூற்றை ஏற்றுக்கொள்கிறது; இது உலகளாவியதன் பகுதியாக உள்ளூர் ஆவதற்கான உரிமைகளைத்தான் முன்வைக்க முயல்கிறது.[12] வேறு

10 *நுகர்வியலின் சித்தாந்தம், பண்பாடு குறித்த ஸ்க்லையரின் கருத்தமைவிலிருந்து வேறான ஒன்றை சங்-சுதேசி முன்வைக்கிறது. இது நுகர்வியலைப் பிரத்யேகப் பண்பாடு சார்ந்த சித்தாந்தமாக்குகிறது. பார்க்கவும்: L.Sklair (1991).*

11 *ஃபெதர்ஸ்டோனைப் பொறுத்தமட்டில் நுகர்வுப் பண்பாடானது துண்டுதுண்டாக இருக்கிறதே ஒழிய சீராக ஒத்ததன்மையிலானதாக இருப்பதில்லை. இதுகுறித்த செறிவான வாசிப்புக்குப் பார்க்கவும்: Mike Featherstone (1991).*

12 *உலகமயமாக்கல் அதற்குள்ளாகக் கொண்டிருக்கும் நேரடியான, மறைமுகமான எதிர்ப்பு வடிவங்கள் குறித்த வாசிப்புக்குப் பார்க்கவும்: Arjun Appadurai (1990: 295-310).*

வார்த்தைகளில் சொல்வதென்றால், இதுதான் 'உலகளூ'ரின் ஏரணமாகிறது.[13] குறியீட்டுரீதியாக உற்பத்திசெய்யப்படும் பொருட்களை மறுசீரமைப்புக்கு உட்படுத்தும் உலகமயமாக்கல் சக்திகளின் செய்முறைகளை சங்-சுதேசி புரிந்துகொண்டிருக்கிறது. இது உலகளாவிய சட்டகத்துக்குள், குறைந்தபட்ச அளவிலான பண்பாட்டுரீதியான தன்னாட்சி உரிமையைத்தான் கோருகிறது.

சங்-சுதேசியின் சாதாரண ஆதரவாளர்கள் என்ற தளத்தில்கூட உலகளாவியதாக இருப்பதற்கான 'உரிமை'யானது நாடகத்தன்மையோடு வெளிப்படுத்தப்படுகிறது. சில குறிக்கோள்கள் தொடர்ந்து முன்வைக்கப்படுகின்றன. இவை எல்லாமே முதலீட்டியத்தைத் தீவிரமாக நடைமுறைப்படுத்தக்கூடிய, அதைப் பாதுகாக்கக்கூடிய தேசிய-அரசுப் பாதைக்கு அழுத்தம் கொடுப்பதாகவே இருக்கின்றன. ஜப்பான் மிகப் பெரிய குறிக்கோளாக முன்நிற்கிறது. இது கற்பனை உலகாகப் பார்க்கப்படுகிறது என்றாலும் கவர்ச்சிகரமான உண்மையாகவும் இருக்கிறது.[14]

வெற்றிபெற்ற பிற தேசங்கள் பின்பற்றத் தகுந்த முன்மாதிரிகளாகத் தொடர்ந்து முன்வைக்கப்படுகின்றன. இத்தகைய தேசங்கள் சந்தை சக்திகளைக் கட்டியமைக்கும் முறைகளும், தேசிய நலனோடு இவற்றை ஒன்றிணைக்கும் முறைகளும் வலதுசாரி இந்து அரசியல் திட்டத்துக்குப் பொருந்தக்கூடிய வகையில் அர்த்தப்படுத்தப்படுகின்றன. மேற்கத்திய சுதந்திரவாதத்தின் பண்பாட்டுரீதியான பொருத்தமின்மையைக் கவனப்படுத்துவதுதான் இவ்வாதத்தின் மைய அழுத்தம். அரசியல் மாதிரிகளையும் பண்பாட்டு நடைமுறைகளையும் பொருளாதார முறைமைகளையும் மொழியாக்கம் செய்வதிலும் அர்த்தப்படுத்துவதிலும் சிக்கலான நாடகம் ஒன்று இங்கு முழுமையாக மேடையேற்றப்படுகிறது: மேற்கத்திய சுதந்திரவாதம் அதன் உள்ளியல்பாகக் கொண்டிருக்கும் இனவாதம் சார்ந்தோ அல்லது மேற்கத்தியமைய முன்னீடுபாடு சார்ந்தோ அல்லது அதன் உலகப் பார்வை சார்ந்தோ எதிர்க்கப்படுவதில்லை. ஒரு தேசிய-அரசாக இந்தியாவில் அரசியல் வெளியில் உள்ள பிற குமுகங்களுக்கான கட்டற்ற சுதந்திரம் என்பதாகவே

13 *'உலகமயமாக்கல்' குறித்த ரோனால்ட் ராபர்ட்சனின் நிலைப்பாட்டை மேலிசா பட்ச்சர் வாசிப்பிலிருந்து நான் எடுத்துக்கொள்கிறேன். பார்க்கவும்: Melissa Butcher, 'Satellite Broadcasting and the Creation of Modern India' (பிரசுரிக்கப்படாதது). எது உள்ளூர் சார்ந்ததாக இருக்கிறதோ அது பெருமளவு மேலிருந்து உருவாக்கப்பட்டதாக இருக்கிறது என்பதே ராபர்ட்சனின் நிலைப்பாடு.*

14 *ஒரு நோக்காளர் இவ்வாறு எழுதுகிறார்: 'ஐம்பதுகளின், அறுபதுகளின் தொடக்கத்தில் மக்களில் உயர்-வருமானம் கொண்டவர்களுக்காக மிகத் தரமான பொருட்களைக் கொடுக்கும் நோக்கத்தையே பெரும்பாலான உலகம் கொண்டிருந்தது. மத்தியதர வர்க்க வருமானத்துக்கு ஏற்ப பொருட்களைத் தயாரிக்க வேண்டிய அவசியம் இருக்கிறது என்பதை ஜப்பான் உணர்ந்துகொண்டது. பணக்கார நுகர்வோர்கள் ஜப்பான் தயாரித்த பொருட்களைத் தரக்குறைவானது என்று ஒதுக்கித்தள்ளினார்கள். ஆனாலும், ஜப்பான் இந்த நிலையை மாற்றியது. இப்போது ஜப்பான் ஏற்றுமதி-இறக்குமதி கணக்கில், இறக்குமதியைக் காட்டிலும் கூடுதலாக ஏற்றுமதி செய்கிறது. பார்க்கவும்: Yashwant Pathak, Organiser, 9 April 1995.*

சுதந்திரவாதத்தை சங்-சுதேசி மொழியாக்கம் செய்கிறது. இங்கு பாரம்பரியம் என்ற கருத்தமைவு செயல்படத் தொடங்குகிறது. பொருளாதாரத்திலிருந்து பண்பாட்டுரீதியான அரசியலுக்கு மொழியாக்கம் ஆவது எப்போதும் அமைதியாகவும் உணர முடியாததாகவும் இருக்கிறது. ஒன்று மற்றொன்றோடு சுலபமாகக் கரைந்துபோவதை, ஒன்றிணைந்துகொள்வதைப் பரந்த தளத்தில் ஓரியல்பு கொண்ட அரசியல் திட்டமாக இந்து வலதுசாரியால் மட்டுமே பார்க்க முடிகிறது.

பாரம்பரியம் என்பது குழுமகங்களின் நினைவுத் தளத்தில் எல்லைகளை வரையறுக்கும் நடைமுறையாக இருக்கிறது. இத்தகைய எல்லைகளே அடையாள அரசியலின் அதிகபட்ச எல்லையாக அமைகிறது. பாரம்பரியத்தை உருவாக்குவதில் எவையெல்லாம் பங்காற்றுகின்றன என்பது சிக்கலான பிரச்சினை. இந்த நூற்றாண்டு முழுவதுமாக, மேற்கத்திய அடிப்படைகளைத் தன்வயப்படுத்திக்கொண்ட ஒரு பழமைவாத இந்துவின் அடையாளத் தேடல் குறித்துப் பல அறிஞர்கள் ஆராய்ந்திருக்கிறார்கள். இந்த சுவாரஸ்யமான விவாதத்தைத் தொகுத்துச் சொல்வதென்றால், ஒரு நவீன இந்து அவருடைய அடையாளத்தை மேற்கத்திய வரலாற்று விழுமியங்களின் அச்சில் கட்டுவதற்கு விரும்புகிறவராக இருக்கிறார்.[15] இந்தியத் தேசியத்தின் பாரம்பரியம் என்பது நவீனத்துக்கு முந்தைய பார்ப்பன-ஷத்திரியக் கருத்தமைவுகள், மேற்கத்தியத்தின் வன்முறை மாதிரி ஆகிய இரண்டையும் இணைக்கும் விதமாகவே வரையறுக்கப்பட்டிருக்கிறது. பரந்த நாகரிகத் தளத்தில் சொல்வதென்றால், மேற்கத்தியத்தில் மேலாதிக்கம் செலுத்திய மாதிரிகளை ஏற்றுக்கொண்டு அதைவிட மேலான இயவிடஞ்சார்ந்த மாதிரிகளை முன்வைப்பது என்று அர்த்தமாகிறது. ராணுவவாதம், பண்பாட்டுரீதியான பிரத்யேக நுகர்வுத்தன்மை, பெரும்பான்மை இந்துக்கள் தவிர மற்ற குழுமகங்கள் மீது சகிப்பற்றதன்மை, பலம்வாய்ந்த, மையப்படுத்தப்பட்ட தேசிய-அரசு ஆகியவையே சங்-சுதேசி பார்வையிலிருந்து நவீனப்படுத்தப்பட்ட இந்திய அடையாளத்தின் முக்கியக் குணாம்சங்களாக வரையறுக்கப்படுகின்றன. 'பாரம்பரியம்' என்பது இந்த எல்லாப் புலங்களையும் கொண்டிருப்பதாகிறது.

இந்தப் பின்னணியிலிருந்து சொல்வதென்றால், அடையாளங்கள் பாரம்பரியத்தை மாற்றி வடிவமைப்பதற்கான மிகக் கடுமையான யுத்தக் களங்களாகின்றன. வரலாற்றுரீதியான நினைவு என்னும் கருத்தமைவு விகாஸ சக்தி அல்லது விரிவாக்கத்துக்கான சக்தியாகச் செயலாற்றுகிறது. அதனால்தான், சங்பரிவார் இயக்கங்கள் அதற்கு நிகரான பிற சக்திகள்போலவே, மூர்க்கமாக நினைவுகளை உருவாக்கவும் மீளுருவாக்கவும் பாதுகாக்கவும் முயல்கின்றன. சில காலங்களுக்குப் பிறகு உண்மையான நினைவுகளுக்கும் கற்பித

15 உலகளாவிய தேசிய-அரசு முறைமையின் சார்பாக, அரசியல்ரீதியான இந்து மதத்தைத் தேசிய சித்தாந்தமாகவும் இந்து என்பதை 'முறை'யான தேசியவாதமாகவும் மாற்றியமைக்க முயல்கிறது என்றார் அஷிஸ் நந்தி. இதுகுறித்த மிக சுவாரஸ்யமான வாசிப்புக்குப் பார்க்கவும்: Ashis Nandy (1998: 283-98).

நினைவுகளுக்கும் இடையேயான வேறுபாடுகள் மறைந்துபோகின்றன.[16] மேலும், வன்முறை என்ற உப்பிலிட்டு நினைவுகள் பாதுகாக்கப்படுகின்றன. எத்தகைய அடையாள-மைய அரசியலுக்கும், கதையாடல்களே குமுகங்களின் குறியீட்டுத் தளத்திலான பிறப்பின் மூலமாகின்றன.

நாம் முன்னரே விவாதித்ததுபோன்று, முதலீட்டிய நவீனத்திய உலகத்தில் 'உலகளூர்' பண்பைப் பெறுவதற்கான முயற்சிகளிலிருந்துதான் இந்து மத அடையாளக் கதையாடல் பிறப்புகொள்கிறது. எல்லா அடையாளக் கதையாடல்களிலுமே, ஒற்றைத்தன்மையிலான கட்டமைப்பை உருவாக்குவது தவிர்க்க முடியாத போக்காகிறது. இது ஒத்திசைவற்றதன்மை கொண்டிருக்கும் பிற வடிவங்களிலான குறியீடுகளையும் யதார்த்தங்களையும் ஒன்று மௌனமாக்க முயல்கிறது அல்லது கோட்பாட்டுரீதியாக மறுக்க முயல்கிறது. இவ்வாறு முன்னிலைப்படுத்தும் ஒற்றைத்தன்மையிலான கட்டமைப்பு எல்லா நம்பிக்கைகளையும் இழந்திருக்கும் கட்டுமானங்களால் எதிர்க்கப்படும் அபாயத்தை எப்போதும் கொண்டிருக்கிறது. இந்து அடையாளம் சார்ந்த சொல்லணிகள், அதற்காகவும் உலகத்தில் பிறருக்காகவும் இந்துச் சமூகம் என்பது எப்போதும், அதாவது எக்காலத்திலும் எத்தகைய உள்விரிசல்களும் அற்று ஒன்றுபட்ட குமுகமாக இருந்துவருவதாக வெளிப்படுத்திக்கொள்ளவே முயல்கின்றன. இந்த அடையாளக் கதையாடலுக்கு உள்வேறுபாடுகளை அழிப்பது அடிப்படைத் தேவையாகிறது. புதிய சுயபிரதிநிதித்துவ வடிவங்கள் ஊடாக முன்னிலைப்படுத்தப்படும் குமுகங்கள் அவற்றின் வாழ்வனுபவத்தின் அனைத்துத் தளங்களிலும் நினைவுகளின் பன்முகத்தன்மையைத் தக்கவைத்துக்கொண்டிருக்கும்போது ஒற்றைத்தன்மையிலான இந்து அடையாளத்தைக் கட்டமைப்பது இன்னும் சிக்கலானதாகிறது. இத்தகைய பன்முகத்தன்மையிலிருந்து ஒரு குமுகத்தை உருவாக்குவது என்பது பிளவையும் இணைவையும் கொண்டிருப்பதாகிறது. இது அணு ஆயுதம் தயாரிக்கும் முறையிலிருந்து எவ்விதத்திலும் வேறுபட்டதாக இல்லை.

உள்ளமைவை அழித்தல் என்னும் செய்முறை இரண்டு தனித்துவமான பரிமாணங்களைக் கொண்டிருக்கிறது: முதலாவது, சுயத்தின் புனிதமான, மதரீதியான நினைவுகளில் விரோதி அடையாளம் என்று ஒன்று இருப்பதை மறுதலிக்க வேண்டியுள்ளது. இரண்டாவது, ஒற்றைத்தன்மையில் கட்டமைக்கப்படும் மதரீதியான அடையாளமே அன்றாட வாழ்க்கைத் தளத்திலான யதார்த்தம் என்று ஏற்றுக்கொள்ள மறுக்கும் குமுகங்களின் வாழ்க்கை வடிவங்களை அங்கீகரிக்க மறுக்க வேண்டியுள்ளது.

முதலாவது பரிமாணம் முழுமுற்றானதன் பிரதிநிதித்துவங்கள் குறித்தும், முன்னிறுத்தப்படும் குமுகங்களுக்கும் அவற்றுக்கும் இடையேயான

16 *D.R.Nagaraj, 'Ethics and Aesthetics of Representation of Violence', paper presented at Indo-French Colloquium on 'Sense of Belonging', Delhi, February 1996, p. 3. [ஆங்கிலத் தொகுப்பில் உள்ள கட்டுரை திருத்தப்பட்டது என்கிறார் தொகுப்பாளர். பார்க்கவும்: இந்தத் தொகுப்பில் 'வன்முறையின் அறமும் அழகியலும்' என்ற கட்டுரை – மொ.ர்].*

அங்ககமான உறவு குறித்தும் மிக நுட்பமான கேள்விகளை எதிர்கொள்கிறது. துர்கேயிம் (Durkheim) வார்த்தைகளைச் சற்றே மாற்றிச் சொல்வதென்றால், கடவுள் தொடர்பான ஒரு குறிப்பிட்ட புரிதலைச் சுற்றித்தான் குமுகம் அதை ஒழுங்கமைத்துக்கொள்கிறது. பாபர் மசூதி தகர்ப்பானது நிறுவப்படவிருக்கும் கடவுள் ராமரின் வீரப் பண்பைப் பலப்படுத்துவதற்கு அவசியமாகிறது. கடவுளின் உருவத்தில் ஒரு பக்தன் கட்டமைக்கப்படுகிறான்: படைத்தவனும் படைக்கப்பட்டவனும் ஒரே மூலப்பொருளிலிருந்து உருவாக்கப்பட்டவர்களாக இருக்கிறார்கள். ராமர், ராமாயணம் குறித்த சங்பரிவாரின் வாசிப்போடு முரண்படும் கருத்தாக்கங்கள் பல இருக்கின்றன என்பது குறித்துக் கவலைப்பட வேண்டியதில்லை. பிற நாட்டாரியல் பதிப்புகள், சுயபிரதிபலிப்பு கொண்டிருப்பதால், சமகால அரசியல் அணிதிரட்டலுக்குப் பயன்படுத்தக்கூடிய விதத்தில் ராமருக்கு ஆடம்பரமான வீரத்தையோ அரசியல் பாத்திரத்தையோ அவை வழங்க மறுக்கின்றன. ராமரை மையப்படுத்திய இந்து அடிப்படைவாத நோக்கத்தை இத்தகைய அவைதிக மூலங்கள் கொண்டு நிலைநிறுத்த முடியாது. இவை பெரும் சங்கடமாகவே இருக்கின்றன.

இரண்டாவது பரிமாணம் மேலும் சிக்கலானது. இது அன்றாட வாழ்க்கையின் முகத்தையே மாற்றியமைக்க முயல்கிறது. நவீனத்துக்கு முந்தைய முரண்பாடுகளும் வன்முறைகளும் சமகால அரசியல் தேவைகளுக்கு ஏற்ப அர்த்தப்படுத்தப்படுகின்றன. அஷிஸ் நந்தி சுட்டிக்காட்டியிருப்பதுபோல், உள்ளமைவை அழித்தல் என்ற செய்முறையானது நியாயமான வன்முறைகள் கட்டவிழ்க்கப்படுவதற்கு எதிரான எல்லாத் தெளிவற்ற பகுதிகளையும் அகற்றிவிட முயல்கிறது. தெளிவற்ற பகுதிகளே எல்லைகள் வரையறுக்கப்படுவதை ஏறக்குறைய சாத்தியமில்லாததாக்குகின்றன அல்லது அத்தகைய முயற்சிகள் ஏதும் இல்லாமல் செய்துவிடுகின்றன. இந்துவாக, முஸ்லிமாக வரையறுக்கப்பட்ட 2,800 குமுகங்களில், தோராயமாக 350 குமுகங்கள் தங்களை இந்து என்றோ முஸ்லிம் என்றோ தனித்து அடையாளப்படுத்திக்கொள்ள முடியவில்லை என்று சொல்லப்படுகிறது.

ஆனால், இந்து அடையாளத்தை நிலைநாட்டும் பிற வன்முறை வடிவங்களோடு சங்-சுதேசியை இணைக்கக்கூடிய உள்ளார்ந்த ஏரணம் ஒன்றும் காணப்படுகிறது. இது இந்தக் கட்டுரையில் முன்னர் சொல்லப்பட்ட கருத்துக்கு நம்மை இட்டுச்செல்கிறது: உலகளாவியது அதற்குப் பொருத்தமான உள்ளூர் வடிவத்தைக் கொண்டிருக்கிறது. இத்தகைய போக்குக்கு ஆகச்சிறந்த எடுத்துக்காட்டு சங்-சுதேசிதான். இந்த விளையாட்டின் அடிப்படை விதிமுறைகள் குறித்து சங்-சுதேசி கேள்விகள் கேட்பதில்லை. உள்ளூர்க் கோரிக்கைகளை முன்னிறுத்தும்போது, உலகமயமாக்கல் திட்டத்தின் அடிப்படைச் சட்டகம் மதிக்கப்பட வேண்டும் என்று மட்டுமே கோருகிறது.

IV

உலகமயமாக்கல், குறிப்பாக சர்வதேசச் சந்தை சக்தி என்ற அதன் அவதாரத்தில், மாந்திரீகத்தின் எல்லாப் பண்புகளையும் கொண்டிருப்பதாகிறது. அதன் முகவர்களுக்கும் அதனால் பாதிக்கப்படுகிறவர்களுக்கும் நேரடியாக எத்தகைய உறவும் இல்லாததுதான் இதன் முக்கியப் பண்பாகிறது. இது துண்டுதுண்டான சிக்கலான செய்முறை: அரசியல் சக்திகளின் சமூகக் கட்டுப்பாடுகளிலிருந்து முழுவதுமாகச் சந்தை அதை விலக்கிக்கொள்ள முயல்கிறது. இதில் எப்போதும் வெற்றிபெறுவதில்லை என்றாலும், இது அரிதாகவே தேர்தல்களில் முக்கியப் பிரச்சினையாகிறது. இத்தகைய பின்னணியில், ஒதுக்கப்பட்ட குழுமங்களின் அரசியல்ரீதியான எதிர்–மாந்திரீகத்தை அதன் முக்கியப் பண்பாகக் கைக்கொள்கிறது. தேர்தல்கள் நாடகக் கலையாகின்றன.

பொருளாதார உலகமயமாக்கல் நடைமுறைகளுக்கான இரண்டாவது எதிர்வினையை, அதாவது விவசாயிகளின் எதிர்வினையை எடுத்துக்கொண்டு இதை விளக்க முயல்கிறேன். விவசாயிகளின் எதிர்வினைகளைப் பட்டினி–சார்ந்த அடையாளத்தின் அதிதீவிர அறிக்கையாக வரையறுக்க முடியும் என்பதே என்னுடைய முன்மொழிவு. மீண்டும் உலகமயமாக்கலின் நவீன வடிவங்கள் மீதான காந்தியின் விமர்சனங்களை அடிப்படையாகக் கொண்டு, விவசாய இயக்கத்தின் ஒரு குறிப்பிட்ட போராட்டத்தின் மேல் கவனம்குவித்து இதன் அடையாளக் கதையாடலைப் புரிந்துகொள்ள விரும்புகிறேன். கீழே விவரிக்கப்படவிருக்கும் நிகழ்வானது கதம்பத்தின் எல்லாப் பண்புகளையும் கொண்டிருக்கிறது. அதாவது, தேசியப் போராட்டத்தின்போது காந்தி தொடங்கிவைத்த ‘பாரேன் பொருட்களுக்கு’ எதிரான கொண்டாட்டமான மூலப் போராட்ட வடிவத்தைக் கற்பனாவாதத்தோடு, ஆனால் பிரச்சினைக்குரிய முறையில் மாற்றி எழுதுவதாகிறது. காந்தியின் மூலப் போராட்டத்தின் மையக் குறியீடு அயல்நாடுகளில் தயாரிக்கப்பட்ட துணிகளைத் தீயிட்டு எரிப்பதாக இருந்தது. இயவிடஞ்சார்ந்த நெசவாளர்கள் அழித்தொழிக்கப்படும் நிலைமையைக் கவனப்படுத்தும் இயக்கமாக வரையறுக்கப்பட்டிருந்தது. தேசிய எழுச்சி என்ற பின்னணியில் இந்த மூலப் போராட்டம் கருக்கொண்டது. ஆனால், இந்தக் கதம்பமோ தனித்து மேடையேற்றப்பட்டது. இப்படியாக, இந்தச் செயலைச் சுற்றி ஒருவிதமான துயரம் சூழ்ந்துகொள்கிறது.

காந்தி உயிர்நீத்த 48–ஆம் ஆண்டு நினைவை ஒட்டி, அதாவது 1996 மார்ச் 31, கர்நாடக விவசாய இயக்கம் பெங்களூரில் உள்ள சர்வதேச நிறுவனமான கெண்டகி ஃப்ரைட் சிக்கன் மீது அதிர்ச்சித் தாக்குதல் நடத்தியது.[17] இது காந்தியப் பாரம்பரியத்தை முன்வைத்தது. சொல்லப்போனால், விவசாய இயக்கத்தின் தலைவர் பேராசிரியர் நஞ்சுண்டசாமி, இந்த நூற்றாண்டின் மிக முக்கியமான இடதுசாரி காந்தியவாதியான ராம் மனோகர் லோகியாவைத் தீவிரமாகப் பின்பற்றியவர். ஆக, இந்தப் போராட்டம் கோரியதற்கான எல்லா நியாயங்களையும் அது கொண்டிருந்தது. விவசாயிகள் இந்தத் தாக்குதலை

17 இந்த நிகழ்வின் உருவகரீதியான முக்கியத்துவம் குறித்த விரிவான வாசிப்புக்குப் பார்க்கவும்: D.R.Nagaraj (1996: 20–3).

ஒழுங்கமைத்த முறை ஏறக்குறைய மிகக் கச்சிதமாக எதிர்-மாந்திரீகத்தன்மையைக் கொண்டதாக இருந்தது: உணவகத்தைத் தாக்குவது என்பது உலகச் சந்தையின், குடிநபர் சார்ந்த தொகுப்பின் ஜீவாதாரத்தைத் தாக்குவதாகிறது. அமெரிக்கத் தீவிரையாளர்கள் சொல்வதுபோல், பிரச்சினை பிரச்சினையே அல்ல. கெண்டகி ஃப்ரைட் சிக்கன் இங்கு பிரதான எதிரி இல்லை. இந்தியப் பொருளாதாரத்தில் அளவுக்கு அதிகமாக இருக்கும் சர்வதேச நிறுவனங்களே உண்மையான எதிரிகளாகின்றன. சூன்யக்காரர்களும் மாந்திரீகர்களும் எதிரியை வைக்கோல் பொம்மையாகச் செய்து அதில் ஊசியைக் குத்திவைப்பார்கள். குறியீடு காயப்படுவதால் நிஜமும் காயப்படும் என்பதே எதிர்பார்ப்பாக இருக்கிறது. அசலான மந்திரவாதி ஒருவர் ஏவிவிட்ட தீயசக்தியை எதிர்ப்பதற்கும் அகற்றுவதற்குமான முயற்சியாகவும் இது இருக்கிறது. இத்தகைய நோக்கில்தான் எதிர் நடவடிக்கை தொடங்கப்படுகிறது. விவசாயி–செயல்பாட்டாளர்கள் மிகத் துரிதமாகக் கடையைத் துவம்சம் செய்தார்கள்: அவர்கள் அந்நியர்களை — இருந்தவர்களில் பெரும்பாலானோர் வெள்ளையர்களே — அங்கிருந்து வெளியேறுமாறு பணிவோடு கேட்டுக்கொண்டார்கள்; கல்லாவில் இருந்தவரைப் பணத்தையெல்லாம் பூட்டிவைக்கச் சொன்னார்கள். இவ்வியக்கத்தின் எதிரிகளால் குற்றஞ்சாட்டப்பட்டதுபோல், யாருக்காக இது நடத்தப்படுகிறதோ அவர்கள், அதாவது ஊடகங்கள் — சர்வதேசத் தொலைக்காட்சி நிறுவனங்கள் உட்பட — அங்கு கூடியிருந்தார்கள். காவல் துறையினர் தாக்குதல் நடத்தியவர்களை உடனடியாகக் கைதுசெய்தார்கள். அவர்களுடைய குருநாதர் பின்னர் கைதுசெய்யப்பட்டார். குதிரைப் பந்தய மைதானத்தோடு ஒரு சுவரைப் பகிர்ந்துகொள்ளும் கர்நாடகத்தின் மிகப் பெரிய சிறைச்சாலையான பெங்களூர் மத்திய சிறைச்சாலையில் அவர்கள் அடைக்கப்பட்டார்கள்.

நாம் இப்போது கதையின் பெரும் சிக்கலான பகுதிக்கு வருகிறோம். பொருளாதாரத் தாராளமயமாக்கல் இந்திய அரசியலின் குணாம்சத்தை அடியோடு மாற்றிவிட்டது. அது குறியீட்டுரீதியான அரசியல் தேர்தல் யுத்தங்களில் போதுமான அளவுக்கு ஆதரவாளர்களைத் திரட்டித் தருவதில்லை. விவசாயிகள் இயக்கம் குறியீட்டுத் தளத்திலான வெளிப்பாடுகள் மூலமாகத் தேர்தல் அரசியலில் பாதிப்பை உருவாக்க முயல்கிறது. விவசாயிகளின் அடையாளம் சார்ந்த குறியீட்டுத் தளத்திலான அரசியலானது சட்டமன்றத்தில் உண்மையான அதிகாரமாக உருமாற்றப்படுகிறது. மாநிலத் தேர்தல்கள் சமீபத்தில் நடக்கவிருந்தன.

சிறையிலிருந்து வெளியே வரக் கூடாது என்று கடந்த கால அரசியல் அனுபவங்கள் விவசாயிகளுக்குக் கற்றுக்கொடுத்திருந்தன. 1980–களின் இடைக்காலம் வரை இந்திய அரசியலில், சட்டங்களை உருவாக்கும் நிறுவனங்களுக்குச் செல்வதற்குச் சிறைச்சாலைகள்தான் சுலபமான வழியாக இருந்தன. இவ்விஷயத்தில்கூட, விவசாயிகள் இயக்கம் அதன் அடையாளக் கதையாடல் ஊடாக, பெருவாரியான மக்களை, குறைந்தபட்சம் கர்நாடகத்தில், கிளர்ச்சிசெய்யத் தூண்டிவிடும் என்றே எதிர்பார்த்தது.

ஆனால், குறியீட்டுரீதியான செயல்பாடு அவர்களுக்குச் சாதகமான முறையில் எத்தகைய எதிர்வினையையும் உருவாக்கவில்லை என்பதை மிகச் சீக்கிரத்தில் புரிந்துகொண்டார்கள். வீதிகளில் எதை ஒன்றையும் தட்டியெழுப்பவில்லை. முன்னணிச் செயல்பாட்டாளர்கள், அவர்கள் ஒன்றும் கோழைகள் இல்லை என்றாலும், பிணையில் வெளியே வருவதற்கு மனுத் தாக்கல்செய்து, சிறையை விட்டு வெளியே வந்தார்கள். இதையொட்டி நடந்த தேர்தலில் இவர்கள் ஒன்றைத் தவிர, மற்ற எல்லாச் சட்டமன்றத் தொகுதிகளிலும் மோசமாகத் தோற்றுப்போனார்கள். தேர்தல் அரசியலில் பட்டினி–சார்ந்த அடையாளம் ஒதுக்கப்படுவதை நாம் முழுமையாகப் புரிந்துகொள்ள நாம் இந்திய அரசியலில் பொருளாதாரத் தாராளமயவாதம் எத்தகைய மாற்றங்களைக் கொண்டுவந்துள்ளது என்பதை ஆராய வேண்டியுள்ளது. ஜனநாயகம் குறித்த ராம் மனோகர் லோகியாவின் கோட்பாடு நமக்கு இங்கு மிகவும் பயனுள்ளதாக இருக்கிறது.

லோகியாவின் புரிதலில், எது யதார்த்தம் என்பதைக் குறியீடுகள் இன்னும் சிறப்பாக விளக்குகின்றன. இப்போது நாம் விவாதித்துக்கொண்டிருக்கும் விஷயத்தைப் பொறுத்தமட்டில், இந்திய ஜனநாயக அரசியலின் ஆரோக்கியமானது ஒன்றோடொன்று பின்னிப்பிணைந்துள்ள மூன்று குறியீடுகளின் துடிப்பான, பயனுள்ள இருப்பின் மூலமாக விளக்கப்படுகிறது: சிறைச்சாலை, மண்வெட்டி, வாக்குப்பெட்டி.[18] சிறை என்பது பரந்த தளத்தில் உரிமைகள் சார்ந்த, நீதி சார்ந்த, சுயமரியாதை சார்ந்த, அடையாளம் சார்ந்த கேள்விகளோடு தொடர்புடைய எல்லா விதமான எதிர்ப்புகளின் அறிக்கையாகிறது. மண்வெட்டி ஆக்கபூர்வமான அரசியலையும் குமுகத்தின் செயல்பாடு மீதான நம்பிக்கையையும் குறிக்கிறது. இது அரசியல்ரீதியான இருப்புக்கும் குடிமைச் சமூகத்துக்கும் இடையே அங்ககமான இணைவைக் கொண்டுள்ளது. 1980–கள் வரையிலும் அரசியல்ரீதியான காலம் அல்லது வெளி அடிப்படையிலும் வீதிகளில் அரசியல் போராட்டங்கள் நிறைந்திருப்பதற்கும் சிறைச்சாலைகள் திடீரென்று நிரம்புவதற்கும், சட்டமன்றத்தில் அல்லது நாடாளுமன்றத்தில் சாதாரண பெரும்பான்மையைப் பெறுவதற்கும் இடையே பெரிய அளவில் வேறுபாடுகள் ஏதும் இருந்ததில்லை. ஆனால், பொருளாதாரத் தாராளமயவாதம் இந்திய அரசியலில் ஒரு முறிவை ஏற்படுத்தியிருப்பதோடு, அதைத் துண்டுகளாக்கி, மேலே குறிப்பிட்டிருக்கும் குறியீடுகளை, அதாவது சிறைச்சாலை, மண்வெட்டி, வாக்குப்பெட்டி மூன்றையும் தனித்த வட்டங்களாக மாற்றியிருக்கிறது. இந்தக் குறியீடுகளுக்கு இடையே ஏறக்குறைய மௌனமான பரிமாற்றங்களே சாத்தியப்படுகின்றன. வாக்குப்பெட்டி பிரதானமானது என்பது மற்ற இரண்டையும் ஒதுக்கும் நிலைக்குக் கொண்டுவிட்டுள்ளது. உரிமைகள், அறம், பொருளாதாரம் ஆகியவற்றுக்கு இடையேயான இணைப்பு வடிவங்கள் அரசியலிலிருந்து மறைந்துவிட்டன. அரசியல் கட்சிகள் தேர்தல் இயந்திரங்களாகிவிட்டன. பிற எல்லாக் கட்டுமானங்களும் புலங்களும் செயல்பாடுகளும் தேர்தலில்

18 *Rammanohar Lohia (1978: 10).*

வெற்றிபெறுவதற்குக் கீழ்ப்பணிந்துபோகின்றன. நவீன தாராளமயவாதமும் வெகுஜன அரசியலும் ஒன்றிணைந்து அரசியல்ரீதியாகப் பரவச நிலையை உருவாக்கியுள்ளன.[19] 'உள்-வட்ட' போக்கு தேசத்தின் மொத்த அரசியலையும் எடுத்துக்கொண்டுவிட்டது.[20] அரசியல் கட்சிகளிடையே காணப்படும் ஒருவிதமான கருத்தொற்றுமையானது ஜனநாயகத்தை ஆள்கிறது. ஒற்றைத்தன்மையிலான உலகமயமாக்கல் பாதையின் அதீதக் குறிப்பீட்டாக்கம் (signification) அதன் சர்வதேச வியாபாரரீதியான முன்வைப்புகளிலும்கூட, பிற எல்லாக் குறியீடுகளையும் பின்னுக்குத் தள்ளுவதாக இருக்கிறது.

வேட்கை-சார்ந்த அடையாள எதிர்பார்ப்புகளிலிருந்து தீவிரையாக வேறுபட்டதாக இருக்கும் பட்டினி-சார்ந்த அடையாளக் கதையாடல், இப்போது கூட்டு மனஉளைச்சலாக அதை வெளிப்படுத்திக்கொள்கிறது. இது சமூகரீதியாக விலக்கிவைக்கும் அதீத நிலையாகிறது.[21] பட்டினி-சார்ந்த அடையாளம் அதனுடைய பயணத்தில் எங்கோ பாதியில் அதனுடையது குறுங்கதையாடல்தான் என்பதைப் புரிந்துகொண்டது. விளிம்பில் உள்ள குறியீட்டுச் செயலானது மையத்தில் அதிகாரச் சமநிலையை மாற்றக்கூடியதாக இருந்த முந்தைய அசலான பிரம்மாண்டத்தை இப்போது அது கொண்டிருக்கவில்லை. காந்தி, அன்றாட வாழ்க்கைப் பயன்பாட்டில் உள்ள சாதாரணப் பொருளான உப்பைக் கொண்டு ஒரு பேரரசின் அஸ்திவாரத்தை ஆட்டங்காண வைத்தார். இன்றைய பட்டினி-சார்ந்த அடையாளம் மீண்டும் அன்றாடப் பயன்பாட்டுப் பொருளான கோழிக்கறியைத்தான் பயன்படுத்தியது. கோழிக்கறி உலகளாவிய வியாபாரத்தில் எத்தகைய அச்சத்தையும் உருவாக்கவில்லை என்றாலும்கூட அது போராளிகளின் நோக்கம் கொண்டிருந்த தீவிரத்தை எவ்விதத்திலும் மட்டுப்படுத்தவில்லை. இந்தக் கதம்பத்தின் துயருணர்வு அதன் அற்பப் பண்பில்தான் உள்ளது. மேலும், அதன் அரசியல்ரீதியான தாக்கமும்கூட அரசியல், அதிகாரம், பிரதிநிதித்துவம் ஆகியவற்றுக்கு இடையே வேறான தீவிரை வழிமுறைகளில் ஒரு புதிய உறவுக்கான சமரச முயற்சியாகவே இருக்கிறது.

அரசியல்ரீதியாகத் தனிமைப்படும் நிலையை இது கொண்டிருக்கிறது. பட்டினி-சார்ந்த அடையாளக் கதையாடல் பல்வேறு மதம் மற்றும் குழுமகங்களைச் சார்ந்த

19 லத்தீன் அமெரிக்க நாடுகளும்கூட நவீன தாராளவாதத்தோடு மேலும் இணைக்கப்படுகின்றன. பார்க்கவும்: *Kenneth Roberts (1995: 82–116).*

20 துரதிர்ஷடவசமாக, தொழில் நிறுவனங்களின் பணம் இந்திய அரசியலில் ஆற்றும் பங்கு குறித்துத் தீவிரமான வாசிப்புகள் ஏதுவும் நம்மிடமில்லை. செய்தித்தாள்களில் வருவதை மட்டுமே ஆதாரமாகக் கொள்ள வேண்டியிருக்கிறது. மேற்கத்தியச் சூழலில் இதுகுறித்துப் பல சுவாரஸ்யமான வாசிப்புகள் காணப்படுகின்றன. பார்க்கவும்: *Neil J.Mitchell and John B.Bretting (1993: 1229–45).* மேலும் பார்க்கவும்: *Michael Ureene (1984).*

21 சமூகரீதியாக விலக்கிவைக்கப்படுவது குறித்த விவாதங்களுக்குப் பார்க்கவும்: *Marshall Wolfe, 'Globalization and Social Exclusion: Some Paradoxes' in Gerry Rodgers, et al., (1995: 94–95).* மேலும் பார்க்கவும்: *Anantha Kumar Giri (1995: 193–246).*

அனைத்துத் தரப்பு மக்களுக்கும் கிடைக்கக்கூடிய அன்றாடப் பொருட்களைப் பயன்படுத்திக்கொள்கிறது. காந்தியும்கூட மேற்கத்தியப் பேரரசுக்கு எதிரான பரந்த நாகரிகத் தளத்திலான யுத்தத்தில் உப்பையும் ராட்டையையும் குறிப்பான்களாகப் பயன்படுத்தினார். அன்றாடத்தன்மையிலான பொருட்கள் மிக அழகாகவும் பூடகமாகவும் மதச்சார்பற்றவையாக இருக்கின்றன. பட்டினி–சார்ந்த அடையாளம் அடிப்படையில் இத்தகைய திடமற்றதன்மையைச் சார்ந்திருக்கிறது. இவை ஒரே சமயத்தில் நம்பிக்கையையும் ஏமாற்றத்தையும் கொடுக்கின்றன. அடையாளக் கதையாடல்களுக்கு அன்றாடப் பொருட்கள் தேவைப்படுகின்றன. ஆனால், இத்தகைய பொருட்கள் பண்பாட்டுரீதியான மதரீதியான நினைவுகள் என்ற உப்பைக் கொண்டு பதப்படுத்தப்பட்டவையாக இருக்க வேண்டியுள்ளது. வேட்கை–சார்ந்த அடையாளக் கதையாடல் ஒரு புதிரான வடிவம் கொண்டு அரசியலில் நிலைத்திருக்கிறது: உலகளாவிய அன்றாடப் பொருட்கள், உலகளாவியதற்கு முந்தைய மதரீதியான நினைவுகளால் சூழப்பட்டிருக்கின்றன. அன்றாடப் பொருட்களின் மூலமாகப் பெறப்படும் மருளியல் அனுபவங்களே உலகமயமாக்கம் ஆகின்றன. சத்தற்ற உணவுகள், கழிப்பறைப் பொருட்கள், துணிமணிகள், அலங்கார பாணி, இசை, ஆணுறைகள், கடன் அட்டைகள் போன்றவை பழக்கப்பட்ட வெளிகளுக்கு அப்பாலான பயணத்துக்கான ஊர்திகளாகின்றன. இருந்தும், இவை எல்லாமே பிரியத்துக்குரிய உள்ளூராகத் தோற்றம் தருகின்றன. உலகமயமாக்கல் அன்றாடப் பொருட்களுக்கு என்ன செய்திருக்கிறது என்றால், அது பரிச்சயமில்லாததையெல்லாம் பரிச்சயமானதாக மாற்றுகிறது. இவ்விரண்டுக்கும் இடையேயான வேறுபாடுகளை அழிப்பதன் மூலம் அதன் இருப்பைச் சாத்தியப்படுத்துவதோடு மேலும் மேலும் பலம் பெறவும் செய்கிறது.

இந்தியாவில் பட்டினி–சார்ந்த அடையாளம் தீர்மானமாக அன்றாடப் பொருட்களின் வேறுபட்டதன்மையை நிலைநிறுத்துவதன் ஊடாக, அதன் வாழ்விடத்தைப் பாதுகாக்க முயல்கிறது. ஆனால் முரண்நகையாக, உலகளாவிய பின்னணியில் நகல் எடுக்க முடியாத மரபான தொழில்நுட்ப வடிவங்கள் நிலைத்திருப்பதற்கான உத்திகள் மீது நம்பிக்கையையும் கொண்டிருக்கிறது. கணக்கிலடங்காத அரிசி வகைகள் ஆகட்டும் அல்லது அதுபோன்ற பயிர்களாகட்டும் அல்லது பிரத்யேகமான உள்ளூர் மிருக இனங்களாகட்டும், எதுவுமே சர்வதேச மூலதனத்தின் குறுக்கீடுகள் இல்லாமல் மறுஉற்பத்தி செய்ய முடியாதவையாக ஆகின்றன. பழைய உலகின் அன்றாடப் பொருட்கள் மறைந்துபோகும் களத்தில்தான், அதாவது அவை இறப்பதற்குத் தயாராக இருக்கும் தருணத்தில்தான், உலகமயமாக்கல் அதன் இருப்பை உணரவைக்கிறது. பட்டினி–சார்ந்த இயக்கங்கள் எப்படியேனும் பாதுகாக்க விரும்பும் வேறுபாடுகள், அதன் அன்றாட வாழ்க்கை விவரங்களில்தான் உள்ளன. ஆனால், இவை மேலிருந்து திணிக்கப்படும் உற்பத்தி மற்றும் நுகர்வின் மாறிக்கொண்டே இருக்கும் போக்கின் வன்முறைக்குப் பலியாகக்கூடியவையாக இருக்கின்றன. கெண்டகி ஃப்ரைட் சிக்கன் நிறுவனம் திணிக்க விரும்பும் கோழி இறைச்சி, உள்ளூர் கிராமங்களிலிருந்து சாதாரணமாக

வளர்க்கப்பட்டுவருவதைக் காட்டிலும் அதிக சக்தி கொண்டதாகிறது. 'கெண்டகி ஃப்ரைட் சிக்கன்' கோழிக்குத் தொலைக்காட்சிகளில் வண்ணமயமான விளம்பரங்கள் ஊடாகத் தீவனம் கொடுக்கப்பட்டு சிறப்பான கோழி இறைச்சியாக ஆக்கப்படுகிறது. சமூகத்தில் மேல்நோக்கி நகரும் நகர்ப்புற இந்தியர்களின் உள்ளூர் வகையைக் காட்டிலும் இதைத் தேர்ந்தெடுப்பது, விவசாயிகளையும் அவர்களது வளர்ப்புகளையும் அழிப்பது என்றே அர்த்தமாகிறது. அதனாலேயே, வேறுபாடு நிலைத்திருக்கப் போராடுவதற்கு அழுத்தம் கொடுப்பதோடு, காலத்துக்கு ஒவ்வாத அன்றாட வாழ்க்கை வடிவங்களைத் தக்கவைத்துக்கொள்வதற்கு அழுத்தம் கொடுப்பதாகவும் இருக்கிறது. விவசாயிகளின் பிரத்யேகத்தன்மையிலான பண்பாட்டுரீதியான எதிர்வினையானது அவர்கள் எதற்கு எதிராகப் போராடுகிறார்களோ அதை அன்றாடத்தன்மை அல்லாத எல்லாவற்றுக்கும் அப்பாற்பட்ட பிரச்சினையாக மாற்றுவதற்குத் தீர்மானமாக மறுப்பதன் வெளிப்பாடாகவே இருக்கிறது. இவர்கள் வெளியிலிருந்து ஒரு குறியீட்டைக் கொண்டுவந்து அன்றாடப் பொருட்களைப் புனிதத்தன்மை கொண்டிருக்கும் ஒன்றாக மாற்றுவதில்லை. ஆனால், உலகமயமாக்கத்தால் இத்தகைய எதிர்ப்புகளுக்கு இடம்கொடுக்கவே முடியாது. ஏனெனில், இந்தப் புதிய எதிர்ப்பு அனைத்து வகையிலும் வாழ்க்கையின் அன்றாடத்தன்மையை மாற்றியமைப்பதற்கு முயல்வதாக இருக்கிறது.

வேறு வார்த்தைகளில் சொல்வதென்றால், உலகமயமாக்கல் கட்டுமானங்கள் பட்டினி-சார்ந்த அடையாளக் கதையாடல்களுக்கு இடம்கொடுக்கவே முடியாது. ஏனெனில், பட்டினி-சார்ந்த அடையாள எதிர்ப்பு 'உலகளூரின்' வெளிப்பாடாக இல்லை. உலகமயமாக்கல் அதற்கு உகந்த எதிர்ப்பை உலகளாவிய தளத்தில் அதுவாகவே உருவாக்கிக்கொள்கிறது: மேலாதிக்கமும் அதற்கான எதிர்ப்பும் மொத்தத்தின் பகுதிகளாக இருக்கின்றன. இது, கட்டுப்படுத்தக்கூடிய இறுக்கங்களையும் எதிர்ப்புகளையும் கொண்டு உயிர்ப்புடன் துடித்துக்கொண்டிருக்கிறது. பட்டினி வேறு விதமான புனைவுருத் தோற்றத்தை (phantom) உருவாக்குகிறது. இதைச் சந்தையால், இயந்திரத்தால் இயக்கப்படும் பிரபஞ்சத்தின் பகுத்தறிவைக் கொண்டு புரிந்துகொள்ள முடியாது.

ஆனால், இந்தத் தனிமையில்தான் பட்டினி-சார்ந்த அடையாளத்தின் அழித்தொழிக்கும் சக்தி அடங்கியுள்ளது.

V

அகிம்சையின் தூதர் காந்தி வரும்போது, வன்முறைப் பிரச்சினை வெகுதொலைவில் இருக்க முடியுமா என்ன? கட்டுரையின் இந்தப் பகுதியில் நாம் தவிர்க்க முடியாமல் வன்முறை குறித்தான கேள்விக்கு வருகிறோம். சொல்லப்போனால், வன்முறை தொடர்பான காந்தியின் பார்வைதான்

வேட்கை-சார்ந்த அடையாளக் கதையாடலிலிருந்து அவரை அடிப்படையில் பிரித்துவைக்கிறது. கூட்டு அடையாளம் என்ற கட்டமைப்பானது கோட்பாட்டுரீதியாக வன்முறைப் பிரச்சினையோடு பரந்த தளத்தில் ஒரு புரிதலுக்கு வர வேண்டியுள்ளது. கொஞ்சம் அதிகமாகச் சொல்வதென்றால், வன்முறையின் நினைவுகளைப் பாதுகாக்கும் உப்பாக இருப்பது வன்முறைதான். வேறு வார்த்தைகளில் சொல்வதென்றால், தேசிய-அரசு அல்லது சமூகத்தால் ஏற்றுக்கொள்ளப்பட்டிருக்கும் எல்லைகளுக்கு அப்பால் விரட்டியடிக்கப்படும் அடையாளங்கள் மீது பாய்வதற்கு வன்முறை எப்போதும் அலைந்துகொண்டிருக்கிறது. இந்து அடையாளப் பயங்கரவாதமானது வன்முறை மீது பெருமளவு மரியாதையும் பிரமிப்பும் கொண்டிருக்கிறது. இது வன்முறையைப் புனிதப்படுத்துவதோடு, இந்து அடையாளத்தைக் கட்டுவதற்கான வரலாற்றுத் தேவையாகவும் பார்க்கிறது. இந்து அடையாள அரசியல் எப்போதும், சுயத்தின் அல்லது வெறுக்கப்படும் மற்றமையின் ரத்தம் சிந்திய நினைவுகளையே சார்ந்திருக்கிறது. இந்து அடையாள அரசியலானது ரத்தத்தின் மீபௌதிகம் மீதாகத்தான் நிலைத்திருக்கிறது.

மரபான மதங்களின் நினைவுகளை அழித்தொழிக்கும் ஒன்றாக உலகமயமாக்கல் பார்க்கப்படுகிறது. தெற்காசியாவில் இத்தகைய அச்சவுணர்வை இந்துக்கள், முஸ்லிம்கள் இருசாராரும் கொண்டிருக்கிறார்கள். இந்து மதக் குறியீட்டு முறைமைகளும், முக்கியத்துவமாக்கும் அதன் சிக்கலான வடிவங்களும் உலகளாவிய பண்பாட்டு வெளிகளில் காணப்படுகின்றன என்றாலும், அவை புனிதத்தையெல்லாம் உள்ளீர்த்துக்கொண்டிருக்கும் மேற்கத்தியமயப்பட்ட வடிவமாக மட்டும் வெளிப்படுகின்றன. உள்ளூர் அடையாளம் தெரியாத அளவுக்கு உருமாற்றப்படுகின்றன. இசையிலும்கூட மரபான பிரபஞ்சம் கொண்டிருக்கும் புனிதம் கடத்தப்பட்டு வெறும் நுகர்வுப் பொருளாக மாற்றப்படுகிறது. பாகிஸ்தான் இசைக் கலைஞரான ஃபதே அலி கானின் *(Fateh Ali Khan)* சூஃபி இசையை வைத்து ஜியாவுதீன் சர்தார் *(Zaiuddin Sardar)* ஆராய்ந்திருப்பதுபோல், உலகளாவிய பண்பாட்டு வெளி, பரவச அனுபவப் பகுதியை மட்டுமே பிரதானப்படுத்தி, ஒரு முழுமையான மெய்மறந்த நிலைக்குப் பங்காற்றக்கூடிய பிற எல்லாத் தொடர்புகளையும் அழித்துவிடுகிறது. இவ்வாறு அபகரித்துக்கொள்ளும் போக்கு இந்து வெளிகளைப் பொறுத்தமட்டிலும் அதே அளவுக்கு உண்மையாக இருக்கிறது. தற்காலத்தை அபகரித்துக்கொள்ளும் இத்தகைய போக்குக்கு எதிராக, மதரீதியான அடையாளங்கள், காலத்தில் உறைந்துபோன குறியீடுகளையும் புனிதமான வெளிகளையும் கொண்டிருக்கும் வரலாற்றுரீதியான பரப்பை உருவாக்கவே முயல்கின்றன. ஒருசில பண்பாட்டு அரசியல் முகமைகளால் மேற்கொள்ளப்படும் இத்தகைய உறைந்துபோகவைக்கும் செயலானது பிற நினைவுகளுக்கும் தீங்கிழைக்கிறது. அடையாளம் என்பது நினைவுகளின் விளையாட்டாக மாறுகிறது: இதில் சில உண்மையானவை; சில கற்பிதமானவை.

இந்து அடையாளத்தை நிறுவுவதற்கும் பரப்புவதற்கும் ஊக்க சக்தியாக வரலாற்றுரீதியான நினைவுகள் பங்காற்றுகின்றன. வன்முறையின் சாதகமான பாத்திரம் குறித்துத் தெள்ளத்தெளிவான புரிதலைக் கொண்டிருக்கும் தீவிரவாதிகள், அவர்களுடைய அரசியலை காந்தியிடமிருந்து வேறாக வரையறுத்துக்கொள்கிறார்கள். வரலாற்றைப் பயன்படுத்தி இந்தியா குறித்த அடையாளக் கதையாடல்களைக் கட்டமைக்க காந்தி மறுத்தார். வன்முறையை மையமாகக் கொண்டிருக்கும் இந்து அடையாளம், ஆன்மீகரீதியான குறியீடுகளை வரலாற்றுரீதியான செயலூக்கத்துக்கான மாதிரியாக மாற்றுகிறது. ஏன், கடவுள்கள்கூடத் தீவிரவாத இந்து அடையாளச் செயல்பாடுகளுக்குப் பயன்படுத்திக்கொள்கின்றன.

வேட்கை–சார்ந்த அடையாளத்தின் உருவரை குறித்தும், வன்முறையோடான அதன் தொல்முதல்ரீதியான நெருக்கம் குறித்தும் விவாதிக்கும் விதமாக வேட்கை, கவலை, வன்முறை ஆகியவற்றுக்கு இடையேயான ஒருமைப்பாடு குறித்த சமண வாசிப்பைப் பயன்படுத்திக்கொள்ள விரும்புகிறேன். தற்கால இந்து அடையாளம் ஒரு நிலையிலிருந்து மற்றொரு நிலை என்று தாவிக்கொண்டிருப்பதால், வேறு வழியில்லாமல் அதன் அங்கீகாரத்துக்கான களமாக ரத்தத்தைப் பார்க்கிறது. வேட்கை, அதன் அரசியல்ரீதியான, பண்பாட்டுரீதியான வெளிப்பாடுகளில், சுயத்தை முற்றிலுமாக அழித்தொழிக்கவில்லை என்றாலும், அதைப் பின்னுக்குத்தள்ளும் கவலையை எதிர்கொள்ள வேண்டியிருக்கிறது. இங்கு மேலான சக்திகொண்ட மற்றமை எப்போதும் காணப்படுகிறது.

பட்டினிகிடக்கும் விவசாயிகூட வன்முறையின் வசீகரிக்கும் அழகை எதிர்கொள்ள வேண்டியிருப்பதோடு, அதனுடன் சமரசம் செய்துகொள்ளவும் வேண்டியிருக்கிறது. புலப்படாமலும் மறைமுகமாகவும்தான் என்றாலும், உலகளாவிய உற்பத்தியாளரை வன்முறை கொண்டு அபகரிப்பவராக வரையறுப்பதால், பட்டினிகிடக்கும் விவசாயி அவருடைய எதிர்வினைகளை இரண்டு வடிவங்களிலும், அதாவது ஸ்தூலமாகவும் அரூபமாகவும் வடிவமைக்க வேண்டியுள்ளது. அவர் தியாகங்களின் கதையாக இருக்க வேண்டியுள்ளது; பண்பாட்டுரீதியான நினைவுகளின் பாதுகாப்பு வளையங்கள் கரைக்கப்பட வேண்டியதாகின்றன. பட்டினிகிடக்கும் விவசாயிகள், கூட்டு அடையாளத்துக்குள், அதாவது இந்தச் சொல்லுக்கான பண்பாட்டுரீதியான அர்த்தத்தில், அவர்களை வடிவமைத்துக்கொள்ள முடியாது. நினைவுகள்–சார்ந்த கூட்டமைவிலான வடிவத்தில்தான் உலகமயமாக்கல், அதற்கான எதிர்ப்பை அனுமதிக்கிறது அல்லது அங்கீகரிக்க நிர்ப்பந்திக்கிறது. ஆனால், விவசாயியின் அடையாளக் கதையாடலால் புனிதத் தியாகி என்ற குறியீட்டை மதரீதியான, பண்பாட்டுரீதியான நினைவுகள் என்ற உப்பு கொண்டு நிச்சயமாகப் பதப்படுத்த முடியாது. இது மருளியலான, மதரீதியான வடிவங்களில் புனிதத் தியாகி வடிவத்தை நீட்டிப்பதற்குத் தேவைப்படும் வேட்கையை உருவாக்க முடியாத அளவுக்கு அரசியல்ரீதியானதாகவும் மதச்சார்பற்றதன்மை கொண்டதாகவும் இருக்கிறது.

பிற அடையாளக் கதையாடல்களெல்லாம் மிகச் சுலபமாக அவர்களுடைய குறிக்கோள்களுக்காகத் துயர நாயகனின் தொல்படிமத்தை முன்வைக்க முடியும். அழகியல்ரீதியாக, அடையாளம் என்ற உயர்ந்த லட்சியத்துக்காக வன்முறை மூலமாகத் தானும் துன்பப்பட்டு, மற்றவர்களையும் துன்பப்படவைக்கும் ஒரு நாயகன், கிரேக்கத் துன்பியல் நாயகனின் எல்லாப் பண்புகளையும் கொண்டிருப்பவராகிறார். வேட்கை-சார்ந்த, அர்த்தங்கள்-சார்ந்த அடையாளக் கதையாடல்கள், வன்முறையைத் தெய்வீகத்தன்மை கொண்டிருப்பதாக ஆக்குவதன் ஊடாகத் தங்களது தற்காப்பு வாதங்களை எப்போதும் முன்வைக்க முடியும். வன்முறையை நியாயப்படுத்த சுற்றுப்புறத்தை ஆன்மீகப்படுத்தல் அடிப்படைத் தேவையாகிறது. ஆனால், அன்றாடப் பொருட்களுக்கு வாழ்வாதாரத்துக்குச் செய்யப்படும் வன்முறையிலிருந்து பட்டினி-சார்ந்த அடையாளம் உருவாக்கப்பட்டுள்ளதால், அன்றாடத்தன்மையைச் சுற்றி ஓர் ஆன்மீக ஒளியைப் பரவச்செய்வது சாத்தியமில்லாமல்போகிறது. எடுத்துக்காட்டாக, கர்நாடக விவசாயிகள் இயக்கமானது அழிக்கப்படும் இனமான உள்ளூர்க் கோழி இறைச்சியைச் சுற்றி ஆன்மீக ஒளியை உருவாக்கும் எத்தகைய முயற்சிகளிலும் வெற்றிபெற முடியாது.

பட்டினி-சார்ந்த அடையாளத்தின் வெளிப்படையான இயலாமையும் பண்பாட்டு ரீதியான தனிமையும்தான் அது கொண்டிருக்கும் நம்பிக்கையின்மையைப் பொய்த்துப்போகவைக்கிறது. இந்த அடையாளமானது உலகளாவிய ஊடகங்களின் ஆதரவையும் கொண்டிருக்கவில்லை. ஏனெனில், இதன் அன்றாடப் பொருட்கள், விளம்பர வெளிகளில் கவர்ச்சிகரமான மறுபிறப்புகளையோ உருமாற்றத்தையோ கொண்டிருக்க முடியாது. பட்டினி-சார்ந்த அடையாளம் மடிந்துபோவதற்கும் மறைந்துபோவதற்கும் சபிக்கப்பட்டதாக இருக்கிறது. ஆனால், இதன் நம்பிக்கையின்மையில்தான் நம்பிக்கையும் காணப்படுகிறது. அற்பக் கதையாடல் ஆவதன் மூலமாக, பட்டினி-சார்ந்த அடையாளம் ஒருவிதமான கோமாளித்தனத்தைப் பெறுகிறது. மேலும், இது இந்த உலகம் பெரும் சந்தை என்ற உலகமயமாக்கலின் பண்பாட்டுரீதியான ஏரணத்தை ஏற்றுக்கொள்ளவும் மறுக்கிறது. பொருட்களை உற்பத்திசெய்யும் கைகள் ஒழுங்கற்ற முறைகளில் செயல்படுகின்றன என்றாலும், இவர்கள் உலகளாவியதும் 'உலகளூரும்' நொறுங்கிப்போகக் காத்திருக்கிறார்கள்.

15

புலியும் மாய வேய்ங்குழலும்:
சிறுபான்மையினர் குறித்து

முகவுரை

பழங்குடிகள் பண்பாடு குறித்த என்னுடைய வாசிப்பில், வட்டார எல்லைகளைக் கடந்து ஒரு குறிப்பிட்ட வகையான தொன்மத்தை நான் திரும்பத்திரும்ப எதிர்கொள்ள வேண்டியிருக்கிறது. வகைப்படுத்தும் விதமாக இதை நான் 'மந்திரசக்தி தொன்மம்' என்றும் அழைக்க விரும்புகிறேன். தொன்மங்கள் அவற்றுக்குள்ளாகக் கொண்டிருக்கும் வேறுபாடுகளைக் கடந்து, ஒருபடித்தான கட்டுமானத்தையே கொண்டிருக்கின்றன. எடுத்துக்காட்டாக, கடல் சுறாமீன்கள் குறித்துத் தொன்மம் ஒன்றை பசிபிக் பகுதிப் பழங்குடிகள் கொண்டிருக்கிறார்கள். அவர்களுடைய மாயசக்திக்குச் சுறாமீன்கள் கட்டுப்படுவதாக அவர்கள் நம்பினார்கள். அவர்கள் தங்களிடம் உள்ள மந்திரசக்தியைப் பயன்படுத்தி சுறாமீன்களுக்கு — நிச்சயமாக ஒரு சமயத்தில் ஒன்றுக்குத்தான் என்றாலும் — அழைப்புவிடுவார்கள். இந்தியக் காட்டில் உள்ள ஒரு பழங்குடியிடம் இதுபோன்று ஒரு தொன்மம் நிலவுகிறது. இந்தத் தொன்மத்தைப் பொறுத்தமட்டில், இவர்களுடைய மந்திரசக்தி கொண்டிருக்கும் வேய்ங்குழலின் இசையைக் கேட்டு, செல்லப் பிராணிகள்போல் புலிகள் நடந்துகொள்கின்றன. ஒரு முதியவர் அவர் வாசிக்கும் வேய்ங்குழலின் மந்திரசக்தி குறித்துச் சொன்னபோது நம்ப முடியாமல் நான் முறைத்துப்பார்த்தேன். அதன் முந்தைய நிலையோடு ஒப்பிடும்போது வெளிறிப்போனதைப் போல் காட்சிதந்த ஒரு காட்டின் ஊடாக நாங்கள் நடந்துகொண்டிருந்தோம். நான் தயக்கத்தோடு, ஆனால் மிக மென்மையாக, காலம் மாறிக்கொண்டிருக்கிறது என்று அந்த முதியவரிடம் சொன்னேன். புலிகள் காட்டிலிருந்து எப்போதோ மறைந்துபோயிருக்க வேண்டும் என்ற என் சந்தேகத்தையும் அவரிடம் பகிர்ந்துகொண்டேன். அப்படியே புலிகள் நமக்கு முன்னே வருவதாக வைத்துக்கொண்டாலும், அவருடைய வேய்ங்குழலுக்கு அவை அடங்கப்போவது இல்லை என்றும் அவரிடம் சொன்னேன். இப்போது, கொஞ்சமும் நம்ப முடியாமல் என்னை

முறைத்துப்பார்ப்பது இப்போது அவருடைய முறையாக இருந்தது. பிறகு, மெல்ல ஒருவிதமான விசித்திர அச்சம் அவருடைய கண்களில் தோன்றியது. அவருடைய குடிசைக்கு வந்துசேரும் வரை நாங்கள் அமைதியாகவே நடந்துவந்தோம். அப்போது முழுக்க இருட்டியிருந்தது.

'உண்மையிலேயே காலம் மாறிவிட்டதாக நினைக்கிறாயா?' என்று அந்த முதியவர் என் காதில் கிசுகிசுத்தார்.

'ஆமாம். நான் அப்படித்தான் நினைக்கிறேன்.'

'அப்படியென்றால் வேய்ங்குழலின் மந்திரசக்தி இனி வேலை செய்யாது. புலியை இனி அடக்க முடியாது' என்றார் அந்த முதியவர்.

'ஆமாம். நான் அப்படித்தான் நினைக்கிறேன்.'

'புலி நம் மீது பாயும். நாமெல்லாம் கொல்லப்படுவோம்' அதிர்ச்சியடைந்து அந்த முதியவர் அழத் தொடங்கினார்.

நான் இந்த வரிகளை எழுதும்போது காட்டின் அச்சமூட்டும் அமைதியையும் விசித்திரமான ஒலிகளையும் தெளிவாகவும் துயரத்தோடும் நான் நினைத்துப்பார்க்கிறேன். அந்தக் காட்டின் பழங்குடி முதியவர், மறைந்துகொண்டிருக்கும் அனைத்து வகையான பண்பாடுகளின் குறியீடாகவே எனக்கு வெளிப்படுகிறார்.

நாகரிகத்தளத்திலான சிறுபான்மையினரும் சமூகரீதியான சிறுபான்மையினரும்

சுறாக்களும் புலிகளும் இப்போதெல்லாம் மந்திரசக்திக்குக் கட்டுப்படுவதில்லை. சொல்லப்போனால், இனரீதியான, மதரீதியான சிறுபான்மையினர் என்னும் வகைமைகளை என்னால் அவ்வளவு சுலபமாக ஏற்றுக்கொள்ள முடியவில்லை. இவ்விரண்டு வகைமைகளுமே, 'சிறுபான்மையினர்' எத்தகைய சிக்கலான சூழ்நிலையில் இருக்கிறார்களோ அதற்குப் போதுமான நியாயம் செய்யத் தவறுவதாக நினைக்கிறேன். உலகம் முழுவதும் தேசிய–அரசுகள் நிதானமில்லாமல் பின்பற்றும் உலகளாவிய வளர்ச்சி மாதிரியின் பாத்திரத்தைப் புரிந்துகொள்வதற்கு இத்தகைய வகைமைகள் போதுமானவையாக இல்லை. இந்தப் பின்னணியிலிருந்துதான், நான் வேறு இரண்டு வகைமைகளை முன்வைக்க விரும்புகிறேன்: 'நாகரிகத்தளத்திலான சிறுபான்மையினர்', 'சமூகரீதியான சிறுபான்மையினர்'.

நவீன நாகரிகத்தின் வீறுநடையில் பொதுவாக ஒதுக்கித்தள்ளப்படும் அல்லது முழுமையாக நசுக்கப்படும் குமுகங்களையும் மக்களையும் 'நாகரிகத்தளத்திலான சிறுபான்மையினர்' என்று நான் அர்த்தப்படுத்துகிறேன்.

இத்தகைய போக்குதான் அப்பாவித்தனமாக 'நவீன வளர்ச்சி' என்று அழைக்கப்படுகிறது. வேறு விதமாகச் சொல்வதென்றால், இது தீவிரையான வேறுபாடுகள் கொண்டிருக்கும் இரண்டு நாகரிகங்களுக்கு இடையேயான யுத்தம். அதாவது, எளிமையாகப் பழங்குடிகள் என்றும் நவீனர்கள் என்றும் விவரிக்கப்படுகின்றன. இந்தியாவில் இவர்கள் கிரிஜன் (மலைவாழ் மக்கள்) என்றும் அழைக்கப்படுகிறார்கள்.

பழங்குடியினரும் பழங்குடியல்லாதாரும். இதை எந்தக் கோணத்திலிருந்து வேண்டுமென்றாலும் அணுகுங்கள்; இவ்விருசாராருக்கும் இடையேயான வேறுபாடுகள் வெறுமனே புவிசார்-வெளி கட்டமைப்புகள் சார்ந்தவையாக மட்டுமே இருப்பதில்லை. இவ்விரண்டும் வேறுபட்ட வாழ்க்கை முறையாகின்றன. நவீன வரலாறு இவர்களை ஒவ்வாதவர்களாக மாற்றிவிட்டது. நவீனத்துக்கு முந்தைய காலகட்டங்களில், பழங்குடியல்லாத அரசுகள் பழங்குடிச் சமூகங்களை அழித்தொழிக்க முயன்றது கிடையாது. ஒரு குறிப்பிட்ட வாழ்க்கை முறைக்கான உரிமை வெகு அபூர்வமாகவே எதிர்க்கப்பட்டது. சமவெளிகளில் இருந்த அரசுகள், அரசியல்ரீதியாகப் பழங்குடிகள் பணிந்துபோவதை மட்டுமே எப்போதும் எதிர்பார்த்தன. மகாபாரதத்தையும் ராமாயணத்தையும் சற்று கவனமாகப் படிப்போம் என்றால், இதுகுறித்துப் பல சுவாரஸ்யமான தகவல்களைப் பார்க்க முடியும். இவ்விரண்டு காவியங்களிலுமே, அரசு அதிகார நிறுவனங்கள் பழங்குடிச் சமூகங்களை அரசியல்ரீதியாக விரோதத்துடன் பார்த்தன என்பது உண்மையே. ஆனாலும், வன்முறை மூலமாகவோ தூண்டுதல் ஊடாகவோ பண்பாட்டுரீதியான மாற்றம் என்ற கேள்வி நிச்சயமாக எழவில்லை. பழங்குடிச் சமூகங்களுக்கும் பழங்குடியல்லாத சமூகங்களுக்கும் இடையே பல அடிப்படையான வேறுபாடுகள் நிச்சயமாக இருக்கின்றன. ஆனால், நவீன காலம் வரை பழங்குடிகள் எத்தகைய கடினமான மோதலையும் தாங்கிநிற்கும் அளவுக்குப் போதுமான பொருளியல்ரீதியான பலமும் ஆன்மீகரீதியான பலமும் கொண்டிருந்தார்கள். வேறு வார்த்தைகளில் சொல்வதென்றால், நாகரிகத்தளத்திலான சிறுபான்மையினர்களின் உலகம் முழுமையாகத் தன்னிறைவு கொண்டிருந்தன. இவர்கள் தற்காலத்தில் மட்டுமல்லாமல் நிச்சயமாகக் கடந்த காலங்களிலும் தேசத்தின் பாதுகாப்புக்குப் பெரும் அச்சுறுத்தலாகவே இருந்தார்கள். நம்முடைய ஒற்றைத்தன்மையிலான தேசிய–அரசு, அதாவது நவீன வளர்ச்சியின் அவசியமான தீவினை, அதற்குப் பரிச்சயமில்லாத பழங்குடிகளின் நடைமுறைகள் மேல் எப்போதும் அச்சத்தைக் கொண்டிருக்கிறது. அச்சத்தின் அடிப்படையிலும் ரகசியத்தின் அடிப்படையிலும்தான் தேசிய–அரசுகள் நிலைத்திருக்கின்றன. தேசியப் பாதுகாப்பு என்னும் கருத்தமைவைப் பழங்குடிகளால் புரிந்துகொள்ளவும் முடியவில்லை; அதை எதிர்கொள்ளவும் முடியவில்லை.

தென்கிழக்கு ஆசியாவிலிருந்து ஓர் எடுத்துக்காட்டைக் கொடுக்கிறேன். மேற்கிலிருந்து கிழக்காக பர்மா, தாய்லாந்து, லாவோஸ், வியட்நாம் மலைப் பகுதிகளில் கரன் (*Karen*), தய் (*Tai*), மியோ (*Meo*), முஅங் (*Muang*) போன்ற பழங்குடியினர் சிதறிக்கிடக்கிறார்கள். தாழ்நிலப் பகுதிகளில் இருந்த

அரசுகளால் நடத்தப்பட்ட ராணுவப் படையெடுப்புகளில் எதிர்ப்பவர்கள், பங்கேற்பாளர்கள் ஆகிய இருவழிகளிலுமே பழங்குடியினர் முக்கியப் பங்காற்றியிருக்கிறார்கள். இத்தகைய எடுத்துக்காட்டுகளை ஆசியாவின் பல பகுதிகளிலிருந்து நம்மால் முன்வைக்க முடியும்.

ஆசியாவில் உள்ள பல தேசங்களில் அவர்களுடைய பொருளாதாரத்துக்கு மிகவும் அத்தியாவசியமான, ஆனால் பொதுவாக 'வனப் பொருட்கள்' என்று அழைக்கப்படும் பொருட்களை வழங்குகிறவர்களாகப் பழங்குடியினர் பார்க்கப்படுகிறார்கள்.

சம்ஸ்கிருதம், சீன மொழி போன்ற மையநீரோட்ட மொழிகளுக்கு, செவ்வியல் சட்டகங்களுக்கு வெளியேதான் பழங்குடிச் சமூகங்கள் பொருத்தப்பட்டன. அடிப்படையில், இவர்களுடையது வாய்மொழிப் பண்பாடாக இருக்கிறது. இதில் மிக முக்கியமானது, இவர்களுடைய உற்பத்தி முறைகளே. பரந்த தளத்தில் பழங்குடியினரின் உற்பத்தி முறைகள் சந்தைப் பொருளாதாரத்தோடான தொடர்பில் தாக்குப்பிடித்து நிற்க முடியவில்லை. சந்தைப் பொருளாதாரம் இவர்களை இறுதியாக நசுக்கிவிடுகிறது. இவர்கள் நவீனப் பிச்சைக்காரர்கள் நிலைக்குத் தள்ளப்படுகிறார்கள். நவீன வளர்ச்சியோடு ஒன்றிணைந்திருக்கும் பண்பான சூழலியல் அழிப்பு, இதுவரையில்லாத அளவுக்குப் பழங்குடிச் சமூகங்களை அழித்துக்கொண்டிருக்கிறது. காடுகளே பழங்குடிகளின் பண்பாட்டுரீதியான உள்ளடக்கத்தையும் வடிவத்தையும் தீர்மானிக்கின்றன. அதனால், நவீன வளர்ச்சிப் பாதையின் ஏரணமானது அ-பண்பாட்டு நடைமுறைக்குக் கொண்டுவிடுகிறது. கடந்த இரு பத்தாண்டுகளாகப் பழங்குடிகளின் பண்பாட்டு வெளிப்பாடுகளை ஆராய்வோம் என்றால், அ-பண்பாடு மிகவும் அச்சமூட்டக்கூடிய வகையில் மேலோங்கிவருவதை நம்மால் உணர்ந்துகொள்ள முடியும். அதில் ஒரு குறிப்பிட்ட அமைவுதான் பண்பாட்டுரீதியான பிளவு. பழங்குடியினர் இரண்டு தன்னிலைகளைக் கொண்டவர்களாக ஆகிறார்கள். இதில் ஒவ்வொன்றும் மற்றொன்றோடு முரண்பட்டு நிற்கிறது. கொஞ்சம்கொஞ்சமாக அவர்களைச் சுற்றியிருக்கும் மலிவான வணிகப் பண்பாடு அவர்களை ஆட்கொள்கிறது. இதுவே இறுதியான துயரமாகிறது. எடுத்துக்காட்டாக, பெங்களூருக்கு அருகில் உள்ள பழங்குடியினர் 'பஞ்சாப்', 'கல்கத்தா' போன்ற பெயர்களைக் கொண்டிருக்கிறார்கள். அழிவு முழுமையாகிறது.

'சமூகரீதியான சிறுபான்மையினர்' விஷயம் வேறானது. பரந்துபட்ட புவியியல்ரீதியான தளத்தில் இவர்கள் சிறுபான்மையினரில்லை. ஒரு சமூகத்தில் மேலாதிக்கம் செலுத்துபவர்கள் அண்டைச் சமூகங்களில் பல்வேறு சந்தர்ப்பங்களில் நிரம்பிவழிந்தவர்களாக இருக்கிறார்கள். நவீன தேசிய-அரசின் ஏரணம் ஒற்றைத் தேசியம் அல்லது பலதரப்பட்ட தேசியங்களின் கூட்டு என்ற சமூக அடித்தளத்தைக் கொண்டு வளர வேண்டியுள்ளதால், பல்வேறு சிறிய குழுமங்கள் நீண்டகால அடிப்படையில் ஒன்று நிராகரிக்கப்படுகின்றன அல்லது ஒதுக்கப்படுகின்றன. சிறுபான்மையினரைக்

குறிக்கும் சட்டகத்தை வளர்த்தெடுக்கும் விதமாகவே மையநீரோட்டம் என்ற கருத்தமைவு மிகக் கவனமாக வளர்த்தெடுக்கப்படுகிறது. இது வேறு எதுவும் இல்லை, மேலாதிக்க மொழி சார்ந்த அல்லது மதம் சார்ந்த குழுமகங்களின் தொன்மங்களையும் குறியீடுகளையும் பலபடித்தாக ஒன்றுதிரட்டுகிறது. இதனால், பொதுவாகவே ஏன் நியாயமாகவும்கூட ஆதிக்க தேசியத்தின் லட்சியங்களுக்கு சிறுபான்மையினர் ஈடுகொடுக்கத் தவறுகிறார்கள். பிறகு, இவர்கள் அவமதிக்கப்படுகிறார்கள், சந்தேகக்கண் கொண்டு பார்க்கப்படுகிறார்கள். இந்தியாவிலும் தாய்லாந்திலும் உள்ள முஸ்லிம்கள் சமூகரீதியான சிறுபான்மையினருக்கு ஆகச்சிறந்த எடுத்துக்காட்டாகிறார்கள். சொல்லப்போனால், இத்தகைய எடுத்துக்காட்டுகளை நாம் ஆசியாவில் உள்ள எல்லாத் தேசங்களிலும் காண முடியும்.

பெரும்பாலும், ஒரு குறிப்பிட்ட நாட்டின் தேசிய–அரசு நடைமுறைப்படுத்தும் வளர்ச்சிக்கான கொள்கைகள், அரசியல் பிரக்ஞையோடு அல்லது பிரக்ஞையற்று சிறுபான்மையினரின் சமூக, பொருளாதார நலன்களை நிராகரிப்பவையாக இருக்கின்றன. பொதுவாக, வளர்ச்சியின் உள்ளியல்பாகக் கட்டப்பட்டுள்ள தேசியச் செயல்நுட்பத்தில் சிறுபான்மையினர் முறைசாராப் பிரிவுகளுக்குள் தள்ளப்படுகிறார்கள். இவர்கள் பொருளாதாரக் குப்பைத் தொட்டியாகிறார்கள். இந்தியாவில் உள்ள முஸ்லிம்களின் நிலை இதுவாகவே இருக்கிறது. இந்தியாவின் அரசியல் தீர்க்கதரிசியான லோகியா மிகச் சரியாகச் சொல்லியிருப்பதுபோல், இந்திய முஸ்லிம்களின் தலைவிதியானது அடிப்படையில் நவீனத்துக்கு முந்தைய கிராமங்களின், குடிசைத் தொழில்களின் தலைவிதியோடு அங்ககமாக இணைந்திருக்கிறது. காலனியமும் நவீனப் பொருளாதாரத்தின் வீறுநடையும் இப்படியான தொழில்களை ஈவிரக்கமற்று ஊனமாக்கிவிட்டன. முஸ்லிம்கள் பரிதாபத்துக்குரிய நிலைக்குத் தள்ளப்படுகிறார்கள்.

சுதந்திரத்துக்குப் பிந்தைய இந்திய அரசதிகாரம் இந்தச் சமூகங்களின் மீள்கட்டமைப்புக்கு எத்தகைய தீவிர முயற்சிகளையும் மேற்கொள்ளவில்லை. இந்து மதத்தின் குறிப்பிட்ட விதமான சகிப்பற்றதன்மையும் அரசின் வளர்ச்சி சார்ந்த அரசியலும் இவ்விஷயத்தில் ஒன்றிணைகின்றன.

இந்துக்களுக்கும் முஸ்லிம்களுக்கும் இடையேயான மதக் கலவரங்களை ஆராய்ந்த பல ஆய்வாளர்கள், இத்தகைய சூழ்நிலைகளில் காணப்படும் சுவாரஸ்யமான போக்கு ஒன்றை வெளிக்கொணர்கிறார்கள். எங்கெல்லாம் முஸ்லிம்களில் கணிசமானவர்கள் ஓரளவுக்கு வசதியாகக் காணப்படுகிறார்களோ அங்கெல்லாம் அவர்களுக்கு எதிரான கலவரங்கள் நடத்தப்படுகின்றன என்று இந்த ஆய்வாளர்கள் ஏற்றுக்கொள்ளும் விதத்தில் முன்வைக்கிறார்கள். சிறுபான்மையினர் ஏழைகளாக இருக்க சபிக்கப்பட்டவர்களாகவும் விதிக்கப்பட்டவர்களாவும் மட்டுமே இருக்க முடியும். சமூகரீதியாக மேல்நோக்கிய சிறு நகர்வுகூட அவர்களுக்குப் பெரும் தீங்கைக் கொடுக்கக்கூடியதாக இருக்கிறது. பாகிஸ்தானில் இந்துக்களுக்கு எதிரான உணர்வுகளும் இதே அடிப்படையிலிருந்துதான் வெளிப்படுகின்றன.

ஒரே ஏரணம்தான் இரண்டு தேசங்களிலும் செயலாற்றுகின்றன. ஆக, பொருளாதார நலன்கள் என்று வரும்போது நாகரிகத்தளத்தில் சமூகரீதியான சிறுபான்மையினரின் நலன்கள், மேலாதிக்கக் குழுமங்களின் நலன்களிலிருந்து வேறானதாக இல்லை என்பதுதான் முக்கிய விஷயமாகிறது. ஒன்றுபோலான அறத்தையே இவர்கள் பகிர்ந்துகொள்கிறார்கள். இருந்தாலும், இவர்கள் இந்த விளையாட்டில் இறுதியாகத் தோற்றுப்போகிறார்கள்.

பண்பாட்டுரீதியான வெளிப்பாட்டின் அடிப்படையில் சொல்வதென்றால், சமூகரீதியான சிறுபான்மையினர் அவர்களுக்கே உரிய சில பிரத்யேகச் சிக்கல்களைக் கொண்டிருக்கிறார்கள். இவர்களுக்குச் சாத்தியப்படக்கூடிய வடிவங்கள் பெரும்பான்மையினரால் கட்டுப்படுத்தப்பட்டவையாக இருக்கின்றன. மேலாதிக்க வர்க்கத்தின் கலைகளில் சிறுபான்மையினருக்கு அகஅமைப்பாக்கம் எப்போதும் மறுக்கப்பட்டே வருகிறது. சிறுபான்மையினர்களெல்லாம் விசித்திரமானவர்களாகவும் நாகரிகமற்றவர்களாகவும், அவ்வளவு ஏன், நேர்மையில்லாதவர்களாகவும்கூடப் பார்க்கப்படுகிறார்கள். சிறுபான்மையினர் கொஞ்சம்கொஞ்சமாக அவர்களுடைய படைப்புகளில் இன்னும் மேலான, நம்பத்தகுந்த சுயபிம்பத்தைக் கட்டுவதற்கு முயல்கிறார்கள் என்றாலும் பெரும்பாலான மையநீரோட்டக் கலைகளில் சிறுபான்மையினர் இல்லாதது மிக வெளிப்படையாகத் தெரிகிறது. எடுத்துக்காட்டாக, இருபதாம் நூற்றாண்டின் தொடக்கத்தில், வங்க மறுமலர்ச்சி இலக்கியங்களில் குறிப்பிடும்படியாக முஸ்லிம் பாத்திரங்கள் ஒன்றுகூட இல்லை! அதே நூற்றாண்டின் பின்பகுதியில் வங்க முஸ்லிம்களுக்கென்று ஒரு சுதந்திர நாடு உருவானது வரலாற்றின் பெரும் முரண்நகையே. பல இந்திய மொழிகளில், முஸ்லிம் எழுத்தாளர்கள் தங்களுடைய அகஅமைப்பாக்கத்தின் சகல பரிமாணங்களையும் கொண்டுவந்து, நம்பத் தகுந்த இஸ்லாமிய உலகத்தைப் படைப்பதன் ஊடாக அவர்களுடைய பண்பாட்டு வரலாற்றில் புதிய அத்தியாயத்தைத் தொடங்கியுள்ளார்கள்.

மொத்தத்தில், இந்தியாவில் முஸ்லிம்களின் பண்பாட்டுரீதியான நிலை மிகவும் ஏமாற்றம் தரக்கூடியதாகவும் சங்கடப்படுத்தக்கூடியதாகவுமே காணப்படுகிறது. பல முக்கிய உருது எழுத்தாளர்கள், உருது மொழியே பெரும் அபாயத்தில் இருப்பதாக நினைக்கிறார்கள். மரபார்ந்த இந்திய இஸ்லாமிய வடிவங்கள் மிக வேகமாக மறைந்துகொண்டிருக்கின்றன. இந்திய இஸ்லாமின் துயரம் முழுமையானதாகிறது. ஒரு தளத்தில் அவர்களுடைய வாழ்வாதாரப் பொருளாதார வழிமுறைகள் மரித்துவிட்டன. மற்றொரு தளத்தில், அவர்களுடைய வாழ்க்கை முறைகளும் கலை வடிவங்களும் மறைந்துகொண்டிருக்கின்றன. அவ்வப்போது ஏக்கங்களோடு திரும்பிப்பார்க்கவைக்கும் சுதந்திரமான, இயவிடஞ்சார்ந்த பண்பாடுகளும் அவற்றின் குறியீடுகளும் நவீனத்தின் இருளில் மிக வேகமாக மறைந்துகொண்டிருக்கின்றன!

இந்த வாதங்களை ஆசியத் தளத்துக்கு நான் கொண்டுசெல்ல விரும்புகிறேன். மரபான சமூக அறிவியலில், சமூகரீதியான சிறுபான்மையினர்களுக்கு எதிரான பாகுபாட்டின் ஒரு வடிவமே 'பிராந்தியச் சமநிலையற்ற' என்று

அழைக்கப்படுகிறது. இப்படியாக முன்வைப்பது, சிறுபான்மையினருக்கு எதிராகச் செயல்படும் அனைத்துச் செயல்நுட்பங்களையும் மூடிமறைப்பதாகிறது. இத்தகைய சமநிலையற்ற தன்மையை அகற்றும் முயற்சி எப்படிப்பட்டதாக இருந்தாலும், அரசு மிகத் தீவிரமாக 'உட்கிரகித்தல்' எனும் செய்முறையை நடைமுறைப்படுத்துவதை அதற்குள் கொண்டிருக்கிறது. எடுத்துக்காட்டாக, தாய்லாந்தின் தேசிய ஆண்டு வருமானத்தைக் காட்டிலும் அந்நாட்டின் மத்திய சமவெளியின் ஆண்டு வருமானம் இருமடங்காக உள்ளது. ஆசியப் பகுதி முழுவதும் சிறுபான்மையினர்களின் ஆண்டு வருமானம் ஏறக்குறைய, ஒருசில விதிவிலக்குகளைத் தவிர, மிகக் குறைவாகவே காணப்படுகிறது. மேலும், ஒருசில விதிவிலக்கான பகுதிகளில் அவர்கள் ஒரு சுதந்திர தேசமாக இருக்கத் தகுதியுடையவர்களாகவும் இருக்கிறார்கள்.

உட்கிரகித்தல் அல்லது ஒருமைப்பாடு என்னும் கருத்தமைவானது சிறுபான்மையினரின் பண்பாட்டைப் பொறுத்தமட்டில் மிகவும் ஆபத்தாக இருக்கிறது. இது ஒரு தேசத்தின் பண்பாட்டை ஒற்றைத்தன்மையிலாக்கும் சாத்தியத்தை அதற்குள்ளாகக் கொண்டிருக்கிறது. நவீன வளர்ச்சியின் நிர்ப்பந்தங்கள், ஒற்றைத்தன்மையிலான சமூகத்தைக் கட்டும் நோக்கத்தைக் கொண்டிருக்கின்றன. எப்படியிருந்தாலும், சீர்மைப்படுத்தலே தற்கால மேலாதிக்க நாகரிகத்தின் தனித்த பண்பாகிறது.

தேசிய இனங்கள் தொடர்பான மரபான மார்க்ஸிய அணுகுமுறைகூட, சமூகரீதியான சிறுபான்மையினருக்கு நீதியும் உரிமையும் கிடைப்பதற்குப் பங்காற்ற முடியும். ஆனால், நாகரிகத்தளத்திலான சிறுபான்மையினரின் தலைவிதி என்று வரும்போது மார்க்ஸிய அணுகுமுறைகூட முற்றிலும் போதாமை கொண்டிருப்பதாகிறது.

முடிவுரை

பழங்குடிகளின் பிரத்யேகப் பிரச்சினை மீது கவனம் செலுத்தி இந்தக் குறிப்பை முடிக்க விரும்புகிறேன். ஆசியப் பகுதி முழுவதும் அரசு மற்றும் அரசுசாரா அமைப்புகளின் முன்முயற்சிகள் மூலம் நடைமுறைப்படுத்தப்படும் ஒருமைப்பாடு எனும் தோற்றமயக்கம், பழங்குடிகளின் வாழ்க்கையை அச்சுறுத்தும் ஆபத்துகளில் பிரதானமானதாகிறது. 'நாகரிகமடைந்த சமூக'ங்களுக்கு இணையாகத் தம்மை உயர்த்திக்கொள்ளும் முனைப்பைப் பழங்குடிகள் வெளிப்படுத்துகிறார்கள். இதுவே அவர்களுடைய தவிர்க்க முடியாத மனநிலையாகவும் மாறிவிட்டது.

நாகரிகமடைந்த அந்நியப் பண்பாடுகளிலிருந்தும் வாழ்க்கை முறைகளிலிருந்தும் தேர்ந்தெடுத்துக் கடன் வாங்குவதன் மூலமாகத் தங்கள் குழுமகங்களைப் பலம்கொண்டதாகவும் நவீனமானதாகவும் மாற்ற முடியும் என்று பூர்வக்குடிகளின் புதிய தலைமுறையினர் நம்புகிறார்கள். சொல்லப்போனால்,

இந்து, இஸ்லாம், பௌத்தம், கிறிஸ்தவம் போன்ற வரலாற்றுரீதியான செவ்வியல் சமூகங்களைப் பொறுத்தமட்டில் தேர்ந்தெடுத்துக் கடன் வாங்கும் முறை சிறப்பாக வேலைசெய்திருக்கிறது. இதுவே இவை நிலைத்திருப்பதற்கும் வளர்வதற்குமான உத்தியாக இருந்தது என்பதும் உண்மையே. ஆனால், ஆசியாவில் பழங்குடிகள் நாகரிகத்தைப் பொறுத்தமட்டில் தேர்ந்தெடுத்துக் கடன் வாங்கும் உத்தி பயன் தரவில்லை என்பதை நிரூபிக்கப் போதுமான ஆதாரங்கள் இருக்கின்றன. நாம் வேறு விதமான மாற்றுகளைக் கண்டடைய வேண்டியுள்ளது. சுறாக்களும் புலிகளும் இப்போதெல்லாம் மந்திரங்களுக்கு அடிபணிந்துபோவதில்லை.

◉

16
ஆன்மீகமும் சமூகச் செயல்பாடும்

ஒரு செயல்பாட்டாளர் எத்தகையதொரு சமூகச் செயல்பாட்டில் தன்னை ஈடுபடுத்திக்கொண்டாலும், அவர் எதிர்கொள்ளும் மூன்று முக்கியமான பிரச்சினைகள் குறித்து நான் பேச விரும்புகிறேன். ஒருவிதத்தில் காந்தியும் அம்பேத்கரும் இந்திய மதரீதியான உரையாடல் என்ற பரந்த சட்டகத்துக்குள் இருந்துதான் செயல்பட்டார்கள் என்றபோதும்,[1] சமூகச் செயல்பாட்டில் இரண்டு தனித்துவமான முறைகளை இவ்விருவரும் பிரதிநிதித்துவப்படுத்துகிறார்கள்.

எனக்கு இந்தியக் கிறிஸ்தவம், இஸ்லாம் குறித்து அதிகம் தெரியாது என்றாலும், இந்துக் காரணி வடிவங்கள் குறித்துப் பரிச்சயமுண்டு. காந்தியின் வாழ்க்கையில் நடந்த ஒரு நிகழ்விலிருந்து தொடங்குகிறேன். 1916–17-ல் அவர் இந்தியா முழுக்க பயணம் மேற்கொண்டபோது, கல்கத்தாவில் உள்ள பிரபலமான காளி கோயிலுக்குச் செல்கிறார். அங்கு மிருக பலி கொடுக்கும் பழக்கம் இன்னும் தொடர்வதைப் பார்க்கிறார். எல்லா இடங்களிலும் ரத்தம் குட்டைகளாகத் தேங்கிக்கிடக்கின்றன. பல சாதுக்கள், ரத்தம் அவர்களுடைய கால்களுக்கு அடியில் ஓடிக்கொண்டிருக்க கோயில் படிக்கட்டுகளில் உட்கார்ந்திருந்தார்கள். காந்தி அதிர்ச்சியடைகிறார். சாதுக்களிடம், 'ஒரு பாவமும் அறியாத இந்த மிருகங்களைப் பலிகொடுப்பது பாவம் என்று உங்களுக்குத் தெரியவில்லையா? நீங்கள் இதை எப்படி அங்கீகரிக்கிறீர்கள்? அன்னை காளி அன்பின் வடிவமல்லவா? அவள்தானே தாய். நீங்கள் இதை எப்படி அனுமதிக்கிறீர்கள்?' என்று கேட்கிறார்.

அவர்கள் எல்லோரும் ஒத்த குரலில், 'நாங்கள் இதை அங்கீகரிக்கவில்லை' என்கிறார்கள். காந்தி மேலும் விடாது தொடர்ந்தபோது, இதில் ஏதும் செய்ய முடியாத அவர்களுடைய இயலாமையை ஒப்புக்கொள்கிறார்கள்:

---

1 அம்பேத்கர், காந்தியின் செயல்பாடுகள் குறித்த விரிவான வாசிப்புக்குப் பார்க்கவும்: 'The Flaming Feet and Other essays',(Ranikhet: Permanent Black, 2010). [இந்தத் தொகுப்பில் பகுதி 1, 2-ல் உள்ள கட்டுரைகளைப் பர்க்கவும் – மொ.ர].

அதாவது, மக்களை மாற்ற முயல்வதில் எந்த அர்த்தமுமில்லை. வார்த்தைகள் அற்றுப்போகும் அளவுக்கு அதிர்ச்சியுற்றதாக காந்தி பதிவுசெய்கிறார். இதற்குப் பிறகு அவர் மிக அபூர்வமாகத்தான் இந்திய சாதுக்களோடு இறையியல்ரீதியான விவாதங்களில் ஈடுபட்டார். நான் சாதுக்களின் நடத்தையை ‘அமைதிவாதப் பிரச்சினை’ என்று அழைக்க விரும்புகிறேன். ஒருவருக்கு இந்திய வேதாந்த மரபில் ஆழ்ந்த ஈடுபாடு இருக்குமானால், அது அவரை அமைதிவாத நிலைக்குத்தான் கொண்டுவிடும். நான் இங்கு சில இந்துப் பனுவல்களை எடுத்துக்கொண்டு, இவற்றுக்கும் வாழும் பண்பாட்டுக்கும் இடையேயான உறவைப் பரிசீலிக்க விரும்புகிறேன்.

ஆன்மீகரீதியான விடுதலை அனுபவத்தை ஒளியானது பிரதிநிதித்துவப் படுத்துவதாக எடுத்துக்கொள்வோம் என்றால், ஒருசில இந்திய ஆன்மீக மரபுகளில் ஒளியால் கண்கள் குருடாகும் நிலையை ஒருவர் அடையக்கூடும். பல்வேறு வேத, உபநிஷத் கதையாடல்களில் இது ‘ஒளிகளின் ஒளி’ என்றே குறிக்கப்படுகிறது. ஒருவர் இறுதியானதான ஒருவித ஆனந்தத்தைத் தவிர வேறு எதையும் பார்ப்பதில்லை. நவீனத் தத்துவவியலாளர்களான சர்வபள்ளி இராதாகிருஷ்ணன், எம்.ஹிரியானா, சுரேந்திரநாத் தாஸ் குப்தா போன்றோர் வேதாந்தம் குறித்த அவர்களுடைய எழுத்துகளில் சத், சித், ஆனந்தம் போன்ற கருத்தமைவுகள் குறித்து அடிக்கடி விவாதிக்கிறார்கள். வார்த்தைகளின் அடிப்படையிலிருந்து சத், சித் அதாவது சத்தியம், பிரக்ஞை இரண்டையும் பார்த்தால் இல்லாதவையாகின்றன. இவற்றின் இன்மையே வேறுபடுத்த முடியாத ஆனந்தத்தை உருவாக்குகிறது. இது மட்டுமே யதார்த்தமாகிறது. இதில் பிற அனைத்தும் காணாமல்போகின்றன. வேதாந்தத்திலிருந்து ஒருவிதத் தீவிரையான இறையியலை உருவாக்க ஒருவர் விரும்பினால், அது யதார்த்தத்தையும் ஆன்மீக வாழ்க்கையையும் வாசிக்கும் ஒருசில முறைகளிலிருந்து தெளிவாக விலகியிருப்பது நல்லது; ஒருவேளை அதை நிராகரிக்க வேண்டியும் இருக்கலாம். அமைதிவாதப் பிரச்சினையானது இந்திய ஆன்மீக ஆசான்கள் பயன்படுத்திய ஒருசில தத்துவார்த்தக் கருத்தாக்கங்களோடு தொடர்புகொண்டதாக இருக்கிறது. எடுத்துக்காட்டாக, வேதாந்தத்தின் ஆகச்சிறந்த ஆச்சாரியரான ராமானுஜாச்சாரியார், பகவத் கீதை குறித்த அவரது உரையில் லீலை (பிரபஞ்ச விளையாட்டு) என்ற கருத்தாக்கத்தை வளர்த்தெடுக்கிறார். இது ஒரே சமயத்தில் மிக எளிமையானதாகவும் சிக்கலானதாகவும் இருக்கிறது. உலகத்தில் இருக்கும் எல்லாமும் முன்தீர்மானிக்கப்பட்டிருப்பதோடு விளையாட்டின் விதிமுறைகளும் முன்பொருத்தப்பட்டதாக இருக்கின்றன என்பதே லீலையின் சாராம்சம். இதில் மனித முகமை மறுதலிக்கப்படுவதோடு, அதிகபட்சம் ‘முகவர்’ பார்வையாளராக மட்டுமே இருக்க முடிகிறது. அதனால்தான், லீலை என்ற கருத்தமைவை அதன் அதீதத்துக்கு எடுத்துச்சொல்லும்போது, ஒருவகையான நிர்மோகி சங்கல்பா (விலகியிருப்பதற்கான உறுதியும்/விழைவுகளும்) தன்மையிலானதாகிறது. ஏனெனில், மானுட முகவர் இவ்வுலகத்தோடு எத்தகைய பிணைப்பையும் வளர்த்துக்கொள்ள முடியாது. வேதாந்த சட்டகத்துக்குள்ளாக இருந்து செயல்பட விரும்பும் ஒரு செயல்பாட்டாளரோ

அறிவுஜீவியோ சமூக லட்சியம் என்று எதையும் கொண்டிராமல் இருப்பதற்குக் கட்டாயப்படுத்தப்படுகிறார். காந்தி ஒரு யோகியா, மருளியரா என்று வேதாந்த வட்டாரங்களில் பெரிய விவாதம் ஒன்று உள்ளது. பல உரையாளர்கள் காந்தி ஒரு மாமனிதர் என்பதை ஏற்றுக்கொண்டாலும், அவர் சத்–சித்–ஆனந்தத்தை (வர்ணனைகளுக்கு அப்பால் ஆனந்தம்) அனுபவிக்காததால் அவர் மருளியர் அல்ல என்கிறார்கள். ஓர் அறிவுஜீவிச் செயல்பாட்டாளர் எதிர்கொள்ளும் முதல் பிரச்சினையே இப்படியாக இருக்கிறது. வேதாந்தச் சட்டகத்துக்குள்ளாக இருந்து ஒருவர் செயல்பட முயல்வார் என்றால் அமைதிவாதப் பிரச்சினை மேலெழுந்துவருகிறது.

இரண்டாவது முக்கியமான பிரச்சினை, இதற்குச் சரியான சொல் கிடைக்காததால், 'பிரபஞ்சரீதியான அன்புக்கும் சமூகரீதியான பாகுபாடுகளுக்கும் இடையேயான துயரமான இடைவெளி' என்று அழைக்க விரும்புகிறேன். இந்தியக் காரணி வடிவங்கள் பிரபஞ்சத்தோடான நெருக்கத்தை விளக்கும்போது மிகவும் பண்பட்டதாக இருக்கின்றன. பிரபஞ்ச அன்பை விளக்கும் உருவகங்கள் இந்திய இலக்கியங்கள் முழுவதும் விரவிக்கிடக்கின்றன. பிரபஞ்ச அன்பு என்ற கருத்தமைவுக்கு (வேதங்களில் ரிதா (*Rta*) என்று குறிக்கப்படுகிறது) ஒருவர் எதிர்வினையாற்றும்போதுதான் உண்மையிலேயே ஆபத்தாகிறது. பிரபஞ்ச அன்பு என்ற கருத்தாக்கத்தைப் பல தீவிரைச் சிந்தனையாளர்கள் வளர்த்தெடுக்க முயன்றிருக்கிறார்கள். இந்தியத் தத்துவார்த்த மரபுக்குள்ளாகப் பிரபஞ்ச அன்பு என்ற கருத்தமைவானது ஸ்தூலமான, உண்மையான சமூகப் பாகுபாட்டு வடிவங்களிலிருந்து விலக்கிவைக்கப்பட்டுள்ளது. ஒருவர் சூரியனையும் சந்திரனையும் நட்சத்திரங்களையும் கடல்களையும் பல அறியாத நதிகளையும், ஏன், பூமிக்கு அடியில் உள்ள நதிகளையும்கூட வணங்கலாம்! இந்திய மதரீதியான கற்பனைகள் – பூமிக்கு அடியில் இருக்கக்கூடிய பெருங்கடல்களை எதிர்கொள்ள முயலும் அளவுக்கு அவ்வளவு செழிப்பானதாக இருக்கின்றன. ஆனால், சாதிய முறைமை போன்ற ஸ்தூலமான சமூகப் பாகுபாடுகள் என்று வரும்போது, அக்கறையற்றதன்மையே அதன் எதிர்வினையாகிறது. ஆக, பிரபஞ்சரீதியான அன்பு, சமூகரீதியான அக்கறையற்றதன்மை இரண்டும் இணைந்திருப்பதே இந்தியத் தத்துவார்த்த மரபின் பெரும் புதிர். எழுபதுகளில் இருக்கும் மிக அபூர்வமான, மேன்மையான பெண்மணி ஒருவர் என் அண்டை வீட்டில் குடியிருந்தார். தினமும் நடைபாதையில் எறும்புகளுக்காகச் சர்க்கரையை உணவாக வைப்பார். அவர் அவ்வளவு இரக்ககுணம் கொண்டவர். அவர் குறித்து ஒரு கட்டுரைகூட நான் எழுதியிருக்கிறேன். ஆனாலும், தீண்டப்படாதவரை வீட்டின் வெளிமுற்றத்தில்கூட அனுமதிக்க மாட்டார். அதுவும் அவர் பார்ப்பனப் பெண்மணியாக இருந்ததால், தீண்டப்படாதவர் குடிக்கத் தண்ணீர்கூடக் கொடுக்க மாட்டார். ஒருமுறை நான் அவரிடம், "நீங்கள் எறும்புகளிடத்தில்கூட இவ்வளவு அன்புகாட்டுகிறீர்கள். ஆனால், தீண்டப்படாதவர்கள் மீது வெளிப்படையாகக் கொடுமையாக நடந்துகொள்ளவில்லை என்றாலும், எப்படி இத்தகைய இடைவெளியை வைத்துக்கொண்டிருக்கிறீர்கள்?" என்று கேட்டேன். "என்ன நடந்தாலும்

மனிதர்கள் பிழைத்துக்கொள்வார்கள். ஆனால், எறும்புகள்?" என்பதே அவருடைய பதிலாக இருந்தது.

ஆக, பெருமளவு இடந்தவறிக் காணப்படும் பிரபஞ்ச அன்பு என்ற கருத்தமைவானது மானுடர்களைப் பொறுத்தமட்டில் மிகவும் செய்நேர்த்தியுடன் ஒருவிதமான அக்கறையற்றதன்மையாக முழுமையாகியுள்ளது. இதுவே, தலித்துகளும் — அதாவது, தீண்டப்படாதவர்களும் பிற கீழ்ச்சாதியினரும் பதிமூன்றாம், பதினான்காம் நூற்றாண்டுகளில் இஸ்லாமுக்கும், பத்தொன்பதாம் நூற்றாண்டில் கிறிஸ்தவத்துக்கும் மாற முக்கியக் காரணியாகிறது. இத்தகைய மத மாற்றங்கள் அப்படியொன்றும் பொருளியல் ஈர்ப்போடு தொடர்புகொண்டவையாக இல்லை. ஒவ்வொரு கிராமமும் கற்றறிந்த ஆச்சாரியாரைக் கொண்டிருந்தன. இவர்கள் பெரும்பாலும் உயர்சாதியைச் சேர்ந்தவர்களாக இருந்தார்கள் என்றாலும், கீழ்ச்சாதியைச் சேர்ந்த சாதுக்களும் காணப்பட்டார்கள். இவர்கள் வேதாந்திகளின் தத்துவார்த்தரீதியான காரணிகளையும் உணர்ந்துகொள்ளும் வடிவங்களையும் தன்வயப்படுத்திக்கொண்டவர்களாக இருந்தார்கள். இப்படியானவர்கள் இருந்ததையும் மீறி, வேறு மத வடிவங்கள் — அது, வீரசைவ இயக்கமாக இருக்கலாம், இஸ்லாமாக அல்லது கிறிஸ்தவமாக இருக்கலாம் — ஸ்தூலமான தளத்தில் சாத்தியப்பட்டபோது கிராம மக்கள் அத்தகைய சந்தர்ப்பத்தைக் கைப்பற்றிக்கொண்டார்கள். இப்படியாக மதம் மாறியவர்கள் ஆன்மீகரீதியான இருப்பு என்ற கருத்தமைவுக்கு மதிப்புகொடுத்தே கிறிஸ்தவம், இஸ்லாம், சீக்கியம் அல்லது வீரசைவம் போன்றவற்றைத் தழுவிக்கொண்டார்கள்.

மூன்றாவது பிரச்சினையை நான் 'பண்பாட்டுக் குறியீடுகளின் அரசியல்' என்று முன்வைக்க விரும்புகிறேன். இந்தியாவில் ஒருவர் சமூகரீதியான ஆன்மீகம் என்ற மொழியிலோ அல்லது அ–சமூகரீதியான பண்பாட்டுக் குறியீட்டுவாதம் என்ற மொழியிலோ பேச முடியாது. இன்று ஒடுக்கப்பட்ட குழுமங்களும் வர்க்கங்களும் இந்தக் கதையாடல்களை ஏற்றுக்கொள்ள மறுக்கின்றன. இதற்கு இரண்டு காரணிகள் காணப்படுகின்றன: முதலாவதாக, ஒடுக்கப்பட்ட வர்க்கங்கள் அவர்களுக்கென்று சுயமான இயவிடஞ்சார்ந்த ஆன்மீக வடிவங்களைத் தாங்களாகவே உருவாக்கிக்கொண்டிருக்கிறார்கள். ஒருவிதத்தில், வேதாந்த அடிப்படையிலான சமய மரபுகளை மிக ஆழமாகவும் சிறப்பாகவும் எதிர்கொண்ட வரலாற்றை இவர்கள் கொண்டிருக்கிறார்கள். வேறு வார்த்தைகளில் சொல்வதென்றால், இன்றைய இந்தியாவில் நிலைத்திருக்கும் பல்வேறு மரபுகளின் கருத்தேற்ற முறையை (schema) எளிமைப்படுத்தி முன்வைக்க விரும்பினால் அது இராமானுஜர், சங்கரர், மத்துவர் ஆகிய மூன்று ஆச்சாரியார்களால் முழுநிறைவாக்கப்பட்ட ஒற்றைத்தன்மையிலான வேதாந்தமாகவே இருக்கிறது. சில சமயங்களில் வேறு சில தத்துவவியலாளர்களும் ஆன்மீகத் தலைவர்களும் மிகக் கசப்பாக இம்மூன்று ஆச்சாரியார்களோடு முரண்பட்டிருக்கிறார்கள். இவ்வாறு முரண்பட்டவர்களும், பெரும்பாலும் உள்ளூர் மொழிகளில்தான் என்றாலும், கீதைக்கு உரை எழுதியிருக்கிறார்கள். இவர்கள், மூன்று ஆச்சாரியார்களால் வளர்க்கப்பட்ட, முன்வைக்கப்பட்ட,

எடுத்துரைக்கப்பட்ட தத்துவார்த்தரீதியான நிலைப்பாடுகளை நிராகரித்தார்கள். நான் இவர்களை அ-வேதாந்திகள் என்று அழைக்க விரும்புகிறேன் — அதாவது வேதாந்த முறைமையிலான உணர்ச்சிகளிலிருந்து, காரணிகளிலிருந்து வேறானவர்களாக இருந்தவர்கள். சுவாரஸ்யமான விஷயம் என்னவென்றால், பெரும்பாலான அ-வேதாந்த ஆசான்கள் பாலினரீதியான வேறுபாடுகளை அங்கீகரிக்க மறுத்தார்கள். பல சமயங்களில் இவர்கள் பெண்போலவும் உடையணிந்துகொண்டார்கள். இதுவே இவர்கள் விலகிப்போகும் புள்ளி. சொல்லப்போனால், தாய்மொழியைப் பயன்படுத்தி, ஆனால் வேறு விதமான காரணிகளை முன்வைக்க முயன்ற, உள்ளிருந்துகொண்டே வேறு விதமான எதிர்ப்பை முன்வைக்க முயன்ற சாதுக்களை என்னால் எடுத்துக்காட்டாகக் கொடுக்க முடியும். இவர்கள் ரஸலையும் (Russell), இங்கர்சாலையும் (Ingersoll) படித்திராத மதச்சார்பற்றவர்களாக இருந்தார்கள். இவர்கள் மேற்கத்தியச் செவ்வியல் இலக்கியங்களைப் படித்ததில்லை என்றாலும் மனிதநேயம் கொண்டவர்களாக இருந்தர்கள். ஆக, இவர்கள் இயவிடஞ்சார்ந்த வேர்களைக் கொண்டு, அடக்குமுறை வடிவங்களுக்கு எதிராக மதரீதியாகவும் ஆன்மீகரீதியாகவும் அசலான விமர்சனங்களை வளர்த்தெடுத்தார்கள். இவர்களைப் பொறுத்தமட்டில் உடல் ஸ்தூலமானதாக இருந்தது; வரலாறும் அப்படியே. சுவாரஸ்யமான விஷயம் என்னவென்றால், இவர்களைப் பொறுத்தமட்டில் சம்சாரத்துக்கும் நிர்வாணத்துக்கும் இடையே எத்தகைய வேறுபாடுகளும் இல்லாமல்போனது. இந்த சாதுக்கள் சவரத் தொழில் செய்பவர்களாகவும், கூடை முடைபவர்களாகவும், இஸ்லாத்துக்கும் பக்தி இயக்கத்துக்கும் இடையே காணப்படும் இறையியல்ரீதியான வேறுபாடுகளை அடையாளம் காணக்கூடிய சாதாரண முஸ்லிம்களாகவும் இருந்தார்கள். ஆக, நான் சொல்லவந்த விஷயத்துக்குத் திரும்புவதென்றால், இந்தப் பரிமாணமானது குறியீட்டுரீதியான பண்பாட்டு அரசியல் குறித்த கேள்விகளை நாம் சற்றே நுண்ணுணர்வோடு அணுக வேண்டிய தேவையை முன்வைக்கிறது.

இந்திய ஆன்மீக மரபுகள் ஒற்றைப் பரிமாணத்தைக் கொண்டிருப்பவை அல்ல. இவை பலதரப்பட்டவையாகவும் வேறான உணர்வெழுச்சிக்கான உந்துதல்களையும் பன்முகத்தன்மையிலான அரசியல் குறியீடுகளையும் கொண்டிருக்கின்றன. குறிப்பாக, இன்று இந்தியா இருக்கும் சூழலில், பலவகைப்பட்ட ஆன்மீக வடிவங்கள் என்ற கருத்தமைவைக் கணக்கில் எடுத்துக்கொள்ள வேண்டியுள்ளது. ஆன்மீகரீதியாக மேலாதிக்கம் செலுத்தும் வடிவங்களிலிருந்து வேறான காரணிகளையும் உணர்தல்களையும் கொண்டிருக்கும் வடிவங்களை முன்வைப்பது சாத்தியமானது மட்டுமல்ல; அவசியமானதாகவும் இருக்கிறது. ஏனெனில், மேலாதிக்கம் செலுத்தும் ஆன்மீக வடிவங்கள் அவற்றின் மௌனங்கள் ஊடாகவும், சிலசமயங்களில் வெளிப்படையாகவும் கீழ்ச்சாதிகளுக்கு, பெண்களுக்கு, ஏன் இயற்கைக்கும் எதிரான ஒடுக்கும் வடிவங்களுக்கு அதன் ஆதரவை எப்போதும் கொடுக்கின்றன. உபநிஷதங்கள்கூட இத்தகைய மேலாதிக்க மரபுக்கு எதிரானவையாகவே இருந்தன. ஏனெனில், இயற்கைச் செல்வத்தை அழிப்பது என்ற அர்த்தத்தை வேள்விகள் கொண்டிருக்கின்றன.

என்னுடைய இரண்டாவது காரணியம், குறியீட்டுரீதியான பண்பாட்டு அரசியலுக்கு நம்மை அழைத்துச்செல்கிறது. இன்று இந்தியப் பண்பாடு, குறிப்பாகச் சொல்வதென்றால் இந்துப் பண்பாடு அரசியல்ரீதியாக வரையறுக்கப்படும் முறையில் யதார்த்தத்தில் அது கொண்டிருக்கும் பன்மைப் பரிமாணங்களையும் பன்முகத்தன்மையையும் அடையாளம் காண முடியாததாகிறது. இதை இந்து மதத்தையும் இந்து வாழ்க்கை முறையையும் அவரலாற்றுத்தன்மையிலானதாக ஆக்கும் போக்கோடு இணைத்துப்பார்க்க வேண்டியுள்ளது. ராமர் கோயில், பாபர் மசூதி குறித்த சச்சரவு இதை வெளிப்படையாக்குகிறது. இங்கு ராமர் பிறந்த இடம் குறித்த பிரச்சினையே அடிப்படை. ராமர் பிறந்த இடம் அயோத்திதான் என்றாலும், இந்தியா முழுவதும் ஏறக்குறைய ஒவ்வொரு மாநிலத்திலும் நூற்றுக்கணக்கான இடங்கள் தொன்மப் பாத்திரங்களான ராமரோடும் சீதையோடும் பாண்டவர்களோடும் தொடர்புடையவையாக இருக்கின்றன. ஆக, நாம் இந்து மதத்தை அவரலாற்றுத்தன்மையிலானதாக மாற்றும் வாதத்தைத் தீவிரமாக ஏற்றுக்கொள்ளும் பட்சத்தில், உள்ளூர் குமுகங்களின் மதரீதியான கற்பிதங்களுக்கான சக்தியைப் பலிகொடுக்க வேண்டியிருக்கும். பிறகு, கர்நாடக மக்கள் ராமரைத் தங்களுடையதாகச் சொந்தம் கொண்டாட முடியாமல்போகும். ஏனெனில், ராமர் அயோத்தி என்ற ஏதோ ஓர் இடத்தில் பிறந்த வடஇந்தியக் கடவுளாகிறார். மேலும், நாம் பண்பாட்டுரீதியான செயல்பாடுகள் என்ற கருத்தமைவை மறுவரையறைக்கு உட்படுத்த வேண்டியிருக்கும் என்று நினைக்கிறேன். நாம் அரூபமான, சிக்கலான, ஆன்மீகரீதியான பாத்திரங்களை மிகச் சாதாரண வரலாற்று வடிவமாகச் சுருக்கும் நிலைக்குக் கொண்டுவரக் கூடாது. ராமர் மிக அழகான ஆன்மீகரீதியான குறியீடு; வெறும் வரலாற்றுரீதியான உருவமல்ல. இந்தியப் பண்பாட்டின் மிகப் பெரிய விஷயம் என்னவென்றால் அது வரலாற்றின் மீது எத்தகைய நம்பிக்கையும் கொண்டிருக்கவில்லை. ஆக, ராமர் (அல்லது சீதை) போன்ற மிக அழகான, ஆன்மீகரீதியான உருவத்தைச் சாதாரணமான ஒரு கட்டடத்தின் நிலைக்குச் சுருக்குவோம் என்றால், நாம் எங்கோ மக்களின் மதரீதியான, ஆன்மீகரீதியான படைப்பாக்கச் சக்தியை அனைத்துத் தளங்களிலும் மறுக்கிறோம் என்றே அர்த்தமாகிறது.

என்னுடைய வாதங்களைத் தொகுத்துக்கொள்வதென்றால், இம்மூன்று அபாயங்களும் ஒன்றோடொன்று இணைந்திருக்கின்றன.

- *அமைதிவாதத்தின் பிரச்சினைகள்: விவேகானந்தர்கூட அவருடைய நண்பர்களுக்கு எழுதிய கடிதத்தில், இத்தகைய ஆபத்தைக் குறித்துப் பேசுகிறார். 'நான் முழுநிறைவான ஆனந்த நிலையில் உள்ளேன். நான் வரலாற்றுக்குத் திரும்பிப்போக விரும்பவில்லை. ஆக, இந்தியாவில் உள்ள சில குறிப்பிட்ட ஆன்மீகரீதியான காரணிகளோடு உன்னை நீ ஈடுபடுத்திக்கொண்டால், உன்னை நீ நிரந்தரமாக இழந்துவிடுவாய். ஆனந்தம் மட்டுமே உண்மையாகத் தெரிகிறது. சமூகம் உண்மையானதல்ல; எதுவுமே உண்மையானதல்ல' என்கிறார்.*

- இது இயற்கையாகவே முழுநிறைவான அக்கறையற்ற முறைமைக்குக் கொண்டுவிடுகிறது — பிரபஞ்ச அன்பு என்ற கருத்தமைவு. ஆனால், அதோடு சேர்ந்து அக்கறையற்றதன்மை என்ற முழுநிறைவான முறைமை. பிறகு, ஒருவர் தீண்டடப்படாதவர்களின், பெண்களின் நிலை கண்டு மனம் இரங்குவதில்லை. பிறகு, எல்லாமே தற்காலிகமானவையாகவும் மாயையானவையாகவும் தெரிகின்றன. பிரபஞ்ச அன்பு மட்டுமே உண்மையாகிறது.

- இப்படியான மதரீதியான போக்குகளைக் கொண்டிருக்கும் பின்னணியில், ஒருவிதமான போலி மதரீதியான பண்பாட்டுரீதியான இயக்கம் அதன் அதிகாரத்துக்கு உட்பட்டு எல்லாத் தந்திரோபாயங்களையும் நடைமுறைப்படுத்தி, அச்சம் தரக்கூடிய நவீன வரலாற்றுரீதியான மதத்தை, பண்பாட்டை அத்துமீறிச் சுமத்தும். ஒருவேளை ஆன்மீகத்தையும் இதோடு சேர்த்துக்கொள்ளலாம். அரசாங்கங்கள் நம்மைக் கொன்றாலும் நாம் அந்த மரணத்தைப் புனிதமான, ஆன்மீகரீதியான மரணமாக அல்லது மகாபாரதத்தில் உள்ளதுபோல் மாபெரும் பயணமாகவே (மகாபிரஸ்தான) உணர்கிறோம் என்று இன்றைய சாதுக்கள் சொல்கிறார்கள். ஆக, எங்கோ ஓர் இடத்தில் வேதாந்தத்தின் சில வடிவங்கள், சமூகப் பிரச்சினைகளில் உணர்வற்றதன்மையைக் கொண்டிருப்பதால், தத்துவார்த்தரீதியாகக்கூட அவை நம்மை முட்டுச்சந்துக்குத் தள்ளிவிடுகின்றன. காந்தி சொல்லியிருக்கும் காரணிகளையெல்லாம் மீறி, அவர் ஒருபோதும் வேதாந்திபோல் பேசியதில்லை. காளி கோயில் பூசாரிகளோடான அந்தப் பிரபலமான உரையாடலுக்குப் பிறகு அவர் சாதுக்களோடு எத்தகைய சாஸ்திர அடிப்படையிலான உரையாடல்களையும் நடத்தியதில்லை. அவர் வேதாந்தத்திடமிருந்து விடைபெற்றுக்கொண்டார். மிகச் சரியாக இந்தக் காரணிகளாலேயே காந்தியை அம்பேத்கர் ‘உண்மையான இந்து அல்ல’ என்றார்.

கேள்வியும் பதிலும்

அஸ்கர் அலி இன்ஜினியர்: இந்து மதத்திலும் தத்துவங்களிலும் வெளிப்படையான முரண்பாடுகள் நிறையவே காணப்படுகின்றன. அதனால், மகாத்மா காந்தி இவை குறித்துப் பேசாததில் ஆச்சரியப்பட ஏதுமில்லை. ஆனால், விவேகானந்தரோ வேதாந்தத்தின் மீது பெரும் ஈர்ப்புகொண்டிருந்ததோடு இந்துச் சிந்தனையின் மிகச் சிறந்த பிரதிநிதியாகவும் இருந்தார். சாதிய முறைமையானது மதரீதியானது என்பதைவிட, சமூகரீதியாக நிறுவப்பட்டு, ஆனால் மதரீதியாக அங்கீகரிக்கப்பட்டதாகிறது. சாதி முறைமை குறித்து வேதங்களில் காணப்படும் குறிப்புகள்கூட, தொழில் சார்ந்தவையாக இருக்கின்றனவே

தவிர, பிறப்பு சார்ந்தவையாக இல்லை என்பதாக விளக்கம் கொடுக்க முடியும். மேலும், இது நீடித்துநிற்கக்கூடியதாகவும் இல்லை. என்னுடைய கவலை விவேகானந்தர் தொடர்பானது. ஒருவேளை, இந்து மதத்தில் வேதாந்தச் சிந்தனைகளிலிருந்து பலம் பெற்று, தீவிரைப் புரட்சியாளராக இருந்த முதல் செயல்பாட்டாளர் விவேகானந்தராக இருக்கலாம். சமகால மதரீதியான கதையாடல்களில் காணப்படும் முட்டாள்தனங்களைக் காட்டிலும் நாத்திகமே மேலானது என்று அங்கீகரித்தார். அவர் சாதிய முறைமையை மிகத் தீவிரமாக எதிர்த்துநின்றார். இந்து, முஸ்லிம் ஒற்றுமைக்காக உழைத்தார். நம் நாட்டுக்கு உள்ளூரத்தைக் கொடுக்க இந்து மனமும் முஸ்லிம் உடலும் தேவை என்றும் சொன்னார். அவர் வேதாந்தம் அடிப்படையிலான சோஷலிஸத்தை முன்மொழிந்தார். ஆக, நாகராஜ் சுட்டிக்காட்டியிருப்பதுபோல் வெளிப்படையான முரண்பாடுகளைக் கடந்து இந்துச் சிந்தனைகளிலிருந்து ஆன்மீகப் பலத்தைப் பெறுவதற்கு வழிகள் இருக்கின்றன. அவற்றை விவேகானந்தர் நமக்குக் காட்டியிருக்கிறார்.

டி.ஆர்.நாகராஜ்: நான் விவேகானந்தர் மீது பெரும் மதிப்பு கொண்டவன். ஆனால், ஒரு முழுமையான மனிதரை உருவாக்குவதற்கு அவருடைய முக்கிய வகைமைகளைக் கணக்கில் எடுத்துக்கொள்வோம் என்றால், நாம் பேசிக்கொண்டிருக்கும் வேதாந்தம் அவரிடம் சிறிதளவும் கிடையாது. நவீன இந்தியாவில், இந்து மதப் பின்னணியில் அவர் முதல் கிறிஸ்தவர் ஆகிறார். அவர் சங்கராச்சாரியாரை அற்ப தென்னிந்தியப் பார்ப்பனர் என்றே விவரிக்கிறார். இந்து மதத்தில் உள்ள வேதாந்த முறைமையை நீங்கள் கொஞ்சம் பெருந்தன்மையோடு வாசிக்கிறீர்கள். ஏனெனில், பெரும் ஆச்சாரியார்கள் எல்லோரும் மிகத் தெளிவாக, சாதிய முறைமை நடைமுறையை ஆதரித்தவர்கள். பெரும் அத்வைதியான சங்கரர், அவருடைய பிரம்மசூத்திர உரையில், அபசூத்ரவிகாரணா (*Apasudravikarana*) என்ற அத்தியாயத்தில், நவீன காலப் பார்ப்பனர்களைக் காட்டிலும் மிகவும் மோசமானவராக வெளிப்படுகிறார். சூத்திரர்கள் அறிவு பெறும் உரிமையை மறுப்பதோடு மட்டுமல்லாமல் அதுகுறித்து அவரிடம் எந்தச் சலனமும் இல்லை. ஆக, சமூகச் செயல்பாட்டாளர்களின் ஆன்மீகரீதியான முறைகளைத் துருவியகழ்வதற்கு நிறைய சாத்தியப்பாடுகள் இருக்கின்றன. என்னுடைய எளிமையான கருத்து இதுதான்: அவை அ-வேதாந்த மூலங்களிலிருந்து வருகின்றன. இந்த மூன்று ஆச்சாரியார்களும் வேறு விதமான சிந்தனை முறைகளில் முக்கியமானவர்கள் என்பதில் சந்தேகமேயில்லை. இந்தியா கொடுத்த ஆகச்சிறந்த அறிவுஜீவி சங்கரர்தான். இதில் எந்த சந்தேகமும் இல்லை. ஆனால், நீங்கள் சமூகத்தை மாற்ற நினைத்தால், சங்கரர் உங்களோடு சக பயணியாகவும் இருக்க முடியாது; கூட்டாளியாகவும் இருக்க முடியாது. ஏறக்குறைய எல்லா இந்திய மொழிகளிலும் தத்துவவியலாளர்கள் இருந்திருக்கிறார்கள். மலையாளத்தில் எழுத்தச்சன் (*Ehuthachan*). இவர் உருவாக்கும் இந்து மதம் வேறானதாக இருக்கிறது.

மகாராஷ்டிரத்தில் கீதைக்கு உரை எழுதியவர் ஞானேஸ்வரர் (Gyaneshwar). இவர் எழுதியிருக்கும் உரை மூன்று வேதாந்த ஆச்சாரியார்கள் எழுதியதிலிருந்து தீர்மானகரமாக வேறாக இருக்கிறது. ஆக, நான் இந்து மதத்தை முற்றிலுமாக நிராகரிக்கவில்லை. ஆனாலும், அதன் எதிர்மறையான அம்சங்கள் அடையாளம் காணப்பட வேண்டும். ஒற்றைத்தன்மையிலான இந்து மதம் என்ற கருத்தமைவை நாம் மருளியலானதிலிருந்து வெளிக்கொணர வேண்டியுள்ளது.

◉

17
அஷிஸ் நந்தி: ஓர் அறிமுகம்

மூன்றாம் உலகைச் சேர்ந்தவரான அஷிஸ் நந்தி, நவீனத்தை விமர்சிப்பவர்களில் முக்கியமானவர் என்பது இப்போது நைந்துபோன செய்தி. ஆனால், நைந்துபோன இந்தச் செய்தி, அவருடைய சிந்தனைகளை வடிவமைத்த சுவாரஸ்யமான புதிரை மூடிமறைக்கிறது. நவீனத் திட்டத்தைத் தாக்குவதற்கு அவர் எத்தகு ஆயுதங்களையும் கருவிகளையும் பயன்படுத்துகிறாரோ அவை அனைத்தும் அதே நவீனப் பட்டறையில் உருவாக்கப்பட்டவையாக இருக்கின்றன. என்ன இருந்தாலும், அரசியல்ரீதியான உளவியல், எதிர்காலமைய வாசிப்புகள், பண்பாட்டுரீதியான வாசிப்புகள் போன்ற எல்லாமே நவீனத்தின் சுயபுரிதலுக்கான பிரத்யேக வடிவங்களாக இருக்கின்றன. நவீனத்தோடான நந்தியின் இத்தகைய நெருங்கிய விரோதத்தன்மையிலான உறவே அவருடைய பலமாகவும் பலவீனமாகவும் இருக்கிறது. அவர் முன்வைத்திருக்கும் கருத்தை மேலும் வளர்த்தெடுத்துச் சொல்வதென்றால், நாதுராம் கோட்சேவாக நந்தி ஆகிறார் என்றால், காந்தியாக நவீனம் ஆகிறது. கொல்லப்பட்டவரோடான கொலையாளியின் உறவு சிக்கலானதாகவும் பல பரிமாணங்களைக் கொண்டதாகவும் இருக்கிறது. நந்தி குறித்து நான் சேகரித்துவைத்திருக்கும் நொடிக் கதைகளையும் அவரோடான என்னுடைய தனிப்பட்ட அனுபவங்களையும் இங்கு பயன்படுத்திக்கொள்ளலாம் என்றால், அவருடைய கணினி ஒரு பொந்தில் வைக்கப்பட்டிருக்கும். அதை அவர் பயன்படுத்தும்போது பார்ப்பதற்கு தாந்ரீகி ஒரு இடத்தில் ஆணி அடித்தாற்போல் அமர்ந்துகொண்டு அவரது ஸாதனா அல்லது பிரபஞ்ச விளையாட்டில் ஈடுபட்டிருப்பதுபோல் தோன்றும். குறிப்பாக, அவர் கணினி விளையாட்டுகளில் எப்படி இதுபோல் தன்னை மூழ்கடித்துக்கொள்கிறார் என்பது எனக்கு எப்போதும் புரியாத புதிராக இருக்கிறது. ஒரு யோகியின் ஸாதனாவைக் கலைப்பதற்குப் போதுமான துணிச்சலை என்னால் திரட்டிக்கொள்ள முடியும். ஆனால், கணினியில் நந்தி விளையாடிக்கொண்டிருக்கும்போது நிச்சயமாக முடியாது.

எத்தகைய முறைமையும், அதோடு உரையாடக்கூடிய, அதனால் புரிந்துகொள்ளக்கூடிய காரணிகளை மட்டுமே கணக்கில் எடுத்துக்கொள்கிறது; அதற்கே எதிர்வினையாற்றுகிறது. சொல்லப்போனால், மாறுபட்ட பண்பாடுகளுக்கு இடையேயான தற்கால உரையாடல் முறைகளெல்லாம் வெளிப்படையான அர்த்தங்கள் மீதும் வெளிப்படையான உட்கருத்துகள் மீதான அதீதப் பிடிமானத்தால் வடிவமைக்கப்பட்டவையாக இருக்கின்றன. தோடரோ (Todorov), பண்பாடுகளுக்கு இடையேயான தொடர்பு குறித்த அவரது கட்டுரையில், இத்தகைய சூழ்நிலையில் 'பிரபஞ்சரீதியான' என்று குறிக்கப்படுவது தவிர்க்க முடியாததாகிறது என்கிறார்.[1] ஆனால் 'பிரபஞ்சரீதியான' என்ற கருத்தமைவே ஒரு குறிப்பிட்ட பண்பாட்டு அடிப்படையிலானதுதானா என்ற கேள்வியை அவர் கேட்டுக்கொள்ளவில்லை. மேலும், குறிப்பிட்ட பண்பாட்டின் அடிப்படை அதிகாரத்தோடு பிரபஞ்சவாதம் கொண்டிருக்கும் உறவு எவ்வாறு பங்காற்றுகிறது என்றும் அவர் விவாதிக்கவில்லை. அதோடு, அதன் பல்வேறு கிளைகளைக் கொண்டு எவ்வித மாற்றங்களுக்கும் இடம்தராத அர்த்த வடிவங்களுக்கு இடையே சமரசம் செய்துவைக்க இருக்கவே இருக்கிறது மானுடவியல். இந்தப் பொருள்கோளியல்ரீதியான அரசியலில் உள்ள ஒரே பிரச்சினை என்னவென்றால், அசலான எதிராளிகள் சம்பந்தப்பட்டிருப்பார்கள் என்றால், மேலாதிக்க முறைமை அதனால் புரிந்துகொள்ளக்கூடிய எதிர்ப்பை மட்டுமே பரந்துபட்ட உரையாடலின் பகுதியாக நடத்துகிறது.

1994-ல், நான் ஒருமுறை நந்தியிடம், நவீனத் துறைகளையும், அதன் சிந்தனை வடிவங்களையும் அவர் கடந்துபோக வேண்டும் என்ற யோசனையை முன்வைத்தேன். அறிவார்த்தரீதியாக எது அவரைக் குறிப்பிடத்தக்க ஆளுமையாக நிறுத்தியிருக்கிறதோ அதுவே கற்பனைகளை விமர்சனரீதியாக அணுகும் சாத்தியப்பாட்டை மட்டுப்படுத்தக்கூடும் என்று வாதிட்டேன். ராஜ் டெல்லிப் பகுதியில் இருந்த, அவருடைய எளிமையான வீட்டில், மேற்கிடமிருந்து அவர் தன்னைத் தற்காத்துக்கொள்ள முடியாததற்கு மற்றொரு அழகிய மூலமான ஸ்காட்ச் விஸ்கி தாராளமாகக் கிடைத்த காரணியத்தில் — அந்தக் கணத்தின் அறிவார்ந்த துணிச்சலில் அவர் த்ருஷ்டாந்தாஸ் (drushtantas) முறையில், அதாவது உருவகக் கதைகள் எழுதக்கூடிய சாத்தியங்கள் குறித்துத் தீவிரமாகச் சிந்திக்க வேண்டும் என்று வலியுறுத்தினேன். இத்தகைய முறையே நம்பத் தகுந்த இயவிடஞ்சார்ந்த சிந்தனை முறையாகிறது என்றும் சொன்னேன். அவர் சில கணங்கள் கண்களை மூடிக்கொண்டு, 'ரொம்ப சுவாரஸ்யமானது, சுவாரஸ்யமானது' என்றார். பிறகு, அவர் பேச்சை வேறு திசையில் திருப்பிவிட்டார். ரொம்ப காலத்துக்குப் பிறகுதான், அவருடைய அந்தரங்க அகராதியில் 'சுவாரஸ்யமானது' என்ற சொல் நடைமுறைக்கு ஒவ்வாதது என்றும், இன்னும் மோசமாக, அரசியலுக்கு எதிரானது என்ற அர்த்தத்தையும் கொண்டிருக்கிறது என்று எனக்குத் தெரியவந்தது. இன்று அவருடைய மதிப்பீட்டோடு நான் முழுமையாக உடன்படுகிறேன். நான் இதே கருத்தை ஒரு கருத்தரங்கில் சொல்லியிருப்பேன் என்றால், அவருடைய

---

1 Tzvetan Todorov (1995: 79). Also see, David Blaney and Naeem Inayatullah (1994: 23-51).

வஞ்சப்புகழ்ச்சியிலான பதில், அரங்கில் எக்காளமிடும் ஓநாய்களுக்கு மத்தியில் என்னை விட்டெறிந்திருக்கும். நந்தி தனிப்பட்ட முறையில் எந்த அளவுக்கு அரவணைப்போடு இருக்கிறாரோ அதே அளவுக்கு அவரால் பொது இடங்களில் தயவுதாட்சண்யம் இல்லாமலும் இருக்க முடியும்.

வேறு வார்த்தைகளில் சொல்வதென்றால், நவீனத் திட்டத்துக்கு அப்பால் இருக்கும் அறிவார்த்தரீதியான, உணர்வுபூர்வமான, குறியீட்டுரீதியான, குறியீட்டியல்ரீதியான கட்டமைப்புகள் கொண்டு நந்தி அதை விமர்சிக்க வேண்டும் என்றே விரும்பினேன். ஆனால், அவருடைய நுண்ணுணர்வுகள் வேறு விதமாகச் செயல்படுகின்றன. நான் இதைத் தடுப்புமருந்து முறை என்று வரையறுக்கிறேன். அதாவது, எதிர்ப்பு சக்தியும் நோய்நீக்க சக்தியும் நோய்வாய்ப்பட்ட உடலிலேயே உருவாக்கப்படுகின்றன. முறை என்ற தளத்திலிருந்து சொல்வதென்றால், உள்ளிருந்துகொண்டே எதிர்ப்பதற்கான, போராடுவதற்கான முறைகளை நந்தி உருவாக்க முயல்வதால்தான் அவர் அரசியல்ரீதியானவராக இருக்கிறார். இத்தகைய அர்த்தத்தில், இவர் ராய்முண்டோ பணிக்கரை (Raimundo Panikkar) காட்டிலும் இவான் இலிச்சுக்கு (Ivan Illich) நெருக்கமாக இருக்கிறார். இந்தியாவில் முக்கியமான செயல்பாட்டாளர்களின் குழுமங்கள் மத்தியிலும், இயக்கங்கள் மத்தியிலும் அவர் பிரபலமாக இருப்பதற்கான காரணியத்தை இது விளக்குவதாகவும் இருந்தது. உண்மைதான். நாகார்ஜுனர், சங்கரர், சர்ஹபதா (Sarhapada) போன்றவர்களை மட்டுமல்லாமல், அறிவொளிக் காலத்துக்கு முந்தைய கிறிஸ்தவச் சிந்தனையாளர்களின், மருளியர்களின் குறியீட்டுரீதியான, தத்துவார்த்தரீதியான பிரபஞ்சங்களை உள்வாங்கிக்கொள்வது அவருக்குக் கடினமாக இருக்கிறது. அஷிஸ் நந்தி ஒன்றும் ஆனந்த குமாரசாமி அல்ல. இருப்பினும், இப்படி நாகரிகத்தளத்திலான–கல்விப்புல முறைகளுக்குள்ளிருந்து இயங்குபவர்களைக் காட்டிலும் இவர் அரசியல்ரீதியாக உயிர்ப்புள்ளவராக இருக்கிறார்.

நவீனத்தின், காலனியத்தின் அடிவானத்துக்கு அப்பால் பார்க்க முடியாத அளவுக்கு நந்தி அவற்றின் வரலாற்றுரீதியான காலத்துக்குக் கட்டுப்பட்டவராக இருக்கிறார். இருந்தாலும், தோற்கடிக்கப்படும் வாழ்வியல் வடிவங்களாகப் பிற காலகட்டங்கள் அவரிடம் காணப்படுகின்றன. இவ்விதத்தில், நவீனத்துக்கு முந்தைய அறிவார்ந்த முறைமைகளில் ஊறித்திளைத்த அற்புதமான அறிஞர்களைக் காட்டிலும், பொதுவாக மூன்றாம் உலக நாடுகளின், குறிப்பாகத் தெற்காசியாவின் நாகரிகத்தளத்திலான அரசியலுக்கு நந்தி மிகவும் பயனுள்ளவராகவும் அர்த்தமுள்ளவராகவும் ஆகிறார். எது மற்றவர்களிடம் பனுவல்கள் குறித்து அற்புதமான அறிவாக இருக்கிறதோ, அதே பனுவல்கள் நந்தியிடம் இன்றைய சுயபிரதிநிதித்துவத்தை நியாயப்படுத்தும் உணர்வுபூர்வமான அரசியல் நிலைப்பாடாக இருக்கின்றன.

வேறு விதமாகச் சொல்வதென்றால், நவீனத் திட்டத்தின் சுயவிமர்சன நடைமுறைகளில் காணக்கூடிய எல்லாப் பலங்களும் பலவீனங்களும் நந்தியின்

நாகரிகத்தளத்திலான விமர்சனங்களிலும் காணப்படுகின்றன. நவீனத்தின் அறிவார்த்தக் கதையாடல்களின் பிரதிநிதிகள் இவரால் எரிச்சலூட்டப்படுவதாக, சலிப்பூட்டப்படுவதாக, ஏளனப்படுத்தப்படுவதாக உணர்கிறார்கள். அவருடைய எழுத்தின் வலிமையானது அவற்றை ஏற்றுக்கொள்ளவைக்கும் ஆற்றலையெல்லாம் மீறி, நவீனம் குறித்த அதன் விமர்சனங்களையெல்லாம் கடந்துபோக வேண்டிய அவசியத்தை நமக்கு உணர்த்துவதாக இருக்கிறது. நவீனத்தை விமர்சிப்பதைப் பொறுத்தமட்டில், காலனியக் காலகட்டத்துக்கு உட்பட்ட தெற்காசியா அடிப்படையிலான தரவுகளைக் கொண்டு அவரைவிடச் சிறப்பாகச் எவராலும் செய்துவிட முடியாது. இந்த முறையின் சக்திகளையெல்லாம் அவர் பயன்படுத்திவிட்டார். இதே தரவுகளைக் கொண்டு வேறு விதமாகப் பேசுவதற்கு வேறு விதமான முறை தேவைப்படுகிறது. நான் இதை, வரலாற்றையும் பண்பாட்டையும் அ-நவீன முறையில் வாசிப்பது என்பதாக அழைக்க விரும்புகிறேன். இந்த முறை மேலும் பல புதுத் தரவுகளைத் தோண்டியெடுக்கலாம். இத்தகைய முறையின் தனித்தன்மைகளை வரையறுக்கும் தகவல்களுக்குள் நான் போகப்போவதில்லை. ஏனெனில், அது இந்த முன்னுரையின் சட்டகத்துக்கு அப்பாற்பட்டதாக இருக்கும். இதனால், இங்கு நான் அதன் வெளித்தோற்றத்தைக் கொடுப்பதோடு திருப்திப்பட்டுக்கொள்கிறேன்.

தெற்காசியாவின் புவிசார்-பண்பாட்டுரீதியான தரவுகளைப் புதிய முறையில் வாசிப்பதற்கான தேவையே தரவுகளுக்கும் முறைமைகளுக்கும் இடையேயான அங்ககமான உறவின் மேல் கவனம்கொள்ளவைக்கிறது. நான் முன்வைக்கும் இந்தக் கூற்று கொண்டிருக்கும் இரண்டு அடிப்படையான அனுமானங்கள் குறித்து நான் விளக்க வேண்டியிருக்கிறது. புவிசார்-பண்பாட்டுப் பகுதியின் தரவுகள், தூய அறிவியலாக இல்லாமல், மானுட நடைமுறைகளைக் கொண்டிருக்குமானால், அந்தப் பண்பாட்டுக்குள்ளிருந்து உருவாக்கப்பட்டிருக்கும் அறிதிறன்ரீதியான வகைமைகளின் பின்னணியில் வைத்துப் பார்ப்பது மேலும் சிறப்பாக அதைப் புரிந்துகொள்ள உதவுகிறது.

நான் நிச்சயமாக, பத்தாம்பசலித்தனமான ‘இயவிடஞ்சார்ந்த’ அல்லது ‘பிறப்பிடவாத’ நிலைப்பாட்டுக்காக வாதாடவில்லை. ஏனெனில், இப்படியான பார்வைகள் புவிசார்-பண்பாட்டுரீதியான புலத்தின் அடிப்படையில், தரவுகளுக்கும் முறைகளுக்கும் இடையே மிக எளிமையான உறவையே ஏற்றுக்கொள்கின்றன. பிரபஞ்சவாதத்தின் தலைகீழாக்கமாக இயவிடஞ்சார்புவாதம் இருக்கிறது. இயவிடஞ்சார்புவாதம், பிரபஞ்சவாதம் இரண்டுமே சுயபிரதிபலிப்புகளற்ற வடிவங்களாக இருக்கின்றன. உள்ளியல்பான விமர்சனங்களைக் கொண்டிருக்கும் வகைமைகளின் பிரத்யேக வெளிகளுக்காகவும், இதை அறிந்துகொள்வதற்குப் புறத்தன்மையிலான வடிவங்களோடு ஒன்றிணைக்க வேண்டிய அவசியத்துக்காகவுமே நான் வாதிடுகிறேன். மேற்கத்திய அறிவு முறைமைகள் அதன் புலத்துக்குள்ளாக இதைப் பயின்றிருக்கின்றன. ஆனால், பிற அறிவார்த்தப் பண்பாடுகளில் இதுபோன்று தொடுவானங்களை ஒன்றிணைப்பதற்கான முயற்சிகள்

சமகாலக் கல்விப்புலத்தில் மறுதலிக்கப்படுகின்றன. குறிப்பிட்டுச் சொல்வதென்றால், தெற்காசிய வன்முறைகளையும் சமூகத் துயரங்களையும் சிராமண, சூஃபி வகைமைகளைக் கொண்டு ஆராய்வது சாத்தியப்பட வேண்டும். வன்முறைகளையும் சமூகத் துயரங்களையும் உள்ளடக்கமாகக் கொண்டிருக்கும் திறமையான எழுத்துகளிலும்கூட, இத்தகைய அறிவார்த்தச் சட்டகங்களைக் காண முடிவதில்லை. தற்கால முறைகளும் தத்துவார்த்தரீதியான நிலைப்பாடுகளும் நவீனத்துக்கு முந்தைய பலவிதமான உருவாக்கங்களை ஆராய்வதற்கு ஏற்றவையாகவும் பயனுள்ளவையாகவும் இருக்கும் என்றால், மாற்றிச் செயல்படுவதும் அதே அளவுக்குப் பயனுள்ளவையாகவே இருக்க முடியும். துரதிர்ஷ்டவசமாக, நிலைமை இப்படியாக இல்லை. கடந்த காலம் குறித்த நவீனத்திய வாசிப்புகள், அது பார்க்க விரும்பும் கட்டுமானங்களை மட்டுமே மீளுருவாக்குகிறது. அறிவார்த்தத் திட்டங்களால் வழிகாட்டப்படும் சுற்றுலாப் பயணம்போல் ஆகிவிடுகிறது. நாம் எதை அடையாளம் காணப் பயிற்றுவிக்கப்பட்டு இருக்கிறோமோ அதை மட்டுமே கேட்கிறோம், பார்க்கிறோம்.

இந்தியப் பின்னணியில், இந்த நவீனத்திய முறைக்கு ஒரு மாற்றாக, நவீனத்துக்கு முந்தைய உலகின் அறிவு வடிவங்களோடு, பயன்பாட்டுத்தளத்திலானதாக இல்லாமல் மேலாகக் கற்றுணர்ந்து, அன்னியோன்னியமாக உறவுகொள்ளுதல் அவசியமாகிறது. இதையும்விட, இந்தியச் சமூகம் குறித்து மேலாதிக்கம் செலுத்தும் சுதந்திரவாதம், மார்க்ஸியம், இந்துப் பழமைவாதம், விளிம்புநிலைவாதம் போன்ற அவதாரங்களில் வெளிப்படும் நவீனத்தியப் புரிதல் வடிவங்களைக் கடந்துபோவது முன்தேவையாகிறது. நான் வேண்டுமென்றே இந்திய வரலாறு குறித்த இத்தகைய பல்வேறுதரப்பட்ட கோட்பாட்டுரீதியான முறைகளை ஒரு பெரும் குடை போன்ற வகைமைக்குள் கொண்டுவருகிறேன். இந்தத் துறைகள், ஐரோப்பியக் கிராமம் மற்றும் வேளாண் முறைமைகளின் அடிப்படையான சட்டகத்தின் மற்றொரு பதிப்பு என்பதாகவே இந்தியாவை வாசிக்கின்றன. மேலும், சமூகநீதி மற்றும் உரிமைகள் என்ற பரப்பில் தீவிரை வெகுஜன அரசியலும் அரசின் சமூகப் பொறியமைப்புத் திட்டங்களும் அறிவார்த்தரீதியான, கல்விப்புலரீதியான திட்டங்கள் முன்வைக்கும் பாதையையே பின்பற்றுகின்றன. இந்தியப் பண்பாடு குறித்தும், சமூகம் குறித்தும் நவீனத்தியத் துறைகள் உற்பத்திசெய்திருக்கும் பல அனுமானங்களை நந்தி தன்வயப்படுத்திக்கொண்டிருக்கிறார் என்றாலும், நாகரிகத்தைப் புரிந்துகொள்ள ஒரு முறையாக வரலாற்றின் அடிப்படையான இயல்புகள் குறித்து சந்தேகங்கள் எழுப்புவதன் ஊடாக அவர் எதிர்ப்பாளராக வெளிப்படுகிறார். இத்தகைய துணிச்சலான நிலைப்பாட்டின் காரணியமே, அவர் மாற்று அறிவார்த்தப் போக்குகளின் கூட்டாளியாகிறார். எ.கே.சரண், ராமச்சந்திர காந்தி, யு.ஆர்.அனந்தமூர்த்தி போன்றோருக்கும், 'பேட்ரியாட்டிக் பீப்பிள்ஸ் சயின்ஸ் அண்டு டெக்னாலஜி குரூப்' (*Patriotic People's Science and Technology Group, PPST*) போன்ற இந்து அடிப்படைவாதச் சாய்வுகளைக் கொண்டிராத பலவகையான சிறு முயற்சிகளுக்கும் கூட்டாளியாக இருக்கிறார்.

II

பொதுவாக, இந்திய மத்தியதர வர்க்கத்தின் மாணவன் என்றே அஷிஸ் நந்தி தன்னை விவரித்துக்கொள்கிறார். விசித்திரமாக, இரண்டாவது சுயவரையறை ஒன்றையும் அவர் கொண்டிருக்கிறார்: அறிவுஜீவித் தெருச்சண்டைக்காரர். இவ்விரண்டு விவரிப்புகளும் மிகத் துல்லியமாக அவருடைய அறிவார்த்த வாழ்க்கை வரலாற்றின் தளத்தையும் இலக்கையும் படம்பிடித்துக்காட்டுகின்றன. டால்ஸ்டாய்க்கு ரஷ்ய மேட்டுக்குடிகள் எப்படியோ அப்படியாகத்தான் இந்திய மத்தியதர வர்க்கத்துக்கு நந்தி. காலனியக் காலகட்டத்திலும் அதற்குப் பின்னும் இந்திய மத்தியதர வர்க்கத்தால் மிக முக்கியமானவையாகவும் போற்றத் தகுந்தவையாகவும் முன்வைக்கப்பட்ட அறிவார்த்தரீதியான, அரசியல்ரீதியான நடைமுறைகளை நிர்நிர்மாணம் செய்கிறார். மேற்கத்தியமயமான இந்திய மத்தியதர வர்க்கத்தின் சுயபிரதிநிதித்துவங்களாக உண்மையான தியாகமும் வெற்றுவெளிப்பாடுகளும், துன்பியலும் நையாண்டியும், உண்மையும் போலிச் சொல்லணிகளும் மிகத் திடமாக ஒன்றோடொன்று பின்னிப்பிணைந்திருக்கின்றன. ஒவ்வொன்றிலும், பிந்தையது முந்தையதால் மறைக்கப்பட்டு, இந்தியப் பொதுத் தளங்களில் அவர்களுடைய தகுதிக்கும் மீறிய பொறுப்பு அவர்களிடம் கொடுக்கப்பட்டிருக்கிறது. நந்தி இந்தியாவில் பெரும் பலம்கொண்ட வர்க்கங்கள் கொண்டிருக்கும் டாக்டர் ஜேகில் (Dr. Jekyll) மற்றும் மிஸ்டர் ஹைதி (Mr. Hyde) சுயங்களை அம்பலப்படுத்துகிறார்.

நவீனம் அதனுடைய விருப்புறுதியையே காரணிகளாக மாற்றுகிறது என்று ழான் பிரான்ஸ்வா லியோதார்த் (Jean-Francois Lyotard) நவீனம் குறித்து விவாதிக்கும்போது சொல்வது ஓரளவு சரிதான். ஆனால் அவர் மேலும், 'விருப்புறுதியின் எல்லையில்லாத்தன்மையை ஏகபோக உரிமையாக்கிக்கொள்ள அவதாரம் எடுத்திருக்கும் வர்க்கங்கள் என்று ஏதுமில்லை' என்றும் சொல்கிறார்.[2] நான் இதைப் பணிவுடன் ஏற்றுக்கொள்ள மறுக்கிறேன். மேற்கத்தியமயமான இந்திய மத்தியதர வர்க்கத்தின் பண்பாட்டு ரீதியான விருப்புறுதியே இந்தியாவை ஒரு குறிப்பிட்ட வழியில் கட்டியமைத்திருக்கிறது. இவ்வழியே மேற்கத்திய நவீனத்தின் நாகரிகத்தளத்திலான சக்திகளுக்கான ஊடகமாகிறது. இந்த வர்க்கத்தின் விருப்புறுதியை வரலாற்றுரீதியான மாற்றத்துக்குத் தவிர்க்க முடியாத, அவசியமான ஏரணமாக உருமாற்றி, அதை மொத்த சமூகத்தின் மீதும் திணிக்க முடிந்த அதன் ஆற்றலில்தான் அதன் வெற்றி அடங்கியுள்ளது. பண்பாட்டுரீதியானது மிக மோசமாகச் சுண்டியிழுக்கும் 'மறுக்க முடியாத' காரணியமாகின்றன.

மேற்கத்தியமயமான மத்தியதர வர்க்கம், நந்தியிடம் அசௌகரியமாக உணர்வதற்கு எல்லாக் காரணியமும் உள்ளன. ஏனெனில், நந்தி இந்த வர்க்கத்தை முழுமையாக அம்பலப்படுத்துகிறார். ஒரு தளத்தில், நேர்த்தியாகவும் மொய்த்துக்கொண்டிருக்கும் அடிக்குறிப்புகளோடும் எழுதப்பட்ட கல்விப்புல

2   Jean-Francois Lyotard (1993: 26).

ஆய்வுக் கட்டுரைகள் ஊடாக இந்த வர்க்கம் குறித்து அறிக்கை கொடுப்பதோடு, கூறாய்வும் செய்கிறார். அவர்கள் இதைப் படிப்பதற்குக்கூட முயல்வதில்லை. 'மிகக் கடினமாக உழைக்கக்கூடிய மாணவர், அவருடைய வேலையை மிகக் கவனமாகச் செய்கிறார், சபாஷ்!' — இப்படிச் சொல்லவே அவர்கள் விரும்புகிறார்கள். ஆனால், நந்தியிடம் காணப்படும் தெருச்சண்டைக்காரர் நாட்டில் உள்ள பிரபலமான பல செய்தித்தாள்களில் இவர்களைப் பரிகசிக்கிறார், ஏளனம்செய்கிறார், தாக்குகிறார். பிரபலமான ஆங்கிலச் செய்தித்தாள்கள் மட்டுமே நகர்ப்புற மத்தியதர வர்க்கத்துக்குப் போதை கொடுக்கும் புத்தகங்களாக இருக்கின்றன. இவற்றில்கூடத் தேசத்தின் புனிதப் பசுக்களைக் கேலிசெய்யவே நந்தி தோன்றுகிறார்.

எப்போதும் நடப்பதுபோல், அவருடைய தாக்குதலுக்கு உள்ளாவது ஒன்றும் அப்பாவியாக, சோம்பேறியாகத் திரியும் புனிதப் பசுக்கள் அல்ல. இவை தேசிய-அரசின் மிக முக்கியமான லட்சியங்களாகின்றன. இப்படியான லட்சியங்கள் ஏற்கெனவே அதிகாரத்தின் மையங்களாக மாறியிருக்கின்றன. இவற்றைப் பாதுகாப்பதற்குப் பல பருந்துகள் வளர்க்கப்பட்டிருக்கின்றன. நான் இத்தகைய பெருங்கதையாடல்களைப் பட்டியலிட்டு அதை நந்தி எவ்வாறு எதிர்கொள்கிறார் என்று காட்டுகிறேன். இந்தியாவில் மேலாதிக்க வர்க்கங்கள் கட்டியிருக்கும் பெருங்கதையாடல்கள் நான்கு: ஒன்று, தேசிய-அரசு என்று அழைக்கப்படும் எதேச்சாதிகார அரசியல் நிறுவனம். இரண்டு, அறிவியல்-தொழில்நுட்பரீதியான அறிவு முறைமைகள். மூன்று, சமூக வாழ்க்கையின் லட்சிய வடிவம்; அதாவது, மேற்கத்தியரீதியான மதச்சார்பின்மை. நான்கு, அசாத்திய பலம் கொண்டது; நேர்கோட்டிலான வளர்ச்சி மற்றும் முன்னேற்றம் என்ற கற்பனாவாதம். இவையெல்லாமே நவீனத்தியத் திட்டங்களைப் பிரதிநிதித்துவப்படுத்தும் நிறுவனங்கள்தான் என்று சொல்லத் தேவையில்லை. மேற்கத்தியமயமான மத்தியதர வர்க்கமும் இந்திய அரசின் கருவிகளும் இதில் எவை ஒன்றுக்கு ஆபத்து என்றாலும் அதற்காக அதன் உறுப்புகளைக்கூடத் தியாகம் செய்யத் தயாராக இருக்கின்றன. நிச்சயமாக, கடந்த காலங்களை அடிப்படையாகக் கொண்டு சொல்வதென்றால், இவற்றில் எதை ஒன்றையும் எதிர்ப்பவர்களின் உறுப்புகளை எடுப்பதற்குக்கூடத் தயாராக இருக்கின்றன.

இந்தியாவில் இத்தகைய பெருங்கதையாடல்களெல்லாம் காலனிய, நவீனத்தியத் திட்டங்கள் இரட்டையாகச் செயல்பட்டதன் விளைவே என்றும், ஒன்று மற்றொன்றை எவ்வாறு மறுஉற்பத்திசெய்கிறது, தாங்கிநிறுத்துகிறது என்றும் நந்தி வெளிக்கொணர்கிறார். இத்தகைய பெருங்கதையாடல்களின் சில கூறுகள் சுதந்திரத்துக்குப் பிந்தைய இந்தியாவில்தான் தீர்க்கமான வடிவத்தைப் பெற்றன என்றாலும், இவற்றின் முன்வடிவங்கள் காலனியக் காலத்திலேயே தோற்றம்பெறத் தொடங்கிவிட்டன.

நந்தியினுடைய உள்ளடக்கங்களின், அக்கறைகளின் வீச்சைக் கணக்கில் கொண்டு, அவருடைய மொத்த படைப்புகளையும் விரிந்த தளத்தில் இரண்டு வட்டங்களாகப் பிரித்துக்கொள்கிறேன்: கிப்ளிங் மற்றும் ராமானுஜன் வட்டம்.

இந்த வட்டத்தில் காலனியம் குறித்த, தொழில்நுட்ப–அறிவியல் குறித்த எழுத்துகளைக் காண முடியும். இதில் காலனியம் மற்றும் நவீனத்தியத் திட்டங்களின் தொடர்ச்சி மிகத் தீவிர மீளாய்வுக்கு உள்ளாகிறது. இரண்டாவதை ஆன்டிகான் (Antigone) வட்டம் என்பதாக விவரிக்கலாம். இந்த வட்டத்தில் தேசிய–அரசின் செயல்பாடுகளும் மானுடப் பண்புகள் மீறப்படுவதும் பிரதான அக்கறைகளாக வெளிப்படுகின்றன. கூட்டு வன்முறையின் மூலத்தைப் புரிந்துகொள்வது இந்த முயற்சியின் மையமாகிறது.[3]

கிப்ளிங் மற்றும் ராமானுஜன் வட்டத்தின் பிரத்யேக அம்சங்களை விரித்துரைக்கும்போது, காலனியம் குறித்த கோட்பாடுகளில் நந்தியின் பங்களிப்பு குறித்து விவாதிப்பது பொருத்தமாக இருக்கும். காலனியம் குறித்துத் தற்போது உள்ள கோட்பாடுகளில் மூன்று விதமான போக்குகளை அடையாளம் காண முடியும்: முழுமையான வெற்றி என்ற கருத்தைக் கொண்டு வரையறுக்கப்படும் பள்ளிகள்; பண்பாட்டுரீதியான ஆன்மா என்ற கருத்தைச் சுற்றி ஒழுங்கமைக்கப்பட்டிருக்கும் பள்ளிகள்; பரஸ்பர உருமாற்றத்துக்கு அழுத்தம் கொடுக்கும் பள்ளிகள்.

முதலாவது போக்கை, ஃபிரான்ஸ் ஃபனான் (Frantz Fanon), ஆல்பர்ட் மெம்மி (Albert Memmi), எட்வர்ட் சைத் (Edward Said) போன்றோர் பிரதிநிதித்துவப் படுத்துகிறார்கள் என்றால், ஆனந்த குமாரசாமி, சையது ஹுசைன் நசிர் (Seyyed Hossein Nasr) போன்றோர் இரண்டாவது போக்கைப் பிரதிநிதித்துவப் படுத்துகிறார்கள். மூன்றாவது போக்குக்கு நந்தி. ஒவ்வொரு பள்ளியையும், அதை முன்மொழிபவர்களின் பிரதானக் கோட்பாட்டுரீதியான அக்கறையின் உள்ளடக்கத்தை உள்ளிழுத்துக்கொள்ளக்கூடிய ஒரு குறியீட்டோடு நாம் அடையாளப்படுத்த முடியும். நான் கடைசிப் பள்ளியைப் பன்மடங்கு ஊடாட்டம் என்பதாக அழைக்கிறேன். பன்மடங்கு ஊடாட்டப் பள்ளியானது காந்திய முறையில் கோட்பாட்டாக்கம் செய்வதோடு மிக நெருக்கமான உறவைக் கொண்டிருக்கிறது.

3 கிப்ளிங் ராமானுஜன் முறைக்குக் கீழ்காணும் நந்தியின் புத்தகங்களைச் சேர்க்கலாம்: *'Alternative Sciences: Creativity and Authenticity in Two Indian Scientist (1980), 2nd Edition (Delhi: Oxford University Press, 1995); 'At the Edge of Psychology: Essays in Politics and Culture', (Delhi: Oxford University Press, 1980); 'The Intimate Enemy: Loss and Recovery of Self Under Colonialism', (Delhi: Oxford University Press. 1983); 'Traditions, Tyranny and Utopias: Essays in the Politics of Awareness', (Delhi: Oxford University Press, 1987); 'The Tao of Cricket: On Games of Destiny and the Destiny of Games'. (Delhi: Oxford University Press, 1988).* ஆன்டிகான் வட்டத்தில் கீழ்காணும் புத்தகங்களைச் சேர்க்கலாம்: *'The Illegitimacy of Nationalism: Rabindranath Tagore and the Politics of Self', (Delhi: Oxford University Press, 1994); and the Co–authored, 'Creating a Nationality: The Ramjanmabhumi Movement and Fear of the Self', (Delhi: Oxford University Press, 1996).* மேலும், பிரசுரிக்கப்படாத பல கருத்தரங்கக் கட்டுரைகளையும் நாம் இதில் சேர்த்துக்கொள்ள முடியும்.

பிரோஸ்பெரோ (*Prospero*), காலிபன் (*Caliban*) இருவருக்கும் இடையேயான உறவு முழுமையான வெற்றிக் கோட்பாட்டின் குறியீடாகிறது என்றால், குமாரசாமி முன்னெடுத்த பள்ளியின் குறியீடாக மொத்த ஆசியக் கலையையும் பார்க்க முடியும். நந்திக்கு நெருங்கிய விரோதி குறியீடாகிறது. நந்தியின் பன்மடங்கு ஊடாட்ட முறை ஒரு தனித்த அறிவார்ந்த இயக்கமாக வளர்ந்துவிட்டது என்று நான் சொல்லவில்லை. இது இன்னும் மிகச் சிறிய படையைக் கொண்டிருப்பதாக இருக்கிறது என்றாலும் எதிர்ப்புறத்தில் பல படைகளை எதிர்கொள்ளும் அளவுக்குப் பலம் கொண்டதாக இருக்கிறது. மிகக் காத்திரமான கட்டுரைகள் எழுதியிருக்கும் சிவ் விஸ்வநாதன் (*Shiv Visvanathan*), கஸ்டோவா எஸ்டிவா (*Gustavo Esteva*) போன்ற எழுத்தாளர்களை இந்தப் பட்டியலில் சேர்த்துக்கொள்ளலாம்.

சொல்லத் தேவையில்லை என்றாலும், முழுமையான வெற்றிப் பள்ளியே தற்கால வாசிப்புகளில் பெரும் தாக்கம் கொண்டிருக்கிறது. ஏனெனில் மார்க்ஸ், ஃபூக்கோ, ஏன் ஃபிராய்டு உட்பட பல வகைகளை உள்ளடக்கக்கூடிய அளவுக்கு இந்தப் பள்ளி போதுமான உள்வெளிகளைக் கொண்டிருக்கிறது. ஆனால், காலனியம் குறித்த மார்க்ஸியக் கதையாடல் என்று வரும்போது, வரலாற்றுரீதியான மாற்றம் என்ற தத்துவத்தில் ஆழப்பதிந்துள்ள விதிவயவாதப் பார்வைக்கும், காலனியத்தையும் ஏகாதிபத்திய சகாப்தங்களையும் எதிர்ப்பதற்கு அவசியமான தீவிரை மக்கள் சக்தி மீது அரசியல்ரீதியாகக் கொண்டிருக்க வேண்டிய நம்பிக்கைக்கும் இடையே காணப்படும் இறுக்கமான உறவு வெளிப்படுகிறது. எப்படி இருந்தாலும் மொத்தமாகப் பார்க்கும்போது, மார்க்ஸியக் கோட்பாட்டின் கருவூலம் முழுமையான வெற்றிப் பள்ளிக் கூற்றுக்கு ஏற்ப செயல்படுவதோடு அதோடு இரண்டறக் கலந்தும் விடுகிறது. வெற்றி என்பது தொழில்நுட்பரீதியாக மேலாண்மை கொண்டிருக்கும் சக்திகளின் வெற்றியாகப் பார்க்கப்படுகிறது. அதனாலேயே, மார்க்ஸியத் தத்துவங்களில் வரலாறு குறித்து ஒருவிதமான அவநம்பிக்கையானது தந்திரமாக உள்ளே நுழைந்துவிடுகிறது. இத்தகைய பின்னணியிலிருந்து முழுமையான வெற்றி, பண்பாட்டுரீதியான ஆன்மா ஆகிய இரண்டு பள்ளிகளின் மேலாதிக்க நிலைப்பாடுகள் குறித்து நாம் கச்சாவாகத் தொகுத்துக்கொள்ள முயல்வோம்.

பண்பாட்டுரீதியானவை, அறிவார்த்தரீதியானவை உட்பட எல்லாக் கட்டமைப்புகளும் காலனியக் கட்டத்தில் எஜமானரின் மேலாதிக்கப் பிடியைப் பலப்படுத்தவே செயலாற்றின என்ற அனுமானத்தை முழுமையான வெற்றி முறை கொண்டிருக்கிறது. அனைத்துப் பனுவல்ரீதியான பழக்கங்களும் காலனிய நடைமுறைகளாலும் காலனிய எதிர்ப்புகளாலும் மாசுபட்டவையாக ஆகின்றன. முரண்நகையாக, காலனியம் அமைத்துக்கொடுத்த பாதைக்குப் பயனுள்ள எதிர்வினையாக அமைந்தவையெல்லாம் எதிரி கற்றுக்கொடுத்த அரசியல்ரீதியான மொழியை அடிப்படையாகக் கொண்டு உருவாக்கப்பட்டவையாக இருக்கின்றன. வேறு வார்த்தைகளில் சொல்வதென்றால், காலனியம் சர்வவல்லமை பெற்றதாக இருக்கிறது. சையதின் வகைமைகளைப் பயன்படுத்திச் சொல்வதென்றால், பொருத்துதலும் (*fixation*) இணைத்தலும் (*affiliation*) உயிரியல்ரீதியாகக்

காலனிய நிர்ப்பந்தங்களுக்குக் கட்டுண்டு இருக்கின்றன. இது தலைவிதியைப் போன்றது. எத்தகைய சமூக நடைமுறைகளும் இதிலிருந்து தப்ப முடியாது. காலனியத்தின் அழித்தொழிப்பும் வன்முறையின் துயரமும் அரசியல்ரீதியாகத் தோற்றுப்போன சமூகங்களும் குமுகங்களும் கொண்டிருக்கும் உத்திகளைக் காட்டிலும் யதார்த்தமானவையாகவும் உணரக்கூடியவையாகவும் இருக்கின்றன. இத்தகைய நிலைப்பாட்டை எடுப்பவர்களின் தோல்வி மனப்பான்மை ஏறக்குறைய முழுமையானதாக இருக்கிறது. இதுவே இவர்களுடைய எழுத்துகளுக்கு ஒருவிதமான தனிப்பண்பையும் தொனியையும் கொடுக்கிறது. இவர்கள் காலனியச் செய்முறைகளை விவரிக்கும்போது, விதிமயவாத இறுதியாக்கத்தைக் கைக்கொள்கிறார்கள். இங்கு யுத்தம் ஒற்றைத்தன்மையிலான இரண்டு வடிவங்களுக்கு இடையேயானதாக இருக்கிறது: காலனியங்கள், காலனியப்பட்டவர்கள். காலனியப்பட்ட சமூகங்களில் மறைந்திருக்கும் பண்பாட்டு வெளிகள் என்று ஏதும் கிடையாது. எல்லாமும் எஜமானரின் கண்காணிப்புக்கும் உருமாற்றக்கூடிய முறைப்புகளுக்கும் உட்பட்டவையாக இருக்கின்றன. எல்லாவற்றையும் கண்காணிக்கும் ஆள்பவரின் பார்வையானது ஆளப்படுகிறவர்களின் உளவியல்ரீதியான வாழ்வைக்கூடக் கட்டுப்படுத்துவதாக இருக்கிறது. இந்த முறையில் தோல்வி மனப்பான்மை தோன்றுவதற்கு, எஜமானரின் மிகைப்படுத்தப்பட்ட அதிகாரம் குறித்தும் ஒடுக்கப்பட்டவர்களின் பலவீனம் குறித்தும் அவர்கள் கொண்டிருந்த பார்வைகள் மட்டுமே முக்கியக் காரணியமல்ல. நாம் இதற்கான வேர்களை, கடந்த ஒரு நூற்றாண்டுக்கும் மேலாக மேற்கத்திய அறிவார்த்த உரையாடல்களில் பொது வெளிக்கும் தனிநபர்களுக்கும் இடையேயான உறவு குறிப்பிட்ட முறையில் தீர்மானமாகக் கோட்பாட்டாக்கம் செய்யப்பட்டிருப்பதில் தேட வேண்டியுள்ளது. பொது வெளி என்ற கருத்தாக்கம் தனிநபர்களின் அகவெளியைக்கூட உள்ளடக்கியிருக்கும் அளவுக்கு எங்கும் நிறைந்திருப்பதாகிறது.

நந்தியும் முழுமையான வெற்றிப் பள்ளியின் பெரும்பாலான பார்வைகளையும் உட்கருத்துகளையும் பகிர்ந்துகொள்கிறார் என்றபோதும், எதிரெதிரானவர்களை ஒற்றைத்தன்மையில் கருத்தாக்கம் செய்வதை நிராகரிப்பதில்தான் அவருடைய தனித்துவம் உள்ளது. ஆனந்த குமாரசாமி போன்ற பழைய ஆசான்களோடு ஒப்பிடும்போது, காலனியம் குறித்துக் கோட்பாட்டாக்கம் செய்யும் புதுத் தத்துவவியலாளர்கள் எல்லோரும் ஒரு பொதுத்தன்மையை அவர்களுக்குள் பகிர்ந்துகொள்கிறார்கள்: எதிரெதிரான இருசாராரும் கொண்டிருக்கும் நவீனத்துக்கு முந்தைய அறிவார்த்த வடிவங்களுடன் உயிர்ப்புடன் உறவுகொள்ளாமை.

மறுபுறத்தில் பண்பாட்டுரீதியான ஆன்மாப் பள்ளியானது நாகரிகத்தளத்திலான ஆன்மா என்ற சாரம்சவாதக் கருத்தமைவைக் கொண்டு செயல்படும் போக்கைக் கொண்டிருக்கிறது. குமாரசாமி போன்றோரின் முக்கியப் படைப்புகளைக் காலனியத்தின் கோட்பாடுகளைக் கொண்டு மட்டுமே விவரிப்பதில் பல சிக்கல்கள் உள்ளன; பின்னால் வந்த சிந்தனையாளர்கள் முன்வைத்த கோட்பாடுகளில் மையமாக இருக்கும் தோற்கடிக்கப்பட்ட சமூகங்களின்

அரசியல்ரீதியான, பொருளாதாரரீதியான, சமூகரீதியான அனுபவங்கள் குமாரசாமி போன்றோரிடம் பெரிய அளவுக்குப் பங்காற்றவில்லை. தற்காலிகமாக அடக்கியாளப்பட்ட பண்பாட்டின் சாகாவரம் கொண்ட அல்லது எக்காலத்துக்கும் நிலைத்திருக்கக்கூடிய அதன் ஆற்றலுக்கும் வடிவங்களுக்குமே குமாரசாமி பெரும் அழுத்தம் கொடுத்தார். இது எஜமானரின் பண்பாட்டுரீதியான உத்திகளை அம்பலப்படுத்துவதில் தனிச்சிறப்பு பெற்றிருந்த ஃபனான் போன்றோரிடமிருந்து முற்றிலும் வேறானதாக இருக்கிறது. தற்கால மேற்கைக் காட்டிலும், ஆசிய மற்றும் மரபார்ந்த ஐரோப்பிய நாகரிகத்தின் ஆன்மீகரீதியான மேன்மை குறித்துக் கொண்டிருக்கும் ஆழமான நம்பிக்கையே பண்பாட்டுரீதியான ஆன்மாப் பள்ளியின் மற்றொரு தரக்குறியீடாகிறது.

சமூகத்துக்கும் நாகரிகத்துக்கும் இடையேயான வேறுபாடுகளை குமாரசாமி கணக்கில் எடுத்துக்கொள்ளவில்லை. இவ்விரண்டுக்கும் இடையேயான முக்கிய வேறுபாடுகளே காந்தியின் அரசியல் செயல்பாடுகளை வடிவமைத்தன, வழிநடத்தின. பெரும் நாசத்தை விளைவிக்கக்கூடிய பன்மடங்காகப் பெருகும் தேவைகளையும் இயந்திரங்களையும் — மறைமுகமான மேற்கத்திய நுகர்வோரியல் குறித்து காந்தி முன்வைத்தது — எதிர்த்துப் போராடுவதை எவ்வளவு முக்கியமாகக் கருதினாரோ அதே அளவுக்குத் தீண்டாமையை எதிர்த்துப் போராடுவதையும் முக்கியமாகக் கருதினார். இந்த முக்கியமான வேறுபாட்டைக் கணக்கில் எடுத்துக்கொள்ள முடியாமையே, நவீனத்துக்கு முந்தைய இந்தியாவின் வன்முறை வடிவங்கள் குறித்து ஏற்றுக்கொள்ள முடியாத அளவுக்கு உணர்வற்றவராக குமாரசாமி இருந்தார். ஆன்மீகரீதியான மேன்மை கொண்டிருக்கும் நாகரிகத்தில், தவறாக ஏதும் இருக்க முடியாது. பண்பாட்டுரீதியான ஆன்மாப் பள்ளி தேசிய–அரசு வரையறுத்த எல்லைகளை ஏற்றுக்கொள்ளவில்லை. இது புவிசார்ந்த பண்பாட்டுரீதியான எல்லைகளை மட்டுமே அங்கீகரிக்கிறது.

இந்தப் பின்னணியிலிருந்துதான் காலனியம் குறித்த கோட்பாடுகளில் நந்தியின் குறிப்பிடத்தக்க பங்களிப்பை நாம் மதிப்பிட முடியும். பிற இரண்டு பள்ளிகளின் பண்புகளை எந்த அளவுக்கு நந்தி தன்வயப்படுத்தியிருக்கிறார் என்பதை வெளிப்படுத்தவே இவற்றின் 'ஜாதக'த்தை இங்கு கொடுக்கக் காரணியமாகிறது. ஃபனானின் காலனியம் குறித்தான கட்டமைப்புகளுக்கு நந்தியின் பார்வைகள் கடன்பட்டிருக்கின்றன. ஃபிராய்டும் பெருமளவுக்கு உள்ளே நுழைகிறார். எங்கெல்லாம் வியன்னாவைச் சேர்ந்த அந்த உளவியலாளர் நுழைகிறாரோ அங்கெல்லாம் ஒருவிதமான தோல்வி மனப்பான்மை வெளிப்படுவது தவிர்க்க முடியாததாகிறது. ஃபிராய்டின் சிந்தனைகளைச் சமூக, அரசியல் நடைமுறைகளுக்குப் பொருத்தும்போது, அதோடு சேர்த்து ஒருவிதமான சோகத்தையும் கொண்டுவருகிறது.

ஃபனானிய அல்லது ஃபிராய்டிய முறைகளில் இருக்கும்போது, நந்தி சோகம் கொண்டவராகிறார். ஆனால், காந்தியுடன் இருப்பது என்பது இவரை

உற்சாகப்படுத்தி, காலனியர்கள், காலனியப்பட்டவர்கள் ஆகிய இருசாராரும் உருமாற்றமடையக்கூடிய ஆற்றலைப் பார்க்கத் தூண்டிவிடுகிறது.

நவீனத்துக்கு முந்தைய இந்தியாவில் நிலவியிருந்த அநீதிகளுக்கான வன்முறைகளுக்கான கட்டுமானங்கள் மீதும், காலனியப் பின்புலத்தில் அவற்றின் தொடர்ச்சி அல்லது மோசமாகும் போக்குகள் மீதும் போதுமான அளவுக்குக் கவனம் செலுத்தாததே நந்தியின் காலனியம்-நவீனத்தியம் மீதான வாசிப்பில் உள்ள முக்கியக் குறைபாடாகிறது. (வெளிப்படையாக இல்லை என்றாலும் நந்தியும்கூட, நவீனத்துக்கு முந்தைய இந்தியா ஒருங்கிணைந்த சமூகமாக இருந்தது என்ற கருத்தமைவைக் கொண்டிருப்பதுபோல் தெரிகிறது). வேறு வார்த்தைகளில் சொல்வதென்றால் காலனியத்தின், நவீனத்தின் பெருங்கதையாடல்களைக் கட்டியமைப்பதில் சாதிய முறைமையின் வன்முறைகளும், உயர்சாதிகளின் சமூகத்துவமும், அறிவார்த்த மரபுகளும் ஆற்றியிருக்கும் பங்கு நந்தியின் அக்கறைகளில் மையமாக இல்லை. ஆனால், காந்திப் படுகொலையின் பண்பாட்டு அரசியல் குறித்த அவரது வாசிப்பில் இத்தகைய உள்ளடக்கங்கள் வேறு வழிகளில் உள்ளே நுழைகின்றன. இதில், பண்பாட்டு மேட்டுக்குடிகளின் தோல்வி மீது நந்தி கவனம் குவிக்கிறார். நவீனத்தியத் திட்டத்தைக் கீழ்ச்சாதிகள் விமர்சிப்பதற்கு இதைத் தொடக்கப் புள்ளியாகப் பயன்படுத்திக்கொள்ள முடியும்.

பண்பாட்டின், மனித மனங்களின் இருண்ட பகுதிகளில் காலனியம் செயல்படும் முறைகளை அஷிஸ் நந்தி ஆராய்ந்திருக்கிறார்: மறைக்கப்பட்டிருக்கும் வெளிகளுக்குள் சென்று காலனியப்பட்டவர்களோடான தொடர்பால், காலனியர்கள் மிக ஆழமான பாதிப்புகளுக்கு உள்ளாகியிருப்பதை அவர் கண்டடைகிறார். இதில் ஆளப்படுகிறவர்களும் தோற்றவர்களும்கூட, உருமாற்றக்கூடிய அதிகாரத்தைக் கொண்டிருக்கும் அவர்களுடைய எஜமானர்களிடமிருந்து தப்பிப்பதற்குப் போதுமான உத்திகளை உள்ளாரக் கொண்டிருக்கிறார்கள். இவ்விரண்டு போக்குகளிலும், அதிகாரத்தின் ஊறுபடத்தக்க தன்மை மீதும், தோற்றவர்களின் பலம் மீதும், சுதந்திரத்துக்கான அவர்களுடைய கற்பனைகள் மீதும் அழுத்தம் கொடுக்கப்படுகிறது. நந்தி வளர்த்தெடுத்த 'நெருங்கிய விரோதி' என்ற கருத்தாக்கம், இத்தகைய விளையாட்டுத்தனமான ஊடாட்டத்துக்கான வெளியைத் தக்கவைத்துக்கொள்கிறது. கிப்ளிங், ராமானுஜன் குறித்தான அவரது படைப்புகள் இத்தகைய முறையிலான அரசியல் விழிப்புணர்வைப் பிரதிநிதித்துவப்படுத்துகின்றன. [எட்வெர்ட்] சைதின் முறைக்குள்ளாக இருந்து பார்க்கப்பட்டிருக்குமானால், கிப்ளிங்கின் ஆளுமையானது வழமையான கீழைத்தேயவாத மாதிரியிலிருந்து வேறுபடுத்திப்பார்க்க முடியாததாகவே வெளிப்பட்டிருக்கும். ஆனால், கிப்ளிங்கை ஒரு மனிதராகவும் படைப்பாளியாகவும் உருவாக்கிய சிக்கலான செய்முறைகளை அதிலிருந்து அப்புறப்படுத்தியிருக்கும். கிப்ளிங்கின் படைப்புகளை இலக்கியரீதியாக வாசிப்பதுகூடக் கீழைத்தேயவாதப் பண்பையே பலப்படுத்துகின்றன. அரசியல்ரீதியான உளவியல், இலக்கியக் கோட்பாடு, மானுடவியல்,

ஏன் வரலாறு உட்பட பலதரப்பட்ட துறைகளை முறையியல்ரீதியாக ஒன்றிணைத்து உருவாக்கிய கருவியைக் கொண்டு, கிப்ளிங் என்ற மனிதரை உருவாக்கிய உடைப்புகளையும் மௌனங்களையும் இடைவெளிகளையும் வெளிப்படுத்தி, கீழைத்தேயவாதிகளிலிருந்து வேறான ஒரு கிப்ளிங்கை நந்தி வெளிக்கொணர்கிறார். அரசியல்ரீதியாகத் தோற்கடிக்கப்பட்ட பண்பாடு, பிரிட்டிஷ் ராஜ்ஜியத்தின் பிரதான இலக்கியப் பிரதிநிதித்துவத்தை வடிவமைத்ததில், அங்கீகரிக்கப்பட்டிருப்பதைக் காட்டிலும் மேலாகப் பங்காற்றியுள்ளது. எதாலும் இதை அழிக்க முடியாது. நந்தியின் இதயமும் மனமும் முனைப்பற்ற, பலவீனமான, மௌனமான வரலாற்றுத் தருணங்கள் பக்கமே நிற்கின்றன. தங்களை வெளிப்படுத்திக்கொள்ள முடிந்த, அதிகாரம் கொண்ட, அகங்காரம் கொண்ட சக்திகளுக்கு எதிராக இத்தகைய வரலாற்றுத் தருணங்களை முன்வைப்பதோடு முனைப்பற்றவர்கள், பலவீனமானவர்கள், மௌனமானவர்கள் அவர்களுடைய பலத்தையும் சுயத்தையும் மெல்ல மீட்டெடுப்பதற்கான முறைகள் பக்கமும் நிற்கிறார். கிப்ளிங் வெற்றிபெற்ற மேற்காலும் தோல்வியடைந்த இந்தியாவாலும் உருவாக்கப்பட்டவரே. சைத் முறையில் இத்தகைய பரஸ்பர உருமாற்றத்துக்கான சாத்தியம் மிகக் குறைந்த அளவிலேயே காணப்படுகிறது. மேலும், சைதின் முறையில் பண்பாடுகள் கொண்டிருக்கும் தானாகத் தப்பித்துக்கொள்ளும் வடிவங்களையும் கடந்தநிலை வடிவங்களையும் ஏற்றுக்கொள்வதும் முதன்மையாக்குவதும் கடினமானதாகிறது. சைத், ஃபனான் போன்றவர்கள் தெளிவான தருணங்களையும் பிரக்ஞைபூர்வமான செயல்களையும் பெரும் வெடிப்புகளையும் உரத்த குரல்களையும் நேரடியான மோதல்களையும் படம்பிடித்துக்காட்டும் சிந்தனையாளர்களாகிறார்கள் என்றால், புதிரான மௌனங்களில் மறைந்திருக்கும் பேச்சுகளை, முனைப்பற்றதற்குள் மறைந்துகிடக்கும் பீறித்தெழும் செயல்பாடுகளை படம்பிடித்துக்காட்டும் கலைஞராக நந்தி இருக்கிறார். வேறு விதமாகச் சொல்வதென்றால், முறைகளே முழுமுற்றாகும் அபாயத்தை ஃபனான் மற்றும் சைத் முறைகள் அவற்றுக்குள்ளாக மறைத்துக்கொண்டிருக்கின்றன. நெருங்கிய விரோதி, பரஸ்பரம் உருமாற்றும் பலம் ஆகியவற்றுக்கு நந்தி அழுத்தம் கொடுப்பதால், அவருடைய முறையானது இத்தகைய அபாயங்களிலிருந்து தப்பித்துக்கொள்கிறது.

இதுபோலவே, கணிதவியலாளர் ராமானுஜன் குறித்த நந்தியின் வாசிப்பும் நவீனத் தொழில்நுட்ப-அறிவியல் பிரபஞ்சரீதியானது என்ற பாசாங்கைக் கட்டுடைக்கிறது. இங்கு இந்தியக் கணிதவியல் மேதையின் உருவாக்கமும் செயல்பாடும், அவருடைய படைப்பாக்க சக்திக்கு வடிவம் கொடுத்த, வழிநடத்திய பிரத்யேகப் பண்பாட்டு சக்திகளோடு இணைக்கப்படுகின்றன. ராமானுஜனின் அன்றாடத்தன்மையிலான தகவல்கள் கவனப்படுத்தப்பட்டு ஓர் அசாதாரணமான அறிவியலாளரின் உருவாக்கம் வெளிக்கொணரப்படுகிறது.

நந்தி அன்றாட வாழ்க்கையிலிருந்து தகவல்களைத் தேர்ந்தெடுக்கும் முறை மீதான வாசிப்பைக் கோருகிறார். நான் இந்த முறையை உருவக முறை

என்றழைக்க விரும்புகிறேன். நந்தியின் முறை செயல்படும் விதத்தைப் புரிந்துகொள்ள நாம் சம்ஸ்கிருதம், மேற்கத்தியம் இரண்டிலிருந்தும் பிரதிபா (Partibha) மற்றும் கற்பனைகள் குறித்துச் சில வரையறைகளைத் தேர்ந்தெடுத்துக்கொள்ளலாம். சமூக அறிவியலாளர்கள் பலதரப்பட்ட, வேறுபட்ட விஷயங்களை ஒன்றுசேர்த்து, அவற்றுக்கு இடையே தொடர்புகளை உருவாக்கத் தயக்கம்காட்டுகிறார்கள். சொல்லப்போனால், இந்தத் தயக்கமே சமூக அறிவியலுக்கு ஒருவிதமான ஒழுக்கம் சார்ந்த கடுமையையும் கட்டுப்பாட்டையும் கொடுக்கிறது. நந்தி இந்தக் கட்டுப்பாடுகளிலிருந்து தன்னை விடுவித்துக்கொண்டு, எல்லாம் எல்லாவற்றோடும் தொடர்புகொண்டிருக்கிறது என்ற தத்துவார்த்தரீதியான நம்பிக்கை கொண்டு அவருடைய தரவுகளில் தன்னை மூழ்கடித்துக்கொள்கிறார்.

எல்லா முறிவுகளுக்கும் வேறுபாடுகளுக்கும் பின்னால் ஒருவிதமான இணக்கத்தையும் ஒருமைப்பாட்டையும் தேடுகிற அறிவுஜீவி வகைகளில் ஒருவராக நந்தியை நான் முன்வைக்க முயலவில்லை. மாறாக, அவர் முற்றிலும் வேறானவற்றையெல்லாம் இணைத்து ஒரு புதிய கட்டுமானத்தை உருவாக்குகிறார். இதை சம்ஸ்கிருதக் கோட்பாட்டாளர்கள் அபூர்வ வஸ்து நிர்மானா ஷமா *(apoorva vastu nirmana kshama)* என்கிறார்கள். அன்றாடத்தன்மையிலானதைக் கொண்டு பெரும் உண்மை முன்வைக்கப்படுகிறது. பெரும் உண்மையானது சாதாரண, அன்றாட நடைமுறைகளோடு தொடர்புகொண்டதாக இருக்கிறது. வேறு வழியில்லாமல், இப்படியான முறையானது துறையியல்ரீதியான ஒழுங்குகளைக் கலைத்துப்போடுவதற்கே கொண்டுவிடுகிறது.

நந்தி என்றால் என்ன? ஊடகங்களில் அவர் குறித்து வேடிக்கையான விவரிப்புகளை நான் பார்த்திருக்கிறேன். ஏன், சில சமயங்களில் படித்தவர்கள் மத்தியிலும்கூட: சமூகவியலாளர், உளவியலாளர், அரசியல் கோட்பாட்டாளர், எழுத்தாளர், வரலாற்றியலாளர். உண்மைதான், நந்தியும் தன்னை வரையறுத்துக்கொள்வதில் இத்தகைய குழப்பங்களை வெளிப்படுத்துகிறார்: 'நீங்கள் என்னைக் குறித்து என்ன நினைக்கிறீர்களோ அதுவே நான்' என்கிறார். துறைகளைத் தனித்த பெட்டிகளாக்கும் கடுமையான கட்டுப்பாடுகள் மீது சலிப்புகொண்டவர்களுக்கு நந்தி ஒரு முன்மாதிரியாகிறார்.

கிப்ளிங் மற்றும் ராமானுஜன் கொண்டு வரையறுக்கப்பட்டிருக்கும் வட்டத்தில், ஒரு துன்பியல் எழுத்தாளர்போல் நந்தி அவருடைய தரவுகளை ஒழுங்குபடுத்துகிறார். நந்தி எடுத்துக்கொள்ளும் நிகழ்வுகளையும் உளவியல்ரீதியானவற்றையும் தெற்காசிய நாடக ஆசிரியர்கள் ஏன் துருவியகழவில்லை என்று நான் எப்போதும் வியப்பதுண்டு. நந்தியின் முக்கியமான படைப்புகள் பலவும், கடந்த 150 ஆண்டுகளில் காணக்கூடிய பிரதானப் புதிர்களையும் மறந்திருக்கும் வேதனைகளையும் கொஞ்சமும் கவனிக்கப்படாத, ஆனால் முக்கியமான இரட்டையர்களையும் துருவியகழும் முயற்சியிலிருந்து பிறந்தவையே. ராம்மோகன் ராய், காந்தி, பஞ்சாப் தீவிரவாதிகள் ஆகியோர்கள் குறித்த நந்தியின் வாசிப்பை எடுத்துக்கொள்வோம்

என்றால், முக்கிய நாடக ஆசிரியர்களை இவற்றின் பக்கம் இழுப்பதற்கான எல்லாவற்றையும் இவை கொண்டிருக்கின்றன. குறிப்பாக, ராய்க்கும் அவருடைய பெற்றோருக்கும் இடையேயான சிக்கலான உறவு குறித்த ஆய்வாகட்டும், கோட்சே மற்றும் காந்தியை இணைக்கும் மிக ஆழமான உளவியல்ரீதியான பிணைப்பாகட்டும், நந்தி ஒரு நாடகீயமான முறையில் மோதல்களையும் தீர்வுகளையும் முன்வைக்கிறார்.

காந்திப் படுகொலையின் அரசியலை ஆராயும்போது, வன்முறை குறித்தும் அதன் வெளிப்பாடுகள் குறித்தும் நவீனத்துக்கு முந்தைய இந்திய மதரீதியான பிரிதலுக்கு மிக நெருக்கமாக நந்தி வருகிறார். கொல்லப்பட்டவரும் கொல்பவரும் மிக ஆழமாக ஒருவரோடு ஒருவர் பின்னிப்பிணைந்திருக்கிறார்கள். வன்முறையை அதன் தோற்றுவாய் சார்ந்தும் முகவர்கள் சார்ந்தும் பகுத்தறிவற்ற புலமாக வரையறுக்கும் கோட்பாடுகளெல்லாம் அச்சத்தையும் கோழைத்தனத்தையும் முட்டுக்கொடுத்து நிறுத்துகின்றன. வன்முறையைக் குறிப்பிட்ட முறையிலான உறவின் மற்றுமொரு வெளிப்பாடாக அடையாளம் காணும் நிலைப்பாடானது வன்தாக்குதலின் மூலத்தை அடையாளம் காண்பதற்கு உதவுவதோடு, அதை எதிர்கொள்வதற்கு நமக்கு உளவியல்ரீதியான பலத்தையும் கொடுக்கிறது. கோட்சேவின் உருவாக்கத்தை நம்மால் மிகத் தெளிவாகப் புரிந்துகொள்ள முடிகிறது. அவனுடைய வன்முறைப் பாதையின் போக்கு புரிந்துகொள்ளக்கூடியதாகிறது. வேறான வரலாற்றுக் காலங்களில் படைப்பூக்கம் கொண்டிருக்கும் வெளிகளில் நந்திக்குக் கிடைத்தவை மிக உன்னதக் கலைப் படைப்பைக் கொடுத்திருக்கும். சமூக அறிவியல் முறையிலான காரணியத்தோடு நந்தி கொண்டிருக்கும் ஆழமான உறவுதான் அவரைப் பலிவாங்கிவிட்டதா? இதுகுறித்து ஊகிப்பதை நான் வாசகர்களிடம் விட்டுவிடுகிறேன்.

III

நந்தியின் படைப்புகளில் காணப்படும் இரண்டாவது வகையாக்கமான ஆன்டிகான் வட்டத்துக்கு வருகிறேன். இந்த வட்டம், ஒருவர் எதிர்பார்ப்பதுபோல், தேசிய–அரசை விசாரிக்கும் பிரதானப் புலமாகிறது.

தெற்காசியாவில் வன்முறைக்கான மூலங்களில் தேசிய–அரசு மிக முக்கியமானதாக இருக்கிறது. இந்தப் பிரதேசத்தில் பிரிவினைவாத இயக்கங்களின் அழகும் பேரச்சமும் இதிலிருந்துதான் கிளைக்கின்றன. தீவிரவாதிகள் என்று அரசால் பட்டியலிடப்படுபவர்கள் அந்தந்தக் குழுமங்களால் தியாகிகளாக வணங்கப்படுகிறார்கள். இருபதாம் நூற்றாண்டு பின்பகுதி வரலாறு முழுவதையும், பழைய குழுமங்களும் புதிதாகக் கட்டமைக்கப்பட்டிருக்கும் குழுமங்களும் தேசிய–அரசு என்று அழைக்கப்படும் புதிய எல்–டோரடோவை உணர்வுபூர்வமாகத் தேடுவது தவிர வேறல்ல என்பதாக மாற்றி எழுதவும் முடியும். இதன் முழுக் கதையும், கப்பல் முழுக்கத்

தங்கத்தோடு கப்பல்–நாயகர்கள் திரும்பிவருவதற்காக ஐரோப்பிய முதலீடு காத்திருக்கும் அனுபவத்தோடு மிக மோசமான ஒப்புமைகொண்டிருக்கிறது. கப்பல்–நாயகர்கள் அவர்களுடைய எஜமானர்களின் எதிர்பார்ப்புகள் பொய்த்துப்போய்விடுமோ என்று அச்சம்கொண்டு அவ்வப்போது கப்பல் முழுக்க பளபளக்கும் மண்ணோடு திரும்பிவந்தார்கள். முதலில் அவர்கள் கதைகளைக் கொண்டு இட்டுக்கட்டினார்கள். பின்னர் புனைவுக்கும் யதார்த்தத்துக்கும் இடையேயான வேறுபாடுகள் மறைந்துபோயின.

குழுமகங்கள் தங்களைத் தேசிய–அரசாகப் பிரதிநிதித்துவப்படுத்தி, அவர்களுடைய வாழ்க்கையில் நகைச்சுவையாக, வன்முறையாக, கொடுமையாக, அபத்தமாக வெளிப்படும் உறவுமுறைகளைத் துருவியகழும்போது நந்தி ஆகச்சிறப்பாக வெளிப்படுகிறார். மேலும், தேசிய–அரசின் கற்பனைகளுக்கும் கட்டுப்பாடுகளுக்கும் அப்பால் பரந்த தளத்திலான ஒருமைப்பாட்டின் நெகிழவைக்கும் தருணங்களையும் அவர் பதிவுசெய்கிறார். அதனால்தான், தேசியவாதக் கதையாடல்களில் காணப்படும் சுயமுரண்பாடுகளுக்கும் உள்ளீடற்றவற்றுக்கும் நந்தி அழுத்தம் கொடுக்கிறார். தாய்நாட்டின் நம்பத் தகுந்த பண்பாட்டு நினைவுகளையும் தத்துவார்த்த நிலைப்பாடுகளையும் கொண்டு தேசிய–அரசு என்ற பிரம்மாண்டமான மாளிகையைக் கட்டியெழுப்புகிறோம் என்று கோரும் தலைவர்களின் கோட்பாடுகள் சில இயவிடஞ்சார்ந்தவை அல்ல என்று நந்தி அம்பலப்படுத்துகிறார். இப்படியான மாளிகையைக் கட்ட முயல்பவர்கள், அவர்களுடைய தீவிரவாதத் தேசியக் கதையாடல்களில் எத்தகைய பண்பாட்டைப் பிரதிநிதித்துவப்படுத்த முயல்கிறார்களோ அதுகுறித்து ஏதும் அறியாதவர்களாக இருக்கிறார்கள் அல்லது அதை அலட்சியப்படுத்துகிறார்கள் என்று நந்தி நிரூபிக்கிறார். தற்காலச் சொற்களில் சொல்வதென்றால், இந்துத்துவா அரசியல் இந்து மதப் பண்புகளுக்கு முற்றிலும் எதிரானது. பத்தொன்பதாம் நூற்றாண்டின் மத்தியிலிருந்து இந்துத்துவா தொண்டர்களின் கட்டமைப்புகளெல்லாம், சந்தேகத்துக்கு இடமில்லாமல் இந்தியச் சமூகம் குறித்தும் வரலாறு குறித்தும் மேற்கத்தியப் புரிதல் அடிப்படையில் வடிவமைக்கப்பட்டவையாகவே இருக்கின்றன. மேலும், இப்படியான புரிதலானது இந்து மதம் மீதும், புவிசார்ந்த பண்பாட்டுப் பகுதியின் பிற மதரீதியான மரபுகள் மீதும் வெறுப்பைத் தவிர வேறு எதையும் கொண்டிருக்கவில்லை.

இத்தகைய பின்னணியில் இந்தியா, பாகிஸ்தானில் காணப்படும் அடையாள அரசியல் குறித்தும் அடையாளம் சார்ந்த வன்முறை குறித்தும் நந்தியின் சமீபத்திய படைப்புகள் மிக முக்கியமாகின்றன. ஏனெனில், தேசிய–அரசின் இயந்திரங்கள் செயல்படும் முறைகளுக்கும் அதன் உறுப்பினர்களான குழுமகங்களின் பன்முகத்தன்மையிலான அனுபவங்களுக்கும் இடையேயான இடைவெளிகளை இந்த சமீபத்திய படைப்புகள் படம்பிடித்துக்காட்டுகின்றன. அரசியல்ரீதியான பிரக்ஞைக்கு எதிராகப் பிரக்ஞையற்ற இருப்பைத் தொகுத்தளிக்கிறார். மேலும் சமூகரீதியான, அரசியல்ரீதியான பொறியமைப்பு என்ற பெருங்கதையாடலுக்கு எதிராக அன்றாட வாழ்க்கையை முன்வைக்கும்

வரலாற்றியலாளராகவும் நந்தி வெளிப்படுகிறார். வன்முறையைக் குணப்படுத்துவதற்கான சக்தி அந்தக் குமுகங்களுக்குள்ளாகவே கிடைக்கின்றன என்பதால், அரசின் இடையீடோ, மதச்சார்பற்ற சக்திகளின் இடையீடோ விரும்பத்தக்கதல்ல என்பதே அவருடைய படைப்புகளில் கோட்பாட்டுரீதியான நிலைப்பாடாக இருக்கிறது.

இந்தியாவில் மதச்சார்பின்மை குறித்து நந்திக்கும் மதச்சார்பற்றவர்களுக்கும் இடையே மிக சுவாரஸ்யமான விவாதம் ஒன்று காணப்படுகிறது. வழக்கம்போலவே இவ்விஷயத்திலும் அவர் தவறாகப் புரிந்துகொள்ளப்பட்டு அவதூறுகளுக்கு ஆளாக்கப்பட்டார். மதச்சார்பின்மையை லட்சியமாகக் கொண்டிருக்கும் இணக்கமான சமூக வாழ்க்கை வடிவங்களுக்கு அவர் எதிரானவர் இல்லை. மாறாக, மதச்சார்பின்மையானது அரசியல்ரீதியாகவும் அறிவார்ந்தரீதியாகவும் பண்பாட்டுரீதியான குமுகங்களுக்கு எத்தகைய மரியாதையையும் கொடுக்காத இயங்குநுட்பத்தின் ஒன்றிணைந்த வடிவமாக இருப்பதாலேயே அவர் அதை எதிர்க்கிறார். சகிப்புத்தன்மை கொண்டிருக்கும் மதரீதியான மரபுகள் மீது சந்தர்ப்பவாத அடிப்படையிலான, பயன்பாட்டு அடிப்படையிலான போக்கை உள்ளிணைந்த பண்பாகக் கொண்டிருக்கும் மதச்சார்பற்றவர்கள் திடீரென்று பன்முகத்தன்மையிலான பண்பாடு ஒன்று இருக்கிறது என்று கண்டுபிடிக்கிறார்கள். இத்தகைய உட்கருத்துகளும் உள்ளடக்கங்களும் கருப்பொருளும் அவர்களுடைய முந்தைய அரசியல்ரீதியான, அறிவார்த்தரீதியான முயற்சிகளில் அரிதாகவே காணப்படுகின்றன. மத அடிப்படைவாதிகளுக்குத்தான் – அதாவது இந்தியாவில் சங்பரிவாருக்குத்தான் – இவர்கள் நன்றி சொல்ல வேண்டும். ஏனெனில் மதரீதியான, பண்பாட்டுரீதியான பிரச்சினைகளை சங்பரிவாரே முன்னுக்குக் கொண்டுவந்தது – மிக அபாயகரமான பாணியில் இதைச் செய்தது என்றபோதும்.

மீண்டும், நாட்டின் பண்பாட்டுரீதியான மேட்டுக்குடிகளின் இரட்டைத்தன்மையை அம்பலப்படுத்தும் வேலைக்கு நந்தி திரும்பியிருக்கிறார். தற்சமயம் சமூக அறிவியல் காரணிகளுக்கு உட்பட்டதாக இருக்கிறது என்றாலும், நந்தி முன்வைக்கும் சர்ச்சை அவரைத் தெற்காசியாவின் மதரீதியான புலங்களுக்கு நெருக்கமாகக் கொண்டுவருகிறது. கடவுள்கள் குறித்த அவருடைய கட்டுரை, அறிவார்த்தரீதியான வளர்ச்சியில் மூன்றாவது வட்டத்தின் தொடக்கமாகப் பார்க்கிறேன்.[4] தெற்காசியாவில் தோன்றியிருக்கும் புதிய இறுக்கங்களைப் புரிந்துகொள்வதற்கான இடையகமாக அவர் பார்க்கிறார். கடவுள்கள் வரலாற்றைக் கடந்து செயல்படுகிறவர்களாக இருக்க வேண்டும்.

4 1995-ல் கர்நாடகத்தில் உள்ள ஹெக்கோடு என்ற சிறிய கிராமத்தில் பண்பாட்டு வாசிப்புகள் குறித்த பயிற்சிப்பட்டறையில் நந்தி முதல் முறையாக இந்தக் கட்டுரையைப் படித்தார். பிறகு, திருத்திய பதிப்பு பிரசுரிக்கப்பட்டது. பார்க்கவும்: Manushi: A Journal About Women and Society as 'A Report on the Present State of Health of the Gods and Goddesses of South Asia'. It was also delivered as a keynote address at the American Academy of Religion, New Orleans, 27–28 November 1996.

ஆனால் வரலாற்றுரீதியாக, சமூகரீதியாக உருமாற்றம்கொள்ளவைக்கும் வடிவங்களை நந்தி நமக்கு வெளிப்படுத்துகிறார். கடவுள்களோடு நெருங்கிய விரோதித் தன்மையிலான உறவை நிறுவுவதில் நந்தி வெற்றிபெறுவார் எனில், கடவுள்களும் அவரைப் பெருமளவுக்கு மாற்றிவிடுவார்கள். வேறு வார்த்தைகளில் சொல்வதென்றால், அவர் குமாரசாமிக்கு அருகில் செல்வார்; அங்கு மதரீதியான ஏரணங்களில் சில வடிவங்கள் கோட்பாட்டாக்கத்தில் முக்கியப் பங்காற்றுகின்றன. நந்தி குறித்து எதையும் அறுதியிட்டுச் சொல்லிவிட முடியாது. அவர் முற்றிலுமாகக் கணிக்க முடியாதவராகவே இருக்கிறார்.

◉

பின்னிணைப்பு

கதாயுதமாகட்டும் கவிதை

பிருத்வி தத்தா சந்தர ஷோபி

டி. ஆர். நாகராஜ் (1954–1998) வழக்கத்துக்கு மாறான அரசியல் மதிப்புரையாளராகவும் பண்பாட்டு விமர்சகராகவும் இருந்தார். அவருடைய சொந்த மாநிலமான கர்நாடகத்துக்கு அப்பால், சிறிய அறிவுஜீவிகள் வட்டத்தில் அவரது தாக்கம் கண்கூடானது. 1990-களின் தொடக்கத்தில், அவர் சார்ந்திருந்த பகுதியைக் கடந்து, பெரும்பாலும் கல்விப்புல வட்டத்தில்தான் என்றாலும், அவரையும் அவரது எழுத்துகளையும் அறிந்திருந்தவர்கள் அவரை அங்கீகரிப்பதற்கு முன் கன்னட நிலப்பரப்பில் பண்பாட்டு விமர்சகராகவும் இலக்கிய விமர்சகராகவும் பேராசிரியராகவும் களச்செயல்பாட்டாளராகவும் பத்தி எழுத்தாளராகவும் இரண்டு பத்தாண்டுகளுக்குப் பெரும் தாக்கத்தை ஏற்படுத்தியிருந்தார். அவருடைய அகால மரணத்துக்கு முந்தைய வருடங்களில், மதிக்கத்தக்க அரசியல் மதிப்புரையாளராக இருப்பதில் அவர் பெருமைகொண்டிருந்தார். அதாவது, கன்னட தலித் இயக்கம் குறித்த அவரது எழுத்துகளுக்குக் கிடைத்த அங்கீகாரமாக அவர் அதைப் பார்த்தார். இந்தப் புத்தகத்திலும் [*The Flaming Feet and Other Essays*: இரண்டாவது பதிப்பு] பிற சந்தர்ப்பங்களிலும் தன்னை முழுநேர இலக்கிய மாணவன் என்றே சுயவரையறை செய்துகொண்டார். அவருடனான என்னுடைய தொடர்பு 1996 முதல் 1998 வரை இருந்தது. இந்த வருடங்களில் நாங்கள் அடிக்கடி சந்தித்துக்கொண்டதோடு, பரஸ்பரம் எங்கள் எழுத்துகளை விமர்சனமும் செய்துகொண்டோம். அவருடைய கூர்மையான அறிவு, விரிந்த தளத்திலான அவரது ஈடுபாடு, அவர் கொண்டிருந்த மனிதத்தன்மை ஆகியவற்றின் மீது நான் பெரும் மரியாதையை வளர்த்துக்கொண்டேன். இருந்தாலும்கூட, கன்னட உலகத்துக்கு வெளியே அறிவார்த்த வட்டத்தில் நாகராஜின் மீது அன்பும் மரியாதையும் கொண்டு பாராட்டப்படுவதைக் கேட்பது ஆச்சரியமும் மகிழ்ச்சியும் கலந்த அனுபவமாகிறது. அஷிஸ் நந்தி, '*An Ambiguous Journey to the City: The Village and Other Odd Ruins of the Self in the Indian Imagination*' என்ற அவருடைய புத்தகத்தை நாகராஜுக்கு சமர்ப்பித்து, 'நான் சந்தித்த இந்தத் தலைமுறை இந்திய அறிவுஜீவிகளில் குறிப்பிடத்தக்கவர்.

காலனிய, பார்ப்பனியச் சிந்தனைகளுக்கு வெளியே, பிராந்திய இந்தியாவின் படைப்பூக்க சக்தியைத் தன்னுள்ளாகக் கொண்டிருப்பவர் – இதுகுறித்து இப்படி அவர் எழுதவில்லை என்றபோதும்' என்று குறிப்பிடுகிறார். வேறு இரண்டு சந்தர்ப்பங்களில் இப்படியான எண்ணத்தை நந்தி வெளிப்படுத்தி நான் கேட்டிருக்கிறேன். 1998 ஆகஸ்ட் மாதத்தில், அதாவது நாகராஜ் இறந்த சில மாதங்கள் கழித்து, நாகராஜ் நினைவாக பெங்களூரில் நந்தி நிகழ்த்திய உரையை முதன்முறையாகக் கேட்டேன். இரண்டாவது முறையாக, மூன்று வருடங்கள் கழித்து டெல்லியில் ஒரு மார்ச் மாதம் மகிழ்ச்சியான மதியப் பொழுதில், 'சென்டர் ஃபார் தி ஸ்டடி ஆஃப் டெவலப்பிங் சொஸைட்டீஸ்' (சிஎஸ்டிஎஸ்) புல்வெளியில் அமர்ந்திருந்தபோது, நாகராஜோடு தனக்கிருந்த நட்பை நினைவுகூர்ந்து, நாகராஜ் எப்படி உருவாகிவந்தார் என்றும் அவர் சாதித்திருக்கக்கூடிய அறிவார்ந்த சாதனைகள் என்னவாக இருந்திருக்கும் என்றும் ஆழ்ந்த அக்கறையோடும் உண்மையான நம்பிக்கையோடும் ஏறக்குறைய இரண்டு மணிநேரமாகப் பேசிக்கொண்டிருந்தார். நாங்கள் இதுவரை புத்தக வடிவம் பெறாத அவருடைய எழுத்துகளையும் உரைகளையும் தொகுப்பது குறித்துப் பேசிக்கொண்டிருந்தோம். இதற்குப் பிறகும் பல்வேறு சந்தர்ப்பங்களில் நந்தியும் அவரது சகாக்களும் குறிப்பாக டி.எல்.ஷேத் (D.L.Sheth) போன்றோர் நாகராஜ் குறித்த இப்படியான உணர்வுகளை மீண்டும்மீண்டும் வெளிப்படுத்தினார்கள். சிஎஸ்டிஎஸ்ஸில் இருந்தவர்கள் மட்டுமே நாகராஜிடமிருந்து பெரிய விஷயங்களை எதிர்பார்க்கவில்லை. சிகாகோ பல்கலைக்கழகத்தில் நாகராஜ் பேராசிரியராகப் பணியாற்றிய காலத்தில் அவருடன் நெருக்கமான நட்பை வளர்த்துக்கொண்டதோடு, அவரைப் பல ஆய்வரங்குகளுக்கு அழைத்தவருமான அர்ஜுன் அப்பாதுரை, 'உனக்குத் தெரியுமா, மற்றொரு அம்பேத்கராகும் ஆற்றல் நாகராஜிடம் இருப்பதாக நான் நினைத்தேன்' என்று என்னிடம் 2002-ல் சொன்னபோது ஆச்சரியப்பட்டுப்போனேன். சிகாகோவில் என்னுடைய ஆசிரியராக இருந்தார் அப்பாதுரை. மனிதர்களை எடைபோடக்கூடியவர். வழக்கத்துக்கு மாறாக இவர் இப்படிச் சொன்னது உண்மையிலேயே பெரும் அங்கீகாரம்தான்.

எது, உண்மையிலேயே நாகராஜின் குரலை இவ்வளவு முக்கியமானதாக்கியது?

I

சமூக அறிவியலை முதன்மைப்படுத்தாத அபூர்வமான அரசியல் நோக்கராக இருந்தார் நாகராஜ். சொல்லப்போனால், அவர் பலமுறை எவரைக் குறித்துப் பேசிக்கொண்டிருக்கிறாரோ அவரைப் பழிக்கும் விதமாக, 'திறமையான சமூக அறிவியலாளர்' என்று செல்வார். நாகராஜ் எடுத்துக்கொண்ட உள்ளடக்கங்கள் மட்டுமல்லாமல், அவருடைய ஆய்வுமுறைகளும், பண்பாட்டுப் பனுவல்களை அவர் சார்ந்திருந்ததும்கூட அவரைப் பிற அறிஞர்களிடமிருந்து, சிந்தனையாளர்களிடமிருந்து

வேறுபடுத்திக்காட்டும் பிரதானப் பண்புகளாகின்றன. அவர் இப்படியான தரவுகளைப் பயன்படுத்துவதற்கும், இப்படியான உள்ளடக்கங்கள் மீது கவனம் குவிப்பதற்கும் அடிப்படைக் காரணியம், அவர் இலக்கியப் பனுவல்களை ஆராய்வதற்கு எந்த அளவுக்கு முக்கியத்துவம் கொடுத்தாரோ அதே அளவுக்கு தலித் இயக்கத்தில் பங்கேற்பதற்கும் முக்கியத்துவம் கொடுத்து அவர் பெற்ற அனுபவங்களே அவரது நுண்ணுணர்வை வடிவமைத்திருந்தன.

'தலித் இயக்கத்தின் சக பயணி' என்றும் 'முழுநேர இலக்கிய மாணவன்' என்றுமே நாகராஜ் தன்னை விவரித்துக்கொண்டார். அவருடைய சிறிய நூலான 'தி ஃபிளேமிங் ஃபீட்'டில் உள்ள கட்டுரைகளை இவ்விரண்டு சுயவிவரிப்புகள் ஊடாகப் பார்க்க வேண்டியிருக்கிறது. தலித் இயக்கத்தில் அவரது பங்கேற்பு, பல்வேறு கோட்பாடுகளிலிருந்து தேர்ந்தெடுத்துக்கொள்ளும் அவரது ஆய்வுமுறையோடு அங்ககமாக இணைந்திருந்தது. மேலும், அனுபவபூர்வமான ஆதாரங்களைக் காட்டிலும் உருவகரீதியானவற்றை அதிகம் சார்ந்திருந்தார். அவரது இந்த அணுகுமுறையானது பொதுவாகச் சமூக அறிவியலாளர்கள் பயணிக்கும் பாதையிலிருந்து வேறானதாக இருக்கிறது. நாகராஜ், சமூக அறிவியலின் மரபான ஆவணங்களைச் சார்ந்திருக்கவில்லை. புள்ளிவிவரங்களை மிக அரிதாகவே பயன்படுத்தினார். அப்படியே பயன்படுத்தினாலும், அதை அனுபவரீதியான களஞ்சியமாகப் பயன்படுத்துவதைக் காட்டிலும் ஒரு கதையாகவே பயன்படுத்துகிறார். கர்நாடகக் கிராமங்களில் தலித்துகளுக்கு எதிரான வன்முறை குறித்த 'தலித்துகள் மீதான வன்முறையும் மறைந்துபோகும் கிராமங்களும்' கட்டுரையில், கர்நாடகச் சட்டமன்றக் கமிட்டியின் அறிக்கையைப் பயன்படுத்தும் விதத்தை எடுத்துக்கொள்ளுங்கள். இந்த அறிக்கையானது கட்டுரையைக் கட்டமைக்கும் கதையாகப் பயன்படுத்தப்படுகிறது. மையநீரோட்ட சமூக அறிவியல் கேள்விகளை விளக்கும்போதுகூட, அதாவது தலித் அரசியலின் தோற்றுவாய் குறித்து என்றாலும், தலித் இயக்கத்தைக் காலவரிசைப்படுத்துவது என்றாலும், ஒன்று நாகராஜ் நினைவுகளைச் சார்ந்திருக்கிறார் இல்லையென்றால், அரசியல் கதையாடல்களை அல்லது இலக்கியப் பனுவல்களையே சார்ந்திருக்கிறார். இவற்றைக் குறித்து அவர் கொண்டிருந்த தனிப்பட்ட அறிவையே அவர் பெரும்பாலும் சார்ந்திருக்கிறார் — எடுத்துக்காட்டாக, தலித் கவிஞர் சித்தலிங்கையா குறித்த அவரது கட்டுரையைச் சொல்லலாம். [இந்தத் தொகுப்பில் சேர்க்கப்படவில்லை — மொ.ர்]. சித்தலிங்கையாவை மிக நெருங்கிய நண்பராகவும் சக ஆசிரியராகவும் தலித் இயக்கத்தின் சக பயணியாகவும் ஏறக்குறைய இருபத்தைந்து வருடங்களாக நாகராஜ் அறிந்திருந்தார். 'அரசியல் சீற்றத்திலிருந்து பண்பாட்டுரீதியான உறுதியுரைக்கு: கன்னட தலித் கவிஞர் — போராளி சித்தலிங்கையா குறித்து' என்ற கட்டுரையானது நாகராஜ் ஏறக்குறைய தன்னைக் குறித்து எழுதியிருப்பதாகவும் இருக்கலாம். நிச்சயமாக வேறு எவராலும் இந்தக் கட்டுரையை எழுதியிருக்க முடியாது. இதற்கான வெளிப்படையான காரணியம், சித்தலிங்கையா குறித்த விஷயங்கள் நாகராஜுக்கு மட்டுமே கிடைக்கக்கூடியவையாக இருந்தன.

இந்தத் தொகுப்பில் உள்ள பல கட்டுரைகள் என்னுடைய இந்த நிலைப்பாட்டைத் தெளிவாக எடுத்துக்காட்டுகின்றன.

தலித் இயக்கம் குறித்த, அரசியல் குறித்த அவரது கட்டுரைகளில் அடையாள அரசியலைக் கடந்து நாகரிகத் தளத்திலான அரசியலுக்கும் சீற்றத்தின் அரசியலிலிருந்து உறுதியுரை அரசியலுக்கும் நகர்ந்துபோக வேண்டும் என்ற கருத்தை நாகராஜ் முன்வைக்கிறார். அம்பேத்கருக்குப் பிறகு, தீண்டப்படாதவர்கள் கட்சிகளும் தலைவர்களும் செயல்பாட்டாளர்களும் முன்னெடுத்த தலித் அடையாள அரசியலானது காந்தியை நிராகரித்து அம்பேத்கரிய நிலைப்பாட்டைத் தழுவிக்கொள்வதன் மூலமாகவும், தீண்டப்படாதவர்களை ஓர் அரசியல் சக்தியாக அணிதிரட்டுவதன் மேல் பிரத்யேகக் கவனம் கொண்டிருப்பதன் மூலமாகவுமே தங்களை வெளிப்படுத்திக்கொண்டனர். இப்படியான வெளிப்பாடு ஒதுக்குதலைக் கொண்டிருக்கும் அவர்களது கடந்த காலத்தைக் கதையாடல் முறையில் நிராகரிப்பதையும் கொண்டிருந்தன. தலித் இயக்கத்தின் வெற்றி இத்தகைய உத்திகள் ஊடாகவே சாத்தியப்பட்டன என்று அங்கீகரிக்கும் அதே வேளையில், தலித்துகளை சுயமாகச் சிறுபான்மையினராக்கும் சுயமாகத் தனிமைப்படுத்திக்கொள்ளும் நிலைக்குக் கொண்டுவிடுகிறது என்றும் நாகராஜ் சுட்டிக்காட்டுகிறார். இப்படியான அரசியலின் மையமாக இருக்கும் பண்பாட்டுக் கோட்பாடுகள் அவநம்பிக்கையிலானவையாக இருக்கின்றன என்றும், இவை தலித்துகளின் சுயவரையறையை மட்டுப்படுத்தக்கூடியவையாக இருக்கின்றன என்றும் வாதிடுகிறார். அதாவது, 'இருப்பின் எல்லாத் தளங்களிலும் முழுமையாக வறுமையைக் கொண்டிருக்கும் மனிதர்கள்' என்று ஆவதாலேயே பார்ப்பனர்களின் பண்பாட்டு ஆதிக்கத்துக்கு முன் முற்றிலும் சக்தியற்றுக்கிடக்கிறார்கள்.

இப்படியான மட்டுப்பட்ட தலித்துகளின் சுயவரையறையை நாகராஜ் ஏற்றுக்கொள்ள மறுக்கிறார். அம்பேத்கரைத் தொடர்ந்து, தலித் இயக்கம் மரபான இந்து உலகத்தை நிராகரித்தது. இது தீண்டப்படாதவர்களின் மொத்த கடந்த காலத்தையும் நிராகரிப்பதற்குக் கொண்டுவிடுகிறது என்கிறார். ஆனால், கலகக்காரர்களுக்கும் பண்பாட்டு நினைவுகள் தேவைப்படுகின்றன என்கிறார். தலித்துகளின் குழப்பமான, சீற்றமான, அதிருப்தியான உணர்ச்சிகளை உறுதியுரை அரசியலினூடாகத்தான் கடந்துபோக முடியும். இந்தத் தொகுப்பில் உள்ள கட்டுரைகளிலும், அவருடைய பிற கன்னட எழுத்துகளிலும் சாதியம் குறித்தும் ஒதுக்கப்படும் வர்க்கங்களின் பண்பாட்டு நினைவுகள் குறித்தும் அவருடைய கருத்துகளைச் சிதறல்களாக முன்வைத்திருக்கிறார். நாம் இதை தலித் அரசியலின் அடிப்படையில் சாதியம் குறித்து அவரது பார்வையைத் தொகுத்தளிப்பதாக எடுத்துக்கொள்ள முடியும். சாதிய முறைமையை சுயமரியாதை, மதவுணர்வு, உரிமை ஆகியவை சுற்றி நடந்த பல்வேறு போராட்டங்களின் வடிவம் என்பதாகவே கோட்பாட்டாக்கம் செய்கிறார்.

இந்த நிலைப்பாடு பிரச்சினைக்குரியதல்ல என்றாலும் கருத்தியல்ரீதியாக, நடைமுறைரீதியாக எந்தத் தளத்திலும் முழுமையான கருத்தொற்றுமை சாத்தியப்படவில்லை என்று வாதிடுகிறார். மேலும், பார்ப்பனர்களும் அவர்களது பனுவல்களும் இந்த மூன்று தளங்களிலும் ஒருபடித்தான ஒற்றுமையை முன்மொழிகின்றன: கீழ்ச்சாதிகளுக்கு சுயமரியாதை என்று ஏதும் கிடையாது, அவர்களுடைய மதவுணர்வுகள் போலியானவை, உரிமைகள் குறித்தான அவர்களுடைய கருத்தமைவுகள் அர்த்தமற்றவை. பார்ப்பனர்களால் இயற்றப்பட்ட செவ்வியல் பனுவல்கள் இயற்கையாகவே பார்ப்பனர்கள் கோருவதை நியாயப்படுத்துகின்றன. இந்தப் பனுவல்கள் கீழைத்தேயவாதிகளுக்கு மட்டுமல்லாமல் நவீன காலத்தில் இந்திய வரலாற்றியலாளர்களுக்கும் பிரதான மூலமாகின்றன. இது மேட்டுக்குடிப் பார்வையிலான வரலாற்றை, அதாவது உயர்சாதிகள் கோருவதை அங்கீகரிப்பதாக இருக்கிறது. வரலாற்றுரீதியாகப் பார்ப்பனர்கள் சுயமரியாதை, மதவுணர்வு, உரிமைகள் ஆகிய எல்லாத் தளங்களும் முன்வைத்த ஒருமைப்பாட்டை விளிம்புநிலைச் சாதிகள் எப்போதும் எதிர்த்தே வந்துள்ளன என்று நாகராஜ் வாதிடுகிறார். தீண்டப்படாதவர்களின் இத்தகைய எதிர்ப்பு இயக்கங்களின் அரசியலைப் பண்பாட்டுரீதியான உறுதியுரையாக நாகராஜ் அடையாளம் காண்கிறார். மேலும், தலித்துகளுக்கான பண்பாட்டு அடையாளத்தைக் கட்டியமைப்பதில் இப்படியான நிகழ்வுகளை உள்ளடக்க வேண்டும் என்றும் வாதிடுகிறார். முக்கியமாக, படைப்பாக்கரீதியான கற்பனைகளில் சுயஇரக்கத்தையும் சீற்றத்தையும் தவிர்ப்பதற்கும் ஒதுக்கிவைக்கப்படும் தங்களுடைய கடவுள்களை மீளுருவாக்குவதற்கும் இது அவசியமாகிறது என்றும் வாதிடுகிறார்.

இந்தியாவில் ஒடுக்கப்படும் குழுமங்கள் எல்லாவற்றையும் உள்ளடக்கிய ஒரு கூட்டணியை உருவாக்குவதற்கான சட்டகத்தை முன்வைக்கவே நாகராஜ் முயல்கிறார் என்று வாதிட முடியும். இந்தத் தொகுப்பில் உள்ள கட்டுரைகளில் காணப்படும் மூன்று முக்கியமான உள்ளடக்கங்கள் இதைத் தெளிவாக வெளிப்படுத்துகின்றன. முதலாவதாக, இரண்டு காரணிகளுக்காக காந்திக்கும் அம்பேத்கருக்கும் இடையே மீளிணக்கம் காண வேண்டிய அவசியத்தை முன்வைக்கிறார்: இந்தியக் கிராமங்களைப் புதிய லட்சியவாத உள்ளூர் குமுகங்களுக்கான களமாக மாற்றிக் கற்பனைசெய்வது; தீண்டப்படாத இந்துக்களின் கடந்த காலத்தை நிகழ்கால தலித்துகளுக்குக் கொண்டுவருவது. இரண்டாவதாக, தொழில்நுட்பங்களை இழந்தவர்களை நவீனத்துவம் உருவாக்கியுள்ளது. இது இந்தியக் கைவினைஞர்கள் — நாகராஜின் ஆராய்ச்சிச் சட்டகத்தில் இவர்கள்தான் நவீனத்துவத்துக்கு முந்தைய தொழில்நுட்பக் குமுகங்களாக இருந்தவர்கள் — நவீனத் தொழில்நுட்பத்தின் வீறுநடையில் பலிகொடுக்கப்படும் குமுகங்களாகிறார்கள். இந்தத் தளத்தில் ஒதுக்கப்படும் குமுகங்கள் குறித்த, பலிகொடுக்கப்பட்ட குமுகங்கள் குறித்த நம்முடைய புரிதலை நாகராஜ் விரிவுபடுத்துகிறார். மேலும், இவர் தீண்டப்படாதவர்களுக்கும் கைவினைஞர் குமுகங்களுக்கும் இடையே கூட்டணியைக் கட்டியமைக்க சில உத்திகளையும் முன்வைக்கிறார். இறுதியாக, வரலாற்றை தலித்துகள்

நிராகரிப்பது தொடர்பாக மிக நுட்பமான சில வாதங்களை முன்வைக்கிறார். அதாவது, வரலாற்றை நிராகரிப்பதற்குப் பதிலாகத் தீண்டப்படாதவர்களின், சூத்திரர்களின் கடந்த காலங்களை மாற்றி வாசிப்பதன் ஊடாக அவற்றை மீட்டெடுக்க முயல்கிறார். வரலாற்றுரீதியாக ஒதுக்கப்படும் குழுமகங்கள், பார்ப்பனியப் பண்பாட்டுப் பிரபஞ்சத்தின் ஆதிக்கத்துக்குக் கட்டுப்படாத சுதந்திரமான ஓர் பண்பாட்டுத் தளத்தைக் கொண்டிருக்கின்றன என்றும், இதுவே கீழ்ச்சாதிகளில் குறியீட்டுரீதியான, மதரீதியான வாழ்க்கையை ஒன்றிணைக்கின்றன என்றும் நாகராஜ் வாதிடுகிறார். தீண்டப்படாதவர்கள் அவர்களுக்கு மத்தியில் ஒரு புதிய சுயத்தை உருவாக்கிக்கொள்ளும் விதமாக, இப்படியான அவர்களுடைய கடந்த காலத்தை தலித் அரசியல் மீட்டெடுப்பது அவசியமாகிறது.

தலித் இயக்கம் குறித்த கட்டுரைகள் இத்தகைய உள்ளடக்கங்களைக் கொண்டிருக்கின்றன என்றாலும், நாகராஜின் தனிப்பட்ட தொடக்கம் மையநீரோட்ட தலித் இயக்கச் சட்டகத்துக்கு உட்பட்டே இருந்தது. அவர் பிறப்பால் தீண்டப்படாதவர் அல்ல என்றாலும், கர்நாடகத்தில் தலித்-பந்தயா இயக்கத்தில் முனைப்போடு செயல்பட்ட பங்கேற்பாளராக இருந்தார். நான் இப்போது நாகராஜின் தனிப்பட்ட பயணத்தின் மீது, அதாவது தலித் இயக்கத்தோடும் கன்னட இலக்கியப் பண்பாட்டோடும் இணைத்து அவருடைய நுண்ணுணர்வுகளை வடிவமைத்ததில் பங்காற்றிய நடைமுறைகள் குறித்தும் கருத்துகள் குறித்தும் பிரதிபலிக்க முயல்கிறேன்.

II

1970-களில் தோன்றிய புதிய எழுத்தாளச் செயல்பாட்டாளர்களில் — பெரும்பாலானோர் தலித், சூத்திர வர்க்கங்களைச் சேர்ந்தவர்கள் — நாகராஜும் ஒரு பகுதியாக இருந்தார். இந்தக் குழுமத்தில் பெரும்பாலும் நாவலாசிரியர் தேவநுறு மஹாதேவா, கவிஞர் சித்தலிங்கையா போன்ற படைப்பிலக்கியவாதிகளே இருந்தார்கள். இந்தக் குழுமத்தில் நாகராஜ்தான் மிகவும் திறமையான இலக்கிய விமர்சகராகவும் அரசியல் மதிப்புரையாளராகவும் இருந்தார். அவர் செய்தித்தாள்களிலும் பத்திரிகைகளிலும் இலக்கியம் குறித்தும் சமூகப் பிரச்சினைகள் குறித்தும் நிறைய எழுதினார். மேலும், முற்போக்கு இயக்கங்களில் — குறிப்பாக தலித்-பந்தயா (கலகக்காரர்) இயக்கத்தின் பல்வேறு அவதாரங்களில் தீவிரமாகச் செயல்படவும் செய்தார். சொல்லப்போனால், அதன் முக்கியக் கோட்பாட்டாளராக இருந்ததோடு, நான் இந்த முன்னுரைக்குத் தலைப்பாகப் பயன்படுத்தியிருக்கும் கோஷத்தை உருவாக்கியவரும் அவரே: ‘கட்கவாகலி காவிய ஜனரா நோவிகே மிடிவப் பிராணமித்திரா’ (கதாயுதமாகட்டும் கவிதைகள், மக்களின் வலிகளுக்கு முகம்கொடுக்கும் அன்புள்ள நண்பனே). பிறகு, இருபது வருடங்கள் கழித்து அவர் ‘தி ஃபிளேமிங் ஃபீட்’ தொகுப்பில் உள்ள கட்டுரைகளை எழுதியபோது,

தலித் இயக்கத்துக்கு ஒரு புதிய பாதையை அவர் கற்பனைசெய்யத் தொடங்கியிருந்தார். 'தி ஃபிளேமிங் ஃபீட்' தொகுப்பு 'கதாயுதமாகட்டும் கவிதைகள்' என்பதிலிருந்து மேலும் உள்ளிணைத்துக்கொள்ளும் அரசியலுக்கு அவர் மேற்கொண்ட அறிவார்த்த பயணத்தைக் குறிப்பதாக இருக்கிறது.

1970-களின் தொடக்க ஆண்டுகளில் கர்நாடகம் அரசியல்ரீதியாகவும் பண்பாட்டுரீதியாகவும் முக்கியமான வழிகளில் மாற்றங்கொள்ளத் தொடங்கியிருந்தது. அடிப்படையில் பார்ப்பன எதிர்ப்பு இயக்கமாக இருந்த பிற்படுத்தப்பட்ட சாதிகளின் இயக்கமானது இரண்டு ஆதிக்க நிலவுடைமைச் சாதிகளான வொக்கலிகர்களும் (Vokkaligas) லிங்காயத்துகளும் (Lingayats) அரசியலிலும் அரசாங்கத்திலும் ஆதிக்கம் செலுத்த வழிவகுத்தது என்றால், இப்போது தலித் மற்றும் பிற பிற்படுத்தப்பட்ட சாதிகளிலிருந்து புதிய நடிகர்கள் தோன்றி ஆதிக்கம் செலுத்துகிறவர்களை எதிர்க்கத் தொடங்கினார்கள். கர்நாடக அரசியலில் நிகழ்ந்த இந்தக் கட்டமைப்புரீதியான உருமாற்றமானது 1972 தேர்தலில் தெளிவாக வெளிப்பட்டது. அந்தத் தேர்தலில் பிற்படுத்தப்பட்ட வர்க்கத்தைச் சேர்ந்த உறுப்பினர்களின் முன்பு எப்போதும் இல்லாத அளவுக்குச் சட்டமன்றத்துக்குத் தேர்ந்தெடுக்கப்பட்டார்கள்.[1] 1970-களில் முக்கிய அரசியல் தலைவராக உருவான தேவராஜ் அர்ஸ், பிற்படுத்தப்பட்ட சாதிகளின் கூட்டணியை உருவாக்கி நிலச்சீர்திருத்தம் மற்றும் ஆட்சித் துறைகளிலும் கல்வித் துறைகளிலும் பிற்படுத்தப்பட்ட வர்க்கத்தினருக்கான இடஒதுக்கீடு போன்ற முற்போக்கான வெகுஜனத் திட்டங்களை முன்வைத்துப் புதிய கூட்டணியைக் கட்டினார். அர்ஸ் அமைச்சரவையில் பசவலிங்கப்பா முக்கியமானவராக இருந்தார். ஒளிவுமறைவு இல்லாமல் பேசுபவராகவும், வெளிப்படையாகச் சமூக விமர்சனங்களை வைப்பவராகவும் இருந்த பசவலிங்கப்பா, 'பூஸா சிக்கல்' (Busa, கீழே விவாதிக்கப்படுகிறது) என்ற பெரும் பிரச்சினைக்கு கிரியாவூக்கியாக இருந்தார்.

1921-ல் பிறந்த பசவலிங்கப்பா, பெங்களூரில் வழக்குரைஞராகப் பயிற்சிபெற்று, 1950-களில் அரசியலுக்கு வந்தார். இவர் அம்பேத்கரியச் சிந்தனைகளோடு தொடர்புகொண்டிருந்ததோடு, அம்பேத்கரால் தொடங்கப்பட்ட 'பீப்பிள்ஸ் எஜுகேஷன் சொஸைட்டி' (People's Education society) செயல்பாடுகளில் பங்கெடுத்தும் கொண்டார். இவர் 1957-ல் கர்நாடகச் சட்டமன்றத்துக்குத் தேர்ந்தெடுக்கப்பட்டார். 1958-ல் துணை மந்திரியானார். மூன்று பத்தாண்டுகளுக்கு மேலாக காங்கிரஸ் அமைச்சரவையில் விட்டுவிட்டுப் பல்வேறு துறைகளில் அமைச்சராக இருந்தார். பசவலிங்கப்பா பல முற்போக்கு வெகுஜனத் திட்டங்களை அமல்படுத்திய பெருமை கொண்டவர். வீடு மற்றும் நகர்ப்புற வளர்ச்சித் துறை அமைச்சராக இருந்தபோது, நீண்ட காலமாகத் தீண்டப்படாத குமுகங்களின் இழுக்காக இருக்கும், மனிதர்கள் மலம் அள்ளும் நடைமுறையைத் தடைசெய்தார். மேலும், தலித்துகளுக்கும் பிற்படுத்தப்பட்ட சாதியினர்களுக்கும் நூற்றுக்கணக்கான வீடுகளையும் மனைகளையும்

1 பார்க்கவும்: James Manor (1977: 1865-9).

விநியோகித்தார். 1977–ல் வருவாய்த் துறை அமைச்சராக இருந்தபோது, உழுபவருக்கே நிலம் கிடைக்கும் விதமாக நிலச்சீர்திருத்தச் சட்டத்தைக் கொண்டுவர முயன்றார். இது நிலமற்ற குத்தகை விவசாயிகள் பயன்பெற உதவியது. மேலும், இப்படியாகப் பயன்பெற்றவர்கள் பெரும்பாலானோர் பிற்படுத்தப்பட்ட சாதியினராக இருந்தார்கள். அவருடைய ஆட்சிரீதியான நடவடிக்கைகள் பெரும் சர்ச்சைகளைக் கிளப்பின என்றால், கன்னட இலக்கியம் குறித்த அவரது கருத்து பெரும் புயலையே கிளப்பிவிட்டது.

1973 நவம்பர் 19 அன்று, மைசூர் பல்கலைக்கழகம் ஏற்பாடுசெய்திருந்த ஒரு கருத்தரங்கில் தலித் மாணவர்கள் மத்தியில் அவர் உரையாற்றியபோது, மாடுகளுக்கு மட்டுமே ஏற்ற 'பூஸா' (தவிடு) என்று கன்னட இலக்கியத்தை வர்ணித்தார். மேலும், தற்கால உலகத்தில் அவர்களுடைய மதிப்பை உயர்த்திக்கொள்ள ஆங்கிலம் படியுங்கள் என்றும் மாணவர்களுக்கு அறிவுரை கொடுத்தார். பசவலிங்கப்பா ஆங்கிலத்தை விடுதலைக்கான கருவியாகப் பார்த்தார். இப்படிப் பிரக்ஞைபூர்வமாக ஆங்கிலத்தை முன்வைத்த கன்னட மொழியானது அடிப்படையில் சமத்துவமின்மைப் பண்பாட்டை ஊக்குவிக்கும் களஞ்சியமாக அர்த்தப்படுகிறது. மேலும், தலித்துகளுக்கும் சூத்திரர்களுக்கும் தங்களுடைய குரலை வெளிப்படுத்தும் சாத்தியங்களை மறுப்பதாகவும் அர்த்தப்படுகிறது. பசவலிங்கப்பாவின் விமர்சனம், இலக்கியப் படைப்புகளில் கோட்பாட்டுரீதியான தாக்கங்கள் குறித்த விவாதங்களைத் தூண்டிவிட்டதோடு, ஆதிக்கச் சாதிகளிடமிருந்து மிகவும் கோபமான, வன்மையான விமர்சனங்களுக்கு வழிவகுத்தது.

சொல்லப்போனால், உடனடியாகக் கலவரச் சூழல் உருவானது. மேல்சாதி மாணவர்கள், அவர்களுடைய அரசியல் தலைமையின் தூண்டுதலில் வீதிகளில் இறங்கிப் போராடத் தொடங்கினார்கள். பல முன்னணிக் கன்னட எழுத்தாளர்கள் அவர்களுடைய உணர்வுகளை பசவலிங்கப்பா காயப்படுத்திவிட்டதாகக் கண்டனம் தெரிவித்தார்கள். தேவராஜ் அர்ஸ் மந்திரி சபையில் பெரும்பாலான மந்திரிகள் ராஜினாமா செய்தபோது அது வெளிப்படையாக அரசியல் பிரச்சினையாக மாறியது. மேலும், மாணவர்கள் போராட்டம் தீவிரமாகி, கல்லூரி வளாகங்களில் இந்தப் பிரச்சினை எதிரொலிக்கத் தொடங்கியது. மேல்சாதி மாணவர்களுக்கும் பசவலிங்கப்பாவை ஆதரித்த தலித் மாணவர்களுக்கும் இடையே கடும் மோதல்கள் நடந்தன. கன்னட நாடக உலகில் முக்கிய அறிஞரும் நாகராஜின் ஆசிரியருமான பேராசிரியர் மருளாசித்தப்பா, நாகராஜை மேல்சாதி மாணவர்கள் துரத்திக்கொண்டுவர, தப்பித்துக்கொள்வதற்காக அவருடைய அலுவலகத்தில் நாகராஜ் மறைந்துகொண்ட ஒரு நிகழ்வை நினைவுகூர்கிறார். இதுபோலவே, சித்தலிங்கையாவும் மற்றவர்களும் தொடர்ந்து மிரட்டல்களுக்கு உள்ளானார்கள். இவர்கள் ஒரே மாணவர் விடுதி அறையிலோ அல்லது வீட்டிலோ இரு இரவுகள் சேர்ந்தாற்போல் தங்கவில்லை. தெற்கு கர்நாடகத்தில் உள்ள கிராமங்களுக்கு வர வேண்டாம் என்று பசவலிங்கப்பாவின் ஆதரவாளர்கள் பலர் அவர்களது உறவினர்களுக்கு அறிவுரை சொன்னார்கள்.

இந்தத் தீவிரையான மாணவர் எதிர்ப்பு இயக்கத்தில் நாகராஜும் தவிர்க்க முடியாத பகுதியாக இருந்தார். தெற்கு கர்நாடகம் முழுவதிலும் உள்ள கல்லூரிகளில், வொக்கலிகர்களின் ஆதிக்கத்தை தலித் மாணவர்களும் சூத்திர மாணவர்களும் எதிர்த்தார்கள். இந்த மாணவர்கள், பிற முற்போக்கு இயக்கங்களோடும் பகுத்தறிவு அமைப்புகளோடும் தொடர்புகொண்டிருந்தார்கள். இதில் பலர் எழுத்தறிவுத் திட்டங்களில் பங்கெடுத்துக்கொண்டு, பெங்களூரில் பள்ளி செல்லும் சிறுவர்களுக்கும் பெரியவர்களுக்கும் மாலைநேர வகுப்புகள் நடத்தியதாகக் கவிஞர் சித்தலிங்கையா நினைவுகூர்கிறார்.

இந்தப் போராட்டங்கள் வெடித்த ஒரு மாதத்துக்குள்ளாக பசவலிங்கப்பா வெகுஜன எதிர்ப்பின் காரணமாக ராஜினாமா செய்ய நிர்ப்பந்திக்கப்பட்டார். ஆனால், அவர் முன்னைவிட முற்போக்கு வட்டங்களிலும் இலக்கிய விவாதங்களிலும் மேலும் தீவிரமாக ஈடுபட்டார். பூஸா நிகழ்வு கர்நாடகத்தில் தலித் மற்றும் பிற்படுத்தப்பட்ட வர்க்கங்களின் எழுச்சியை மட்டுமே குறிக்கவில்லை. இது எழுத்தாளர்கள் தங்களை ஒன்றுதிரட்டிக்கொள்ளத் தேவையான உந்துதலையும் கொடுத்தது. பண்பாட்டுரீதியான விமர்சனங்களை முன்வைக்கும் பொருட்டும், கடந்த காலத்திலிருந்து தீவிரையாக வேறுபடும் ஒரு புதிய சுயத்தை உருவாக்கும் பொருட்டும் சூத்திரர் எழுத்தாளர்களும் தலித் எழுத்தாளர்களும் ஓர் இயக்கத்தைத் தொடங்கினார்கள். இந்த எழுத்தாளர்கள் ‘கர்நாடக பரஹகாரா மாத்கு கலாவிதர ஒக்குட்டா’ (கர்நாடக எழுத்தாளர்கள் மற்றும் கலைஞர்கள் கூட்டமைப்பு) என்று புதிய அமைப்பு ஒன்றை உருவாக்கினார்கள். இவர்கள் 1974–ல் மைசூரில் ஒரு மாநாட்டுக்கு ஏற்பாடுசெய்து, கன்னட எழுத்தாளர்களில் மிக முக்கியமானவரான குவெம்புவை (Kuvempu) தலைமை உரையாற்ற அழைத்திருந்தார்கள். அந்த மாநாடு பசவலிங்கப்பாவுக்கு ஆதரவாகத் தீர்மானம் நிறைவேற்றியது. அதில் பங்கேற்றவர்கள், கன்னட இலக்கியப் பண்பாடானது பார்ப்பனர்களின் மேலாதிக்கத்துக்கு உட்பட்டது என்றும் மேட்டுக்குடிப் பண்பைக் கொண்டது என்றும் குணாம்சப்படுத்தினார்கள்.[2] அந்த மாநாட்டில் பேசிய குவெம்பு, பசவலிங்கப்பா சொன்ன கருத்தை ஏற்றுக்கொண்டதோடு, கன்னட இலக்கியம் குறித்து இதைக் காட்டிலும் மோசமான விமர்சனங்களை அவரே எழுதியிருப்பதாகவும் தெரிவித்தார். 1974–ல் மைசூரில் நடந்த எழுத்தாளர்கள் சந்திப்பில் பசவலிங்கப்பாவும் கலந்துகொண்டார். இந்த எழுத்தாளர்கள் இப்படியாகக் கன்னட இலக்கியப் பண்பாட்டை விமர்சித்ததன் ஊடாகக் கர்நாடகம், கன்னட இலக்கியம் என்ற பின்னணியில், அரசியல்ரீதியான நவீனத்துவத்தின் விருப்புறுதிகளையும் விழைவுகளையும் தொடங்கிவைத்தார்கள்.

2 *பார்க்கவும்: U.R.Ananthamurthy, ‘Sannivesa’, (1974). மதரீதியான மரபுகளுக்கு வெளியே வைக்கப்பட்டிருக்கும் பஞ்சமர்கள் மதரீதியான உள்ளடக்கத்தைக் கொண்டிருக்கும் கன்னட இலக்கியத்தை அர்த்தமில்லாதது என்று விமர்சிப்பது உயர்சாதிகளான நம்மை ஏன் அதிர்ச்சிகொள்ளவைக்க வேண்டும் என்று அனந்தமூர்த்தி கேட்கிறார். மேலும், கன்னடப் பாரம்பரியத்தை நிராகரிப்பதன் ஊடாக உண்மையிலேயே ஏதேனும் புதியதான ஒன்றை ஏன் பஞ்சமர்களால் சேர்க்க முடியாது என்றும் கேட்கிறார்.*

‘பூஸா’ நிகழ்வானது கன்னட இலக்கியத்தில் புதிய அலையின் தோற்றத்தைக் குறிக்கிறது. இந்த நிகழ்வுக்கு முன்னே, மஹாதேவாவும் சித்தலிங்கையாவும் எழுதத் தொடங்கியிருந்தார்கள். ஆனால், இப்போது இவர்கள் தங்களுடைய எதிர்ப்பை நிறுவனப்படுத்த முயன்றார்கள். 1974-ல் நடந்த எழுத்தாளர்கள் மற்றும் கலைஞர்கள் சந்திப்பு ஒரு புதிய பண்பாட்டு இயக்கத்தைத் தோற்றுவிப்பதில் தவறியிருந்தாலும் (ஓரளவுக்கு மட்டுப்பட்ட அதன் பார்ப்பனிய எதிர்ப்பால் என்று சொல்லலாம்) அந்தத் திசை நோக்கிய முயற்சிகள் 1970-கள் முழுவதும் தொடர்ந்தன. 1976-ல் தலித் எழுத்தாளர்கள் பத்ராவதியில் ஒன்றுகூடி தலித் சங்கர்ஷ் சமிதியை (டிஎஸ்எஸ்) தொடங்கினார்கள். இது மிக வேகமாக வளர்ந்து படித்த தலித்துகள் மத்தியில் பரவலான அங்கீகரிப்பைப் பெற்றது. இதுவும் வேறு பல முயற்சிகளும், 1979-ல் அம்பேத்கரியச் சிந்தனைகள் குறித்து ஒரு அமர்வு வைக்க கன்னட சாகித்ய பரிஷத் மறுத்ததை தலித் எழுத்தாளர்களும் சூத்திர எழுத்தாளர்களும் எதிர்த்தபோது, அது இலக்கியப் பண்பாட்டு இயக்கமாக வலுப்பெற்றது. இந்தத் தீவிரை எழுத்தாளர்கள் பெங்களூரில் அதற்கு இணையாக ஓர் அமர்வை நடத்தி, கன்னட இலக்கிய அமைப்புக்கு அவர்களுடைய அதிகாரபூர்வமான எதிர்ப்பைத் தொடங்கிவைத்தார்கள். இந்தப் புதிய இயக்கம்தான் தலித்–பந்தயா பள்ளி என்று அழைக்கப்படுகிறது. இந்த முயற்சிகளிலெல்லாம் நாகராஜ் பங்கேற்பாளராக இருந்தார். முன்னரே குறிப்பிட்டதுபோல் இந்தப் புதிய இயக்கத்துக்கான கோஷத்தை இவர்தான் உருவாக்கிக்கொடுத்தார். தலித் எழுத்தாளர்களுக்கும் சூத்திர எழுத்தாளர்களின் இலக்கியமே முக்கியப் போராட்டக் களமாகத் தொடர்ந்தது என்றாலும், சமூகநீதிக்கான இவர்களுடைய தேடல், குறிப்பாகக் கர்நாடகக் கிராமங்களில் தீண்டப்படாதவர்கள் அதிக அளவில் பல்கலைக்கழகங்களுக்குள் நுழைந்து டிஎஸ்எஸ்ஸின் பகுதியானதால், மட்டுப்படவில்லை. கர்நாடகக் கிராமங்களில் டிஎஸ்எஸ்ஸின் இருப்பால், ‘பூஸா’ பிரச்சினையின் ஆக்ரோஷம் புதிய வடிவங்களில் மீண்டும் வெளிப்பட்டது. இப்படியாக, டிஎஸ்எஸ் அழுத்தம் கொடுக்கக்கூடிய அளவுக்குப் பலம் கொண்ட குழுமமாக மாறியது. இப்படியாகத்தான், டிஎஸ்எஸ் செயல்பாடுகளில் இலக்கியமும் சமூகப் பரிமாணங்களும் ஒன்றிணைந்தன.

III

நாகராஜ் குறிப்பிடுவதுபோல், தலித் எழுத்தாளர்களையும் சூத்திர எழுத்தாளர்களையும் கொண்டிருந்த இந்தப் புதிய குழுமம் கன்னட இலக்கியத்துக்குள் அவர்களுடைய வாழ்வனுபவங்களையும் எழுத்து வடிவங்களையும் சொல்வளத்தையும் பேச்சுவழக்குகளையும் அதுவரை பரிச்சயமில்லாத உலகப் பார்வைகளையும் கொண்டுவந்தது. இருப்பினும், கடந்த ஆயிரம் ஆண்டுகளாகக் கன்னட எழுத்தாளர்களுக்குக் கிடைத்த சிந்தனைகளையும் எழுத்துகளையும் மொத்தமாக நிராகரிக்க அவர்கள் தீவிரையான உடைப்பை ஏற்படுத்தி முயன்றதில்தான் இதன் முக்கியத்துவம்

அடங்கியுள்ளது. குறிப்பிட்டுச் சொல்வதென்றால், 1970 வரையில் சூத்திரர், தலித் வர்க்கங்களிலிருந்து வந்த எழுத்தாளர்களில் மிக முக்கியமானவர் குவெம்பு மட்டுமே. இவர் நிலவுடைமை வொக்கலிகர் குமுகத்தைச் சேர்ந்தவர். ஆக, தலித்துகளும் சூத்திரர்களும் வாய்மொழி இலக்கியங்கள், நாட்டார் காவியங்கள் என்று மிகச் செழுமையான பண்பாட்டுப் பாரம்பரியத்தைக் கொண்டிருந்தாலும், இவை எதுவுமே ‘இலக்கிய’ உரையாடல்கள் எதிலும் அந்த அளவுக்குப் பங்காற்றியதில்லை. இப்போது சூத்திரர், தலித் எழுத்தாளர்களின் இலக்கிய நடைமுறைகள் இலக்கியத்தின் மீது நம்பிக்கையில்லா நெருக்கடியை வெளிப்படுத்தின. அதாவது, இ.எல். டாக்டரோ (*E.L.Doctorow*) குணாம்சப்படுத்துவதுபோல், ‘மரபார்ந்த தேவைகளுக்கு மரபார்ந்த இலக்கிய நடைமுறைகள் மீது நம்பிக்கையில்லா நெருக்கடி’யாகிறது.[3]

இந்தப் புதிய இலக்கிய நுண்ணுணர்வோடு லோகியாவாத சோஷலிஸ வழியிலிருந்தும், அம்பேத்கரியச் சிந்தனை வழிகளிலிருந்தும் பெற்றுக்கொண்ட அரசியல் நவீனத்துவம் உடனிணைந்தது. இளம் தலித்-சூத்திர எழுத்தாளர்கள் சமூக மாற்றத்துக்கும் சமத்துவவாதச் சமூகத்தை நிறுவுவதற்கும் தங்களை அர்ப்பணித்துக்கொண்டார்கள். இதைச் சாதிப்பதற்குக் கலையும் இலக்கியமும் அடிப்படையில் அரசியல் கருவிகளாக இருக்க வேண்டும் என்று நம்பினார்கள். வேறொரு பின்னணியில், ‘ஒவ்வொரு எழுத்தாளரும் அரசியல் எழுத்தாளரே’ என்று கூகி வா தியாங்கோ (*Ngugi Wa Thinong’o*) முன்வைக்கிறார். ஆனால், கேள்வி என்னவென்றால், எது அரசியல்? யாருடைய அரசியல்? தலித், சூத்திர எழுத்தாளர்கள் தங்களுடைய அரசியல் திட்டம் குறித்து யாருக்கும் எத்தகைய சந்தேகத்தையும் வைக்கவில்லை. நாகராஜ் வருத்தப்பட்டுக் குறிப்பிடுவதுபோல், அதுவரை தற்கால இந்தியாவின் அச்சம் தரக்கூடிய யதார்த்தத்துக்கும் அதன் இலக்கியத்துக்கும் இடையே அர்த்தமுள்ள உறவு எதுவும் இல்லை. இது படைப்பாக்க வடிவங்களுக்கு சப்தஸ்மிருதியை (வார்த்தையின் நினைவுகள்) மட்டுமே முழுக்கச் சார்ந்திருப்பதால், அதில் உள்ள போதாமை வெளிப்படுகின்றன என்றும் நாகராஜ் குறிப்பிடுகிறார்.[4] இப்படியாக, இந்தப் புதிய எழுத்தாளர்களின் குறிக்கோளானது இலக்கியத்தில் சமூகப் பிரக்ஞையைக் கொண்டுவருவதாக இருந்தது. இத்தகைய எழுத்துகளின் பிரதான அம்சம் காவிய வடிவங்களை நிராகரிப்பதாகவும் நாட்டார் வடிவங்களை — அதாவது, வெகுஜனக் கதையாடல்களையும் கதாபாத்திரங்களையும் மட்டுமல்லாமல் தலித் விழைவுகள் அடிப்படையிலான புதிய சமூகப் பிரக்ஞையை, இலக்கிய நுண்ணுணர்வை அங்கீகரிப்பதாகவும்

3 *E.L.Doctorow (1994).*

4 *D.R.Nagaraj (1983). புனைவியரீதியான தேசியவாத ‘நவோதய’ பள்ளியில் இருபதாம் நூற்றாண்டின் தொடக்கம் வரை சாதாரண மனிதர்கள் இந்திய இலக்கியக் கற்பனைகளில் எப்போதும் முன்னிலைப்படுத்தப்பட்டதில்லை என்று நாகராஜ் முன்வைக்கிறார். சாதாரண மனிதர்களின், அன்றாட வாழ்க்கையின் அனுபவங்களை எழுத்தாளர்கள் துருவியகழ்வதில் உள்ள போதாமை மிகத் தீவிரமானதாகவே இருக்கிறது.*

இருந்தன. பந்தயாவின் (கலகக்காரர்கள்) இலக்கிய நுண்ணுணர்வு அதற்கான ஆதார சக்தியை ஒடுக்கப்படுகிறவர்களின் மற்றும் தொழிலாளி வர்க்கங்களின் அனுபவங்களிலிருந்தும் பண்பாட்டிலிருந்தும் பெற்றுக்கொள்ள முயன்றன. இதை நடைமுறைப்படுத்தியவர்கள், படைப்பாக்க முறை என்பது இலக்கியரீதியான வரலாற்றுத் தேவை என்றும், இலக்கியப் படைப்புகளெல்லாம் ஒடுக்கப்படுபவர்கள் வலிகளோடும் துயரங்களோடும் தொடர்புகொண்டிருக்கும் களஞ்சியம் என்றும் கோரினார்கள்.[5]

தலித் எழுத்துகளின் பின்னணியில் யு.ஆர்.அனந்தமூர்த்தி இந்தக் கேள்வியை முன்வைக்கிறார்: ஓர் எழுத்தாளர் தன்னை எதற்கு ஒப்புக்கொடுக்கிறார்? நாம் விவாதித்துக்கொண்டிருக்கும் விஷயத்தைப் பொறுத்தமட்டில் தலித், சூத்திர எழுத்தாளர்கள் — வேறு பல விடுதலை இயக்கங்களோடு தொடர்புடைய எழுத்தாளர்கள்போலவே — சமூக மாற்றத்துக்கான ஒரு கருவியாகவே கலை இலக்கியத்தைப் பார்த்தார்கள். இலக்கியத்தை ஒரு கருவியாகவும் நோக்கத்தைக் கொண்டிருக்கும் செயலாகவும் பார்க்கும் இப்படியான பிரத்யேகப் புரிதலானது இலக்கிய வடிவத்தின், செய்நேர்த்தியின் முக்கியத்துவத்தைக் குறைத்து மதிப்பிடுவதாகிறது. தலித், சூத்திர எழுத்தாளர்களின் அரசியல் வெளிப்படையானது. அது பொதுவாக, இலக்கிய வெளிப்பாட்டுக்குள்ளாகச் சமூகப் பிரக்ஞைக்கு அழுத்தம் கொடுக்கும் நிலைக்குக் கொண்டுவிடுகிறது. இதன் விளைவாக, வடிவத்தின் மீது குறைந்த அளவிலான கவனமே செலுத்தப்படுகிறது. இப்படியான புதிய அழுத்தங்களை உணர்ந்திருந்தாலும், தங்களுடைய எழுத்துகளை மதிப்பிடுவதற்கு வேறு விதமான அடிப்படைகளை இந்த எழுத்தாளர்கள் வேண்டினார்கள். மேலும், இலக்கியம் தனித்துவமான ஒரு வெளிப்பாடு என்பதால் அதில் பயிற்சி எடுத்துக்கொள்ள வேண்டும் என்ற நிலைப்பாட்டையும் கேள்விக்கு உட்படுத்தினார்கள். வடிவம் மீதும் செய்நேர்த்தி மீதும் அதிகமாகக் கவனம் செலுத்துவது அர்த்தங்களைத் தெளிவற்றதாக்குவதோடு இலக்கியத்தின் நோக்கத்தையே, அதாவது வெகுஜனங்களைச் சென்றடைந்து பயன் தரும் விதத்தில் வெகுஜனங்களோடு தொடர்புகொள்வது போன்றவற்றைப் பின்னுக்குத் தள்ளிவிடுவதாக நம்பினார்கள். வடிவத்தின் முக்கியத்துவம் குறித்த இப்படியான கேள்விகள், இலக்கியப் படைப்புகளுக்கு மட்டுமல்லாமல், இலக்கிய வரலாற்றியலை அணுகும் முறையிலும் பெரும் விளைவுகளை ஏற்படுத்துபவையாக இருக்கின்றன.

தலித், சூத்திர எழுத்தாளர்கள் கன்னட இலக்கிய மரபுகள் மீதுதான் விமர்சனங்களை முன்வைத்தார்கள் என்றாலும், அவர்களது உடனடி முன்னோடிகளான, அதாவது கலை எத்தகைய பிரத்யேகத் தேவைகளையும் பூர்த்திசெய்ய வேண்டிய அவசியமில்லை என்றும் அதற்கான யதார்த்தத்தை அதுவாகவே உருவாக்கிக்கொண்டால் போதும் என்றும் முன்வைத்த ஐரோப்பிய எழுத்தாளர்களின் நம்பிக்கைகளைப் பின்பற்றிய நவீன நவ்யா (*Navya*)

5 *Baraguru Ramachandrappa (2001: 696–708).*

எழுத்தாளர்களே தலித்துகளுடைய பிரதான இலக்காக இருந்தார்கள். நவீன நவ்யா எழுத்தாளர்களின் பார்வையில், அழகியல் அனுபவங்கள் அதற்கானதாக இருப்பதோடு, அப்படியாக இருப்பது அதன் தளத்தில் அர்த்தமுடையதாகவும் இருக்கிறது. ஐரோப்பியச் சூழ்நிலையில் அழகியல்ரீதியான விழுமியங்கள் சார்ந்த இத்தகைய பருமையாக்கம் என்பதுகூட எல்லாப் பொருட்கள் எல்லாவற்றின் மீதும், எல்லா உயிரினங்கள் எல்லாவற்றின் மீதும் ஒப்பீட்டளவிலான மதிப்பைச் சுமத்திய பொருள்சார் ஒழுங்கமைப்புக்கு எதிராக உருவானதே. கன்னட நவீனவியலாளர்கள், மேலை நாடுகளிலும், வேறு சில தெற்காசிய மொழிகளிலும் உள்ளவர்கள்போலவே புதிதாக சுதந்திரம் பெற்ற இந்தியாவின் நிலை கண்டு அவநம்பிக்கை கொண்டிருந்ததோடு, அதில் அடிப்படையான மாற்றத்தையும் வேண்டினார்கள். இந்தப் புது குழுமம் தீவிரையான எழுத்தாளர்களையும் கொண்டிருந்தது, பழமைவாத எழுத்தாளர்களையும் கொண்டிருந்தது. இந்த எழுத்தாளர்கள் எல்லோரும் எத்தகைய நிச்சயப்பாடுகளையும் முன்வைக்காத காலகட்டத்தில் நம்பத் தகுந்த சுயத்தை தெளிவாக முன்வைப்பதற்கு, இந்திய மரபுக்குள்ளாகத் தேடினார்கள்.[6] பொதுவாக உலகத்தையும், குறிப்பாகத் தனிமனிதர்களையும் இவர்கள் எதிர்கொண்ட முறை தீவிரையாக வேறுபட்டதாக இருந்தது. தனிமனிதர்களைப் பொறுத்தமட்டில், அவர்களுடைய அனுபவத்தின் மையமானது புதிரான தன்மையில் ஒழுங்குலைவையும் ஒத்திசைவையும் கொண்டிருப்பதானது. மேலும், உள்நோக்கிய தேடல் தனிநபர்வாதத்தை முன்வைத்ததோடு சுயத்தை உளவியல்ரீதியாகத் துருவியகழும் நிலைக்குக் கொண்டுவிட்டது. இப்படியாகத் துருவியகழ்ந்தது, இலக்கியத்தில் ‘வடிவ’த்தை முன்னிலைப்படுத்தியது. மேலும் புதிய நவீனவியலாளர்கள், வடிவத்தின் மீதான தீவிர அர்ப்பணிப்பையும் மனித அனுபவங்களை நிச்சயப்படுத்திக்கொள்ளக்கூடிய தன்மையையும் உள்ளடக்கிய யதார்த்தவாதத்தை அறிமுகப்படுத்தினார்கள்.[7] நாகராஜ் சுட்டிக்காட்டுவதைப் போன்று, மொழியை ஒரு பௌதிக யதார்த்தமாகப் பார்க்கும் புதிய பிரக்ஞையானது புதிதாக அறிமுகப்படுத்தப்பட்ட யதார்த்தவாதத்தின் மற்றொரு முக்கியமான விளைவாகிறது. மொழியை இப்படியாகப் பொருள்சார்ந்து அணுகியது, இலக்கிய மொழியிலும் வடிவத்திலும் உயிரோட்டமாகப் பரிசோதனைகள் மேற்கொள்ளும் சாத்தியத்தை உருவாக்கிக்கொடுத்தது.[8]

நவீனத்துவ எழுத்தாளர்கள் கொண்டிருந்த சமூக அக்கறைகளையெல்லாம் மீறி, இவர்கள் பிரதானமாகத் தனிநபர்களோடு தங்களை மட்டுப்படுத்திக்கொண்டார்கள். உலகத்தோடான அவர்களுடைய உறவின்

6 *D.R.Nagaraj, ‘Introduction’, (1992: 108).*

7 *நவீனவியலாளர்கள் வடிவத்தை முதன்மைப்படுத்தி, புனைவியர்ரீதியான நவோதயா எழுத்தாளர்கள் குறித்து அழகியல்ரீதியான விமர்சனத்தை முன்வைத்தார்கள். அதாவது, நவோதயா எழுத்தாளர்கள் படைப்பாக்கச் செயல் குறித்து மருளியலான புரிதலைக் கொண்டிருப்பதை விமர்சித்தார்கள். மொழியின் பொருள்சார் தன்மையும் மொழி–பயன்பாட்டுத்தன்மையும் இந்த விமர்சனங்களில் முக்கியத்துவம் பெறுகின்றன.*

8 *D.R.Nagaraj (1992: 108).*

மையக் கவலைகளான அந்நியமாதல், பதற்றம், தடுமாற்றம் போன்றவை குறித்து இவர்கள் துருவியகழவில்லை. சமூக வாழ்க்கையில் இத்தகைய பிரச்சினைகளின் முக்கியத்துவத்தை அங்கீகரிக்கத் தவறியதுதான் நவீனத்துவ எழுத்தாளர்களின் தோல்வி என்று தலித் எழுத்தாளர்கள் விமர்சித்தார்கள். மார்க்ஸிய-சோஷலிஸச் சிந்தனைகளால் உந்தப்பட்ட தலித் எழுத்தாளர்கள், கலை என்பது சமூக உறவுகள் குறித்துப் புரிதலைக் கொடுக்க வேண்டும் என்றும், சமூகத்தை மாற்றுவதற்கான கருவியாக இருக்க வேண்டும் என்றும் நம்பினார்கள். நவீனத்துவ எழுத்தாளர்களிடம் இப்படியான அக்கறைகள் ஏதும் இல்லாததும், கோட்பாட்டுரீதியான விமர்சனங்கள் ஏதுமில்லாததும் நவ்யா எழுத்தாளர்களின் அழகியலைக் கேள்விக்குட்படுத்தும் நிலைக்கு தலித் எழுத்தாளர்களைக் கட்டாயப்படுத்தியது. தலித், சூத்திர எழுத்தாளர்கள் இலக்கிய வடிவத்தின் முக்கியத்துவத்தை உணர்ந்துகொண்டிருப்பதை அவர்களுடைய அறிக்கையில் வெளிப்படுத்தினார்கள் என்றாலும், அவர்கள் எப்படிப்பட்டதாக இருந்தாலும் ஒற்றை வடிவ மாதிரியின் மேலாண்மையை ஏற்றுக்கொள்ள மறுத்தார்கள். இலக்கியப் படைப்புகளில் ஒரு பனுவல் குறித்துத் தீர்ப்புரைப்பதில் 'கலைத்துவமான பண்பு' ஒரு கூறாக மட்டுமே இருக்க முடியும் என்றார்கள். ஓர் இலக்கியப் பனுவல் குறித்துத் தீர்ப்புரைப்பதற்கு அந்தப் பனுவல் கொண்டிருக்கும் உட்பொருள், அதன் மனோபாவம், கோட்பாட்டுரீதியான நிலைப்பாடு போன்றவையும் முக்கியமாகின்றன. இதையெல்லாம்விட, மிக முக்கியமாக எத்தகைய வர்க்கத்தின் அல்லது சாதியின் நலனுக்கு அது சேவையாற்றுகிறது என்பது மிக முக்கியமானது என்றார்கள்.[9] கன்னட இலக்கியங்கள் மாட்டுத்தீவனமே தவிர வேறொன்றுமில்லை என்று பசவலிங்கப்பா வைத்த விமர்சனமானது தலித்-சூத்திரர்களின் கோட்பாட்டுரீதியான முன்வைப்புகளிலும் எதிரொலித்தது.

தலித், சூத்திர எழுத்தாளர்கள் அவர்களுடைய இலக்கிய நடைமுறைகளில் மட்டுமல்லாமல், வரலாற்றியல்ரீதியான வாசிப்புகளிலும் இலக்கிய வடிவத்தைக் காட்டிலும் கோட்பாட்டுக்கும் உள்ளடக்கத்துக்கும் அதிக அழுத்தம் கொடுத்தார்கள் என்றே நான் முன்வைக்க விரும்புகிறேன். வரலாற்றுரீதியாகக் கன்னட இலக்கியத்துக்கு ஏதேனும் நோக்கம் என்று ஒன்று இருக்குமானால், அது மதரீதியான, சாதிரீதியான நம்பிக்கைகளில் ஊக்கம் பெற்று, குறுங்குழுக்களின் தோற்றத்துக்கும் நலன்களுக்கும் சேவையாற்றுவதாகவே இருந்தது என்று வாதிட்டார்கள். மேலும் இது உழைப்பாளிகளின், தொழிலாளிகளின், விவசாயிகளின், தலித்துகளின் வாழ்க்கைப் பின்னணிகளையும் அனுபவங்களையும் கனவுகளையும் நுண்ணுணர்வுகளையும் ஒதுக்கித்தள்ளியிருப்பதால், கன்னட இலக்கியப் பண்பாட்டை மேட்டுக்குடித் தன்மையிலானதாகக் குணாம்சப்படுத்தினார்கள்.[10] முரண்நகையாக இப்படியான வாசிப்பானது மரபார்ந்த கன்னட இலக்கிய வரலாற்றியலாளர்கள் முன்வைத்த பிரதான வாசிப்போடு, அதாவது

---

9 பார்க்கவும்: *Baraguru Ramachandrappa* (2001: 696-708).
10 *Ibid.*

இலக்கியம் அந்தந்தக் குமுகங்களால் படைக்கப்பட்டது என்று வகைப்படுத்திய நிலைப்பாட்டுக்கு நிகரானதாக இருக்கிறது.[11] அதாவது, எழுதுதல் என்ற செயல்பாடே கோட்பாட்டுரீதியானது என்றும், உள்நோக்கம் கொண்டது என்றும் முன்வைத்ததோடு, நவீனத்துக்கு முந்தைய கன்னட எழுத்தாளர்களின் நோக்கம், மதநம்பிக்கைகளைப் பரப்புவது அல்லது அரசனைத் துதிபாடுவது அல்லது கடவுளைப் போற்றுவது என்பதாகவே இருந்தது என்றும் முன்வைத்தார்கள். இப்படியாகத்தான் சமணமும் வீரசைவமும் படைப்பூக்கமிக்க எழுத்தாளர்களையும் துடிப்புமிக்க இலக்கியப் பண்பாடுகளையும் கொண்டிருக்கும் குமுகங்களாகப் பார்க்கப்படுகின்றன.

நவீனத்துக்கு முந்தைய சகாப்தத்தில், சாதாரணமான மனிதர்கள் இலக்கியத்தின் உட்பொருளாக எப்போதும் இருந்ததில்லை என்பதோடு, இத்தகைய இலக்கியப் பனுவல்களை நுகர்கிறவர்களாகவும் தொடர்ந்து இருந்ததில்லை. சமூக மாற்றம், குறிப்பாக ஒரு சமத்துவவாதச் சமூகத்தை உருவாக்குவதற்கான தீவிரையான திட்டம், இலக்கியத்துக்குள் பெருமளவு எப்போதும் நுழைந்ததில்லை. இதுவரை தங்களுக்கான குரலைக் கொண்டிராத வர்க்கங்களுக்கு — இவ்விடத்தில் தலித்துகளும் சூத்திரர்களும் — இலக்கியம், மரபு, இலக்கிய வரலாறு போன்றவற்றால் எத்தகைய பயனுமில்லை. இந்த வர்க்கங்கள், ஒரு புதிய சுயத்தை வடிவமைத்துக்கொள்ளும் தேடலில் கடந்த காலத்தை நிராகரித்தார்கள். எது நிலைத்திருக்கிறதோ அது அவர்களுக்கானது அல்ல.[12]

இதன் விளைவாக, இத்தகைய எழுத்தாளர்கள் பழைய இலக்கிய வடிவங்களை நிராகரித்தார்கள். பெரும்பாலும் புனைவு, கவிதை, சிறுகதைகள் போன்றவற்றை எழுதினார்கள். இவர்கள் நவீன வடிவங்களைப் பயன்படுத்தினார்கள். நாட்டாரியல் உட்கருத்துகளையும் மரபுத்தொடர்களையும் கொண்டு பரிசோதனைகள் மேற்கொண்டார்கள். கன்னட இலக்கியம் தொடங்கியதிலிருந்து ஏற்றுக்கொள்ளப்பட்டிருக்கும் கருத்தமைவுகளை விமர்சிப்பது, எதிர்ப்பது என்பது அவர்களுடைய உலகத்தை மாற்றுவதற்கான பொறுப்புணர்வையும் இப்படியான நோக்கத்துக்கு இலக்கியத்தைப் பயன்படுத்தும் அவர்களது உறுதிப்பாட்டையும் குறிப்பதாக இருக்கிறது.

11 கன்னட இலக்கிய வரலாற்றை (1915-21) எழுதிய ரைஸின் (Rice) எழுத்துகளைப் பொறுத்தமட்டிலும்கூட இது உண்மைதான். பார்க்கவும்: R.Narasimhachar (1972-4), published originally in the early 1900s); R.S.Mugali (1968); and the two major Kannada literary history initiatives launched by the Universities of Mysore and Bangalore in the 1970s.

12 வாய்மொழி மரபுகள், நாட்டார் மரபுகள், வெகுஜன மரபுகள் அவர்களுடைய பாரம்பரியத்தைக் கட்டமைப்பதற்கு முக்கியமான களஞ்சியமாயின. ஆனாலும், இலக்கிய வரலாற்றியலாளர்கள் வெகு அபூர்வமாகவே இலக்கியங்கள் இத்தகைய மரபுகளோடு கொண்டிருந்த உறவு குறித்துக் கோட்பாட்டாக்கம் செய்திருக்கிறார்கள்.

தலித்-சூத்திரர் குறுக்கீடுகள் இலக்கியத்தில் சமூகப் பிரக்ஞையை முன்னிலைக்குக் கொண்டுவந்தன. நவீனத்துவ எழுத்தாளர்கள், இந்தியச் சமூகம் குறித்து உளவியல்ரீதியாக, சமூகரீதியாக, சூழலியல்ரீதியாகத் துருவியகழ்ந்து புதிய சமூக இயக்கங்களின் பார்வைகளை அவர்களுடைய எழுத்துகளில் ஒன்றிணைக்கத் தொடங்கினார்கள். அதே சமயத்தில், வடிவம் மீதான அவர்களது அடிப்படையான அக்கறைகளையும் மொழிசார்ந்த பரிசோதனைகளையும் வாழ்க்கை குறித்தான ஆழ்ந்த ஈடுபாட்டையும் தக்கவைத்துக்கொண்டார்கள்.[13] இருந்தாலும், சில கேள்விகள் அப்படியே இருந்தன. நவ்யா எழுத்தாளரும் இலக்கியக் கோட்பாட்டாளருமான யு.ஆர்.அனந்தமூர்த்தி இடையீடுசெய்து இலக்கியத்தில் அர்ப்பணிப்பு தொடர்பான கேள்விகளைத் தொடர்ந்து முன்வைத்துவந்தார். சிறந்த எழுத்தாளர்கள் இலக்கியமல்லாத காரணிகளுக்கே தன்னை ஒப்புக்கொடுக்கிறார்கள் என்றாலும், அவர்களுடைய படைப்புகள் ஆசிரியரின் நோக்கத்தைக் கடந்து சுதந்திரமாக நிற்கக்கூடியவை என்று வாதிட்டார். ஆக, இலக்கியமல்லாத விழுமியங்களுக்குத் தன்னை ஒப்புக்கொடுக்கும் எழுத்தாளரின் புதிய வேட்கையை ஏற்றுக்கொள்ளும் அதே சமயத்தில், இலக்கியம் ஒரு பயன்பாட்டுக் கருவியாக மாறிவிடக் கூடாது என்றும் நம்பினார்.[14] அப்படியென்றால், இலக்கியத்தின் நோக்கம் என்ன? தலித் எழுத்தாளர்கள் வாதிடுவதுபோல் அது சமூக மாற்றத்துக்கும் செயல்பாடுகளைத் தூண்டிவிடுவதற்கும் சேவைபுரிய வேண்டுமா அல்லது அனந்தமூர்த்தி முன்வைப்பதுபோல் ஒரு வாசகர் அவரைச் சுற்றியுள்ள உலகம் குறித்த அறிதலும் பிரதிபலிப்பும் கொண்டிருக்கும் ஒருவராக ஆக்குவதற்கு உதவ வேண்டுமா?

இத்தகைய தடுமாற்றங்கள் கன்னட இலக்கியக் கற்பனைகளைத் தொடர்ந்து இம்சித்துக்கொண்டிருப்பதோடு, 1970-கள் முதல் கர்நாடக தலித் இயக்கத்திலும் இவை பிரதிபலித்துக்கொண்டிருக்கின்றன. இப்படியான தடுமாற்றங்கள் மட்டுமே நாகராஜின் நுண்ணுணர்வுகளை வடிவமைக்கவில்லை. இதற்கான விடைகளைக் கண்டெடுக்க அவர் முயன்றபோது எதிர்கொண்ட சவால்களும் இதற்கு உதவியிருக்கின்றன. இப்படியான அவரது பயணம், அவரைக் கன்னடச் சூழலுக்கு அப்பால் கொண்டுசென்றது. இந்தப் பயணத்தின் விளைவே இந்தத் தொகுப்பில் உள்ள கட்டுரைகள்.

['தி ஃப்ளேமிங் ஃபீட்' தொகுப்பின் இரண்டாவது பதிப்புக்கு எழுதப்பட்ட முன்னுரை.]

13 *D.R.Nagaraj (1992: 110).*

14 *U.R.Ananthamurthy, 'Sannivesa', (1974).*

அமிழ்தத்தைத் தேடிய கருடன்
நாகராஜின் கதையாடல்ரீதியான கற்பனைகள் குறித்து

பிருத்வி தத்தா சந்தர ஷோபி

நவீன கன்னட மகாகவி தாத்தத்ரேயா ராமசந்திர பெந்த்ரேவை (Dattatreya Ramachandra Bendre) பொறுத்தமட்டில் 'கவிதை என்பது அமிழ்தத்தை நோக்கிப் பறக்கும் கருட'னே. 'பெந்த்ரேவின் கவிதையில் உள்ள இந்தப் படிமத்தில் உந்தப்பட்டு, டி.ஆர்.நாகராஜ் அவருடைய முதல் கன்னடக் கட்டுரைத் தொகுப்புக்கு 'அமிர்த மட்டு கருடா' (அமிழ்தமும் கருடனும்) என்று தலைப்பிட்டிருந்தார். அவர் எப்போதாவது கவிதைகள் எழுதக்கூடும் என்ற வதந்திகள் உண்டு என்றாலும், நாகராஜ் கவிஞர் அல்ல. தொழில்ரீதியாக இலக்கிய மாணவன் என்பதாகவே தன்னை விவரித்துக்கொண்டார். ஆனாலும், அவருடைய இலக்கிய விமர்சனங்களில் மட்டுமல்லாமல் அரசியல்ரீதியான, பண்பாட்டுரீதியான எழுத்துகளிலும்கூடக் கதையாடலின் முக்கியத்துவத்தையும் அதன் செல்வாக்கையும் புரிந்துகொண்டிருக்கும் ஒரு காவியக் கவிஞனுக்கான உணர்ச்சிகளைக் கொண்டிருந்ததோடு அதை வெளிப்படுத்தவும் செய்தார். நாகராஜ் சிந்தனையிலும் எழுத்துகளிலும் காணப்படும் இத்தகைய பண்பின் மீது நான் கவனம்கொள்ள விரும்புகிறேன். இந்திய நாகரிகத்தின் பௌராணிகராக இருப்பதே அவரது ரகசிய லட்சியமாக இருந்திருக்க வேண்டும் என்று நான் சந்தேகப்படுகிறேன். இந்தியாவோடு மட்டுப்படுத்துவதற்கு என்னை அவர் கடிந்துகொண்டிருக்கவும்கூடும். நாகராஜுக்கு நான் சொல்ல விரும்புவது என்னவென்றால், அவர் ஒரு பௌராணிகரே — அதாவது, நவீனத்துவத்துக்கு முன்பு புராணங்களுக்கும் காவியங்களுக்கும் உரை எழுதிய மரபான உரையாசிரியர்கள். இப்படியாக முன்வைப்பதை அவர் பாராட்டாகவே எடுத்துக்கொண்டிருப்பார். அவர் பலமுறை பௌராணிகர்கள் குறித்து வியந்து எழுதியிருக்கிறார். காந்தியின் அர்த்தப்படுத்தும் பாணியை இந்த வார்த்தையைக் கொண்டுதான் விவரிக்கிறார்.[1] பண்பாட்டின்

---

1   நாகராஜின் அற்புதமான கட்டுரையைப் பார்க்கவும்: 'Self-Purification vs Self-Respect' in The Flaming Feet and Other Essays (Ranikhet: Permanent Black, 2010). [இந்தத் தொகுப்பில் 'சுயதூய்மை எதிர் சுயமரியாதை' என்ற தலைப்பில் சேர்க்கப்பட்டுள்ளது. மொ-ர்].

அறிவையும் அறிவத்தையும் ஒழுங்கமைக்கும் கதைசொல்லிகள் என்பதாகவே பௌராணிகர்களுக்கு விளக்கம் கொடுத்திருப்பார்.[2] மேலும், மீளிணக்கம் காண முடியாதவற்றையெல்லாம் ஒன்றிணைத்துப் புதிய பாதைகளை உருவாக்கும் அறிவுநுட்பத்தைக் கொண்டவர்கள் என்பதாகவும் விளக்கம் கொடுத்திருப்பார். நாகராஜின் இப்படியான முயற்சிக்குச் சிறந்த எடுத்துக்காட்டாக காந்திக்கும் அம்பேத்கருக்கும் இடையே மீளிணக்கம் காணும் அவரது முயற்சியைச் சொல்லலாம். இப்படியான முறையைக் கைக்கொள்ளும்போதும் கதைகளை உருவகங்களாகப் பயன்படுத்தும்போதும் பகுத்தாய்வதில் மிகச் சிறப்பாக வெளிப்படுகிறார். இதுகுறித்துப் பின்னர் விரிவாகப் பார்ப்போம்.

இந்தப் பௌராணிகர் படிமத்தோடு, நாம் துயரம்கொண்ட கருடன் உருவத்தையும் இணைத்துக்கொள்ள வேண்டியிருக்கிறது. பெந்த்ரே அவருடைய கவிதையில், விஷ்ணுவின் வாகனமான இந்தியக் கழுகைக் குறிப்பிடுகிறார். ஒருவேளை 1983-ல் நாகராஜும் இதே அர்த்தத்தில் பயன்படுத்தியிருக்கலாம். ஆனால், 1990-களுக்குப் பிறகு, இந்த வார்த்தை அவருக்குத் தனிப்பட்ட முறையில் என்ன அர்த்தத்தைக் கொடுத்திருக்கும் என்பது தெளிவில்லாமல் இருக்கிறது. நான் அவருடன் நடத்திய உரையாடல்களின் அடிப்படையில் சொல்வதென்றால், மத்திய காலத் தென்னிந்தியாவில் கருடர்கள் என்று அழைக்கப்பட்ட மூர்க்கமான போர்வீரர்களின் மரபானது கருடன் என்ற சொல்லுக்குள்ளாக உட்பதிக்கப்பட்டிருக்கலாம் என்று அவரும் அடையாளம் கண்டிருக்கக்கூடும் என்றே நான் சந்தேகிக்கிறேன். ‘வன்முறையின் அறமும் அழகியலும்’ என்ற, இந்தத் தொகுப்பில் சேர்க்கப்பட்டிருக்கும் கட்டுரையில், கருடர்கள் அவர்களுடைய எஜமானர்களுக்கு முழுமுற்றாக விசுவாசமாக இருந்ததைக் குறித்தும், அவர்களுக்குச் சேவைசெய்யும் விதமாக எதிரிகளை அழித்தொழிப்பதற்கு அல்லது தங்களையே அழித்தொழித்துக்கொள்வதற்குத் தயாராக இருப்பது குறித்தும் நாகராஜ் ஆராய்ந்திருக்கிறார். ஆனால், நாகராஜுக்கு அவர்கள் மீதான ஈர்ப்புக்கு அவர்கள் வன்முறைக்கான முகவர்களாகிறார்கள் என்ற தகுதியோ அல்லது அவர்களுடைய எஜமானர்களுக்கு விசுவாசமாக இருக்கிறார்கள் என்பதோ காரணியமாக இருக்க முடியாது. மாறாக, அவர்களுடைய துயரமான விதியும் முழுமையற்ற வாழ்வுமே அவர்கள் மீதான ஈர்ப்பை உண்டாக்கியிருக்க வேண்டும். நாகராஜின் நீண்ட நாள் நண்பரான, உடுப்பியைச் சேர்ந்த மறைந்த முராரி பலாலா (Murari Ballala), ‘டி.ஆர். நாகராஜ்: கருடனை அறிந்திருந்த அமிழ்தத்தின் மகன்’ என்ற தலைப்பிட்ட கட்டுரை ஒன்றை எழுதியிருந்தார். நாகராஜ் தன்னைக் கருடன் என்று

2 எடுத்துக்காட்டுக்கு மரியோ வர்காஸ் லோசாவின் நாவலான ‘தி ஸ்டோரிடெல்லர்’ குறித்த நாகாராஜின் வாசிப்பைப் பார்க்கவும்: ‘The Lie of a Youth and the Truth of an Anthropologist: Two Tales of Widening of Emotional Concern’ in The Flaming Feet and Other Essays (Ranikhet: Permanent Black, 2010). இந்தக் கட்டுரையானது கதைசொல்லியாக ஒரு மானுடவியலாளர் மாறுவதை ஏற்புடைமையோடு பார்க்கிறது. [இந்தத் தொகுப்பில் ‘ஒரு இளைஞனின் பொய்யும் ஒரு மானுடவியலாளரின் உண்மையும்: உணர்வுபூர்வமான அக்கறைகளைப் பரவலாக்குவது தொடர்பான இரண்டு கதைகள்’ என்ற தலைப்பில் சேர்க்கப்பட்டுள்ளது. – மொ.ர்].

விவரித்துக்கொள்ளவே விரும்பியிருப்பார் என்பதுபோல்தான் எனக்குத் தோன்றுகிறது.

□ □ □

டோடபல்லபுரா ராமையா நாகராஜ் 1954 பிப்ரவரி 20 அன்று ராமையாவுக்கும் அக்கையம்மாவுக்கும் டோடபல்லபுராவில் பிறந்தார். அவரது குடும்பம் நெசவாளர் சாதியைச் சேர்ந்தது என்றாலும் அவரது தந்தை ஒரு பள்ளி ஆசிரியராக இருந்தார். பூர்வீகக் கிராமத்தில் நாகராஜ் அவரது பள்ளிப் படிப்பை முடித்தார். பிறகு, பெங்களூரில் உள்ள அரசு கலை மற்றும் அறிவியல் கல்லூரியில் படித்தார். அவர்களுடைய நண்பர்கள், குறிப்பாகக் கவிஞர் சித்தலிங்கையா, நாகராஜின் விவாதத் திறமை குறித்தும் அவரது ஆங்கிலப் புலமை குறித்தும் அடிக்கடி பெருமையோடு குறிப்பிடுவார்கள்.[3] பிறகு, அவர் மிகச் சிறந்த எழுத்தாளரானார். அவருடைய நண்பர்கள், வழக்கத்துக்கு மாறாக ஒரே சமயத்தில் புத்தகப் புழுவாகவும் போராட்டங்களிலும் பேரணிகளிலும் கலந்துகொள்ளக்கூடிய அர்ப்பணிப்பு கொண்ட செயல்பாட்டாளராகவும் இருக்க முடிந்த இவரது திறமையைக் குறித்துக் கருத்துரைத்திருக்கிறார்கள். இது எப்போதும் மிகத் தீவிரமான சோஷலிஸப் போராட்டங்களாக மட்டுமே இருந்ததில்லை. அவருடைய வாலிபப் பருவத் தீவிரையாக்கம், அவ்வப்போது வேடிக்கையான குறும்புப் பாதையிலும் அவரைக் கொண்டுவிட்டிருக்கிறது. சித்தலிங்கையா அப்படிப்பட்ட ஒரு நிகழ்வை அவருடைய வாழ்க்கை வரலாறான ‘ஊருகேரி’யில் (Oorukeri) நினைவுகூர்கிறார். ஒருமுறை, டோடபல்லபுராவில் விநாயகச் சதுர்த்தியன்று, உள்ளூர் இளைஞர்கள் அமைப்பு நடத்திய திருவிழாவைக் குலைப்பதென்று நாகராஜ் முடிவெடுக்கிறார். ஆக, திருவிழா தயாரிப்புகள் நடந்துகொண்டிருக்கும்போது, பேதி மருந்தைப் பிரசாதத்தில் கலந்துவிடுகிறார். நாகராஜ் பிரசாதத்தில் மருந்து கலந்ததை எவரும் பார்க்கவில்லை என்றாலும், இதனால் பாதிக்கப்பட்டவர்கள் இப்படிச் செய்வதற்கு நாகராஜ் மட்டுமே துணிந்திருப்பான் என்ற முடிவுக்கு வருகிறார்கள். பிறகு, அவரைத் தேடத் தொடங்கினார்கள். வேறு

3 *வகுப்பறைகளுக்குள்ளாக, கல்லூரிகளுக்கு இடையே நடந்த பல பேச்சுப் போட்டிகளில் சித்தலிங்கையாவுக்கும் நாகராஜுக்கும் இடையே தொடக்கத்தில் நடந்த பல மோதல்கள் குறித்து வேடிக்கையான பல கதைகளை சித்தலிங்கையா என்னிடம் சொன்னார். குறிப்பாக, நாகராஜின் ஆங்கிலத் திறமையைப் பரிசோதிக்கும் விதமாக, அவரிடம் இலக்கணரீதியாகத் தவறாக எழுதப்பட்டிருக்கும் வாக்கியத்தைக் கொடுத்து அதை அவர் கண்டுபிடிக்கிறாரா இல்லையா என்று பரிசோதித்தது குறித்து சித்தலிங்கையா விவரிக்கிறார். நாகராஜின் இன்னொரு நண்பரான டி.பி.அசோக் இவ்வாறு எழுதுகிறார்: ‘டோடபல்லபுராவிலிருந்து பிற்படுத்தப்பட்ட வகுப்பைச் சேர்ந்த ஒருவன், கன்னடம் வழியாகக் கல்வி கற்ற ஒருவன், ஆங்கிலத்தைக் கரைத்துக்குடித்தது ஒரு நாவலுக்கான விஷயமாகிறது.’ பார்க்கவும்: T.P.Ashok (2008: 346).*

வழியில்லாமல், நாகராஜ் பெங்களூரில் உள்ள அவரது உறவினர் வீட்டுக்கு ஓடிப்போக வேண்டியிருந்தது.[4]

நாகராஜ் படிப்பின் அடுத்த கட்டம் கன்னட இலக்கியத்தில் முதுகலைப் படிப்பாக இருந்தது. பிறகு, பெங்களூர் பல்கலைக்கழகத்தில் எம்.ஃபில் பட்டமும் முனைவர் பட்டமும் பெற்றார். 1975-ல் பெங்களூர் பல்கலைக்கழகக் கன்னடத் துறையில் (முன்னர் கன்னட அத்யாயன கேந்திரா (Kannada Adhyayana Kendra) என்று அழைக்கப்பட்டது) ஆய்வு மாணவராகச் சேர்ந்தார். இதைத் தொடர்ந்து அவர் அந்தத் துறையில் ஆசிரியரானார். அவர் மிக வேகமாக உயர்பதவிகளை அடைந்தார்; விரிவுரையாளரானார். பிறகு, 1998-ல் அவரது மரணத்துக்கு முன்பு புதியதாகத் தொடங்கப்பட்ட 'கைலாசம் இருக்கை'யில் வருகைப் பேராசிரியராக அறிவிக்கப்பட்டார். அடிப்படையில், பெங்களூர் பல்கலைக்கழகத்தின் கன்னடத் துறையோடு இணைக்கப்பட்டிருந்தாலும், அவர் சிம்லாவில் உள்ள இன்ஸ்ட்டியூட் ஆஃப் அட்வான்ஸ்டு ஸ்டடீஸில் (Institute of Advanced Studies) ஆய்வாளராகவும் (1993–94), டெல்லியில் உள்ள சென்டர் ஃபார் தி ஸ்டடி ஆஃப் டெவலப்பிங் சொஸைட்டீஸில் (Centre for the Study of Developing Societies) மூத்த ஆய்வாளராகவும் (1994–96), சிகாகோ பல்கலைக்கழகத்தில், தெற்காசிய மொழிகள் மற்றும் நாகரிகத் துறையில் (Department of South Asian Languages and Civilisation) வருகைப் பேராசிரியராகவும் (1997–1998) இருந்தார்.[5] அவர் இறக்கும்போது மொழிபெயர்ப்பு மையமான சப்தவாவின் (Shabdava) இயக்குநராகவும் (இந்த மையம் சாகித்ய அகாடமியின் திட்டம்), ஹெக்கோடுவில் (Heggodu) உள்ள அக்ஷரா பிரகாஷன் (Akshara Prakashan) வெளியிடும் முக்கியமான பதிப்பு வரிசையான அக்ஷரா சிந்தனாவின் (Akshara Chintana) பதிப்பாசிரியராகவும் இருந்தார்.

நாகராஜ் கன்னடத்தில் நிறைய எழுதினார். அவர் கன்னடத்தில் ஆறு புத்தகங்கள் வெளியிட்டுள்ளார். இதில் நான்கு அவர் உயிரோடு இருந்த காலத்தில் வெளிவந்தவை. அவர் நூற்றுக்கணக்கான கட்டுரைகள் எழுதியிருந்ததோடு, ரூமி (Rumi) கவிதைகளை மொழியாக்கம் செய்திருக்கிறார். மேலும், தொகுப்பாசிரியராக இருந்து உருது இலக்கியத் தொகுப்பு உட்பட கன்னடத்தில் பதினைந்துக்கும் மேலான புத்தகங்களைப் பிரசுரித்திருக்கிறார்.[6] இருபது ஆண்டுகளுக்கும் மேலாக நாகராஜ் கன்னடத்தில் எழுதியவை, ஒரு

4 1970-களில் முற்போக்கு இயக்கங்களில் நாகராஜ் பங்கெடுத்துக்கொண்ட விவரங்களுக்கு இந்தத் தொகுப்பில் பின்னிணைப்பில் உள்ள பிருத்வி தத்தா சந்தர ஷோபியின் 'கதாயுதமாகட்டும் கவிதை' என்ற கட்டுரையைப் பார்க்கவும் – [மொ.ர்].

5 சிகாகோ பல்கலைக்கழகத்தில் போராசிரியர் பொறுப்பு கிடைத்தது மகிழ்ச்சி தரக்கூடியதாகவும் முக்கியமானதாகவும் பார்க்கப்பட்டது. ஏனெனில், இது முக்கியமான கன்னட எழுத்தாளரும் அறிஞருமான ஏ.கே.ராமானுஜன் இடத்தை நாகராஜ் நிரப்புவதாகப் பார்க்கப்பட்டது.

6 யு.ஆர்.அனந்தமூர்த்தி, ராமசந்திர ஷர்மா ஆகியோருடன் சேர்ந்து இதைத் தொகுத்துள்ளார். பார்க்கவும்: D.R.Nagaraj (1992).

சிந்தனையாளராக அவருடைய வளர்ச்சியை வெளிப்படுத்துகின்றன. இதற்கு மாறாக, நாகராஜின் ஆங்கில எழுத்துகள் முதிர்ச்சிபெற்ற சிந்தனையாளரின் எழுத்துகளாக வெளிப்படுகின்றன. கர்நாடகத்துக்கு வெளியே அவருக்குப் பெரும் ஆதரவாளர் வட்டத்தை உருவாக்கித்தந்ததோடு, கல்விப்புலம் சார்ந்து பல வாய்ப்புகளை — ஆசிரியராகவும் ஆய்வாளராகவும் — ஏற்படுத்திக்கொடுத்ததும் அவரது ஆங்கில எழுத்துகள்தான். அவருடைய ஒரே ஆங்கிலப் புத்தகமான 'தி ஃபிளேமிங் ஃபீட்' (The Flaming Feet) 1993-ல் பிரசுரமானது. இந்தப் புத்தகம் பிரசுரிக்கப்பட்ட காலத்துக்கும் அவரது மரணத்துக்கும் இடையே, அவர் பல கட்டுரைகள் ஆங்கிலத்தில் எழுதியுள்ளார்; பல ஆய்வரங்குகளில் ஆங்கிலத்தில் உரையாற்றியுள்ளார். அவற்றுள் பல கல்விப்புலச் சஞ்சிகைகளிலும் தொகுக்கப்பட்ட புத்தகங்களிலும் பிரசுரிக்கப்பட்டுள்ளன.[7] 'தி ஃபிளேமிங் ஃபீட்' தொகுப்பிலும், இந்தத் தொகுப்பில் [Listening to the Loom] உள்ள பெரும்பாலான கட்டுரைகள் 1990-களில் நாகராஜ் எழுதியவை. அவருடைய கன்னட எழுத்துகள் குறித்துச் சுருக்கமாக விவரித்துவிட்டு, பிறகு அவருடைய அறிவார்ந்த தேடல்கள் குறித்தும் அவரது ஆய்வு முறைகளில் ஏற்பட்ட மாற்றங்கள் குறித்தும் விவாதிக்கலாம் என்று திட்டமிட்டுள்ளேன்.

நாகராஜ் ஓர் இலக்கிய விமர்சகராக எழுதத் தொடங்கினார். இலக்கியம், அரசியல் இரண்டுக்கும் இடையேயான உறவு குறித்து ஆராய்வதுதான் நாகராஜின் அடிப்படை ஈடுபாடாக இருந்தது என்று அவருடைய சமகால இளையவரான சந்திரசேகர் நங்களி நினைவுகூர்கிறார்.[8] 1970-களில் இளம் கன்னட எழுத்தாளர் யாராக இருந்தாலும், தீவிரமாக அரசியலில் ஈடுபடாமல் இருந்திருக்க முடியாது. கர்நாடகத்தில் முக்கியமான அரசியல் மாற்றங்கள் நடந்துகொண்டிருந்தன. குறிப்பாகச் சொல்வதென்றால், ஓர் அரசியல் சக்தியாகப் பிற்படுத்தப்பட்டோரின் எழுச்சியைச் சொல்லலாம். முற்போக்கு இயக்கங்கள், சமூகம், இலக்கியம் சார்ந்த இயக்கங்கள் என்று ஏகப்பட்ட இயக்கங்கள் சமூக மாற்றத்துக்கான சக்திவாய்ந்த முகவர்களாக உருப்பெற்று, கர்நாடகத்தில் பெருமளவில் தாக்கத்தை ஏற்படுத்தின. நாகராஜ், இப்படியான போக்குகளில் பங்கேற்பாளராகவும் இருந்தார், இப்படியான போக்குகள் குறித்து மதிப்புரைப்பவராகவும் இருந்தார். ஒரு விமர்சகராக, நவீனத்துவ நவ்யா மரபின் விமர்சன நுண்ணுணர்வுகளை மாற்றியமைக்க விரும்பிய புதிய போக்கின் பகுதியாக இருந்தார். அவரது தொடக்க கால எழுத்துகளில், நவ்யா முன்வைத்த விமர்சனங்களில் நாகராஜ் தாக்கம் பெற்றிருந்தாலும், லூக்காஸ் (George Lucas), பிரெக்ட் (Betrol Brecht) போன்ற ஐரோப்பிய முற்போக்கு எழுத்தாளர்களிடமிருந்து அவர் கற்றுக்கொண்ட விஷயங்களோடு மட்டுப்பட்டிருந்தார். இலக்கிய விமர்சனம் வெறுமனே கலை விமர்சனம்

---

7 இந்தத் தொகுப்பில் உள்ள பின்னிணைப்பைப் பார்க்கவும். [இந்தத் தொகுப்பில் சேர்க்கப்படவில்லை - மொ.ர்].

8 நாகராஜ் அவருடைய முதுகலைப் பட்டம் பெற்ற கொண்டாட்ட நிகழ்வில், அரசியலையும் இலக்கியத்தையும் ஆராய்வதே அவருடைய எதிர்காலத் திட்டம் என்று சொன்னது குறித்து நங்களி எழுதுகிறார். பார்க்கவும்: *Chandrasekar Nangali (2009: 20)*.

மட்டுமே என்று பார்த்த நவ்யா விமர்சகர்கள்போல் அல்லாமல், இலக்கிய விமர்சனம் உலகத்தை விமர்சிக்கக்கூடியதாக இருக்க வேண்டும் என்று நாகராஜ் நம்பினார். மேலும், இவ்விரண்டு வடிவங்களும் ஒரே தளத்திலிருந்து தொடங்க வேண்டும் என்பதாகவும் பார்த்தார். 1970–களின் இறுதியில், தலித்–பந்தயா (Dalit–Bandaya) பள்ளியைச் சேர்ந்த நாகராஜும் வேறு பல விமர்சகர்களும், இலக்கியப் பண்பாட்டுக்குள் ‘சமூக’த்தை மீண்டும் கொண்டுவர வேண்டும் என்றார்கள். மேலும், தீண்டப்படாதவர்கள், சூத்திர எழுத்தாளர்களை அங்கீகரிப்பதற்கும் மதிப்பிடுவதற்கும் புதிய இலக்கிய அளவுகோல்கள் தேவைப்படுகின்றன என்றும் முன்வைத்தார்கள்.[9]

கர்நாடக முற்போக்கு மரபுகளில் பெரும் தாக்கத்தை ஏற்படுத்திய இரண்டு பிரதானப் பார்வைகளின் அரசியலை நாகராஜின் முதல் இரண்டு புத்தகங்கள் துருவியகழ்கின்றன: லோகியா மரபு, மார்க்ஸியக் கதையாடல்கள். 1970–களில் இறுதியில் அவரது முனைவர் பட்ட ஆய்வு, ‘சக்திஷாரதேயா மேளா – ஆதுனிகா கன்னடக் காவியதா அத்யாயனா’ (சக்தி மற்றும் சாரதா திருவிழாக்கள் – நவீனக் கன்னடக் கவிதைகள் குறித்த வாசிப்பு) பிரசுரிக்கப்பட்ட காலத்தில்தான் ‘அமிர்த மாட்டு கருடா’வும் (1983) வெளிவந்தது. இந்தத் தொகுப்பில் உள்ள கட்டுரைகள் நாட்டாரியல் உட்பட கன்னட இலக்கியப் படைப்பாளிகள் என்று பல்வேறு தலைப்புகளில் விவாதங்களைக் கொண்டிருந்தது. அதில் உள்ள பெரும்பாலான கட்டுரைகள், நவீனக் கன்னட இலக்கியப் பண்பாடு சாதாரணமான மனிதர்களைப் பயனிலைகளாகவோ ஆசிரியர்களாகவோ எவ்வாறு கையாள்கிறது என்ற கேள்வியைத் திரும்பத்திரும்பக் கேட்கின்றன.[10] அவருடைய தனிப்பொருணுலில் (*monograph*), நாகராஜ் அவருடைய அடிப்படை ஈடுபாடான இலக்கிய விமர்சனத்தை உள்ளடக்கமாகக் கொண்டு கன்னடக் கவிதைகளில் காணப்பட்ட நான்கு கருத்தமைவுகளைத் துருவியகழ்கிறார்: பூமி, காலம், பாலியல் வேட்கை, சமூகம். இந்தத் தனிப்பொருணுலிலும் பிற கட்டுரைகளிலும் கன்னட இலக்கியம் தொடர்பாக இருந்தன என்பதைத் தவிர உள்ளடக்கத்தில் எத்தகைய ஒற்றுமையும் கொண்டிருக்கவில்லை. இதில் பெரும் விஷயங்களைச் சொல்ல வேண்டும் என்ற ஆவலைக் கொண்டிருக்கும் கட்டுரைகளும் அத்தியாயங்களும் இருந்தன என்றாலும், இந்தத் தொடக்க கால எழுத்துகளை நாகராஜின் பிந்தைய கட்டுரைகளோடு ஒப்பிடும்போது, குறிப்பாக ‘கன்னட இலக்கியப் பண்பாட்டின் நெருக்கடியான தருணங்கள்’ என்ற கட்டுரையில் காண முடிந்த அறிவார்த்த கட்டுப்பாட்டையோ அல்லது அதன் வீச்சையோ காண முடியவில்லை. அவரது தொடக்க கால எழுத்துகள், கவிதைக்கும் அரசியலுக்கும் இடையேயான தொடர்புகள் குறித்து ஒரு

9 *இதுகுறித்த நாகராஜின் பிரதிபலிப்புகளுக்குப் பார்க்கவும்: D.R.Nagaraj (1992, in Introduction).*

10 *சொல்லப்போனால், இலக்கியப் படைப்புகள் சாதாரண மனிதர்கள் ஆசிரியர்களாகவோ எழுவாய்களாகவோ எப்போதும் இருந்ததில்லை. நாகராஜ் முன்வைக்கும் இலக்கிய–பண்பாட்டு மரபு, கலை தன்னாட்சி கொண்டது என்று கோருவதன் மூலம் அதன் சமூக முக்கியத்துவத்தைக் குறைத்து மதிப்பிட்ட நவீன நவ்யா மரபுக்கு எதிர்வினையாகிறது.*

புரிதலுக்கு வர முட்டிமோதும் நம்பிக்கைக்குரிய படைப்புகளாக இருப்பதை உணர்ந்துகொள்ள முடிகிறது.

1987–க்குப் பிறகு நாகராஜ் பொதுவாகக் கன்னடத்திலும் ஆங்கிலத்திலும் நீண்ட கட்டுரைகள் எழுதத் தொடங்கினார். ஆனால், அவருடைய கடைசிப் பத்தாண்டில் அவர் எழுதியவை, அவருடைய தொடக்க கால அறிவார்த்த திட்டங்களிலிருந்து எவ்வளவு தூரம் அவர் விலகிவந்திருக்கிறார் என்பதை வெளிப்படுத்துவதாக இருக்கின்றன. அவருடைய அக்கறைகள் பெருமளவு நாகரிகத் தளத்திலானதாக மாறின. இப்படியான புதிய கவனக்குவிப்புக்கு ஏற்றாற்போல் பரந்த தளத்திலான அறிவார்த்த மரபுகளோடும் பனுவல்களோடும் அவர் உரையாடத் தொடங்கினார். அவர் தொகுத்த உருது இலக்கியமும் (உருது சாகித்ய – 1990),[11] ரூமி கவிதைகள் மொழியாக்கமும் (வசந்த ஸ்மிரிதி – 1993) இதைத் தெளிவாக்குகின்றன. மேலும் முக்கியமாக, 1993–ல் ஹெக்கோடுவில் உள்ள அக்ஷரா பதிப்பகத்தோடு இணைந்து நாகராஜ் பெரும் லட்சியத்தோடு தொடங்கிய தொடர்வரிசையில் பதினான்கு புத்தகங்கள் முதல் இரண்டு வருடங்களில் வெளிவந்தன. இந்த வரிசையில் கோட்பாட்டுரீதியான போக்குகள் குறித்தும், நோக்கங்கள் குறித்தும் பிறகு விரிவாக விவாதிக்கிறேன். இங்கு நான் இந்த வரிசை எடுத்துக்கொண்டிருக்கும் விஷயங்களின் அற்புதமான வீச்சை மட்டுமே குறிப்பிட விரும்புகிறேன்: பர்த்ருஹரியின் 'வாக்கியபாடியா' *(Bhartrhari's Vakyapadiya)*, வித்தியாபதியின் *(Vidyapati)* கதைகள்; பௌத்தத் தத்துவவியலாளர் நாகார்ஜுனரின் முக்கியப் படைப்புகள்; முகலாய இளவரசர் தாரா ஷுகோவின் *(Darah Shikoh)* படைப்புகள்; நவீனச் சிந்தனையாளர்களான அனந்த குமாரசாமி, அஷிஸ் நந்தி; கீழ்ச்சாதிக் கலகக்காரர்களான மஹிமா *(Mahima)*, சத்னம் பந்த் *(Satnam Panth)*; மருளியலாளரான கவிஞர்களின் கவிதைகள்; தமிழ்க் கவிதையியல்; சிவ் விஸ்வநாதன், மது கிஷ்வார் *(Madhu Kishwar)* கட்டுரைகள். நாகராஜ் வெறுமனே பெயரளவுக்கான பதிப்பாளராக இருக்கவில்லை. அவர் உள்ளடக்கங்களையும் ஆசிரியர்களையும் அடையாளங்காண்பதில் முன்நின்று வழிநடத்தினார்.[12] இந்த வரிசையில் வந்த எல்லாத் தொகுப்புகளிலும், தொகுப்பாசிரியர் பின்னுரையும் எழுதினார். இத்தகைய பனுவல்களோடு அவருக்கு இருந்த ஆழமான ஈடுபாட்டை இந்தப் பின்னுரைகள் வெளிப்படுத்துகின்றன. இந்தப் பின்னுரைகளும், 1990–களில் வரலாறு, இறையியல், தத்துவம், இலக்கியம் என்று பரந்த தளத்தில் எழுதப்பட்ட கட்டுரைகளும் சேர்ந்து மொத்தம் 39 கட்டுரைகள் 'சாகித்ய காதனா'வில் (1996) தொகுக்கப்பட்டிருக்கின்றன. கதையாடல் என்ற கருத்தோடு இந்தப் புத்தகம் கொண்டிருக்கும் உறவே அதன் முக்கியத்துவமாகிறது.

11 *Urdu Sahitya (Coedited with Azizulla Baig; Bangalore: Kannada Mattu Samskriti Niredeshanalaya, 1990).*

12 *என்னுடைய தனிப்பட்ட அனுபவத்திலிருந்து நான் இதை அறிவேன். ஏனெனில், இந்த வரிசையில், ஜவாஹர்லால் நேரு பல்கலைக்கழகத்தில் நான் மேற்கொண்ட எம்.ஃபில் ஆய்வையும் சேர்த்து, வசனக் கவிதைகள் குறித்த என்னுடைய தொடக்க கால எழுத்துகளைப் பிரசுரிக்க அவர் அனுமதி கேட்டார்.*

இவ்வுலகத்தை அர்த்தப்படுத்திக்கொள்ளவும் அதுகுறித்த அறிவை ஒழுங்குபடுத்திக்கொள்ளவும் கதையாடல் என்ற கருத்தை அறிவறிவுரீதியான சட்டகமாக முன்வைக்கிறார். இந்தப் புத்தகம் இலக்கிய விமர்சனத்திலிருந்து பண்பாட்டுரீதியான கோட்பாடு, அறிவார்த்தரீதியான வரலாறு நோக்கிய அவரது நகர்வை வெளிப்படுத்துகின்றன. பல்வேறு விஷயங்களில் அவருடைய முந்தைய நிலைப்பாடுகளை அவர் மறுபரிசீலிப்பதையும் நம்மால் பார்க்க முடிகிறது. இந்தத் தொகுப்பிலும் (ஆங்கிலத் தொகுப்பு: லிஸனிங் டு தி லூம்), 2010-ல் வெளிவந்த அவருடைய 'தி ஃபிளேமிங் ஃபீட்' தொகுப்பிலும் உள்ள கட்டுரைகள் இந்த நகர்வைப் பிரதிபலிக்கின்றன.

நாகராஜின் கடைசி இரண்டு கன்னடப் புத்தகங்கள் அவருடைய மறைவுக்குப் பிறகு வெளிவந்தன. 1998-ல் அவர் கன்னட மருளியக் கவிஞரான அல்லமபிரபு குறித்த மிக அற்புதமான வாசிப்பை வரைவாக முடித்து வைத்திருந்தார். இது அவர் இறந்த பிறகு 'அல்லமபிரபு மட்டு சைவ பிரதிபே' (Allamaprabhu Mattu Saiva Pratibhe) என்பதாகப் பிரசுரிக்கப்பட்டது.[13] இந்தப் புத்தகத்தை மேலாட்டமாகப் பார்த்தால் கன்னட வசனக் கவியான அல்லமபிரபு குறித்தும் அவரது வசனங்கள் குறித்தும் ஆன புத்தகம் என்பதுபோல் தோன்றலாம். ஆனால், அது மத்திய கால சைவ மரபின் பின்னணியில் வைத்து அல்லம பிரபு உருவாக்கம் குறித்துத் துருவியகழும் புத்தகமாக இருக்கிறது. நாகராஜ் அல்லமவைத் தனித்தோ அல்லது பிற வசனக் கவிஞர்களோடு இணைத்தோ மட்டுமே பார்க்கவில்லை. அவரை இந்தியா முழுவதுமான மருளியலான கவிஞர்களோடும் சைவத் தத்துவவியலாளர்களோடும் அழகியல் கோட்பாட்டாளர்களோடும் உரையாடல் நடத்தும் மையமாக வைக்கிறார். நாகராஜ் இதைத் தனிப்பொருணுலாக வளர்த்தெடுத்திருப்பதால், அவருடைய எதிர்கால ஆராய்ச்சிப் போக்குகள் எப்படியானவையாக இருந்திருக்கும் என்பதை நமக்கு இந்தப் புத்தகம் சுட்டிக்காட்டுகிறது. ஒருவேளை, நாகராஜ் போற்றும் இந்தியத் தத்துவவியலாளர்களான கோபிநாத் கவிராஜ், காளிதாச பட்டாச்சாரியா போன்றோரை அவர் பின்பற்றியிருக்கலாம். அவருடைய கேள்விகள் அறிவார்த்தரீதியான வரலாற்றிலிருந்தும் அரசியலிலிருந்தும் வந்திருக்கலாம் என்றாலும், அவருடைய நுழைவாயில் இலக்கியமாகவே தொடர்ந்திருக்கும்.

2001-ல், அவருடைய பழைய கல்லூரி நண்பரான அக்கிரகார கிருஷ்ணமூர்த்தி அவருடைய வெகுஜன எழுத்துகளை, அதாவது செய்தித்தாள்களில் வந்த

13 1977-8 முழுவதுமாக நாகராஜ் இந்தப் புத்தகத்துக்கு உழைத்துக்கொண்டிருந்தார். அவர் 1998 ஏப்ரல் மாதத்தில் சிகாகோ வந்திருந்தபோது அவர் நான்கு இயல்களைக் கொண்டிருந்த நான்கு நோட்டுப் புத்தகத்தை அவரோடு கொண்டுவந்திருந்தார். அவர் எழுதியிருந்ததை என்னிடம் கொடுத்தார். என்னுடைய ஆய்வானது வசனக் கவிகள் குறித்தும் அவர்களது வாழ்க்கை வரலாறு குறித்தும் இருந்ததால், அவர் எழுதியிருப்பதைக் கவனமாகப் படித்து என்னுடைய விமர்சனங்களைச் சொல்ல வேண்டும் என்று கேட்டுக்கொண்டார். அவர் இறப்பதற்கு ஒரு வாரம் முன்னர், பெங்களூரில் இந்த நோட்டுப் புத்தகங்களை நான் அவரிடம் திரும்பக் கொடுத்தேன்.

பல கட்டுரைகளையும் அவருடைய சமீபத்திய ஆங்கிலக் கட்டுரைகளின் மொழிபெயர்ப்புகளையும் சேர்த்து 'சம்ஸ்கிரிதி காதனா' (Samskriti Kathana) என்ற தலைப்பில் தொகுத்தார். ஓர் அறிவுஜீவியாக நாகராஜ் வேர்கொண்டிருப்பதும், கன்னட மரபின் ஊடாகப் உலகைப் புரிந்துகொள்வதற்கான அவரது ஆற்றலும், கன்னடம் பேசும் மக்களுக்கு அப்பால் பரந்த உலகத்தை முன்வைக்கக்கூடிய அவரது திறமையும் இந்தக் கடைசித் தொகுப்பில் போதுமான அளவுக்கு வெளிப்படுகின்றன.

II

நாகராஜின் கன்னட எழுத்துகள் பரவலாக நல்ல வரவேற்பைப் பெற்றன. அவர் வாழ்ந்த காலத்திலேயே மிகவும் மதிக்கத்தக்க வர்த்தமானா விருது (1998), சிவராம கரந்த் விருது (1995) உட்பட பல விருதுகளை அவர் பெற்றிருக்கிறார். அவர் இறந்த பிறகு 1998-ல் அவருடைய 'சாகித்ய காதனா' புத்தகத்துக்காக சாகித்ய அகாடமி விருதும் வழங்கப்பட்டது. அவருடைய புத்தகங்கள் கர்நாடக இலக்கிய, பண்பாட்டு மரபுகளுக்குப் பெரும் பங்களிப்பு செய்திருக்கின்றன என்று அங்கீகரிக்கப்பட்டிருந்தாலும் அவருடைய படைப்புகள் மீதான மதிப்பீடுகள் என்று வரும்போது அவை பெரும்பாலும் குறுகிய, இயந்திரத்தனமான அணுகுமுறையைத்தான் கொண்டிருக்கின்றன. இதன் விளைவாக, நாகராஜ் ஏன் இன்னும் இவ்வளவு முக்கியத்துவம் வாய்ந்தவராக, குறிப்பாகக் கர்நாடகத்தில், இருக்கிறார் என்பதை அவர்களால் புரிந்துகொள்ள முடியவில்லை.[14] இந்த முன்னுரையில் என்னுடைய நோக்கம், அவர் கைக்கொண்ட உள்ளடக்கங்கள் குறித்தும் முறைகள் குறித்தும் ஒரு பரந்துபட்ட தளத்திலான புரிதலைக் கொடுப்பதே. இதற்கு நாகராஜின் அறிவார்த்த பங்களிப்புகள் குறித்து நான் இரண்டு முன்மொழிவுகளைக் கொடுக்கிறேன்.

என்னுடைய முதலாவது முன்மொழிவு, அவருடைய அறிவார்த்த போக்கின் மீதாகக் கவனம்கொள்கிறது. என்னைப் பொறுத்தமட்டில், அவருடைய கன்னடப் புத்தகங்கள் ஓர் இலக்கிய விமர்சகராக இருந்த அவருடைய

14 நாகராஜ் எழுத்துகள் குறித்து மிக விரிவான வாசிப்பை முன்வைப்பது என் நோக்கமில்லை. நாகராஜ் குறித்து முன்வைக்கப்பட்ட விமர்சனங்களின் போக்கு சிலவற்றை மட்டுமே நான் முன்வைக்கிறேன். அவர் கவிதைகளை வாசித்த முறை குறித்து அல்லது அவர்களுக்குப் புரியாத தத்துவார்த்த கருத்தாக்கங்களை அவர் பயன்படுத்துவது குறித்து சிலர் விமர்சித்திருக்கிறார்கள். நாகராஜ் எழுத்துகள் குறித்து சந்திரசேகர் நங்களி முன்வைத்த மொத்தமான விமர்சனம்கூட இப்படியான பிரச்சினையில் சிக்கியிருக்கிறது. மநு சக்கரவர்த்தியின் முன்னுரை மட்டுமே விதிவிலக்கு. பார்க்கவும்: Manu Chakravarthy (1998). நாகராஜோடு மிக நெருக்கமாக இருந்த சக்கரவர்த்தி, நாகராஜின் அறிவார்த்த வளர்ச்சி குறித்து மிக நுட்பமான வாசிப்பை முன்வைக்கிறார். நாகராஜ் குறித்த சமீபத்திய வாசிப்புக்குப் பார்க்கவும்: Lingappa Gonal (2010). கோனல் இதில் நாகராஜின் கன்னட எழுத்துகளைச் சிறப்பாகத் தொகுத்தளிக்கிறார்.

முந்தைய நிலையிலிருந்து பண்பாட்டு விமர்சகராக அவதாரம் எடுத்தது என்பது தத்துவார்த்தரீதியாகச் சிந்திப்பதோடு நெருக்கமாக இணைக்கப்பட்டிருக்கிறது. 'சாகித்ய காதனா'வின் முன்னுரையில் அவர் இதைக் குறித்து அசைபோட்டு, அறிவார்த்த வரலாறு நோக்கிய அவரது பயணத்தைக் குறிப்பிடுவதோடு, மிக முக்கியமாக எல்லா அறிவும் இறுதியாகக் கதையாடல்களே என்று அவர் கொண்டிருந்த நம்பிக்கை மேலும் திடமாவது குறித்தும் குறிப்பிடுகிறார். மேலும், அறிவை ஆராய்வதற்கு இலக்கியத்தையும் பண்பாட்டையும் விமர்சனக் கருவிகளாகக் கொள்ள முடியும் என்றும், இதுவே அவர் தேர்ந்தெடுத்த முறையாக இருக்கிறது என்றும் கோடிட்டுக்காட்டுகிறார். இத்தகைய புரிதலிலிருந்து பார்த்தால், 'சாகித்ய காதனா' என்ற தலைப்பே புதிரானதுதான். ஏனெனில், இந்தத் தொகுப்பில் உள்ள கட்டுரைகள் பரந்த தளத்திலானதாக இருந்தாலும், அதில் சாகித்யம் (இலக்கியம்) குறித்து அபூர்வமாகவே கொண்டிருக்கிறது. நாகராஜின் பிந்தைய எழுத்துகளில் இந்த மாற்றங்கள் பகுத்தாய்வுரீதியாக இரண்டு விஷயங்களாக மொழியாக்கம் பெறுகின்றன: சமூக அறிவியல் சட்டகங்களைக் கடந்துசெல்வது. அதுவும் குறிப்பாக, இருமங்களைக் கடந்துசெல்வது. ஏனெனில், இருமங்களே சமூக அறிவியலின் மையப் பண்பாகக் காணப்படுகிறது என்று அவர் வாதிடுகிறார்.

1990–களின் தொடக்கத்திலிருந்தே அவருடைய கன்னட மற்றும் ஆங்கில எழுத்துகளில் இத்தகைய மாற்றங்கள் வெளிப்படத் தொடங்குகின்றன என்றாலும், நாகராஜ் – மீண்டும் 'சாகித்ய காதனா'வின் முன்னுரையில் – இந்தப் புதிய அணுகுமுறையை விரிவாக விளக்குவதோடு எத்தகைய கட்டமைப்புகளிலிருந்து (விகல்பம்) அவர் விடுதலை அடைய விரும்புகிறார் என்றும் விரித்துரைக்கிறார். எத்தகைய கட்டமைப்புகள் குறித்து நாகராஜ மாற்றி சிந்திக்க விரும்புகிறாரோ அதில் முக்கியமானது நவீனத்தின் பாரம்பரியமும் நவீன மேற்கைப் பிரத்யேகமாகச் சார்ந்திருக்கும் முற்போக்குவாதத்தின் மரபுமே ஆகும். பொதுவாக, மேற்கத்திய நாகரிகத்தோடு அடையாளப்படுத்தப்படும் வளர்ச்சி குறித்தான கருத்துகளைக் கேள்விக்கு உட்படுத்தி அவர் தொடங்குகிறார்: ஒரு குறிப்பிட்ட வழித்தடத்திலான வளர்ச்சி (தடைகளற்ற ஒழுங்குபடுத்தப்படாத சந்தை சார்ந்த வளர்ச்சிமையவாதம்); ஒரு குறிப்பிட்ட வடிவத்திலான தேசியச் சமூகம் (பலம்வாய்ந்த மையப்படுத்தப்பட்ட தேசிய அரசு); இயற்கையோடு, அதைச் சுரண்டும் உறவை மட்டுமே கொண்டிருக்கும் அறிவியலும் தொழில்நுட்பமும்; இறுதியாக, கண்மூடித்தனமாக அளவேயில்லாத நுகர்வோரியலை ஆதரிக்கும் வாழ்க்கை முறை.[15] நாகராஜ் மட்டுமே மேற்கத்தியத்தின் இத்தகைய வழித்தடங்களை அடையாளம் கண்டிருப்பவர் இல்லை என்று ஏற்றுக்கொள்கிறேன். இப்படியான பார்வை மூன்றாம் உலக நாடுகளில் வளர்ந்துகொண்டிருக்கும் அறிவார்த்த மரபின் ஒரு பகுதியாகவே இருக்கிறது. ஆனால், நவீன நாகரிகத்தை விமர்சிப்பவர்களிடமிருந்து நாகராஜை எது தனித்துக்காட்டுகிறது என்றால், குறிப்பாக இந்தியச் சூழலில், நாகராஜின் பட்டியலில் உள்ள

15 D.R.Nagaraj (1996: i–iv).

அடுத்த இரண்டு கட்டமைப்புகள்தான். அதாவது, சூத்திரர்களுக்குத் தன்னாட்சிகொண்ட பண்பாட்டுரீதியான வாழ்க்கை ஏதுமில்லை என்ற கருத்தமைவும், வெகுஜன அல்லது நாட்டார் வடிவங்களும் செவ்வியல் வடிவங்களும் அவற்றுக்கு இடையே பகுப்பாய்வுரீதியான வேறுபாடுகளைக் கொண்டிருக்கின்றன என்ற கருத்தமைவும்.[16] இவை இந்திய அறிவுஜீவிகளிடம் பெரும் தாக்கத்தை ஏற்படுத்தியுள்ளன என்று அவர் வாதிடுகிறார். இவ்விரண்டு கட்டமைப்புகளுக்கு இடையேயான தொடர்புடைமை என்பது தாழ்த்தப்பட்ட நிலைக்கு சூத்திரர்கள் தள்ளப்படுவதன் விளைவாகிறது. அதனாலேயே சூத்திரர்கள் அவர்களுடைய சொந்தப் பண்பாட்டுக்குக்கூட ஆசிரியர்களாகப் பார்க்கப்படுவதில்லை. மேலாதிக்கப் பார்வையில், நாட்டார் மரபுகளும் வெகுஜன மரபுகளும் பார்ப்பன ஆதிக்க வர்க்கத்திலிருந்து வருவிக்கப்பட்டவையாக முன்வைக்கப்படுகின்றன. இப்படியாகவே வெகுஜனம், நாட்டார் போன்றவை வகைப்படுத்தப்படுகின்றன. இவ்விரண்டு கட்டமைப்புகளின் வெளிப்பாடும் காலனியத்தோடு இணைந்த அறிவார்த்த நடைமுறைகளோடு தொடர்புகொண்டதாக இருக்கிறது என்கிறார் நாகராஜ். மேலும், பல காலங்களாகப் பார்ப்பனியப் பண்பாட்டோடு இணைந்திருக்கும் பண்பாட்டு நினைவுகளை மட்டுமே காலனியம் அங்கீகரித்தது என்றும் முன்வைக்கிறார். இப்படியான தொடர்புகளை விளக்கும் விதமாகவும், இந்தியாவின் கடந்த காலத்தை ஆராய்வதற்கு மாற்றுச் சட்டகத்தை உருவாக்கும் விதமாகவும் விஸ்மிருதி (மறதி நோய்) என்ற கருத்தமைவை நாகராஜ் முன்வைக்கிறார்.

அக்ஷரா சிந்தனா வரிசையில், ஆசிரியவுரையில் நாகராஜ் இப்படியாக முன்வைக்கிறார்:

> சமூகங்களை விசித்திரமான மறதி பிடித்துக்கொண்டிருக்கிறது. சொல்லப்போனால், ஒரு சமூகம் எப்படியாகச் சிந்தித்தது, எதிர்வினையாற்றியது, உணர்ந்தது என்பதையெல்லாம் மறந்துபோவது பெரும் துயரமே. பின்-காலனிய இந்தியச் சமூகம் இப்படியான மறதி நோயால் சூழப்பட்டிருக்கிறது. நம் சமூகத்தை ஒன்றிணைத்த பல்வேறு அறிவார்த்த கட்டுமானங்களையெல்லாம் நாம் மறந்துவிட்டதால், இப்போது நமக்குச் சாத்தியப்படும் சிந்தனை முறைகள் முழுக்க மேற்கை நோக்கித் திரும்பியவையாக இருக்கின்றன. இத்தகைய முறைகளைக் கொண்டு நம்மை ஆட்டிப்படைக்கும் நெருக்கடிகளை நம்மால் புரிந்துகொள்ள முடியவில்லை.

நாகராஜைப் பொறுத்தமட்டில், விஸ்மிருதி அல்லது (அறிவார்த்த) மறதி நோயானது பரந்த தளத்தில் கோட்பாட்டுரீதியான பிரபஞ்சத்துக்குள் நுழைவதற்கான, அதை அறிமுகப்படுத்துவதற்கான — அதாவது இந்திய நாகரிகமும், அது உலகத்தோடு கொண்டிருந்த உறவின் வரலாறும் —

16 இவ்விரண்டு கட்டமைப்புகளும் ஒன்றோடொன்று இணைந்திருக்கின்றன. சூத்திரர்கள் கீழான நிலைக்குத் தள்ளப்பட்ட பிறகு அது நாட்டாரியலின் பகுதியாகிறது.

முறையை அமைப்பாக்கம் செய்துகொடுப்பதாக இருக்கிறது. காலனியத்தின் விளைவாக அறிவுசார் சட்டகங்கள் மாறியுள்ளன என்ற நிலைப்பாட்டை எடுக்கும் கீழைத்தேயவாதிகளுக்குப் பிந்தையவர்கள், பிறப்பிடவாதிகள், இந்து தேசியவாதிகள், இந்து மறுமலர்ச்சிவாதிகள் ஆகியோரின் புரிதலோடு பரந்துபட்ட தளத்தில் நாகராஜ் ஒத்துப்போனாலும், இந்த மறதி நோயால் பாதிக்கப்பட்டிருக்கும் பண்பாடு, சுயத்தன்மை, பொருளாதாரம் ஆகிய தளங்களை அடையாளம் காண்பதில் — எடுத்துக்காட்டாக, தொழில்நுட்பங்களைப் பலிகொடுத்தவர்கள் (technocide) — விஸ்மிருதியைக் கடந்துவருவதற்கான புதிய அறிவார்த்த திட்டத்தை முன்வைப்பதில் அவர்களிடமிருந்து வேறுபடுகிறார்.

கன்னடக் கட்டுரைகள், நேர்காணல்கள் பலவற்றில்,[17] காலனியமும் அதன் அறிவு நடைமுறைகளும் உருவாக்கியிருக்கும் விஸ்மிருதியின் தன்மையானது பார்ப்பனரல்லாத அவைதிகக் குமுகங்களுக்கு நீண்ட காலப் பண்பாட்டு நினைவுகள் ஏதும் கிடையாது என்று நிறுவும் தன்மையிலானதாகவே இருக்கிறது என்று நாகராஜ் வாதிடுகிறார்.[18] அன்றாட வாழ்க்கைத் தளத்திலும் நடைமுறைத் தளத்திலும் பண்பாட்டுரீதியான நினைவுகள் நிலைத்திருக்கின்றன என்று அவர் ஏற்றுக்கொண்டாலும் பண்பாடுகளைப் படைத்து அவற்றைக் கடத்தும் அதிகாரம் கொண்டிருக்கும் மையங்கள் விஸ்மிருதியால் பெருமளவு பாதிக்கப்பட்டிருக்கின்றன என்கிறார். இதன் விளைவாக, அவைதிகக் குமுகங்கள் தங்களுடைய பண்பாட்டுரீதியான சக்தியின் அங்கீகாரத்தையும் அதிகாரத்தையும் இழக்கின்றன. மேலும், கீழ்ச்சாதிகள் விடுதலைக்கான சக்தியாகக் காலனியத்தைப் பார்க்கின்றன என்றாலும், உண்மையான லௌகீக அதிகாரத்தைப் பார்ப்பனர்களிடமும் பிற மேல்சாதிகளிடமும்தான் காலனியம் கொடுத்திருக்கிறது. இந்தியப் பண்பாட்டின் ஆசிரியர்கள் என்ற மொத்த உரிமையும் பார்ப்பனக் குழுமங்களிடம் ஒப்படைப்பதன் மூலமாகவே இது சாத்தியப்படுகிறது என்கிறார். இந்தியத் தேசியவாதிகளும்கூட இந்திய நாகரிகத்தை விமர்சித்த காலனியத்துக்கு எதிர்வினையாக அத்வைத வேதாந்தத்தைத்தான் இந்திய நாகரிகத்தின் பாரம்பரியமாக உயர்த்திப்பிடித்தார்கள். இதன் மூலம் சூத்திரர்களின் சிந்தனை முறைகளும் சடங்குகளும் உருவகம்–உருவாக்கும் வழிமுறைகளும் ஒதுக்கித்தள்ளப்பட்டன.

17 பார்க்கவும்: *'Samskritika Vismritiya Viruddha' and 'Sahityada Hosa Olavu Niluvu: Ondu Prashottara' in D.R.Nagaraj (1996).* மநு சக்கரவர்த்தியும் லிங்கராஜுூம் எடுத்த நாகராஜின் இரண்டு நேர்காணல்களுக்குப் பார்க்கவும்: *D.R.Nagaraj 2001).* நாகராஜின் கடைசி நேர்காணலுக்குப் பார்க்கவும்: *H.A.Anil kumar and N.Ravikumar, published in 'Desi Darshanagalu'.*

18 அவரது கடைசி சில வருடங்களில் 'பண்பாட்டுத் தேர்வின் அரசியல்' *(Politics of Cultural Choice)* என்ற புத்தகத்தில் அவர் வேலைபார்த்துக்கொண்டிருந்தார். காலனியம் குறித்த முறைமைரீதியான வாதங்களை இது முன்வைத்திருக்கும். இந்தப் புத்தகத்தின் வரைவைப் பல கட்டுரைகளில் குறிப்பிட்டிருக்கிறார் என்றாலும், இது எழுதப்படாத புத்தகமாக இருந்தது.

விஸ்மிருதி என்ற கருத்தாக்கத்தை முன்வைக்கும் நாகராஜின் விழைவானது அவைதிக வாழ்க்கை முறைகளையும் தத்துவங்களையும் பலவகைப்பட்ட மரபுகளையும் மீட்டெடுப்பது, புரிதலை ஏற்படுத்துவது என்பதாக இருக்கிறது. இது இத்தகைய வாழ்க்கை முறைகளின் பண்பாட்டுரீதியான நினைவுகளையும் தத்துவங்களையும் மீட்டெடுப்பதாக இருக்கிறது. அதே சமயத்தில், நவீனத்துக்கு முந்தைய சமூகத்தில் காணப்படும் சமத்துவமின்மை குறித்து ஒருவிதமான குருட்டுப் பார்வையை நாகராஜ் கொண்டிருக்கவில்லை. சமூகநீதிக்கான திட்டங்களின் அவசியத்தைத் தொடர்ந்து வலியுறுத்தியதோடு, நவீன விழுமியங்களினூடாக 'தூய்மைப்படுத்தல் அல்லது சுத்தப்படுத்தல்' என்பதற்கும் அழுத்தம் கொடுத்தார். மேலும், அவைதிக மரபுகள் குறித்துப் பரந்த தளத்திலான புரிதல் தேவை என்கிறார் நாகராஜ். ஏனெனில், வேதச் சட்டகத்துக்குள்ளாக அங்கீகாரமும் அதிகாரமும் கொண்டிருக்கும் பல மரபுகள் — எடுத்துக்காட்டாக, பஞ்சராத்ரிகள் (*Pancharatrins*) அல்லது பசுபதியர்கள் (*Pasupatins*) — வேத மரபுக்கு வெளியே அவற்றின் தோற்றுவாய்களைக் கொண்டிருக்கும் சாத்தியம் உள்ளது என்றும், இவை வேத மரபோடு கடுமையாக மோதியுள்ளன என்றும் சில முற்கோள்களை வைக்கிறார். அவைதிக மரபுகளை இப்படியாக மறுகட்டமைப்புக்கு உட்படுத்துவது என்பது இவ்விரு மரபுகளும் — அதாவது, வைதிக மரபும் அவைதிக மரபும் — அங்ககமாக இணைக்கப்பட்டுள்ளதால், வேத மரபுக்கும் சாதகமான விளைவுகளைத்தான் ஏற்படுத்தும் என்று அவர் நம்புகிறார். இப்படியாக, பார்ப்பனர்/பார்ப்பனரல்லாதார் என்று பிரிக்கும் குறுக்கல்வாதத்திலிருந்து நம்மை வெளியே கொண்டுவரக்கூடிய பகுப்பாயும் சட்டகத்தை அவர் கற்பனைசெய்கிறார். மேலும், பார்ப்பனர்/பார்ப்பனரல்லாதார் என்று பிரித்துப்பார்ப்பது நவீனத்துக்கு முந்தைய இந்தியாவைப் புரிந்துகொள்வதற்குப் போதுமானதாக இல்லை என்றும் குறிப்பிடுகிறார்.

அவைதிக மரபுகள் மீது கவனம் குவிக்கும் நாகராஜ், பாலச்சந்திர நெமாடே (*Bhalachandra Nemade*), கணேஷ் தேவி (*Ganesh Devy*) போன்ற பிறப்பிடவாதிகளிலிருந்தும், விளிம்புநிலைப் பள்ளி வரலாற்றியலாளர்களிடமிருந்தும் வேறுபடுகிறார். பிறப்பிடம் சார்ந்த பார்வைகளுக்குச் சிறப்புரிமை கொடுப்பதோ, விளிம்புநிலையிலிருந்து கடந்த காலத்தைக் கோட்பாட்டாக்கம் செய்வதோ நாகராஜின் லட்சியம் அல்ல. எப்படியிருந்தாலும், காலனிய வரலாற்றின் மீது மட்டும் தங்கள் கவனத்தைக் குவிக்கும் விளிம்புநிலையாளர்கள்போல் அல்லாமல் நாகராஜின் அடிவானம் அதற்கு அப்பாலானதாக இருக்கிறது. வைதிகம், அவைதிகம் இரண்டையும் உள்ளடக்கக்கூடிய நாகரிகத்தளத்திலான சட்டகத்தை உருவாக்குவதை நோக்கியே அவர் நகர்ந்துகொண்டிருந்தார். அதே சமயத்தில், தொழில்நுட்பங்களை இழக்கும் போக்கையும் அடையாளம் காண்கிறார், பூர்வக்குடிகளை நாகரிகத் தளத்திலான சிறுபான்மையினராகவும் அடையாளம் காண்கிறார். தொழில்நுட்பங்களை இழந்தவர்கள் குறித்த கருத்து, காலனிய வன்முறையின் பண்பு குறித்து ஆழமாகக் கவனம்கொள்கிறது — அதாவது, நவீனத் தொழில்மயமாக்கத்தின் வீறுநடையில் நவீனத்துவத்துக்கு முந்தைய

தொழில்நுட்பக் குமுகங்கள் முற்றிலுமாக அழித்தொழிக்கப்பட்டதைக் கவனப்படுத்துகிறது. இதுபோலவே, 'புலியும் மாய வேய்ங்குழலும்' என்ற அவரது கட்டுரையில் (இந்தத் தொகுப்பில் சேர்க்கப்பட்டுள்ளது), பூர்வக்குடிகளைப் பின்தங்கியவர்களாகவோ நாகரிகமற்றவர்களாகவோ சுட்டாமல், 'நாகரிகத்தளத்திலான சிறுபான்மையின'ராக முன்வைக்கிறார். நவீன நாகரிக வளர்ச்சியில் இவர்கள் நசுக்கப்படுவதாகப் பார்த்தாலும், சுயமரியாதை கொண்ட குமுகங்களான கதையாடல் முறையிலாக அவர்களை மீளச்செய்கிறார். மேலும், 'தன்னிறைவுகொண்ட உலக'மாக இவர்களை அமைப்பாக்கம் செய்கிறார் — இதனாலேயே இவர்கள் நவீன நாகரிகத்துக்கு அச்சுறுத்தலாக இருக்கிறார்கள்.

நாகராஜுக்கு விஸ்மிருதி என்ற கருத்தமைவானது இந்திய நாகரிகத்தின் மீதாகவும் நவீன முதலீட்டிய மேற்கின் மீதாகவும் நாகரிகத்தளத்திலான விமர்சனத்தை முன்வைக்கும் சாத்தியத்தை உருவாக்கிக்கொடுக்கிறது. வேத மரபுகளுக்கும் வேதமறுப்பு மரபுகளுக்கும் இடையேயான ஊடாட்டங்கள், உரையாடல்கள் மீது கவனம் குவிப்பதன் மூலமாக, வேதமறுப்பு சூத்திர மரபைக் கண்டெடுக்க முயல்கிறார். அதாவது, தொலைக்கப்பட்ட அவர்களுடைய அடையாளம், குமுகம், சுயத்தன்மை ஆகியவற்றின் மூலங்களை அணுகுவதற்கு முயல்கிறார். மேற்கத்தியத்தோடான அவரது ஊடாட்டமானது காலனியத்தையும் அதன் அறிவு நடைமுறைகளையும் விமர்சிப்பதைக் கடந்துசெல்கிறது. மேற்கத்திய நவீன நாகரிகத்தின் மீது ஒட்டுமொத்தமான, முழுமையான விமர்சனத்தை முன்வைக்கும் முயற்சிதான் நாகராஜின் லட்சியமாக இருக்கிறது. இந்தக் காரணியத்தாலே, மேற்கத்திய நாகரிகம் குறித்த விமர்சகர்களில் முதன்மையானவராக காந்தி, நாகராஜின் விமர்சனபூர்வமான பார்வையில் முக்கியத்துவம் கொண்டவராகிறார். இப்படியான மறுகட்டமைப்புகள் ஊடாக மட்டுமே ஒத்திசைவான மாற்று அறிவறிதல் முறைகளை, அதாவது மேற்கத்தியவல்லாத அறிவுச் சட்டங்களை முன்வைப்பது ஒருவேளை சாத்தியப்படலாம் என்று நினைத்தார். அதுவே சூத்திரர்களின், தலித்துகளின் பண்பாட்டு நினைவுகள் சார்ந்து கட்டப்பட்டிருக்கும் அவர்களது சுயங்களுக்கும் தீவிரைப் போராட்டங்களுக்கும் திரும்ப அழைத்துச்செல்லும் என்பதாகவும் நாகராஜ் நம்பிக்கை கொண்டிருந்தார். நாகராஜின் 'தி ஃபிளேமிங் ஃபீட்' தொகுப்பில் உள்ள பல கட்டுரைகள், இத்தகைய திட்டத்துக்கான புதிய வழிகளைக் காட்டுகின்றன.

இப்படி வாதிடும் நாகராஜின் அணுகுமுறை இருபதாம் நூற்றாண்டில் சூத்திரர், தலித் தீவிரையாளர்கள் முன்வைத்த அணுகுமுறைகளிலிருந்து வேறானதாக இருக்கிறது. அம்பேத்கர் இத்தகைய குழுமங்களின் மிகச் சிறந்த எடுத்துக்காட்டாகிறார். இவர், மொத்த வரலாற்றையும் ஒதுக்கப்படுதல் நினைவுகளாக, இன்னும் குறிப்பாகத் தீண்டப்படாதவர்களின் நினைவுகளாகப் பார்த்து அதை நிராகரிக்கிறார். இத்தகைய நிராகரிப்பானது மறைமுகமாக இந்தியப் பண்பாட்டின் ஆசிரியத்துவத்தைப் பார்ப்பனிய மரபே கொண்டிருக்கிறது என்ற காலனிய வரலாற்றியலாளர்கள் முன்வைத்ததை அப்படியே

ஏற்றுக்கொள்வதாக இருக்கிறது. சூத்திரர்களும் தலித்துகளும் பண்பாட்டைப் பெற்றுக்கொள்பவர்களாக இருக்கிறார்களே தவிர முனைப்புள்ள முகவர்களாக இல்லை என்றே காலனியப் பார்வை முன்வைக்கிறது. நாகராஜும்கூட அவருடைய அறிவார்த்த வாழ்க்கையின் தொடக்க காலத்தில் ஒரு முற்போக்காளராக இத்தகைய பார்வையை ஏற்றுக்கொண்டிருந்தார். ஆனால், 1990-களில் அவர் மேலும் நுட்பமாக வரலாற்றை வாசிக்கத் தொடங்கினார். இந்தியாவின் கடந்த காலத்தை வேறு விதமாக உள்வாங்கிக்கொள்ளும் விதமாக, செவ்வியலையும் நாட்டாரியலையும் வேறுபடுத்தும் இரும அணுகுமுறையைக் கடந்துசெல்ல முயன்றார். இப்போது அவர் சகலவிதமான பனுவல்கள் மீதும் அக்கறைகாட்டுகிறார். இதன் மூலம் வேறான, முரண்படும் பனுவல்களுக்கு இடையேயும், அறிவார்த்த மரபுகளுக்கு இடையேயும் உரையாடல்களைச் சாத்தியப்படுத்துகிறார்.

சமூக அறிவியல் முன்வைப்பதுபோல் இந்தியாவை ஒரு சமூகமாகப் பார்க்காமல் ஒரு நாகரிகமாகப் பார்க்கும் திட்டத்தில், நாகரிகத்தைக் கல்விப்புலம் சார்ந்தோ பகுப்பாயும் வகைமையாகவோ பார்க்காமல் ஓர் அரசியல் வகைமையாகப் பார்க்கிறார் நாகராஜ்.[19] இந்த விஷயத்தில் இவர் காந்தியையும் தாகூரையும் சமகாலத்தின் அஷிஸ் நந்தியையும் பின்பற்றுகிறார். இவர்களைப் பொறுத்தமட்டில், நாகரிகம் என்பது பரந்த தளத்தில் சமூகங்களையும் குழுகங்களையும் தனிநபர்களையும் உள்ளிணைத்துக்கொண்டு குறுங்குழுவாத அடையாள அரசியலிலிருந்து தப்பித்து வெளியேறி உலகுணர்வுவாத மாற்றை அடைவதற்கு வழிவகுக்கிறது. யு.ஆர்.அனந்தமூர்த்தி குறித்த கட்டுரையில் நாகராஜ் முன்வைப்பதை எடுத்துக்கொள்வோம் (இந்தத் தொகுப்பில் சேர்க்கப்படவில்லை – மொ.ர்). அனந்தமூர்த்தி அவரது தொடக்க கால எழுத்துகளில் இந்தியாவை ஒரு சமூகமாகப் பார்த்த பார்வையிலிருந்து அவருடைய பிந்தைய எழுத்துகளில் ஒரு நாகரிகமாகப் பார்க்கும் பார்வையை நோக்கி நகர்கிறார் என்று நாகராஜ் முன்வைக்கிறார். குறிப்பாக, இந்தியாவில் கலகக்காரர்கள் எப்படி உருவானார்கள் என்ற குறிப்பை எடுத்துக்கொள்ளுங்கள். இப்படியாக, தெற்காசியத் தளத்துக்கு விரிவாக்கும் அணுகுமுறையே இந்தியப் பண்பாட்டின் பன்முகத்தன்மையிலான பண்பை மீட்டெடுப்பதற்கான மையமாகிறது. இது இந்தியச் சமூகத்தில் நிலைத்திருக்கும் சமத்துவமின்மையை, வன்முறைகளை மூடிமறைப்பதற்கான முயற்சியாக இல்லை. சொல்லப்போனால், ஷெல்டன் போலாக் மிகக் கச்சிதமாகச் சொல்லியிருப்பதுபோல் கடந்த காலம், நிகழ்காலம் இரண்டிலும் காணப்படும் ஒடுக்குதல் வடிவங்களையும் அழகின் வடிவங்களையும் ஒருசேரப் பார்க்க முடிந்ததுதான் நாகராஜின் தனித்துவம்.

19 நாகராஜின் அறிவார்த்த போக்குகள் குறித்து மிகக் கவனமான வாசிப்பை முன்வைக்கும் மநு சக்கரவர்த்திகூட நாகராஜின் பயணம் எதிர்த்திசையில் சென்றதாகக் குறிப்பிடுகிறார். அதாவது, இந்தியாவைச் சமூகமாக நாகராஜ் பார்க்கத் தொடங்கினார் என்று முன்வைக்கிறார். இருந்தாலும், அனந்தமூர்த்தியின் புனைவு குறித்த நாகராஜின் வாசிப்பு நான் முன்வைக்கும் பார்வையைத் தெளிவுபடுத்துவதாக இருக்கிறது. பார்க்கவும்: Manu Chakravarthy (1998).

நவீனத்துக்கு முந்தைய அறிவார்த்த மரபுகள் மீதான நாகராஜின் ஈடுபாடு வெறுமனே அறிவார்த்தரீதியான ஆராய்வூக்கமாக இல்லை. இத்தகைய ஊடாட்டங்களை ஆக்கபூர்வமான திட்டங்களுக்குப் பயன்படுத்தும் விருப்புறுதியைக் கொண்டதாகவும் இருக்கிறது. நவீனச் சமத்துவவாதம் என்ற பார்வையிலிருந்து பழைய விழுமியங்களைச் சுத்தப்படுத்த வேண்டிய அவசியத்தை ஏற்றுக்கொள்ளும் அதே சமயத்தில், நவீனத்துவத்துக்கு முந்தைய இந்தியச் சமூகத்தில் நிலவியிருந்ததாக அவர் நினைக்கும் ஒருவிதமான உறவுமுறைகளைக் கட்டியெழுப்ப முயன்றார்.

தன்னுடைய சிந்தனையில் ஏற்பட்டிருக்கும் இத்தகைய மாற்றங்களுக்கான காரணிகளை நாகராஜ் முன்வைக்கவில்லை என்றாலும், அவருடைய எழுத்துகளில் இதற்கான தடயங்கள் சில காணக்கிடைக்கின்றன. கன்னட எழுத்தாளர்கள் குறித்த, சமூக அறிவுஜீவிகள் குறித்த அவரது ஆய்வுகள் ஏறக்குறைய தன்வரலாறுகளாகவே வெளிப்படுகின்றன. அவருடைய நண்பர்களான சித்தலிங்கையா குறித்தும் அனந்தமூர்த்தி குறித்தும் அவர் எழுதும்போது, நாகராஜ் அவர் கொண்டிருக்கும் உலகப்பார்வையிலும் பகுப்பாயும் கண்ணோட்டத்திலும் ஏற்பட்டிருக்கும் மாற்றங்கள் குறித்துப் பிரதிபலிப்பதுபோலவே தோன்றுகிறது. தலித்–பந்தயா மரபில் இருந்துவந்த சீற்றம் கொண்ட கவிஞரான சித்தலிங்கையாவின் உள்ளிணைக்கும் அரசியலை நோக்கிய நகர்வை ஆராயும்போது, நாகராஜ் அவருடைய சொந்த மாற்றம் குறித்து வெளிப்படுத்துவதுபோலவே இருக்கிறது.

இத்தகைய நகர்வானது முந்தைய முற்போக்கு மரபுகளால் கையளிக்கப்பட்ட நிச்சயத்தன்மைகளை நிராகரிக்கும் அர்த்தத்தைக் கொண்டதாகிறது. 1990–களின் தொடக்க ஆண்டுகளில், முந்தைய தலைமுறை முற்போக்குப் பார்வைகள் மீதான நம்பிக்கைகள், குறிப்பாக லோகியா, அம்பேத்கரின் சட்டகங்கள், வலுவிழந்துபோயின. கர்நாடகத்தில் தலித் இயக்கம் எந்தத் திசையில் போய்க்கொண்டிருக்கிறது என்பது குறித்து நாகராஜ் மீண்டும் சிந்திக்கத் தொடங்கினார். ஏனெனில், இலக்கிய பந்தயா இயக்கமும், டிஎஸ்எஸ்ஸும் வற்றத் தொடங்கின. லோகியாவாத சோஷலிஸத்தால் உருவாக்கப்பட்ட பிற சமூக இயக்கங்கள் — எடுத்துக்காட்டாக, விவசாயிகள் இயக்கம், கன்னட மொழி இயக்கம் போன்றவை — சமூகத்தில் எத்தகைய தீவிரை மாற்றத்துக்கும் கொண்டுவிடவில்லை. இப்படி உள்ளூர்த்தன்மை சார்ந்த வளர்ச்சியையும், உலகளாவிய இடதுசாரி அரசியலையும், இந்தியாவில் இந்துத்துவத்தின் எழுச்சியையும் நாகராஜின் நகர்வுக்கான பின்னணியாகப் பார்க்கலாம்.

முந்தைய நிச்சயத்தன்மைகளை நிராகரிப்பதானது சகலவிதமானவரோடு உரையாடல் நடத்துவதற்கான புதிய விருப்புறுதியையே வெளிப்படுத்துகிறது. இது, மரபார்ந்த பழமைவாதக் கோயில் நகரமான உடுப்பியோடு நாகராஜ் கொண்டிருந்த உறவின் புதிய பரிமாணத்தை வெளிப்படுத்துவதாக இருக்கிறது. நாகராஜின் நீண்டகால நண்பரும் அனுதாபியுமான முராரி பல்லால் (*Murari Ballal*), அவர் அறிந்திருந்ததிலிருந்து நாகராஜ் எவ்வளவு மாறியிருக்கிறார்

என்று அடிக்கடிச் சுட்டிக்காட்டுவார். உடுப்பிப் பார்ப்பனர்கள் தங்களை உருமாற்றிக்கொள்ள வேண்டும் என்று அவர்களை எதிர்த்துத் தனது இருபது வயதில் கலகம்புரிந்த நாகராஜ், வேத அறிஞர்களிடம் தர்மம் குறித்தும் சாதி குறித்தும் விவாதிப்பதற்கு ஆராய்வூக்கமும் அர்ப்பணிப்பும் கொண்ட அறிஞராக உருமாறியிருந்தார்.

III

நவீன சமூக அறிவியல் முறைக்கு ஒரு மாற்றை முன்வைப்பதற்கான தேடலே நாகராஜை நவீனத்துக்கு முந்தைய இந்தியச் சிந்தனைமுறைகள் மீதான ஈடுபாட்டுக்கு அடிப்படையாகிறது. அவர் நாகார்ஜுனரிடமிருந்தும் பூர்வ மீமாம்சா பொருள்கோளியல் மரபிலிருந்தும் கற்றுக்கொள்ள ஆர்வம் காட்டினாலும், அவருடைய எழுத்துகளை ஆதாரமாக வைத்துப் பார்த்தால் அதில் அவர் அவ்வளவு தூரம் செல்லவில்லை என்றே தோன்றுகிறது. அறிவை ஒழுங்கமைப்பதில் கதையாடலே (காதனா) சிறந்த வழியாகிறது என்று தீர்மானமாக முன்வைப்பதன் மூலமாக ஒரு பெரும் உடைப்பை அவர் ஏற்படுத்துகிறார். அவர் கோருவது இரண்டு பரிமாணங்களைக் கொண்டிருக்கிறது: முதலாவதாக, நாகராஜ் அவருடைய கட்டுரைகளைக் கதையாடல்களாக முன்வைக்கிறார். இரண்டாவதாக, அவர் அடிக்கடி தனிப்பட்ட அனுபவங்களிலிருந்தும் நாட்டார் கதைகளிலிருந்தும் பண்பாட்டுப் பனுவல்களிலிருந்தும் — கவிதை, புனைவு உட்பட — எடுத்துக்காட்டுகளைக் கொண்டு அவருடைய வாதங்களை வடிவமைக்கிறார். அரசியல் – ஆசிரியத்துவ பாணியை உள்ளடக்கியிருக்கும் கதைகளாக அவருடைய பண்பாட்டு ஆய்வுகள் மாறுகின்றன. இப்படியான பழக்கத்தை நாம் அவருடைய பல கட்டுரைகளில் காண முடியும். அவர் 'கதையாடல்ரீதியான கற்பனை' என்ற தளத்துக்கு வந்துசேர்கிறார். இது இவ்வுலகம் குறித்த நம்முடைய புரிதலை எப்படியாக ஒழுங்கமைத்துக்கொள்வது என்ற முறையியல்ரீதியான வாதங்களையும் அறரீதியான அரசியல் லட்சியங்களையும் முன்வைக்க முயல்கிறது என்பதாகச் சொல்ல முடியும். [சந்திரசேகர்] கம்பார் குறித்த அவரது கட்டுரையை (இந்தத் தொகுப்பில் சேர்க்கப்படவில்லை – மொ.ர்.) எடுத்துக்கொள்வோம்.[20] இந்தக் கட்டுரையில், நாடகாசிரியர் கம்பார், நாட்டார் குறித்து (குறிப்பாக, சூத்திரர்கள் குறித்து) அசலான ஒரு கோட்பாட்டை அவருக்காக அவர் உருவாக்கிக்கொள்ள முடிந்ததால்தான் அவரால் பண்பாட்டு சீற்ற அரசியல் கொண்டிருக்கும் பதற்றங்களைக் கடந்துசெல்ல முடிந்தது என்கிறார். கம்பார் அவரது சீற்றத்தையெல்லாம் கரட்டொலி நையாண்டிகளாகவும் பிரபஞ்சரீதியான சக்தியாகவும் இடம்பெயரவைக்கிறார். இன்று 'கவிதையியல், அரசியலைக் காட்டிலுமான அரசியலாகிறது' என்பதில் நம்பிக்கை கொண்டிருக்கும் கவிஞரும் நாடகாசிரியருமான கம்பாரை அறிமுகப்படுத்தும்போது, தலித் அரசியலை

20 பார்க்கவும்: *'Chandrashekar Kambara: The Playwright of Cosmic Energy' in 'Listening to the Loom' (2012). [இந்தத் தொகுப்பில் சேர்க்கப்படவில்லை - மொ.ர்].*

தலித் இயக்கம் மேலும் செழுமையாக்க, இத்தகைய படைப்பாளிகளையும் அவர்களது படைப்பாக்க சக்தியின் மூலங்களையும் கவனத்தில்கொள்ள வேண்டும் என்று நாகராஜ் கோரிக்கைவைக்கிறார். ஆக, நாகராஜின் ஆசிரியத்துவப் பரிமாணமும், அவருக்கு விருப்பமான உருவகரீதியான முறையும் அவருடைய பகுப்பாய்வு முறையின் மையமாகின்றன.

நாகராஜின் கட்டுரைகளிலிருந்து இதுபோல் பல எடுத்துக்காட்டுகளைக் கொடுக்க முடியும். காந்தியின் காவியத்தன்மையிலான உண்ணாவிரதம் குறித்த கட்டுரையில், நாகராஜ் தீண்டப்படாத இளைஞன் ஒருவனோடான ஊடாட்டத்தைச் சுற்றி நடக்கும் கதையைக் கொண்டு அவருடைய ஆய்வைக் கட்டமைக்கிறார்.[21] காந்திக்கும் அம்பேத்கருக்கும் இடையேயான காவியத்தன்மையிலான மோதல் குறித்த மிக அற்புதமான வாசிப்பில், அந்தத் தீண்டப்படாத இளைஞன் அங்கீகரிக்கப்படாத நாயகனாக வெளிப்படுகிறான்.[22] நாகராஜ், காந்திய நாட்டாரியலிலிருந்து, கட்டுக்கதையாகவும் இருந்திருக்கக்கூடிய இந்தக் கதையை, தலித் அரசியலின் பிறப்பைச் சுட்டிக்காட்ட பயன்படுத்திக்கொள்கிறார். இந்தக் கதையில் வரும் வறுமையில் இருக்கும் தீண்டப்படாத அந்த இளைஞன், காந்தியின் உதவியை நாடி பூனே வருகிறான். மஹாதேவ் தேசாய் மூலமாக, மகாத்மாவின் காவியத்தன்மையிலான பூனே உண்ணாவிரதத்தை முடித்துவைக்கும் நிகழ்வுக்கு அந்த இளைஞனை காந்தி அழைத்திருந்தார். அதாவது, காந்தியின் உண்ணாவிரதத்தை முடித்துவைக்கும் விதமாக ஆரஞ்சுப் பழச்சாற்றை அவருக்குக் கொடுக்க அந்த இளைஞன் தேர்ந்தெடுக்கப்படுகிறான். ஆனால், அந்த இளைஞன் தைரியத்தை இழந்து குறிப்பிட்ட அந்தத் தினத்தன்று வரத் தவறுகிறான். காந்தி உண்ணாவிரதத்தை முடித்துக்கொள்ளும் நிகழ்வை அந்த இளைஞன் கெடுத்துவிட்டான். காந்தி, அந்தத் தீண்டப்படாத இளைஞனுக்கு அழைப்புவிடுத்ததன் மூலமாக தர்மம் செய்வதாகவோ தயவுகாட்டுவதாகவோ நினைக்கவில்லை என்றாலும், உண்மையாகவே சமூக அக்கறையைத்தான் வெளிப்படுத்தினார் என்றாலும், நாகராஜின் வாசிப்பைப் பொறுத்தமட்டில், ஒருசில வழிகளில் அந்த இளைஞன் வரத்தவறியது குறியீட்டுரீதியாக தலித் அரசியலின் பிறப்பைக் குறிப்பதாகிறது.

'பண்பாட்டு நினைவின் பிரச்சினை' என்று தலைப்பிடப்பட்டிருக்கும் கட்டுரையில் நாகராஜிடம் ஒரு வயதான பெண்மணி சொன்ன கதையை அவர்

---

21 பார்க்கவும்: 'Self-Purification vs Self-Respect: On the Roots of the Dalit Movement' in 'Flaming Fleet (2010). [இந்தத் தொகுப்பில்: 'சுயதூய்மை எதிர் சுயமரியாதை: தலித் இயக்கத்தின் வேர்கள் குறித்து' – மொ.ர]. இந்த நிகழ்வை நாகராஜ் பல கட்டுரைகளில் திரும்பத்திரும்பப் பயன்படுத்துகிறார்.

22 பார்க்கவும்: 'The Lie of a Youth and the Truth of an Anthropologist: Two Tales on the Widening of Emotional Concern', in Flaming Fleet (2010). [இந்தத் தொகுப்பில்: 'ஓர் இளைஞனின் பொய்யும் ஒரு மானுடவியலாளரின் உண்மையும்: உணர்வுபூர்வ அக்கறையைப் பரவலாக்குவது தொடர்பான இரண்டு கதைகள்' – மொ.ர].

பயன்படுத்திக்கொள்கிறார்.²³ இந்தக் கதையில், அரசன் சந்திரதாரா, மயக்கும் காட்டின் ராட்ஸச அரசனான ராயா பேதளாவால் கவர்ந்திழுக்கப்படுகிறான். அரசன் அவனுடைய நினைவுகளை இழந்து, அவனுடைய உண்மையான அடையாளத்தையும் மறந்து, விருப்பத்தோடு அரசனுக்கு அடிமையாகிறான். பிறகு, ராணி அவனைத் தேடிச்சென்று ராட்ஸசனின் பிடியிலிருந்து அரசனை மீட்டுவருகிறாள். சந்திரதாராவின் விதியை தலித் இடையுரையாளர்களோடு (interlocutors) ஒப்பிடுவதை (குறிப்பாக, அரசன் அடிமையாவது என்பதை நவீனத்தையும் வளர்ச்சியையும் விமர்சனமற்று ஏற்றுக்கொண்டு அதற்கு முழுமையாக அடிமையாவதை), அவருடைய நண்பர்கள் ஏற்றுக்கொள்ளவில்லை என்றாலும், நாகராஜ் வழக்கத்துக்கு மாறாகக் கொண்டிருக்கும் ஆய்வு நுண்ணுணர்வுகள் குறித்து நாம் அறிந்துகொள்ள முடிகிறது. 'சாகித்ய காதனா' தொகுப்பில் காலனியம் குறித்த கட்டுரை ஒன்றில், அடிமையாக இருப்பதன் பண்பை விளக்குவதற்கு மற்றொரு நாட்டார் கதையைப் பயன்படுத்துகிறார். [இந்தத் தொகுப்பில் 'ஒரு நாட்டார் கதை' என்று தலைப்பிட்டுச் சேர்க்கப்பட்டுள்ளது – மொ.ர்]. இந்தக் கதையில், அரசன் ரவிகீர்த்தி அவனுடைய பிரதான எதிரியான சந்திரகீர்த்தியை யுத்தத்தில் தோற்கடித்து அவனை அடிமையாக்கிக்கொள்கிறான். ஒரு குரங்கை மட்டுமே சந்திரகீர்த்திக்குத் துணையாகச் சிறையில் அனுமதிக்கிறான். சந்திரகீர்த்தியின் மனவுறுதியைக் குலைப்பதற்காக ரவிகீர்த்தி ஒவ்வொரு நாளும் அவனை அசிங்கப்படுத்துகிறான், கொடுமைப்படுத்துகிறான். சந்திரகீர்த்தி பைத்தியம் பிடித்ததுபோல் பாசாங்கு காட்டினாலும், அவனுடைய மனவுறுதி குலையாமல் இருப்பதைக் கண்ட ரவிகீர்த்தி, தன்னிடம் அடிமையாக இருக்கும் அவன் எங்கிருந்து இத்தகைய மனவுறுதியைப் பெறுகிறான் என்று கண்டுபிடிக்க விரும்புகிறான். ரவிகீர்த்தி அதைக் கண்டுபிடிக்கவும் செய்கிறான். அதாவது, சிறையில் இரவு நேரங்களில், சந்திரகீர்த்தி அந்தக் குரங்கை ரவிகீர்த்தியின் செயல்களை மீண்டும் நடித்துக்காட்டச் சொல்கிறான். இவ்வாறு நடிக்கப்படும்போது, அரசனின் சீற்றங்களும் பகட்டான வசவுகளும் கேலிக்கூத்தாக வெளிப்படுகின்றன. குரங்கைக் கொன்றுவிடுகிறான் ரவிகீர்த்தி. ஆனாலும், அந்தக் குரங்கு சந்திரகீர்த்தியின் கனவுகளில் வந்து அதே கேலிக்கூத்து நாடகத்தை நடத்துகிறது. இதையும் ரவிகீர்த்தி கண்டுபிடிக்கிறான். இத்தகைய யதார்த்தத்தை நேருக்குநேர் எதிர்கொள்ளும்போது, ரவிகீர்த்தி செயலற்றுநிற்கிறான். ஆக, ரவிகீர்த்தி தன்னுடைய பரமவிரோதியை விடுதலைசெய்து அவனை மீண்டும் அரசனாக்குகிறான். இந்த நாட்டார் கதையை வைத்து, 'கனவில் வரும் குரங்கைக் கொல்ல முடியாது என்று மட்டும் காலனியக் கோட்பாட்டாளர்கள் நம்பியிருப்பார்கள் என்றால், அவர்களுடைய கோட்பாட்டுரீதியான கதையாடல்களின் போக்கு வேறு விதமாக அமைந்திருக்கும்' என்று நாகராஜால் வாதாட முடிகிறது.

23 பார்க்கவும்: 'The Ethics and Aesthetics of Voilence' in 'Listening to the Loom' (2012). [இந்தத் தொகுப்பில்: வன்முறையின் அறமும் அழகியலும் – மொ.ர்].

IV

பொதுவாக, விமர்சனத்தோடுகூடிய பிறப்பிடவாதி என்றே நாகராஜ் அழைக்கப்பட்டார். இந்தியத் தத்துவ மரபு குறித்தான அவரின் விசாரணையும், விஸ்மிருதி என்ற கருத்தமைவு குறித்து அவர் கொண்டிருந்த பார்வையும் இப்படியான வரையறைக்குக் கொண்டுவிடும் என்பதை அவர் ஏற்றுக்கொண்டாலும், அவர் தன்னைப் பிறப்பிடவாதியாக வரையறுத்துக்கொள்ளவில்லை. சொல்லப்போனால், கன்னட மற்றும் இந்திய இலக்கியங்களைப் பின்னணியாகக் கொண்டு வரலாற்றுரீதியாகச் செவ்வியல் (marga), உள்ளூர் (desi) என்ற இருமம் குறித்த பரிமாணங்களை அறிவார்த்தரீதியாகவும் அரசியல்ரீதியாகவும் துருவியகழ்வதில் ஆர்வமும் மிரட்சியும் கொண்டிருந்தார். உலகமயமாக்கல் பின்னணியில் சமகால உலகளாவிய-உள்ளூர்ப் பிரச்சினைகள் குறித்து நாகராஜ் தொடர்ந்து கருத்துரைத்தார். அவரின் உள்ளுணர்வானது இத்தகைய விவாதங்களில் மையமாக இருக்கும் இருமங்களைக் கடந்துபோகவே முயன்றது. அவருடைய அனுதாபங்கள் சந்தேகத்துக்கு இடமில்லாமல் உள்ளூர்ப் பண்பாடு, பிறப்பிடப் பண்பாடு சார்ந்து இருந்தன என்றாலும், அவர் எதை எதிர்க்கிறார் என்பதை அவருடைய கன்னட தேசியவாத வடிவங்கள் குறித்த கட்டுரை தெளிவாக்குகிறது: உலகளாவியதோடான உறவை எதிர்ப்புகளாக, முரண்பாடுகளாக மட்டும் முன்வைக்கும் ஒரு வகையான பிறப்பிடவாதத்தை, அது பதற்றம் நிறைந்த பண்பாட்டு அரசியலுக்குக் கொண்டுவிடுகிறது என்பதால், அவர் தீர்மானகரமாக எதிர்த்துவந்தார்.[24] அவருடைய கடைசி நேர்காணலில், 'பிறப்பிடவாதம் பலம் கொண்டவர்களின் வாதமல்ல; அது பதற்றம் கொண்டவர்களின் வாதமாகும். பின்-காலனியச் சூழலில், சுத்த சர்வதேசியவாதிகளும் சுத்த பிறப்பிடவாதிகளும் பரஸ்பரம் ஒருவரையொருவர் தாங்கிநிற்பதோடு, ஒருவரையொருவர் மீளுருவாக்கமும் செய்கிறார்கள்' என்று சுட்டிக்காட்டுகிறார்.[25]

நாகராஜ் குறித்த என்னுடைய இரண்டாவது கூற்றை முன்வைக்கவே, பிறப்பிடவாதம் குறித்த அவரது சிக்கலான, நுட்பமான பார்வையை நான் இங்கு சுட்டிக்காட்டுவதற்குக் காரணியமானது, அதாவது அவருடைய வாழ்க்கையும் எழுத்துகளும் கொண்டிருக்கும் வேர்கொண்ட தன்மை. பெங்களூர் வாழ்க்கையே அவருக்கு நங்கூரமாக இருந்தது. இவ்வுலகத்தை அர்த்தப்படுத்திக்கொள்வதற்கான வேரை பெங்களூர் வாழ்க்கையே அவருக்கு வழங்கியது. எடுத்துக்காட்டாக, பெங்களூரில் நண்பர்களைச் சந்திப்பதற்காக, ஜெனரல் ஹாஸ்டல் அல்லது கோசி உணவகம் போன்ற இடங்களுக்கு என்னை வண்டியில் அழைத்துச்செல்வதில் அவர் பெரும் மகிழ்ச்சியடைந்தார்.

---

24 பார்க்கவும்: 'The Forms of Kannada Nationalsim' in 'Listening to the Loom' (2012). [இந்தத் தொகுப்பில் சேர்க்கப்படவில்லை - மொ.ர்].

25 நாகராஜின் கடைசி நேர்காணலுக்குப் பார்க்கவும்: with K.A.Anil Kumar and N.Ravikumar, published in 'Desi Darhanagalu'.

சிகாகோவில் நூலகங்களிலும் பனுவல்களுக்கு மத்தியிலும் நாங்கள் வாழ்ந்துகொண்டிருந்தபோது, இந்தத் தந்தகோபுர வாழ்க்கையைக் காட்டிலும் பெங்களூரின் அன்றாட வாழ்க்கை எவ்வளவு பன்முகப்பட்டதாகவும் தீவிரையானதாகவும் இருக்கிறது என்று விடாமல் சொல்லிக்கொண்டே இருப்பார். பெங்களூர் வாழ்க்கை மீதான அவரது அழகியல்ரீதியான ஈடுபாடே, சிகாகோ பல்கலைக்கழகத்தில் முழுநேர ஆசிரியராகும் சந்தர்ப்பத்தை மறுக்கவைத்திருக்க வேண்டும் என்று நான் சந்தேகிக்கிறேன். அவருடைய லட்சியங்கள் பெங்களூரில் வேர்கொண்டிருந்ததோடு, கர்நாடகமும் கன்னடமும்தான் அவருடைய அறிவார்த்த ஆற்றலின் மூலமாக இருக்கின்றன. பெங்களூர் பல்கலைக்கழகத்தில் பேராசிரியராக இருப்பது அல்லது ஹம்பியில் உள்ள கன்னடப் பல்கலைக்கழகத்தில் துணைவேந்தராக இருப்பது அவருக்கு மிக முக்கியமாக இருந்தது. இந்த லட்சியங்களை அடையத் தேவையான அரசியல் செய்யவும் அவர் தயாராக இருந்தார்.

கர்நாடகக் கடற்கரை நகரமான உடுப்பி அல்லது மேற்குத் தொடர்ச்சியில் உள்ள ஹெக்கோடு போன்ற கர்நாடகத்தின் பிற பகுதிகளோடான அவரது உறவு — இந்த நகரங்கள் பல்கலைக்கழகங்களைக் கொண்டிருப்பவையோ அல்லது இந்த நகரங்களை நோக்கி அவரை இழுத்த குழுமங்கள் நிறுவனப்பட்ட அறிவார்ந்த மையங்களோ இல்லை என்றாலும் — இதற்கு நிகரானதாகவே இருந்தது. ஹெக்கோடுவில் உள்ள அக்ஷரா பதிப்பகமே, ஏறக்குறைய அவருடைய எல்லாப் புத்தகங்களையும் வெளியிட்டது. அக்ஷரா பதிப்பகத்தின் சகோதர அமைப்பும் தொழில்முறையான நாடகக்கலை அமைப்புமான நிநாசம் (NINASAM) ஒருங்கிணைத்த நிகழ்ச்சிகளிலும் இவர் தொடர்ந்து உரையாற்றிவந்தார். உடுப்பியில் உள்ள ரதபிதியா கெலெயறு (ரதவீதி நண்பர்கள்), ஹெக்கோடுவில் உள்ள நிநாசம் ஏற்பாடுசெய்த கருத்தரங்குகளிலும் பயிலரங்குகளிலும் கலந்துகொண்டார். அவருடைய மிக முக்கியமான உரைகளை இவ்விரண்டு வழமையற்ற அறிவார்ந்த மையங்களில்தான் நிகழ்த்தினார். இந்த விஷயத்தில் நாகராஜ் மட்டுமே வித்தியாசமானவர் இல்லை. முக்கியமான கன்னட எழுத்தாளர்கள், சிந்தனையாளர்கள் நாளிதழ்களில் தொடர்ந்து எழுதுவது, கல்விப்புலம் சாராத வெளிகளில் பேசுவது என்று கொண்டிருந்த வழக்கத்தைத்தான் நாகராஜும் பின்பற்றினார். அவரது வாழ்க்கையின் இந்த அம்சம்தான், கன்னடம் உருவாக்கிக்கொடுத்த பார்வையின் ஊடாக இந்த உலகைப் பார்ப்பதும் கைக்கொள்வதும் என்பவையே அவரது அறிவார்த்த படைப்புகளின் மையமாக இருந்தன என்று என்னைச் சொல்லவைக்கிறது. அக்ஷரா சிந்தனா வரிசையில் அவருடைய அறிக்கையின் இரண்டாவது பகுதியில் இவ்வாறு எழுதுகிறார்:

> கண்ணாடியைப் போலவோ ஒளியைப் போலவோ பிரதிபலிக்காத எந்தச் சிந்தனைகளும் கதையாடல்களும் பயனற்றவை. நம்மை இம்சைப்படுத்திக்கொண்டிருக்கும் பிரச்சினைகளை எதிர்கொள்வதற்கு உதவக்கூடிய மாற்றுக் கதையாடல்களையும் ஆய்வு முறைகளையும் அக்ஷரா சிந்தனா வழங்குகிறது. சமகாலத்தில் காணப்படும்

> புதுத் திணுசான, அதிகாரம் கொண்ட, ஏற்றுக்கொள்ளப்பட்ட முறைகளிலிருந்து வேறான ஒன்றைத் தேட இந்த வரிசை முயல்கிறது. மேலும், இது மேற்கத்தியத்தில் உள்ள எதிர்ப்பு மரபுகளையும் கண்டெடுக்க முயல்கிறது. தனிநபர்கள் குறித்து, இயக்கங்கள் குறித்து, ஆய்வு முறைகள் குறித்து, தனிநபர் படைப்புகள், மொழியாக்கங்கள், சுதந்திரமான படைப்புகள், விளக்கவுரைகள் — எல்லாவற்றுக்கும் இந்த வரிசையில் இடம் உண்டு.

மொத்த உலகையும் கன்னடத்தின் வரலாற்றுரீதியான அனுபவங்கள் சார்ந்து மட்டுமல்லாமல், கன்னடத்தின் கருத்தாக்கரீதியான சொற்கோவை ஊடாகவும் கண்டெடுக்க வேண்டும் என்பதே நாகராஜின் வேட்கையாக இருந்தது. இப்படியாக இருப்பினும், கன்னடத்தின் மீது அவர் கொண்டிருந்த அர்ப்பணிப்பானது கவலை–மையப் பண்பாட்டுப் போர்வீரர்கள் தன்மையிலானதாக இல்லை; கன்னட தேசியவாதம் குறித்த கட்டுரையில் இவர்களைப் பழித்துரைக்கிறார். இதுபோலவே, அவர் இறந்த பின் வெளிவந்த ‘சம்ஸ்கிரிதி காதனா’வில் உள்ள கட்டுரைகள், அவரது முந்தைய தொகுப்பான ‘சாகித்ய காதனா’ போலவே அவரைச் சிறந்த முறையில் வேர்கொண்ட ஓர் அறிவுஜீவியாக வெளிப்படுத்துகின்றன. இந்த வேர்கொண்ட தன்மையானது இனவாதம் ஏதுமற்ற, உலகுணர்வுவாதத் தன்னம்பிக்கையில் செயல்படவைக்கும் அளவுக்கு அவரை விரிந்த தளத்துக்குக் கொண்டுசெல்கிறது. கன்னட வாசகர்களுக்கு மரபாகப் பிடித்தமான உள்ளடக்கங்களை (கர்நாடகத்தின் பண்பாட்டுரீதியான, அரசியல்ரீதியான மாற்றங்கள்; கன்னட ஆளுமைகள், எழுத்தாளர்கள்) கொண்டிருக்கும் இந்தத் தொகுப்புகளில் உள்ள கட்டுரைகளை எழுதிய அதே சமயத்தில்தான், கன்னட செய்தித்தாள் வாசகர்களுக்கு உலகத்தை முன்வைக்கும் விதமாகச் சமகால உலக விஷயங்கள் குறித்த கட்டுரைகளும் எழுதிக்கொண்டிருந்தார். இப்படியாகத்தான், ரஷ்யாவின் எல்ஸ்டின் எதிர்கொண்ட தடுமாற்றங்கள், குழப்பங்கள், பாலஸ்தீனத்தின் அராஃபாத், 1990–களில் பாகிஸ்தான், லெபனானின் துயரம் போன்றவை நாகராஜின் கவனத்தைப் பெற்றன. இத்தகைய கதைகளை முன்வைப்பதற்கு அவர் பயன்படுத்தும் படிமங்கள் நம்மைப் பிரமிக்கவைக்கின்றன. எடுத்துக்காட்டாக, எல்ஸ்டினைத் துருவியகழும் கட்டுரையில், எல்ஸ்டின் உண்மையிலேயே கிருஷ்ணனா அல்லது ‘மிருச்சகடிகம்’ (களிமண் வண்டி) நாடகத்தில் வரும் கோமாளி–வில்லன் ஷாகாராவா என்று கண்டுபிடிக்க முயல்கிறார். இப்படியான பத்திகளும் வெகுஜன எழுத்துகளும்கூட அவருடைய புத்தகங்களில் உள்ள கட்டுரைகள் கொண்டிருக்கும் அதே தீவிரத்தையும் அறிவார்த்த அர்ப்பணிப்பையும் கொண்டிருக்கின்றன.

இருந்தும், நாகராஜ் அளவுக்கு அதிகமாக அறிவார்த்தப்படுத்துகிறார் என்றும், மேற்கில் அவ்வப்போது எது அறிவார்த்த பாணியாக இருக்கிறதோ அதற்குப் பலியாகிறார் என்றும், அடிப்படையில் மேற்கத்திய வாசகர்களுக்குத்தான் எழுதுகிறார் என்றும் கன்னட எழுத்தாளர்கள் விமர்சித்தார்கள். கன்னடத்தில் பிரபலமான எழுத்தாளரும் பத்திரிகையாளரும் நாகராஜின் நெருங்கிய

நண்பருமான லங்கேஷ், 'சாகித்ய காதனா' குறித்தும் அதன் அறிவார்த்த லட்சியங்கள் குறித்தும் இழிவுபடுத்தி எழுதினார். பொதுவாக, கன்னட அறிவார்ந்த வட்டங்களில் கல்விப்புல எதிர்ப்பு மனநிலை ஒன்று உண்டு. இப்படியான சூழ்நிலையிலிருந்து, நாகராஜ் குறித்த எதிர்வினைகளைப் புரிந்துகொள்ள முடிகிறது. ஆனால், தீவிர அறிஞரான ரஹமத் தாரிக்ரெ (Rahamat Tarikere) போன்றவர்கள்கூட, கன்னடம் அல்லாத வாசகர்களை, குறிப்பாக மேற்கத்திய வாசகர்களைத் திருப்திப்படுத்தும் நோக்கில்தான் நாகராஜ் எழுதுவதாகத் தொடர்ந்து விமர்சித்தார்கள். நான் மிகக் கவனமாக நாகராஜின் கன்னட எழுத்துகளை ஆராய்ந்தபோது, இந்த இரண்டாவது குற்றச்சாட்டுக்கு எத்தகைய ஆதாரத்தையும் என்னால் கண்டெடுக்க முடியவில்லை. பரிசோதிக்கும் விதமாக, இந்தத் தொகுப்பில் சேர்ப்பதற்கு அதிகம் மாற்றி எழுத வேண்டிய அவசியமில்லாமல் நேரடியாக மொழியாக்கம் செய்யக்கூடிய சில கட்டுரைகளை எடுத்துக்கொண்டேன். ஆனால், நான் அதில் உடனடியாகத் தோற்றுப்போனேன். நாகராஜ் அடிப்படையில் மேற்கத்திய வாசகர்களுக்குத்தான் எழுதியிருக்கிறார் என்றால், நான் அப்படிப்பட்ட கட்டுரைகள் பலவற்றைக் கண்டெடுத்திருக்க முடியும். ஆக என்னைப் பொறுத்தமட்டில், அவருடைய விமர்சகர்களால் சொல்லப்பட்டதற்கு மாறாக, நாகராஜின் முறைப்படியான விவாதங்களாகட்டும், கருத்துகளை முன்வைக்கும் தன்மையாகட்டும், ஆய்வுமுறையாகட்டும் எல்லாமே சந்தேகத்துக்கு இடமில்லாமல் கன்னட அறிவார்த்த மையநீரோட்டத்தின் ஒரு பகுதியாகவே இருந்தன. மேற்கில் அங்கீகரிக்கப்படுவதும் வெளிநாடுகளில் எதிர்பாராத வகையில் வெற்றிகாண்பதும், பல்வேறு காரணிகளால் அவர்களுடைய கருத்துகளுக்கு சர்வதேச அரங்கில் நாகராஜ் அளவுக்கு அங்கீகாரம் கிடைக்கவில்லை என்பதும் அறிவுஜீவிகள் மத்தியில் ஓரளவுக்கான எதிர்ப்பைக் கிளப்பின என்பதை மறுக்க முடியாது. மேற்கத்திய அறிஞர்களுக்குப் பிறப்பிடம் குறித்துத் தகவல் கொடுப்பவராக மாறும் அபாயம் குறித்து நாகராஜின் நண்பர்கள் அவரை எப்போதும் எச்சரித்துவந்தார்கள். நாகராஜும் மிகச் சரியாக அப்படியாக மாறிவிடக்கூடும் என்பதில் எச்சரிக்கையோடு இருந்தார்.

V

நாகராஜ் மறைந்து பதினான்கு வருடங்கள் ஆகின்றன என்றாலும், கன்னட அறிவார்ந்த, பண்பாட்டு வட்டங்களில் தொடர்ந்து வாழ்ந்துகொண்டிருக்கிறார். அவருடைய கருத்துகளும் ஆற்றல்கொண்ட அவரது தனித்துவமும் அன்போடு நினைவுகூரப்படுகின்றன. 2011, ஆகஸ்ட் – செப்டம்பர் மாதங்களில் பெருமளவு விரிவாக்கப்பட்ட 'தி ஃபிளேமிங் ஃபீட்' [இரண்டாவது பதிப்பு] வெளிவந்தபோது, பெங்களூரில் அதற்குக் கிடைத்த உற்சாக வரவேற்பானது அந்தச் செவ்வியல் புத்தகத்தின் ஆசிரியர் எந்த அளவுக்கு அவர்களது நண்பர்களால் உயர்வாகப் பார்க்கப்படுகிறார் என்பதை மீண்டும் வெளிப்படுத்தியது.

நாகராஜின் அகால மரணத்தால், நிறைவேற்றப்படாமல்போனவை குறித்து அவருடைய ஆதரவாளர்களும் விமர்சகர்களும் ஒன்றுபோல் திரும்பத்திரும்பப் பேசினார்கள். அவரது தலைமுறையின் மிக முக்கியமான பண்பாட்டு விமர்சகராகவும் சிந்தனையாளராகவும் இருந்த நாகராஜ் — இப்படியான அபிப்ராயம் அஷிஸ் நந்தியால் முன்வைக்கப்பட்டு வேறு பலரால் பகிர்ந்துகொள்ளப்பட்டது — அவருடைய சிறந்த படைப்புகளை அப்போதுதான் படைக்கத் தொடங்கியிருந்தார். உயிரோடு இருந்தபோது எத்தகைய உணர்வுகளை அவர் தோற்றுவித்தாரோ அதுவே இன்றும் அவர் எவ்வாறு பார்க்கப்படுகிறார் என்பதை வரையறுப்பதாக இருக்கிறது. சொல்லப்போனால், நாகராஜை நன்றாக அறிந்தவர்கள் அவரைப் புதிரான மனிதராகவும் அறிவுஜீவியாகவுமே முன்வைக்கிறார்கள். புறத்தோற்றத்தில் குறும்புக்காரராகத் தெரியும் அவருள்ளாக யோகி போன்ற ஒரு சுயத்தைக் கொண்டிருப்பதை ஒருசிலரால்தான் உணர முடிந்தது என்கிறார் டி.பி.அசோக்.[26] எப்போதும் நண்பர்கள் சூழ்ந்திருக்க விரும்பிய, விளையாட்டுத்தனமாக, ஏன் விஷமத்தனமாகவும் தெரியும் நாகராஜின் சுயம், அவருடைய மற்றொரு சுயத்தை, அதாவது ஆய்வரங்குகளில் மிகத் தீவிர அறிஞராக இருக்கும் சுயத்தைப் பெரும்பாலும் மறைத்துக்கொண்டிருப்பதாகவே இருந்தது. சலிப்பைத் தவிர்ப்பதற்கு அறிவார்ந்த தீயில் குதித்துவிட வேண்டும்போல் இருக்கிறது என்று பலமுறை என்னிடம் சொல்லியிருக்கிறார். மேலும், ஒரு நல்ல சண்டையை ரசிப்பதாகவும் ஒப்புக்கொள்கிறார். நல்ல உரையாடல்களை அனுபவிக்கக்கூடியவராக இருந்தார். சில சமயங்களில் வேண்டுமென்றே மிகைப்படுத்தப்பட்ட அகங்காரத்தை வெளிப்படுத்தினார். பிற சமயங்களில் பெரிதும் விரும்பக்கூடிய அடக்கமும் கூச்சமும் கொண்டவராக வெளிப்பட்டார். நாகராஜின் பகட்டான பேச்சு ஒன்றை அசோக் நினைவுகூர்கிறார். அதில் நாகராஜ் யு.ஆர்.அனந்தமூர்த்தியை துரோணாச்சாரியராகவும் தன்னை அவருடைய சிஷ்யனாகவும் வர்ணித்துக்கொள்கிறார். இந்தப் பேச்சு எப்படி நகைச்சுவையாக முடிந்தது என்று அசோக் சொல்கிறார்: 'பார்ப்பனர்கள் என்னை அர்ஜுனன் என்கிறார்கள். ஆனால், என்னுடைய தலித் நண்பர்கள் நான் ஏகலைவன்தான் என்று எச்சரிக்கை விடுக்கிறார்கள். நான் இரண்டும்தான் என்று எனக்குத் தெரியும். உங்களுக்குத் தெரியும்தானே, நான் எப்போதுமே இரட்டை வேடம் போடுகிறவன்'.[27]

இது, கர்நாடகத்துக்கு வெளியே எப்படி வெளிப்படுத்திக்கொண்டாரோ, அதாவது ஓரளவுக்குக் கூச்சசுபாவமும் தன்னம்பிக்கை இல்லாதவராகவும் வெளிப்படுத்திக்கொண்டதிலிருந்து வேறாக இருக்கிறது. நாம் எல்லோரும் கொண்டிருக்கும் அதே பலவீனங்களை அவரும் கொண்டிருந்தார்: தற்பெருமை, லௌகீக அதிகாரங்களுக்கான ஆசை, அங்கீகாரத்துக்கான ஏக்கம். ஆனால், இவற்றையெல்லாம் அவர் கொண்டிருந்த மிகச் சிறப்பான ஒரு பண்பின் ஊடாகக் கடக்கக்கூடியவராக இருந்தார்: நட்புகளை ஏற்படுத்திக்கொள்ளும்

26 *T.P. Ashok (2008: 343).*

27 *Ibid., p. 348.*

அவருடைய ஆற்றல். அவருடைய நண்பர் சிவ் விஸ்வநாதன் எப்போதும் சொல்வதுபோல், நட்புகளை உருவாக்கும் அவருடைய இந்தப் பண்பானது சமூகரீதியான வேறுபாடுகளைக் கடக்க உதவியது. என்னுடைய அனுபவத்திலும் இது நிச்சயமாக உண்மைதான்.

நாகராஜின் லட்சியங்கள் அறிவார்த்த தேடல்களோடு மட்டுப்பட்டிருக்கவில்லை. சாதாரண மனிதர்களைப் போலவே நிறுவனரீதியான வெற்றி கொடுக்கும் ரொட்டி மற்றும் மாமிசத் துண்டுகளுக்கும் அவை விரிந்திருந்தன. உண்மைதான், பேராசிரியர் பதவிக்கும் துணைவேந்தர் பதவிக்கும் அவர் குறியாக இருந்தார். பொறுமையின்மையால், அவருடைய ஆதரவாளர்களும் மூத்தவர்களும் விரும்பியதுபோல் அவருடைய வரிசையில் அவருடைய இடம் வருவதற்குக் காத்திருக்க முடியாமல் ஆக்கியது. இருந்தாலும், ஒரு நிறுவனத்தைக் கட்டியமைப்பதில் அவருக்கு அலாதியான ஈடுபாடு இருந்ததையும் அறிவேன். எங்களுடைய உரையாடல்கள் பலமுறை கர்நாடகத்தில் நிறுவனங்கள் கொண்டிருக்கும் நோய்க்கூறுகள் குறித்தவையாக இருந்ததுண்டு. அவருடைய தீவிரை அரசியல் தகுதிகளையெல்லாம் மீறி, அவர் நிறுவனங்களைச் சீர்திருத்துவதற்கும் மாற்றிக் கட்டியமைப்பதற்கும் தொடர்ந்து திட்டங்கள் தீட்டிக்கொண்டே இருந்தார். அவருடைய மறைவு கூடுதலான வருத்தத்தைக் கொடுப்பதற்குக் காரணியம், உலகின் பல்வேறு பகுதிகளில் தலையாய சிறப்புகொண்ட மையங்களோடு அவருடைய தலைமுறையில் அவரைப் போன்று தொடர்புகொண்டிருந்தவர்கள் வெகுசிலரே. மேலும், டெல்லியில் உள்ள சென்டர் ஃபார் தி ஸ்டடி ஆஃப் டெவலப்பிங் சொஸைட்டீஸ் (*CSDS*) போன்ற ஒன்றை பெங்களூரில் தொடங்குவதற்கான திட்டத்தையும் அவர் வைத்திருந்தார்.

நாகராஜுடனான எனக்குக் குறுகிய கால நட்புதான் கிடைத்தது. இருபதாண்டுகளுக்கும் மேலாக எங்கள் குடும்ப நண்பராக அவர் இருந்தார் என்றாலும், ஒரே வட்டத்தில் பொதுவான நண்பர்களோடு சுற்றிக்கொண்டிருந்தோம் என்றாலும், நான் அவரை 1996-ல்தான், அதாவது அவர் மறைந்துபோவதற்கு இரண்டு வருடங்களுக்கு முன்புதான், சிகாகோவுக்கு ஒரு கருத்தரங்குக்காக அவர் வந்திருந்தபோது நேரடியாகச் சந்தித்தேன். எங்கள் இருவருக்கும் நண்பரான மநு ஷெட்டிதான் ரீகன்ஸ்டியன் நூலகத்தில் உள்ள சிற்றுண்டிச்சாலையில் எங்களை அறிமுகப்படுத்திவைத்தார். அன்று மாலையே அவர் என் வீட்டுக்கு வந்தார். 'காட்ஃபாதர்' திரைப்படம் பார்த்தோம்; தென்னிந்திய உணவு எடுத்துக்கொண்டோம்; பல மணிநேரம் பேசிக்கொண்டிருந்தோம். அடுத்த நாளே அவர் டெல்லி திரும்பினார். டெல்லி போய்ச்சேர்ந்தவுடன், எங்கள் சந்திப்பு எவ்வளவு மகிழ்ச்சியாக இருந்தது என்றும் தொடர்ந்து தொடர்பில் இருக்க வேண்டும் என்றும் தொலைபேசியில் குரலைப் பதிவுசெய்திருந்தார். அதிலிருந்து மந்திரிகள் வீட்டிலோ அல்லது அலுவலகத்திலோ அரசாங்கத் தொலைபேசி கிடைக்கும்போதெல்லாம் என்னைத் தொடர்புகொண்டார். அல்லது அடிக்கடி காலையில் நடைப்பயிற்சி முடித்துத் திரும்பும்போது பொதுத் தொலைபேசியிலிருந்து அழைத்தார்.

இவ்வருடங்களில் அவர் சிகாகோவுக்குப் பலமுறையும் வந்திருந்தார்; நட்பு வட்டத்தை உருவாக்கிக்கொண்டார்; கருத்தரங்குகளில் கலந்துகொண்டார்; பிறகு 1997–ல், சிகாகோவில் ஆசிரியர் பொறுப்பை ஏற்றுக்கொண்டார் — பல்கலைக்கழகத்தின் மிகப் பிரபலமான தெற்காசிய மொழிகள் மற்றும் நாகரிகத் துறையில் ஒவ்வொரு இலையுதிர் காலத்திலும் வகுப்பெடுக்க அளிக்கப்பட்ட வாய்ப்பை ஏற்றுக்கொண்டார். கன்னடக் கலாச்சார வட்டங்களில் பெரும் ஆளுமையான ஏ.கே.ராமானுஜன் இடத்துக்கு ஏற்றவராகப் பார்க்கப்பட்டார். ஆக, இந்த நியமனத்தின் பெரும் சிறப்பை எல்லோரும் அறிந்திருந்தார்கள். இதிலிருந்து அடுத்த பதினெட்டு மாதங்களுக்கு பெங்களூரிலும் சிகாகோவிலும் என்னால் அதிக நேரத்தை அவருடன் செலவிடும் வாய்ப்பு கிடைத்தது. கன்னட இலக்கியம் குறித்தும் ஊர்க்கதைகளையும் கன்னட எழுத்தாளர்கள் குறித்த கிசுகிசுக்களையும் பகிர்ந்துகொண்டோம். குறிப்பாக, கடைசியானதுதான் எங்களுடைய நட்பின் அடிப்படையானது. நான் பதினோராம் நூற்றாண்டைச் சேர்ந்த கன்னடச் செவ்வியல் சமணக் காவியமான ராணாவின் ‘கதாயுதா’வைப் (Gadayuddha) படித்தேன். அவர் எழுதிக்கொண்டிருந்த பல கட்டுரைகளுக்கு நூலகங்களில் ஆராய்ச்சிசெய்து உதவினேன். குறிப்பாக, நவீனத்துவத்துக்கு முந்தைய கன்னட இலக்கியங்கள் குறித்த அவருடைய பல கட்டுரைகளுக்கு நான் உதவியிருக்கிறேன். அவருடைய அகால மரணம் என் வாழ்க்கையில் எதிர்பாராத விளைவுகளை ஏற்படுத்தியது. நான் என்னுடைய ஆய்வுத் திட்டத்தையும் செய்துகொண்டே, அவருடைய எழுத்துகளைப் பிரசுரிப்பதற்குப் பல வருடங்களாக உழைக்க வேண்டியிருந்தது. அவர் மட்டும் உயிரோடு இருந்திருந்தால், என் வாழ்க்கையின் போக்கே வேறு விதமாக ஆகியிருக்கும். கடந்த பத்தாண்டுகளின் பெரும் பகுதியை அவருடைய எழுத்துகளைக் கவனமாக ஆராய்வதற்குச் செலவிட வேண்டியிருந்திருக்காது. நான் செய்ய வேண்டியவை மீது கவனம் செலுத்த என்னை அவர் கட்டாயப்படுத்தியிருப்பார். ஒருவேளை என்னை பெங்களூருக்குத் திரும்பிவரச் சொல்லி, நாங்கள் பகிர்ந்துகொண்ட பொதுவான விஷயங்களில் வேலைபார்க்கவும் என்னைக் கட்டாயப்படுத்தியிருக்கலாம். அவர் மட்டும் இன்று பெங்களூரில் இருந்திருந்தால், அவருக்கு அருகில் இருக்கும் பலாபலன் என்னைப் பொறுத்தமட்டில் மிக முக்கியமானதாக இருந்திருக்கும்.

அவருடைய நட்பைப் பெற்றவன் நான் மட்டுமே அல்ல. அவரின் அன்பாகப் பழகும் தன்மையும் உரையாடுவதில் அவர் கொண்டிருந்த திறமையும் அவருக்கு ஏகப்பட்ட நண்பர்களைக் கொடுத்தன. அவர் மட்டும் உயிரோடு இருந்திருந்தால் தங்கள் வாழ்க்கையே வேறு விதமாக இருந்திருக்கும் என்று புலம்பும் பல நண்பர்களை நான் அறிவேன். நாகராஜ் அவர்களுக்கு வேலை வாங்கிக்கொடுத்திருப்பார், திருமணத்துக்கு ஏற்பாடுசெய்திருப்பார், விவாகரத்துகளைத் தடுத்திருப்பார், அவர்களுடைய புத்தகங்களுக்குப் பதிப்பாளரைக் கண்டுபிடித்துக்கொடுத்திருப்பார். அவருடைய வாழ்க்கையில் அவர் தாராளமாக உதவிகளைப் பெற்றவராக இருந்ததால், பெருந்தன்மையை ஒரு விழுமியமாக உட்கிரகித்துக்கொண்டிருந்தார். வழிகாட்டுபவராக இருப்பதற்கும் உதவிகள் செய்வதற்கும் போதுமான அளவுக்குத் திறன் பெற்றவராகவும்

இருந்தார். அவர் எங்களுடைய அமெரிக்கப் பேராசிரியர்களிடம் அடிக்கடி பேசி, எங்களுக்கு ஏதாவது வேலை வாங்கிக்கொடுக்கும்படி அவர்களை விரட்டிக்கொண்டிருந்தார் — எங்கள் நலனின் மீது கொண்ட அக்கறையால்தான் என்றாலும் நாங்கள் பெரும் சங்கடத்துக்கு உள்ளாக வேண்டியிருந்தது.

தனிப்பட்ட முறையில் அவருடைய இழப்பை ஆழமாக உணர்கிறேன். அவருடைய பல ஆதரவாளர்களும் நண்பர்களும் எதிர்பார்ப்பதுபோல், அவருடைய எழுத்துகள் — இதைத் தொகுப்பதற்கு நான் கொடுத்துவைத்திருக்க வேண்டும் — அவருடைய நினைவையும் உணர்வையும் உயிரோடுவைத்திருக்கும் என்றே நம்புகிறேன்.

['லிஸனிங் டு தி லூம்' தொகுப்பின் முதல் பதிப்புக்கு எழுதப்பட்ட முன்னுரை.]

துணைநூற்பட்டியல்

Ahmed, Imtiaz, ed. 1983. *Modernization and Social Change Among the Muslims in India*. Delhi: Manohar.

Ambedkar, B.R. 1979 – . *Writings and Speeches*. Compiled and edited by Vasant Moon. Bombay: Govt. of Maharashtra.

Ananthamurthy, U.R. 1974. *Sannivesa*. Heggodu, Karnataka: Akshara Prakashana.

Anderson, Benedict. 1983. *Imagined Communities*. London: Verso.

Anderson, Walter K. and Shridhar D. Damle. 1987. *The Brotherhood in Saffron: The Rashtriya Swayamsevak Sangh and Hindu Revivalism*. Boulder: Westview Press.

Appadurai, Arjun. 1990. 'Disjuncture and Difference in the Global Cultural Economics', *Theory, Culture and Society* 7.

Appadurai, Arjun. 1993. 'Number in Colonial Imagination'. In Peter van der Veer and Carol Breckenridge, eds. *Orientalism and the Postcolonial Predicament*. Philadelphia: University of Pennsylvania.

Ashok, T.P. 2008. *Sahitya Sambandha*. Heggodu, Karnataka: Akshara Prakashana.

Bambrough, Renford. 1991. 'Fools and Heretics' in A. Philip Griffiths, ed. *Wittgenstein Centenary Essays*. Cambridge: Cambridge University Press.

Banerjee, Sumanta. 1991. 'Hindutva: Ideology and Social Psychology, *Economic and Political Weekly* 19, January.

Bauman, Zygmunt. 1991. *Modernity and Ambivalence*. Cambridge: Polity Press.

Bauman, Zygmunt. 1993. *Post-Modern Ethics*. Oxford: Blackwell.

Bauman, Zygmunt. 1995. *Life in Fragments*. Oxford: Blackwell.

Baxter, Craig. 1989. *The Jan Sangh: A Biography of an Indian Political Party*. Philadelphia: University of Pennsylvania.

Bayly, Susan. 1989. *Saints, Goddesses and Kings: Muslims and Christians in South Indian Society*. Cambridge: Cambridge University Press.

Benveniste, Emile. 1972. *Indo-European Language and Society*. London: Faber and Faber.

Beteille, Andre. 1992. *The backward Classes in Contemporary India*. Delhi: Oxford University Press.

Bharathi, Indu. 1990. 'The Politics of the Anti-Reservation Stir'. *Economic and political weekly* 25 (15).

Bondurant, Joan, ed. 1973. *Harijan: A Journal of Applied Journalism*, 1933-35. New York: Garland Publishing Inc.

Burghart, Richard. 1993. *Renunciation in the Religious Traditions of South Asia*. Man (n.s) 18.

Chakravarthy, Manu. 1998. preface, 'Amrita Mattu Garudada Punarmudranakke Prastavane', in *Amrita Mattu Garuda*, 2nd edn. Heggodu, Karnataka: Akshara Prakashana.

Chandrasekhar S. n.d. 'Nationalism in South India'. *Unpublished monograph*, Department of History, Bangalore University, Bangalore.

Chandrasekhar, S . 1995. *Colonialism, Conflict and Nationalism: South India 1857-1947*. New Delhi: Wishwa Prakashan.

Connor, Walker. 1993. 'Beyond Reason: The Nature of the Ethno-national Bond', *Ethnic and Racial Studies*, Vol.16 No.3.

Das, Bhagvan, ed. 1963. *Thus Spoke Ambedkar* Vol.I. Jalandhar: Bheem Patrika Publications.
Das, Veena. 1977. *Structure and Cognition*. Delhi: Oxford University Press.
Das, Veena. 1990. *Mirrors of Violence: Communities, Riots, Survivors*. New Delhi: Oxford University Press.
Dev, Faninandham. 1993. 'Socio-Political Unrest in Nineteenth Century Orissa and Rise of Mahima Dharma'. *Paper presented at a seminar on the social Dimensions of Religious Movements*, 3-7 May 1993, at the Indian Institute of Advanced Study, Shimla.
Dhasal, Namdeo. 1992. '*Ambedkar: 79*', in Mulk Raj Anand and Eleanor Zelliot, eds. *Anthology of Dalit Literature (Poems)*. New Delhi: Gyan Publications.
Dube, Saurabh. 1992. 'Religion, Identity and Authority Among the Satnamis in Colonial India'. *Unpublished Ph.D thesis*, University of Cambridge.
Dumont, Louis. 1970. *Homo Hierarchicus: An Essay on the Caste System*. Chicago: University of Chicago Press.
Dworkin, Ronald. 1986. *Law's Empire*. London: Fontana.
Featherstone, Mike. 1991. *Consumer Culture and Postmodernism*. London: Sage.
Galanter, Marc. 1984. *Competing Equalities*. Delhi: Oxford University Press.
Gandhi, Ramachandra. 1986. 'God is Truth'. In Ramashraya Roy ed., *Contemporary Crisis and Gandhi*. Delhi: Discovery Publishing House.
Gellner, Ernest. 1983. *Nations and Nationalism*. Ithaca: Cornell University Press.
Giri, Anantha Kumar. 1995. 'The Dialectic Between Globalisation and Localization: Economic Restructuring, Women and Strategies of Cultural Production', *Dialectical Anthropology*, Vol.20 no.2.
Golwalkar M.S. 1939. *We, or Our Nationhood Defined*. Nagpur: Bharatpur Publications.
Gonal, Lingappa. 2010. *D.R. Nagarajara Sahithyika Chintanegalu*. Devaragonala, Surapura Taluka, Yadgir District: Sharanu Prakashana.
Gopal, Sarvepalli, ed. 1993. *The Anatomy of a Confrontation*. New Delhi: Penguin.
Guha, Ashok. 1990. 'Reservations: Myth and Reality. *Economic and Political Weekly* 25(50).
Habib, Irfan. 1985. *Interpreting Indian History*. Shillong: North East Hill University Publications. Reprinted 1988.
Hardgrave, Robert L., Jr. 1969. *The Nadars of Tamilnadu: The Political Culture of a Community in Change*. Berkeley: University of California Press.
Hettne, Bjorn. 1978. *The Political Economy of Indirect Rule*. New Delhi: Ambika Publications.
Hobsbawm, Eric and Terence Ranger, eds. 1983. *The Invention of Tradition*. Cambridge: Cambridge University Press.
Horowitz, Louis. 1989. 'Counting Bodies: The Dismal Science of Authorized Terror', *Patterns of Prejudice*, Vol.23 no.2.
Hoval, Waman. 1992. 'The Storeyed House'. In Arjun Dangle, ed., *Homeless in My Land*. Bombay: Orient Longman.
Ilaiah, Kancha. 1996. *Why I am not a Hindu: A Sudra Critique of Hindutva Philosophy, Culture and Political Economy*. Calcutta: Samya
Indurkhya, Bipin. 1992. *Metaphor and Cognition*. Dordrecht: Kluwer Academic Publishers.
Irschick, Eugene. 1969. *Politics and Social Conflict in South India: The Non-Brahmin Movement and Tamil Separatism*. Berkeley and Los Angeles: University of California Press.
Iyer, Raghavan. 1973. *The Moral and Political Thoughts of Mahatma Gandhi*. Delhi: Oxford University Press.

Janna. 1993. *The Tale of the Glory Bearer,* trans. T.R.S. Sharma. New Delhi: Penguin.
Juergensmeyer, Mark. 1982. *Religion as Social Vision: The Movement against Untouchability in the Twentieth Century.* Berkeley: University of California Press.
Juergensmeyer, Mark. 1993. *The New Cold War: Religious Nationalism Confronts the Secular State.* Berkeley and Los Angeles: University of California Press.
Kaviraj, Gopinath. 1987. *Notes on Religion and Philosophy.* Benaras: Sampurnanand Sanskrit University.
Klein, Ira. 1984. 'Famine, Relief and Mortality in British India'. *Economic and Political Weekly,* 21 (2).
Kothari, Rajni. 1989. 'Cultural Context of Communalism in India', *Economic and Political Weekly,* 14 January.
Kothari, Rajni. 1992. 'Pluralism and Secularism: Lessons of Ayodhya'. *Economic and Political Weekly,* 19-26 December.
Krishnamurthy, Agrahara. 1993. *Darashukov.* Heggodu: Akshara Prakashana.
Kshirsagar, R.K. 1994. *Dalit Movement in India and its Leaders (1857-1956).* Delhi: M.D. Publications
Kumar, Ravinder. 1985. *Gandhi, Ambedkar and the Poona Pact.* New Delhi.
Laclau, Ernesto, ed. 1994. *The making of Political Identities.* London: Verso.
Lacoue-Labarthe, Philippe. 1989. *Typography: Mimesis Philosophy, Politics.* ed. Christopher Fynsk. Cambridge, Mass., Harvard University Press.
Lacoue-Labarthe, Philippe. 1990. *Heidegger, Arts and Politics.* trans. Chris Turner. Oxford: Basil Blackwell.
Lal, K.L. 1945. *Natha Pantha ka Itihas.* [No details provided by the author. – Ed]
Lankesh, P. 1992. *Teeke-Tippani.* Bangalore: Patrike Prakashana.
Lawrence, Bruce. 1985. *Defenders of God: The Fundamentalist Revolt against the Modern Age.* San Francisco: Harper & Row.
Llosa, Mario Vargas. 1990. *The Story Teller.* Translated by Helen Lane. London: Faber and Faber.
Lohia, Rammanohar. 1964. *The Caste System.* Hyderabad: Samata Vidyalaya Nivas. Second reprint.
Lohia, Rammanohar. 1978. *Lohia Vichara* (in Kannada), Bangalore.
Lyotard, Jean-Francois. 1993. *Political Writings.* Minneapolis: University of Minnesota Press.
Malik, Yogendra K. and V.B. Singh. 1994. *Hindu Nationalists in India.* Boulder: Westview Press.
Manor, James. 1977. *Political Change in an Indian State: Mysore 1917-1955.* New Delhi: Manohar.
Mehta, Haroobhai, ed. 1981. *Dynamics of Reservation Policy.* New Delhi: Patriot Publishers.
Mehta, Makarand. 1993. 'The Dalit Temple Entry Movements in Maharastra and Gujarat 1930-48'. *Unpublished IIAS conference paper.*
Miller, Donald. 1992. *The Reason of Metaphor.* New Delhi: Sage.
Mitchell, Neil J. and John B. Bretting, 1993. 'Business and Political Finance in the United Kingdom'. *Comparative Political Studies* 26-2, July.
Moffat, Michael. 1979. *An untouchables Community in South Asia.* Princeton: Princeton University Press.
Morson, Gary Saul and Caryl Emerson. 1990. *Mikhail Bakhtin: Creation of a Prosaics.* Stanford: Stanford University Press.

Mugali, R.S. 1968. *Kannada Sahitya Caritre*. Mysore: Usha Press.
Mujahid, Abdul Malik. 1989. *Conversion to Islam: Untouchables' strategy for Protest in India*. Chambersburg.
Nandy, Ashis, et al. 1995. *Creating a Nationality: The Ramjanmabhumi Movement and Fear of the Self*. Delhi: Oxford University Press.
Nandy, Ashis. 1983. *The Intimate Enemy: Loss and Recovery of Self Under Colonialism*. Delhi: Oxford University Press.
Nandy, Ashis. 1998. 'The twilight of Certitudes: Secularism, Hindu Nationalism and Other Masks of Deculturation', *Postcolonial Studies*, Vol.I no. 3.
Nangali, Chandrashekar. 2009. *D.R. Nagaraj*. Bangalore: Navakarnataka Publishers.
Narasimhachar, R. 1972-74. *Karnataka Kavicaritre*. Bangalore: Bangalore University, Centre of Kannada Studies.
Norris, Christopher. 1988. *Deconstruction and the Interests of Theory*. London: Pinter Publishers.
O'Hanlon, Rosalind. 1985. *Caste, Conflict and Ideology: Mahatma Joti Rao Phule and Low-caste Protest in Nineteenth Century Western India*. Cambridge: Cambridge University Press.
Oddie, G.A. 1979. *Social Protest in India: British Protestant Missionaries and Social Reform*. New Delhi: Manohar.
Omvedt, Gail. 1976. *Cultural Revolt in a Colonial Society: The Non-Brahman Movement in Western India 1873-1930*. Bombay.
Omvedt, Gail. 1993. *Dalits and the Democratic Revolution*. New Delhi: Sage.
Oommen, T.K. 1991. *Protest and Change: Studies in Social Movements*. New Delhi: Sage.
Pandey, Gyanendra. 1993. *Hindus and Others: The Question of Identity in India Today*. New Delhi: Viking.
Parekh, Bhikhu. 1982. *Gandhiji's Political Philosophy*. London: Macmillan.
Parekh, Bhikhu. 1995. 'Cultural Pluralism and the Limits of Diversity', *Alternatives* 20.
Patnaik, Kishan. 1995. *Bharat Shudron Ka Hoga*.
Pawar, Daya (1992) In Mulk Raj Anand and Eleanor Zelliot, eds. *Anthology of Dalit Literature (Poems)*. New Delhi: Gyan Publications.
Pollock, Sheldon. 1993. 'Ramayana and Political Imagination, *Journal of Asian Studies*, May.
Purohit, B.D. and S.D. Purohit. 1990. *A Hand-Book of Reservation for SC's and ST's*. New Delhi: Jainsons.
Radhakrishnan, P. 1990. 'Backward Classes in Tamilnadu (1872-1988)'. *Economic and Political Weekly* 26 (50).
Ramakrishna, V. 1983. *Social Reform in Andhra*. Delhi: Vikas Publishing House.
Rao M.S.A. 1979a. *Social Movements in India: Backward Class Movements*. New Delhi: Macmillan.
Rao M.S.A. 1979b. *Social Movements and Social Transformation in India*. New Delhi: Macmillan.
Rattu, Nanak Chand. 1995. *Last Few years of Dr. Ambedkar*. [No further details supplied by the author. – Ed.]
Roberts, Kenneth. 1995. 'Neoliberalism and the Transformation of Populism in Latin America', *World Politics*, 48.1, October.
Rodgers, Gerry, et al. 1995. *Social Exclusion: Rhetoric, Reality, Responses*. Geneva: ILO Publications.
Rose, Margaret. 1979. *Parody/Metafiction*. London: Croom Helm.

Sardar, Ziauddin. 1985. *Islamic Futures*. London: Mansell Publishing Ltd.
Sarkar, Sumit. 1983. *Modern India*. New Delhi: Macmillan.
Sartre, Jean Paul. 1968. Preface, in Frantz Fanon *The Wretched of the Earth*. New York: Grove Press.
Shah, A.M. 1991. 'Job Reservations and Efficiency'. *Economic and Political Weekly* 26 (29).
Sharma, Satish Kumar. 1986. *The Chamar Artisans*. Delhi: B.R. Publishing House.
Sheshadri, H.V. 1990. *Why Hindu Rashtra*. Bangalore: Jagran Prakashan.
Sheth, D.L. 1987. 'Reservation Policy Revisited'. *Economic and Political Weekly* 22(46).
Sklair, L. 1991. *Sociology of the Global System*. London: Harvester.
Tambaiah, S.J. 1986. *Sri Lanka: Ethnic Fratricide and the Dismantling of Democracy*. Chicago: University of Chicago Press.
Tarte, Narayan Rao. 1990. *'Vishwa Hindu Parishad ki Kalpana, Hindu Vishwa'*, Vishwa Hindu Parishad Rajat Jayanti Visheshanka.
Tendulkar, D.G. 1964. *Mahatma: Life of Mohandas Karamchand Gandhi*. Delhi: Publications Division.
Thimmaiah, G. 1993. *Power, Politics and Social Justice*. New Delhi: Sage.
Todorov, Tzvetan. 1995. *The Morals of History*. Minneapolis: University of Minnesota Press.
Ureene, Michael. 1984. *The Inner Circle: Large Corporations and the Rise of Business Political Activities in the US and UK*. New York: Oxford University Press.
Vajpayee, Atal Behari. 1980. *India at Cross Roads*. Delhi: Bharatiya Janata Party Publications.
Visvanathan, Shiv. n.d. 'Unravelling Rights'. *Unpublished Manuscript*.
Waltzer, Michael. 1983. *The Spheres of Justice: A Defense of Pluralism and Equality*. Oxford: Blackwell.
Webster, John C.B. 1992. *The Dalit Christians*. Delhi: ISPCK
Williams, Raymond. 1980. 'Ideas of Nature', in *Problems in Materialism and Culture: Selected Essays*. London: Verso.
Winchakul, Thongchai. 1994. *Siam Mapped: A History of the Geo-body of Nation*. Honolulu: University of Hawaii Press.
Zelliot, Eleanor. 1972. 'Gandhi and Ambedkar - A study in Leadership'. In Michael Mahar ed., *The Untouchables in Contemporary India*. Tucson: University of Arizona Press.
Zelliot, Eleanor. 1992. *From Untouchable to Dalit: Essays on the Ambedkar Movement*. New Delhi: Manohar.
Sillappadikaram (The Ankle Bracelet). 1965. By Prince Ilango Adigal, Trans. Alain Danielou. New York: New Directions.
Nagaraj, D.R. 1996. *Sahitya Kathana*. Heggodu, Karnataka: Akshara Prakashana.
Blaney, David and Naeem Inayatullah. 1994. 'Prelude to a Conversation of Cultures in International Society: Todorov and Nandy on the Possibility of Dialogue' *Alternative*, 19(1), Winter.
Nagaraj, D.R. 1992. (With U.R. Ananthamurthy and Ramachandra Sharma). *Vibhava: Modernism in Indian Writing*. Bangalore: Panther Publishers.
Nagaraj, D.R. 2001. *Samskriti Kathana*. Heggodu, Karnataka: Akshara Prakashana.
Nagaraj, D.R. 1983. *Amruta Sahitya Caritre*. Bangalore: Pustaka Chandana.
Doctorow, E.L. 1994. 'The Beliefs of Writers' in *Poets and Presidents*. London: Papermac.
Ramachandrappa, Baragaru. 2001. 'Bandaya Sahityade Nele' in H.S. Raghavendra Rao, ed., *Satamanada Sahitya Vimarse*. Bangalore: Kannada Sahitya Akademi.